AF761050

ഗ്രീൻ ബുക്സ്

സരതുഷ്ട്രൻ
ആത്മദർശനത്തിന്റെ പ്രവാചകൻ

ഓഷോ

1931–ൽ മദ്ധ്യപ്രദേശിൽ ജനനം. ജബൽപൂർ സർവകലാശാലയിൽ ഫിലോസഫി അദ്ധ്യാപകനായിരുന്നു. പിന്നീട് മെഡിറ്റേഷൻ ടെക്നിക്കുകൾ വികസിപ്പിക്കുന്നതിൽ വ്യാപൃതനായി. 1974–ൽ പൂനെയിൽ ഓഷോ കമ്യൂൺ സ്ഥാപിച്ചു. 1985–ൽ അമേരിക്കൻ ഭരണകൂടം ഓഷോയെ തടവിലാക്കി. 1990–ൽ ദിവംഗതനായി.

കെ. രവിവർമ്മരാജ: 1944ൽ തൃശൂർ ജില്ലയിലെ കൊടുങ്ങല്ലൂരിൽ പുത്തൻകോവിലകത്ത് ജനനം. വിജയബാങ്കിൽ 35 വർഷം സേവനത്തിനുശേഷം ഇപ്പോൾ പാലക്കാട് ജില്ലയിലെ പുതിയങ്കം എന്ന സ്ഥലത്തു താമസം. ഇരുപത്തിയാറ് ഓഷോ കൃതികൾ മലയാളത്തിലേക്കു വിവർത്തനം ചെയ്തിട്ടുണ്ട്.

മേൽവിലാസം: *സതീസദനം, പുതിയങ്കം, പാലക്കാട് - 678545.*
ഫോൺ : 0492–2222155

ഓഷോ

സരതുഷ്ട്രൻ

ആത്മദർശനത്തിന്റെ പ്രവാചകൻ

പരിഭാഷ

കെ. രവിവർമ്മരാജ

ഗ്രീൻ ബുക്സ്

green books private limited
little road, ayyanthole, thrissur- 680 003
ph: 0487-2361038
website: www.greenbooksindia.com
e-mail: info@greenbooksindia.com

(malayalam)
sarathushtran -
aathmadarshanathinte pravachakan
(philosophy)
by
osho

translated by
k.ravivarmaraja

first published september 2012
copyright reserved

cover design : rajesh chalode

branches:
thrissur 0487-2422515
palakkad 0491-2546162
kannur 0497-2763038

isbn : 978-93-80884-93-6

---

no part of this publication may be reproduced, or transmitted in any form or by any means, without prior written permission of the publisher
₹ 260.00

GBPL/443/2012

മുഖക്കുറി

സരതുഷ്ട്രൻ എന്ന ചിന്തകനെക്കുറിച്ച്
ജർമ്മൻ തത്ത്വചിന്തകനായ നീഷെ എഴുതിയ
രേഖകളെ ആധാരമാക്കി ഓഷോ നടത്തുന്ന
സംഭാഷണങ്ങളാണ് ഈ പുസ്തകം.
ബി.സി. ആറായിരാമാണ്ടിൽ ജീവിച്ചിരുന്നുവെന്ന്
കരുതപ്പെടുന്ന സരതുഷ്ട്രൻ
പേർഷ്യൻ വംശജനാണെന്ന് കരുതപ്പെടുന്നു.
തത്ത്വശാസ്ത്രത്തിന്റെ വലിയൊരു ചിന്താലോകം
പടുത്തുയർത്തുന്നവയാണ് ഓഷോമൊഴികൾ
നമ്മുടെ പരിചിതമായ ആദ്ധ്യാത്മിക ധാരണകളെ
അവ അട്ടിമറിക്കുന്നു. ശങ്കരാചാര്യർ മുതൽ
കാറൽ മാർക്സ് വരെ ഓഷോവിന്റെ നിശിതമായ
വിചാരണയ്ക്കു വിധേയമാകുന്നു.
നവീനവും ശക്തവുമായ ആശയങ്ങളുടെ
ഒഴുക്കാണ് ഈ പുസ്തകത്തിന്റെ ഭംഗി.

കൃഷ്ണദാസ്
മാനേജിങ് എഡിറ്റർ

ഉള്ളടക്കം

പ്രശസ്തരായ തത്ത്വചിന്തകരെക്കുറിച്ച്

"ജനങ്ങളെ സേവിച്ചുകൊണ്ട്, ഹേ, പ്രശസ്തരായ തത്ത്വചിന്തകരേ, നിങ്ങളവരുടെ എല്ലാ അന്ധവിശ്വാസങ്ങൾക്കും എല്ലായ്പോഴും കൂട്ടു നിന്നിട്ടുണ്ട്. സത്യത്തെ ഉയർത്തിപ്പിടിക്കുന്നതിനുവേണ്ടി, എന്നാൽ നിങ്ങളൊന്നും തന്നെ ചെയ്തിട്ടില്ല. ആ ഒരു കാരണംകൊണ്ടു മാത്രമാണ് അവർ - ജനങ്ങൾ - നിങ്ങളോട് ഇത്രയും ആദരവു പ്രകടിപ്പിക്കുന്നത്...

എന്നാൽ നിങ്ങളുടെ ഹൃദയം എല്ലായ്പോഴും അതിനോടുതന്നെ പറഞ്ഞുകൊണ്ടിരുന്നു: "ഞാൻ വന്നത് ജനങ്ങളിൽ നിന്നാണ്. അതേ പോലെ ദൈവത്തിന്റെ ശബ്ദവും എന്നിലേക്കു വന്നത് അവരിൽ നിന്നാണ്."

ജനങ്ങൾക്കുവേണ്ടി വാദിക്കുന്ന ഒരു വക്കീലിനെപ്പോലെ, ഒരു കഴുതയെപ്പോലെ, നിങ്ങളെല്ലായ്പോഴും പിടിവാശിക്കാരും, കൗശല ശാലികളുമായിരുന്നു...

എന്നാൽ നിങ്ങളുടെ 'നിഷ്കളങ്കത'യിൽ ഞാൻ വിശ്വസിക്കണമെങ്കിൽ, ആദ്യമേതന്നെ ആദരവിനു വേണ്ടിയുള്ള നിങ്ങളുടെ താത്പര്യത്തെ നിങ്ങൾക്കു ത്യജിക്കേണ്ടി വരും.

ആദരിക്കപ്പെടുവാനുള്ള തന്റെ ആഗ്രഹത്തെ ഉപേക്ഷിച്ച്, ദൈവത്തിനുപോലുമജ്ഞാതമായ മരുഭൂമികളിലേക്ക് ആരാണോ പോകുന്നത്, അയാളെയാണ് 'കളങ്കമറ്റവൻ' എന്നു ഞാൻ വിളിക്കുന്നത്. മറിച്ച് വയറു നിറയെ ഭക്ഷിച്ചുകൊണ്ട്, എല്ലാവിധ സുഖസൗകര്യങ്ങളുമനുഭവിച്ചുകൊണ്ട്, പട്ടണങ്ങളിൽ പാർക്കുന്ന പ്രശസ്തരായ തത്ത്വചിന്തകർ - അവർ വണ്ടിക്കു കെട്ടുന്ന മൃഗങ്ങളാണ്, എന്തെന്നാൽ കഴുതകളെപ്പോലെ, അവരെല്ലായ്പോഴും ജനങ്ങളുടെ വണ്ടി വലിച്ചുകൊണ്ടിരിക്കുന്നു. നിങ്ങളുടെ ധാർമ്മികതയിൽപ്പോലും നിങ്ങൾ, ആത്മീയതയെന്നാലെന്തെന്നറിയാത്ത, ഒട്ടുംതന്നെ ദൂരക്കാഴ്ചയില്ലാത്ത, ആ ജനങ്ങളോടൊപ്പമാണ്.

ആത്മീയതയെന്നാൽ അതു ജീവിതത്തോടുതന്നെ ഏറ്റുമുട്ടിക്കൊണ്ടിരിക്കലാണ്. സ്വയം പീഡിപ്പിക്കുന്നതിലൂടെ, അത് അതിന്റെ അറിവിനെ വികസിപ്പിക്കുന്നു - ഇതിനു മുമ്പേ നിങ്ങളിതറിഞ്ഞിട്ടുണ്ടോ?

ആത്മീയതയുടെ ആനന്ദമിതാണ്: ഒരു ബലിമൃഗത്തെപ്പോലെ കണ്ണുനീരൊഴുക്കിക്കൊണ്ട് അത് തന്നെത്തന്നെ ദൈവത്തിനു സമർപ്പിക്കുന്നു - ഇതിനു മുമ്പേ നിങ്ങളിതറിഞ്ഞിട്ടുണ്ടോ?

അന്ധനായ ഒരുവന്റെ അന്ധതയും അയാളുടെ തിരച്ചിലും, തപ്പിത്തടയലും, അയാൾ ദൃഷ്ടിയുറപ്പിച്ചിരിക്കുന്ന വെളിച്ചത്തിന്റെ തീവ്രതയ്ക്കു സാക്ഷ്യം വഹിക്കും - ഇതിനു മുമ്പേ നിങ്ങളിതറിഞ്ഞിട്ടുണ്ടോ?

പ്രബുദ്ധനായ ഒരുവൻ പർവ്വതങ്ങളെകൊണ്ട് നിർമ്മിക്കുവാൻ പഠിക്കും. ആത്മശക്തിയെ സംബന്ധിച്ചേടത്തോളം മലകളിളക്കിമറിക്കുക എന്നത് ഒരു ചെറിയ കാര്യമാണ് - ഇതിനു മുമ്പേ നിങ്ങളിതറിഞ്ഞിട്ടുണ്ടോ?

ആത്മീയതയുടെ ചെറു സ്ഫുലിംഗങ്ങളെ മാത്രമേ നിങ്ങളറിഞ്ഞിട്ടുള്ളൂ. എന്നാൽ ആത്മശക്തിയാകുന്ന കൊല്ലന്റെ ആലയിലെ ഉരുക്കുകട്ടിയെ നിങ്ങൾ കാണുന്നില്ല. അതിന്റെ ഉഗ്രശക്തിയെക്കുറിച്ച് നിങ്ങളറിയുന്നില്ല. വാസ്തവത്തിൽ ആത്മശക്തിയുടെ പ്രൗഢിയെന്തെന്നു നിങ്ങൾക്കറിഞ്ഞുകൂടാ. അതിനേക്കാൾ കുറച്ചുമാത്രമേ അതിന്റെ എളിമയെ നിങ്ങൾക്കനുഭവിക്കുവാൻ കഴിയുന്നുള്ളൂ.

നിങ്ങൾ കഴുകന്മാരല്ല.

അതുകൊണ്ടുതന്നെ ഭീതിയിൽ നിന്നുളവാകുന്ന ആത്മാവിന്റെ ആനന്ദത്തെക്കുറിച്ചും നിങ്ങൾക്കറിഞ്ഞുകൂടാ.

ഒരു പക്ഷിയല്ലാത്ത ഒരുവൻ ഗർത്തങ്ങൾക്കു മുകളിൽ തന്റെ വീട് നിർമ്മിക്കുന്നില്ല.

നിങ്ങൾ നിലനിൽക്കുന്നത് ഇളംചൂടിന്റെ അവസ്ഥയിലാണ്. എന്നാൽ ഗഹനമായ അറിവുകളെല്ലാം ഉറവയെടുക്കുന്നത് ശൈത്യത്തിൽ നിന്നാണ്. ഏറ്റവുമടിത്തട്ടിലുള്ള ആത്മാവിന്റെ നീരുറവകൾ മഞ്ഞുകണക്കെ തണുത്തതാണ്. ചൂടുപിടിച്ച കൈകൾക്കും സ്പർശിക്കുന്നവർക്കും അതൊരാശ്വാസമാണ്.

ആദരവു കാംക്ഷിച്ചുകൊണ്ട്, ഒട്ടുംതന്നെ വളയാത്തവരായി, ശാഠ്യം പിടിച്ചുകൊണ്ടാണ്, ഹേ പ്രശസ്തരായ തത്ത്വചിന്തകരേ, നിങ്ങളിവിടെ നിൽക്കുന്നത്. ശക്തിയായ കാറ്റോ, ഇച്ഛാശക്തിയോ, നിങ്ങളെ പ്രചോദിപ്പിക്കുന്നില്ല.

ശക്തിയായ കാറ്റിലാടിയുലഞ്ഞുകൊണ്ട്, പൊന്തിയും താണും ഒരു പായ്ക്കപ്പൽ കടലിനുമീതെ, സഞ്ചരിക്കുന്നത് നിങ്ങളൊരിക്കലും കണ്ടിട്ടില്ലെന്നുണ്ടോ?

ആത്മീയതയുടെ ചാലകശക്തിക്കു മുമ്പിൽ, ആടിയുലഞ്ഞുകൊണ്ടിരിക്കുന്ന ഒരു പായ്ക്കപ്പലിനെപ്പോലെ, മെരുക്കിയെടുത്തിട്ടില്ലാത്ത എന്റെ ധിഷണ സഞ്ചരിച്ചുകൊണ്ടിരിക്കുന്നു.

എന്നാൽ ഹേ, ജനസേവകരേ, ഹേ, പ്രശസ്തരായ തത്ത്വചിന്തകരേ, അപ്പോൾ എങ്ങിനെയാണ് നിങ്ങൾക്ക് എന്നോടൊപ്പം സഞ്ചരിക്കുവാൻ കഴിയുക?

....എന്നിങ്ങിനെ സരതുഷ്ട്രൻ പറഞ്ഞു.

സരതുഷ്ട്രൻ ഒരു തത്ത്വചിന്തകനല്ല. അദ്ദേഹത്തെ സംബന്ധിച്ചേടത്തോളം തത്ത്വചിന്ത എന്നത് സമയം പാഴാക്കൽ മാത്രമാണ്. നിങ്ങളുടെ സമയത്തെ മാത്രമല്ല, മറ്റുള്ളവരുടെ സമയത്തെക്കൂടി അതു പാഴാക്കുന്നു; എന്തുകൊണ്ടെന്നാൽ തത്ത്വചിന്ത എന്നത് ഒരു മാനസിക വ്യായാമമല്ലാതെ മറ്റൊന്നുമല്ല. അത് സത്യത്തെ കണ്ടെത്തുന്നതിനോ, സ്നേഹത്തെ കണ്ടെത്തുന്നതിനോ, സൗന്ദര്യത്തെ കണ്ടെത്തുന്നതിനോ ഉള്ള വഴിയല്ല, മറിച്ച് അത് പൊള്ളയായ വാക്കുകൾകൊണ്ട് സിദ്ധാന്തങ്ങളുണ്ടാക്കിക്കൊണ്ടേയിരിക്കുക മാത്രമാണു ചെയ്യുന്നത്.

ലക്ഷക്കണക്കിനാളുകളെ ഈ തത്ത്വചിന്തകർ വഞ്ചിച്ചിട്ടുണ്ട്. ജീവിതത്തിന്റെ നിഗൂഢതകൾക്കുത്തരം കണ്ടെത്തുന്നതിനുള്ള അന്വേഷണത്തിൽനിന്ന് ലക്ഷക്കണക്കിനാളുകളെ അവർ തടഞ്ഞുനിർത്തിയിട്ടുണ്ട്. തത്ത്വചിന്ത ആരേയുംതന്നെ ഒരിക്കലും പരിവർത്തനപ്പെടുത്തിയിട്ടില്ല. അത് ആളുകൾക്കു നൽകുന്നത് കനമുള്ള ശിരസ്സുകൾ മാത്രമാണ്. അതവരുടെ ജീവിതത്തിലേയ്ക്ക് യാതൊരു വിപ്ലവവും കൊണ്ടുവരുന്നില്ല. അതിലൂടെ അവരിൽ യാതൊരു ദിശാപരിണാമവും സംഭവിക്കുന്നില്ല. തനിക്കും അതുപോലെതന്നെ മറ്റുള്ളവർക്കും മനുഷ്യൻ നൽകിക്കൊണ്ടിരിക്കുന്ന ഏറ്റവും വലിയ വ്യാമോഹമാണത്. വിനോദത്തിനായി, പരസ്പരം എറിഞ്ഞുകളിക്കുവാൻ അത് ആളുകൾക്കു സുന്ദരമായ പദങ്ങൾ നൽകിയിട്ടുണ്ട്. കുട്ടികളെപ്പോലെയാണ് അത് ആളുകളെ കണക്കാക്കിയിട്ടുള്ളത്. ഈ വാക്കുകളോടൊപ്പം കളിച്ചുകൊണ്ടിരിക്കുന്നവർ, കുട്ടികളെപ്പോലെ അല്പബുദ്ധികളായി നിലനിൽക്കുകയും ചെയ്യും.

ഉദാഹരണത്തിന് ഏറ്റവും പ്രസിദ്ധമായൊരു വാക്ക് – "ദൈവം" എന്ന വാക്ക് – തത്ത്വചിന്തയുടെ ലോകം നിങ്ങൾക്കു നൽകിയിട്ടുണ്ട്. ഒരുപക്ഷേ മനുഷ്യഭാഷയിലുണ്ടായിട്ടുള്ള ഏറ്റവും അർത്ഥരഹിതമായ വാക്കായിരിക്കുമത്. നിങ്ങളെ സംബന്ധിച്ചേടത്തോളം അതൊരു കണ്ടെത്തലായിരുന്നില്ല. അതു നിങ്ങളുടെ സൃഷ്ടിയായിരുന്നില്ല, മറിച്ച് തത്ത്വചിന്തകരും, പുരോഹിതരും നിങ്ങളെ പറഞ്ഞു വിശ്വസിപ്പിച്ചത് നിങ്ങൾ ദൈവത്തിന്റെ സൃഷ്ടിയാണ് എന്നാണ്. സരതുഷ്ട്രനോടൊപ്പം ഒരു തീർത്ഥയാത്ര

നടത്തുവാൻ ഏറ്റവും പറ്റിയ സന്ദർഭമാണിത്. മുമ്പ് ദൈവം അറിയപ്പെട്ടിരുന്നത് എല്ലാറ്റിന്റേയും – സർവ്വചരാചരങ്ങളുടേയും – സ്രഷ്ടാവായിട്ടാണ്. എന്നാൽ ആ ആശയം ഒരു വസ്തുവിന്റെ നിലവാരത്തിലേക്കു മനുഷ്യനെ തരംതാഴ്ത്തുന്നു. വസ്തുക്കളെ മാത്രമാണ് സൃഷ്ടിക്കുവാൻ കഴിയുന്നത്. മനുഷ്യൻ ദൈവത്താൽ സൃഷ്ടിക്കപ്പെട്ടവനാണെങ്കിൽ, അപ്പോൾ അവന് അവന്റേതായ ഒരന്തസ്സോ അഭിമാനമോ ഇല്ല. അപ്പോഴവൻ ദൈവത്തിന്റെ കയ്യിലെ ഒരു കളിപ്പാവ മാത്രമാണ്. ഏതു നിമിഷത്തിൽ വേണമെങ്കിലും ദൈവത്തിനു തന്റെ മനസ്സ് മാറ്റുവാനും മനുഷ്യരാശിയെ നശിപ്പിക്കുവാനും കഴിയും. അപ്പോൾ അവന്റെ മുമ്പിൽ നാം തീർത്തും നിസ്സഹായരാണ്. അപ്പോൾ നമുക്ക് നമ്മുടെ സൃഷ്ടിയിലോ, സംഹാരത്തിലോ യാതൊരു പങ്കുമുണ്ടായിരിക്കുകയില്ല. ഇത് സത്യമാണെങ്കിൽ, ജീവിതത്തിന് അതിന്റെ എല്ലാ അർത്ഥവും നഷ്ടമാകും. അങ്ങനെ അതൊരു ദുരന്തവും തടവുശിക്ഷയും ദീർഘകാലത്തേക്കുള്ള അടിമത്തവുമായിത്തീരും. 'ദൈവ'മെന്ന സങ്കല്പം മനുഷ്യന്റെ പരിണാമത്തിനെതിരാണ് എന്ന വസ്തുത ചൂണ്ടിക്കാട്ടിയത് സരതുഷ്ട്രൻ മാത്രമല്ല, ഗൗതമബുദ്ധനും മഹാവീരനും ഈ അഭിപ്രായത്തോടു യോജിക്കുന്നു.

ഈ മൂന്നു പ്രതിഭാശാലികളും ഈ കാര്യത്തിൽ ഒരേ അഭിപ്രായം വച്ചുപുലർത്തുന്നവരാണ്, അതായത് മനുഷ്യന്റെ – അവന്റെ ബോധത്തിന്റെ – സൃഷ്ടികർത്താവ് എന്ന നിലയിൽ ദൈവത്തെ കണക്കാക്കുവാൻ കഴിയില്ല. ഇതവന് അനുവദിച്ചുകൊടുക്കുകയെന്നാൽ അത് എല്ലാ അർത്ഥത്തേയും മഹത്വത്തേയും സ്വാതന്ത്ര്യത്തേയും സ്നേഹത്തേയും സർഗ്ഗാത്മകതയേയും നശിപ്പിക്കലാണ് – അവന് ആനന്ദവും ആഹ്ലാദവും നൽകുന്ന എല്ലാറ്റിനേയും നശിപ്പിക്കലാണ്. ദൈവമവിടെയില്ലെങ്കിൽ, മനുഷ്യൻ സ്വതന്ത്രനാണ്. അപ്പോൾ അവൻ സൃഷ്ടിക്കപ്പെട്ടവനല്ല, അവൻ പരിണമിക്കപ്പെട്ടവനാണ്. ഈ വസ്തുത – അതായത് സൃഷ്ടിയുടെ ആശയവും പരിണാമത്തിന്റെ ആശയവും പരസ്പരവിരുദ്ധമാണ് എന്ന വസ്തുത – നിങ്ങൾ മനസ്സിലാക്കേണ്ടതുണ്ട്. രണ്ടിനേയും ഒരുമിച്ച് നിങ്ങൾക്കു സ്വീകരിക്കാൻ കഴിയില്ല. സൃഷ്ടി എന്നാൽ അവിടെ പരിണാമമില്ല എന്നാണർത്ഥം.

നിങ്ങളൊരു പ്രതിമയോ ഛായാചിത്രമോ കവിതയോ സൃഷ്ടിക്കുന്നു. സൃഷ്ടിക്കപ്പെട്ടതിനു ശേഷം നിങ്ങളുടെ ആ ചിത്രം പരിണമിക്കുമോ? നിങ്ങളുടെ ആ പ്രതിമയ്ക്ക് കാലത്തോടൊപ്പം എന്തെങ്കിലും മാറ്റം സംഭവിക്കുമോ? നിങ്ങളുടെ ആ കവിത കാലത്തിനൊപ്പം സ്വയം പുതുക്കിക്കൊണ്ടിരിക്കുമോ? സൃഷ്ടിക്കപ്പെടുന്നതോടെ ഓരോന്നിനും ഒരു പൂർണ്ണവിരാമമുണ്ടായിത്തീരും. പരിണാമത്തിന് പിന്നെയവിടെ സാധ്യതയില്ല. ഭൂലോകത്തിന്റെ സൃഷ്ടിയുടെ കഥ അതാണു പറയുന്നത്: കേവലം

ആറു ദിവസംകൊണ്ട് ദൈവം ലോകത്തെ സൃഷ്ടിച്ചു. അതോടെ പൂർണ്ണ വിരാമമവിടെ വന്നുചേർന്നു.

പ്രപഞ്ചം എല്ലായ്പോഴുമിവിടെയുണ്ടായിരുന്നു. പരിണാമമെന്നാൽ അതാണർത്ഥമാക്കുന്നത്. നിരന്തരം ചലിച്ചുകൊണ്ടും മാറിക്കൊണ്ടും പരിണമിച്ചുകൊണ്ടും കൂടുതൽ മികച്ച പുതിയ രൂപങ്ങളെ സൃഷ്ടിച്ചുകൊണ്ടും അതിവിടെയുണ്ടായിരുന്നു. മനുഷ്യനും, അവന്റെ ബോധവും സംഭവിച്ചത് പരിണാമത്തിലൂടെയാണ്. സരതുഷ്ട്രനെ സംബന്ധിച്ചേടത്തോളം മതമെന്നാൽ അതു സൃഷ്ടിയല്ല, അതു പരിണാമമാണ്. പരിണാമത്തിൽ, ഒരു സ്രഷ്ടാവ് എന്ന നിലയ്ക്ക് ദൈവത്തിനവിടെ യാതൊരു സ്ഥാനവുമില്ല. എന്നാൽ ആ വാക്ക് ഉപയോഗിക്കുവാൻ നിങ്ങളിഷ്ടപ്പെടുന്നുവെങ്കിൽ, ഏതെങ്കിലും വിധത്തിൽ ആ വാക്ക് ഉൾക്കൊള്ളിക്കുവാൻ നിങ്ങളാഗ്രഹിക്കുന്നുവെങ്കിൽ, അതിനുള്ള ഒരേയൊരു സാധ്യത ഇതാണ് - അതായത് മനുഷ്യന്റെ ബോധം അതിന്റെ പൂർണ്ണാവസ്ഥയിലേക്കു പരിണമിക്കപ്പെടുമ്പോൾ മാത്രമാണ് അത് സാധ്യമാകുന്നത്. അതായിരിക്കും ദൈവത്തിന്റെ സൃഷ്ടി.

ഒരു സ്രഷ്ടാവ് എന്ന നിലയ്ക്ക് സരതുഷ്ട്രൻ ദൈവത്തെ നിഷേധിക്കുന്നു. എന്നാൽ മനുഷ്യബോധത്തിന്റെ പരമമായ സൃഷ്ടി എന്ന നിലയ്ക്ക് ദൈവത്തെ അംഗീകരിക്കുവാൻ അദ്ദേഹം തയ്യാറാണ്. തെറ്റിദ്ധാരണ ഒഴിവാക്കുന്നതിനായി ബോധത്തിന്റെ ഈ പരമമായ പരിണാമത്തെ അദ്ദേഹം അതിമാനുഷൻ (Superman) എന്നു വിളിക്കുന്നു. ഈ അതിമാനുഷനാണ് അദ്ദേഹത്തിന്റെ ദൈവം. എന്നാൽ തുടക്കത്തിലേ അവനവിടെ വന്നുചേരുന്നില്ല. ഏറ്റവുമൊടുവിലാണ്, ഉച്ചസ്ഥായിയിലെത്തുമ്പോഴാണ് അവനവിടെ വന്നുചേരുന്നത്. അവൻ നിങ്ങളുടെ രക്ഷകനോ, യജമാനനോ അല്ല, മറിച്ച് അവൻ നിങ്ങളുടെ പരിണമിക്കപ്പെട്ട, ശുദ്ധീകരിക്കപ്പെട്ട രൂപമാണ്. അതിനാൽ മറ്റൊരു കാര്യം കൂടി ഇവിടെ ഓർക്കേണ്ടതായിട്ടുണ്ട്. സരതുഷ്ട്രന് ഒരേയൊരു ദൈവത്തിൽ വിശ്വസിക്കുവാൻ കഴിയില്ല. കോടിക്കണക്കിനു ജീവജാലങ്ങളിവിടെയുണ്ട്. അവയെല്ലാം പരിണമിച്ചുകൊണ്ടിരിക്കുകയാണ്. അതിനാൽ കോടിക്കണക്കിന് ദൈവങ്ങളുമിവിടെയുണ്ടായിരിക്കും; കാരണം ഓരോ ജീവനും ഒരു ദൈവമായിത്തീരുന്നതിനുള്ള സാധ്യതയിവിടെയുണ്ട്, ഓരോ ജീവനും ആ ബീജത്തെ ഉൾക്കൊള്ളുന്നുണ്ട്.

ദൈവത്തിന്റെയും മതത്തിന്റെയും സങ്കല്പത്തിൽ സരതുഷ്ട്രൻ സമ്പൂർണ്ണമായ ഒരു വിപ്ലവം കൊണ്ടുവരുന്നു. മതമെന്നാൽ ഇപ്പോളത് ഒരു ആരാധനയോ വിശ്വാസമോ അല്ല. ഈ അർത്ഥത്തിൽ മതം മനുഷ്യന്റെ ഏറ്റവും മഹത്തായ ഒരു സൃഷ്ടികർമ്മമായിത്തീരുന്നു. ഇപ്പോൾ മതം മനുഷ്യനെ അടിമപ്പെടുത്തുന്ന, അവന്റെ ആത്മാവിനെ തടവിലാക്കുന്ന, ഒന്നല്ല. സരതുഷ്ട്രന്റെ കൈകളിൽ മതം എല്ലാ ചങ്ങലകളേയും

പൊട്ടിച്ചെറിയുന്ന, എല്ലാ തടസ്സങ്ങളേയും നശിപ്പിക്കുന്ന ഒരു കലയായിത്തീരുന്നു - അപ്പോൾ മനുഷ്യബോധത്തിന് ദൈവീകബോധമായിത്തീരാൻ കഴിയും. അപ്പോൾ മനുഷ്യൻ അപ്രത്യക്ഷമാവുകയും ഒരു 'അതിമാനുഷൻ' ജന്മമെടുക്കുകയും ചെയ്യും.

ഇരുപത്തഞ്ചു നൂറ്റാണ്ടുകൾക്കുമുമ്പ് ഏറ്റവും മഹത്തായ ആശയങ്ങളിലൊന്ന് മനുഷ്യന്റെയുള്ളിൽ ഉദയംകൊണ്ടു. തുടക്കത്തിൽ ദൈവത്തിനിവിടെ യാതൊരു സ്ഥാനവുമില്ല. വേണമെങ്കിൽ നിങ്ങൾക്കൊരു വിശ്വാസിയാകാൻ കഴിയും. അത്രമാത്രം. എല്ലാ വിശ്വാസങ്ങളും അന്ധമാണ്, എല്ലാ വിശ്വാസങ്ങളും കപടമാണ്. അവ നിങ്ങളെ വളരുവാൻ സഹായിക്കുകയില്ല. ഒരടിമയെപ്പോലെ, നിർജ്ജീവമായ പ്രതിമകൾക്കു മുമ്പിൽ, ജീർണ്ണിച്ച മതഗ്രന്ഥങ്ങൾക്കും, പ്രാകൃതമായ തത്ത്വശാസ്ത്രങ്ങൾക്കും മുമ്പിൽ മുട്ടുകുത്തുവാൻ മാത്രമാണ് അവ നിങ്ങളെ സഹായിക്കുന്നത്.

പഴകി ജീർണ്ണിച്ച എല്ലാറ്റിനേയും ശുദ്ധീകരിച്ച്, ഈ മുഴുവൻ ഭൂമിയേയും വൃത്തിയാക്കിയെടുക്കുവാൻ അദ്ദേഹം ആഗ്രഹിക്കുന്നു. വിദൂരതയിലുള്ള ഒരു നക്ഷത്രത്തിലേക്കു നിങ്ങളുടെ ദൃഷ്ടിയുറപ്പിക്കുവാനാണ് അദ്ദേഹം ആഗ്രഹിക്കുന്നത്. നിങ്ങൾക്ക് ആയിത്തീരുവാൻ കഴിയുന്ന, നിങ്ങൾ ആയിത്തീരേണ്ടതായ, ആ നക്ഷത്രത്തിലേക്കു നിങ്ങളുടെ ദൃഷ്ടി കേന്ദ്രീകരിക്കുവാൻ അദ്ദേഹം നിങ്ങളോടാവശ്യപ്പെടുന്നു; കാരണം നിങ്ങളാ വിദൂരമായ നക്ഷത്രമായിത്തീരുന്നില്ലയെങ്കിൽ, നിങ്ങളുടെ ജീവിതം ഒരാഘോഷമായിത്തീരുകയില്ല.

ഭൂതകാലത്തിൽ നിന്ന് ഭാവികാലത്തിലേക്ക് അദ്ദേഹം നിങ്ങളുടെ ശ്രദ്ധ തിരിക്കുന്നു. ഭൂതകാലത്തിന്റെ കാര്യത്തിൽ ഇനി നിങ്ങൾക്ക് ഒന്നും തന്നെ ചെയ്യാൻ കഴിയില്ല. നിങ്ങൾക്കതിനെ വീണ്ടും തിരിച്ചുകൊണ്ടുവരാൻ കഴിയില്ല. മനുഷ്യൻ ഭൂതകാലത്തിൽ വിശ്വസിച്ചതുകൊണ്ടാണ് അതവിടെ ഉറച്ചുപോയത്.

അതിനാൽ അദ്ദേഹം നിങ്ങളുടെ ശ്രദ്ധയെ ഭാവിയിലേക്കു കൊണ്ടുപോകുന്നു. ഭാവി തുറന്നതാണ്. അതിന്റെ എല്ലാ സാധ്യതകളും നിങ്ങളുടെ കൈകളിലാണ്. നിങ്ങൾക്കാ അതിമാനുഷനെ സൃഷ്ടിക്കുവാൻ കഴിയും. ഈ ഭൂമിയിൽ നിങ്ങൾക്കൊരു സ്വർഗ്ഗം സൃഷ്ടിക്കുവാൻ കഴിയും. സരതുഷ്ട്രൻ ഈ ഭൂമിയെ വളരെയധികം സ്നേഹിക്കുന്നു. അദ്ദേഹം ലോകത്തെ ഉപേക്ഷിച്ചവനല്ല. ഈ ഭൂമിയിലെ വൃക്ഷങ്ങളുമായി, നദികളുമായി, പൂക്കളുമായി, പക്ഷികളുമായി, മനുഷ്യരുമായി അദ്ദേഹം അങ്ങേയറ്റം സ്നേഹത്തിലാണ്.

അദ്ദേഹവുമായി താരതമ്യപ്പെടുത്തുമ്പോൾ, മറ്റെല്ലാ മതങ്ങളും മനോഹരമായ ഈ ഭൂമിയെ നിന്ദിക്കുന്നവയാണ്. തികച്ചും സാങ്കല്പികം മാത്രമായ സ്വർഗ്ഗത്തെക്കുറിച്ചും പറുദീസയെക്കുറിച്ചും ചിന്തിക്കുവാൻ

അവ നിങ്ങളെ പ്രേരിപ്പിക്കുന്നു. മതത്തെ സംബന്ധിച്ചേടത്തോളം ആദ്യത്തെ ശാസ്ത്രജ്ഞൻ അദ്ദേഹമാണ്. നിങ്ങളൊരു യാഥാർത്ഥ്യ വാദിയാകുവാൻ അദ്ദേഹം ആഗ്രഹിക്കുന്നു. നമുക്കു സ്വന്തമായിട്ടുള്ള ഒരേയൊരു ഗ്രഹം ഇതാണ്, നമുക്കു ലഭ്യമായിട്ടുള്ള ഒരേയൊരു സമയം ഇപ്പോഴാണ്, നമുക്കു ലഭിച്ചിട്ടുള്ള ഒരേയൊരു ജീവിതം ഇതാണ്. ഇതിനെ എന്താക്കിത്തീർക്കണം എന്നു തീരുമാനിക്കേണ്ടത് നമ്മളാണ്. നിങ്ങൾക്കതിനെ മനോഹരമായ ഒരു ഗാനമാക്കി മാറ്റാൻ കഴിയും. നിങ്ങൾക്കിതിനെ മഹത്തായൊരു അനുഭവമാക്കി, ദിവ്യമായ ആനന്ദമാക്കി മാറ്റാൻ കഴിയും. നിങ്ങൾക്ക് സ്രഷ്ടാക്കളാകാൻ കഴിയും. നിങ്ങളുടെ ഏറ്റവും മഹത്തായ സൃഷ്ടി ദൈവത്തിന്റെ സൃഷ്ടിയായിരിക്കും - ആ അതിമാനുഷന്റെ സൃഷ്ടിയായിരിക്കും.

അദ്ദേഹം ഒരു തത്ത്വചിന്തകനല്ല, മറിച്ച് അദ്ദേഹം ഒരു രസതന്ത്രജ്ഞനാണ് (Alchemist). അദ്ദേഹം ദൈവത്തിൽ വിശ്വസിക്കുന്നില്ല. മറിച്ച് അദ്ദേഹം മനുഷ്യനിലാണു വിശ്വസിക്കുന്നത്. ഒരു പറുദീസയിലും അദ്ദേഹം വിശ്വസിക്കുന്നില്ല, മറിച്ച് അദ്ദേഹം ഭൂമിയിലാണ് വിശ്വസിക്കുന്നത്. ഭൂമി അതിനുള്ളിൽ വഹിച്ചുകൊണ്ടിരിക്കുന്ന, മനുഷ്യവർഗ്ഗം തങ്ങൾക്കുള്ളിൽ വഹിച്ചുകൊണ്ടിരിക്കുന്ന, വിത്തുകളുടെ അത്ഭുതകരമായ സാധ്യതയിലാണ് അദ്ദേഹം വിശ്വസിക്കുന്നത്. എന്നാൽ മനുഷ്യമനസ്സുകൾ പുറകോട്ടു നോക്കിക്കൊണ്ടേയിരിക്കുന്നതിനാൽ, അവ വളർന്നുകൊണ്ടിരിക്കുന്നില്ല.

തത്ത്വചിന്തകരും മതപുരോഹിതരും ദൈവശാസ്ത്രജ്ഞരും - ഇവരെല്ലാം നിങ്ങളെ ഭൂതകാലവുമായി ബന്ധിപ്പിച്ചു നിർത്തുവാൻ ശ്രമിച്ചുകൊണ്ടിരിക്കുകയാണ്. ആ രീതിയിലാണ് അവർ നിങ്ങളെ കീഴ്പ്പെടുത്തുന്നത്. അപ്പോൾ നിങ്ങൾക്ക് എതിർത്തുനിൽക്കുവാൻ കഴിയാതാകും. അപ്പോൾ തെറ്റു ചെയ്യുന്നതിനെക്കുറിച്ച്, പാപം ചെയ്യുന്നതിനെക്കുറിച്ച് നിങ്ങളെല്ലായ്പോഴും ഭയമുള്ളവരായി നിലനിൽക്കും. നിങ്ങളെല്ലായ്പോഴും അനുസരണയുള്ളവരായി നിലനിൽക്കും. കാരണം അനുസരണയുള്ളവർ രക്ഷിക്കപ്പെടുമെന്നും അനുസരണയില്ലാത്തവർ ശിക്ഷിക്കപ്പെടുമെന്നും അവർ നരകത്തിലേക്കു വലിച്ചെറിയപ്പെടുമെന്നും അവർക്ക് എന്നെന്നേക്കും നരകയാതന അനുഭവിക്കേണ്ടിവരുമെന്നും അവർ നിങ്ങളെ പറഞ്ഞു വിശ്വസിപ്പിച്ചിട്ടുണ്ട്. നിങ്ങളുടെ ഭയത്തേയും നിങ്ങളുടെ അത്യാഗ്രഹത്തേയും നിങ്ങളെ നശിപ്പിക്കുവാൻ അവർ ആയുധമാക്കും, അത്തരത്തിൽ നിങ്ങൾ ചൂഷണം ചെയ്യപ്പെടും.

ഇങ്ങനെയുള്ള സ്ഥാപിതതാത്പര്യങ്ങളുമായി സരതുഷ്ട്രന് യാതൊരു ബന്ധവുമില്ല. മനുഷ്യൻ മൂല്യങ്ങളുടെ സ്രഷ്ടാവായിത്തീരണം എന്നതിൽ മാത്രമേ അദ്ദേഹത്തിനു താത്പര്യമുള്ളൂ. അതിനാൽ തനിക്കു തിരിച്ചുപോകാൻ കഴിയാത്ത ഭൂതകാലത്തിലേക്കു

നോക്കിക്കൊണ്ടിരിക്കുന്നതിനു പകരം, അപ്പോൾ അവൻ മുന്നിലേക്കു നോക്കാൻ തുടങ്ങും. നിരവധി മാനങ്ങളുള്ളതായ, നിരവധി വാതിലുകൾ തുറന്നുകിടക്കുന്ന, ഭാവിയിലേക്ക് നോക്കാൻ തുടങ്ങും. അപ്പോൾ അവനു തിരഞ്ഞെടുക്കാൻ കഴിയും. അടിമത്തത്തിൽ ജീവിക്കുന്നവർക്ക് തിരഞ്ഞെടുക്കാൻ കഴിയില്ല. ഉടമകൾക്കു മാത്രമേ തിരഞ്ഞെടുക്കുന്നതിന് കഴിയുകയുള്ളൂ. അടിമകൾക്കു യാചകരാകാൻ മാത്രമേ കഴിയൂ. എല്ലാ മതങ്ങളും ചേർന്ന് മനുഷ്യവർഗ്ഗത്തെ യാചകരുടെ നിലവാരത്തിലേക്കു തരംതാഴ്ത്തിയിരിക്കുകയാണ്. യാചിക്കുന്നതിനെയാണ് അവർ പ്രാർത്ഥനയെന്നു വിളിക്കുന്നത്, അതിനെയാണ് അവർ ആരാധനയെന്നു വിളിക്കുന്നത്. വിരൂപമായൊരു യാഥാർത്ഥ്യത്തെ മൂടിവയ്ക്കുന്നതിനുള്ള സുന്ദരമായ പദങ്ങളാണവ. ഒരു യാചകനാകാതെ, നിങ്ങളൊരു സ്രഷ്ടാവാകുവാൻ സരതുഷ്ട്രൻ ആഗ്രഹിക്കുന്നു. എന്നാൽ ഭൂതകാലത്തെ - മൃതമായതിനെ - ഉപേക്ഷിച്ചുകൊണ്ട് നിങ്ങൾ മുന്നിലേക്ക് - ഭാവിയിലേക്ക് - നോക്കുകയാണെങ്കിൽ മാത്രമേ നിങ്ങൾക്കു സ്രഷ്ടാക്കളായിത്തീരുവാൻ കഴിയുകയുള്ളൂ. മൃതശരീരങ്ങളെ ചുമന്നുകൊണ്ടിരിക്കുന്നത്, അല്ലെങ്കിൽ മൃതശരീരങ്ങളാൽ ചുറ്റപ്പെട്ടുകൊണ്ട് നിലനിൽക്കുന്നത്, അപകടകരമാണ്. കാരണം അവയ്ക്ക് നിങ്ങളുടെ ജീവിതത്തെ വിഷലിപ്തമാക്കുവാൻ കഴിയും. ഇപ്പോഴേ അവ നിങ്ങളുടെ ജീവിതത്തെ വിഷലിപ്തമാക്കിക്കഴിഞ്ഞു.

സംഭവിക്കുവാൻ പോകുന്നതിനോടൊപ്പം, ഇനിയും സംഭവിച്ചിട്ടില്ലാത്തതിനോടൊപ്പം നിലനിൽക്കുക. അതു തീർച്ചയായും നിങ്ങളെ ഉന്മേഷവാനും യുവത്വമുള്ളവനുമാക്കിത്തീർക്കും. അതു നിങ്ങളെ ഉത്തേജിതനും ഉത്സാഹമുള്ളവനുമാക്കിത്തീർക്കും. ഒരു പുതിയ യാത്രയിലേക്ക്, ഒരു പുതിയ തീർത്ഥയാത്രയിലേക്ക് അതു നിങ്ങളെ പ്രേരിപ്പിക്കും - കാരണം അപ്പോൾ സമയത്തിനവിടെ, ജീവിതത്തിനവിടെ ഒരവസാനമില്ലാതാകും. അപ്പോൾ അനന്തമായ സമയവും അനന്തമായ ജീവിതവും നിങ്ങൾക്കു ലഭ്യമാകും. അപ്പോൾ നിങ്ങൾക്ക് നിങ്ങളുടെ ഉള്ളിൽതന്നെ ദൈവത്തെ സൃഷ്ടിക്കുവാൻ കഴിയും.

ആ ദൈവത്തിന് സരതുഷ്ട്രൻ നൽകുന്ന പേര് 'അതിമാനുഷൻ' എന്നാണ്. ആ വാക്ക് കൂടുതൽ നല്ലതുമാണ്, കാരണം ദൈവമെന്ന വാക്കിനോടൊപ്പം നിരവധി പൂർവ്വകാലബന്ധങ്ങളും സ്മരണകളും നിലനിൽക്കുന്നുണ്ട്. എന്തൊക്കെ തന്നെ നിങ്ങൾ ചെയ്താലും ആ വാക്ക് ഉപയോഗിക്കുമ്പോൾ ഏതെങ്കിലും വിധത്തിൽ നിങ്ങൾ ഭൂതകാലത്തിലേക്കു വഴുതി വീഴും. അതിനെ ഭാവിയിൽ പ്രതിഷ്ഠിക്കുവാൻ വളരെ ബുദ്ധിമുട്ടാണ്.

'ദൈവ'മെന്ന ആ വാക്ക് ഏറെക്കുറെ ജപ്പാനിൽ നിർമ്മിക്കപ്പെടുന്ന ഒരു കളിപ്പാവയെപ്പോലെയാണ്. മഹത്തായ സെൻപാരമ്പര്യത്തിന്റെ

സ്ഥാപകനും ഇന്ത്യൻ മിസ്റ്റിക്കുമായ ബോധിധർമ്മനെ മനസ്സിൽ കണ്ടു നിർമ്മിക്കപ്പെട്ട ഒരു പാവയാണത്. ജപ്പാനിലുള്ളവർ സ്നേഹപൂർവ്വം അദ്ദേഹത്തെ 'ദാരുമ' എന്നു വിളിക്കുന്നു. അദ്ദേഹം ഒരല്പം കഠിന ഹൃദയനായിരുന്നുവെങ്കിലും, 'ദാരുമ' എന്നതു സൗമ്യമായൊരു പദമാണ്. ബോധിധർമ്മന്റെ സ്മരണയ്ക്കുവേണ്ടി നിർമ്മിക്കപ്പെട്ടിട്ടുള്ള ഈ പാവകൾ 'ദാരുമപ്പാവകൾ' എന്ന പേരിലാണ് അറിയപ്പെടുന്നത്.

ഈ പാവകൾക്ക് ഒരു പ്രത്യേകതയുണ്ട്. ഏതു വിധത്തിൽ വേണ മെങ്കിലും നിങ്ങൾക്കീ പാവയെ വലിച്ചെറിയുവാൻ കഴിയും. എന്നാൽ നിലത്തെത്തുമ്പോൾ അത് എല്ലായ്പോഴും പത്മാസനത്തിലായിരിക്കും. നിങ്ങൾക്കീ പാവയെ തലകുത്തിവീഴ്ത്താൻ കഴിയില്ല, കാരണം അതിന്റെ മുകൾവശം വളരെ കനം കുറഞ്ഞതും അടിവശം കനം കൂടിയതുമാണ്. അതിനാൽ നിങ്ങളെന്തൊക്കെത്തന്നെ ചെയ്താലും - ഏതു വിധത്തിൽ വേണമെങ്കിലും നിങ്ങൾക്കതിനെ വായുവിലേക്കു വലിച്ചെറിയുവാൻ കഴിയും, പന്തു തട്ടുന്നതുപോലെ നിങ്ങൾക്കിതിനെ തട്ടിത്തെറിപ്പിക്കാൻ കഴിയും - എന്നാൽ ഏതുവിധത്തിൽ വലിച്ചെറിഞ്ഞാലും നിലത്തു വീഴു മ്പോൾ അതു നാലു കാലിലായിരിക്കും - അതായത് പത്മാസനത്തിലെ ന്നതുപോലെയാണ് അതു നിലത്തു സ്ഥിതിചെയ്യുക.

ദൈവം എന്ന വാക്കും മിക്കവാറുമിതുപോലെയാണ് - അത്രയ്ക്കുമ ധികം അത് ദുരുപയോഗം ചെയ്യപ്പെട്ടിട്ടുണ്ട്. മനുഷ്യന്റെ ഭൂതകാലത്തെ അത്രത്തോളം അത് സ്വാധീനിച്ചിട്ടുണ്ട്. പരിണാമത്തിനുള്ള അവന്റെ എല്ലാ സാധ്യതകളേയും അത് തകിടം മറിച്ചു. എങ്ങിനെയെങ്കിലും നിങ്ങ ളതിനെ ഭാവിയിലേക്കു വലിച്ചിഴച്ചുകൊണ്ടുവരികയാണെങ്കിൽ തന്നെ, ഏതാനും നിമിഷങ്ങൾക്കുള്ളിൽ അത് വീണ്ടും പുറകോട്ടു പോയിരിക്കു ന്നതായി - ഭൂതകാലത്തിലേക്കുതന്നെ മടങ്ങിയെത്തിയിരിക്കുന്നതായി നിങ്ങൾ കണ്ടെത്തും. അത് വീണ്ടും 'പത്മാസന'ത്തിൽ ആസനസ്ഥ നായിക്കഴിഞ്ഞു.

അതിനാൽ സരതുഷ്ട്രൻ ദൈവമെന്ന വാക്ക് ഉപേക്ഷിച്ചതു ശരി യാണ്. അതൊരു കെട്ടുകഥയാണ്. ഒരു കെട്ടുകഥയുമായി, ഒരുതര ത്തിലും നമുക്കു ദൈവത്തെ ബന്ധപ്പെടുത്തുവാൻ കഴിയില്ല. എന്നാൽ അതിമാനുഷൻ ഒരു കെട്ടുകഥയല്ല. അത് നിങ്ങളുടെ ശക്തിയും സാധ്യ തയുമാണ്. അത് ഓരോ മനുഷ്യനിലുമുള്ള ശക്തിമത്ഭാവമാണ്. അതി മാനുഷൻ എന്ന ആശയം നിങ്ങളെ സമ്പൂർണ്ണനും ശക്തിയുള്ളവനു മാക്കും. അത് നിങ്ങളെ ഒരു യാചകനോ, ഭക്തനോ അല്ലാതാക്കും. അപ്പോൾ നിങ്ങൾക്ക് അമ്പലത്തിലേക്കോ പള്ളിയിലേക്കോ മസ്ജിദി ലേക്കോ പോകേണ്ടിവരികയില്ല. കാരണം ഇപ്പോഴവിടെ യാതൊരു പ്രാർത്ഥനയുടെയും ആവശ്യമില്ലാതായിക്കഴിഞ്ഞു. എന്നാൽ നിങ്ങൾക്ക് ഒരു സ്രഷ്ടാവാകേണ്ടി വരും. നിങ്ങൾക്ക് നിങ്ങളെ തന്നെ പരിവർത്തന പ്പെടുത്തേണ്ടി വരും.

മതം അപ്പോൾ പരിവർത്തനത്തിന്റെ രാസവിദ്യയായിത്തീരും. അത് നിങ്ങളെ ഒരടിമയിൽനിന്ന് ഒരു യജമാനനാക്കി മാറ്റും. സരതുഷ്ട്രനെ നിങ്ങൾക്ക് നിങ്ങളുടെ മറ്റു തത്ത്വചിന്തകരുമായി താരതമ്യപ്പെടുത്തുവാൻ കഴിയില്ല. അവരിൽ നിന്നും അദ്ദേഹം വേറിട്ടു നിൽക്കുന്നു. അദ്ദേഹത്തിന്റെ സംഭാവന ഏറ്റവും വിലപ്പെട്ടതാണ്.

അത് നിങ്ങളുടെ മറ്റെല്ലാ തത്ത്വചിന്തകരുടേയും ഒന്നിച്ചുള്ള സംഭാവനയേക്കാൾ എത്രയോ കൂടുതലാണ്. മറ്റു തത്ത്വചിന്തകർ വാസ്തവത്തിൽ കാര്യമായിട്ടൊന്നും തന്നെ സംഭാവന ചെയ്തിട്ടില്ല. അവർ വെറുതെ വാദിച്ചുകൊണ്ടിരിക്കുക മാത്രമായിരുന്നു. അവർ വാക്കുകളെക്കുറിച്ചും സിദ്ധാന്തങ്ങളെക്കുറിച്ചുമൊക്കെ യുദ്ധം ചെയ്തുകൊണ്ടിരിക്കുകയായിരുന്നു. മനുഷ്യൻ ഒരവസാനമല്ല എന്ന്, പൂർണ്ണവിരാമമെന്നത് ഇനിയും എത്തിക്കഴിഞ്ഞിട്ടില്ല എന്ന്, ഒരുപക്ഷേ അതൊരിക്കലും എത്തിച്ചേരുകയില്ല എന്ന്, അവർ ആലോചിച്ചിട്ടില്ല.

മനുഷ്യൻ പരിണമിച്ചുകൊണ്ടേയിരിക്കും പൂർണ്ണവിരാമത്തിലേക്ക് താൻ വന്നെത്തിക്കൊണ്ടിരിക്കുകയാണ് എന്ന് അവനു തോന്നും. എന്നാൽ പൂർണ്ണവിരാമം ഒരിക്കലും വന്നെത്തുകയില്ല. ഒരു തരത്തിൽ ഇതു നല്ലതുമാണ്, എന്തെന്നാൽ പൂർണ്ണവിരാമമെന്നത് മരണമാണ്. അത് ശവക്കല്ലറയാണ്, കാരണം ഇപ്പോളവിടെ യാതൊരു ഭാവിയും ഇല്ലാതായിക്കഴിഞ്ഞു, ഇനിയവിടെ യാതൊരു പരിണാമവും സാധ്യമല്ലാതായിക്കഴിഞ്ഞു, യാതൊരു സർഗ്ഗാത്മകതയുമില്ലാതായിക്കഴിഞ്ഞു. നിങ്ങൾ നിങ്ങളുടെ മുഴുവൻ ഊർജ്ജത്തേയും മുഴുവൻ സാധ്യതയേയും ഉപയോഗിച്ചു കഴിഞ്ഞു.

ഈ കാര്യത്തിൽ സരതുഷ്ട്രനുമായി ഞാൻ പൂർണ്ണമായും യോജിക്കുന്നു. മനുഷ്യന് അനന്തമായ സാധ്യതകളുണ്ട് എന്നും, അവന് ബോധത്തിന്റെ പുതിയ വിതാനങ്ങളിലേക്ക്, ആനന്ദത്തിന്റെ പുതിയ അവസ്ഥകളിലേക്കു വളർന്നുകൊണ്ടേയിരിക്കാൻ കഴിയും എന്ന് അദ്ദേഹം പറയുന്നതിനോട് ഞാൻ പൂർണ്ണമായും യോജിക്കുന്നു. അവൻ അതിമാനുഷന്റെ അവസ്ഥയിലേക്കു വളർന്നുകൊണ്ടേയിരിക്കും. അതൊരു വളർച്ചയാണ്, അല്ലാതെ അത് അവസാനമല്ല. അതിമാനുഷനെന്നതും ഒരു പ്രക്രിയ(process)യാണ്, അല്ലാതെ അത് ഒരു സംഭവമല്ല (event).

മനുഷ്യനെ വിനാശകരമായി ബാധിച്ചിട്ടുള്ള, അവനെ അടിമപ്പെടുത്തുവാൻ സഹായിച്ചിട്ടുള്ള, പല വാക്കുകളും അദ്ദേഹം മാറ്റുന്നു. സംഭവം എന്ന വാക്ക് ഉപയോഗിക്കുവാൻ അദ്ദേഹം ഇഷ്ടപ്പെടുന്നില്ല. പകരം ആ സംഭവത്തിലേക്കു നയിക്കുന്ന പ്രക്രിയ എന്ന വാക്ക് ഉപയോഗിക്കുവാനാണ് അദ്ദേഹം ഇഷ്ടപ്പെടുന്നത്. 'ആയിത്തീർന്നത്' (being) എന്ന വാക്കിനു പകരം 'ആയിത്തീർന്നുകൊണ്ടിരിക്കുന്നത്' (becoming) എന്ന വാക്ക് ഉപയോഗിക്കുവാനാണ് അദ്ദേഹമിഷ്ടപ്പെടുന്നത്. അപ്പോൾ

നേടിയെടുക്കുവാൻ എല്ലായ്പോഴുമവിടെ എന്തെങ്കിലുമൊക്കെയുണ്ടായിരിക്കും. അപ്പോൾ നിങ്ങളുടെ ആത്മാവിന് ഉയർന്നുപറക്കുവാൻ വേണ്ടത്ര സ്ഥലം എല്ലായ്പോഴുമവിടെയുണ്ടായിരിക്കും. പ്രപഞ്ചത്തിന്റെ അതിർത്തിയിൽ നിങ്ങൾക്കെത്തിച്ചേരാൻ കഴിയില്ല, കാരണം പ്രപഞ്ചത്തിനു യാതൊരതിർത്തിയുമവിടെയില്ല.

"ജനങ്ങളെ സേവിച്ചുകൊണ്ട്, ഹേ, പ്രശസ്തരായ തത്ത്വചിന്തകരേ, നിങ്ങളവരുടെ എല്ലാ അന്ധവിശ്വാസങ്ങൾക്കും എല്ലായ്പോഴും കൂട്ടുനിന്നിട്ടുണ്ട്. സത്യത്തെ ഉയർത്തിപ്പിടിക്കുന്നതിനുവേണ്ടി, എന്നാൽ, നിങ്ങളൊന്നും തന്നെ ചെയ്തിട്ടില്ല. ആ ഒരു കാരണം കൊണ്ടുമാത്രമാണ് അവർ - ജനങ്ങൾ - നിങ്ങളോട് ഇത്രയും ആദരവു പ്രകടിപ്പിക്കുന്നത്."

ഇതു നിർഭാഗ്യകരമാണ്. എന്നാൽ സത്യമിതാണ്. നിങ്ങളവരുടെ അന്ധവിശ്വാസങ്ങൾക്കു കൂട്ടുനിൽക്കുകയാണെങ്കിൽ, ജനങ്ങൾ നിങ്ങളെ ബഹുമാനിക്കും. എന്നാൽ അവരുടെ അന്ധവിശ്വാസങ്ങളെ പിൻതാങ്ങുന്നതിലൂടെ നിങ്ങളവരിൽ വിഷം കുത്തിവച്ചുകൊണ്ടിരിക്കുകയാണ്. അപ്പോൾ അവർ നിങ്ങളുടെ നേരെ വളരെയധികം ആദരവ് പ്രകടിപ്പിക്കും, അവർ നിങ്ങളെ ഒരു പുണ്യവാളനാക്കും, അവർ നിങ്ങളെ ഒരു പ്രവാചകനാക്കും. അവർ നിങ്ങളെ ഒരു രക്ഷാപുരുഷനാക്കും, എന്നാൽ ഒരു കാര്യമവിടെയുണ്ട്, നിങ്ങളവരുടെ അന്ധവിശ്വാസങ്ങളെ ഒരിക്കലും ചോദ്യം ചെയ്യരുത് എന്നു മാത്രം. എത്രയോ കാലമായി ആ അന്ധവിശ്വാസങ്ങൾ അവരോടൊപ്പമുണ്ട്. സത്യമെന്ന നിലയ്ക്ക് അവരവയെ സ്വീകരിച്ചുകഴിഞ്ഞു. അവരെ സംബന്ധിച്ചേടത്തോളം അത് ആശ്വാസകരവും സൗകര്യപ്രദവുമാണ്. കാരണം അപ്പോൾ സത്യത്തെ തേടി അലയേണ്ടതിന്റെ യാതൊരാവശ്യവുമവിടെയില്ല. ഇപ്പോഴേ അതവർക്കു ലഭിച്ചുകഴിഞ്ഞു. എന്നാൽ നിങ്ങളവരുടെ അന്ധവിശ്വാസങ്ങളെ ചോദ്യം ചെയ്യുന്ന ആ നിമിഷം അവർ നിങ്ങൾക്കെതിരായിത്തീരും. അതോടെ മുഴുവൻ ജനക്കൂട്ടവും നിങ്ങളെ ഒരു ശത്രു എന്ന നിലയ്ക്ക് കാണാൻ തുടങ്ങും.

എന്റെ ജീവിതകാലം മുഴുവൻ ഞാനിതനുഭവിച്ചറിഞ്ഞിട്ടുണ്ട്. ആയിരക്കണക്കിനാളുകൾ എന്റെ അടുത്തേക്കു വരികയും അപ്രത്യക്ഷരാവുകയും ചെയ്തിട്ടുണ്ട്. എന്റെ പ്രസ്താവങ്ങൾ അവരുടെ ചില അന്ധവിശ്വാസങ്ങളെ സാധൂകരിക്കുന്നു എന്നവർക്ക് തോന്നുകയാണെങ്കിൽ, അവരെന്നോടൊപ്പം നിൽക്കും. എന്നാൽ അവരുടെ വിശ്വാസം ശരിയല്ല എന്നും ഞാൻ അവരുടെ അന്ധവിശ്വാസങ്ങളെ പിൻതാങ്ങുന്നില്ല എന്നും, ഞാൻ അവർക്കെതിരാണ് എന്നും അറിയുന്ന ആ നിമിഷം അവരെന്റെ ശത്രുക്കളായിത്തീരും. അവരുടെ ബുദ്ധിശൂന്യതയ്ക്ക് ഞാൻ കൂട്ടുനിൽക്കുകയാണെങ്കിൽ, അവർ എന്നോടൊപ്പം നിൽക്കും. അവരെന്നോട് വളരെ

യധികം ആദരവും ബഹുമാനവും പ്രകടിപ്പിക്കും. എന്നാൽ ഞാനവരുടെ ഒരു യഥാർത്ഥ സുഹൃത്താവാൻ തുടങ്ങിയപ്പോൾ, അവർക്ക് ആരോഗ്യവും പൂർണ്ണതയും നൽകാൻ തുടങ്ങിയപ്പോൾ, അവരെന്റെ ശത്രുക്കളായി മാറി.

പേരുകേട്ട തത്ത്വചിന്തകരെക്കുറിച്ച് സരതുഷ്ട്രൻ സംസാരിച്ചുകൊണ്ടിരിക്കുകയാണ്. അവരുടെ പ്രവൃത്തി ഒരു കാര്യത്തെ മാത്രം ആശ്രയിച്ചാണിരിക്കുന്നത്: അത് അവർ മനുഷ്യപുരോഗതിക്കുവേണ്ടി എന്തെങ്കിലും സംഭാവന ചെയ്തിട്ടുണ്ട് എന്നതുകൊണ്ടല്ല, അല്ലെങ്കിൽ അവർ കാരണം ജീവിതം കൂടുതൽ ആനന്ദകരമായിത്തീർന്നു, അല്ലെങ്കിൽ അവർ കാരണം സ്നേഹം കൂടുതൽ രസഭരിതമായിത്തീർന്നു എന്നതുകൊണ്ടുമല്ല, മറിച്ച് അത് അവർ നിങ്ങളുടെ വിശ്വാസങ്ങൾക്കും നിങ്ങൾക്ക് ആശ്വാസം നൽകിക്കൊണ്ടിരിക്കുന്ന നിങ്ങളുടെ എല്ലാ അബദ്ധധാരണകൾക്കും സങ്കല്പങ്ങൾക്കും പരിപൂർണ്ണ പിന്തുണ നൽകി എന്നതുകൊണ്ടു മാത്രമാണ്. നിങ്ങളിപ്പോഴെവിടെയാണോ അവിടെത്തന്നെ നിങ്ങളെ നിലനിർത്തുവാൻ അത് നിങ്ങളെ സഹായിച്ചു. സത്യത്തെ കണ്ടെത്തുന്നതിന്റെ ബുദ്ധിമുട്ടിൽനിന്ന് അവർ നിങ്ങളെ രക്ഷപ്പെടുത്തി. കൂടുതൽ ഉയർന്ന ഒരവസ്ഥയിലേക്കു നിങ്ങളെ പരിവർത്തനപ്പെടുത്തുന്നതിന്റെ ബുദ്ധിമുട്ടിൽനിന്ന് അവർ നിങ്ങളെ രക്ഷപ്പെടുത്തി.

“ഹേ, പ്രശസ്തരായ തത്ത്വചിന്തകരേ, ജനങ്ങളെ സേവിച്ചുകൊണ്ട് നിങ്ങളവരുടെ എല്ലാ അന്ധവിശ്വാസങ്ങൾക്കും എല്ലായ്പ്പോഴും കൂട്ടുനിന്നിട്ടുണ്ട്. എന്നാൽ സത്യത്തെ ഉയർത്തിപ്പിടിക്കുന്നതിനുവേണ്ടി നിങ്ങളൊന്നും തന്നെ ചെയ്തിട്ടില്ല.” - എന്തുകൊണ്ടെന്നാൽ, ആരെല്ലാമാണോ സത്യത്തിനുവേണ്ടി പ്രവർത്തിച്ചത്, അവർക്ക് നിരന്തരം കുരിശിൽ നിലനിൽക്കേണ്ടി വന്നു. ആരെ സഹായിക്കുവാനാണോ അവർ നിരന്തരം ശ്രമിച്ചുകൊണ്ടിരുന്നത്, അതേ ആൾക്കൂട്ടംതന്നെ അവരെ അങ്ങേയറ്റം ഉപദ്രവിക്കുകയും അവർക്കു വിഷം നൽകുകയും അവരെ കല്ലെറിഞ്ഞു കൊല്ലുകയും ചെയ്തു.”

“ആ ഒരു കാരണംകൊണ്ടു മാത്രമാണ് അവർ നിങ്ങളോട് ഇത്രയും ആദരവു പ്രകടിപ്പിക്കുന്നത്.” എന്തുകൊണ്ടാണ് അവർ നിങ്ങളെ മഹാന്മാരായ തത്ത്വചിന്തകരെന്ന് വിളിച്ചത്? നിങ്ങളുടെ തത്ത്വശാസ്ത്രത്തിൽ മഹത്തായിട്ടൊന്നും തന്നെയില്ല. എന്നാൽ ജനക്കൂട്ടം നിങ്ങളെ മഹാന്മാരായ തത്ത്വചിന്തകരാക്കി; എന്തുകൊണ്ടെന്നാൽ നിങ്ങളവരെ ഉറക്കത്തിൽ തന്നെ നിലനിർത്തി, നിങ്ങളവരുടെ ഉറക്കത്തെ തടസ്സപ്പെടുത്തിയില്ല. അവരുടെ ഉറക്കത്തിനു കാരണം അവരുടെ അന്ധവിശ്വാസങ്ങളായിരുന്നു. അതിനാൽ അവർ അവരുടെ അന്ധവിശ്വാസങ്ങളോടൊപ്പം നിലനിൽക്കുന്നേടത്തോളം കാലം, അവർ മന്ദബുദ്ധികളായി, വളർച്ചയില്ലാത്തവരായി നിലനിൽക്കും. അവർ ഒരു പാലത്തിൽ - ജന്തുവിനും

അതിമാനുഷനുമിടയ്ക്കുള്ള ഒരു പാലത്തിൽ - നിലനിൽക്കും. അവിടെ നിന്ന് അവരൊരിക്കലും നീങ്ങുകയില്ല. എന്നാൽ തീർച്ചയായും അവർ നിങ്ങളെ ബഹുമാനിക്കും.

"നിങ്ങളുടെ ഹൃദയം എല്ലായ്പോഴും അതിനോടുതന്നെ പറഞ്ഞു കൊണ്ടിരുന്നു. 'ഞാൻ വന്നത് ജനങ്ങളിൽ നിന്നാണ്, അതേപോലെ ദൈവത്തിന്റെ ശബ്ദവും എന്നിലേക്കു വന്നത് അവരിൽ നിന്നാണ്."

നിങ്ങളെപ്പോഴെങ്കിലും ഇങ്ങിനെ ചിന്തിച്ചിട്ടുണ്ടോ? തത്ത്വചിന്തകരെന്നു വിളിക്കപ്പെടുന്ന ചില പ്രധാന വ്യക്തികളെക്കുറിച്ചൊന്നു ചിന്തിച്ചു നോക്കുക - ഇമ്മാനുവൽ കാന്റ്, ഹെഗൽ, ഡെക്കാർട്ടെ, ഇനി ഭാരതത്തിലാണെങ്കിൽ, ശങ്കരൻ, രാമാനുജൻ, നിംബാരകൻ... ഇവരിലാരും തന്നെ ജനങ്ങളാൽ നിന്ദിക്കപ്പെട്ടിട്ടില്ല. അതേസമയം ഒരു പാവപ്പെട്ട മരപ്പണിക്കാരന്റെ പുത്രനെ - യേശുവിനെ - അവർ കുരിശിലേറ്റി. സോക്രട്ടീസിന് അവർ വിഷം നൽകി. എന്നാൽ അവർ പ്ലേറ്റോവിനോ അരിസ്റ്റോട്ടിലിനോ വിഷം നൽകിയില്ല.... വിചിത്രമായ ഒരു കാര്യമിതാണ്: തത്ത്വചിന്തയുടെ ചരിത്രത്തിൽ ക്രൂശിക്കപ്പെട്ടവരെയോ, കല്ലെറിഞ്ഞു കൊല്ലപ്പെട്ടവരെയോ നിങ്ങൾ കണ്ടെത്തുകയില്ല, മറിച്ച് ജനങ്ങളാൽ ആദരിക്കപ്പെടുന്ന, നൂറ്റാണ്ടുകൾക്കുശേഷം - ഇപ്പോഴും ആദരിക്കപ്പെട്ടുകൊണ്ടേയിരിക്കുന്ന ആളുകളാണിവർ. നിങ്ങൾക്ക് ഇവർ ഒന്നുംതന്നെ സംഭാവന ചെയ്തിട്ടില്ല. എന്നാൽ നിങ്ങൾക്കു ചിലത് സംഭാവന ചെയ്തിട്ടുള്ളവരെ നിങ്ങൾ ക്രൂശിക്കുകയും ചെയ്തു.

നിങ്ങളുടെ യഥാർത്ഥ സുഹൃത്തുക്കൾക്കുവേണ്ടി നിങ്ങളെല്ലായ്പോഴും നിങ്ങളുടെ കുരിശ് തയ്യാറാക്കിവയ്ക്കുകയും, അതേസമയം നിങ്ങളുടെ ശത്രുക്കൾക്കുവേണ്ടി നിങ്ങളെല്ലായ്പോഴും നിങ്ങളുടെ ആദരവ് കരുതിവയ്ക്കുകയും ചെയ്യുന്നു എന്നാണതു തോന്നിപ്പിക്കുന്നത്.

ശങ്കരന്റേയോ ഇമ്മാനുവൽ കാന്റിന്റേയോ ബ്രാഡ്ലിയുടേയോ അല്ലെങ്കിൽ ബൊസാൻ ക്വറ്റിന്റേയോ തത്ത്വചിന്ത, അതെത്രതന്നെ മഹത്തരമായാലും ശരി, അത് വാക്കുകൾകൊണ്ടുള്ള കളി മാത്രമാണ്, വാങ്മയമായ വയറിളക്കമാണ്. ഇത്തരമാളുകൾ, സത്യത്തിൽ, രോഗികളാണ്. അവർ വലിയ വലിയ വാക്കുകളുപയോഗിക്കുന്നു. ഈ വാചകക്കസർത്ത് ജനങ്ങളെ വളരെയധികം ആകർഷിക്കും. എന്നാൽ അവർക്കൊന്നും തന്നെ മനസ്സിലാവുകയുമില്ല.

ഒരു കാര്യത്തെക്കുറിച്ചു മാത്രമേ അവർക്കൊരു ഉറപ്പ് ആവശ്യമുള്ളൂ. അതായത് തങ്ങളുടെ അന്ധവിശ്വാസങ്ങൾക്കെതിരായി ഈ തത്ത്വചിന്തകർ എന്തെങ്കിലും പറഞ്ഞുകൊണ്ടിരിക്കുന്നുണ്ടോ, ദൈവത്തിനെതിരായി, സ്വർഗ്ഗത്തിനോ നരകത്തിനോ എതിരായി, തങ്ങളുടെ വിശുദ്ധഗ്രന്ഥങ്ങൾക്കെതിരായി, അവരെന്തെങ്കിലും പറഞ്ഞുകൊണ്ടിരിക്കുന്നുണ്ടോ, അവരവയെ പ്രശംസിച്ചുകൊണ്ടിരിക്കുന്നുണ്ടോ എന്നു

മാത്രമാണ് അവർ നോക്കുന്നത്. ഈ തത്ത്വചിന്തയ്ക്ക് തങ്ങളുടെ ബോധത്തെ മാറ്റിയെടുക്കുവാൻ സാധ്യമാകുന്നുണ്ടോ എന്നൊന്നും അവർ ശ്രദ്ധിക്കുകയില്ല. എന്നാൽ അവരുടെ ബോധത്തെ അതിനു മാറ്റിയെടുക്കുവാൻ കഴിയുന്നില്ലയെങ്കിൽ, അപ്പോൾ എങ്ങിനെയാണത് മനുഷ്യരാശിയെ മാറ്റിയെടുക്കാൻ പോകുന്നത്?

എന്നാൽ ആ മാറ്റത്തിന്, ഒരുപക്ഷേ, ആരും ആഗ്രഹിക്കുന്നില്ല എന്നു വരാം. മാറ്റത്തിനു പരിശ്രമം ആവശ്യമാണ്. എന്നാൽ മനുഷ്യൻ ജന്മനാ അലസനാണ്. മാറ്റമെന്നാൽ അത് അറിയപ്പെടാത്തതിലേക്കുള്ള യാത്രയാണ്. എന്നാൽ മനുഷ്യൻ ഒരു ഭീരുവാണ്. അറിയപ്പെട്ടത് ദുരിതമല്ലാതെ മറ്റൊന്നുമല്ല എങ്കിൽക്കൂടി അവൻ അറിയപ്പെട്ടതിൽ തന്നെ നിലനിൽക്കും - ചുരുങ്ങിയപക്ഷം അത് അറിയപ്പെട്ടതെങ്കിലുമാണ്. അവനൊരിക്കലും അറിയപ്പെട്ടതിന്റെ അതിർത്തിക്കപ്പുറത്തേക്കു പോവുകയില്ല. കാരണം അറിയപ്പെടാത്തതിലേക്കുള്ള യാത്രയിൽ ഒരുവന് വഴിതെറ്റിപ്പോവുകയില്ല എന്നാരു കണ്ടു? അതേ ദുരിതത്തിലേക്കു തിരിച്ചെത്തുവാൻ, അതേ ഉത്ക്കണ്ഠകളിലേക്കും അതേ പ്രശ്നങ്ങളിലേക്കും തിരിച്ചെത്തുവാൻ ഒരുപക്ഷേ, അവനു സാധ്യമായില്ലെന്നു വരാം.

"ജനങ്ങൾക്കുവേണ്ടി വാദിക്കുന്ന ഒരു വക്കീലിനെപ്പോലെ, ഒരു കഴുതയെപ്പോലെ, നിങ്ങളെല്ലായ്പോഴും പിടിവാശിക്കാരും കൗശലക്കാരുമായിരുന്നു...."

ജനങ്ങൾക്ക് ഒരു വക്കീലിന്റെ ആവശ്യമില്ല; അവരത്രയ്ക്കും ദുരിതത്തിലാണ്. അവരുടെ മുഴുവൻ ജീവിതവും സാവധാനത്തിലുള്ള മരണമല്ലാതെ മറ്റൊന്നുമല്ല. അവരുടെ ജീവിതത്തിനനുകൂലമായി വാദിക്കുന്നത് മനുഷ്യരാശിക്കുവേണ്ടി ചെയ്യുന്ന ഒരു സേവനമല്ല. അല്പമെങ്കിലും ബോധം അവരിലേക്കു കൊണ്ടുവരാൻ കഴിവുള്ള, ബുദ്ധിശൂന്യമായ അവരുടെ ശിരസ്സുകളെ തച്ചുടയ്ക്കാൻ കഴിവുള്ള, അവരുടെ അന്ധവിശ്വാസങ്ങളെ നശിപ്പിക്കുവാൻ കഴിവുള്ള വ്യക്തികളെയാണ് അവർക്കാവശ്യം. അപ്പോൾ അവർക്കും സത്യത്തിനു വേണ്ടിയുള്ള അന്വേഷണത്തിലേക്കു നീങ്ങാൻ കഴിയും. ഒരു പ്രക്രിയയായിത്തീരുവാൻ, ഒരു വളർച്ചയായിത്തീരുവാൻ അവർക്കു കഴിയുന്നതിന്, അവരുടെ അലസതയെ നശിപ്പിക്കുവാൻ കഴിവുള്ള ആളുകളെയാണ് അവർക്കാവശ്യം.

സ്വാഭാവികമായും, അത്തരമാളുകളെ ജനങ്ങൾ ഇഷ്ടപ്പെടുകയില്ല. എന്നാൽ മനുഷ്യരാശിയെ സ്നേഹിക്കുന്നവർക്ക് അതു സ്വീകരിക്കേണ്ടി വരും. തങ്ങൾ വെറുക്കപ്പെടുമെന്ന്, എല്ലാ നാട്ടിലുമുള്ള ജനങ്ങളാലും തങ്ങൾ വെറുക്കപ്പെടും എന്ന സത്യത്തെ അവർക്ക് അംഗീകരിക്കേണ്ടി വരും.

ഒരുപക്ഷേ, ധിഷണാശാലികളും ധൈര്യശാലികളുമായ അല്പം ചിലർ മാത്രമേ സത്യത്തിനും ബോധത്തിനും വേണ്ടിയുള്ള ആ

സാഹസികയാത്രയിൽ തങ്ങളോടൊപ്പം പങ്കുചേരുകയുള്ളൂ എന്നും, ഭൂരിപക്ഷം ജനങ്ങളും തങ്ങളുടെ നേരെ കോപിഷ്ഠരായിത്തീരും എന്നുമുള്ള സത്യം അവർക്ക് അംഗീകരിക്കേണ്ടിവരും; കാരണം ഈ ആളുകൾ അവരുടെ നിദ്രയ്ക്കു ഭംഗം വരുത്തിയിരിക്കുകയാണ്, അവരുടെ സമാധാനത്തെ നശിപ്പിച്ചിരിക്കുകയാണ്. തങ്ങൾക്കുവേണ്ടി വാദിക്കുന്ന പ്രതിനിധികളെ മാത്രമേ ജനങ്ങൾ ഇഷ്ടപ്പെടുകയുള്ളൂ.

"എന്നാൽ നിങ്ങളുടെ 'നിഷ്കളങ്കത'യിൽ ഞാൻ വിശ്വസിക്കണമെങ്കിൽ, ആദ്യമേതന്നെ, ആദരവിനു വേണ്ടിയുള്ള നിങ്ങളുടെ താത്പര്യത്തെ നിങ്ങൾക്കു ത്യജിക്കേണ്ടി വരും."

സരതുഷ്ട്രൻ പറയുന്നു, "നിങ്ങൾ കളങ്കമറ്റവനാണ് എന്നു ഞാൻ വിശ്വസിക്കണമെന്ന് നിങ്ങളാഗ്രഹിക്കുന്നുവെങ്കിൽ അതിന് ഞാൻ ആവശ്യപ്പെടുന്ന ഒന്നാമത്തെ തെളിവ് ഇതാണ് - ആദരിക്കപ്പെടുവാനുള്ള നിങ്ങളുടെ ആഗ്രഹത്തെ നിങ്ങൾക്കു ത്യജിക്കേണ്ടി വരും."

ആരെയാണ് നിങ്ങൾ ആദരിച്ചുകൊണ്ടിരിക്കുന്നത്? മനുഷ്യബോധത്തിനതീതമായി അവിടെ ഒന്നുംതന്നെയില്ല. മനുഷ്യബോധത്തിനു മാത്രമേ സ്വയം അതിവർത്തിച്ചുകൊണ്ടേയിരിക്കാൻ സാധ്യമാവുകയുള്ളൂ. നിങ്ങൾക്ക് ആദരിക്കുവാൻ കഴിയുന്ന, നിങ്ങൾക്ക് ആരാധിക്കുവാൻ കഴിയുന്ന, മറ്റാരും തന്നെ അവിടെയില്ല. നിങ്ങൾക്ക് ക്ഷേത്രങ്ങളേയും ആചാരങ്ങളേയും സൃഷ്ടിക്കുവാൻ കഴിയും. മറ്റാരോ നിങ്ങളെ പരിപാലിച്ചുകൊണ്ടിരിക്കുന്നുണ്ട് എന്നും, അതിനാൽ യാതൊരു പരിവർത്തനത്തെക്കുറിച്ചും നിങ്ങൾ ശ്രദ്ധിക്കേണ്ടതില്ല എന്നും നിങ്ങൾക്കു വിശ്വസിക്കുവാൻ കഴിയും. "ആദരിക്കപ്പെടുവാനുള്ള തന്റെ ആഗ്രഹത്തെ ഉപേക്ഷിച്ച്, ദൈവത്തിനുപോലും അജ്ഞാതമായ മരുഭൂമികളിലേക്ക് ആരാണോ പോകുന്നത്, അയാളെയാണ് ഞാൻ 'കളങ്കമറ്റവൻ' എന്നു വിളിക്കുന്നത്. മറിച്ച്, വയറു നിറയെ ഭക്ഷിച്ചുകൊണ്ട്, എല്ലാവിധ സുഖസൗകര്യങ്ങളുമനുഭവിച്ചുകൊണ്ട്, നഗരങ്ങളിൽ പാർക്കുന്ന പ്രശസ്തരായ തത്ത്വചിന്തകർ - അവർ വണ്ടിക്കാളകളാണ്. എന്തെന്നാൽ കഴുതകളെപ്പോലെ, അവരെല്ലായ്പോഴും ജനങ്ങളുടെ വണ്ടി വലിച്ചുകൊണ്ടിരിക്കുന്നു."

സരതുഷ്ട്രൻ കഠിനഹൃദയനാണ്. എന്നാൽ ധിഷണാശാലിയായ ഓരോ സ്രഷ്ടാവിനും കഠിനഹൃദയനാകേണ്ടിവരും. "ജനങ്ങളുടെ വണ്ടി വലിച്ചുകൊണ്ടിരിക്കുന്ന കഴുതകളാണവർ." നിങ്ങളുടെ പ്രസിദ്ധരായ തത്ത്വചിന്തകരെ അദ്ദേഹം ഇങ്ങിനെയാണ് വിളിക്കുന്നത്. അവർ വിഡ്ഢികളെ സേവിക്കുന്നവരാണ്. സ്വാഭാവികമായും, അപ്പോൾ വിഡ്ഢികളവരെ വളരെയധികം ബഹുമാനിക്കും. നിങ്ങൾ മാന്യത ആഗ്രഹിക്കുന്നവനാണെങ്കിൽ, ജനങ്ങളുടെ താത്പര്യങ്ങൾക്കെതിരായി ഒരൊറ്റ വാക്കുപോലും ഒരിക്കലും പറഞ്ഞുപോകരുത്. അത് അസംബന്ധമാണ് എന്നു

നിങ്ങൾക്കു ബോധ്യമുണ്ടെങ്കിൽകൂടി നിങ്ങളെല്ലായ്പോഴും അവരെ പിന്താങ്ങണം. മാന്യത നേടിയെടുക്കുന്നതിനുള്ള വഴി അതാണ്. എന്നാൽ അന്തസ്സുള്ള ഒരുവൻ മാന്യത ആഗ്രഹിക്കുകയില്ല. അയാൾക്ക് തന്റേതായ ഒരന്തസ്സ് ഉണ്ട്. അയാൾ തന്നെത്തന്നെ ബഹുമാനിക്കുന്നു. അതിനാൽ മറ്റൊരാളുടെ ബഹുമാനം അയാൾക്കാവശ്യമില്ല. സത്യമെന്താണോ അതയാൾ തുറന്നുപറയും. കഴിയാവുന്നേടത്തോളം വ്യക്തമായിത്തന്നെ അയാളതു പറയും. അത് മറ്റൊരാളെ മുറിവേൽപ്പിക്കുമെങ്കിൽ കൂടി അയാളതിൽ വെള്ളം ചേർക്കുകയില്ല. എല്ലാ ശസ്ത്രക്രിയകളും വേദനിപ്പിക്കും. അർബുദം ബാധിച്ച ഒരവയവം നീക്കം ചെയ്യണമെങ്കിൽ, തനിക്ക് അർബുദം ബാധിച്ചിട്ടില്ല എന്ന രോഗിയുടെ വിശ്വാസത്തെ പിന്താങ്ങാതിരിക്കാൻ ഒരു ശസ്ത്രക്രിയാവിദഗദ്ധന് കഴിയണം.

എന്റെ ഒരു ബന്ധുവിന്റെ ഭാര്യ ഒരു ദിവസം എന്നെ കാണുവാൻ വന്നു. കരഞ്ഞുകൊണ്ട് അവൾ പറയുവാൻ തുടങ്ങി, “നിങ്ങളെന്തെങ്കിലും ചെയ്തേ പറ്റൂ. എന്റെ ഭർത്താവ് ആരേയും കൂട്ടാക്കുന്നില്ല. ഡോക്ടറെ പോയി കാണുവാനോ, അദ്ദേഹത്തെക്കൊണ്ട് പരിശോധിപ്പിക്കുവാനോ, തയ്യാറാകുന്നില്ല. എന്നാൽ വല്ലാത്തൊരു വിളർച്ച അദ്ദേഹത്തെ ബാധിച്ചിട്ടുണ്ട്. ദിവസം ചെല്ലുംതോറും അദ്ദേഹം കൂടുതൽ കൂടുതൽ ക്ഷീണിച്ചു വരികയാണ്. അദ്ദേഹത്തിന് എന്തോ കുഴപ്പമുണ്ട് എന്നു വീട്ടിലുള്ളവർക്കും, അയൽപക്കത്തുള്ളവർക്കും തോന്നിത്തുടങ്ങിയിട്ട് കുറച്ചു കാലമായി. എന്നാൽ “ഞാൻ തികച്ചും ആരോഗ്യവാനാണ്, എനിക്കു യാതൊരു കുഴപ്പവുമില്ല. പിന്നെ എന്തിനാണ് ഞാൻ ഒരു ഡോക്ടറെ പോയി കാണുന്നത്?” എന്നാണ് അദ്ദേഹം ചോദിക്കുന്നത്.”

ഒടുവിൽ എനിക്ക് അയാളുടെ വീട്ടിലേക്കു പോകേണ്ടി വന്നു.

ഞാൻ അയാളോടു പറഞ്ഞു, “നിങ്ങളെ കണ്ടിട്ട് എനിക്കു തോന്നുന്നത് നിങ്ങൾ തികച്ചും ആരോഗ്യവാനാണെന്നാണ്. നിങ്ങളൊരു രോഗിയാണെന്ന് ആരും പറയുകയില്ല.”

ഇതുകേട്ട് അയാൾ ചിരിച്ചു. പിന്നെ അയാൾ തന്റെ കുടുംബത്തോടു പറഞ്ഞു, “നോക്കൂ, നിങ്ങളെല്ലാവരും കൂടി എന്നെ ശല്യപ്പെടുത്തിക്കൊണ്ടിരിക്കുകയാണ്. ഒരു രോഗവുമില്ലാത്ത ഞാൻ വെറുതെയെന്തിനാണ് ഒരു ഡോക്ടറെ പോയി കാണുന്നത്? അതിന്റെ ആവശ്യം എന്താണ്?”

ഞാൻ പറഞ്ഞു, “ഒരു ഡോക്ടറേയും പോയിക്കാണേണ്ട ആവശ്യമില്ല. നിങ്ങൾ തികച്ചും ആരോഗ്യവാനാണ്. എന്നാൽ നിങ്ങളെ സ്നേഹിക്കുന്ന ഈ ആളുകളെ അതു ബോധ്യപ്പെടുത്തുവാൻ വേണ്ടി മാത്രം നിങ്ങൾ എന്നോടൊപ്പം വരണം. നമുക്കു വെറുതെ ഒരു ഡോക്ടറെ പോയിക്കാണാം.”

അയാൾക്ക് ഞാൻ പറഞ്ഞത് നിഷേധിക്കുവാൻ കഴിഞ്ഞില്ല. കാരണം ഞാൻ മാത്രമായിരുന്നു അയാളെ പിന്തുണച്ചത്. അതിനാൽ വിദഗ്ദ്ധനായ

ഒരു ഡോക്ടറെ കാണുവാൻ അയാൾ എന്നോടൊപ്പം വന്നു. വഴിയിൽ വച്ച് വീണ്ടും അയാൾ ചോദിച്ചു,

"വാസ്തവത്തിൽ ഒരു ഡോക്ടറെ കാണേണ്ട ആവശ്യമുണ്ടോ? നമുക്കു വീട്ടിലേക്കു തിരിച്ചുപോയിക്കൂടേ. വീട്ടിൽചെന്ന് നമ്മൾ ഡോക്ടറെ കണ്ടെന്നു നിങ്ങളൊരു കളവ് പറഞ്ഞാൽ മതി."

ഞാൻ പറഞ്ഞു, "എനിക്കു കളവു പറയാൻ കഴിയില്ല. വീട്ടിലുള്ള വരുടെ മുമ്പിൽ വച്ച് ഞാൻ കളവ് പറഞ്ഞില്ലല്ലോ. അപ്പോൾ ഞാൻ സത്യം പറഞ്ഞില്ലേ. അവരെല്ലാം പറഞ്ഞത് ദിവസം ചെല്ലുംതോറും നിങ്ങൾ ക്ഷീണിച്ചുവരികയാണ് എന്നും നിങ്ങൾക്കെന്തോ ഒരു രോഗ മുണ്ട് എന്നുമായിരുന്നില്ലേ. അപ്പോൾ ഞാൻ പറഞ്ഞത് നിങ്ങൾ കേട്ട തല്ലേ. നിങ്ങൾക്കു യാതൊരു രോഗവുമില്ല എന്നും, നിങ്ങൾ ആരോഗ്യ വാനാണ് എന്നും ഞാൻ പറഞ്ഞത് നിങ്ങൾ കേട്ടില്ലേ. അതിനാൽ അവരെ ബോധ്യപ്പെടുത്തുവാനായിട്ടെങ്കിലും ഡോക്ടറുടെ കയ്യിൽ നിന്ന് ഒരു സർട്ടിഫിക്കറ്റ് നേടിയെടുക്കേണ്ടതുണ്ട്. ആ ഒരു സർട്ടിഫിക്കറ്റ് ഉണ്ടെ ങ്കിൽ, അപ്പോൾ ഈ പ്രശ്നം എന്നെന്നേക്കുമായി പരിഹരിക്കപ്പെടും." ഒടുവിൽ അയാൾ ഡോക്ടറെ കാണുവാൻ തയ്യാറായി.

അയാൾക്ക് അർബുദമായിരുന്നു. ഡോക്ടർ എന്നോടു പറഞ്ഞു, "കൃത്യസമയത്തുതന്നെ നിങ്ങളിയാളെ ഇവിടേക്കു കൊണ്ടുവന്നു. കൂടുതൽ വൈകിയിരുന്നുവെങ്കിൽ അത് അപകടകരമായിത്തീരുമായി രുന്നു." വീട്ടിലേക്കു മടങ്ങുമ്പോൾ അയാൾ എന്നോടു പറഞ്ഞു, "ഞാൻ ഡോക്ടറുടെ അടുത്തേക്കു പോകാതിരുന്നതിന്റെ കാരണമിതായിരുന്നു. ഡോക്ടർ എന്തെങ്കിലും കുഴപ്പം കണ്ടുപിടിക്കുമോ എന്ന് ഞാൻ ഭയ പ്പെട്ടിരുന്നു. ഞാൻ സംശയിച്ചത് ശരിയായി. ഇപ്പോൾ ആ ഡോക്ടറെ നിക്കു അർബുദമുണ്ടാക്കിത്തന്നിരിക്കുകയാണ്."

ഞാൻ പറഞ്ഞു, "നിങ്ങൾക്ക് അർബുദമുണ്ടാക്കിത്തന്നത് ആ ഡോക്ടറല്ല. മുമ്പേതന്നെ നിങ്ങൾക്ക് ആ രോഗമുണ്ടായിരുന്നു. ഈ ഘട്ട ത്തിൽ അതു ചികിത്സിച്ച് ഭേദമാക്കാവുന്നതേയുള്ളു."

എന്നാൽ അയാളെന്നോടു പറഞ്ഞു, "ഞാനൊരിക്കലും നിങ്ങൾക്കു മാപ്പു നൽകുകയില്ല. നിങ്ങളെന്നെ ചതിച്ചു. നിങ്ങൾ കളവു പറയുകയാ യിരുന്നു."

ഞാൻ പറഞ്ഞു, "ശരിയാണ്. എനിക്കു കളവു പറയേണ്ടി വന്നു. അല്ലാത്തപക്ഷം നിങ്ങളുടെ ജീവിതം അപകടത്തിലാകുമായിരുന്നു." ഒരു ജീവിതത്തെ രക്ഷപ്പെടുത്തുവാൻ, ചിലപ്പോൾ കളവു പറയേണ്ടി വരും. ഞാനത് ഒരു പാപമായി കണക്കാക്കുന്നില്ല.

ലോകത്തിലെ മിക്കവാറും എല്ലാവരും തന്നെ അന്ധവിശ്വാസങ്ങ ളിലാണ് ജീവിച്ചുകൊണ്ടിരിക്കുന്നത്. അവരുടെ എല്ലാ പുരോഹിതരും മതപ്രബോധകരും ദൈവശാസ്ത്രജ്ഞരും തത്ത്വചിന്തകരും അവരെ

പിന്താങ്ങിക്കൊണ്ടിരിക്കുകയാണ് - അതിനു പകരമായി ജനങ്ങളിൽ നിന്ന് അവർക്ക് ആദരവു ലഭിക്കുന്നു. അവർ മഹാത്മാക്കളും വിശുദ്ധരുമായിത്തീരുന്നു. എന്നാലിത് അധാർമ്മികതയാണ്. ഇത് മനുഷ്യത്വമില്ലായ്മയാണ്. നിങ്ങളുടെ എല്ലാ മാന്യതയും നഷ്ടപ്പെടുകയാണെങ്കിൽക്കൂടി ജനങ്ങളോടു സത്യം പറയുന്നതാണു നല്ലത്. അവരുടെ അർബുദത്തെ നീക്കം ചെയ്യുവാൻ കഴിയും, അതിന് ഇനിയും സമയമവിടെയുണ്ട്. ആ അതിമാനുഷനിലേക്കു ചെന്നെത്തുവാൻ കഴിയും. അതിന് ഇനിയും സമയമവിടെയുണ്ട്.

ദുഃഖിതനായ ആ മനുഷ്യന്റെ എല്ലാ ദുഃഖത്തേയും ഇല്ലാതാക്കാൻ കഴിയും. അതിനോടു പറ്റിപ്പിടിച്ചിരിക്കേണ്ട യാതൊരാവശ്യവുമില്ല. നിങ്ങൾക്കു നിരവധി സാധ്യതകളുണ്ട് എന്ന്, നിങ്ങൾക്കു പൂത്തു തളിർക്കാൻ കഴിയും എന്ന്, ആരുംതന്നെ നിങ്ങളോടു പറഞ്ഞിട്ടില്ല. അതുകൊണ്ടാണ് നിങ്ങൾ ദുഃഖത്തോടു പറ്റിപ്പിടിച്ചുകൊണ്ടിരിക്കുന്നത്. മഹത്തായ അനുഭവങ്ങളേയും കൂടുതൽ ആനന്ദത്തേയും നിങ്ങൾക്കു നേടിയെടുക്കുവാൻ കഴിയും. നിങ്ങളുടെ ജീവിതത്തിന് ഒരു ഗാനവും നൃത്തവുമായിത്തീരുവാൻ കഴിയും. അസഹ്യമായ ഈ ഉത്ക്കണ്ഠയ്ക്കും ദുഃഖത്തിനും പകരം, നിങ്ങൾക്കുള്ളിൽ നിങ്ങളനുഭവിച്ചുകൊണ്ടിരിക്കുന്ന ഈ മനംപുരട്ടലിനു പകരം നിങ്ങളുടെ ജീവിതത്തിനു സുഗന്ധപൂരിതമായിത്തീരുവാൻ കഴിയും. ഇതാണ് നിങ്ങളുടെ വിധി എന്നു നിങ്ങൾ വിശ്വസിക്കുന്നതുകൊണ്ടാണ് നിങ്ങളതിനോടു പറ്റിപ്പിടിച്ചിരിക്കുന്നത്. നിങ്ങളുടെ ആശയങ്ങളെ പിന്താങ്ങുന്നവരെ നിങ്ങൾ ആദരിക്കുകയും അവരുടെ പാദം തൊട്ടു വന്ദിക്കുകയും ചെയ്യുന്നു. നിങ്ങളവരെ മാർപാപ്പമാരും ശങ്കരാചാര്യന്മാരുമാക്കുന്നു.

പൊള്ളയായ മാന്യതയ്ക്കുവേണ്ടി മാത്രമാണ് ഈ ആളുകൾ മനുഷ്യരാശിയുടെ തന്നെ ശത്രുക്കളായിത്തീരുന്നത്. മറ്റുള്ളവരെ ക്രൂശിക്കുന്നതിൽ നിങ്ങളാനന്ദമനുഭവിക്കുന്നുവെങ്കിൽ, ഇത്തരമാളുകളെ ക്രൂശിക്കുക. സത്യത്തിൽ അവരത് അർഹിക്കുന്നു. പോപ്പിനു ജീവിച്ചുകൊണ്ടിരിക്കുവാൻ എന്തവകാശമാണുള്ളത്? അദ്ദേഹം യേശുക്രിസ്തുവിന്റെ പ്രതിനിധിയാണെങ്കിൽ, ക്രൂശിതനാകുന്നതിലൂടെ അദ്ദേഹമത് തെളിയിക്കണം. ഒരേയൊരു തെളിവ് അതു മാത്രമാണ്. എന്നാൽ കുരിശിലേറുന്നതിനു പകരം അദ്ദേഹം തന്റെ കഴുത്തിലണിഞ്ഞിരിക്കുന്ന സ്വർണ്ണച്ചങ്ങലയിൽ ഒരു സ്വർണ്ണക്കുരിശ് കൊളുത്തിയിട്ടിരിക്കുകയാണ്. യേശു ക്രൂശിക്കപ്പെട്ടത് ഒരു സ്വർണ്ണക്കുരിശിലല്ല, മാത്രമല്ല, ആ കുരിശ് അദ്ദേഹത്തിന്റെ കഴുത്തിൽ തൂങ്ങിക്കിടക്കുകയായിരുന്നില്ല. മറിച്ച് അദ്ദേഹം ആ കുരിശിൽ തൂങ്ങിക്കിടക്കുകയായിരുന്നു.

“നിങ്ങളുടെ ധാർമ്മികതയിൽ പോലും നിങ്ങളിപ്പോഴും ഒട്ടുംതന്നെ ദൂരക്കാഴ്ചയില്ലാത്ത, ആത്മീയതയെന്നാലെന്തെന്നറിയാത്ത ആ ജനങ്ങളോടൊപ്പമാണ്.”

ആത്മാവിനെ അറിയാതെ, നിങ്ങളുടെ ജീവിതത്തിന്റെ യഥാർത്ഥ ചൈതന്യമായ, നിങ്ങളാകുന്ന ആ ജ്വാലയെ അറിയാതെ, എങ്ങിനെയാണ് നിങ്ങൾക്കു ധാർമ്മികനാവാൻ കഴിയുക? നിങ്ങൾ ആൾക്കൂട്ടത്തെ പിന്തുടർന്നുകൊണ്ടിരിക്കുക മാത്രമാണു ചെയ്യുന്നത്. അവർ സദ്ഗുണങ്ങളെന്നു വിശ്വസിക്കുന്ന കാര്യങ്ങൾ മാത്രമാണ് നിങ്ങൾ ചെയ്തുകൊണ്ടിരിക്കുന്നത്. നിങ്ങളവരുടെ സദ്ഗുണങ്ങളെ അതേപടി പിൻതുടരുന്നതിനാൽ, അവർ നിങ്ങളെ ഒരു മഹാത്മാവാക്കുന്നു. അതിനാൽ നിങ്ങളൊരു പുണ്യാത്മാവായിത്തീരുവാൻ ആഗ്രഹിക്കുന്നുവെങ്കിൽ, അപ്പോൾ നിങ്ങൾക്ക് അവർ വിശ്വസിക്കുന്ന സദ്ഗുണങ്ങളെ വള്ളിപുള്ളി തെറ്റാതെ പാലിക്കേണ്ടി വരും.

ഉദാഹരണത്തിന് ഇന്ത്യയിലെ ജൈനസന്ന്യാസിമാർ ഒരിക്കലും കുളിക്കാറില്ല. അവരെ സംബന്ധിച്ചേടത്തോളം കുളിക്കാതിരിക്കുക എന്നതൊരു സദ്ഗുണമാണ്. തങ്ങളുടെ ശരീരത്തോട് അത്രയ്ക്കുമധികം വിരക്തിയുള്ളവരായതിനാൽ ശരീരത്തെ വൃത്തിയായി സൂക്ഷിക്കണമെന്ന് അവരൊരിക്കലും ചിന്തിക്കുന്നില്ല. ആരാണതെല്ലാം ശ്രദ്ധിക്കുന്നത്? ശരീരമെന്നത് ഒരു ഭൗതികപദാർത്ഥം മാത്രമാണെങ്കിൽ, മറ്റൊരു ഭൗതിക പദാർത്ഥം അതിനോടു പറ്റിപ്പിടിക്കുകയാണെങ്കിൽ... അതിലെന്തിരിക്കുന്നു! നിങ്ങളുടെ തൂക്കം ഒരല്പം കൂടും, അത്രമാത്രം! അവർ അവരുടെ പല്ലുകൾ വൃത്തിയാക്കുന്നില്ല, കാരണം നിങ്ങളിപ്പോഴും ശരീരത്തിൽ വിശ്വസിക്കുന്നു എന്നാണത് കാണിക്കുന്നത്. അവരുടെ അടുത്തിരുന്ന് അവരോടു സംസാരിക്കുവാൻ വളരെ ബുദ്ധിമുട്ടാണ്, കാരണം അവരുടെ ഉച്ഛ്വാസം അത്രയ്ക്കും മലിനമാണ്. അവരുടെ ശരീരം ദുർഗന്ധപൂരിതമാണ്. ഓരോ വർഷവും അവർ സ്വന്തം കൈകൾകൊണ്ട് അവരുടെ മുടിയിഴകൾ പിഴുതെടുക്കും - അവർക്കതിന് യന്ത്രനിർമ്മിതമായ ആയുധങ്ങളൊന്നും ഉപയോഗിക്കുവാൻ കഴിയില്ല. വിചിത്രമെന്ന് പറയട്ടെ, ഒരു ക്ഷൗരക്കത്തി പോലും അവരെ സംബന്ധിച്ചേടത്തോളം ഒരു ഉന്നത സാങ്കേതികവിദ്യയാണ്.

എല്ലാ യന്ത്രങ്ങൾക്കും എല്ലാ സാങ്കേതികവിദ്യകൾക്കും അവരെതിരാണ്. സ്വാഭാവികമായും അപ്പോഴവർക്ക് അവരുടെ രോമങ്ങൾ സ്വന്തം കൈകൾകൊണ്ടുതന്നെ പിഴുതെടുക്കേണ്ടി വരും. ഇത് കാണുവാൻ ആയിരക്കണക്കിനു ഭക്തർ തടിച്ചു കൂടും. വൃത്തിയായി ക്ഷൗരം ചെയ്തവരായ നിരവധി പേർ - ഒരു പക്ഷേ ദിവസത്തിൽ രണ്ടുനേരം അവർ താടി വടിക്കുന്നുണ്ടാകാം - കണ്ണുനീരൊഴുക്കിക്കൊണ്ട് അവിടെ നിൽക്കുന്നതു ഞാൻ കണ്ടിട്ടുണ്ട്. അവർ പറയും, “ഇവർ ശരിക്കും മഹാത്മാക്കളാണ്.” കാരണം അവർക്കതുപോലെ ചെയ്യാൻ കഴിയില്ല. അവർ പാപികളാണ്. എന്നാൽ ഈ മഹാത്മാക്കൾ വിശുദ്ധഗ്രന്ഥങ്ങളിൽ പറയുന്നതിനെ അക്ഷരംപ്രതി അനുസരിച്ചുകൊണ്ടിരിക്കുകയാണ്.

എല്ലാ കാലാവസ്ഥകളിലും നഗ്നരായി ജീവിക്കുന്ന നിരവധി സന്ന്യാസിമാരവിടെയുണ്ട്. ജൈനരിലും ഹിന്ദുക്കളിലും ഇത്തരത്തിലുള്ള സന്ന്യാസിമാരെ കാണാൻ കഴിയും. അവർ ശരീരത്തെ പീഡിപ്പിച്ചുകൊണ്ടിരിക്കുകയാണ്. എന്നാൽ അവരുടെ അനുയായികൾ വിശ്വസിക്കുന്നത് അവർ ആത്മോന്നതി പ്രാപിച്ചുകൊണ്ടിരിക്കുകയാണ് എന്നാണ്. ശരീരമെന്നത് അവർക്കൊരു പ്രശ്നമല്ലാതായിക്കഴിഞ്ഞു. കഠിനശൈത്യമായാലും ശരി, ചുട്ടുപൊള്ളുന്ന വെയിലായാലും ശരി അതവരിൽ യാതൊരു വ്യത്യാസവുമുണ്ടാക്കുകയില്ല. തങ്ങൾ സന്തുലിതമായ ഒരവസ്ഥയിൽ എത്തിക്കഴിഞ്ഞുവെന്ന്, വിജയവും പരാജയവും, ചൂടും തണുപ്പും, തങ്ങൾക്ക് ഒരുപോലെയാണ് എന്ന് അവർ പറയും. എന്നാൽ അതു വെറും പറച്ചിൽ മാത്രമാണ്. സത്യത്തിൽ അത് ഒരുപോലെയല്ല, കാരണം തണുപ്പുകൊണ്ട് വിറച്ചുകൊണ്ടിരിക്കുന്ന നിരവധി സന്ന്യാസിമാരെ ഞാൻ കണ്ടിട്ടുണ്ട്. രാത്രി മുഴുവൻ അവർക്ക് ഉറങ്ങുവാൻ കഴിയാറില്ല.

അവരത് സഹിച്ചുകൊണ്ടിരിക്കുകയാണ്. കാരണം അതിനു പകരം ലക്ഷക്കണക്കിനു ജനങ്ങളാൽ അവർ ആദരിക്കപ്പെട്ടുകൊണ്ടിരിക്കുന്നു. നഗ്നരായി നിലനിൽക്കുക എന്നത് ഒരു സദ്ഗുണമല്ല - എല്ലാ ജന്തുക്കളും നഗ്നരാണ്, എല്ലാ പക്ഷികളും നഗ്നരാണ്. നഗ്നരായി നിലനിൽക്കുന്നത് സ്വർഗ്ഗത്തിലേക്കു നയിക്കുന്ന ഒരു പുണ്യകർമ്മമാണെങ്കിൽ, അപ്പോൾ ബുദ്ധിമുട്ടിലായിത്തീരുന്നത് മനുഷ്യൻ മാത്രമായിരിക്കും. തയ്യൽക്കാരെക്കുറിച്ച്, പ്രത്യേകിച്ചും എനിക്കു സുന്ദരമായ വസ്ത്രങ്ങളുണ്ടാക്കിത്തരുന്ന ഗ്യാനെക്കുറിച്ച് അപ്പോൾ ഞാൻ ഓർത്തു. അങ്ങിനെയാണെങ്കിൽ വസ്ത്രനിർമ്മാണരംഗത്തു പ്രവർത്തിക്കുന്നവരുടെ ഗതി എന്താകും?

പുണ്യകർമ്മങ്ങളെ സംബന്ധിച്ചേടത്തോളം വ്യത്യസ്ത സമൂഹങ്ങൾക്ക് വ്യത്യസ്ത സങ്കല്പങ്ങളാണുള്ളത്. മദ്ധ്യകാലഘട്ടത്തിൽ ബ്രിട്ടനിലുള്ള സ്ത്രീകൾ തങ്ങളുടെ നായകളെപ്പോലും വസ്ത്രങ്ങളണിയിക്കാറുണ്ടായിരുന്നു, കാരണം നായകളെ നഗ്നമായി പ്രദർശിപ്പിക്കുന്നത് അശ്ലീലമായിട്ടാണ് അവിടെ കരുതിയിരുന്നത്. അപ്പോൾ ഒരു നായ അതിന്റെ പെൺസുഹൃത്തിനെ കണ്ടുമുട്ടുകയാണെങ്കിൽ കാര്യം ബുദ്ധിമുട്ടായിത്തീരും. ഒരു തത്സമയ അശ്ലീലക്കാഴ്ച നമുക്കു നഷ്ടമാകും. അവർ തങ്ങളുടെ നായകളെ പലതരത്തിലുള്ള വസ്ത്രങ്ങളണിയിച്ച് പ്രഭാതസവാരിക്കു കൊണ്ടുപോവുക പതിവായിരുന്നു. തെരുവുനായകൾ ഇതുകണ്ട് അത്ഭുതപ്പെടും "എന്തൊരു അസംബന്ധമാണിത്? ഞങ്ങൾക്കൊന്നുമില്ലാത്ത ഈ...."

ഇതുപോലെത്തന്നെ ബ്രിട്ടനിലെ ഉയർന്ന കുടുംബങ്ങളിലെ സ്ത്രീകൾ തങ്ങളുടെ വീട്ടിലെ കസേരകളുടെ കാലുകൾ തുണികൊണ്ട് പൊതിയുക പതിവായിരുന്നു. 'കാലുകൾ' എന്ന് അവയെ വിളിക്കുന്നതു

കൊണ്ടാണ് അവരങ്ങിനെ ചെയ്തിരുന്നത് - കാലുകളെ ഒരിക്കലും പ്രദർശിപ്പിച്ചുകൂടാ. ഇത്തരത്തിലുള്ള എന്തെല്ലാം മൂഢധാരണകളാണ് നിലനിൽക്കുന്നത്.

സ്വന്തം ജീവിതത്തിന്റെ ഉറവിടങ്ങളെക്കുറിച്ച് നിങ്ങൾക്കറിഞ്ഞുകൂടായെങ്കിൽ, ഏതു ജനക്കൂട്ടത്തിനിടയിലാണോ യാദൃച്ഛികമായി, നിങ്ങൾ നിങ്ങളെത്തന്നെ കണ്ടെത്തുന്നത്, ഏതു സമൂഹത്തിലാണോ നിങ്ങൾ പിറവിയെടുക്കുന്നത്, ആ സമൂഹത്തിന്റെ നിയമങ്ങളെ - അതിന്റെ സദ്ഗുണങ്ങളെ നിങ്ങൾ പിന്തുടരുമെന്നു തീർച്ചയാണ്.

എനിക്കു പതിനെട്ടു വയസ്സാകുന്നതുവരെ, ഞാൻ തക്കാളിയുടെ രുചി അറിഞ്ഞിട്ടുണ്ടായിരുന്നില്ല. കാരണം, വീട്ടിൽ തക്കാളി അനുവദിച്ചിരുന്നില്ല, അതിന്റെ കാരണമാകട്ടെ വളരെ വിചിത്രവും. മാംസത്തെപ്പോലെ തോന്നിപ്പിക്കുമെന്നതുകൊണ്ടാണ് അതു വീട്ടിൽ നിരോധിക്കപ്പെട്ടത്. പാവം തക്കാളി മാംസമല്ല എന്ന് ഞാൻ മുത്തശ്ശിയെ ബോധ്യപ്പെടുത്തുവാൻ ശ്രമിച്ചു. അപ്പോൾ അവർ പറഞ്ഞു, "അത് മാംസമല്ല എന്ന് എനിക്കറിയാം. എന്നാൽ അത് മാംസത്തെ ഓർമ്മിപ്പിക്കുന്നു. മാംസത്തെപ്പോലെ തോന്നിപ്പിക്കുന്ന ഒന്നുംതന്നെ ഈ വീട്ടിൽ ഉപയോഗിക്കുവാൻ ഞാനാഗ്രഹിക്കുന്നില്ല. നാം ശുദ്ധ സസ്യഭുക്കുകളാണ്."

ഞാൻ പറഞ്ഞു, "അതും സസ്യഭക്ഷണം തന്നെയാണ്." എന്നാൽ മരിക്കുന്നതുവരെ തക്കാളി വീട്ടിലേക്കു കൊണ്ടുവരുവാൻ അവർ അനുവദിച്ചില്ല.

അതുപോലെ പതിനെട്ടാമത്തെ വയസ്സുവരെ രാത്രിയിൽ ഞാനൊരിക്കലും ഭക്ഷണം കഴിച്ചിട്ടില്ല. കാരണം രാത്രിയിൽ ഭക്ഷിക്കുക എന്നത് - യാദൃച്ഛികമായി ഞാൻ എന്നെത്തന്നെ കണ്ടെത്തിയ ആ ആൾക്കൂട്ടത്തിൽ - ഒരു പാപമായിട്ടാണ് കണക്കാക്കപ്പെട്ടിരുന്നത്.

ഞാൻ അവരോടു പറഞ്ഞു, "മൂവായിരമോ, നാലായിരമോ വർഷങ്ങൾക്കു മുമ്പ് രാത്രിയിൽ ഭക്ഷിക്കുക എന്നത് ഒരു തെറ്റായിരുന്നിരിക്കാം. എന്നാൽ ഇന്ന്... വീട്ടിനുള്ളിൽ, രാത്രിയിൽ, പകലുള്ളതിനേക്കാൾ കൂടുതൽ വെളിച്ചമുണ്ട്."

അപ്പോൾ അവർ പറയും, "വിശുദ്ധ ഗ്രന്ഥങ്ങൾക്ക് എതിരു പറയാതിരിക്കുക. നീയിങ്ങിനെ പറയുന്നതു കേൾക്കുന്നതുപോലും ഒരു പാപമാണ്. ആ വിശുദ്ധ ഗ്രന്ഥങ്ങളെഴുതിയവർ എല്ലാമറിയുന്നവരായിരുന്നു; അവർ സർവ്വജ്ഞരായിരുന്നു."

വീട്ടിൽ ആരുംതന്നെ ഞാൻ പറയുന്നതൊന്നും ശ്രദ്ധിച്ചിരുന്നില്ല. വീട്ടിലേക്ക് ഒരതിഥി വരികയാണെങ്കിൽ, അവരുടനെ എന്നോടു പറയും, "നീ പുറത്തേക്കു പോയിക്കൊള്ളൂ, എവിടേക്കു വേണമെങ്കിലും നിനക്കു പോകാം."

"കാര്യമെന്താണ്?" ഞാൻ ചോദിക്കും.

അവർ പറയും, "നീ ഒരു കുഴപ്പക്കാരനാണ്. പലപ്പോഴും നീ ഞങ്ങളെ വിഷമിപ്പിക്കാറുണ്ട്. ചെയ്യാൻ പാടില്ലാത്ത എന്തെങ്കിലുമൊക്കെ നീ ചെയ്യും. പറയാൻ പാടില്ലാത്ത എന്തെങ്കിലും നീ അവരുടെ മുമ്പിൽ വച്ച് പറയും."

വീട്ടിലുള്ള മറ്റു കുട്ടികൾ അനുസരണയുള്ളവരായിരുന്നു. വീട്ടുകാർ അവരെ അതിഥിയുടെ മുമ്പിൽ കൊണ്ടുനിർത്തും, അവരെ പരിചയപ്പെടുത്തും. "നോക്കൂ, ഇവൻ എത്ര അനുസരണയുള്ളവനാണെന്നോ?" അപ്പോൾ ഞാൻ ഇടയിൽ കയറിപ്പറയും, "നോക്കൂ, അനുസരണയില്ലാത്തവനായ ഞാനും ഇവിടെയുണ്ട്. ഒരല്പം വൈവിദ്ധ്യത്തെ നിങ്ങളിഷ്ടപ്പെടുമെന്ന് ഞാൻ കരുതുന്നു. ഇവിടെ എല്ലാവരും അനുസരണയുള്ളവരാണ്. അനുസരണയില്ലാത്ത ഒരാൾ ഞാൻ മാത്രമേയുള്ളൂ. നിങ്ങളെ കണ്ടുമുട്ടിയതിൽ ഞാനൊട്ടും തന്നെ സന്തോഷമുള്ളവനല്ല എന്നു കൂടി പറയട്ടെ."

അപ്പോഴേക്കും അച്ഛൻ വന്ന് എന്റെ കൈപിടിക്കും." നീ എന്തെങ്കിലും വികടത്തരം പറയും എന്ന് അപ്പോഴേ ഞാൻ പറഞ്ഞിരുന്നില്ലേ. നീ എവിടേയ്ക്കെങ്കിലും പോകുന്നതാണ് നല്ലത്."

എന്നാൽ ഞാൻ പറയും, "നോക്കൂ, ഞാൻ പറഞ്ഞത് സത്യമാണ്. എനിക്ക് ഒട്ടുംതന്നെ സന്തോഷം തോന്നുന്നില്ല. സത്യം പറയുന്നതിനെ ഈ മാന്യൻ ബഹുമാനിക്കും എന്നു ഞാൻ കരുതുന്നു."

എന്നാൽ ആരുംതന്നെ സത്യത്തെ ബഹുമാനിക്കുന്നില്ല. മാന്യതയാണ് നിങ്ങൾക്കു വേണ്ടതെങ്കിൽ, അപ്പോൾ നിങ്ങൾക്ക് ആൾക്കൂട്ടത്തെ പിന്തുടരേണ്ടി വരും, അവരെ അനുസരിക്കേണ്ടി വരും. ആൾക്കൂട്ടം എന്താണോ 'ശരി' എന്നു പറയുന്നത്, അത് ശരിയാണ്, എന്താണോ തെറ്റ് എന്നു പറയുന്നത് അതു തെറ്റാണ്.

സരതുഷ്ട്രൻ പറയുന്നു, "നിങ്ങളുടെ ധാർമ്മികതയിൽ പോലും നിങ്ങളിപ്പോഴും ദൂരക്കാഴ്ചയില്ലാത്ത ആ ജനങ്ങളോടൊപ്പമാണ്."

നിങ്ങളുടെ ധാർമ്മികത കപടമാണ്. കാരണം അത് നിങ്ങളുടെ സ്വന്തം ആത്മാവിൽ നിന്നല്ല വരുന്നത്, അത് വെറും അനുകരണം മാത്രമാണ്. നിങ്ങളൊരു കാർബൺ പകർപ്പാണ്. നിങ്ങളുടെ യഥാർത്ഥത്തിലുള്ള സത്തയല്ല നിങ്ങൾ.

"ആത്മീയതയെന്നാൽ അത് ജീവിതത്തോടുതന്നെ ഏറ്റുമുട്ടിക്കൊണ്ടിരിക്കലാണ്. സ്വയം പീഡിപ്പിക്കുന്നതിലൂടെ, അത് അതിന്റെ അറിവിനെ വികസിപ്പിക്കുന്നു. ഇതിനുമുമ്പേ നിങ്ങളിത് അറിഞ്ഞിട്ടുണ്ടോ?"

ആത്മീയത എന്നാൽ അത് ഒരു നിരന്തരമായ ഏറ്റുമുട്ടലും വെല്ലുവിളിയുമാണ്. കൂടുതൽ വളർച്ച നേടുവാൻ, ഉദ്ബുദ്ധമാകുവാൻ - ജീവിതം

അതിനോടുതന്നെ ഏറ്റുമുട്ടിക്കൊണ്ടിരിക്കുകയാണ്. ഈ ഉണർച്ചയിൽ നിന്നു മാത്രമേ - നിങ്ങളിലെ ജൈവശക്തിയുടെ വളർച്ചയിൽ നിന്നു മാത്രമേ - നന്മകൾ ഉറവെടുക്കുകയുള്ളൂ. എന്നാൽ അവ ജന്മമെടുക്കുന്നത് നിങ്ങളുടെ തന്നെ അനുഭവത്തേയും ബോധത്തേയും അനുസരിച്ചാണ്. അവ മൗലികമാണ്. മൗലികമായ ഒന്നിനു മാത്രമേ സുന്ദരമാകുവാൻ കഴിയുകയുള്ളൂ. ആത്മബോധത്തിന്റെ ആനന്ദമിതാണ്. മൗലികമായി നിലനിന്നുകൊണ്ട്, എല്ലായ്പ്പോഴും പുതിയ ഉയരങ്ങളിലേക്കും പുതിയ ഉൾക്കാഴ്ചകളിലേക്കും വളർന്നുകൊണ്ട്, എല്ലായ്പോഴും പുതിയ കയങ്ങളിലേക്കു നീങ്ങിക്കൊണ്ട്, ഭൂപടമില്ലാത്തതും, ആൾസഞ്ചാരമില്ലാത്തതുമായ വഴികളിലേക്കു നീങ്ങിക്കൊണ്ട്, ജീവിക്കുക.

ആത്മശക്തിയെന്നത് സാഹസികനായ ഒരു സഞ്ചാരിയെപ്പോലെയാണ്. ആൾക്കൂട്ടമെന്നതാകട്ടെ, കെട്ടിക്കിടക്കുന്ന ഒരു കുളം പോലെയും. അതൊരിടത്തേക്കും സഞ്ചരിക്കുന്നില്ല. ഓരോ ദിവസം ചെല്ലുന്തോറും അതിലെ ജലം കൂടുതൽ കൂടുതൽ മലിനമായിത്തീരും. ക്രമേണ ആ കുളം വെറും ചെളിവെള്ളമായിത്തീരും. അതേസമയം ആത്മശക്തി ഒരു പുഴയാണ്. അത് എല്ലായ്പോഴും ഒഴുകിക്കൊണ്ടിരിക്കുന്നു. പുതിയ പുതിയ ദേശങ്ങളിലേക്ക്, മലകളിൽ നിന്നു താഴ്വരയിലേക്കും സമതലങ്ങളിലേക്കും അത് ഒഴുകിക്കൊണ്ടിരിക്കുന്നു. ഒടുവിൽ അത് സമുദ്രത്തിൽ ചെന്നുചേരും.

“ആത്മീയതയുടെ ആനന്ദമിതാണ്: ഒരു ബലിമൃഗത്തെപ്പോലെ കണ്ണുനീരൊഴുക്കിക്കൊണ്ട് അതു തന്നെത്തന്നെ ദൈവത്തിനു സമർപ്പിക്കുന്നു - ഇതിനു മുമ്പേ നിങ്ങളിതറിഞ്ഞിട്ടുണ്ടോ?”

കൂടുതൽ മെച്ചപ്പെട്ടതായ ഒന്നിന്റെ ഉദയത്തിനുവേണ്ടി, ഒരുവൻ തന്നെത്തന്നെ ബലിയർപ്പിച്ചുകൊണ്ടിരിക്കുകയാണ്. കൂടുതൽ ഉയർന്ന ഒരു തലത്തിൽ പുനർജനിക്കുന്നതിനുവേണ്ടി ഒരുവൻ മരണത്തിനു കീഴടങ്ങിക്കൊണ്ടിരിക്കുകയാണ്. അവൻ, ഒരേസമയം ബലിയും ആ ബലിയർപ്പിക്കപ്പെടുന്ന ദൈവവുമാണ്. എന്നാൽ നിരന്തരം പരിണമിച്ചുകൊണ്ടിരിക്കുന്ന ഒരു ബോധമവിടെയുണ്ട്. ഉണർച്ചയുടെ ഒരു ഘനീഭാവമവിടെയുണ്ട്. ഉറക്കത്തിൽ പോലും നിങ്ങളിലുള്ള എന്തോ ഒന്ന് ജാഗരൂകമായി നിലനിൽക്കുന്നു. അതേപോലെ നിങ്ങൾ ഉണർന്നിരിക്കുമ്പോഴും, കണ്ണുകൾ തുറന്നിരിക്കുമ്പോഴും, നിങ്ങളിലുള്ള എന്തോ ഒന്ന് ഗാഢനിദ്രയിലാണ്. ഒരു നിമിഷം നിങ്ങളുടെ കണ്ണുകളൊന്ന് അടച്ചുനോക്കൂ. അപ്പോൾ നിങ്ങൾക്കുള്ളിൽ സ്വപ്നങ്ങൾ ഒഴുകിക്കൊണ്ടിരിക്കുന്നതായി നിങ്ങൾ കണ്ടെത്തും.

“അന്ധനായ ഒരുവന്റെ അന്ധതയും, അയാളുടെ തിരച്ചിലും, തപ്പിത്തടയലും, അയാൾ ദൃഷ്ടിയുറപ്പിച്ചിരിക്കുന്ന വെളിച്ചത്തിന്റെ തീവ്രതയ്ക്കു സാക്ഷ്യം വഹിക്കും - ഇതിനു മുമ്പേ നിങ്ങളിതറിഞ്ഞിട്ടുണ്ടോ?”

അന്ധനായ ഒരുവൻ വെളിച്ചമവിടെയുണ്ട് എന്നു വിശ്വസിക്കുക മാത്രം ചെയ്യുന്നു. സത്യത്തിൽ അന്ധരായവർ മാത്രമാണ് വിശ്വസിക്കുന്നത്. മറ്റൊരു തരത്തിൽ പറഞ്ഞാൽ, എല്ലാ വിശ്വാസങ്ങളും അന്ധമാണ്. അതു നിങ്ങളറിയുന്നതോടെ, നിങ്ങൾക്കു വിശ്വസിക്കേണ്ട ആവശ്യമില്ലാതാകും.

ഒരിക്കൽ ജർമ്മൻകാരനായ ഒരു തത്ത്വചിന്തകൻ രമണമഹർഷിയോടു ചോദിച്ചു, "നിങ്ങൾ ദൈവത്തിൽ വിശ്വസിക്കുന്നുണ്ടോ?"

അതിനു രമണമഹർഷി നൽകിയ ഉത്തരം കേട്ടപ്പോൾ ആ തത്ത്വചിന്തകൻ ഞെട്ടി. രമണമഹർഷി പറഞ്ഞു, "ഇല്ല, ഞാൻ ദൈവത്തിൽ വിശ്വസിക്കുന്നില്ല."

തത്ത്വചിന്തകന് അതു മനസ്സിലാക്കാൻ കഴിഞ്ഞില്ല, കാരണം രമണമഹർഷി ദൈവസാക്ഷാത്ക്കാരം ലഭിച്ച ഒരുവനാണ് എന്നാണ് അയാൾ കരുതിയിരുന്നത്. എന്തായിരിക്കും അദ്ദേഹം ഉദ്ദേശിക്കുന്നത്? അയാളുടെ അമ്പരപ്പു കണ്ടപ്പോൾ രമണമഹർഷി ചിരിച്ചുകൊണ്ടു പറഞ്ഞു, "പരിഭ്രമിക്കാതിരിക്കൂ, എനിക്ക് ദൈവത്തിൽ വിശ്വസിക്കേണ്ട ആവശ്യമില്ല, എന്തുകൊണ്ടെന്നാൽ ഞാൻ ദൈവത്തെ അറിയുന്നു."

അറിയുക എന്നത് തീർത്തും വ്യത്യസ്തമായൊരു പ്രക്രിയയാണ്. വിശ്വസിക്കുക എന്നത് അതിന്റെ നേർവിപരീതമാണ്. ലക്ഷക്കണക്കിനാളുകൾ ദൈവത്തിൽ വിശ്വസിക്കുന്നു. കമ്മ്യൂണിസ്റ്റ് രാജ്യങ്ങളിലുള്ളവർ ദൈവത്തിൽ വിശ്വസിക്കുന്നില്ല. എന്നാൽ വിശ്വാസികളും അവിശ്വാസികളും ഒരേ തോണിയിലാണ്. വിശ്വാസികളും അറിയുന്നില്ല, അവിശ്വാസികളും അറിയുന്നില്ല.

അറിയുവാൻ കഠിനപ്രയത്നവും അതോടൊപ്പം അന്വേഷണവും ആവശ്യമാണ്. വിശ്വസിക്കുവാനും അവിശ്വസിക്കുവാനും വളരെ എളുപ്പമാണ്. അതു വളരെ വിലകുറഞ്ഞതാണ്. അതിനായി നിങ്ങൾക്ക് ഒന്നും തന്നെ ചെയ്യേണ്ട ആവശ്യമില്ല. അവ കടമെടുക്കപ്പെട്ടതാണ്.

"പ്രബുദ്ധനായ ഒരുവൻ പർവ്വതങ്ങളെക്കൊണ്ട് നിർമ്മിക്കുവാൻ പഠിക്കും. ആത്മശക്തിയെ സംബന്ധിച്ചേടത്തോളം മലകളിളക്കി മറിക്കുക എന്നത് ഒരു ചെറിയ കാര്യമാണ് - ഇതിനു മുമ്പേ നിങ്ങളിതറിഞ്ഞിട്ടുണ്ടോ?"

അദ്ദേഹം തത്ത്വചിന്തകരോടു ചോദിക്കുന്നു "നിങ്ങൾക്കിതറിയാമോ? ആൾക്കൂട്ടത്തിൽ ജീവിച്ചുകൊണ്ടിരിക്കുമ്പോൾ, തടിച്ചു കൊഴുത്തുകൊണ്ടിരിക്കുമ്പോൾ, കൂടുതൽ കൂടുതൽ ആദരവ് നേടിയെടുത്തു കൊണ്ടിരിക്കുമ്പോൾ, എങ്ങിനെയാണ് നിങ്ങൾക്കിതറിയുവാൻ കഴിയുക? പ്രബുദ്ധനായ ഒരുവൻ അസാധ്യമായതിനെപ്പോലും സാധ്യമാക്കിത്തീർക്കും. അയാൾ ബോധത്തിന്റെ പർവ്വതങ്ങൾ നിർമ്മിക്കുവാൻ പഠിക്കും. അയാൾ

ബോധത്തിന്റെ കൊടുമുടികളിൽ ചെന്നെത്തുവാൻ ശ്രമിക്കും. നക്ഷത്ര ങ്ങളോളമെത്തുന്ന ഉയരങ്ങളെ കീഴടക്കുവാൻ ശ്രമിക്കും എന്ന് നിങ്ങൾക്ക റിയാമോ?"

"ആത്മീയതയുടെ ചെറുസ്ഫുലിംഗങ്ങളെ മാത്രമേ നിങ്ങളറിഞ്ഞി ട്ടുള്ളൂ. എന്നാൽ ആത്മശക്തിയാകുന്ന കൊല്ലന്റെ ആലയിലെ ഉരുക്കുക ട്ടിയെ നിങ്ങൾ കാണുന്നില്ല. അതിന്റെ ഉഗ്രശക്തിയെക്കുറിച്ച് നിങ്ങളറി യുന്നില്ല. വാസ്തവത്തിൽ, ആത്മശക്തിയുടെ പ്രൗഢിയെന്തെന്ന് നിങ്ങൾക്കറിഞ്ഞുകൂടാ. അതിനേക്കാൾ കുറച്ചു മാത്രമേ അതിന്റെ എളി മയെ നിങ്ങൾക്കനുഭവിക്കുവാൻ കഴിയുന്നുള്ളൂ."

"നിങ്ങൾ കഴുകന്മാരല്ല.

അതുകൊണ്ടുതന്നെ ഭീതിയിൽ നിന്നുളവാകുന്ന ആത്മാവിന്റെ ആന ന്ദത്തെക്കുറിച്ചും നിങ്ങൾക്കറിഞ്ഞുകൂടാ."

സരതുഷ്ട്രനെ സംബന്ധിച്ചേടത്തോളം കഴുകൻ ഒരു മുഖ്യ പ്രതീ കമാണ്. കഴുകനേയും സർപ്പത്തേയും - ഈ രണ്ടു പ്രതീകങ്ങളെയും - അദ്ദേഹം ഇഷ്ടപ്പെടുന്നു. അദ്ദേഹത്തിന്റെ വീക്ഷണത്തിൽ സർപ്പം ധിഷണയെയും കഴുകൻ സ്വാതന്ത്ര്യത്തെയും പ്രതിനിധീകരിക്കുന്നു. കഴുകൻ ആകാശത്തിന്റെ ഏറ്റവുമുയരങ്ങളിൽ സഞ്ചരിക്കുന്നു.

അദ്ദേഹം തത്ത്വചിന്തകരോടു പറയുന്നു, "നിങ്ങൾ കഴുകന്മാരല്ല. അതുകൊണ്ടുതന്നെ ഭീതിയിലുള്ള ആത്മാവിന്റെ ആനന്ദത്തെക്കുറിച്ച് നിങ്ങൾക്കറിഞ്ഞുകൂടാ."

ഉയരങ്ങളിലെ ഏകാന്തതയെക്കുറിച്ച്, ഉയരങ്ങളിലെ നിശ്ശബ്ദതയെ ക്കുറിച്ച്, ഉയരങ്ങളിലെ അപകടങ്ങളെക്കുറിച്ച്, ഒരു കഴുകനു മാത്രമേ അറിയുകയുള്ളൂ. എന്നാൽ അപകടങ്ങളെ അറിയാതെ ഒരുവൻ ഒരിക്കലും വളരുന്നില്ല.

സരതുഷ്ട്രന്റെ അടിസ്ഥാന ശിക്ഷണം ഇതാണ്: അപകടകരമായി ജീവിക്കുക. വിദൂരമായ ആകാശങ്ങളിലേക്കു കഴുകനെ പിന്തുടരുക. ഭയ പ്പെടാതിരിക്കുക. എന്തെന്നാൽ നിങ്ങളുടെ അന്തരാത്മാവ് അനശ്വരമാണ്.

അപകടങ്ങളെ ഭയപ്പെടുന്നവർ തങ്ങളുടെ അന്തരാത്മാവിനെ അറി യാത്തവരാണ്. അവരുടെ ഭയം അവരുടെ അജ്ഞതയല്ലാതെ മറ്റൊന്നു മല്ല.

"ഒരു പക്ഷിയല്ലാത്ത ഒരുവൻ ഗർത്തങ്ങൾക്കു മുകളിൽ തന്റെ വീട് നിർമ്മിക്കുന്നില്ല."

എന്നാൽ അഗാധഗർത്തത്തിനു മുകളിൽ ഒരു വീട് നിർമ്മിക്കുന്ന തിന്റെ ആനന്ദം... ആ ആനന്ദം ധൈര്യശാലികളായ അല്പം ചിലർക്കു മാത്രമുള്ളതാണ്. സരതുഷ്ട്രനെ സംബന്ധിച്ചേടത്തോളം മതം എല്ലാ വർക്കും വേണ്ടിയുള്ള ഒന്നല്ല. അതു കഴുകനെപ്പോലെ ഉയരത്തിൽ

പറക്കുന്നവർക്കു വേണ്ടി മാത്രമുള്ളതാണ്, അത് അപകടകരമായി ജീവിക്കുവാൻ തയ്യാറായവർക്കു വേണ്ടി മാത്രമുള്ളതാണ് - കാരണം അവർക്കു മാത്രമേ സത്യത്തെ കണ്ടെത്തുവാൻ കഴിയുകയുള്ളൂ. അവർക്കു മാത്രമേ ജീവിതത്തിന്റെ അർത്ഥമെന്തെന്നു കണ്ടെത്തുവാൻ കഴിയുകയുള്ളൂ. അവർക്കു മാത്രമേ ഒരു ദിവസം ആ അതിമാനുഷനായിത്തീരാൻ കഴിയുകയുള്ളൂ.

"നിങ്ങൾ നിലനിൽക്കുന്നത് ഇളംചൂടിന്റെ അവസ്ഥയിലാണ്. എന്നാൽ ഗഹനമായ അറിവുകളെല്ലാം ഉറവയെടുക്കുന്നത് ശൈത്യത്തിൽ നിന്നാണ്. ഏറ്റവുമടിത്തട്ടിലുള്ള ആത്മാവിന്റെ നീരുറവകൾ മഞ്ഞുകണക്കെ തണുത്തതാണ്. ചൂടുപിടിച്ച കൈകൾക്കും, സ്പർശിക്കുന്നവർക്കും അതൊരു ആശ്വാസമാണ്."

ജനക്കൂട്ടം ഇളംചൂടുള്ള - അതായത് ശരിക്കും ചൂടുള്ളതോ ശരിക്കും തണുത്തതോ അല്ലാത്ത - ജീവിതമാണു നയിക്കുന്നത്. അത് അറ്റങ്ങളെ അറിയുന്നില്ല. എല്ലായ്പോഴും അതു മദ്ധ്യത്തിലൂടെ മാത്രം - സുരക്ഷിതമായി - നീങ്ങുന്നു. സുരക്ഷിതത്വത്തെക്കുറിച്ചും സുഖസൗകര്യങ്ങളെക്കുറിച്ചും വളരെയധികം ആശങ്കപ്പെടുന്നവർക്കു സാഹസികരാവാൻ കഴിയില്ല, അവർക്കു സത്യാന്വേഷികളാവാൻ കഴിയില്ല. അറിവ് ഒഴുകുന്നത് ആഴത്തിലാണ്, അതു തണുത്തതാണ്. അതിനാൽ ഇളംചൂടിന്റെ അവസ്ഥയിലുള്ള ജീവിതത്തിൽനിന്ന്, ചെടികളെപ്പോലെ വെറുതെ നിന്നു വളരുന്ന, വെറുമൊരു നിലനില്പു മാത്രമായ ആ ജീവിതത്തിൽ നിന്ന് പുറത്തേക്കു കടക്കുവാൻ ഒരുവൻ കഴിവുള്ളവനായിരിക്കണം.

തൊട്ടിൽ മുതൽ ശവക്കല്ലറ വരെ - ചൊട്ട മുതൽ ചുടല വരെ - ഒരേയൊരു കാര്യത്തെക്കുറിച്ചു മാത്രമാണ് നിങ്ങൾ താത്പര്യമുള്ളവനായിരിക്കുന്നത്. എങ്ങിനെയാണ് അതിജീവിക്കുക, എങ്ങിനെയാണ് സുരക്ഷിതനായി നിലനിൽക്കുക, എങ്ങിനെയാണ് അപകടമൊന്നുമില്ലാതെ നിലനിൽക്കുക? എന്നാൽ എവിടേക്കാണ് നിങ്ങൾ പോയിക്കൊണ്ടിരിക്കുന്നത്? നിങ്ങളുടെ എല്ലാ സുരക്ഷിതത്വവും നിങ്ങളുടെ എല്ലാ സുഖസൗകര്യങ്ങളും നിങ്ങളെ ശവക്കല്ലറയിലേക്കാണു നയിച്ചുകൊണ്ടിരിക്കുന്നത്. ആ ശവക്കല്ലറയിൽ ചെന്നെത്തുന്നതിനു മുൻപ് ഒരല്പം നൃത്തം, ഒരല്പം ആഘോഷം, നിങ്ങളുടെ ജീവിതത്തിലുണ്ടാകട്ടെ. സന്തോഷം കൊണ്ട് നിങ്ങളുടെ ഹൃദയം ഒരു ഗാനം മൂളട്ടെ.

അപകടകരമായി ജീവിക്കുക... അപകടകരമായി ജീവിച്ചാലും, വെറും ഇളംചൂടിൽ ജീവിച്ചാലും ഒരു നാൾ നിങ്ങൾ ശ്മശാനത്തിലെത്തിച്ചേരും. ഒരേയൊരു വ്യത്യാസം ഇതു മാത്രമാണ്, അപകടകരമായി ജീവിച്ച ഒരുവൻ, പൂർണ്ണമായും തീവ്രമായും ജീവിച്ച ഒരുവൻ തന്നിലുള്ള മരണമില്ലാത്തതിനെ അറിയുവാനിടയാകും. ഒടുവിലവിടെ ശവക്കല്ലറ വന്നുചേരും, എന്നാൽ മരണം വന്നുചേരുകയില്ല.

ഒരിക്കലും പൂർണ്ണമായി ജീവിച്ചിട്ടില്ലാത്ത ഒരുവനും ഒരിക്കലും തന്നിലേക്കുതന്നെ വേണ്ടത്ര ആഴത്തിൽ പോയിട്ടില്ലാത്ത ഒരുവനും ഒടുവിൽ ശ്മശാനത്തിലെത്തിച്ചേരും. എന്നാൽ ജീവിതത്തിന്റെ സനാതനത്വത്തെ അവൻ അറിയുകയില്ല. കണ്ണുനീരൊഴുക്കിക്കൊണ്ടാണ് അവൻ മരിക്കുക, കാരണം തനിക്കു പൂർണ്ണമായി ജീവിക്കുവാൻ അവനു സാധ്യമായിട്ടില്ല. അവൻ മുഴുവൻ ജീവിച്ചുകഴിഞ്ഞിട്ടില്ല. അതിനുമുമ്പേ മരണം വന്നെത്തിക്കഴിഞ്ഞു.

എന്നാൽ പൂർണ്ണമായി ജീവിച്ച ഒരുവൻ തന്റെ മരണത്തെക്കൂടി ആഘോഷിക്കും - കാരണം അയാളെ സംബന്ധിച്ചിടത്തോളം, അറിയപ്പെടാത്തതിന്റെ ഏറ്റവുമൊടുവിലത്തെ വെല്ലുവിളി എന്ന നിലയ്ക്കാണ് മരണം വന്നുചേരുന്നത്. അറിയപ്പെടാത്തതിൽ നിന്നുള്ള വെല്ലുവിളികൾ സ്വീകരിക്കുക - അതായിരുന്നു അയാളുടെ മുഴുവൻ ജീവിതവും. അതിനാൽ ഒരു ഗാനം മൂളിക്കൊണ്ട്, നൃത്തംവച്ചുകൊണ്ട് അയാൾ മരണത്തിലേക്കു പ്രവേശിക്കും. അയാൾ മരണത്തെ സ്വാഗതം ചെയ്യും, കാരണം നാശമില്ലാത്ത, മരണമെന്തെന്നറിയാത്ത, എന്തോ ഒന്ന് തന്നിലുണ്ടെന്ന് അയാൾക്കറിയാം.

"ആദരവ് കാംക്ഷിച്ചുകൊണ്ട്, ഒട്ടുംതന്നെ വളയാത്തവരായി, ശാഠ്യം പിടിച്ചുകൊണ്ടാണ്, ഹേ, പ്രശസ്തരായ തത്ത്വചിന്തകരേ, നിങ്ങളിവിടെ നിൽക്കുന്നത്. ശക്തിയായ കാറ്റോ, ഇച്ഛാശക്തിയോ നിങ്ങളെ പ്രചോദിപ്പിക്കുന്നില്ല.

ശക്തിയായ കാറ്റിലാടിയുലഞ്ഞുകൊണ്ട്, പൊന്തിയും താണും ഒരു പായ്ക്കപ്പൽ കടലിനു മുകളിൽ കൂടി സഞ്ചരിക്കുന്നത് നിങ്ങളൊരിക്കലും കണ്ടിട്ടില്ലെന്നുണ്ടോ?"

ആത്മീയതയുടെ ചാലകശക്തിക്കു മുമ്പിൽ ആടിയുലഞ്ഞുകൊണ്ടിരിക്കുന്ന ഒരു പായ്ക്കപ്പലിനെപ്പോലെ, മെരുക്കിയെടുത്തിട്ടില്ലാത്ത എന്റെ ധിഷണ സഞ്ചരിച്ചുകൊണ്ടിരിക്കുന്നു.

ധിഷണ ഒരിക്കലും മെരുക്കിയെടുക്കാൻ കഴിയാത്തതാണ്, ധിഷണ എല്ലായ്പോഴും വന്യമാണ്; ധിഷണ എല്ലായ്പോഴും നൈസർഗ്ഗികമാണ്.

അറിവ് ഒരടിമയാണ്, അത് ഇണക്കിയെടുക്കപ്പെട്ടതാണ്. അറിവ് വളരെ ദരിദ്രമാണ്. ഒരു കമ്പ്യൂട്ടറിനു ധിഷണയുണ്ടാകാൻ സാധ്യമല്ല, അത് മനുഷ്യരാശിയുടെ മാത്രം പ്രത്യേകാവകാശമാണ്. ധിഷണയുണ്ടാവുക എന്നത് മനുഷ്യബോധത്തിന്റെ മാത്രം പ്രത്യേകാവകാശമാണ്. എന്നാൽ അപ്പോൾ നിങ്ങൾ വന്യമായതിനുവേണ്ടി, മെരുക്കിയെടുക്കപ്പെട്ടിട്ടില്ലാത്തതിനുവേണ്ടി, സ്വാഭാവികമായതിനുവേണ്ടി, തയ്യാറാകേണ്ടിവരും.

ആളുകൾ സ്വാതന്ത്ര്യത്തെക്കുറിച്ച് സംസാരിക്കുന്നു. എന്നാൽ വാസ്തവത്തിലവർ സ്വാതന്ത്ര്യം ആഗ്രഹിക്കുന്നില്ല. കാരണം ശരിയായ

സ്വാതന്ത്ര്യം അപകടങ്ങളെ കൊണ്ടുവരും. അടിമത്തം സൗകര്യപ്രദമാണ്. അപ്പോൾ മറ്റാരെങ്കിലും നിങ്ങളുടെ ജീവിതത്തിന്റെ ഉത്തരവാദിത്വമേറ്റെടുത്തുകൊള്ളും. എന്നാൽ ധിഷണ സ്വാതന്ത്ര്യമാണ്. അടുത്ത നിമിഷം നിങ്ങളെന്താണ് അറിയുവാൻ പോകുന്നത് എന്ന് നിങ്ങളൊരിക്കലും അറിയുന്നില്ല. ധിഷണയെ നിങ്ങൾക്കു മുൻകൂട്ടി അഭിനയിച്ചു പരിശീലിക്കാൻ കഴിയില്ല. അതു പെട്ടെന്നാണു വരുന്നത്. എന്നാൽ അത് അത്രയ്ക്കും ഒരാനന്ദമാണ്. അത് അത്രയ്ക്കും ഒരനുഗ്രഹമാണ്. മെരുക്കിയെടുക്കപ്പെട്ടിട്ടില്ലാത്ത ധിഷണയെ അറിയാത്തവൻ ഒരിക്കലും ഒന്നുംതന്നെ അറിഞ്ഞിട്ടില്ല.

"എന്നാൽ ഹേ, ജനസേവകരേ, ഹേ, പ്രശസ്തരായ തത്ത്വചിന്തകരേ, അപ്പോൾ എങ്ങിനെയാണ് നിങ്ങൾക്ക് എന്നോടൊപ്പം സഞ്ചരിക്കുവാൻ കഴിയുക?"

അദ്ദേഹം തത്ത്വചിന്തകരോടും പുരോഹിതരോടും ദൈവശാസ്ത്രജ്ഞരോടും പറയുന്നു, "നിങ്ങൾക്ക് എന്നോടൊപ്പം സഞ്ചരിക്കുവാൻ കഴിയില്ല. നിങ്ങൾക്ക് എന്നോടൊപ്പം വനാന്തരങ്ങളിലേക്കു വരുവാൻ കഴിയില്ല. നിങ്ങൾക്ക് എന്നോടൊപ്പം അറിയപ്പെടാത്തതിലേക്കു യാത്ര ചെയ്യാൻ കഴിയില്ല. നിങ്ങളത്രയ്ക്കും ഭീരുക്കളാണ്. അതിനാവശ്യമായ ആത്മശക്തി നിങ്ങൾക്കില്ല. അറിയപ്പെടാത്തതും അറിയുവാൻ കഴിയാത്തതുമായ, നിഗൂഢവും ഗഹനവുമായ എല്ലാറ്റിന്റേയും വെല്ലുവിളികളെ സ്വീകരിക്കുന്നതിന്റെ മഹത്ത്വത്തെക്കുറിച്ച് നിങ്ങൾക്കറിഞ്ഞുകൂടാ."

....എന്നിങ്ങനെ സരതുഷ്ട്രൻ പറഞ്ഞു.

തന്നെത്തന്നെ മറികടക്കുന്നതിനെക്കുറിച്ച്

"നന്മതിന്മകളെക്കുറിച്ചുള്ള എന്റെ ശിക്ഷണത്തെ മനസ്സിലാക്കുന്നതിനായി, ആദ്യം ഞാൻ ജീവിതത്തെക്കുറിച്ചും ജീവജാലങ്ങളുടെ സ്വഭാവരീതികളെക്കുറിച്ചുമുള്ള എന്റെ അഭിപ്രായത്തെപ്പറ്റി പറയാം.

ജീവജാലങ്ങളെ കഴിയുന്നത്ര സൂക്ഷ്മമായി ഞാൻ നിരീക്ഷിച്ചിട്ടുണ്ട്. അവയുടെ സ്വഭാവരീതികളെക്കുറിച്ച് മനസ്സിലാക്കുന്നതിനായി ഏറ്റവും പ്രയാസമുള്ളതും ഏറ്റവും പ്രയാസം കുറഞ്ഞതുമായ വഴികളിലൂടെ ഞാൻ അന്വേഷിച്ചു നടന്നിട്ടുണ്ട്.

അവയുടെ വായ അടഞ്ഞിരിക്കുന്ന സമയത്ത്, അവയുടെ കണ്ണുകൾ എന്നോടു ചിലതു സംസാരിച്ചേക്കാം എന്നു പ്രതീക്ഷിച്ചുകൊണ്ട്, നൂറിരട്ടി പ്രതിഫലനശേഷിയുള്ള ഒരു കണ്ണാടിയിൽ ഞാൻ അവയുടെ നോട്ടം പിടിച്ചെടുത്തിട്ടുണ്ട്. ഞാൻ പ്രതീക്ഷിച്ചതുപോലെ തന്നെ അവയുടെ കണ്ണുകൾ എന്നോടു ചിലതു സംസാരിക്കുകയും ചെയ്തു.

എവിടെയെല്ലാം ഞാൻ ജീവജാലങ്ങളെ കണ്ടുവോ, അവിടെയെല്ലാം ഞാൻ കേട്ടത് അനുസരണയുടെ ഭാഷയാണ്. ഓരോ ജീവിയും അനുസരിച്ചുകൊണ്ടും അനുകരിച്ചുകൊണ്ടുമിരിക്കുകയാണ് എന്നു ഞാൻ കണ്ടു.

രണ്ടാമത്തെ കാര്യം ഇതാണ്: ആർക്കാണോ തന്നെത്തന്നെ അനുസരിക്കുവാൻ കഴിയാത്തത്, അയാൾ മറ്റുള്ളവരാൽ ആജ്ഞാപിക്കപ്പെടും. ജീവജാലങ്ങളുടെ പ്രകൃതമതാണ്.

പിന്നെ ഞാൻ കേട്ട ആ മൂന്നാമത്തെ കാര്യമിതാണ്: ആജ്ഞാപിക്കുവാൻ അനുസരിക്കുന്നതിനേക്കാൾ ബുദ്ധിമുട്ടാണ്, എന്തുകൊണ്ടെന്നാൽ ആജ്ഞാപിക്കുന്നവന് അനുസരിക്കുന്നവരായ എല്ലാവരുടേയും ഉത്തരവാദിത്വമേറ്റെടുക്കേണ്ടി വരും. ആ ഭാരം പലപ്പോഴും അയാളെ ദോഷകരമായി ബാധിച്ചേക്കാം.

എല്ലാ ആജ്ഞാപിക്കലുകളിലും ഒരു പരീക്ഷണവും ഒരു അപകട സാധ്യതയുമുള്ളതായി എനിക്ക് അനുഭവപ്പെട്ടിട്ടുണ്ട്. അതായത് ആജ്ഞാപിക്കുമ്പോൾ ഒരു ജീവി എല്ലായ്പ്പോഴും അതിനെത്തന്നെ അപകടത്തിൽപ്പെടുത്തുന്നു...

"എങ്ങിനെയാണിതു സംഭവിച്ചത്?" എന്ന് ഞാൻ എന്നോടു തന്നെ ചോദിച്ചു: അനുസരിക്കുവാനും ആജ്ഞാപിക്കുവാനും, ആജ്ഞാപിച്ചു കൊണ്ടിരിക്കുമ്പോൾ കൂടി അനുസരണയോടെ നിലനിൽക്കുവാനും, ഒരു ജീവിയെ പ്രേരിപ്പിക്കുന്നതെന്താണ്?

ബുദ്ധിശാലികളായ എന്റെ കൂട്ടുകാരേ, ഇനി നിങ്ങളെന്റെ ശിക്ഷണത്തിലേക്കു ശ്രദ്ധിക്കുക: ജീവിതത്തിന്റെ കേന്ദ്രത്തിലേക്ക്, അതിന്റെ ഏറ്റവും അടിത്തട്ടിലേക്ക് എനിക്ക് ഇറങ്ങിച്ചെല്ലാൻ കഴിഞ്ഞിട്ടുണ്ടോ എന്ന് നിങ്ങളോരോരുത്തരും സ്വയം പരിശോധിച്ചു നോക്കുക.

എവിടെയെല്ലാം ജീവജാലങ്ങളെ ഞാൻ കണ്ടുവോ അവിടെയെല്ലാം അധികാരത്തോടുള്ള താത്പര്യവും എനിക്കു കാണുവാൻ കഴിഞ്ഞു. ഒരു ഭൃത്യന്റെ മനസ്സിൽ പോലും ഒരു യജമാനനാകുവാനുള്ള ആഗ്രഹമുണ്ട് എന്നു ഞാൻ കണ്ടെത്തി. തന്നേക്കാൾ കൂടുതൽ ശക്തിയുള്ള ഒരുവനെ സേവിക്കുവാൻ ദുർബലനായ ഒരുവന്റെ മനസ്സ് അവനെ പ്രേരിപ്പിക്കും. അതേസമയം, തന്നേക്കാൾ താഴ്ന്നവനും, ദുർബ്ബലനുമായ ഒരുവന്റെ യജമാനനാകുവാനും അവന്റെ ഹൃദയം മോഹിക്കും. ഈ മോഹത്തെ ഉപേക്ഷിക്കുവാൻ അവൻ തയ്യാറാവുകയില്ല.

തന്നേക്കാൾ താഴ്ന്നവനുമേൽ തന്റെ അധികാരത്തെ ഉറപ്പിക്കുന്നതിനുവേണ്ടി ഒരുവൻ തന്നേക്കാൾ ഉയർന്നവനും ശക്തിശാലിയുമായ ഒരുവനു കീഴടങ്ങുന്നതുപോലെ, ഏറ്റവും ഉയർന്ന അധികാരത്തിലിരിക്കുന്നവനും തന്റെ അധികാരത്തെ നിലനിർത്തുന്നതിനുവേണ്ടി തന്റെ ജീവനെ പണയപ്പെടുത്തുവാൻ പോലും തയ്യാറായെന്നു വരാം.

അപകടങ്ങളേയും അപകടസാധ്യതകളേയും നേരിടുവാനും, വേണ്ടി വന്നാൽ മരണത്തോടു മല്ലിടുവാനും ശക്തിശാലിയായ ഒരുവൻ എല്ലായ്പോഴും തയ്യാറാകും.

എവിടെയെല്ലാം ത്യാഗവും സേവനവും സ്നേഹപൂർവ്വമുള്ള കടാക്ഷങ്ങളുമുണ്ടോ, അവിടെയെല്ലാം അധിപനാകുവാനുള്ള ആഗ്രഹവുമുണ്ടാകും.

ദുർബ്ബലരായവർ രഹസ്യമാർഗ്ഗങ്ങളിലൂടെ ദുർഗ്ഗമമായ കോട്ടകളിൽ പോലും കയറിപ്പറ്റും. അത്തരത്തിലാണ് അവർ ശക്തിശാലികളുടെ ഹൃദയത്തിൽ കയറിപ്പറ്റി അധികാരത്തെ കവർന്നെടുക്കുന്നത്.

ജീവിതം തന്നെയാണ് ഈ രഹസ്യം എന്നോടു പറഞ്ഞത്:

"നോക്കൂ" അതു പറഞ്ഞു, "നിനക്ക് വീണ്ടും വീണ്ടും നിന്നെത്തന്നെ മറികടക്കേണ്ടിവരും."

നിങ്ങൾക്കിതിനെ പ്രത്യുത്പാദനത്തിനുവേണ്ടിയുള്ള ആഗ്രഹം എന്നോ അല്ലെങ്കിൽ, കൂടുതൽ ഉയർന്നതും, ദൂരെയുള്ളതും നാനാമുഖവുമായ ഏതോ ലക്ഷ്യത്തിലേക്കുള്ള പ്രയാണം എന്നോ, വിളിക്കാൻ കഴിയും. എന്നാൽ ഇതെല്ലാം ഒരേ കാര്യം തന്നെയാണ്.

ഈ ഒരു കാര്യത്തെ ത്യജിക്കുന്നതിനേക്കാൾ ഭേദം മരണമാണ് എന്നാണെനിക്കു തോന്നുന്നത്. എവിടെയെല്ലാം ജീർണ്ണതയും ഇലകൊഴിച്ചിലുമുണ്ടോ, സൂക്ഷിക്കുക, അവിടെയെല്ലാം കൂടുതൽ അധികാരത്തിനുവേണ്ടി ജീവിതം അതിനെത്തന്നെ ബലി കഴിക്കും.

ആരാണോ എന്റെ താത്പര്യങ്ങളെ മുൻകൂട്ടി കാണുന്നത്, അയാൾ തീർച്ചയായും അതു കണ്ടെത്തും, എത്ര വളഞ്ഞ വഴികളിലൂടെ അയാൾക്കു പോകേണ്ടി വന്നാലും.

എന്തെല്ലാം തന്നെ ഞാൻ സൃഷ്ടിച്ചാലും, അവയെ എത്രതന്നെ ഞാൻ സ്നേഹിച്ചാലും, താമസിയാതെ എനിക്കവയെ - എന്റെ ആ സ്നേഹങ്ങളെ, എതിർക്കേണ്ടി വരും. അങ്ങിനെയാണ് എന്റെ ആഗ്രഹം അതു നേടിയെടുക്കുന്നത്.

ഹേ, പ്രബുദ്ധരായ മനുഷ്യരേ, നിങ്ങളും ഒരു വഴി മാത്രമാണ്. സത്യത്തിൽ എന്റെ ആഗ്രഹങ്ങൾ നിങ്ങളുടെ കാലുകളിലൂടെയാണ് സഞ്ചരിക്കുന്നത്. അധികാരത്തിലേക്കുള്ള എന്റെ പ്രയാണം നിങ്ങളുടെ കാലുകളിലൂടെയാണ്. 'നിലനിൽക്കുവാനുള്ള ഇച്ഛ' എന്ന സിദ്ധാന്തത്തെ അവതരിപ്പിച്ചവനാരായാലും ശരി, തീർച്ചയായും അയാൾ സത്യത്തിലെത്തിച്ചേർന്നിട്ടില്ല; എന്തെന്നാൽ ഇത്തരമൊരു താത്പര്യം നിലനിൽക്കുന്നില്ല; കാരണം എന്താണോ നിലനിൽക്കാത്തത് അതിന് ഇച്ഛിക്കുവാൻ കഴിയില്ല. നിലവിലുള്ളതായ ഒന്നിന് എങ്ങിനെയാണു പിന്നേയും നിലവിൽ വരുന്നതിനായി ആഗ്രഹിക്കുവാൻ കഴിയുക? എവിടെയാണോ ജീവിതമുള്ളത്, അവിടെ മാത്രമേ ഇച്ഛയുമുള്ളൂ; അല്ലാതെ അതു ജീവിക്കുവാനുള്ള ഇച്ഛയല്ല. അതുകൊണ്ടാണ് 'അധികാരത്തോടുള്ള താത്പര്യ'ത്തെക്കുറിച്ച് ഞാൻ നിങ്ങളെ പഠിപ്പിക്കുന്നത്.

ജീവിതത്തേക്കാൾ ഉയർന്നതായ പല കാര്യങ്ങൾക്കും ജീവി വില കല്പിക്കുന്നു. അപ്പോഴും ആ മൂല്യനിർണ്ണയവും അധികാരത്തോടുള്ള താത്പര്യത്തെക്കുറിച്ചാണ് സംസാരിക്കുന്നത്.

സത്യസന്ധമായി ഞാൻ നിങ്ങളോടു ഒരു കാര്യം പറയുവാനാഗ്രഹിക്കുന്നു. "മാറ്റമില്ലാത്ത നന്മയോ തിന്മയോ നിലനിൽക്കുന്നില്ല. അവയിൽനിന്നുതന്നെ അവയ്ക്ക് വീണ്ടും വീണ്ടും പുറത്തു കടക്കേണ്ടി വരും. നന്മ-തിന്മകളെക്കുറിച്ചുള്ള സിദ്ധാന്തങ്ങളും നിങ്ങളുടേതായ മൂല്യങ്ങളും

വച്ചുകൊണ്ടാണ് നിങ്ങൾ അധികാരത്തെ വിനിയോഗിക്കുന്നത്. ഏതു കാര്യത്തിനും മൂല്യനിർണ്ണയം നടത്തുന്നവരേ, ഇത് ആ കാര്യങ്ങളോടുള്ള നിങ്ങളുടെ ഗൂഢതാത്പര്യത്തെയാണ് വെളിപ്പെടുത്തുന്നത്.

എന്നാൽ നിങ്ങളുടെ മൂല്യങ്ങളിൽ നിന്ന് കൂടുതൽ ശക്തിയുള്ള ഒരധികാരവും ഒരു പുതിയ അധീശത്വവും വളർന്നുവരും.

നന്മയിലും തിന്മയിലും ഒരു സ്രഷ്ടാവാകേണ്ട ഒരുവന് സത്യത്തിൽ നിങ്ങളുടെ ചില മൂല്യങ്ങളെ തച്ചുടച്ചുകൊണ്ട്, ആദ്യമേതന്നെ, ഒരു സംഹാരകനാകേണ്ടി വരും. അതിനാൽ ഏറ്റവും വലിയ തിന്മ ഏറ്റവും വലിയ നന്മയോടൊപ്പമായിരിക്കും. എന്നാൽ ഇത് സൃഷ്ടിപരമായ നന്മയാണ്.

ഹേ, ഏറ്റവും ബുദ്ധിശാലികളായ കൂട്ടുകാരേ, ഇത് ഒരു ചീത്ത കാര്യമാണെങ്കിൽക്കൂടി നമുക്ക് ഇതിനെക്കുറിച്ച് സംസാരിക്കാം. നിശ്ശബ്ദനായിരിക്കുക എന്നത് കൂടുതൽ ചീത്തയാണ്. അമർത്തിവയ്ക്കപ്പെട്ട എല്ലാ സത്യങ്ങളും വിഷലിപ്തമായിത്തീരും. അതിനാൽ നമ്മുടെ സത്യങ്ങളെ തകർക്കുവാൻ കഴിയുന്ന എല്ലാറ്റിനേയും പുറത്തേക്കുവരാൻ അനുവദിക്കുക. അവ തച്ചുടയ്ക്കട്ടെ.

നിർമ്മിക്കുവാൻ ഇനിയും നിരവധി വീടുകളവിടെയുണ്ട്.

....എന്നിങ്ങനെ സരതുഷ്ട്രൻ പറഞ്ഞു.

ഈ നൂറ്റാണ്ടിലെ ശ്രദ്ധേയരായ മനഃശാസ്ത്രജ്ഞരിൽ ഒരാളായ ആൽഫ്രഡ് അഡ്ലർ (Alfred Adler) തന്റെ സിദ്ധാന്തം മുഴുവൻ കെട്ടിപ്പടുത്തത് മനുഷ്യന്റെ അധികാരത്തോടുള്ള അഭിവാഞ്ഛയിന്മേലാണ് (will to power). മനുഷ്യരിൽ പുതുതായിട്ടെന്തോ അദ്ദേഹം കണ്ടെത്തി എന്നു പരക്കെ വിശ്വസിക്കപ്പെട്ടു. എന്നാൽ ആൽഫ്രഡ് അഡ്ലറേയും അദ്ദേഹത്തിന്റെ സിദ്ധാന്തമായ 'അധികാരത്തോടുള്ള അഭിവാഞ്ഛ'യേയും കുറിച്ച് പലതും അറിയാമായിരുന്നവർക്ക് പുരാതന ദാർശനികനായ സരതുഷ്ട്രനെക്കുറിച്ച് ഒന്നും തന്നെ അറിയാമായിരുന്നില്ല.

'അധികാരാസക്തി'യുടെ മനഃശാസ്ത്രത്തെക്കുറിച്ചും അതിന്റെ അടിസ്ഥാനതത്ത്വങ്ങളെക്കുറിച്ചും സരതുഷ്ട്രൻ വിശദമായിത്തന്നെ പ്രതിപാദിച്ചിട്ടുണ്ട്. അതിനാൽ അത് പുതുതായ ഒന്നല്ല. അഡ്ലർ അതിനെ വീണ്ടും കണ്ടെടുക്കുകയാണു ചെയ്തത്. അദ്ദേഹം അതിനെ ഒന്നു പരിഷ്കരിക്കുക പോലും ചെയ്തിട്ടില്ല.

സരതുഷ്ട്രൻ അതിനെ എല്ലാ വശങ്ങളിലൂടെയും നോക്കിക്കണ്ടിട്ടുണ്ട്; അതിനെക്കുറിച്ച് വളരെ വിശദമായി, മഹത്തായ ഉൾക്കാഴ്ചയോടെ, പ്രതിപാദിച്ചിട്ടുണ്ട്. അദ്ദേഹത്തിന്റെ മനഃശാസ്ത്രം ഒരു മനഃശാസ്ത്രം മാത്രമല്ല, കാരണം അത് മനസ്സിനെക്കുറിച്ചു മാത്രമുള്ളതല്ല -

അത് ജീവിതത്തിന്റെ തന്നെ ഒരു തത്ത്വശാസ്ത്രമാണ്. അതിന്റെ വ്യാപ്തി, അതിന്റെ വിഷയവ്യാപ്തി, അഡ്ലറുടെ ആശയത്തേക്കാൾ എത്രയോ കൂടുതൽ വിശാലമാണ്. സരതുഷ്ട്രനുമായി താരതമ്യപ്പെടുത്തുമ്പോൾ അഡ്ലർ ഒരു ശിശുവിനെപ്പോലെയാണ്.

ആദ്യമായി, അതിന്റെ ഏറ്റവും അടിസ്ഥാനപരമായ കാര്യങ്ങൾ നിങ്ങൾക്കു വ്യക്തമാക്കിത്തരുവാൻ ഞാനാഗ്രഹിക്കുന്നു. അതിനുശേഷം സരതുഷ്ട്രന് എന്താണു പറയാനുള്ളത് എന്നതിന്റെ വിശദാംശങ്ങളിലേക്കു നമുക്കു കടക്കാം. ഒന്നാമത്തെ കാര്യമിതാണ്: ജീവിതമെന്നാൽ അത് നിരന്തരമായ ഒരു അതിക്രമണമാണ്. ഓരോന്നും അതിനെത്തന്നെ അതിക്രമിക്കുവാൻ ശ്രമിച്ചുകൊണ്ടിരിക്കുകയാണ്. ഓരോന്നും തന്നെത്തന്നെ കൂടുതൽ മെച്ചപ്പെടുത്തുവാൻ, കൂടുതൽ സുന്ദരമാക്കുവാൻ, കൂടുതൽ ശക്തിപ്പെടുത്തുവാൻ, കൂടുതൽ ആധികാരികമാക്കുവാൻ ശ്രമിച്ചുകൊണ്ടിരിക്കുകയാണ്. അതിക്രമിക്കുവാനുള്ള - മറികടക്കുവാനുള്ള - ഈ ശ്രമം ഒരിക്കലും പൂർണ്ണമായിത്തീരുന്ന ഒന്നല്ല.

നിങ്ങളൊരു ലക്ഷ്യത്തിലെത്തിച്ചേരുന്നു. അപ്പോൾ പെട്ടെന്ന് നിങ്ങൾ കാണുന്നു: ആ ലക്ഷ്യം ഭാവിയിലെ ഒരു ലക്ഷ്യത്തിനുവേണ്ടിയുള്ള ചവിട്ടുപടി മാത്രമാണ് എന്ന്. നിങ്ങൾക്കു മുമ്പിലുള്ള ആ ചക്രവാളം നിങ്ങളെ മാടിവിളിച്ചുകൊണ്ട് എല്ലായ്പോഴുമവിടെയുണ്ട്. നിങ്ങളെ വെല്ലുവിളിച്ചുകൊണ്ട്, അജ്ഞാതമായ സ്ഥലങ്ങളിലേക്കു നിങ്ങളെപ്പിടിച്ചു തള്ളിക്കൊണ്ട്, അത് എല്ലായ്പോഴുമവിടെയുണ്ട്.

അതിക്രമണത്തിന്റെ ഈ തത്ത്വം പരിണാമത്തിന്റെ ആധാരശില തന്നെയാണ്. അല്ലാത്തപക്ഷം പരിണാമം ഒരിക്കലുമവിടെ സാധ്യമാകുമായിരുന്നില്ല. വസ്തുക്കൾ യാതൊരു ചലനവുമില്ലാതെ സ്ഥിതി ചെയ്യുമായിരുന്നു. വസ്തുക്കൾ നിശ്ചലവസ്തുക്കളായിത്തന്നെ - നിർജ്ജീവവും വളർച്ചയില്ലാത്തതും, കൂടുതൽ ഉയരങ്ങളിലേക്കു പോയിക്കൊണ്ടിരിക്കാതെ, സ്വയം അതിവർത്തിക്കുവാൻ ശ്രമിച്ചുകൊണ്ടിരിക്കാതെ - അതാതിടങ്ങളിൽ തന്നെ സ്വസ്ഥമായി നിലനിൽക്കുമായിരുന്നു.

സരതുഷ്ട്രൻ പഠിപ്പിക്കുന്ന മതം പരിണാമമാണ്.

പലതരത്തിലും സരതുഷ്ട്രൻ ഒരു മുൻഗാമിയാണ്. പരിണാമത്തിന്റെ ആശയത്തെ താനാണു കണ്ടെത്തിയത് എന്നു ചാൾസ് ഡാർവിൻ കരുതി - എന്നാൽ അദ്ദേഹത്തിന്റെ നിഗമനം തെറ്റായിരുന്നു. അദ്ദേഹത്തിന് എത്രയോ മുമ്പുതന്നെ - ഉദ്ദേശം 2000 വർഷം മുമ്പുതന്നെ, സരതുഷ്ട്രൻ പരിണാമസിദ്ധാന്തത്തിന്റെ എല്ലാ മൂലതത്ത്വങ്ങളും കണ്ടെത്തിക്കഴിഞ്ഞിരുന്നു.

സ്വയം അതിക്രമിച്ചുകൊണ്ടേയിരിക്കുകയാണെങ്കിൽ മാത്രമേ, ജീവിതത്തിനു ജീവനോടെ നിലനിൽക്കുവാൻ കഴിയുകയുള്ളൂ. അതിക്രമണം നിലയ്ക്കുന്ന ആ നിമിഷം അത് അപ്രത്യക്ഷമാകും.

എന്തെങ്കിലുമൊന്ന് ഒരു പൂർണ്ണവിരാമത്തിലെത്തുമ്പോൾ മാത്രമാണ് ലോകത്തിൽ മരണം സംഭവിക്കുന്നത്. എന്നാൽ ജീവിതമൊരിക്കലും ഒരു പൂർണ്ണവിരാമത്തിലെത്തിച്ചേരുന്നില്ല. അതിനാൽ വാസ്തവത്തി ലവിടെ മരണമെന്ന ഒന്നില്ല.

സരതുഷ്ട്രൻ പറയുന്നു, "നന്മ-തിന്മകളെക്കുറിച്ചുള്ള എന്റെ ശിക്ഷ ണത്തെ മനസ്സിലാക്കുന്നതിനായി ആദ്യം ജീവിതത്തെക്കുറിച്ചും ജീവ ജാലങ്ങളുടെ സ്വഭാവരീതികളെക്കുറിച്ചുമുള്ള എന്റെ അഭിപ്രായത്തെ പറ്റി ഞാൻ പറയാം. ജീവജാലങ്ങളെ ഞാൻ കഴിയുന്നത്ര സൂക്ഷ്മമായി നിരീക്ഷിച്ചിട്ടുണ്ട്. അവയുടെ സ്വഭാവരീതികളെക്കുറിച്ച് മനസ്സിലാക്കുന്ന തിനായി ഏറ്റവും പ്രയാസമുള്ളതും ഏറ്റവും പ്രയാസം കുറഞ്ഞതുമായ വഴികളിലൂടെ ഞാൻ അന്വേഷിച്ചു നടന്നിട്ടുണ്ട്.

അവയുടെ വായ അടഞ്ഞിരിക്കുന്ന സമയത്ത് അവയുടെ കണ്ണുകൾ എന്നോടു ചിലത് സംസാരിച്ചേക്കാം എന്നു പ്രതീക്ഷിച്ചുകൊണ്ട്, നൂറി രട്ടി പ്രതിഫലനശേഷിയുള്ള ഒരു കണ്ണാടിയിൽ ഞാൻ അവയുടെ നോട്ടം പിടിച്ചെടുത്തിട്ടുണ്ട്. ഞാൻ പ്രതീക്ഷിച്ചതുപോലെത്തന്നെ അവയുടെ കണ്ണുകൾ എന്നോടു ചിലതു സംസാരിക്കുകയും ചെയ്തു.

എവിടെയെല്ലാം ഞാൻ ജീവജാലങ്ങളെ കണ്ടുവോ, അവിടെയെല്ലാം ഞാൻ കേട്ടത് അനുസരണത്തിന്റെ ഭാഷയാണ്. ഓരോ ജീവിയും അനു സരിച്ചുകൊണ്ടും അനുകരിച്ചുകൊണ്ടുമിരിക്കുകയാണ്..."

എന്നാൽ സരതുഷ്ട്രന്റെ ദർശനത്തിലെ 'അനുസരണം' എന്ന ആശയം, മതങ്ങൾ നമ്മെ പഠിപ്പിച്ചുകൊണ്ടിരിക്കുന്ന, സാധാരണ അനു സരണത്തിന്റെ ആശയമല്ല. മതങ്ങളും അനുസരണം പഠിപ്പിക്കുന്നു. എന്നാൽ ആ അനുസരണം ആരോടാണ്? അവർ പഠിപ്പിക്കുന്ന അനുസ രണം എല്ലായ്പോഴും നിങ്ങൾക്കു വെളിയിലുള്ള മറ്റാരോടോ ആണ്. ആ അനുസരണം ഏതെങ്കിലും ദൈവത്തോടോ, ഏതെങ്കിലും പ്രവാചക നോടോ, വിശുദ്ധ ഗ്രന്ഥത്തോടോ ആണ്.

എന്നാൽ സരതുഷ്ട്രന്റെ അനുസരണം ജീവിതത്തോടുള്ള അനു സരണമാണ്. അതു നിങ്ങൾക്കു പുറമേയുള്ള മറ്റൊന്നിനോടല്ല. അനു സരിക്കുക എന്നത് നിങ്ങളുടെ ജീവിതത്തിന്റെ തന്നെ സ്വഭാവമാണ്, അതായത് ജീവിതം അതിനെത്തന്നെ അനുസരിക്കുന്നു.

ഈ അനുസരണത്തിൽനിന്ന് നിങ്ങളുടെ ശ്രദ്ധ തെറ്റിക്കുവാനാണ് എല്ലാ മതങ്ങളും ശ്രമിച്ചുകൊണ്ടിരിക്കുന്നത്. അവർ നിങ്ങളോട് ഇങ്ങിനെ പറഞ്ഞുകൊണ്ടേയിരിക്കുന്നു, "ജീവിതത്തെ ശ്രദ്ധിക്കേണ്ടതില്ല, മറിച്ച് വിശുദ്ധ ഗ്രന്ഥങ്ങളെ ശ്രദ്ധിക്കുക. നിങ്ങളുടെ സ്വന്തം ശരീരത്തേയും അതിന്റെ ബുദ്ധിശക്തിയേയും ശ്രദ്ധിക്കേണ്ടതില്ല. മറിച്ച് മരിച്ചുപോയ ഒരു പുണ്യവാളനെ അല്ലെങ്കിൽ സാങ്കല്പികമായ ഒരു പുരാണകഥാ പാത്രത്തെ ശ്രദ്ധിക്കുക."

അതിനാൽ ഓർമ്മിക്കുക: സരതുഷ്ട്രൻ പഠിപ്പിക്കുന്ന അനുസരണം മതങ്ങൾ അനുസരണം എന്നു വിളിക്കുന്നതിന്റെ നേർവിപരീതമാണ്. അദ്ദേഹം പറയുന്നു: "നിങ്ങളെത്തന്നെ അനുസരിക്കുക. നിങ്ങളുടെ ശരീരത്തെ സംബന്ധിച്ചിടത്തോളം, നിങ്ങളുടെ ജന്മവാസനകളെ അനുസരിക്കുക. നിങ്ങളുടെ ഹൃദയത്തെ സംബന്ധിച്ചേടത്തോളം, നിങ്ങളുടെ വൈകാരികാനുഭവങ്ങളെ അനുസരിക്കുക. നിങ്ങളുടെ മനസ്സിനെ സംബന്ധിച്ചേടത്തോളം ബുദ്ധിശക്തിയെ - നിങ്ങളുടെ ധിഷണയെ - അനുസരിക്കുക. നിങ്ങളുടെ അസ്തിത്വത്തെ സംബന്ധിച്ചേടത്തോളം, അന്തർജ്ഞാനത്തെ - നിങ്ങളുടെ സഹജാവബോധത്തെ - അനുസരിക്കുക. ആ വിശുദ്ധഗ്രന്ഥം നിങ്ങൾ തന്നെയാണ്. നിങ്ങളുടെ ശരീരത്തിന് അതിനാവശ്യമുള്ള എല്ലാ അറിവുകളുമുണ്ട്. സ്നേഹത്തിന്റെ എല്ലാ രീതികളെക്കുറിച്ചും നിങ്ങളുടെ ഹൃദയത്തിനു വളരെ നന്നായിട്ടറിയാം. നിലനില്പിന്റെ ഏറ്റവും നിഗൂഢമായ രഹസ്യങ്ങളെപ്പോലും മനസ്സിലാക്കുവാനുള്ള കഴിവ് നിങ്ങളുടെ ധിഷണാശക്തിക്കുണ്ട്. നിങ്ങളുടെ അസ്തിത്വത്തിന്റെ കേന്ദ്രത്തിലേക്കു ചെന്ന് നിങ്ങളുടെ അന്തർഭാവത്തെ കണ്ടെത്തുവാൻ നിങ്ങളുടെ സഹജവാസനയ്ക്കു കഴിവുണ്ട്."

സരതുഷ്ട്രൻ കണ്ടെത്തിയ ഈ നാലു തത്ത്വങ്ങൾ എല്ലാ ജീവന്റേയും അടിസ്ഥാനസ്തംഭങ്ങളാണ്. എന്നാൽ മതങ്ങൾ മനുഷ്യരെ തെറ്റായ വഴിയിലേക്കു നയിച്ചുകൊണ്ടിരിക്കുകയാണ്. തീർത്തും വ്യത്യസ്ത തരത്തിലുള്ള ഒരു അനുസരണമാണ് അവർ ആളുകളെ പഠിപ്പിച്ചുകൊണ്ടിരിക്കുന്നത്. വാസ്തവത്തിൽ അത് പ്രകൃതിയെ അനുസരിക്കാതിരിക്കലാണ്.

"എവിടെയെല്ലാം ജീവജാലങ്ങളെ ഞാൻ കണ്ടുവോ, അവിടെയെല്ലാം ഞാൻ കേട്ടത് അനുസരണത്തിന്റെ ഭാഷയാണ്. ഓരോ ജീവിയും അനുസരിച്ചുകൊണ്ടും അനുകരിച്ചുകൊണ്ടുമിരിക്കുകയാണ്."

രണ്ടാമത്തെ കാര്യമിതാണ്: "ആർക്കാണോ തന്നെത്തന്നെ അനുസരിക്കുവാൻ കഴിയാത്തത്, അയാൾ മറ്റുള്ളവരാൽ ആജ്ഞാപിക്കപ്പെടും."

വളരെ ലളിതവും വ്യക്തവുമായ ഭാഷയിലാണ് സരതുഷ്ട്രൻ സംസാരിച്ചുകൊണ്ടിരിക്കുന്നത്. നിങ്ങളുടെ ജീവിതത്തെതന്നെ നിങ്ങൾക്ക് അനുസരിക്കുവാൻ കഴിയില്ലയെങ്കിൽ, അപ്പോൾ മറ്റൊരാൾ നിങ്ങളോടു ആജ്ഞാപിക്കുമെന്ന് തീർച്ചയാണ്. അപ്പോൾ ആജ്ഞാപിക്കുന്നവരായ എല്ലാവരോടും ആരെല്ലാമാണോ നിങ്ങൾക്ക് ആ പത്തു കല്പനകൾ നൽകിക്കൊണ്ടിരിക്കുന്നത്, അവരോടെല്ലാം നിങ്ങൾ ഉത്തരവാദിത്വമുള്ളവനായിത്തീരും. ആ ഉത്തരവാദിത്വത്തെ മറ്റുള്ളവരിലേക്കു വലിച്ചെറിയാതിരിക്കുക.

നിങ്ങൾക്കു നിങ്ങളെത്തന്നെ അനുസരിക്കുവാൻ കഴിയുന്നില്ലയെങ്കിൽ, നിങ്ങളൊരു ഭീരുവാണ്. നിങ്ങൾ ഭയപ്പെട്ടിരിക്കുകയാണ്. നിങ്ങൾ

ശരിയാണോ, നിങ്ങൾ തെറ്റാണോ എന്നാർക്കറിയാം? അതിനാൽ നിങ്ങളേക്കാൾ കൂടുതൽ ബുദ്ധിയുള്ളവർ പറയുന്നത് അനുസരിക്കുന്നതായിരിക്കും കൂടുതൽ നല്ലത് എന്ന് നിങ്ങൾക്കു തോന്നും. അതിനാൽ പുരാതനമായ അറിവുകളെയും മതഗ്രന്ഥങ്ങളേയും, ആയിരക്കണക്കിനു വർഷങ്ങളായി ഉപദേശിക്കപ്പെട്ടുകൊണ്ടിരിക്കുന്ന തത്ത്വങ്ങളെയും അനുസരിക്കുന്നതായിരിക്കും കൂടുതൽ നല്ലത്. നിങ്ങളുടെ തന്നെ ശരീരത്തേക്കാൾ അവ കൂടുതൽ വിശ്വാസയോഗ്യമെന്നതുപോലെ തോന്നിപ്പിക്കുന്നു. എന്നാൽ ഓർമ്മിക്കുക - ഒരു മതഗ്രന്ഥവും നിങ്ങളുടെ ശരീരത്തോളം പഴക്കമുള്ളതല്ല. മതം പറയുന്നു: "പുരാതന ഋഷിമാരുടെ വചനങ്ങളെ അനുസരിക്കുക" എന്ന്. എന്നാൽ നിങ്ങളുടെ തന്നെ ബോധം അതിനേക്കാൾ എത്രയോ കൂടുതൽ പഴക്കമുള്ളതാണ്, ഏതൊരു ഋഷിവചനത്തേക്കാളും അതു കൂടുതൽ പുരാതനമാണ്.

ഒരിക്കൽ ആരോ യേശുവിനോടു ചോദിച്ചു, "അബ്രഹാമിനെക്കുറിച്ച് നിങ്ങളെന്താണു വിചാരിക്കുന്നത്?" ഏറ്റവും അർത്ഥവത്തായ, ഏറ്റവും അമൂല്യമായ ഒരുത്തരമാണ് അതിന് യേശു നൽകിയത്: "അബ്രഹാമിനെക്കുറിച്ച് ഞാനെന്തിനു ചിന്തിക്കണം? അദ്ദേഹത്തിനു മുൻപും ഞാനുണ്ടായിരുന്നു." അബ്രഹാം ജീവിച്ചത് യേശു ജനിക്കുന്നതിന് ഏകദേശം 3000 വർഷം മുമ്പായിരുന്നു. എന്നാൽ അദ്ദേഹം പറഞ്ഞത് എത്രയോ കൂടുതൽ ശരിയായിരുന്നു. "അബ്രഹാമിനു മുൻപേ ഞാനുണ്ടായിരുന്നു. ഞാൻ എല്ലായ്പോഴും ഇവിടെ ഉണ്ടായിരുന്നിട്ടുണ്ട്. എന്റെ ബോധം നിലനില്പിന്റെ ആദ്യന്തവിഹീനമായ ബോധത്തിന്റെ ഭാഗമാണ്. അപ്പോൾ ഞാൻ ഒരു അബ്രഹാമിനെക്കുറിച്ച് എന്തിനു ശ്രദ്ധിക്കണം?"

"എന്റെ തന്നെ ബോധത്തെ എനിക്കു ശ്രദ്ധിക്കുവാൻ കഴിയുമെങ്കിൽ, അപ്പോൾ ലോകത്തിലെ എല്ലാ ഋഷിവര്യന്മാരേയും ഞാൻ ശ്രദ്ധിച്ചു കഴിഞ്ഞു, കാരണം അത് ഒരേ ഉറവ തന്നെയാണ്. എവിടെനിന്നാണോ അവർ അവരുടെ ദാഹത്തെ ശമിപ്പിച്ചത്, അത് അതേ ഉറവിടം തന്നെയാണ്. അപ്പോൾ ഞാൻ മറ്റൊരിടത്തേക്ക് എന്തിനു പോകണം? എനിക്ക് എന്റേതായ ഉറവിടങ്ങളുണ്ട് - ഒരർത്ഥത്തിൽ അതു പുതിയതാണ്, കാരണം ഞാൻ ഒരിക്കലുമിവിടെ ഉണ്ടായിരുന്നിട്ടില്ല. എന്നാൽ മറ്റൊരർത്ഥത്തിൽ അതു പുരാതനവുമാണ്, കാരണം എന്നെ കാത്തുകൊണ്ട് അവരെല്ലായ്പോഴുമിവിടെ ഉണ്ടായിരുന്നു."

"രണ്ടാമത്തെ കാര്യം ഇതാണ്: ആർക്കാണോ തന്നെത്തന്നെ അനുസരിക്കുവാൻ കഴിയാത്തത്, അയാൾ മറ്റുള്ളവരാൽ ആജ്ഞാപിക്കപ്പെടും."

എല്ലാ തരത്തിലുള്ള മതവിശ്വാസികളേയും - ഹിന്ദുക്കളേയും ക്രിസ്ത്യാനികളേയും മുഹമ്മദീയരേയും ബുദ്ധമതക്കാരേയും യഹൂദരേയും - നിങ്ങൾക്കീ ലോകത്തിൽ കാണാൻ കഴിയും. സ്വന്തം

ജീവിതത്തെ അനുസരിച്ചിട്ടില്ലാത്ത, സ്വന്തം ഹൃദയത്തെ ശ്രദ്ധിച്ചിട്ടി ല്ലാത്ത, സ്വന്തം അസ്തിത്വത്തെ പിന്തുടർന്നിട്ടില്ലാത്ത ആളുകളാണി വർ.

അവർക്കു സംഘടിതമതങ്ങൾ ആവശ്യമുണ്ട്. അവർക്ക് വിശുദ്ധ ഗ്രന്ഥങ്ങളേയും പ്രവാചകരേയും ആവശ്യമുണ്ട്, തങ്ങളോടു കല്പിക്കു വാൻ അവർക്ക് മിശിഹാമാരെ ആവശ്യമുണ്ട്.

ജീവിതം സ്വയംപര്യാപ്തമാണ്. എന്നാൽ നിങ്ങൾക്ക് നിങ്ങളെത്തന്നെ വിശ്വസിക്കുവാൻ കഴിയില്ലയെങ്കിൽ, നിങ്ങളുടെ തന്നെ പ്രകൃതത്തെ പിന്തുടരുവാൻ തക്കവണ്ണം നിങ്ങളത്രയ്ക്കും ധൈര്യശാലിയല്ലയെങ്കിൽ, സ്വാഭാവികമായും അപ്പോൾ മറ്റുള്ളവർ നിങ്ങളോട് ആജ്ഞാപിക്കുവാൻ തുടങ്ങും. അപ്പോൾ നിങ്ങൾക്ക് ശിക്ഷണങ്ങൾ ആവശ്യമായി വരും, അപ്പോൾ നിങ്ങൾക്ക് സദാചാരനിയമങ്ങൾ ആവശ്യമായി വരും, അപ്പോൾ നിങ്ങൾക്ക് നന്മയുടെയും തിന്മയുടേതുമായ ആശയങ്ങൾ ആവശ്യമായി വരും.

ആജ്ഞാപിക്കപ്പെടുവാൻ നിങ്ങൾ നിങ്ങളെ അനുവദിക്കുവാൻ തുട ങ്ങുന്ന ആ നിമിഷം നിങ്ങളൊരു അടിമയായിത്തീർന്നു കഴിഞ്ഞു. നിങ്ങൾ നിങ്ങളുടെ യഥാർത്ഥത്തിലുള്ള അസ്തിത്വത്തിൽ നിന്നു വ്യതിചലിപ്പി ക്കപ്പെട്ടു കഴിഞ്ഞു. നിങ്ങൾ നിങ്ങളുടേതായ ദൈവത്തിൽ നിന്ന് വ്യതി ചലിപ്പിക്കപ്പെട്ടു കഴിഞ്ഞു. നിങ്ങളുടെ യഥാർത്ഥ ദൈവത്തിനു പകരം ഏതോ ഒരു ക്ഷേത്രത്തിലുള്ള, നിർജ്ജീവമായ ഒരു ശിലാവിഗ്രഹം അപ്പോഴവിടെ വന്നുചേരും. നിങ്ങളുടെ രക്ഷകരെന്നു നടിച്ചുകൊണ്ട് കൗശലശാലികളായ പുരോഹിതർ അപ്പോഴവിടെ പ്രത്യക്ഷപ്പെടും. നിങ്ങൾക്ക് സ്വയം രക്ഷിക്കുവാൻ കഴിയില്ല എന്ന്, അതിന് നിങ്ങൾക്കൊരു രക്ഷകൻ ആവശ്യമാണ് എന്ന്, അവർ നിങ്ങളെ പറഞ്ഞു വിശ്വസി പ്പിക്കും. നിങ്ങളുടേതായ ഉൾക്കാഴ്ചയിലൂടെ, നിങ്ങളുടേതായ അന്തർജ്ഞാനത്തിലൂടെ, ഏതാണു ശരി, ഏതാണു തെറ്റ് എന്ന് നിങ്ങൾക്കു കണ്ടെത്തുവാൻ കഴിയില്ല എന്ന്, അതിനു നിങ്ങൾക്കു ശിക്ഷണം ആവശ്യമാണ് എന്ന്, പുറമേ നിന്നുള്ള ശിക്ഷണം ആവശ്യ മാണ് എന്ന്, അവർ നിങ്ങളെ പറഞ്ഞു വിശ്വസിപ്പിക്കും. എല്ലാ മതങ്ങളും പുറമേ നിന്നുള്ള ശിക്ഷണങ്ങളല്ലാതെ മറ്റൊന്നുമല്ല.

പതുക്കെപ്പതുക്കെ, പുറമേനിന്നുള്ള കല്പനകളിലൂടെ, നിങ്ങൾ കൂടുതൽ ക്ഷീണിതനായിത്തീരുമ്പോൾ, നിങ്ങളുടെ സ്വന്തം താത്പര്യ ത്തിനനുസരിച്ച് നിങ്ങൾക്ക് നിങ്ങളുടെ ജീവിതം ജീവിക്കുവാൻ അവകാശമുണ്ട് എന്ന് നിങ്ങൾ പൂർണ്ണമായും മറക്കും. അപ്പോൾ നിങ്ങൾ കപടമായ ഒരു ജീവിതം ജീവിച്ചുകൊണ്ടിരിക്കുകയാണ്. വ്യാജ മായ ആ ജീവിതം നിങ്ങളെ തൃപ്തിപ്പെടുത്തുവാൻ പോകുന്നില്ല. നിങ്ങൾക്കത് സന്തോഷമോ സംതൃപ്തിയോ നൽകുകയില്ല., അത്

നിങ്ങളെ നശിപ്പിക്കുകയാണു ചെയ്യുക. നിലനില്പ് നിങ്ങൾക്കു നൽകിയിട്ടുള്ള മഹത്തായ ഒരവസരത്തെ അപ്പോൾ നിങ്ങൾ പാഴാക്കുമെന്നു തീർച്ചയാണ്.

"പിന്നെ ഞാൻ കേട്ട ആ മൂന്നാമത്തെ കാര്യമിതാണ്: ആജ്ഞാപിക്കുവാൻ അനുസരിക്കുന്നതിനേക്കാൾ ബുദ്ധിമുട്ടാണ്; എന്തുകൊണ്ടെന്നാൽ ആജ്ഞാപിക്കുന്നവന് അനുസരിക്കുന്നവരായ എല്ലാവരുടേയും ഉത്തരവാദിത്വമേറ്റെടുക്കേണ്ടി വരും. ആ ഭാരം പലപ്പോഴും അയാളെ ദോഷകരമായി ബാധിച്ചേക്കാം."

ആജ്ഞാപിക്കുക എന്നത് അത്ര എളുപ്പമുള്ള കാര്യമല്ല, കാരണം മറ്റുള്ളവർക്കുവേണ്ടി നിങ്ങൾ ഉത്തരവാദിത്വമേറ്റെടുത്തുകൊണ്ടിരിക്കുകയാണ്. അവരുടെ ഭാരം കൂടി നിങ്ങൾ ചുമന്നുകൊണ്ടിരിക്കുകയാണ്. എന്നാൽ പ്രശ്നം അതുമാത്രമല്ല, പ്രശ്നം ഇതാണ്:

"എല്ലാ ആജ്ഞാപിക്കലുകളിലും ഒരു പരീക്ഷണവും ഒരു അപകടസാധ്യതയുമുള്ളതായി എനിക്ക് അനുഭവപ്പെട്ടിട്ടുണ്ട്; അതായത് ആജ്ഞാപിക്കുമ്പോൾ ഒരു ജീവി എല്ലായ്പോഴും അതിനെത്തന്നെ അപകടത്തിൽപ്പെടുത്തുന്നു."

ആജ്ഞാപിക്കുന്നതിന്റെ ഉത്തരവാദിത്വമേറ്റെടുക്കുന്നവൻ ഒരു സാഹസമാണ് പ്രവർത്തിക്കുന്നത്. നിങ്ങളുടെ പ്രകൃതത്തെക്കുറിച്ചോ, നിങ്ങളുടെ ഭാഗധേയത്തെക്കുറിച്ചോ, അയാൾക്ക് ഒന്നുമറിഞ്ഞുകൂടാ. നിങ്ങളെ തനിച്ചു വിടുകയാണെങ്കിൽ, നിങ്ങളെന്തായിത്തീരാനാണു പോകുന്നത് എന്ന് അയാൾക്കറിഞ്ഞുകൂടാ. നിങ്ങളുടെ സഹജപ്രകൃതത്തിനനുസരിച്ച് ജീവിക്കുവാൻ നിങ്ങളെ അനുവദിക്കുകയാണെങ്കിൽ, അപ്പോൾ എന്താണു സംഭവിക്കുക എന്നതിനെക്കുറിച്ച് അയാൾക്കു യാതൊരു ധാരണയുമില്ല. അയാൾ ലക്ഷക്കണക്കിനാളുകളോട് ആജ്ഞാപിച്ചുകൊണ്ടിരിക്കുകയാണ്. അവർക്കോരോരുത്തർക്കും അവരുടേതായ പ്രത്യേക സ്വഭാവങ്ങളും പ്രത്യേക തീരുമാനങ്ങളുമുണ്ടാകും. അപ്പോൾ സ്വാഭാവികമായും അയാളുടെ കല്പനകൾ ശരാശരിയായിത്തീരും. അവ ഏകീകരിക്കപ്പെട്ട ആശയസംഹിതകളായിത്തീരും. അതിലൊരു പ്രശ്നമുണ്ട്, അതായത്, ഒരു ശരാശരി മനുഷ്യൻ നിലനിൽക്കുന്നില്ല.

ഉദാഹരണത്തിന്, നിങ്ങളിവിടെയുണ്ട്. ഇവിടെയുള്ള ഓരോരുത്തരുടേയും ഉയരം അളന്നു തിട്ടപ്പെടുത്തുവാൻ കഴിയും. ചിലർ ആറടി ഉയരമുള്ളവരും, ചിലർ അഞ്ചടി ഉയരമുള്ളവരുമാകും. ചിലർ അഞ്ചടി അഞ്ചിഞ്ചും, ചിലർ അഞ്ചടി ഏഴിഞ്ചും ഇനിയും ചിലർ ആറടി രണ്ടിഞ്ചുമാകും. അവരുടെ ഉയരത്തെയെല്ലാം കൂട്ടിച്ചേർത്ത് നമുക്ക് ശരാശരി ഉയരം കണ്ടെത്താൻ കഴിയും. എന്നാൽ ആ ശരാശരി ഉയരമുള്ള ഏതെങ്കിലുമൊരാളെ ഇവിടെ കണ്ടെത്താൻ കഴിയുമെന്ന് നിങ്ങൾ കരുതുന്നുണ്ടോ? ഒരാൾ ശരാശരി ഉയരത്തേക്കാൾ ഒരല്പം ഉയരം കൂടുതലുള്ളവനാണെങ്കിൽ, മറ്റൊരാൾ ഒരല്പം ഉയരം കുറഞ്ഞവനായിരിക്കും. ശരാശരി

ഉയരമെന്നത് ഗണിതശാസ്ത്രപരമായൊരു കാര്യമാണ് - ജീവിതത്തിൽ അതു സംഭവിക്കുന്നില്ല.

ഏകീകൃതമായ സദാചാരസംഹിതകളുടേയും നീതിശാസ്ത്രങ്ങളുടേയും ആദർശങ്ങളുടേയും നന്മ-തിന്മകളെക്കുറിച്ചുള്ള ആശയങ്ങളുടേയും കാര്യം ഇതുതന്നെയാണ്. അവ ശരാശരിയാണ്. ആരുംതന്നെ അവയുമായി പൊരുത്തപ്പെടുകയില്ല. ഭാഗ്യത്തിന് ഓരോരുത്തർക്കും അവരവരുടെ കാലിനനുസരിച്ചുള്ള ചെരിപ്പുകൾ കമ്പോളത്തിൽ ലഭ്യമാണ്. അല്ലാത്തപക്ഷം, അത് ശരാശരി അളവുവച്ചായിരുന്നുവെങ്കിൽ, ഓരോരുത്തരും ശരിക്കും കഷ്ടത്തിലായേനെ.

ഈ ചെറിയൊരു കാര്യത്തിന് മുഴുവൻ ലോകത്തേയും കഷ്ടത്തിലാക്കാൻ കഴിയും. ശരാശരി വലിപ്പത്തിലുള്ള ചെരിപ്പുകളാണ് അവർക്കോരോരുത്തർക്കും നൽകുന്നതെങ്കിൽ - അപ്പോൾ ചിലരെ സംബന്ധിച്ചിടത്തോളം അവ വളരെ വലിയ ചെരിപ്പുകളാകും. അതേസമയം മറ്റു ചിലരെ സംബന്ധിച്ചിടത്തോളം അവ വളരെ ചെറിയ ചെരിപ്പുകളുമാകും. അപ്പോഴവർക്ക് ആ ചെരിപ്പുകൾ കയ്യിലെടുത്തുകൊണ്ട് നടക്കുക മാത്രമേ വഴിയുള്ളൂ. എങ്കിൽ അവർ കുഴഞ്ഞതുതന്നെ.

ഒരു തത്ത്വചിന്തകനെക്കുറിച്ച് ഞാൻ കേട്ടിട്ടുണ്ട്: യഥാർത്ഥത്തിൽ തനിക്ക് ആവശ്യമായതിനേക്കാൾ ഒരല്പം ചെറിയ അളവിലുള്ള ചെരിപ്പുകളാണ് അയാൾ എല്ലായ്പോഴും വാങ്ങിച്ചുകൊണ്ടിരുന്നത്. ചെരിപ്പുകടക്കാർ ഇതുകണ്ട് അമ്പരക്കും: "നിങ്ങളുടെ പ്രശ്നമെന്താണ്? നിങ്ങളൊരു വിഡ്ഢിയല്ല എന്നു ഞങ്ങൾക്കറിയാം. നിങ്ങൾ അറിയപ്പെടുന്ന ഒരു വ്യക്തിയാണ്. നിങ്ങളുടെ കാലിന് ഈ ചെരിപ്പുകൾ പാകമല്ല, നിങ്ങളുടെ കാലിന് ഇവ വളരെ ചെറിയവയാണ്." അപ്പോൾ അയാൾ പറയും, "എന്നെ സംബന്ധിച്ചിടത്തോളം ഈ ചെരിപ്പുകൾ എത്ര വലിയൊരു സഹായമാണ് എന്നു നിങ്ങളറിയുന്നില്ല. ഈ ചെരിപ്പുകൾ ധരിക്കുമ്പോൾ ഞാൻ ജീവിതത്തിന്റെ ദുഃഖങ്ങളെല്ലാം മറക്കും; അപ്പോൾ എല്ലാ പ്രശ്നങ്ങളും എല്ലാ ഉത്ക്കണ്ഠകളും അപ്രത്യക്ഷമാകും. ഈ ചെരിപ്പുകൾ എത്ര വലിയൊരു ഉപകാരമാണെന്നോ? രാത്രിയിൽ വീട്ടിലെത്തി ചെരിപ്പഴിച്ചു വയ്ക്കുമ്പോൾ, ഞാൻ പറയും, " ദൈവമേ! എന്തൊരു ദിവസം; എന്നാൽ ഇപ്പോൾ എന്തൊരാശ്വാസം." അതിനുശേഷം ഞാൻ സുഖമായി ഉറങ്ങും. ഇത് എന്റെ കണ്ടുപിടുത്തങ്ങളിലൊന്നാണ്" എന്ന് അയാൾ പറയുമായിരുന്നു. "അല്ലാത്തപക്ഷം ജീവിതം ദുഃസ്സഹമായിത്തീർന്നേനെ."

ഇത് എല്ലായ്പോഴും സംഭവിക്കുന്നു: നിങ്ങൾ ചെറിയൊരളവിൽ ദുഃഖിതനാണ് എങ്കിൽ, അപ്പോൾ കുറച്ചുകൂടി വലിയ ദുഃഖത്തെ സൃഷ്ടിക്കുക. അപ്പോൾ ചെറിയ ദുഃഖങ്ങൾ അപ്രത്യക്ഷമാകും. എന്നാൽ ഓർമ്മിക്കുക; ആജ്ഞാപിക്കുന്നതിന്റെ ഉത്തരവാദിത്വമേറ്റെടുക്കുന്ന ഏതൊരുവനും

ഒരല്പം ക്രൂരനാകേണ്ടി വരും. മറ്റുള്ളവരെ അയാൾ തരംതാഴ്ത്തിക്കൊണ്ടിരിക്കുകയാണ്. അവരുടെ പ്രത്യേകതകളേയും അവരുടെ വ്യത്യസ്തതകളേയും അയാൾക്ക് അവഗണിക്കേണ്ടി വരും. ഓരോരുത്തരുടെയും കാലുകളിൽ അയാൾ ഒരേ വലിപ്പത്തിലുള്ള ചെരിപ്പുകൾ ഇട്ടുകൊണ്ടിരിക്കുകയാണ്. ആർക്കും അവ പാകമാവുകയില്ല. അപ്പോൾ ഓരോരുത്തർക്കും ദുഃഖം സഹിക്കേണ്ടി വരും. നിങ്ങളുടെ എല്ലാ സിദ്ധാന്തങ്ങളും ഇതേ തരത്തിലുള്ളവയാണ്.

ഗ്രീക്കു പുരാണത്തിൽ അല്പം കിറുക്കനായ ഒരു രാജാവിന്റെ കഥയുണ്ട്. അയാൾക്ക് അതിമനോഹരമായ ഒരു അതിഥിമന്ദിരം ഉണ്ടായിരുന്നു. അവിടത്തെ കട്ടിൽ തനി തങ്കം കൊണ്ടുണ്ടാക്കിയതായിരുന്നു. തുടക്കത്തിൽ ഏതാനും അതിഥികൾ അവിടെ താമസിക്കാനെത്തിയിരുന്നു. എന്നാൽ പിന്നീട് ആരും തന്നെ ആ വഴിക്കു വരാതായി. അതിനു കാരണം ആ മന്ദിരത്തിന്റെ ഉടമസ്ഥൻ തന്നെയായിരുന്നു. അയാൾ അപകടകാരിയാണെന്ന് അല്പകാലം കൊണ്ട് ആളുകൾ തിരിച്ചറിഞ്ഞു.

അത്രയ്ക്കും മനോഹരമായൊരു മന്ദിരമായിരുന്നു അത്. എന്നാൽ രാജാവ് തന്റെ ചില ഭ്രാന്തൻ ആശയങ്ങൾ അവിടെ നടപ്പിലാക്കാൻ തുടങ്ങി. അയാളുടെ ഒരു ഭ്രാന്തൻ സിദ്ധാന്തം ഇതായിരുന്നു: അവിടേക്കു വരുന്ന അതിഥികളുടെ ഉയരം അവിടത്തെ കട്ടിലിന്റെ നീളത്തിനു തുല്യമാകണം, അതായത് അതിഥി അതിൽ കിടക്കുമ്പോൾ അയാൾ ആ കട്ടിലിനു കൃത്യമായിരിക്കണം. എന്നാൽ ആ കട്ടിലിന്റെ നീളത്തിനു കൃത്യം പാകത്തിലുള്ള അതിഥികൾ ആരും തന്നെയുണ്ടായിരുന്നില്ല. ഒന്നുകിൽ അവർ കട്ടിലിനേക്കാൾ ഒരല്പം ഉയരം കൂടിയവരായിരിക്കും, അല്ലെങ്കിൽ ഒരല്പം ഉയരം കുറഞ്ഞവരായിരിക്കും. അതിനാൽ രാജാവ് നാല് മല്ലന്മാരെ അവിടെ തയ്യാറാക്കി നിർത്തിയിരുന്നു. നിങ്ങളൊരല്പം നീളം കൂടുതലുള്ളവനാണെങ്കിൽ, അവർ നിങ്ങളെ നീളം കുറഞ്ഞവനാക്കിത്തീർക്കും. അതിനുവേണ്ടി നിങ്ങളെ ആ കട്ടിലിൽ കിടത്തി നിങ്ങളുടെ തലഭാഗത്തുനിന്നും കാലുഭാഗത്തുനിന്നും അവർ പിടിച്ച് ഞെക്കാൻ തുടങ്ങും. നിങ്ങളാ കട്ടിലിനു പാകമാകുന്നതുവരെ അവർ നിങ്ങളെ പിടിച്ചു ഞെക്കിക്കൊണ്ടിരിക്കും. അഥവാ നിങ്ങളുടെ നീളം കട്ടിലിനേക്കാൾ ഒരല്പം കുറവാണെങ്കിൽ, ആ മല്ലന്മാർ നിങ്ങളെ ഇരുവശത്തുനിന്നും പിടിച്ചു വലിച്ചു നീട്ടും. ഏതു തരത്തിലായാലും അവർ നിങ്ങളെ ആ കട്ടിലിനു പാകമാക്കിയെടുക്കും. ഇതിനു മേൽനോട്ടം വഹിച്ചുകൊണ്ട് ആ രാജാവവിടെ നിൽക്കുന്നുണ്ടാകും. നിങ്ങളയാളോട് എന്തു പറഞ്ഞാലും അയാളതൊന്നും കേൾക്കുകയില്ല. അയാൾ പറയും, "മനുഷ്യരുടെ ശരാശരി ഉയരം കണക്കിലെടുത്തിട്ടാണ് ഞാനീ കട്ടിൽ ഉണ്ടാക്കിയിട്ടുള്ളത്. ഞാൻ സമത്വത്തിൽ വിശ്വസിക്കുന്നു. നിങ്ങളീ കട്ടിലിന്റെ വലിപ്പത്തിനു പാകമല്ലയെങ്കിൽ, അത് നിങ്ങളുടെ പ്രശ്നമാണ്, അല്ലാതെ അതു കട്ടിലിന്റെ പ്രശ്നമല്ല."

ഏറ്റവും സൂക്ഷ്മമായൊരു രീതിയിൽ നിങ്ങളുടെ ജീവിതത്തിലും ഇതു ചെയ്യപ്പെട്ടിട്ടുണ്ട്. മോസസ്സാണ് നിങ്ങൾക്കു വേണ്ടി ആ പത്ത് കല്പനകൾ നിശ്ചയിക്കുന്നത്. എങ്ങിനെയാണ് അദ്ദേഹത്തിന് അതു നിശ്ചയിക്കുവാൻ കഴിയുക? ഗിരിപ്രഭാഷണത്തിലൂടെ യേശുവാണ് നിങ്ങൾക്ക് ആ തത്ത്വങ്ങൾ നൽകുന്നത്. അത്രയ്ക്കും സുന്ദരമെന്നു തോന്നിപ്പിക്കുന്ന ആ തത്ത്വങ്ങൾ പോലും വാസ്തവത്തിൽ, യഥാർത്ഥ ജീവിതത്തിൽ അത്രയ്ക്കും സുന്ദരമായിത്തീരുന്നില്ല, കാരണം തത്ത്വങ്ങൾ തത്ത്വങ്ങളാണ്, ജീവിതമാകട്ടെ ജീവത്തായ ഒരു പ്രതിഭാസമാണ്. അതു നിരന്തരം പരിണമിച്ചുകൊണ്ടിരിക്കുന്ന ഒന്നാണ്. ഉദാഹരണത്തിന് യേശു ഇങ്ങിനെ പറയുന്നു, "മറ്റുള്ളവർ നിങ്ങൾക്ക് എന്തു ചെയ്തുതരണമെന്നാണോ നിങ്ങളാഗ്രഹിക്കുന്നത്, അതേ കാര്യംതന്നെ നിങ്ങളവർക്കുവേണ്ടിയും ചെയ്യുക."

ഈ തത്ത്വത്തിനു തെറ്റു പറ്റാം എന്ന് ഒരുപക്ഷേ നിങ്ങളൊരിക്കലും ചിന്തിച്ചിട്ടുണ്ടാവുകയില്ല. ഇത് അത്രയ്ക്കും വിശിഷ്ടവും മനോഹരവുമായ ഒരു തത്ത്വമാണ്. എങ്ങിനെയാണ് ഇതിനു തെറ്റു പറ്റുക? യേശുവിനെക്കുറിച്ച് സരതുഷ്ട്രന് ഒന്നുംതന്നെ അറിയാമായിരുന്നില്ല. എന്നാൽ ഇതിലൊരു തെറ്റുണ്ട് എന്ന് അദ്ദേഹം പറയുന്നു. ഈ തത്ത്വം യേശുവിനേക്കാൾ എത്രയോ കൂടുതൽ പഴക്കമുള്ളതാണ്. സരതുഷ്ട്രന് ഇതിനെക്കുറിച്ച് അറിയാമായിരുന്നു. കാരണം യേശുവിനു മുൻപും ഇതിനെക്കുറിച്ച് പറഞ്ഞിട്ടുള്ള പല ഗുരുനാഥന്മാരുമിവിടെ ഉണ്ടായിരുന്നിട്ടുണ്ട്.

സരതുഷ്ട്രൻ പറയുന്നു, "എന്നാൽ ഓർമ്മിക്കുക, ഓരോരുത്തരുടേയും അഭിരുചികൾ വ്യത്യസ്തമാണ് എന്നു വരാം. ഈ ഒരു കാര്യത്തെക്കുറിച്ച് ആരും തന്നെ ചിന്തിച്ചിട്ടുള്ളതായി തോന്നുന്നില്ല."

"മറ്റുള്ളവർ നിങ്ങൾക്ക് എന്തു ചെയ്തു തരണമെന്നാണോ നിങ്ങളാഗ്രഹിക്കുന്നത്, അതേ കാര്യം നിങ്ങളവർക്കുവേണ്ടി ചെയ്യുക." ഇങ്ങിനെയാണെങ്കിൽ, നിങ്ങളാ മറ്റേ വ്യക്തിക്ക്, അയാളുടെ അഭിരുചിക്ക്, യാതൊരു സ്വാതന്ത്ര്യവും അനുവദിച്ചുകൊടുക്കുന്നില്ല.

ഒന്നാമതായി, നിങ്ങളെന്താണോ ചെയ്തുകൊണ്ടിരിക്കുന്നത്, അതയാൾക്ക് ഇഷ്ടപ്പെട്ടുകൊള്ളണമെന്നില്ല. നിങ്ങളുടെ ഇഷ്ടം അയാളുടേയും ഇഷ്ടമാകണമെന്നില്ല. രണ്ടാമതായി, നിങ്ങളെന്താണോ അയാൾക്കുവേണ്ടി ചെയ്തത്, അതയാൾക്ക് ഇഷ്ടപ്പെട്ടുവോ ഇല്ലയോ എന്നതിനെ ആശ്രയിച്ചായിരിക്കും അയാളതിനോടു പ്രതികരിക്കുക. അത് അപ്രവചനീയമാണ്.

വാക്കുകളിലൂടെ പറയപ്പെടുമ്പോൾ ഈ തത്ത്വം വളരെ സുന്ദരമെന്നു തോന്നിപ്പിക്കും. എന്നാൽ യഥാർത്ഥ ജീവിതത്തിൽ ഇത് പല പ്രശ്നങ്ങളും സൃഷ്ടിച്ചു എന്നു വരാം. പലപ്പോഴും അങ്ങിനെ സംഭവിച്ചിട്ടുമുണ്ട്...

നമ്മുടെ എല്ലാ മതങ്ങളും, നമ്മുടെ എല്ലാ തത്ത്വശാസ്ത്രങ്ങളും, അവ പരിഹരിച്ചിട്ടുള്ളതിനേക്കാൾ കൂടുതൽ പ്രശ്നങ്ങൾ സൃഷ്ടിക്കുകയാണ് ചെയ്തിട്ടുള്ളത്. യഥാർത്ഥത്തിൽ ഒരൊറ്റ കാര്യം പോലും അവ പരിഹരിച്ചിട്ടില്ല.

ആജ്ഞാപിക്കുന്നവനായ ഒരുവൻ ഒരു വലിയ സാഹസമാണ് പ്രവർത്തിച്ചുകൊണ്ടിരിക്കുന്നത്. അയാൾ മനുഷ്യജീവിതമെടുത്ത് പന്താടിക്കൊണ്ടിരിക്കുകയാണ്. തന്റെ ആശയങ്ങൾക്കും അഭിപ്രായങ്ങൾക്കുമനുസരിച്ച്, അയാൾ മറ്റുള്ളവരുടെ ജീവിതങ്ങളെ അപകടത്തിൽപ്പെടുത്തിക്കൊണ്ടിരിക്കുകയാണ്. അതിന് ആരാണയാൾക്ക് അധികാരം കൊടുത്തത്? എവിടെ നിന്നാണ് അയാൾക്കാ അധികാരം കിട്ടിയത്?

വിവേകമുള്ളവരാരും തന്നെ ആജ്ഞാപിക്കുന്ന ഒരുവനാവുകയില്ല. മറ്റൊരാളുടെ ജീവിതത്തെ രൂപപ്പെടുത്തുവാൻ അല്പമെങ്കിലും ബോധമുള്ളവരാരും തന്നെ ശ്രമിക്കുകയില്ല. മറ്റൊരാളുടെ ജീവിതത്തിന് ഒരു പ്രത്യേക ശൈലിയോ ഒരു പ്രത്യേക സ്വഭാവമോ ഒരു പ്രത്യേക സന്മാർഗ്ഗ പദ്ധതിയോ നൽകുവാൻ അവരാരും തന്നെ ശ്രമിക്കുകയില്ല. വിവേകശാലിയായ ഒരുവൻ നിങ്ങളുടെ പ്രകൃതത്തെ കണ്ടെത്തുവാൻ നിങ്ങളെ സഹായിക്കുക മാത്രമാണു ചെയ്യുക.

നിങ്ങളുടെ ശരീരത്തിന്റെ ഭാഷ അയാൾ നിങ്ങളെ പഠിപ്പിക്കും. സ്നേഹത്തിന്റെ ഭാഷയും ബുദ്ധിയുടെ ഭാഷയും അയാൾ നിങ്ങളെ പഠിപ്പിക്കും. സഹജാവബോധമെന്നാലെന്താണെന്ന് അയാൾ നിങ്ങളെ പഠിപ്പിക്കും. എന്നാൽ നിങ്ങളുടേതായ രീതിയിലൂടെ നീങ്ങുവാൻ, നിങ്ങളുടേതായ നിശ്ചയത്തിലേക്കു സഞ്ചരിക്കുവാൻ അയാൾ നിങ്ങൾക്കു പൂർണ്ണസ്വാതന്ത്ര്യം നൽകും. നിങ്ങളുടെ തലയിലെഴുത്ത് വ്യത്യസ്തമാണെന്നു വരാം, നിങ്ങളുടെ ജീവിതലക്ഷ്യം വ്യത്യസ്തമാണെന്നു വരാം. വാസ്തവത്തിൽ രണ്ടുപേർക്ക് ഒരേ രീതിയിൽ ഒരു കാര്യത്തെ നിറവേറ്റാനാവുകയില്ല. അതസാദ്ധ്യമാണ്.

കേവലം മൂഢത കാരണമാണ് ലോകത്തിൽ ഇത്രയ്ക്കുമധികം ദുഃഖമുണ്ടായിട്ടുള്ളത്. ചില പ്രത്യേക ആദർശങ്ങളെ അനുസരിക്കുവാൻ നാം നിർബന്ധിക്കപ്പെട്ടിരിക്കുകയാണ്. ആ ആദർശങ്ങൾ വ്യക്തികളോട് യാതൊരു ബഹുമാനവുമില്ലാത്തവയാണ്. ശരാശരി ബോധത്തിൽ നിന്നാണ് അവ വന്നുചേർന്നിട്ടുള്ളത്. എന്നാൽ ശരാശരി എന്നത് ഗണിതശാസ്ത്രപരമായ ഒരു സങ്കല്പമാണ്. ജീവിതവുമായി അതിനു യാതൊരു ബന്ധവുമില്ല. ഗണിതശാസ്ത്രമെന്നത് എല്ലാ ശാസ്ത്രശാഖകളിലും വച്ച് ഏറ്റവും മൃതമായ ശാസ്ത്രശാഖയാണ്, എന്തെന്നാൽ മനുഷ്യനിർമ്മിതമായ ഒരേയൊരു ശാസ്ത്രം ഗണിതശാസ്ത്രമാണ്. മറ്റെല്ലാ ശാസ്ത്രങ്ങളും ഒരു കണ്ടെത്തലായിരിക്കുമ്പോൾ (Dicovery) ഗണിതശാസ്ത്രം സ്വേച്ഛാപരമായൊരു കണ്ടുപിടുത്തമാണ് (Invention).

എല്ലാറ്റിനേയും കുറിച്ച് നിങ്ങൾ ചിന്തിക്കുന്നില്ല. അല്ലാത്തപക്ഷം അവയെല്ലാം ഒരേയൊരു കാര്യത്തിലേക്കു വിരൽ ചൂണ്ടും, അതായത് ലോകത്തിലെ ഒരു മതവും നിങ്ങളുടെ സഹജപ്രകൃതത്തെ മാനിക്കുന്നില്ലയെന്ന്. നിങ്ങളുടെ മേൽ അടിച്ചേൽപ്പിക്കുവാൻ അവ സ്ഥിരമായ ചില സിദ്ധാന്തങ്ങൾ കരുതിവച്ചിട്ടുണ്ട്. അവയെ സംബന്ധിച്ചേടത്തോളം ആ സിദ്ധാന്തങ്ങൾക്കുവേണ്ടിയാണ് നിങ്ങളുണ്ടാക്കപ്പെട്ടിട്ടുള്ളത് എന്നാണതു തോന്നിപ്പിക്കുക. നേരെമറിച്ച് - അതായത് നിങ്ങൾക്കുവേണ്ടിയാണ് ആ സിദ്ധാന്തങ്ങളുണ്ടാക്കപ്പെട്ടിട്ടുള്ളത് എന്ന് ആരും ചിന്തിക്കുന്നില്ല.

ആ സിദ്ധാന്തങ്ങൾ നിങ്ങൾക്കുവേണ്ടി ഉണ്ടാക്കപ്പെട്ടവയാണ് എങ്കിൽ നിങ്ങളെ അനുസരിച്ചായിരിക്കണം അവ ഉണ്ടാക്കപ്പെടുന്നത്. എന്നാൽ അപ്പോൾ, ഓരോ മനുഷ്യനും - അവന്റേതായ സദാചാര സംഹിതകളും അവന്റേതായ മതവും, അവന്റേതായ തത്ത്വശാസ്ത്രവും ഉണ്ടാകുമായിരുന്നു. അതിലവിടെ എന്തെങ്കിലും കുഴപ്പമുണ്ടെന്ന് എനിക്കു തോന്നുന്നില്ല. അങ്ങിനെയായിരുന്നുവെങ്കിൽ ജീവിതം എത്രയോ കൂടുതൽ സമ്പന്നമാകുമായിരുന്നു. വളരെയേറെ വൈവിദ്ധ്യവും വളരെയേറെ ആനന്ദവും അപ്പോഴവിടെ ഉണ്ടാകുമായിരുന്നു; കാരണം അപ്പോൾ ഓരോരുത്തർക്കും തന്റെ ശരീരത്തേയും തന്റെ ഹൃദയത്തേയും തന്റെ മനസ്സിനേയും തന്റെ സ്വത്വത്തേയും പിൻതുടരുവാൻ പൂർണ്ണ സ്വാതന്ത്ര്യമുണ്ടായിരിക്കും. 'അവനവനായി' തന്നെ നിലനിൽക്കുവാൻ, അതിമാനുഷരുടെ സമൂഹം നിങ്ങൾക്ക് പൂർണ്ണവും നിരുപാധികവുമായ സ്വാതന്ത്ര്യമനുവദിക്കും.

"എങ്ങിനെയാണിത് സംഭവിച്ചത്?" എന്ന് ഞാൻ എന്നോടു തന്നെ ചോദിച്ചു. അനുസരിക്കുവാനും ആജ്ഞാപിക്കുവാനും, ആജ്ഞാപിച്ചുകൊണ്ടിരിക്കുമ്പോൾക്കൂടി അനുസരണയോടെ നിലനിൽക്കുവാനും ഒരു ജീവിയെ പ്രേരിപ്പിക്കുന്നതെന്താണ്? ബുദ്ധിശാലികളായ എന്റെ കൂട്ടുകാരേ, ഇനി നിങ്ങളെന്റെ ശിക്ഷണത്തിലേക്കു ശ്രദ്ധിക്കുക - ജീവിതത്തിന്റെ കേന്ദ്രത്തിലേക്ക്, അതിന്റെ ഏറ്റവുമടിത്തട്ടിലേക്ക് എനിക്ക് ഇറങ്ങിച്ചെല്ലുവാൻ കഴിഞ്ഞിട്ടുണ്ടോ എന്ന് നിങ്ങളോരോരുത്തരും സ്വയം പരിശോധിച്ചു നോക്കുക:

"ജീവജാലങ്ങളെ എവിടെയെല്ലാം ഞാൻ കണ്ടുവോ, അവിടെയെല്ലാം അധികാരത്തോടുള്ള താത്പര്യവും എനിക്കു കാണുവാൻ കഴിഞ്ഞു. ഒരു ഭൃത്യന്റെ മനസ്സിൽ പോലും ഒരു യജമാനനാകുവാനുള്ള ആഗ്രഹമുണ്ട് എന്ന് ഞാൻ കണ്ടെത്തി."

തീർച്ചയായും ഇത് മഹത്തായ ഒരു കണ്ടുപിടുത്തമാണ്. അധികാരത്തോടുള്ള ഈ താത്പര്യം കാരണമാണ് ശക്തിശാലികളായവർ ആജ്ഞാപിക്കുന്നവരും ദുർബ്ബലരായവർ അടിമകളുമായിത്തീരുന്നത്. എന്നാൽ ഏറ്റവും താഴേക്കിടയിലുള്ള ഒരടിമപോലും താനും ഒരു നാൾ

ഒരു യജമാനനാകും എന്ന് സ്വപ്നം കാണുന്നുണ്ട്. ഏറ്റവും ശക്തിശാലി യായ യജമാനൻ പോലും തന്റെ അടിമകളെ ഭയപ്പെടുന്നുണ്ട്, ആരെ ങ്കിലും തന്നെ ചതിക്കുമോ എന്ന് അയാൾ ഭയപ്പെടുന്നുണ്ട്.

തന്റെ മുറിയിൽ തന്നോടൊപ്പം ഉറങ്ങുവാൻ അഡോൾഫ് ഹിറ്റ്ലർ ഒരിക്കലും ആരേയും അനുവദിച്ചിരുന്നില്ല. താനുറങ്ങുന്ന സമയത്ത് തന്റെ മുറിയിൽ മറ്റൊരാളുടെ സാന്നിദ്ധ്യം ഒഴിവാക്കുന്നതിനുവേണ്ടി മാത്ര മാണ് മിക്കവാറും തന്റെ ജീവിതകാലം മുഴുവനും അദ്ദേഹം ഒരവിവാ ഹിതനായി തുടർന്നത് - ആത്മഹത്യ ചെയ്യുന്നതിന് മൂന്നു മണിക്കൂർ മുമ്പു മാത്രമാണ് അദ്ദേഹം വിവാഹിതനായത്. ആ ഭയമെന്തായിരുന്നു? സുഹൃത്തുക്കളായി അദ്ദേഹത്തിന് ആരുംതന്നെ ഉണ്ടായിരുന്നില്ല. അദ്ദേ ഹത്തോട് ഏറ്റവും അടുപ്പമുള്ളവർ എന്നു കരുതപ്പെട്ടിരുന്ന ആളുകളെ പ്പോലും അദ്ദേഹം കഴിയാവുന്നത്ര അകലത്തിലാണു നിർത്തിയിരുന്നത്.

മാക്കിയവെല്ലിയുടെ (Machiavelli) ഉപദേശം കേൾക്കുക: നിങ്ങളോട് ഏറ്റവും അടുപ്പം പുലർത്തുന്നവരാരെല്ലാമാണോ അവർ ഒരു നാൾ നിങ്ങളെ താഴേക്കു തള്ളിയിടും. അതിനാൽ സുഹൃത്തിനെ സൂക്ഷിക്കുക, ശത്രു അത്രയുംതന്നെ അപകടകാരിയല്ല; കാരണം ശത്രു ദൂരെയാണ്, യഥാർത്ഥ അപകടകാരി സുഹൃത്താണ്. കാരണം അയാൾ അത്രയ്ക്കു മടുത്താണ്, ഏതു നിമിഷവും അയാളുടെ വാൾ നിങ്ങളുടെ കഴുത്തിൽ വന്നു പതിക്കാം." ഈ ഉപദേശത്തെ അദ്ദേഹം പൂർണ്ണമായി അനുസരിച്ചു.

പല രീതിയിലും ലോകത്തിൽ ഒരു അധികാരശ്രേണി നിലനിൽക്കു ന്നുണ്ട്. ആ അധികാരശ്രേണി ഒരു ഇരട്ടകർമ്മം നിറവേറ്റുന്നുണ്ട്. അതാ യത്, ചിലർ നിങ്ങളേക്കാൾ കൂടുതൽ ഉയരത്തിലാണ്. അവർ നിങ്ങളോട് ആജ്ഞാപിക്കും. ചിലർ നിങ്ങളേക്കാൾ താഴെയാണ്, അവരോട് നിങ്ങൾ ആജ്ഞാപിക്കും.

രസകരമായ ഒരു കഥ എന്റെ ഓർമ്മയിലെത്തുന്നു...

അക്ബർ ഭാരതത്തിന്റെ മഹാന്മാരായ ചക്രവർത്തിമാരിൽ ഒരുവനാ യിരുന്നു. അദ്ദേഹം തന്റെ ഡർബാറിലേക്ക് ഏറ്റവും ധിഷണാശാലികളായ വ്യക്തികളെയാണു തിരഞ്ഞെടുത്തിരുന്നത്. മഹാന്മാരായ കവികളേയും ചിത്രകാരന്മാരേയും നർത്തകരേയും സംഗീതജ്ഞരേയും ശാസ്ത്രജ്ഞ രേയും മറ്റും രാജ്യത്തിന്റെ എല്ലാ ഭാഗങ്ങളിൽ നിന്നും തേടിപ്പിടിച്ച് അദ്ദേഹം തന്റെ കൊട്ടാരത്തിലേക്കു കൊണ്ടുവന്നിട്ടുണ്ടായിരുന്നു. ഏത് മണ്ഡലത്തിലുള്ള പ്രതിഭാശാലിയായാലും ശരി, ചക്രവർത്തി അയാളെ തന്റെ കൊട്ടാരത്തിലേക്കു ക്ഷണിച്ചുവരുത്തുകയും വേണ്ട രീതിയിൽ അയാളെ ആദരിക്കുകയും ചെയ്യുക പതിവായിരുന്നു.

ഒരു ദിവസം ചക്രവർത്തി തന്റെ പ്രഗത്ഭരായ ഒമ്പത് സുഹൃത്തുക്ക ളോടുമൊപ്പം സംസാരിച്ചിരിക്കുകയായിരുന്നു. അക്ബറിന്റെ രാജസദ സ്സിലെ 'നവരത്നങ്ങൾ' എന്നാണ് ആ ഒമ്പതുപേർ അറിയപ്പെട്ടിരുന്നത്.

ഏറ്റവും ധിഷണാശാലികളും സർഗ്ഗാത്മകരുമായ വ്യക്തികളായിരുന്നു ആ ഒമ്പതുപേരും. ചക്രവർത്തി പല കാര്യങ്ങളും ആരോടും ചോദിക്കാതെ, തനിക്കു തോന്നുന്നതുപോലെ ചെയ്യുക പതിവായിരുന്നു. "എന്തുകൊണ്ടാണതിങ്ങിനെ?" എന്ന് നിങ്ങൾക്ക് ചക്രവർത്തിയോട് ചോദിക്കാൻ കഴിയില്ല. ആരോടും ഉത്തരം പറയേണ്ടതായ ബാധ്യത അദ്ദേഹത്തിനുണ്ടായിരുന്നില്ല.

ഒരു ദിവസം ചക്രവർത്തി പെട്ടെന്ന് തന്റെ തൊട്ടടുത്തു നിന്നിരുന്ന മനുഷ്യന്റെ മുഖത്തടിച്ചു. ആ മനുഷ്യൻ രാജസദസ്സിലെ ഏറ്റവും ധിഷണാശാലിയായ വ്യക്തിയായിരുന്നു. ബീർബൽ എന്നായിരുന്നു അയാളുടെ പേര്. ആ അടി തികച്ചും അവിചാരിതമായിരുന്നതിനാൽ ഒരു നിമിഷത്തേക്ക് ബീർബൽ സ്തബ്ധനായി. ഇനി എന്താണു ചെയ്യേണ്ടത് എന്ന് ആലോചിച്ചുകൊണ്ടെന്നപോലെ അല്പനേരത്തേക്ക് അയാൾ നിശ്ശബ്ദനായി. "എന്തിനാണ് നിങ്ങളെന്നെ അടിച്ചത്" എന്ന് അയാൾക്ക് ചക്രവർത്തിയോട് ചോദിക്കാൻ കഴിയില്ലല്ലോ. അയാളത് ചോദിച്ചിരുന്നുവെങ്കിൽ, അത് കൂടുതൽ അപകടകരമാകുമായിരുന്നു. എന്നാൽ എന്തെങ്കിലുമൊന്ന് ചെയ്തേ പറ്റൂ. ഇത്രയുമധികം ആളുകളുടെ മുമ്പിൽ വച്ച് അദ്ദേഹം തന്റെ മുഖത്തടിച്ചിരിക്കുകയാണ്. ഇത് സഹിക്കാവുന്നതിലും അപ്പുറമാണ്.

പെട്ടെന്ന് ബീർബൽ തന്റെ തൊട്ടടുത്തു നിന്നിരുന്ന ഒരു മനുഷ്യന്റെ മുഖത്തടിച്ചു. എന്തുകൊണ്ടാണ് ബീർബൽ തന്നെ അടിച്ചത് എന്ന് ആ മനുഷ്യനും മനസ്സിലാക്കാൻ കഴിഞ്ഞില്ല. "എന്താണിവിടെ സംഭവിച്ചുകൊണ്ടിരിക്കുന്നത്? ഞാൻ ഒന്നും തന്നെ ചെയ്തിട്ടില്ലല്ലോ? പിന്നെ എന്താണിത്? ബീർബൽ എന്തിനാണെന്നെ അടിച്ചത്?"

എന്നാൽ ഇപ്പോൾ അതിനെക്കുറിച്ചു ചിന്തിച്ചിട്ട് യാതൊരു കാര്യവുമില്ല. ബീർബൽ ഒരു വഴി കാണിച്ചു തന്നുകഴിഞ്ഞു. പിന്നെ ആ മനുഷ്യൻ അധികമൊന്നും ആലോചിച്ചില്ല. അയാളുടനെ തന്റെ തൊട്ടടുത്തു നിന്നിരുന്ന ആളുടെ മുഖത്തടിച്ചു. ആ അടി - ആ പ്രക്രിയ - തലസ്ഥാനനഗരിയിലൊട്ടാകെ, അന്നു മുഴുവൻ തുടർന്നുകൊണ്ടേയിരുന്നു എന്നാണ് പറയപ്പെടുന്നത്. അതിന്റെ പ്രത്യേകത ഇതായിരുന്നു. അധികാരശ്രേണിയിൽ താഴെ നിൽക്കുന്നവർക്കാണ് ആ അടി ഏറ്റുകൊണ്ടിരുന്നത്.

രാത്രി അക്ബർ ചക്രവർത്തിയും അദ്ദേഹത്തിന്റെ രാജ്ഞിയും കിടപ്പറയിലിരിക്കുകയായിരുന്നു. പെട്ടെന്ന് രാജ്ഞി ചക്രവർത്തിയുടെ മുഖത്തടിച്ചു. ഒരു നിമിഷം ചക്രവർത്തി സ്തബ്ധനായി. അദ്ദേഹം ചോദിച്ചു, "നിനക്കിന്നെന്തുപറ്റി? നീ എന്താണീ ചെയ്തുകൊണ്ടിരിക്കുന്നത്?" അവൾ പറഞ്ഞു, "എന്താണിവിടെ സംഭവിച്ചുകൊണ്ടിരിക്കുന്നത് എന്ന് എനിക്കറിഞ്ഞുകൂടാ. എന്നാൽ മുഴുവൻ നഗരത്തിലും ഇത്

തുടർന്നുകൊണ്ടിരിക്കുകയാണ്. ആരോ എന്നേയും അടിച്ചു. അത് നിങ്ങളുടെ ഭാര്യമാരിൽ ഒരുവളായിരുന്നു." ചക്രവർത്തിക്ക് അഞ്ഞൂറിലധികം ഭാര്യമാരുണ്ടായിരുന്നു. "സ്ഥാനം കൊണ്ട് എന്നേക്കാൾ മൂത്ത ഒരുവളായിരുന്നു എന്നെ അടിച്ചത്. അതിനാൽ എനിക്കവളെ തിരിച്ചടിക്കുവാൻ കഴിഞ്ഞില്ല."

അവൾ ചക്രവർത്തിയുടെ ഭാര്യമാരിൽ വച്ച് ഏറ്റവും ഇളയവളായിരുന്നു. സ്വാഭാവികമായും മറ്റു ഭാര്യമാരേക്കാൾ ചക്രവർത്തിയുടെ മേൽ സ്വാധീനവും അധികാരവും അവൾക്കായിരുന്നു. അക്ബറിന്റെ ഭാര്യമാരിൽ വച്ച് ഏറ്റവും സുന്ദരിയും അവളായിരുന്നു. അവൾ പറഞ്ഞു, "നിങ്ങളെയൊഴിച്ച് മറ്റാരേയും എനിക്ക് അടിക്കാൻ കഴിയില്ലല്ലോ." അക്ബർ പറഞ്ഞു, "ഇത് അദ്ഭുതം തന്നെ. രാവിലെ ഞാൻ തുടങ്ങിവച്ചത് ഇപ്പോൾ എന്നിലേക്കുതന്നെ തിരിച്ചെത്തിയിരിക്കുന്നു. ആ അടി പട്ടണം മുഴുവൻ ചുറ്റി ഒടുവിൽ എന്റെ അടുത്തേക്കു തന്നെ വന്നെത്തിയിരിക്കുന്നു."

അധികാരശ്രേണികൾ എവിടെയായിരുന്നാലും, അതിന്റെ ഉദ്ദേശ്യം നിറവേറ്റുന്നു. അധികാരശ്രേണികളുള്ളത് പള്ളികളിലും ഭരണകൂടങ്ങളിലും രാഷ്ട്രീയകക്ഷികളിലും മാത്രമല്ല, കുടുംബങ്ങളിലും അതു നിലനിൽക്കുന്നുണ്ട്. സൂക്ഷ്മമായി നിരീക്ഷിക്കുകയാണെങ്കിൽ, നിങ്ങൾ പല അധികാരശ്രേണികളിലും പെട്ട ഒരാളാണെന്ന് കണ്ടെത്താൻ കഴിയും. പല വഴികളും നിങ്ങളിലൂടെ കടന്നുപോകുന്നു... ചിലർ നിങ്ങളേക്കാൾ മേലെയാണ്. ചിലർ നിങ്ങളേക്കാൾ താഴെയാണ്.

തുടർന്നുകൊണ്ടേയിരിക്കുന്ന ഈ മുഴുവൻ കളിയും അധികാരത്തോടുള്ള താത്പര്യം കാരണമാണ്. എല്ലാവരും ഇതിനുള്ളിലാണ്. ഇത് ജീവിതത്തിന്റെ സ്വാഭാവികനിയമമാണ്.

ഭർത്താവ് ജോലിസ്ഥലത്തു നിന്ന് മടങ്ങിവരുന്നു. ഇന്ന് അയാളുടെ മേലുദ്യോഗസ്ഥൻ അയാളോട് കോപത്തിലായിരുന്നു. തന്റെ മേലുദ്യോഗസ്ഥനെ, അയാളില്ലാത്ത സമയത്ത് പരിഹസിക്കുകയും ചീത്ത പറയുകയും പതിവായിരുന്നുവെങ്കിൽകൂടി, തന്റെ മേലുദ്യോഗസ്ഥനെ കൊല്ലുവാനുള്ള ദേഷ്യം അയാൾക്കുണ്ടായിരുന്നുവെങ്കിൽകൂടി, ഇന്ന് അയാൾക്ക് തന്റെ മേലുദ്യോഗസ്ഥന്റെ മുമ്പിൽ ചിരിച്ചുകൊണ്ടുനിൽക്കേണ്ടി വന്നു. അല്ലാത്തപക്ഷം അത് അപകടകരമാകുമായിരുന്നു. അതിനാൽ ദേഷ്യം ഉള്ളിലൊതുക്കിക്കൊണ്ടാണ് അന്നയാൾ വീട്ടിലേക്കു വരുന്നത്. വന്ന ഉടനെ അയാൾ തന്റെ ഭാര്യയുടെ നേരെ കയർക്കാൻ തുടങ്ങുന്നു. അവൾക്കതിന്റെ കാരണം മനസ്സിലാക്കുവാൻ കഴിയുന്നില്ല. അയാളെ ദേഷ്യപ്പെടുത്തുവാൻ അവളൊന്നും തന്നെ ചെയ്തിട്ടുണ്ടായിരുന്നില്ല. ദിവസം മുഴുവൻ അവൾ പണിയെടുത്തുകൊണ്ടിരിക്കുകയായിരുന്നു. ഭക്ഷണം പാകം ചെയ്തും വസ്ത്രങ്ങളലക്കിയും കുട്ടികളെ ശ്രദ്ധിച്ചു

കൊണ്ടും ദിവസം മുഴുവൻ അവൾ പ്രവൃത്തിയെടുത്തുകൊണ്ടിരിക്കുകയായിരുന്നു. അപ്പോഴാണ് അയാൾ വന്ന് അവളെ ചീത്ത വിളിക്കുവാനും അവളോട് യുദ്ധം ചെയ്യുവാനും തുടങ്ങുന്നത്.

എന്നാൽ അവൾക്ക് അയാളോട് ഒന്നുംതന്നെ മറുത്തു പറയുവാൻ കഴിയില്ല. സാമ്പത്തികമായി അവൾക്ക് അയാളെ ആശ്രയിക്കേണ്ടതുണ്ട്. അതിനാൽ ഉള്ളിലടക്കിയ തന്റെ ദേഷ്യത്തെ ബഹിർഗമിപ്പിക്കുവാൻ അവൾക്ക് ഒരല്പം കാത്തിരിക്കേണ്ടി വരും. അവളുടെ മകൻ അല്പ സമയത്തിനുള്ളിൽ സ്കൂളിൽനിന്ന് വീട്ടിൽ തിരിച്ചെത്തും. അപ്പോൾ അവൾക്ക് അവനിൽ എന്തെങ്കിലും കുറ്റം കണ്ടുപിടിക്കാൻ കഴിയും. അത്ര ബുദ്ധിമുട്ടുള്ള ഒരു കാര്യമല്ല. എല്ലാ ദിവസവും അവൾക്ക് എന്തെങ്കിലും കുറ്റം കണ്ടുപിടിക്കാൻ കഴിയാറുണ്ട്. എന്നാൽ ഇന്നൊരു പ്രത്യേക ദിവസമാണ്. അതിനാൽ അവൻ വീട്ടിലെത്തിയ ഉടനെ അവൾ പറയും, "ഇന്ന് നീ ഏതോ ഒരു കുട്ടിയുമായി വഴക്കുകൂടി, അല്ലേ. അതിന്റെ അടയാളം നിന്റെ മുഖത്തു കാണാനുണ്ട്. ദാ, നോക്കൂ, ഇവിടെ നിന്റെ കുപ്പായം കീറിയിട്ടുണ്ട്." അതുംപറഞ്ഞുകൊണ്ട് അവൾ തന്റെ ദേഷ്യം മുഴുവൻ ആ കുട്ടിയുടെ നേരെയെടുക്കും. അധികാരശ്രേണിയുടെ ഒരു ഉദാഹരണമാണിത്.

കുട്ടിക്കത് മനസ്സിലാക്കുവാൻ കഴിയുന്നില്ല. സ്കൂളിൽ ദിവസം മുഴുവൻ ടീച്ചർ അവനെ ഉപദ്രവിച്ചുകൊണ്ടിരിക്കുകയായിരുന്നു - അദ്ധ്യാപകനെ ശിക്ഷകനെന്നു വിളിക്കുന്നത് ഒരുപക്ഷേ ഇതുകൊണ്ടായിരിക്കണം- അതും പോരാഞ്ഞ് വീട്ടിലേക്കു വരുന്ന വഴിക്ക് അവനേക്കാൾ മുതിർന്ന മറ്റൊരു കുട്ടി യാതൊരു കാരണവുമില്ലാതെ അവനെ ഉപദ്രവിക്കുകയും ചെയ്തിരുന്നു. ഇപ്പോൾ ഇതാ അവന്റെ അമ്മയും അതുതന്നെ ചെയ്യുന്നു. ഇപ്പോൾ അവനും എന്തെങ്കിലും ചെയ്യണം. അവൻ മുറിയിൽ പോയി തന്റെ ടെഡ്ഢിബിയറിനെ പിടിച്ചു തൊഴിക്കുന്നു. ഏതെങ്കിലും വിധത്തിൽ അവനും തന്റെ ദേഷ്യം തീർക്കേണ്ടതുണ്ട്.

യാതൊരു കാരണവുമില്ലാതെയല്ല ടെഡ്ഢിബിയറുകളവിടെയുള്ളത്. അവയും നിങ്ങളുടെ അധികാരശ്രേണിയുടെ ഭാഗമാണ്. എന്നാൽ അവിടെ വച്ച് ആ കണ്ണി മുറിയും. അവിടെവച്ച് ആ വഴി അവസാനിക്കും. എന്നാൽ പിന്നെയും എത്രയോ വഴികൾ...

നിങ്ങളിലേക്കു തന്നെ ഒന്നു കണ്ണോടിക്കുക. അപ്പോൾ എല്ലായിടത്തും ഈ ശ്രേണികൾ നിലനിൽക്കുന്നതായി നിങ്ങൾ കണ്ടെത്തും.... മനുഷ്യരോടൊപ്പം ജീവിച്ചുകൊണ്ടിരിക്കുന്ന ജന്തുക്കൾപോലും അധികാരത്തിന്റെ ഭാഷ അഭ്യസിക്കും.

നിങ്ങളൊരു അപരിചിതന്റെ വീട്ടിലേക്കു പോകുന്നു. നിങ്ങളെ കണ്ട ഉടൻ ആ വീട്ടിലെ നായ കുരയ്ക്കാൻ തുടങ്ങും. അപ്പോഴവിടെ വിചിത്രമായ ഒരു പ്രതിഭാസം നിങ്ങൾക്കു കാണാൻ കഴിയും. അപ്പോളവൻ ഒരു

രാഷ്ട്രീയക്കാരനെപ്പോലെ പെരുമാറും. ഒരേസമയം അവൻ കുരച്ചു കൊണ്ടിരിക്കുകയും വാലാട്ടിക്കൊണ്ടിരിക്കുകയും ചെയ്യും. വാലാട്ടുന്നത് നിങ്ങളെ സ്വാഗതം ചെയ്യുന്നതിന്റെ അടയാളമാണ്. എന്നാൽ വീട്ടു കാരനാൽ നിങ്ങൾ സ്വാഗതം ചെയ്യപ്പെടുമോ ഇല്ലയോ എന്ന് അവനു തീർച്ചയില്ല. അതിനാൽ ഒരേസമയം അവൻ പരസ്പരവിരുദ്ധമായ രണ്ട് കാര്യങ്ങളും ചെയ്തുകൊണ്ടിരിക്കും. അവൻ നയതന്ത്രപരമായി പെരു മാറിക്കൊണ്ടിരിക്കുകയാണ്. അപ്പോൾ വീട്ടുടമസ്ഥൻ പുറത്തേക്കുവന്ന് നിങ്ങളുടെ കൈപിടിച്ച് കുലുക്കും. അതു കാണുമ്പോൾ അവനുടനെ കുരക്കൽ നിർത്തും. എന്നാൽ അപ്പോഴും അവൻ വാലാട്ടിക്കൊണ്ടിരി ക്കുന്നുണ്ടാകും. നേരെമറിച്ച്, നിങ്ങളെ കണ്ട ഉടനെ വീട്ടുടമസ്ഥന്റെ മുഖത്ത് ദേഷ്യമാണ് നിഴലിക്കുന്നത് എങ്കിൽ, "ശല്യപ്പെടുത്താതെ കടന്നു പോകൂ" എന്ന് അയാൾ പറയുകയാണെങ്കിൽ, അപ്പോഴവന്റെ വാലാ ട്ടൽ നിൽക്കും, അവൻ ശക്തിയായി കുരയ്ക്കുവാൻ തുടങ്ങും. അവൻ ആക്രമിക്കുവാൻ തയ്യാറാകും. ജന്തുക്കൾ പോലും നിങ്ങളുടെ അധികാര ക്കൊതിയിൽ പങ്കുചേരും.

അധികാരത്തോടുള്ള അതിയായ ഒരാഗ്രഹം എല്ലാവരിലുമവിടെ യുണ്ട്. എന്നാൽ എല്ലായ്പോഴും മുകളിൽ തന്നെ നിലനിൽക്കുവാൻ നിങ്ങൾക്കു കഴിഞ്ഞുവെന്നു വരില്ല. ഇനി നിങ്ങൾ ഏറ്റവും മുകളിലാ ണെങ്കിൽ തന്നെ, എത്ര കാലത്തേക്ക് നിങ്ങൾക്കവിടെ തുടരാൻ കഴിയും? നിങ്ങളുടെ കാലുകളിൽ പിടിച്ചുവലിച്ചുകൊണ്ടിരിക്കുന്ന, നിങ്ങളെ താഴേക്കു വലിച്ചുകൊണ്ടിരിക്കുന്ന മറ്റുള്ളവരുമവിടെയുണ്ട്. എന്നാൽ നിങ്ങളുടെ കസേരയിൽ പറ്റിപ്പിടിച്ചിരിക്കുവാൻ നിങ്ങൾ അങ്ങേയറ്റം ശ്രമിച്ചുകൊണ്ടിരിക്കുകയാണ്. അതേസമയം മറ്റുള്ളവരും ആ കസേര യിലിരിക്കുവാൻ ആഗ്രഹിക്കുന്നുണ്ട്. അതിനാൽ നിങ്ങളൊരു അധികാര സ്ഥാനത്ത് എത്തിച്ചേരുകയാണെങ്കിൽ തന്നെ, നിങ്ങളുടെ ഉള്ളിൽ എല്ലാ യ്പോഴും ഭയമുണ്ടാകും. ഹൃദയത്തിന്റെ അടിത്തട്ടിൽ നിങ്ങൾ വിറച്ചു കൊണ്ടിരിക്കുകയാവും. നിങ്ങളുടെ അധികാരം ഏറെനാൾ നിലനിൽക്കു കയില്ല. മറ്റൊരുവനിൽ നിന്ന് നിങ്ങളത് തട്ടിയെടുത്തതുപോലെ മറ്റൊ രാൾ നിങ്ങളിൽനിന്ന് അതു തട്ടിയെടുക്കുവാൻ പോവുകയാണ്.

ഏറ്റവും താഴേക്കിടയിലുള്ള അടിമ പോലും സ്വപ്നം കാണുന്നുണ്ട്. അത്, "എല്ലായ്പോഴും രാത്രിയാകുവാൻ പോകുന്നില്ല, ഒരു ദിവസം ഞാനും എന്റെ പ്രഭാതം കാണും. ഒരു നാൾ ഞാനും ആ അധികാരക്ക സേരയിലെത്തിച്ചേരും." അവനതിനു തയ്യാറെടുത്തുകൊണ്ടിരിക്കുക യാണ്. തന്നേക്കാൾ ദുർബലനായ മറ്റൊരുവനെ അപമാനിക്കുവാനോ ഉപദ്രവിക്കുവാനോ പീഡിപ്പിക്കുവാനോ അയാൾക്കൊരവസരം കിട്ടുക യാണെങ്കിൽ അയാളൊരിക്കലും അതു പാഴാക്കുകയില്ല.

നിർവാണോ - എന്റെ ഒരു സന്ന്യാസി - ആദ്യമായി ഇന്ത്യയിലേക്കു വന്നപ്പോൾ ഒരു കാര്യം അവളെ വളരെയധികം അദ്ഭുതപ്പെടുത്തി.

റോഡിലൂടെ നടന്നുപോയിക്കൊണ്ടിരിക്കുന്ന ആളുകൾ, പ്രത്യേകിച്ച് യാതൊരു കാരണവുമില്ലാതെ, മണ്ണിൽ നിന്ന് കല്ലുകൾ പെറുക്കിയെടുത്ത് അലഞ്ഞുതിരിഞ്ഞുകൊണ്ടിരിക്കുന്ന നായ്ക്കളുടെ നേരെ എറിയുന്നു. എന്നോട് അവൾ ചോദിച്ച ആദ്യത്തെ ചോദ്യമിതായിരുന്നു - "എന്തു കൊണ്ടാണ് ഇവിടത്തെ ആളുകൾ തെരുവിൽ അലഞ്ഞുനടക്കുന്ന നായ്ക്കളുടെ നേരെ കല്ലെറിയുന്നത്? അവ ആർക്കും ഒരുപദ്രവവും ചെയ്യു ന്നില്ലല്ലോ."

ഞാൻ പറഞ്ഞു, "നിങ്ങൾക്കിത് മനസ്സിലാകില്ല. ഈ ആളുകൾ ഏറു കൊണ്ടവരാണ്. എന്നാൽ അവർക്ക് എറിയുവാൻ ഈ തെരുവു നായ്ക്കളല്ലാതെ മറ്റാരും തന്നെയില്ല. അവർക്കു താഴെ മറ്റാരും തന്നെ യില്ല. ഇത് അധികാരശ്രേണിയുടെ പ്രശ്നമാണ്. എനിക്കീ തെരുവു നായ്ക്കളോട് എല്ലാ സഹതാപവുമുണ്ടെങ്കിൽക്കൂടി, ഈ ആളുകളെ കുറ്റ പ്പെടുത്തുവാൻ കഴിയില്ല. ഈ ആളുകൾ പാവങ്ങളാണ്. ഇവർ ആ തെരുവുനായ്ക്കളേക്കാൾ, ഒരുപടി മുന്നിലാണെന്നു മാത്രമേയുള്ളൂ. ഈ തെരുവുനായ്ക്കളും ഇപ്പോഴല്ലെങ്കിൽ മറ്റൊരിക്കൽ, ഇവയേക്കാൾ ചെറുതും, ദുർബലരുമായ നായ്ക്കളോട് പ്രതികാരം വീട്ടും. ചിലപ്പോൾ അതൊരു പൂച്ചയാവാം, അല്ലെങ്കിൽ ഒരു യാചകനാവാം. അധികാര ശ്രേണിയിൽ ഈ തെരുവുനായ്ക്കളേക്കാൾ താഴെയുള്ള ആരെങ്കിലും ഈ ലോകത്തിൽ എവിടെയെങ്കിലുമുണ്ടായിരിക്കണം."

ലോകം മുഴുവൻ ഈ ഒരു പാത്രത്തിൽ കിടന്ന് തിളച്ചുകൊണ്ടിരി ക്കുകയാണ്. സരതുഷ്ട്രന്റെ ഈ നിഗമനം പൂർണ്ണമായും ശരിയാണ്. "ജീവജാലങ്ങളെ എവിടെയെല്ലാം ഞാൻ കണ്ടുവോ, അവിടെയെല്ലാം അധികാരത്തോടുള്ള താത്പര്യവും എനിക്കു കാണുവാൻ കഴിഞ്ഞു. ഒരു ഭൃത്യന്റെ മനസ്സിൽ പോലും ഒരു യജമാനനാകുവാനുള്ള ആഗ്രഹ മുണ്ട് എന്ന് ഞാൻ കണ്ടെത്തി."

"എന്തുകൊണ്ടാണ് യൂദാസ് യേശുവിനെ ഒറ്റിക്കൊടുത്തത്?" എന്ന് ആളുകൾ ചോദിക്കാറുണ്ട് - എന്തുകൊണ്ടെന്നാൽ അയാളും ഒരു ഗുരു വാകുവാൻ ആഗ്രഹിച്ചു. എന്നാൽ യേശു ജീവനോടെയിരിക്കുമ്പോൾ, യൂദാസിനെ സംബന്ധിച്ചേടത്തോളം ഗുരുവാകുവാൻ യാതൊരു സാധ്യ തയുമില്ല. വാസ്തവത്തിൽ വിദ്യാഭ്യാസം നേടിയ യേശുവിന്റെ ഒരേയൊരു അനുയായി അയാൾ മാത്രമായിരുന്നു. അദ്ദേഹത്തിന്റെ അപ്പോസ്തല ന്മാരിൽവച്ച് ഏറ്റവും ബുദ്ധിമാനും ഏറ്റവും നന്നായി ഭാഷ കൈകാര്യം ചെയ്യുവാൻ കഴിവുള്ളവനും യൂദാസായിരുന്നു. അയാൾ യേശുവിന്റെ ഏറ്റവും അടുത്ത ശിഷ്യനായിരുന്നു. എന്നാൽ പ്രശ്നവും അതുതന്നെ യായിരുന്നു.

ഇത് യേശുവിനെ സംബന്ധിച്ചിടത്തോളം മാത്രമല്ല, മിക്കവാറു മെല്ലാ ഗുരുനാഥന്മാരും വഞ്ചിക്കപ്പെട്ടിട്ടുണ്ട്. ഗുരു എത്രയും കൂടുതൽ

പ്രബലനാണോ, അദ്ദേഹത്തെ വഞ്ചിക്കുവാൻ അത്രയും കൂടുതൽ ആളുകളുമവിടെയുണ്ടാകും; കാരണം അത്രയുമധികം അനുയായികൾ അദ്ദേഹത്തിനുണ്ടാകും. അവരെല്ലാവരും ഗുരുനാഥന്മാരാകുവാൻ ആഗ്രഹിക്കും. എവിടെയെങ്കിലും ഒരു ചെറിയ ഗുരുവായിത്തീരാൻ കഴിഞ്ഞാൽ, അവർക്കതിൽ വളരെയധികം സംതൃപ്തി അനുഭവപ്പെടും.

"തന്നേക്കാൾ കൂടുതൽ ശക്തിയുള്ള ഒരുവനെ സേവിക്കുവാൻ, ദുർബലനായ ഒരുവന്റെ മനസ്സ് അവനെ പ്രേരിപ്പിക്കും. അതേസമയം തന്നേക്കാൾ താഴ്ന്നവനും ദുർബലനുമായ ഒരുവന്റെ യജമാനനാകുവാനും അവന്റെ ഹൃദയം മോഹിക്കും. ഈ മോഹത്തെ ഉപേക്ഷിക്കുവാൻ അവൻ തയ്യാറാവുകയില്ല.

തന്നേക്കാൾ താഴ്ന്നവനു മേൽ തന്റെ അധികാരത്തെ ഉറപ്പിക്കുന്നതിനു വേണ്ടി ഒരുവൻ തന്നേക്കാൾ ഉയർന്നവനും ശക്തിശാലിയുമായ ഒരുവനു കീഴടങ്ങുന്നതുപോലെ, ഏറ്റവും ഉയർന്ന അധികാരത്തിലിരിക്കുന്നവനും തന്റെ അധികാരത്തെ നിലനിർത്തുന്നതിനുവേണ്ടി തന്റെ ജീവൻ പണയപ്പെടുത്തുവാൻ പോലും തയ്യാറായെന്നു വരാം."

ലോകത്തിലെ ഏറ്റവും കൂടുതൽ അധികാരമുള്ളവരായ ആളുകൾ പോലും, ഇനിയും കൂടുതൽ അധികാരത്തിനുവേണ്ടി കൊതിച്ചുകൊണ്ടിരിക്കുകയാണ്. അതിനുവേണ്ടി തങ്ങളുടെ ജീവിതത്തെ പണയപ്പെടുത്തേണ്ടി വരികയാണെങ്കിൽ തന്നെ, അവർക്കതിന് യാതൊരു മടിയുമില്ല. അല്ലാത്തപക്ഷം എന്തുകൊണ്ടാണ് ഇത്രയുമധികം യുദ്ധങ്ങളവിടെയുണ്ടാകുന്നത്? എത്രയോ ലഹളകൾ, കലാപങ്ങൾ, ആയിരക്കണക്കിന് യുദ്ധങ്ങൾ.... മതങ്ങൾ പരസ്പരം എതിരിട്ടുകൊണ്ടിരിക്കുകയാണ്. രാജ്യങ്ങൾ അന്യോന്യം യുദ്ധം ചെയ്തുകൊണ്ടിരിക്കുകയാണ്. രാഷ്ട്രീയകക്ഷികൾ തമ്മിൽ കലഹിച്ചുകൊണ്ടിരിക്കുകയാണ്. തീർച്ചയായും ഇതിനൊരു കാരണമിവിടെയുണ്ടായിരിക്കണം. ഇതിനുവേണ്ടി തന്റെ ജീവിതത്തെ ബലിയർപ്പിക്കുവാൻ പോലും ഒരുവൻ തയ്യാറാണ്. ഏറ്റവും ശക്തിശാലിയായ വ്യക്തി പോലും കൂടുതൽ അധികാരത്തിനുവേണ്ടി തന്റെ ജീവൻ പണയപ്പെടുത്തും.

"അപകടങ്ങളേയും അപകടസാധ്യതകളേയും നേരിടുവാനും വേണ്ടി വന്നാൽ മരണത്തോടു മല്ലിടുവാനും ശക്തിശാലിയായ ഒരുവൻ എല്ലായ്പോഴും തയ്യാറാണ്."

എഡ്മണ്ട് ഹില്ലാരി ഹിമാലയത്തിലെ ഏറ്റവും ഉയരം കൂടിയ കൊടുമുടിയായ എവറസ്റ്റ് കീഴടക്കിയപ്പോൾ അത് ഒരു ചരിത്രസംഭവമായിരുന്നു. കഴിഞ്ഞ നൂറ്റാണ്ടിൽ മാത്രം നൂറുകണക്കിന് പർവ്വതാരോഹകർ അതു കീഴടക്കുവാൻ ശ്രമിക്കുകയും പരാജയപ്പെടുകയും ചെയ്തു. അവർ പരാജയപ്പെടുക മാത്രമായിരുന്നില്ല, അവരിൽ എഴുപത്തഞ്ചു ശതമാനവും മരണമടയുകയായിരുന്നു. അവരൊരിക്കലും തിരിച്ചുവന്നില്ല.

ഈ ശ്രമത്തിനിടയിൽ എത്രയോ പേർ മരണമടഞ്ഞു കഴിഞ്ഞു എന്നു നല്ലതുപോലെ അറിയാമായിരുന്നിട്ടുകൂടി വീണ്ടും വീണ്ടും പുതിയ പർവ്വതാരോഹകർ ഇതിനുവേണ്ടി ശ്രമിച്ചുകൊണ്ടേയിരുന്നു. മാത്രമല്ല, എവറസ്റ്റിൽ കണ്ടെത്തുവാനോ നേടിയെടുക്കുവാനോ അവിടെ ഒന്നും തന്നെയില്ല. നോക്കെത്താ ദൂരം മഞ്ഞുപാളികൾ മാത്രമാണവിടെയുള്ളത്.

ഹിമാലയത്തിൽ നിന്ന് താഴേക്കു വന്നതിനുശേഷം ഹില്ലാരി തന്റെ ആദ്യ പത്രസമ്മേളനത്തിൽ സംസാരിച്ചുകൊണ്ടിരിക്കുകയായിരുന്നു. ഒരു പത്രപ്രവർത്തകൻ അദ്ദേഹത്തോടു ചോദിച്ചു, “എന്തുകൊണ്ടാണ് നിങ്ങൾ ഇത്രയും അപകടസാധ്യതയുള്ള ഈ കാര്യം ഏറ്റെടുത്തത്? അതിനു താങ്കളെ പ്രേരിപ്പിച്ചതെന്തായിരുന്നു?”

അതിന് ഹില്ലാരി മറുപടി പറഞ്ഞത് ഇങ്ങിനെയായിരുന്നു, “അതിനുള്ള പ്രേരണയെന്തെന്നോ? ബാഹ്യമായ പ്രേരണയുടെ യാതൊരു പ്രശ്നവുമവിടെയില്ല. എവറസ്റ്റിന്റെ ആ സാന്നിദ്ധ്യം തന്നെ ഒരു വെല്ലുവിളിയാണ്. ആ കൊടുമുടിയിലെത്തിച്ചേരുന്ന ഒന്നാമത്തെ ആളാകാൻ ഞാനാഗ്രഹിച്ചു.”

അതിൽനിന്ന് അദ്ദേഹത്തിനെന്തെങ്കിലും നേടിയെടുക്കുവാൻ കഴിഞ്ഞുവോ? ഇതിൽ ഒരു കാര്യം നിങ്ങൾക്കു കാണാൻ കഴിയും. തീർച്ചയായും അധികാരത്തോടുള്ള അതിയായ ഒരു താത്പര്യമവിടെയുണ്ട്, ഒന്നാമനാകുവാനുള്ള അതിയായ ഒരാഗ്രഹമവിടെയുണ്ട്. ചരിത്രത്തിലൊരിക്കലും ഇനി ആർക്കുംതന്നെ അദ്ദേഹമെത്തിച്ചേർന്ന ആ സ്ഥാനത്ത് എത്തിച്ചേരാൻ കഴിയില്ല. ഇനി ആ കൊടുമുടിയിലെത്തുന്നവനാരായാലും അയാൾ രണ്ടാമൻ മാത്രമേ ആവുകയുള്ളൂ. ഒന്നാമനാകാൻ ഇനിയവിടെ യാതൊരു വഴിയുമില്ല. അദ്ദേഹത്തിന്റെ നേട്ടം ഇതാണ്.

നിങ്ങൾക്കിതു കാണാൻ കഴിയില്ല. ഇത് ദൃശ്യമല്ല. എന്നാൽ ഒന്നാമനാകുന്നതിലുള്ള ആ ഒരു സുഖം അത് വലിയൊരു നേട്ടം തന്നെയാണ്. “എവിടെയെല്ലാം ത്യാഗവും സേവനവും സ്നേഹപൂർവ്വമുള്ള കടാക്ഷങ്ങളുമുണ്ടോ, അവിടെയെല്ലാം അധിപനാകുവാനുള്ള ആഗ്രഹവുമുണ്ടാകും.”

സ്നേഹിക്കുന്നവർ പോലും ആധിപത്യം സ്ഥാപിക്കുവാൻ നിരന്തരം ശ്രമിച്ചുകൊണ്ടിരിക്കുകയാണ്. അവർ സ്നേഹസല്ലാപം നടത്തിക്കൊണ്ടിരിക്കുകയാവാം. എന്നാൽ അപ്പോഴും അവർക്കുള്ളിൽ അധികാരമോഹമവിടെയുണ്ട്. അല്ലെങ്കിൽ എന്തുകൊണ്ടാണ് സ്നേഹിക്കുന്നവർ തമ്മിൽ എല്ലായ്പോഴും യുദ്ധം ചെയ്തുകൊണ്ടിരിക്കുന്നത്? കലഹിക്കുവാനവരെടുക്കുന്ന സമയം, സ്നേഹിക്കുവാനവരെടുക്കുന്ന സമയത്തേക്കാൾ കൂടുതലാണ്. കലഹിക്കുവാൻ വേണ്ടി മാത്രമാണ് അവർ സ്നേഹിക്കുന്നത് എന്നുകൂടി തോന്നിപ്പോകും. എന്നാൽ എന്തിനുവേണ്ടിയാണ്

അവർ കലഹിച്ചുകൊണ്ടും യുദ്ധം ചെയ്തുകൊണ്ടുമിരിക്കുന്നത്? - അത് ആധിപത്യം സ്ഥാപിക്കുന്നതിനുവേണ്ടിയാണ്.

"ദുർബലരായവർ രഹസ്യമാർഗ്ഗങ്ങളിലൂടെ ദുർഗ്ഗമമായ കോട്ടകളിൽപ്പോലും കയറിപ്പറ്റും. അത്തരത്തിലാണ് അവർ ശക്തിശാലികളുടെ ഹൃദയത്തിൽ കയറിപ്പറ്റി അധികാരം കവർന്നെടുക്കുന്നത്."

പുരുഷൻ നേരിട്ട് യുദ്ധം ചെയ്യുന്നു. സ്ത്രീക്ക് അവളുടേതായ - സ്ത്രൈണമായ - യുദ്ധരീതികളുണ്ട്. രഹസ്യമാർഗ്ഗങ്ങളിലൂടെയാണ് അവൾ യുദ്ധം ചെയ്യുന്നത്. പലപ്പോഴും, മിക്കവാറുമെല്ലായ്പോഴും തന്നെ, വിജയിക്കുന്നത് അവളായിരിക്കും - കാരണം ദിവസം മുഴുവൻ പുരുഷൻ ബാഹ്യലോകവുമായി യുദ്ധം ചെയ്തുകൊണ്ടിരിക്കുകയായിരുന്നു. ഓഫീസിൽ ഇടപാടുകാരുമായി, മറ്റു വ്യക്തികളുമായി, മറ്റു രാഷ്ട്രീയക്കാരുമായി - അങ്ങിനെ പലരോടും യുദ്ധം ചെയ്തു ചെയ്ത് അയാൾ അത്രയ്ക്കുമധികം തളർന്നു കഴിഞ്ഞിട്ടുണ്ടാകും. വീട്ടിലെങ്കിലും അല്പം ആശ്വാസം, അല്പം മനഃസമാധാനം, ലഭിക്കണമെന്ന് സ്വാഭാവികമായും അയാളാഗ്രഹിക്കും. എന്നാൽ അയാളൊരു സ്ത്രീജിതനായി(hen-pecked husband)ത്തീരുകയാണെങ്കിൽ മാത്രമേ ആ മനഃസമാധാനം അയാൾക്കു ലഭ്യമാവുകയുള്ളൂ.

അത് മിക്കവാറും വിരളമാണ്. ഭാര്യാവശഗതനല്ലാത്ത ഒരു പുരുഷനെ കണ്ടെത്തുക എന്നത് മിക്കവാറും അസാദ്ധ്യമെന്നുതന്നെ പറയാം. എന്നാൽ അത് അനിവാര്യമാണ്. അല്ലാത്തപക്ഷം അയാളെ സംബന്ധിച്ചേടത്തോളം വിശ്രമം അസാദ്ധ്യമായിത്തീരും. ഭാര്യയാണെങ്കിൽ മിക്കവാറും ദിവസം മുഴുവൻ വിശ്രമത്തിലാണ്. ഭർത്താവു വരുന്നതും കാത്ത് അവൾ തയ്യാറെടുത്തിരിക്കുകയാണ്. ഭർത്താവാകട്ടെ വീട്ടിലെത്തുമ്പോഴേക്കും ക്ഷീണിച്ചു തളർന്ന് അവശനായി തീർന്നിട്ടുണ്ടാകും. എവിടെയെങ്കിലും ഒന്നു കിടന്നാൽ മതി എന്നായിരിക്കും അയാളുടെ ചിന്ത. ഓരോ ഭർത്താവും വീട്ടിലേക്കു കടന്നുവരുന്നത് ഒരു കള്ളനെപ്പോലെയാണ്, താനാണ് യജമാനൻ എന്ന് അയാൾ പുറമേക്ക് നടിക്കുമെങ്കിലും.

ജീവിതം തന്നെയാണ് ഈ രഹസ്യം എന്നോടു പറഞ്ഞത്.

"നോക്കൂ", അത് പറഞ്ഞു, "നിനക്ക് വീണ്ടും വീണ്ടും നിന്നെത്തന്നെ മറികടക്കേണ്ടിവരും."

ഒന്നിനു പുറകെ മറ്റൊന്നായി, വീണ്ടും വീണ്ടും കരയിൽ വന്നടിച്ചുകൊണ്ടേയിരിക്കുന്ന, പാറകളിൽത്തട്ടിത്തെറിച്ചുകൊണ്ടേയിരിക്കുന്ന, സമുദ്രത്തിലെ തിരമാലകളെപ്പോലെയാണ് ജീവിതം. അത് എല്ലായ്പോഴും അങ്ങിനെ തന്നെയായിരുന്നു.

'തന്നെത്തന്നെ മറികടക്കുക' എന്ന ഒരേയൊരു ലക്ഷ്യത്തോടെ മുന്നേറിക്കൊണ്ടേയിരിക്കുന്ന ഒരദൃശ്യശക്തികൂടിയാണ് ജീവിതം. അത്

കൂടുതൽ കൂടുതൽ ഉയരങ്ങളിലേക്ക് പോകുവാനാഗ്രഹിക്കുന്നു; അത് കൂടുതൽ കൂടുതൽ ശക്തിയുള്ളതാകാൻ ആഗ്രഹിക്കുന്നു, അത് വിജയം കൈവരിക്കുവാൻ ആഗ്രഹിക്കുന്നു. അത് എവിടെയായിക്കൊള്ളട്ടെ, ആ സ്ഥാനത്തുനിന്നും കൂടുതൽ ഉയരത്തിലെത്തിച്ചേരുവാൻ അത് ആഗ്ര ഹിക്കുന്നു. ജീവിതമെന്ന ആ സാഗരത്തിന്റെ ഊർജ്ജവും ഇതുപോലെ യാണ്. തിരകളടിച്ചുകൊണ്ടേയിരിക്കുന്നു. അതിന്റെ ലക്ഷ്യത്തെപ്പറ്റി, ഉദ്ദേശ്യത്തെപറ്റി, അത് ചിന്തിക്കുന്നില്ല. അത് ആ തിരയുടെ, ആ കട ലിന്റെ, സ്വഭാവമാണ്. ജീവിതത്തിന്റെ സ്വഭാവവും ഇതുതന്നെയാണ്.

"നിങ്ങൾക്കിതിനെ പ്രത്യുൽപാദനത്തിനുവേണ്ടിയുള്ള ആഗ്രഹം എന്നോ, അല്ലെങ്കിൽ കൂടുതൽ ഉയർന്നതും ദൂരെയുള്ളതും നാനാമുഖ വുമായ ഏതോ ഒരു ലക്ഷ്യത്തിലേക്കുള്ള പ്രയാണം എന്നോ, വിളിക്കാൻ കഴിയും. എന്നാൽ ഇതെല്ലാം ഒരേ കാര്യം തന്നെയാണ്.

ഈ ഒരു കാര്യത്തെ ത്യജിക്കുന്നതിനേക്കാൾ ഭേദം മരണമാണെന്നാ ണെനിക്കു തോന്നുന്നത്. എവിടെയെല്ലാം ജീർണ്ണതയും ഇലകൊഴിച്ചി ലുമുണ്ടോ, സൂക്ഷിക്കുക - അവിടെയെല്ലാം കൂടുതൽ അധികാരത്തിനു വേണ്ടി ജീവിതം അതിനെത്തന്നെ ബലി കഴിക്കും.

ആരാണോ എന്റെ താത്പര്യങ്ങളെ മുൻകൂട്ടി കാണുന്നത്, അയാൾ തീർച്ചയായും അതു കണ്ടെത്തും; എത്ര വളഞ്ഞ വഴികളിലൂടെ അയാൾക്കു പോകേണ്ടിവന്നാലും.

എന്തെല്ലാം തന്നെ ഞാൻ സൃഷ്ടിച്ചാലും, അവയെ എത്രതന്നെ ഞാൻ സ്നേഹിച്ചാലും താമസിയാതെ, എനിക്കവയെ, എന്റെ സ്നേഹങ്ങളെ എതിർക്കേണ്ടി വരും - അങ്ങിനെയാണ് എന്റെ ആഗ്രഹം അത് നേടി യെടുക്കുന്നത്."

ഞാൻ സൃഷ്ടിക്കുമ്പോൾ തീർച്ചയായും ഞാനവയെ സ്നേഹത്തോ ടെയാണ് സൃഷ്ടിക്കുക. എന്നിരുന്നാലും പലപ്പോഴും എനിക്കവയെ സംഹരിക്കേണ്ടി വരും, എന്തെന്നാൽ ഞാൻ അവയെ മറികടക്കുവാൻ ആഗ്രഹിക്കുന്നു.

"ഹേ, പ്രബുദ്ധരായ മനുഷ്യരേ, നിങ്ങളും ഒരു വഴി മാത്രമാണ്. സത്യ ത്തിൽ എന്റെ ആഗ്രഹങ്ങൾ നിങ്ങളുടെ കാലുകളിലൂടെയാണു സഞ്ചരി ക്കുന്നത്. അധികാരത്തിലേക്കുള്ള എന്റെ പ്രയാണം നിങ്ങളുടെ കാലു കളിലൂടെയാണ്."

സരതുഷ്ട്രൻ പറയുന്നു, "സത്യത്തോടുള്ള താത്പര്യം പോലും, അധികാരത്തോടുള്ള താത്പര്യമല്ലാതെ മറ്റൊന്നുമല്ല. എന്തെന്നാൽ സത്യത്തെ അറിയുന്നതിലൂടെ നിങ്ങൾക്കു നിലനില്പിലെ ഏറ്റവും വലിയ ശക്തി ലഭ്യമാകും." എല്ലാ ആഗ്രഹങ്ങളെയും എല്ലാ അഭിലാഷ ങ്ങളേയും, പ്രബുദ്ധനാകുവാനുള്ള ആ അഭിലാഷത്തെ പോലും,

അദ്ദേഹം അധികാരത്തോടുള്ള താത്പര്യമായി വ്യാഖ്യാനിക്കുന്നു. കാരണം പ്രബുദ്ധനായിത്തീരുന്നതോടെ നിങ്ങൾക്ക് നിങ്ങളുടെ മേൽ അസാമാന്യമായ ശക്തി ലഭ്യമാകും. നിങ്ങളുടെ ബോധത്തിന്മേൽ നിങ്ങൾക്ക് സമ്പൂർണ്ണമായ അധികാരം ലഭ്യമാകും. സരതുഷ്ട്രൻ പറയുന്നത് തെറ്റാണെന്നു പറയാൻ കഴിയില്ല.

ഏറ്റവും അർത്ഥവത്തായ ഒരു വാക്ക് – അതായത് അധികാരത്തോടുള്ള താത്പര്യം – എന്ന വാക്ക് അദ്ദേഹം കണ്ടെത്തിയിരിക്കുകയാണ്.

"നിലനിൽക്കുവാനുള്ള ഇച്ഛ എന്ന സിദ്ധാന്തത്തെ അവതരിപ്പിച്ചവനാരായാലും ശരി, തീർച്ചയായും അയാൾ സത്യത്തിലെത്തിച്ചേർന്നിട്ടില്ല. എന്തെന്നാൽ ഇത്തരമൊരു താത്പര്യം നിലനിൽക്കുന്നില്ല."

നിലനിൽക്കുവാനുള്ള ഇച്ഛ എന്ന ഒന്ന് നിലനിൽക്കുന്നില്ല. അധികാരലബ്ധിക്കായി അത് ഉപയോഗിക്കപ്പെടുന്നില്ലയെങ്കിൽ, അപ്പോൾ അതിനു യാതൊരർത്ഥവുമില്ല.

ചെടികളെപ്പോലെ നിലനിൽക്കുവാൻ, വെറുതെ നിന്നു വളരുവാൻ, നിങ്ങളിഷ്ടപ്പെടുകയില്ല. അതിജീവനത്തിനു വേണ്ടി മാത്രമായി നിലനിൽക്കുവാൻ നിങ്ങളിഷ്ടപ്പെടുകയില്ല.

"കാരണം എന്താണോ നിലനിൽക്കാത്തത്, അതിന് ഇച്ഛിക്കുവാൻ കഴിയില്ല. നിലവിലുള്ളതായ ഒന്നിന് എങ്ങിനെയാണു പിന്നേയും നിലവിൽ വരുന്നതിനായി ആഗ്രഹിക്കുവാൻ കഴിയുക?"

നിങ്ങളിപ്പോഴേ നിലനിൽക്കുന്നുണ്ട്. അതിനാൽ 'നിലനിൽക്കുവാനുള്ള ഇച്ഛ' എന്നതിന് എന്താണൊരു പ്രസക്തിയുള്ളത്?

അസ്തിത്വവാദികളെന്നു വിളിക്കപ്പെടുന്ന തത്ത്വചിന്തകരെ അദ്ദേഹം എതിർക്കുകയാണ്. അസ്തിത്വവാദം നിലവിൽ വന്നത് ഈ നൂറ്റാണ്ടിൽ മാത്രമാണെങ്കിലും, ആ തത്ത്വചിന്തയുടെ അംശങ്ങൾ സരതുഷ്ട്രന്റെ കാലത്തും ലഭ്യമായിരുന്നു. അത്രയ്ക്കൊന്നും പ്രശസ്തരല്ലാത്ത ഏതാനും ചിന്തകർ അന്നും അവിടെയുണ്ടായിരുന്നു. ഒരു തത്ത്വചിന്ത എന്ന നിലയിൽ ഈ നൂറ്റാണ്ടിൽ അതിനു ലഭിച്ച പ്രാധാന്യം, അന്ന് അതിനുണ്ടായിരുന്നില്ല.

എന്നാൽ സരതുഷ്ട്രൻ പറയുന്നു, "നിങ്ങളിപ്പോഴേ നിലനിൽക്കുന്നുണ്ട്. അതിനാൽ 'നിലനിൽക്കുവാനുള്ള ഇച്ഛ' എന്നതിന് യാതൊരർത്ഥവുമില്ല." നിലനില്പ് തീർച്ചയായും ആവശ്യമാണ്. എന്നാൽ അധികാരലബ്ധിക്കു വേണ്ടി മാത്രമേ, അത് ആവശ്യമുള്ളൂ, അല്ലാത്തപക്ഷം ആരാണ് നിലനിൽക്കുവാൻ ആഗ്രഹിക്കുക?

"എവിടെയാണോ ജീവിതമുള്ളത്, അവിടെ മാത്രമേ ഇച്ഛയുമുള്ളൂ; അല്ലാതെ അത് ജീവിക്കുവാനുള്ള ഇച്ഛയല്ല. അതുകൊണ്ടാണ് അധികാരത്തോടുള്ള താത്പര്യത്തെക്കുറിച്ച് ഞാൻ നിങ്ങളെ പഠിപ്പിക്കുന്നത്."

ജീവിതത്തേക്കാൾ ഉയർന്നതായ പല കാര്യങ്ങൾക്കും ജീവി വില കല്പിക്കുന്നു. അപ്പോഴും ആ മൂല്യനിർണ്ണയവും അധികാരത്തോടുള്ള താത്പര്യത്തെക്കുറിച്ചാണു സംസാരിക്കുന്നത്. സത്യസന്ധമായി ഞാൻ നിങ്ങളോട് ഒരു കാര്യം പറയുവാനാഗ്രഹിക്കുന്നു; 'മാറ്റമില്ലാത്ത നന്മയോ തിന്മയോ നിലനിൽക്കുന്നില്ല. അവയിൽനിന്നുതന്നെ അവയ്ക്ക് വീണ്ടും വീണ്ടും പുറത്തു കടക്കേണ്ടി വരും. നന്മതിന്മകളെക്കുറിച്ചുള്ള സിദ്ധാന്തങ്ങളും നിങ്ങളുടേതായ മൂല്യങ്ങളും വച്ചുകൊണ്ടാണ് നിങ്ങൾ അധികാരത്തെ വിനിയോഗിക്കുന്നത്. ഏതു കാര്യത്തിനും മൂല്യനിർണ്ണയം നടത്തുന്നവരേ, ഇത് ആ കാര്യങ്ങളോടുള്ള നിങ്ങളുടെ ഗൂഢതാത്പര്യത്തെയാണു വെളിപ്പെടുത്തുന്നത്. എന്നാൽ നിങ്ങളുടെ മൂല്യങ്ങളിൽനിന്ന് കൂടുതൽ ശക്തിയുള്ള ഒരധികാരവും ഒരു പുതിയ അധീശത്വവും വളർന്നുവരും. നന്മയിലും തിന്മയിലും സ്രഷ്ടാവാകേണ്ട ഒരുവന് സത്യത്തിൽ നിങ്ങളുടെ ചില മൂല്യങ്ങളെ തച്ചുടച്ചുകൊണ്ട്, ആദ്യമേതന്നെ സംഹരിക്കുന്നവനാകേണ്ടി വരും. അതിനാൽ ഏറ്റവും വലിയ തിന്മ ഏറ്റവും വലിയ നന്മയോടൊപ്പമായിരിക്കും. എന്നാൽ ഇത് സൃഷ്ടിപരമായ നന്മയാണ്.

ഹേ, ഏറ്റവും ബുദ്ധിശാലികളായ കൂട്ടുകാരേ, ഇത് ഒരു ചീത്ത കാര്യമാണെങ്കിൽ കൂടി നമുക്ക് ഇതിനെക്കുറിച്ചു സംസാരിക്കാം. നിശ്ശബ്ദനായിരിക്കുക എന്നത് കൂടുതൽ ചീത്തയാണ്. അമർത്തിവയ്ക്കപ്പെട്ട എല്ലാ സത്യങ്ങളും വിഷലിപ്തമായിത്തീരും.

അദ്ദേഹം പറയുന്നു, "ഞാൻ മനസ്സിലാക്കപ്പെട്ടു എന്നു വരില്ല. മാത്രമല്ല, തെറ്റിദ്ധരിക്കപ്പെടുവാനുള്ള എല്ലാ സാധ്യതയുമവിടെയുണ്ട്. എന്നാൽ എനിക്കതു പറയേണ്ടി വരും. എന്തെന്നാൽ നിശ്ശബ്ദനായിരിക്കുക എന്നത് കൂടുതൽ ചീത്തയാണ്."

"അമർത്തിവയ്ക്കപ്പെട്ട എല്ലാ സത്യങ്ങളും വിഷലിപ്തമായിത്തീരും."

"അതിനാൽ നമ്മുടെ സത്യങ്ങളെ തകർക്കുവാൻ കഴിയുന്ന എല്ലാറ്റിനേയും പുറത്തേക്കു വരാൻ അനുവദിക്കുക. അവ തച്ചുടയ്ക്കട്ടെ. നിർമ്മിക്കുവാൻ ഇനിയും നിരവധി വീടുകളവിടെയുണ്ട്."

സൃഷ്ടിപരതയുടെ പാതയിൽ നിങ്ങൾക്കു സംഹരിക്കുന്നവൻ കൂടിയാകേണ്ടി വരും എന്നാണ് അദ്ദേഹം പറഞ്ഞുകൊണ്ടിരിക്കുന്നത്. കൂടുതൽ ഉയർന്ന മൂല്യങ്ങളെ നിങ്ങളാഗ്രഹിക്കുന്നുവെങ്കിൽ, താണ മൂല്യങ്ങളെ നിങ്ങൾക്ക് നശിപ്പിക്കേണ്ടി വരും. കൂടുതൽ മെച്ചപ്പെട്ട വീടുകൾ നിങ്ങൾ നിർമ്മിക്കുവാനാഗ്രഹിക്കുന്നുവെങ്കിൽ, അപ്പോൾ നിങ്ങൾക്ക് പഴയ കെട്ടിടങ്ങളെ നശിപ്പിക്കേണ്ടി വരും. ഒരു യഥാർത്ഥ സ്രഷ്ടാവ് മിക്കവാറുമെല്ലായ്പോഴും ഒരു സംഹാരകൻ കൂടിയാണ്.

പഴയ മൂല്യങ്ങളെ അദ്ദേഹം നശിപ്പിച്ചുകൊണ്ടിരിക്കുകയാണ് എന്നതു കൊണ്ടാണ് അദ്ദേഹമിതു പറയുന്നത്. അദ്ദേഹം പുതിയ ഒരു മൂല്യത്തെ സൃഷ്ടിച്ചുകൊണ്ടിരിക്കുകയാണ്. ആ പുതിയ മൂല്യം 'അധികാരത്തോടുള്ള താത്പര്യ'മാണ്. ആ പുതിയ മൂല്യത്തിനുവേണ്ടി മറ്റെല്ലാം ത്യജിക്കാൻ കഴിയും. നന്മ-തിന്മകളെക്കുറിച്ചുള്ള നിങ്ങളുടെ എല്ലാ സങ്കല്പങ്ങളേയും നിങ്ങളുടെ മതത്തേയും നിങ്ങളുടെ തത്ത്വശാസ്ത്രത്തേയും ജീവിതത്തെപ്പോലും നിങ്ങൾക്ക് ത്യജിക്കാൻ കഴിയും - അവിടെ ഒന്നും തന്നെ പ്രശ്നമല്ല.

അതിമാനുഷന് ഒരേയൊരു മതം മാത്രമേയുള്ളു. ആ മതം 'അധികാരത്തോടുള്ള താത്പര്യ'മാണ്.

....എന്നിങ്ങനെ സരതുഷ്ട്രൻ പറഞ്ഞു.

പണ്ഡിതന്മാരെക്കുറിച്ച്

"പണ്ഡിതന്മാരുടെ വീട് ഞാനുപേക്ഷിച്ചുകഴിഞ്ഞു. ആ വാതിൽ ഞാൻ എന്നെന്നേക്കുമായി കൊട്ടിയടച്ചു കഴിഞ്ഞു.

എത്രയോ കാലം എന്റെ ആത്മാവ് അവരുടെ തീൻമേശയ്ക്കരികിൽ വിശപ്പോടെ കാത്തിരുന്നിട്ടുണ്ട്. അവരെപ്പോലെ ഞാൻ ശിക്ഷിതനല്ല, എങ്കിലും, അറിവിന്റെ പഴുത്ത ഫലങ്ങൾ പൊട്ടിച്ചെടുത്തു രുചിച്ചു നോക്കുവാൻ പലപ്പോഴും ഞാൻ ശ്രമിച്ചുനോക്കിയിട്ടുണ്ട്.

ഞാൻ സ്വാതന്ത്ര്യത്തേയും പുതുമണ്ണിന്റെ ഗന്ധത്തേയും സ്നേഹിക്കുന്നു. അവരുടെ മാന്യതയുടേയും പ്രതാപത്തിന്റെയും മെത്തകളിൽ കിടന്നുറങ്ങുന്നതിനേക്കാൾ ഞാനിഷ്ടപ്പെടുന്നത് കാളത്തോലുകൊണ്ടുണ്ടാക്കിയ പായയിൽ കിടന്നുറങ്ങുവാനാണ്.

എന്റെ തന്നെ തീക്ഷ്ണചിന്തകളാൽ ഞാൻ നിരന്തരം പീഡിപ്പിക്കപ്പെട്ടുകൊണ്ടിരിക്കുകയാണ്. പലപ്പോഴും ശ്വാസം പോലും കിട്ടാതെ, ഞാൻ നിന്നു കിതച്ചിട്ടുണ്ട്. അപ്പോഴെല്ലാം പൊടിനിറഞ്ഞ മുറികളിൽ നിന്ന് തുറന്ന അന്തരീക്ഷത്തിലേക്ക് എനിക്ക് ഓടിപ്പോകേണ്ടി വന്നിട്ടുണ്ട്.

എന്നാൽ അവരാകട്ടെ സുഖശീതളഛായയിൽ, സ്വസ്ഥമായി ഇരിക്കുകയാണ്. എല്ലാറ്റിലും വെറും കാഴ്ചക്കാരായിരിക്കുവാനാണ് അവരാഗ്രഹിക്കുന്നത്. സൂര്യതാപമേറ്റ് ചുട്ടുപഴുത്ത പടവുകളിൽ ഇരിക്കാതിരിക്കുവാൻ അവർ പ്രത്യേകം ശ്രദ്ധിക്കുന്നു.

ധിഷണാശാലികളെപ്പോലെ നടിച്ചുകൊണ്ട് അവർ പ്രസംഗിച്ചുകൊണ്ടിരിക്കുമ്പോൾ, അവരുടെ അർദ്ധസത്യങ്ങളും അല്പവചനങ്ങളും എന്നെ ഞെട്ടിക്കുന്നു. ചതുപ്പുനിലങ്ങളിൽ നിന്നുയരുന്ന കാറ്റുപോലെ അവരുടെ വാക്കുകൾ ദുർഗന്ധം പരത്തുന്നു.

എന്നാൽ അവർ സമർത്ഥരാണ്. അവർക്ക് കൗശലമുള്ള കൈവിരലുകളുണ്ട്. അവരുടെ ധാരാളിത്തവുമായി താരതമ്യപ്പെടുത്തുമ്പോൾ എന്റെ ലാളിത്യം ഒന്നുമല്ല.

എല്ലാതരം കപടവിദ്യകളും സൂത്രക്കെട്ടുകളും അവരുടെ വിരലുകൾ പഠിച്ചുവച്ചിട്ടുണ്ട്. അത്തരത്തിലാണ് അവർ ആത്മാവിന്റെ അടിവസ്ത്രങ്ങൾ നെയ്യുന്നത്.

അവർ പരസ്പരം വിശ്വസിക്കുന്നില്ല. എല്ലാറ്റിനേയും അവർ സംശയത്തോടെയാണ് വീക്ഷിക്കുന്നത്. കൊച്ചുകൊച്ചു തന്ത്രങ്ങൾ മെനഞ്ഞെടുത്തുകൊണ്ട് ഇച്ഛാശക്തി കുറഞ്ഞവരെ അവർ എട്ടുകാലികളെപ്പോലെ വലവീശിപ്പിടിക്കുന്നു. എങ്ങിനെയാണ് പകിട എറിഞ്ഞു കളിക്കേണ്ടത് എന്ന് അവർക്കറിയാം. അത്രയ്ക്കുമധികം വ്യഗ്രതയോടെ, വിയർത്തൊലിച്ചുകൊണ്ട് അവർ കളിക്കുന്നത് പലപ്പോഴും ഞാൻ കണ്ടിട്ടുണ്ട്. അവരുടെ നാട്യങ്ങളും കാപട്യങ്ങളും, എന്തിന്! അവരുടെ നന്മകൾ പോലും എന്റെ താത്പര്യങ്ങൾക്കെതിരാണ്. അതിനാൽ എന്നെ സംബന്ധിച്ചിടത്തോളം അവർ അപരിചിതരാണ്.

അവർക്കിടയിൽ ജീവിച്ചപ്പോഴും ഞാൻ അവർക്കു മീതെയാണ് ജീവിച്ചത്. ഈ കാരണത്താൽ അവരെന്നോട് ദേഷ്യമുള്ളവരായിത്തീർന്നു. തങ്ങളുടെ ശിരസ്സുകൾക്കു മേലെ ഒരുവൻ നടക്കുന്നതു കാണുവാൻ അവരിഷ്ടപ്പെട്ടില്ല. അതിനാൽ എനിക്കും അവരുടെ ശിരസ്സുകൾക്കുമിടയിൽ നിരവധി പാഴ്വസ്തുക്കൾകൊണ്ട് അവർ തടസ്സം സൃഷ്ടിച്ചു.

അങ്ങിനെ എന്റെ കാലടികളുടെ ശബ്ദത്തെ അവർ പ്രതിരോധിച്ചു... അന്നുമുതൽ പാണ്ഡിത്യമുള്ളവരാരും തന്നെ എന്നെ ശ്രദ്ധിക്കാതായി. എന്നാൽ അതു ശ്രദ്ധിക്കാതെ ഞാൻ എന്റെ ചിന്തകളോടൊപ്പം അവരുടെ ശിരസ്സുകൾക്കു മുകളിൽക്കൂടി നടന്നു. സ്വന്തം തെറ്റുകളുടെ മുകളിൽ കൂടി എനിക്കു നടക്കേണ്ടി വന്നാലും, അപ്പോഴും ഞാൻ അവർക്കും അവരുടെ ശിരസ്സുകൾക്കും മീതെയായിരിക്കും.

എന്തുകൊണ്ടെന്നാൽ, മനുഷ്യർ തുല്യരല്ല. നീതി അങ്ങിനെയാണ് സംസാരിക്കുന്നത്. ഞാനാഗ്രഹിക്കുന്നതായിരിക്കണമെന്നില്ല അവരാഗ്രഹിക്കുന്നത്!"

....എന്നിങ്ങിനെ സരതുഷ്ട്രൻ പറഞ്ഞു.

ഒരുവൻ അറിഞ്ഞിരിക്കേണ്ട ഏറ്റവും പ്രധാനപ്പെട്ട വ്യത്യാസങ്ങളിലൊന്ന്, അറിവും (knowledge) അറിഞ്ഞുകൊണ്ടിരിക്കലും (knowing) തമ്മിലാണ്. അറിവ് വിലകുറഞ്ഞതും നേടിയെടുക്കാൻ എളുപ്പവുമാണ്. എന്നാൽ അറിഞ്ഞുകൊണ്ടിരിക്കലാകട്ടെ വിലയേറിയതും അപകടസാധ്യതയുള്ളതും ധൈര്യം ആവശ്യപ്പെടുന്നതുമാണ്. അറിവ് അങ്ങാടിയിൽ ലഭ്യമാണ്. അറിവിനുവേണ്ടി പ്രത്യേക കമ്പോളങ്ങൾ - ഉദാഹരണത്തിന് സർവ്വകലാശാലകളും കോളേജുകളും അവിടെയുണ്ട്. എന്നാൽ അറിഞ്ഞുകൊണ്ടിരിക്കൽ നിങ്ങൾക്കുള്ളിലല്ലാതെ മറ്റൊരിടത്തും സാധ്യമല്ല.

അറിഞ്ഞുകൊണ്ടിരിക്കുക എന്നത് നിങ്ങളുടെ പ്രത്യേക സിദ്ധിയാണ്. അതേസമയം അറിവ് നിങ്ങളുടെ ഓർമ്മയാണ്. ഓർമ്മ എന്നത് മനസ്സിന്റെ പ്രവൃത്തിയാണ്. ഏതൊരു കംപ്യൂട്ടറിനും അത് എളുപ്പത്തിൽ ചെയ്യുവാൻ കഴിയും.

അറിവ് എല്ലായ്പോഴും കടമെടുക്കപ്പെട്ടതാണ്. അത് നിങ്ങളുടെ ആത്മാവിൽ വിടരുന്ന ഒരു പുഷ്പമല്ല. അതു നിങ്ങളിലേക്ക് അടിച്ചേല്പിക്കപ്പെട്ട പ്ലാസ്റ്റിക്കു പോലെയുള്ള എന്തോ ഒന്നാണ്. അറിവിന് വേരുകളില്ല. അതു വളരുകയില്ല. അത് ജഡവസ്തുക്കളുടെ ഒരു ശേഖരമാണ്. എന്നാൽ അറിഞ്ഞുകൊണ്ടിരിക്കൽ നിരന്തരമായ ഒരു വളർച്ചയാണ്, അതൊരു ജൈവപ്രക്രിയയാണ്. മറ്റൊരുതരത്തിൽ പറഞ്ഞാൽ അറിഞ്ഞു കൊണ്ടിരിക്കൽ നിങ്ങളുടെ ബോധവുമായി, അതിന്റെ പരിണാമവുമായി ബന്ധപ്പെട്ടിരിക്കുന്നു. അതേസമയം അറിവ് നിങ്ങളുടെ മനസ്സുമായും ഓർമ്മിക്കുവാനുള്ള അതിന്റെ കഴിവുമായും ബന്ധപ്പെട്ടിരിക്കുന്നു.

ഈ വാക്കുകൾ - ഇവ രണ്ടും ഒരുപോലെയുള്ളവയാണെന്നു തോന്നിപ്പിക്കും. അത് ഈ ലോകത്തിൽ വളരെയധികം ആശയക്കുഴപ്പം സൃഷ്ടിച്ചിട്ടുണ്ട്. അറിവ് എളുപ്പത്തിൽ നേടിയെടുക്കുവാൻ കഴിയും. നിങ്ങൾക്കത് പുസ്തകങ്ങളിൽനിന്നോ, അദ്ധ്യാപകരിൽനിന്നോ പുരോഹിതരിൽനിന്നോ നേടിയെടുക്കുവാൻ കഴിയും. അറിവു നേടിയെടുക്കുവാൻ ആയിരക്കണക്കിനു വഴികളവിടെയുണ്ട്. എന്നാൽ അതൊരു നിർജ്ജീവമായ ശേഖരമാണ്. ഓർമ്മിക്കേണ്ട പ്രധാന കാര്യം ഇതാണ്: നിങ്ങളുടെ എല്ലാ അറിവുകളും - അവ എത്രതന്നെ മഹത്തരമായാലും ശരി - അവ നിങ്ങളുടെ അജ്ഞതയ്ക്ക് യാതൊരു മാറ്റവുമുണ്ടാക്കുന്നില്ല. നിങ്ങളുടെ അജ്ഞത അതേപടി നിലനിൽക്കും. അതുണ്ടാക്കുന്ന ഒരേയൊരു വ്യത്യാസം അത് നിങ്ങളുടെ അജ്ഞതയെ മൂടിവയ്ക്കുന്നു എന്നതു മാത്രമാണ്. നിങ്ങൾ അറിവുള്ളവനായിക്കഴിഞ്ഞു എന്ന് നിങ്ങൾക്ക് ലോകത്തിന്റെ മുമ്പിൽ നടിക്കാൻ കഴിയും. എന്നാൽ നിങ്ങളുടെ ഉള്ളിന്റെയുള്ളിൽ അപ്പോഴുമവിടെ അന്ധകാരം മാത്രമേയുള്ളൂ. കടമെടുക്കപ്പെട്ട വാക്കുകൾക്കു പുറകിൽ യാതൊരു അനുഭവജ്ഞാനവുമവിടെയില്ല.

അറിഞ്ഞുകൊണ്ടിരിക്കൽ നിങ്ങളുടെ അജ്ഞതയെ അകറ്റുന്നു. അത് ഇരുട്ടിനെ ഇല്ലാതാക്കുന്ന വെളിച്ചത്തെപ്പോലെയാണ്. അതിനാൽ പണ്ഡിതനും ധിഷണാശാലിയും തമ്മിലുള്ള വ്യത്യാസം തിരിച്ചറിയുക. ധിഷണാശാലി ഒരു പണ്ഡിതനായിക്കൊള്ളണമെന്നില്ല, പണ്ഡിതൻ ഒരു ധിഷണാശാലിയുമാകണമെന്നില്ല.

എന്നാൽ മിക്കവാറും വളരെ വിരളമായി മാത്രമേ ഒരു പണ്ഡിതൻ ഒരു ധിഷണാശാലിയായിത്തീരുന്നുള്ളൂ. അതിന്റെ കാരണം ലളിതമാണ്. അയാളിൽ അത്രയ്ക്കുമധികം അറിവവിടെയുള്ളതിനാൽ അയാൾക്ക്

ആളുകളെ വഴിതെറ്റിക്കുവാൻ കഴിയും. വളരെയധികം ആളുകളെ അയാൾക്ക് വഴിതെറ്റിക്കുവാൻ കഴിയുമെങ്കിൽ, അപ്പോൾ അതേ തെറ്റിദ്ധാരണയാൽ അയാളും വഞ്ചിക്കപ്പെടും. താനൊരു ധിഷണാശാലിയാണെന്ന് ഇത്രയ്ക്കുമധികം ആളുകൾ കരുതുന്നുവെങ്കിൽ, അപ്പോൾ അതു ശരിയായിരിക്കണം - തീർച്ചയായും താനൊരു ധിഷണാശാലിയാണ് എന്ന് അയാൾ വിശ്വസിക്കുവാൻ തുടങ്ങും. ഇത്രയുമധികം ആളുകളത് വിശ്വസിക്കുന്നുവെങ്കിൽ അത് വിഡ്ഢിത്തമാകാൻ വഴിയില്ല. അതിനാൽ ഒരു പണ്ഡിതന്റെ ജീവിതത്തിലവിടെ അന്വേഷണങ്ങളോ, പരീക്ഷണങ്ങളോ കണ്ടുപിടുത്തങ്ങളോ ഉണ്ടായിരിക്കുകയില്ല. ഏറ്റവും വലിയ മിഥ്യാബോധത്തിലാണ് അയാൾ ജീവിക്കുന്നത്. അയാൾക്ക് ഒന്നുമറിഞ്ഞുകൂടാ. എന്നാൽ തനിക്കെല്ലാമറിയാം എന്നാണ് അയാൾ ചിന്തിക്കുന്നത്.

അറിഞ്ഞുകൊണ്ടിരിക്കുന്നവൻ അറിവിനെ നിരാകരിച്ചുകൊണ്ടു തുടങ്ങുന്നു, എന്തെന്നാൽ അറിവ് ഒരു തടസ്സമാണ്, അതൊരു കള്ളനാണയമാണ്. യഥാർത്ഥമായതു നേടിയെടുക്കുന്നതിനു മുൻപായി വ്യാജമായത് നീക്കംചെയ്യപ്പെടണം. തന്റെ സ്വന്തമല്ലാത്ത എല്ലാറ്റിനേയും അയാൾ നിരാകരിക്കുന്നു. അറിവുള്ളവനാകുന്നതിനേക്കാൾ കൂടുതൽ നല്ലത് അജ്ഞനായിരിക്കുന്നതാണ്, കാരണം ചുരുങ്ങിയ പക്ഷം ആ അജ്ഞതയെങ്കിലും നിങ്ങളുടേതായിരിക്കും. അതിനു കൂടുതൽ ധൈര്യം ആവശ്യമാണ്. സമ്പത്തും പദവികളും ഉപേക്ഷിക്കുന്നതിനേക്കാൾ, സമൂഹത്തേയും നിങ്ങളുടെ കുടുംബത്തേയും ഉപേക്ഷിക്കുന്നതിനേക്കാൾ, എത്രയോ കൂടുതൽ ധൈര്യം അതിനാവശ്യമാണ്. കാരണം അവയെല്ലാം നിങ്ങൾക്കു പുറമേയുള്ളതാണ്. എന്നാൽ അറിവ് നിങ്ങളുടെ മനസ്സിനുള്ളിലാണു ശേഖരിക്കപ്പെടുന്നത്. നിങ്ങളെവിടേക്കു പോയാലും... ഹിമാലയത്തിലെ ഗുഹയിൽ പോയി ഒളിച്ചിരുന്നാലും - അത് നിങ്ങളോടൊപ്പമുണ്ടാകും.

അറിവിനെ ഉപേക്ഷിക്കുകയെന്നാൽ അത് ആഴത്തിലുള്ളൊരു ആന്തരിക ശുദ്ധീകരണമാണ്, ധ്യാനമെന്നതുകൊണ്ട് ഞാൻ അർത്ഥമാക്കുന്നതും അതാണ്. ധ്യാനമെന്നാൽ കടമെടുക്കപ്പെട്ട അറിവിനെ ഉപേക്ഷിക്കലും തന്റെ അജ്ഞതയെക്കുറിച്ച് പൂർണ്ണബോധവാനായിരിക്കലുമല്ലാതെ മറ്റൊന്നുമല്ല. ഇത് നിങ്ങളിൽ ഒരു ദശാപരിണാമത്തെ കൊണ്ടുവരും.

നിങ്ങളുടെ അജ്ഞതയെക്കുറിച്ച് നിങ്ങൾ ബോധവാനായിത്തീരുന്നതോടെ, ആ അജ്ഞത വലിയൊരു മാറ്റത്തിലൂടെ കടന്നുപോകും. നിങ്ങളിൽ അതു സംഭവിക്കാത്തപക്ഷം അത് അവിശ്വസനീയമായി നിലനിൽക്കും. ആ അജ്ഞത നിങ്ങളുടെ നിഷ്ക്കളങ്കതയായിത്തീരും. "എനിക്കറിഞ്ഞുകൂടാ" എന്ന് ആ ധിഷണാശാലി പറയും.

സരതുഷ്ട്രന്റെ അഭിപ്രായത്തിൽ, ബോധത്തിന്റെ ഏറ്റവും ഉയർന്ന അവസ്ഥ ഒരു കൊച്ചുകുട്ടിയുടേതാണ്. ഒരു കുഞ്ഞായി ജനിക്കുമ്പോൾ നിങ്ങൾ അജ്ഞനാണ്. പിന്നെ വളരെയധികം അറിവുകളിലൂടെ, വളരെയധികം ഓർമ്മകളിലൂടെ, നിങ്ങൾ കടന്നുപോകും. പിന്നീട്, നിങ്ങളത്രയ്ക്കും ഭാഗ്യവാനാണെങ്കിൽ, അതെല്ലാം കപടമാണ് എന്ന് ഒരു ദിവസം നിങ്ങൾ മനസ്സിലാക്കും, കാരണം അതൊന്നും നിങ്ങളുടേതല്ല.

ബുദ്ധൻ അറിഞ്ഞിട്ടുണ്ടാകാം, യേശു അറിഞ്ഞിട്ടുണ്ടാകാം, കൃഷ്ണൻ അറിഞ്ഞിട്ടുണ്ടാകാം, എന്നാൽ അവരുടെ അറിവിന് എന്റെ അറിയലായിത്തീരാൻ കഴിയില്ല, അവരുടെ സ്നേഹത്തിന് എന്റെ സ്നേഹമായിത്തീരാൻ കഴിയില്ല. എങ്ങിനെയാണ് അവരുടെ അറിവിന് എന്റെ അറിവായിത്തീരാൻ കഴിയുക? എനിക്ക് എന്റേതായ രീതിയിൽ അന്വേഷണം തുടരേണ്ടിവരും. എനിക്ക് ഒരു സാഹസികനായിത്തീരേണ്ടി വരും, അറിയപ്പെടാത്തതിനെത്തേടി അലയേണ്ടി വരും. ആരുംതന്നെ സഞ്ചരിക്കാത്ത വഴികളിലൂടെ എനിക്കു സഞ്ചരിക്കേണ്ടി വരും, നാവികഭൂപടമില്ലാത്ത സമുദ്രങ്ങളിലൂടെ സഞ്ചരിക്കേണ്ടി വരും. ഒരുറച്ച തീരുമാനത്തോടെ എനിക്ക് എല്ലാ അപകടസാധ്യതകളേയും നേരിടേണ്ടി വരും. മറ്റു പലരും ആ സത്യത്തെ നേടിയെടുത്തിട്ടുണ്ട് എങ്കിൽ, അപ്പോൾ നിലനില്പ് എന്നോടു മാത്രം നിർദ്ദയമായി പെരുമാറും എന്നു കരുതുവാൻ യാതൊരു ന്യായവുമില്ല.

അല്പം ചില ഭാഗ്യവാന്മാർ മാത്രമാണ് തങ്ങളുടെ കടമെടുക്കപ്പെട്ട അറിവുകളെ ഉപേക്ഷിക്കുവാൻ തുടങ്ങുന്നത്. കടമെടുക്കപ്പെട്ട അറിവുകളെ ഉപേക്ഷിക്കുവാൻ തുടങ്ങുന്നതോടെ ആ ചക്രം അവരുടെ കുട്ടിക്കാലത്തിലേക്ക്, പുറകോട്ടു പോകാൻ തുടങ്ങും. അജ്ഞത പ്രകാശമാനമായിത്തീരുന്നതോടെ, ആ ചക്രം പൂർത്തിയാകും. അജ്ഞത അവബോധത്തോടൊത്തു ചേരുമ്പോൾ, മനുഷ്യാസ്തിത്വത്തിലെ ഏറ്റവും മഹത്തായ സ്ഫോടനമവിടെ സംഭവിക്കും. ഒരു അഹംബോധം എന്ന നിലയ്ക്കുള്ള നിങ്ങൾ അപ്രത്യക്ഷനാകും. ഇപ്പോൾ നിങ്ങൾ പരിശുദ്ധവും നിഷ്ക്കളങ്കവുമായ ഒരു നിലനില്പാണ് - ഇപ്പോൾ നിങ്ങൾ ഒന്നിനും വേണ്ടി യാതൊരു അവകാശവാദവുമുന്നയിക്കാത്ത, ഒരു ശുദ്ധ 'ഉണ്മ' (pure'isness) മാത്രമാണ്.

"എനിക്ക് ഒന്നുമറിഞ്ഞുകൂടാ" എന്ന് സോക്രട്ടീസ് പറഞ്ഞത് ഈ സന്ദർഭത്തിലാണ്. "എനിക്കൊന്നുമറിയില്ല" എന്ന് ബോധിധർമ്മൻ പ്രഖ്യാപിച്ചതും ഇതേ അവസ്ഥയിലാണ്. അതേപോലെ ഞാനും, "ഞാൻ" എന്ന് ഉപയോഗിക്കുന്നത് ഭാഷാപരമായ സൗകര്യത്തെ മുൻനിർത്തി മാത്രമാണ്. 'ഞാൻ' എന്നു പറയാൻ കഴിയുന്ന യാതൊരു സത്തയും എന്നിലില്ല. എന്നാൽ ഞാനത് ഉപയോഗിക്കാത്തപക്ഷം നിങ്ങൾക്ക് മനസ്സിലാക്കുവാൻ സാധിക്കുകയില്ല എന്നതുകൊണ്ടു മാത്രമാണ് ഞാനത് ഉപയോഗിക്കുന്നത്.

'ഞാൻ' ഇല്ലാതായിക്കഴിഞ്ഞു എന്നതാണ് വാസ്തവം. ഇപ്പോഴവിടെ ശുദ്ധമായ ആകാശം മാത്രമേയുള്ളു; അറിവിന്റെ യാതൊരു മേഘവുമില്ലാത്ത, തീർത്തും നിഷ്ക്കളങ്കമായ, ഒരു 'ഉണ്മ' മാത്രമേയുള്ളൂ.

അറിവിനെ നിരാകരിക്കുക എന്നതു പ്രയാസമായൊരു പ്രവൃത്തിയാണ്, എന്തെന്നാൽ അറിവ് നിങ്ങൾക്ക് മാന്യത നൽകുന്നു. അത് നിങ്ങളെ മഹാനായ ഒരുവനാക്കുന്നു, അത് നിങ്ങൾക്കു നോബൽ സമ്മാനം നേടിത്തരുന്നു. നിങ്ങളെക്കുറിച്ച് നിങ്ങൾക്ക് ഒന്നുംതന്നെ അറിഞ്ഞുകൂടാ എങ്കിലും, ലക്ഷക്കണക്കിന് ആളുകളുടെ ഇടയിൽ നിങ്ങളറിയപ്പെടും. അത് വളരെ വിചിത്രമായൊരവസ്ഥയാണ്; നിങ്ങൾക്കൊഴികെ, മുഴുവൻ ലോകത്തിനും നിങ്ങളെ അറിയാം. അറിവിനെ കൈവിടുമ്പോൾ ജനങ്ങളുടെ കണ്ണിൽ നിങ്ങൾ ആരുമല്ലാതാകും. നിങ്ങൾക്ക് മാന്യതയും പ്രശസ്തിയും ഖ്യാതിയും നഷ്ടപ്പെടും. അത്തരമൊരു കാര്യം ചെയ്യുന്നതിന് അഹംബോധം അങ്ങേയറ്റം എതിരാണ്. കാരണം മാന്യതയും പ്രശസ്തിയും അറിവും വേണ്ടെന്നുവയ്ക്കുന്നതോടെ അഹംബോധം മരിക്കാൻ തുടങ്ങും. കടമെടുക്കപ്പെട്ടതിൽ മാത്രമേ അതിന് ജീവിക്കാൻ കഴിയുകയുള്ളൂ. അത് നിങ്ങളുടെ ജീവിതത്തിലെ ഏറ്റവും കപടമായ ഒന്നാണ്.

സരതുഷ്ട്രന്റെ പ്രസ്താവങ്ങൾ വളരെ ഗഹനമായി മനനം ചെയ്യപ്പെടേണ്ടതുണ്ട്. "പണ്ഡിതന്മാരുടെ വീട് ഞാൻ ഉപേക്ഷിച്ചുകഴിഞ്ഞു. ആ വാതിൽ എന്നന്നേക്കുമായി ഞാൻ കൊട്ടിയടച്ചുകഴിഞ്ഞു." വീട് ഉപേക്ഷിച്ചു എന്നതിനല്ല അദ്ദേഹം ഊന്നൽ നൽകുന്നത്, മറിച്ച് എന്നന്നേക്കുമായി ആ വാതിൽ കൊട്ടിയടച്ചു എന്നതിനാണ്. പാണ്ഡിത്യവുമായുള്ള എല്ലാ ബന്ധങ്ങളും അദ്ദേഹം വിച്ഛേദിച്ചു കഴിഞ്ഞു. സത്യത്തെ കണ്ടെത്തുന്നതിനുള്ള സ്ഥലം ഇതല്ല. മറിച്ച്, സത്യത്തെക്കുറിച്ച് ചർച്ച ചെയ്യപ്പെടുന്ന സ്ഥലമാണിത്. സത്യത്തെക്കുറിച്ച് ഇവിടെ ആയിരക്കണക്കിന് സിദ്ധാന്തങ്ങൾ ഉത്പാദിപ്പിക്കപ്പെടുന്നു. എന്നാൽ ആർക്കുംതന്നെ ഒരിക്കലും ഒരു നിർണ്ണയത്തിലെത്തിച്ചേരുവാൻ കഴിയില്ല.

ആയിരക്കണക്കിന് വർഷങ്ങളായി പണ്ഡിതന്മാർ കൂലങ്കഷമായി ചർച്ചചെയ്തുകൊണ്ടേയിരിക്കുകയാണ്. എന്നാൽ ഒരു നിർണ്ണയം - ഒരു പരിസമാപ്തി - ഒരിക്കലുമവിടെ ഉണ്ടായിട്ടില്ല. പണ്ഡിതന്മാർ ഉള്ളുപൊള്ളയായ പുറംതോടുകളാണ്. അവർ വളരെയധികം ശബ്ദമുണ്ടാക്കും, എന്നാൽ ആ ശബ്ദം അർത്ഥരഹിതമാണ്. പലതരത്തിലും അവർ വാദിക്കും, എന്നാൽ എന്തിനെക്കുറിച്ചാണോ അവർ വാദിച്ചുകൊണ്ടിരിക്കുന്നത്, ആ കാല്പനിക സിദ്ധാന്തങ്ങൾ അപ്പോഴും കാല്പനിക സിദ്ധാന്തങ്ങളായിത്തന്നെ നിലനിൽക്കും. സങ്കല്പത്തെ യാഥാർത്ഥ്യമാക്കാൻ ഒരു വാദത്തിനും കഴിയില്ല. എല്ലാറ്റിനും പുറമേ, നിങ്ങളൊരിക്കലും അനുഭവിച്ചിട്ടില്ലാത്ത ഒരു കാര്യത്തെക്കുറിച്ച് എങ്ങിനെയാണു നിങ്ങൾക്കു ചർച്ച ചെയ്യുവാൻ കഴിയുക?

പണ്ഡിതന്മാർ ഈസോപ്പുകഥയിലെ ആനയെ കാണാൻ പോയ ആ അഞ്ച് അന്ധരെപ്പോലെയാണ്. കണ്ണുകളില്ലാത്തതിനാൽ സ്വാഭാവിക മായും അവർക്ക് ആ ആനയെ കാണുവാൻ കഴിഞ്ഞില്ല. അതിനാൽ അവർ ആ ആനയെ തൊട്ടു പരിശോധിച്ചു. ഒരാൾ അതിന്റെ കാലുകളിൽ തൊട്ടുനോക്കി. മറ്റൊരാൾ അതിന്റെ വലിയ ചെവികളിൽ തൊട്ടു. ഇനി യുമൊരാൾ അതിന്റെ മറ്റേതോ ഭാഗത്തു തൊട്ടു. പിന്നീട് ഓരോരുത്തരും പ്രഖ്യാപിച്ചു, "ഒരു ആനയെന്നാലെന്താണെന്ന് ഇപ്പോഴെനിക്കറിയാം." അതിന്റെ കാലുകളിൽ തൊട്ടു നോക്കിയ ആൾ പറഞ്ഞു, "ആന ഒരു തൂണുപോലെയാണ്." അപ്പോൾ അതിന്റെ ചെവികളിൽ തൊട്ടുനോക്കിയ ആൾ പറഞ്ഞു, "നീയൊരു മണ്ടനാണ്, എന്റെ അനുഭവം വെളിപ്പെടു ത്തുന്നത് ആന ഒരു വലിയ വിശറി പോലെയാണെന്നാണ്."

അങ്ങിനെ ഓരോരുത്തരും തങ്ങൾക്കു തോന്നിയ അഭിപ്രായങ്ങളി ലുറച്ചു നിന്നു. അവർക്ക് യാതൊരു തീരുമാനത്തിലും എത്തിച്ചേരാൻ കഴിഞ്ഞില്ല. മാത്രമല്ല, അവർ പറഞ്ഞുകൊണ്ടിരുന്നത് ശുദ്ധ അസംബന്ധ മെന്നതുപോലെ തോന്നിപ്പിച്ചു: ആന ഒരു തൂണു പോലെയാണ്. ചുരുങ്ങിയ പക്ഷം അവർ ആനയുടെ ചില ഭാഗങ്ങളെങ്കിലും തൊട്ടുനോക്കിയല്ലോ.

പണ്ഡിതന്മാർ കുറേക്കൂടി മോശമായ അവസ്ഥയിലാണ്. അവർ ഒന്നും തന്നെ തൊട്ടുനോക്കിയിട്ടില്ല - സത്യത്തെക്കുറിച്ചോ, സ്നേഹത്തെ ക്കുറിച്ചോ, മൗനത്തെക്കുറിച്ചോ, ധ്യാനത്തെക്കുറിച്ചോ, ആഹ്ലാദത്തെ ക്കുറിച്ചോ - ഭാഗികമായ ഒരനുഭവംപോലുമവിടെയില്ല. എന്നാൽ അവർ അവരുടെ വാദങ്ങളിൽ അത്രയ്ക്കും വാചാലരാണ്. അവർ വളരെയധികം ശബ്ദമുണ്ടാക്കുന്നു; അവർ പരസ്പരം ആക്രോശിക്കുന്നു. നൂറ്റാണ്ടു കളായി അവരതു ചെയ്തുകൊണ്ടിരിക്കുകയാണ്.

സരതുഷ്ട്രൻ പറയുന്നു, "പണ്ഡിതന്മാരുടെ വീട് ഞാൻ ഉപേക്ഷിച്ചു കഴിഞ്ഞു.... അതു ഭ്രാന്തു പിടിച്ചൊരു സ്ഥലമാണ്. തങ്ങൾക്ക് ഒന്നും തന്നെ അറിയാത്ത കാര്യങ്ങളെക്കുറിച്ച് അവർ സംസാരിച്ചുകൊണ്ടിരി ക്കുകയാണ്. അന്ധരായവർ വെളിച്ചത്തെക്കുറിച്ചും ഇരുട്ടിനെക്കുറിച്ചും നിറങ്ങളെക്കുറിച്ചും പൂർണ്ണവിവരമുള്ളവരെപ്പോലെ, സവിസ്തരം, ചർച്ച ചെയ്തുകൊണ്ടിരിക്കുകയാണ്. ഒട്ടുംതന്നെ ചെവി കേൾക്കാത്തവരായ ആളുകൾ സംഗീതത്തെക്കുറിച്ച് സംസാരിച്ചുകൊണ്ടിരിക്കുകയാണ്. മൗനത്തിന്റെ ഒരൊറ്റ നിമിഷത്തെപ്പോലും ഒരിക്കലും അറിഞ്ഞിട്ടില്ലാ ത്തവർ, മൗനത്തെ അടിസ്ഥാനമാക്കി തത്ത്വചിന്താപരമായ വലിയ വലിയ സിദ്ധാന്തങ്ങൾ സൃഷ്ടിച്ചുകൊണ്ടിരിക്കുകയാണ്. വാക്കുകളെ ക്കുറിച്ചും ഭാഷയെക്കുറിച്ചും വ്യാകരണത്തെക്കുറിച്ചും വ്യക്തമായി അഭി പ്രായം പ്രകടിപ്പിക്കുവാൻ അവർക്കറിയാം. എന്നാൽ സരതുഷ്ട്രന്റെ അന്വേഷണം അതല്ല. അദ്ദേഹം എന്നന്നേക്കുമായി ആ വാതിൽ കൊട്ടി യടച്ചു. പാണ്ഡിത്യവും വ്യുത്പത്തിയും അദ്ദേഹത്തിന്റെ വഴിയല്ല, അത്

ആരുടേയും തന്നെ വഴിയല്ല. അത് വിഡ്ഢികൾക്ക് തങ്ങളെത്തന്നെ കബളിപ്പിക്കുവാൻ വേണ്ടി മാത്രമുള്ളതാണ്.

"എത്രയോ കാലം എന്റെ ആത്മാവ് അവരുടെ തീൻമേശയ്ക്കരികിൽ വിശപ്പോടെ കാത്തിരുന്നിട്ടുണ്ട്. അവരെപ്പോലെ ഞാൻ ശിക്ഷിതനല്ല, എങ്കിലും അറിവിന്റെ പഴുത്ത ഫലങ്ങൾ പൊട്ടിച്ചെടുത്ത് രുചിച്ചുനോക്കുവാൻ പലപ്പോഴും ശ്രമിച്ചു നോക്കിയിട്ടുണ്ട്. ഞാൻ സ്വാതന്ത്ര്യത്തേയും പുതുമണ്ണിന്റെ ഗന്ധത്തേയും സ്നേഹിക്കുന്നു. അവരുടെ മാന്യതയുടെയും പ്രതാപത്തിന്റെയും മെത്തകളിൽ കിടന്നുറങ്ങുന്നതിനേക്കാൾ ഞാനിഷ്ടപ്പെടുന്നത് കാളത്തോലുകൊണ്ടുണ്ടാക്കിയ പായയിൽ കിടന്നുറങ്ങുവാനാണ്.

എന്റെതന്നെ തീക്ഷ്ണചിന്തകളാൽ ഞാൻ നിരന്തരം പീഡിപ്പിക്കപ്പെട്ടുകൊണ്ടിരിക്കുകയാണ്. പലപ്പോഴും ശ്വാസം പോലും കിട്ടാതെ ഞാൻ നിന്നു കിതച്ചിട്ടുണ്ട്. അപ്പോഴെല്ലാം പൊടിനിറഞ്ഞ മുറികളിൽ നിന്ന് തുറന്ന അന്തരീക്ഷത്തിലേക്ക് എനിക്ക് ഓടിപ്പോകേണ്ടി വന്നിട്ടുണ്ട്.

എന്നാൽ അവരാകട്ടെ. സുഖശീതളഛായയിൽ സ്വസ്ഥമായി ഇരിക്കുകയാണ്. എല്ലാറ്റിലും വെറും കാഴ്ചക്കാരായിരിക്കുവാനാണ് അവരാഗ്രഹിക്കുന്നത്. സൂര്യതാപമേറ്റ് ചുട്ടുപഴുത്ത പടവുകളിൽ ഇരിക്കാതിരിക്കുവാൻ അവർ പ്രത്യേകം ശ്രദ്ധിക്കുന്നു."

പണ്ഡിതൻ താൻ കണ്ടുപിടിച്ച സാങ്കല്പിക സിദ്ധാന്തങ്ങളിലും, താൻ കടമെടുത്ത അറിവുകളിലും, തന്റെ മാന്യതയിലും അഭിരമിച്ചുകൊണ്ട് സ്വസ്ഥമായി ജീവിക്കുന്നു. തന്റേതായ രീതിയിൽ ജീവിതത്തെ അനുഭവിച്ചറിയുവാൻ അയാൾക്ക് യാതൊരു താത്പര്യവുമില്ല. സുഖസൗകര്യങ്ങളേയും മാന്യതയേയും അയാൾ വളരെയധികം സ്നേഹിക്കുന്നു, എന്നാൽ ഒരു യഥാർത്ഥ സത്യാന്വേഷകനെ സംബന്ധിച്ചേടത്തോളം അവ ഒന്നുമല്ല. അജ്ഞരായ – യാതൊന്നുമറിയാത്തവരായ – ജനങ്ങളിൽ നിന്നു ലഭിക്കുന്ന മാന്യതയ്ക്ക് എന്തർത്ഥമാണുള്ളത്? നിങ്ങൾ ധിഷണാശാലിയാണ് എന്നു കരുതിക്കൊണ്ട് അവർ നിങ്ങളെ ആദരിക്കും. എന്തെന്നാൽ നിങ്ങൾക്ക് വിശുദ്ധ ഗ്രന്ഥങ്ങളെ ഉദ്ധരിക്കാൻ കഴിയും. എന്നാൽ അജ്ഞരായ ജനങ്ങളാൽ ബഹുമാനിക്കപ്പെടുക എന്ന ആശയം തന്നെ സത്യസന്ധനായ ഒരുവന്റെ ആത്മാഭിമാനത്തിനെതിരാണ്.

സുഖസൗകര്യമെന്നത് സാവധാനത്തിലുള്ള ഒരു മരണമാണ്. പതുക്കെപ്പതുക്കെ മരണം വന്ന് നിങ്ങളെ മുട്ടിവിളിക്കും. അപ്പോൾ സുഖസൗകര്യങ്ങൾക്ക് നിങ്ങളെ രക്ഷപ്പെടുത്തുവാനോ മാന്യതയ്ക്ക് ഒരു കവചമാകാനോ കഴിയില്ല. നിങ്ങളെ രക്ഷിക്കാൻ കഴിയുന്ന ഒരേയൊരു കാര്യം നിങ്ങളുടെതന്നെ സത്യത്തിന്റെ സാക്ഷാത്ക്കാരമാണ്, നിങ്ങളുടെ തന്നെ ജീവിതത്തിന്റെ അർത്ഥത്തെ അറിയലാണ്. അത് നിങ്ങളെത്തന്നെ രുചിക്കലാണ്.

എന്നാൽ എല്ലാ സുഖസൗകര്യങ്ങളേയും എല്ലാ മാന്യതകളേയും ഉപേക്ഷിക്കുവാൻ വേണ്ട ധൈര്യം പണ്ഡിതർക്കില്ല. അവർക്ക് ലോകത്തിനോട് ഇങ്ങനെ പ്രഖ്യാപിക്കുവാൻ കഴിയില്ല, "ഞാൻ ഒരു ധിഷണാശാലിയല്ല, ഇനിയും ഞാനൊരു ധിഷണാശാലിയായിട്ടില്ല. ഇന്നു മുതൽ ഞാൻ സത്യാന്വേഷണത്തിനായി ഇറങ്ങിത്തിരിക്കുവാൻ പോവുകയാണ്. യാഥാർത്ഥ്യത്തിന്റെ സാക്ഷാത്ക്കാരത്തിൽനിന്ന് ഉളവാകുന്ന ആഹ്ലാദത്തേയും സൗന്ദര്യത്തേയും നേടിയെടുക്കുവാൻ, അതിന്റെ ഒരു നൈമിഷികാനുഭവത്തെയെങ്കിലും നേടിയെടുക്കുവാൻ ഞാൻ എന്റെ എല്ലാം തന്നെ പണയപ്പെടുത്തുവാൻ തയ്യാറാണ്. വാക്കുകളിലും വാചകങ്ങളിലും ഞാൻ വളരെയധികം ജീവിച്ചുകഴിഞ്ഞു. ഇനി യഥാർത്ഥത്തിലുള്ള അനുഭവമാണ് എനിക്കാവശ്യം."

യഥാർത്ഥത്തിലുള്ള അനുഭവം വാക്കുകൾക്കതീതമാണ്. അതൊരു രുചിയാണ്, അതൊരു പോഷകമാണ്, അത് നിങ്ങളെ സംതൃപ്തനാക്കും. സ്നേഹമെന്ന വാക്ക് സ്നേഹമല്ല. സ്നേഹമെന്നത് നിങ്ങളുടെ ഹൃദയത്തിന്റെ നൃത്തമാണ്, അതു നിങ്ങളുടെ ആത്മാവിന്റെ ആഹ്ലാദമാണ്, അത് നിങ്ങളുടെ ജീവരസങ്ങളുടെ ഒരു കവിഞ്ഞൊഴുകലാണ്. അത് ഗ്രഹണക്ഷമതയുള്ളവരോടൊപ്പമുള്ള, അടുപ്പമുള്ളവരോടൊപ്പമുള്ള, ഒരു പങ്കുവയ്ക്കലാണ്. എന്നാൽ സ്നേഹമെന്ന വാക്കിന് ഇതുമായി യാതൊരു ബന്ധവുമില്ല.

"ധിഷണാശാലികളെപ്പോലെ നടിച്ചുകൊണ്ട് അവർ പ്രസംഗിച്ചുകൊണ്ടിരിക്കുമ്പോൾ അവരുടെ അർദ്ധസത്യങ്ങളും അല്പവചനങ്ങളും എന്നെ ഞെട്ടിപ്പിക്കുന്നു. ചതുപ്പുനിലങ്ങളിൽ നിന്നുയരുന്ന കാറ്റുപോലെ അവരുടെ വാക്കുകൾ ചുറ്റും ദുർഗന്ധം പരത്തുന്നു."

അത് ദുർഗന്ധമുണ്ടാക്കുന്നു, അത് അത്രയ്ക്കും അരോചകമാണ്. അതു മനംപുരട്ടലുണ്ടാക്കുന്നു. നിങ്ങളുടേതു മാത്രമായി, നിങ്ങൾ ചിലത് അറിഞ്ഞിട്ടുണ്ട് എങ്കിൽ, ഈ പണ്ഡിതരെന്നു വിളിക്കപ്പെടുന്നവരെല്ലാം തന്നെ മൃതദേഹങ്ങളെ ചുമന്നുകൊണ്ടിരിക്കുകയാണെന്ന് നിങ്ങൾക്കു കാണാൻ കഴിയും. ആരുടെ മൃതദേഹമാണോ ഏറ്റവും പഴക്കം ചെന്നത് അയാൾ സ്വയം പുകഴ്ത്തിക്കൊണ്ടിരിക്കും. ആ മൃതദേഹം എത്രയും കൂടുതൽ ജീർണ്ണിച്ചതാണോ, ആ മതഗ്രന്ഥം എത്രയും കൂടുതൽ പഴക്കമുള്ളതാണോ, അത്രയും മഹാനായിരിക്കും ആ പണ്ഡിതൻ.

തീർച്ചയായും പണ്ഡിതന്മാർ ദുർഗന്ധം പരത്തുന്നവരാണ്. എന്നാൽ പൊടിപിടിച്ച പുസ്തകങ്ങളുടെ ഭാരം ചുമക്കാത്തവനും പാണ്ഡിത്യത്തിന്റെ പുക നിറഞ്ഞ മുറികളിൽ താമസിക്കാത്തവനും ആകാശത്തിനു താഴെയുള്ള തുറസ്സിലേക്കു വന്നെത്തിയവനുമായ ഒരുവനു ചുറ്റും, നിഷ്ക്കളങ്കനായ ഒരുവനു ചുറ്റും, ഒരു സുഗന്ധമുണ്ടായിരിക്കും. അറിവിന് അരോചകമായൊരു മണമുള്ളതുപോലെ, നിഷ്കളങ്കതയ്ക്ക് ഒരു

സുഗന്ധവുമുണ്ട്. കാരണം അറിവ് പഴകിയ വസ്തുക്കളിൽ നിന്നാണു വരുന്നത്. എന്നാൽ അറിഞ്ഞുകൊണ്ടിരിക്കൽ വരുന്നത് സചേതനമായ ഒരു ജൈവസ്രോതസ്സിൽ നിന്നാണ്.

"എന്നാൽ അവർ സാമർത്ഥ്യമുള്ളവരാണ്, അവർക്ക് കൗശലമുള്ള കൈവിരലുകളുണ്ട്. അവരുടെ ധാരാളിത്തവുമായി താരതമ്യപ്പെടുത്തുമ്പോൾ എന്റെ ലാളിത്യം ഒന്നുമല്ല."

സരതുഷ്ട്രൻ പറയുന്നു, "ഞാൻ ഒരു സാധാരണക്കാരൻ മാത്രമാണ്, ഞാൻ സാമർത്ഥ്യമുള്ളവനല്ല - ധിഷണാശാലികളായ ആരുംതന്നെ സാമർത്ഥ്യമുള്ളവരല്ല."

സാമർത്ഥ്യമെന്നതു ധിഷണയുടെ ഒരുതരം താണ ബദലാണ്. കൗശലബുദ്ധിയാകട്ടെ ഒരു വക്രതപോലുമാണ്. നിഷ്ക്കളങ്കനായ ഒരുവൻ സാമർത്ഥ്യമുള്ളവനോ കൗശലമുള്ളവനോ അല്ല, എന്നാൽ അവനിൽ മഹത്തായൊരു സൗന്ദര്യവും വൈശിഷ്ട്യവുമുണ്ട്.

വളരെ അസാധാരണനായ ഒരു മനുഷ്യനുമായി, ആളുകൾ 'മഗ്ഗാബാബ' എന്നു വിളിക്കുന്ന ഒരു വൃദ്ധനുമായി ഞാൻ പരിചയത്തിലായിരുന്നു. സരതുഷ്ട്രന്റെ ഈ പ്രസ്താവം അദ്ദേഹത്തെക്കുറിച്ചെന്നെ ഓർമ്മിപ്പിക്കുന്നു. ആർക്കുംതന്നെ അദ്ദേഹത്തിന്റെ പേര് അറിയില്ലായിരുന്നു. ഒരു ചെറിയ ജഗ്ഗ് ഒഴികെ, അദ്ദേഹത്തിന്റെ കൈവശം മറ്റൊന്നും തന്നെ ഇല്ലായിരുന്നു. ജഗ്ഗ് എന്നതിനുള്ള ഹിന്ദിവാക്ക് 'മഗ്ഗ്' എന്നാണ്. വെള്ളം കുടിക്കുവാനും ഭക്ഷണം ശേഖരിക്കാനുമായി അദ്ദേഹം എല്ലായ്പോഴും ആ മഗ്ഗ് കൊണ്ടുനടന്നിരുന്നു - അദ്ദേഹത്തിന്റെ കൈവശമുണ്ടായിരുന്ന ഏകവസ്തു ഇതായിരുന്നു - അതിനാൽ ആളുകൾ അദ്ദേഹത്തെ മഗ്ഗാബാബ എന്നു വിളിക്കാൻ തുടങ്ങി. അദ്ദേഹം ഒരിക്കലും ഭിക്ഷ യാചിച്ചിരുന്നില്ല. എങ്കിലും ആളുകൾ അദ്ദേഹത്തിന്റെ മഗ്ഗിൽ നാണയത്തുട്ടുകൾ ഇട്ടുകൊടുക്കുമായിരുന്നു. പലരും അദ്ദേഹത്തിന്റെ മഗ്ഗിൽനിന്ന് നാണയത്തുട്ടുകൾ എടുത്തുകൊണ്ടുപോവുക പതിവായിരുന്നു - എന്നാൽ അദ്ദേഹം ഒരിക്കലുമത് തടയുകയില്ല. അദ്ദേഹത്തിനതൊരു പ്രശ്നമായിരുന്നില്ല. അത്രയ്ക്കും ശുദ്ധനായിരുന്നു അദ്ദേഹം.

ഞാനിത് പറയുമ്പോൾ നിങ്ങളെന്നെ വിശ്വസിക്കുമോ എന്നെനിക്കറിയില്ല, പലപ്പോഴും അപഹരിക്കപ്പെട്ടുകൊണ്ടിരുന്ന ഒരാളായിരുന്നു അദ്ദേഹം - ഒരുപക്ഷേ ഇത്തരത്തിലുള്ള ഒരേയൊരാൾ അദ്ദേഹമായിരിക്കണം - എന്നാൽ അദ്ദേഹമതു തടയുകയില്ല. ആളുകൾ അദ്ദേഹത്തെ പൊക്കിയെടുത്ത് ഒരു റിക്ഷയിൽ കയറ്റിയിരുത്തും. എന്നാൽ "നിങ്ങളെന്നെ എവിടേക്കാണ് കൊണ്ടുപോകുന്നത്?" എന്നോ, "എന്തിനാണ് നിങ്ങളെന്നെ കൊണ്ടുപോകുന്നത്?" എന്നോ അദ്ദേഹം ചോദിക്കുകയില്ല. ഒന്നും മിണ്ടാതെ അദ്ദേഹം അവരോടൊപ്പം പോകും. അദ്ദേഹം ജീവിച്ചുകൊണ്ടിരുന്ന സ്ഥലത്തെ ആളുകൾ ഇതറിയുമ്പോൾ - തങ്ങളുടെ

ബാബയെ മറ്റാരോ തട്ടിക്കൊണ്ടുപോയിരിക്കുകയാണ് എന്നറിയുമ്പോൾ - അവരദ്ദേഹത്തെ തിരഞ്ഞുപോവുകയും ഒടുവിൽ അദ്ദേഹത്തെ തിരികെക്കൊണ്ടുവരികയും ചെയ്യും. അവരോടും അദ്ദേഹം ഒന്നുംതന്നെ പറയുകയില്ല. അവർ അദ്ദേഹത്തെ ഒരു റിക്ഷയിലോ കാറിലോ കയറ്റി നാട്ടിലേക്കു കൊണ്ടുവരും.

ഒരിക്കൽ തുടർച്ചയായി പന്ത്രണ്ടു വർഷത്തോളം അദ്ദേഹത്തെ കാണാതായി. ആരോ അദ്ദേഹത്തെ തീവണ്ടിയിൽ കയറ്റി വളരെ ദൂരേക്കു കൊണ്ടുപോയി. അദ്ദേഹത്തിന്റെ ശിഷ്യർ അദ്ദേഹത്തെ തിരഞ്ഞ് പല ഗ്രാമങ്ങളിലും ചുറ്റിനടന്നു; എന്നാൽ അവർക്കദ്ദേഹത്തെ കണ്ടുകിട്ടിയില്ല, എന്തെന്നാൽ അദ്ദേഹം ആയിരക്കണക്കിനു മൈലുകൾക്കപ്പുറമായിരുന്നു. പിന്നീട് വർഷങ്ങൾക്കുശേഷം അവിചാരിതമായി ഒരു കച്ചവടക്കാരൻ അദ്ദേഹത്തെ കണ്ടെത്തി. അയാൾ ഏതോ കച്ചവടാവശ്യത്തിനായി ആ സ്ഥലത്തു വന്നതായിരുന്നു - അയാളവിടെ മഗ്ഗാബാബയെ കണ്ടു - അയാൾ തന്റെ ആവശ്യം മാറ്റിവയ്ക്കുകയും മഗ്ഗാബാബയേയും കൂട്ടിക്കൊണ്ട് തന്റെ പട്ടണത്തിലേക്കു തിരിച്ചുവരികയും ചെയ്തു. അന്ന് ആ പട്ടണം മുഴുവൻ ആഹ്ലാദത്തിലായിരുന്നു - തങ്ങളുടെ മഗ്ഗാബാബയെ കണ്ടെത്തിയിരിക്കുന്നു - അതും പന്ത്രണ്ടുവർഷങ്ങൾക്കുശേഷം.... ആളുകൾ അദ്ദേഹത്തെ മിക്കവാറും മറന്നുകഴിഞ്ഞിരുന്നു.

ഒരു കൊച്ചുകുട്ടിയെപ്പോലെ, അദ്ദേഹം അത്രയ്ക്കും ശുദ്ധനായിരുന്നു. വളരെ വിരളമായി മാത്രമേ അദ്ദേഹം സംസാരിച്ചിരുന്നുള്ളു. ഒരു വാക്ക്, അല്ലെങ്കിൽ രണ്ടു വാക്ക് - അതും നിങ്ങളുടെ ചോദ്യത്തിനുള്ള പ്രതികരണമായിട്ടല്ല. ഒരിക്കൽ അദ്ദേഹം തനിച്ചായിരുന്നപ്പോൾ അദ്ദേഹം എന്നോടു പറഞ്ഞു... അദ്ദേഹം ചെറിയൊരു കുടിലിലായിരുന്നു താമസിച്ചുകൊണ്ടിരുന്നത്. അതും ഒരു തുറന്ന ഷെഡ്ഡിൽ. രാത്രിയിൽ അദ്ദേഹത്തിന്റെ ശിഷ്യർ അദ്ദേഹത്തെ ഉഴിയുക പതിവായിരുന്നു. രാത്രി മുഴുവനും ആ ഉഴിച്ചിൽ തുടർന്നുകൊണ്ടിരിക്കും. ഒരു ദിവസം അദ്ദേഹം എന്നോടു പറഞ്ഞു, "എനിക്കും ഉറക്കം ആവശ്യമുണ്ട് എന്ന് എന്റെയീ ശിഷ്യർ മനസ്സിലാക്കുന്നില്ല. ഇവരെന്നെ ഇങ്ങിനെ തിരുമ്മിക്കൊണ്ടേയിരിക്കുകയാണെങ്കിൽ...." അതും തിരുമ്മുന്നത് ഒരാൾ മാത്രമായിരുന്നില്ല. അഞ്ചോ ആറോ ആളുകൾ മാറി മാറി അദ്ദേഹത്തെ തിരുമ്മിക്കൊണ്ടിരിക്കും. ഒരാൾ അദ്ദേഹത്തിന്റെ ശിരസ്സ് തിരുമ്മിക്കൊണ്ടിരിക്കുകയാണെങ്കിൽ, മറ്റൊരാൾ അദ്ദേഹത്തിന്റെ കാലുകൾ തിരുമ്മിക്കൊണ്ടിരിക്കുകയായിരിക്കും...

അദ്ദേഹം പറഞ്ഞു, "ഇതാണ് സ്ഥിതിയെങ്കിൽ അപ്പോൾ എങ്ങിനെയാണ് എനിക്ക് ഉറങ്ങുവാൻ കഴിയുക? ഞാൻ ശരിക്കൊന്ന് ഉറങ്ങിയിട്ട് ഏകദേശം ഇരുപതു വർഷമായി, കാരണം എന്റെയീ സ്നേഹിതർ എന്നെ അതിനനുവദിക്കുന്നില്ല."

ഞാനെല്ലായ്പോഴും അതിനെക്കുറിച്ച് ഉത്ക്കണ്ഠാകുലനായിരുന്നു. എങ്ങിനെയെങ്കിലും ഈ വിഡ്ഢിത്തം അവസാനിപ്പിക്കണം. അതിനാൽ ഞാൻ ആ ഷെഡ്ഡിന്റെ ഉടമസ്ഥനോടു പറഞ്ഞു, "നിങ്ങൾ ഈ ഷെഡ്ഡിന് ഒരു വാതിൽ പണി കഴിപ്പിക്കൂ, കാരണം ആ പാവപ്പെട്ട മനുഷ്യനെ സംബന്ധിച്ചേടത്തോളം ഇത് കുറേ കൂടുതലാണ്. ദിവസം മുഴുവനും ആളുകളിവിടെയുണ്ടാകും."

"ഗുരുവിനെ ശുശ്രൂഷിക്കൽ" എന്നാണ് അവരതിനെ വിളിക്കുന്നത്. രാത്രി മുഴുവനും അവരിവിടെ ഉണ്ടാകും. ഗുരുവിനെ ശുശ്രൂഷിച്ചുകൊണ്ട് എല്ലായ്പോഴും ഒരു ആൾക്കൂട്ടമിവിടെയുണ്ടാകും. അദ്ദേഹത്തിന് അല്പം വിശ്രമം ആവശ്യമുണ്ട് എന്നതിനെക്കുറിച്ച് ആരും തന്നെ ചിന്താകുലരല്ല. ഉടനെതന്നെ നിങ്ങളിതിനൊരു വാതിൽ പിടിപ്പിക്കൂ. രാത്രി പത്തു മണിയായാൽ നിങ്ങളിത് അടച്ചിടണം. രാവിലെ ഇത് തുറന്നിടുകയും വേണം."

അയാൾ പറഞ്ഞു, "ഞാനും അതിനെക്കുറിച്ച് ചിന്തിച്ചുകൊണ്ടിരിക്കുകയായിരുന്നു." ഞാൻ പറഞ്ഞു, "ഇതിൽ ചിന്തിക്കാനൊന്നും തന്നെയില്ല. ഇത് ചെറിയൊരു കാര്യമാണ്."

ഒടുവിൽ അയാൾ ആ കുടിലിന് വാതിൽ ഘടിപ്പിച്ചു. എന്നാൽ ആ വാതിലുറപ്പിക്കുന്നതിനിടയിൽ മഗ്ഗാബാബ വീണ്ടും അപഹരിക്കപ്പെട്ടു. കുടിലിന് വാതിൽ ഉണ്ടാക്കിക്കൊണ്ടിരിക്കുകയാണ് എന്നു കണ്ട ഉടൻ അദ്ദേഹത്തിന്റെ ശിഷ്യർ അദ്ദേഹത്തെ മറ്റൊരു കുടിലിലേക്കു മാറ്റി പാർപ്പിച്ചു.

ഞാൻ അദ്ദേഹത്തോടു പറഞ്ഞു, "ഈ ജന്മത്തിൽ നിങ്ങൾക്ക് ഉറങ്ങാൻ പറ്റുമെന്ന് തോന്നുന്നില്ല. ഇനി ഈ കുടിലിന്റെ ഉടമസ്ഥനോടും ഞാനൊന്നു പറഞ്ഞുനോക്കാം.... എന്നാൽ നിങ്ങളുടെ ശിഷ്യർ നിങ്ങളെ വീണ്ടും മറ്റൊരിടത്തേക്കു കൊണ്ടുപോകും. അവരുടെ താത്പര്യം നിങ്ങളെ ശുശ്രൂഷിക്കുന്നതിനാണ് . നിങ്ങളാണെങ്കിൽ ഒന്നുംതന്നെ പറയുന്നില്ല...." ഭക്ഷിക്കുവാൻ അദ്ദേഹത്തിന് എന്താണിഷ്ടമെന്ന് ആരും ഒരിക്കലും അദ്ദേഹത്തോടു ചോദിച്ചില്ല. അവരെന്താണോ കൊണ്ടുവരുന്നത്, അത് അദ്ദേഹം ഭക്ഷിക്കും.

ഒരു ദിവസം അദ്ദേഹം രണ്ട് സിഗരറ്റുകൾ ഒരുമിച്ചു വലിച്ചുകൊണ്ടിരിക്കുന്നത് ഞാൻ കണ്ടു.

ഞാൻ ചോദിച്ചു, "മഗ്ഗാബാബാ എന്താണിത്?"

അദ്ദേഹം പറഞ്ഞു, "എന്തുചെയ്യാം? രണ്ട് ശിഷ്യർ...."

"എന്നാൽ" ഞാൻ ചോദിച്ചു, "നിങ്ങൾ പുകവലിക്കാറുണ്ടോ?"

അദ്ദേഹം പറഞ്ഞു, "എനിക്കറിഞ്ഞു കൂടാ. എന്നാൽ അവർ എന്റെ വായിൽ ഈ സിഗരറ്റുകൾ തിരുകിവെച്ചു. അപ്പോൾ എനിക്കെന്തു

ചെയ്യാൻ കഴിയും? അതിനാൽ ഞാനിതു വലിച്ചുകൊണ്ടിരിക്കുകയാണ്. ഇതിനുമുമ്പ് ഞാനൊരിക്കലും പുകവലിച്ചിട്ടില്ല. ഇത് രണ്ട് ശിഷ്യർ തമ്മിലുള്ള ഒരു മത്സരമാണ്.” അത്രയ്ക്കും ശുദ്ധനായിരുന്നു അദ്ദേഹം.

സരതുഷ്ട്രൻ വളരെ ശുദ്ധനായ ഒരു മനുഷ്യനായിരുന്നിരിക്കണം, എന്തെന്നാൽ അദ്ദേഹത്തിന്റെ ഉൾക്കാഴ്ചകൾ അതു തെളിയിക്കുന്നു. വളരെ ശുദ്ധമായ ഒരു ഹൃദയത്തിനു മാത്രമേ, ജീവിതത്തിന്റെ ആഴത്തെക്കുറിച്ചും ബോധത്തിന്റെ ഉയർച്ചയെക്കുറിച്ചും നിലനിൽപ്പിന്റെ രഹസ്യാത്മകതയെക്കുറിച്ചും അറിയുവാൻ സാധ്യമാവുകയുള്ളു. ജീവിതത്തിന്റെ എല്ലാ രഹസ്യങ്ങളിലേക്കും നിഗൂഢതകളിലേക്കും നിങ്ങളെ നയിക്കുന്ന ഒരു വാതിലാണ് നിഷ്ക്കളങ്കത.

“എല്ലാതരം കപടവിദ്യകളും സൂത്രക്കെട്ടുകളും അവരുടെ വിരലുകൾ പഠിച്ചുവച്ചിട്ടുണ്ട്. അത്തരത്തിലാണ് അവർ ആത്മാവിന്റെ അടിവസ്ത്രങ്ങൾ നെയ്യുന്നത്.

അവർ പരസ്പരം വിശ്വസിക്കുന്നില്ല. എല്ലാറ്റിനേയും അവർ സംശയത്തോടെയാണു വീക്ഷിക്കുന്നത്. കൊച്ചു കൊച്ചു തന്ത്രങ്ങൾ മെനഞ്ഞെടുത്തുകൊണ്ട് ഇച്ഛാശക്തി കുറഞ്ഞവരെ അവർ എട്ടുകാലികളെപ്പോലെ വലവീശി പിടിക്കുന്നു.

എങ്ങിനെയാണ് പകിടയെറിഞ്ഞു കളിക്കേണ്ടതെന്ന് അവർക്കറിയാം. അത്രയ്ക്കുമധികം വ്യഗ്രതയോടെ, വിയർത്തൊലിച്ചുകൊണ്ട് അവർ കളിക്കുന്നത് പലപ്പോഴും ഞാൻ കണ്ടിട്ടുണ്ട്. അവരുടെ നാട്യങ്ങളും കാപട്യങ്ങളും എന്തിന്! അവരുടെ നന്മകൾ പോലും എന്റെ താത്പര്യങ്ങൾക്കെതിരാണ്. എന്നെ സംബന്ധിച്ചേടത്തോളം അവർ അപരിചിതരാണ്.”

ഈ കാര്യങ്ങളെല്ലാം അദ്ദേഹം പറഞ്ഞുകൊണ്ടിരിക്കുന്നത് പണ്ഡിതരെക്കുറിച്ചാണ്, മഹാപുരുഷന്മാരെന്ന് ലോകം അംഗീകരിച്ചവരെക്കുറിച്ചാണ്. പണ്ഡിതരെ സംബന്ധിച്ചേടത്തോളം എല്ലാ മിസ്റ്റിക്കുകളും അപരിചിതരാണ്. അതിന്റെ കാരണം ലളിതമാണ്, മിസ്റ്റിക്കുകൾ വിശ്വസിക്കുകയോ ചിന്തിക്കുകയോ ചെയ്യുന്നില്ല, മറിച്ച് അവർ അനുഭവിക്കുന്നു. വെള്ളത്തെക്കുറിച്ചു ചിന്തിക്കുന്നതും വെള്ളത്തെ അനുഭവിക്കുന്നതും രണ്ടും രണ്ടാണ്. വെള്ളത്തെക്കുറിച്ച് നിങ്ങൾക്കു വേണമെങ്കിൽ ഒരു പ്രബന്ധമെഴുതുവാൻ കഴിയും. അപ്പോൾ ഒരു മഹാപണ്ഡിതനെന്ന നിലയ്ക്ക് നിങ്ങൾ അറിയപ്പെടും. നിങ്ങളുടെ പ്രബന്ധത്തിനു ചിലപ്പോൾ നിങ്ങൾക്കു പി.എച്ച്.ഡി. ലഭിച്ചു എന്നു വരാം. എന്നാൽ നിങ്ങളുടെ പുസ്തകത്തിനോ, നിങ്ങളുടെ അറിവിനോ നിങ്ങളുടെ ദാഹത്തെ ശമിപ്പിക്കുവാൻ കഴിയില്ല. വെള്ളം കുടിക്കുന്ന ഒരുവന്, വെള്ളത്തിന്റെ രാസസംജ്ഞ H_2O എന്താണെന്ന് അറിഞ്ഞുകൊള്ളണമെന്നില്ല - കാരണം H_2Oവിന് നിങ്ങളുടെ ദാഹത്തെ ശമിപ്പിക്കുവാൻ കഴിയില്ല.

മിസ്റ്റിക്കിന്റെ താത്പര്യം തന്റെ ദാഹത്തെ ശമിപ്പിക്കുവാനും തന്റെ അസ്തിത്വത്തെ പരിപോഷിപ്പിക്കുവാനും തന്റെ അന്തരംഗത്തെ സൂക്ഷ്മമായി പരിശോധിക്കുവാനും നിലനിൽപ്പുമായും അതുൾക്കൊള്ളുന്ന എല്ലാ വസ്തുക്കളുമായും ഒരു സ്വരചേർച്ചയിലെത്തിച്ചേരുവാനുമാണ്. എല്ലാ ആഹ്ലാദങ്ങളേയും എല്ലാ സൗന്ദര്യങ്ങളേയും എല്ലാ അനുഗ്രഹങ്ങളേയും എല്ലാ ആശീർവാദങ്ങളേയും അത് ഉൾക്കൊള്ളുന്നു. അതേസമയം പണ്ഡിതനാകട്ടെ ഈ കാര്യങ്ങളെക്കുറിച്ചു ചിന്തിക്കുന്നതിൽ മാത്രമാണ് സംതൃപ്തി കണ്ടെത്തുന്നത്. വാസ്തവത്തിലയാൾ ദാഹമുള്ളവനല്ല. അല്ലാത്തപക്ഷം വെള്ളത്തെക്കുറിച്ച് പ്രബന്ധമെഴുതാതെ അയാൾ വെള്ളമന്വേഷിച്ചു പോകുമായിരുന്നു. എങ്കിലയാൾ പോവുക ലൈബ്രറിയിലേക്കല്ല, മറിച്ച് കിണറിനടുത്തേക്കാണ്. പണ്ഡിതൻ ലൈബ്രറിയിലേക്കു പോകുമ്പോൾ മിസ്റ്റിക്ക് കിണറിന്നടുത്തേക്കു പോകുന്നു. അവർ അന്യോന്യം അപരിചിതരാണ്.

പണ്ഡിതനു സത്യം പറയുവാൻ കഴിയില്ല, എന്തുകൊണ്ടെന്നാൽ അതിനെക്കുറിച്ച് അയാൾക്ക് ഒന്നും തന്നെയറിഞ്ഞുകൂടാ. അതിനെക്കുറിച്ച് അറിയുന്നവർക്കു പോലും, അതു പറയുവാൻ കഴിയുന്നില്ല. എന്നാൽ ചുരുങ്ങിയ പക്ഷം അവർക്ക് അതിനുനേരെ വിരൽ ചൂണ്ടുവാനെങ്കിലും കഴിയും; അതിനെക്കുറിച്ച് അവർക്ക് ചില സൂചനകൾ, ചില മാർഗ്ഗനിർദ്ദേശങ്ങൾ നൽകാൻ കഴിയും. നിങ്ങളുടെ കൈപിടിച്ച്, നിങ്ങളെ ജനലിനടുത്തേക്ക് കൂട്ടിക്കൊണ്ടുപോയി, നിങ്ങൾക്ക് തുറന്ന ആകാശവും നക്ഷത്രങ്ങളും കാട്ടിത്തരാൻ അവർക്കു കഴിയും. എന്നാൽ പണ്ഡിതൻ ഭാഷയിലും തത്ത്വചിന്തയിലും ദൈവശാസ്ത്രത്തിലും അങ്ങേയറ്റം മുഴുകിയവനാണ് - ജനലിനപ്പുറത്തേക്ക് ഒന്നു നോക്കുവാൻ പോലും അയാൾക്കു സമയമില്ല. ജീവിക്കുവാൻ അയാൾ മറന്നുകഴിഞ്ഞു, ചിന്തിക്കുവാൻ മാത്രമേ അയാൾക്കറിയുകയുള്ളൂ.

ചിന്ത അയഥാർത്ഥമാണ്, കാരണം അറിയാതിരിക്കുമ്പോൾ മാത്രമേ നിങ്ങൾ ചിന്തിക്കുന്നുള്ളൂ. സുന്ദരമായ ഒരു സൂര്യാസ്തമയം കാണുമ്പോൾ നിങ്ങൾ ചിന്തിക്കുമോ? ഒരുപക്ഷേ പലപ്പോഴും, പഴയ ശീലം കാരണം നിങ്ങൾ ചിന്തിക്കുവാൻ തുടങ്ങിയെന്നു വരാം. "എത്ര മനോഹരമായ അസ്തമയമാണിത്?" എന്ന് നിങ്ങൾ നിങ്ങളോടുതന്നെ പറയുവാൻ തുടങ്ങിയെന്നു വരാം. എന്നാൽ നിങ്ങളുടെ വാക്കുകൾ ഒരു തടസ്സമായിത്തീർന്നുകൊണ്ടിരിക്കുകയാണ്. ആ അസ്തമയവുമായി ഐക്യത്തിലാവുന്നതിനുള്ള വഴി ഇതല്ല, മറിച്ച് നിങ്ങളുടെ ഉള്ളിലെ എല്ലാ ചിന്തകളും നിലയ്ക്കുന്നു. അപ്പോൾ നിങ്ങളവിടെയുണ്ടാകും - ആ സന്ധ്യയുമായി പൂർണ്ണമായി ലയിച്ചുകൊണ്ട്, മിക്കവാറും അതിന്റെതന്നെ ഒരു ഭാഗമായിത്തീർന്നുകൊണ്ട്, നിങ്ങളവിടെയുണ്ടാകും. അപ്പോൾ അതിന്റെ സൗന്ദര്യത്തെ നിങ്ങളറിയും. അല്ലാതെ, "അത് സുന്ദരമാണ്" എന്ന ആവർത്തനത്തിലൂടെയല്ല, ആ വാക്കുകൾ കടമെടുക്കപ്പെട്ടവയാണ്.

നിങ്ങളാ വാക്കുകൾ കേട്ടിട്ടുണ്ട്. നിങ്ങൾക്ക് അതിയായ സൗന്ദര്യ ബോധമുണ്ട് എന്നു കാണിക്കുവാൻ വേണ്ടി മാത്രമാണ് നിങ്ങളതു പറഞ്ഞുകൊണ്ടിരിക്കുന്നത്. എന്നാൽ നിങ്ങളവിടെയല്ല, നിങ്ങളുടെ മനസ്സ് മറ്റെവിടെയോ അലഞ്ഞുകൊണ്ടിരിക്കുകയാണ്. സൗന്ദര്യത്തിന് നിങ്ങളുടെ മനസ്സിനെ പിടിച്ചുനിർത്തുവാൻ കഴിയില്ലയെങ്കിൽ, അപ്പോൾ സൗന്ദര്യമെന്താണെന്ന് നിങ്ങൾക്കറിയില്ല. മഹത്തായൊരു നൃത്തത്തിന് നിങ്ങളുടെ മനസ്സിനെ ധ്യാനത്തിലേക്കു കൊണ്ടുപോകാൻ കഴിയില്ലയെങ്കിൽ, അപ്പോൾ എങ്ങിനെയാണ് ഒരു നൃത്തം കാണേണ്ടതെന്ന് നിങ്ങൾക്കറിയില്ല. അസത്യങ്ങളെക്കൊണ്ട് നാം നിറയ്ക്കപ്പെട്ടിരിക്കുകയാണ്.

സരതുഷ്ട്രൻ പറയുന്നു, "അവരുടെ നന്മകൾ കൂടി എന്റെ താത്പര്യങ്ങൾക്കെതിരാണ്." അവരുടെ നന്മകൾ വളരെ അസാധാരണമാണ്. വ്യത്യസ്ത സംഘത്തിൽപ്പെട്ട പണ്ഡിതർക്ക് വ്യത്യസ്തമായ നന്മകളാണുള്ളത്. ഇന്ത്യ സൃഷ്ടിച്ച മഹത്തായ ഒരു തത്ത്വചിന്തകന്റെ - ആദി ശങ്കരാചാര്യരുടെ - ജീവിതത്തിലെ ഒരു സംഭവത്തെക്കുറിച്ച് ഞാൻ നിങ്ങളോടു പറയാം - മാർപാപ്പമാരെപ്പോലെ, ആദിശങ്കരാചാര്യർക്ക് ഇപ്പോളിവിടെ പിൻഗാമികളുണ്ട് - അവരേയും ശങ്കരാചാര്യർ എന്നു തന്നെയാണ് വിളിക്കുന്നത്.

ലോകം മിഥ്യയാണ് എന്ന്, അത് തോന്നിപ്പിക്കുക മാത്രമാണ് എന്ന്, വാസ്തവത്തിലതു നിലനിൽക്കുന്നില്ല എന്ന്, ആദിശങ്കരാചാര്യർ പ്രഖ്യാപിച്ചു. മിക്കവാറും സ്വപ്നങ്ങളുടേതുപോലെയുള്ള ഏതോ ഒരു വസ്തു കൊണ്ടാണ് അത് ഉണ്ടാക്കപ്പെട്ടിട്ടുള്ളത് എന്ന് അദ്ദേഹം വാദിച്ചു.

ഹിന്ദുമതത്തിന്റെ തലസ്ഥാനനഗരി എന്നു വിളിക്കാവുന്ന വാരാണസിയിൽ, ലോകത്തിന്റെ മിഥ്യാത്വത്തെക്കുറിച്ച് അദ്ദേഹം പ്രഭാഷണം നടത്തിക്കൊണ്ടിരിക്കുകയായിരുന്നു. ഒരു ദിവസം അതിരാവിലെ അദ്ദേഹം ഗംഗാനദിയിൽ സ്നാനം ചെയ്ത് പടവുകൾ കയറിവരികയായിരുന്നു. നദിക്കരയിൽ അപ്പോഴും ഇരുട്ടായിരുന്നു. സൂര്യൻ ഉദിക്കുവാൻ ഇനിയും സമയമവിടെയുണ്ടായിരുന്നു. ശങ്കരാചാര്യർ ഒരു ബ്രാഹ്മണ സന്ന്യാസിയായിരുന്നു. പരമ്പരാഗതമായ ആചാരമനുസരിച്ച് ബ്രാഹ്മമുഹൂർത്തത്തിലെഴുന്നേറ്റ്, ഗംഗാനദിയിൽ സ്നാനം ചെയ്ത് അദ്ദേഹം പടവുകൾ കയറിവരികയായിരുന്നു. ചുറ്റുപാടും ആരും തന്നെ ഉണ്ടായിരുന്നില്ല. ആ സമയത്ത് ഒരു മനുഷ്യനവിടെ പ്രത്യക്ഷപ്പെട്ടു. അയാൾ അദ്ദേഹത്തിന്റെ ശരീരത്തിൽ സ്പർശിച്ചുകൊണ്ട് അദ്ദേഹത്തിനടുത്തുകൂടെ നടന്നുപോയി. എന്നാൽ പെട്ടെന്ന് അയാളവിടെ നിന്നു. അയാൾ പറഞ്ഞു, "എന്നോടു ക്ഷമിക്കൂ. ഒരുപക്ഷേ ഇരുട്ടിൽ നിങ്ങളെന്നെ തിരിച്ചറിഞ്ഞിരിക്കുകയില്ല. എന്നാൽ എനിക്ക് നിങ്ങളെ അറിയാം. ഞാനൊരു ശൂദ്രനാണ്, ഒരു തൊട്ടുകൂടാത്തവനാണ്."

ഏറ്റവും പുരാതനമായ ഒരു ഫാസിസ്റ്റ് മതമാണ് ഹിന്ദുക്കളുടേത്. അവരുടെ സമൂഹത്തിന്റെ നാലിലൊരു ഭാഗത്തെ അവർ മിക്കവാറും ജന്തുക്കളുടെ നിലവാരത്തിലേക്കു തരംതാഴ്ത്തി. ഈ വിഭാഗത്തെ അവർ അസ്പൃശ്യർ അഥവാ അയിത്തക്കാർ എന്നു വിളിക്കുന്നു. ഇവരെ സ്പർശിച്ചാൽ അല്ലെങ്കിൽ ഇവരുടെ നിഴലിനെ സ്പർശിച്ചാൽ, നിങ്ങൾ അശുദ്ധനായിത്തീരും. പിന്നെ നിങ്ങളെ ശുദ്ധീകരിക്കുവാൻ നിങ്ങൾക്ക് ഉടനെ പോയി കുളിക്കേണ്ടി വരും. അയ്യായിരത്തോളം വർഷങ്ങളായി സമൂഹത്തിലെ എല്ലാ വൃത്തികെട്ട പണികളും ചെയ്യുന്ന ഈ പാവപ്പെട്ടവരെ അവർ പീഡിപ്പിച്ചുകൊണ്ടിരിക്കുകയായിരുന്നു. പട്ടണങ്ങളിലോ നഗരങ്ങളിലോ ജീവിക്കുവാൻ ഇവർ അനുവദിക്കപ്പെട്ടിരുന്നില്ല, പട്ടണത്തിനു പുറത്തു മാത്രമേ ഇവർക്ക് ജീവിക്കുവാൻ അനുവാദമുണ്ടായിരുന്നുള്ളൂ. ഇവർ ദരിദ്രരിൽവച്ച് ദരിദ്രരും ഏറ്റവും കൂടുതൽ ചൂഷണം ചെയ്യപ്പെടുന്നവരും ഏറ്റവും കൂടുതൽ മർദ്ദിക്കപ്പെടുന്നവരുമാണ്.

ശങ്കരാചാര്യർ ഉയർന്ന ജാതിയിലുള്ള ഒരു ബ്രാഹ്മണനും പ്രധാന ഹൈന്ദവ ചിന്തകരിലൊരുവനുമായിരുന്നു. ഒരു ശൂദ്രനാണ് തന്നെ സ്പർശിച്ചതെന്നറിഞ്ഞപ്പോൾ അദ്ദേഹം കോപിഷ്ഠനായി. അദ്ദേഹം പറഞ്ഞു, “നിങ്ങളൊരു അസ്പൃശ്യനാണ്. ഞാനൊരു ബ്രാഹ്മണനാണ് എന്നു നിങ്ങൾ തിരിച്ചറിയുകയും ചെയ്തു. എന്നിട്ടും നിങ്ങളെന്നെ സ്പർശിച്ചു. ഇനി എനിക്ക് നദിയിലേക്കു തിരിച്ചുപോയി ഒരിക്കൽക്കൂടി കുളിക്കേണ്ടി വരും.”

അപ്പോൾ ആ അസ്പൃശ്യൻ പറഞ്ഞു, “കുളിക്കാൻ പോകുന്നതിനു മുൻപ് നിങ്ങൾക്ക് എന്റെ ചില ചോദ്യങ്ങൾക്ക് ഉത്തരം നൽകേണ്ടി വരും; അല്ലാത്തപക്ഷം ഞാനിവിടെത്തന്നെ നിൽക്കും. നിങ്ങൾ കുളിച്ചുവരുമ്പോൾ ഞാൻ നിങ്ങളെ വീണ്ടും സ്പർശിക്കും.”

ആ സമയത്ത് അവിടെ ആരും തന്നെ ഉണ്ടായിരുന്നില്ല. അതിനാൽ ശങ്കരാചാര്യർ വിഷമസ്ഥിതിയിലായി - എന്താണിപ്പോൾ ചെയ്യുക? തിരിച്ചുപോയി വീണ്ടും കുളിച്ചു വരികയാണെങ്കിൽ, ഈ മനുഷ്യൻ വീണ്ടും തന്നെ സ്പർശിക്കും. അപ്പോഴും സ്ഥിതി ഇതുതന്നെയായിരിക്കും. അതിനാൽ അദ്ദേഹം പറഞ്ഞു, “ശരി പറയൂ, നിങ്ങളുടെ ചോദ്യങ്ങൾ എന്തെല്ലാമാണ്? നിങ്ങളൊരു വഷളനും ഒരു പിടിവാശിക്കാരനുമാണെന്നു തോന്നുന്നു.”

അയാൾ പറഞ്ഞു, “എന്റെ ഒന്നാമത്തെ ചോദ്യമിതാണ്. ഞാൻ സത്യമോ അതോ മിഥ്യയോ? ഞാനൊരു മിഥ്യയാണെങ്കിൽ, അപ്പോൾ നിങ്ങൾക്കു വീണ്ടും പോയി കുളിക്കേണ്ട ആവശ്യമില്ല. നിങ്ങൾക്കു നേരെ അമ്പലത്തിലേക്കു പോയി നിങ്ങളുടെ പ്രാർത്ഥന ആരംഭിക്കാം. അതല്ല, ഞാൻ യാഥാർത്ഥ്യമാണ് എങ്കിൽ, അപ്പോൾ നിങ്ങൾ പ്രസംഗിച്ചുകൊണ്ടിരിക്കുന്ന ആ അസംബന്ധം ഉപേക്ഷിക്കുക.”

ഒരു നിമിഷത്തേക്ക് ശങ്കരാചാര്യർ നിശ്ശബ്ദനായി - ഈ മനുഷ്യ നോട് എന്താണു പറയുക? രാജ്യമാസകലം തന്റെ തത്ത്വശാസ്ത്രത്തെ ക്കുറിച്ച് അദ്ദേഹം ചർച്ച ചെയ്തുകൊണ്ടിരിക്കുകയായിരുന്നു. ഇതിനകം അദ്ദേഹം മറ്റെല്ലാ ഹൈന്ദവ തത്ത്വചിന്തകരേയും കീഴടക്കിക്കഴിഞ്ഞി രുന്നു. "ശങ്കര ദിഗ്‌വിജയം" എന്ന പേരിൽ ഒരു പുസ്തകം തന്നെ അവിടെ യുണ്ട്. പോയ ഇടങ്ങളിലെല്ലാം ലോകം മിഥ്യയാണ് എന്ന് അദ്ദേഹം താർക്കികമായി തെളിയിച്ചു. എന്നാൽ അസ്പൃശ്യനായ ഈ മനുഷ്യ നോട് എന്താണു പറയേണ്ടത്?

ഒന്നും മിണ്ടാതെ അദ്ദേഹം അവിടെ നിൽക്കുകയായിരുന്നു. ആ ശൂദ്രൻ പറഞ്ഞു, "ഞാൻ മിഥ്യയാണ്, ഈ നദി മിഥ്യയാണ്, നിങ്ങളുടെ കുളി മിഥ്യയാണ്, നിങ്ങൾ മിഥ്യയാണ് - നിങ്ങളുടെ തത്ത്വശാസ്ത്രമനു സരിച്ച് ഇവയെല്ലാം മിഥ്യയാണ്. ഞാൻ അല്പം ചില കാര്യങ്ങൾ കൂടി ചോദിക്കുവാനാഗ്രഹിക്കുന്നു: നിങ്ങളെന്നെ തൊട്ടുകൂടാത്തവൻ എന്നു വിളിക്കുന്നു. തൊട്ടുകൂടാത്തത് എന്റെ ശരീരമാണോ? നിങ്ങളുടെ ശരീരം എന്റേതിൽ നിന്ന് വ്യത്യസ്തമായ ഘടകങ്ങൾ കൊണ്ടാണ് ഉണ്ടാക്ക പ്പെട്ടിട്ടുള്ളത് എന്ന് നിങ്ങൾ വിശ്വസിക്കുന്നുണ്ടോ? ഒരു തൊട്ടുകൂടാത്ത വന്റെ അസ്ഥിയും ഒരു ബ്രാഹ്മണന്റെ അസ്ഥിയും തമ്മിൽ വ്യത്യാസം കണ്ടുപിടിക്കുവാൻ സാധ്യമാണോ? അവരുടെ രക്തങ്ങൾ തമ്മിൽ, അല്ലെങ്കിൽ ചർമ്മങ്ങൾ തമ്മിൽ, അല്ലെങ്കിൽ തലയോട്ടികൾ തമ്മിൽ എന്തെങ്കിലും വ്യത്യാസം കണ്ടുപിടിക്കുവാൻ കഴിയുമോ? ഞാൻ നിങ്ങളെ ചില തലയോട്ടികൾ കൊണ്ടുവന്നു കാണിക്കാം. അതിൽ ഏതാണ് ബ്രാഹ്മണന്റെ തലയോട്ടി എന്ന് നിങ്ങൾക്കു പറയാൻ കഴി യുമോ? തീർച്ചയായും ശരീരങ്ങളെല്ലാം ഒരേ ഘടകദ്രവ്യം കൊണ്ട് ഉണ്ടാക്കപ്പെട്ടവയാണ്. അവയിൽ ഉത്തമമെന്നോ അധമമെന്നോ ഉള്ള യാതൊരു വ്യത്യാസവും നിങ്ങൾക്കു കണ്ടെത്താൻ കഴിയില്ല."

"പിന്നെ ഒരുപക്ഷേ, നമ്മുടെ മനസ്സുകൾ അസ്പൃശ്യങ്ങളാണെന്നു വരാം. എന്നാൽ എന്റെ മനസ്സിനെ നിങ്ങൾക്കു സ്പർശിക്കുവാൻ കഴി യുമോ? സ്പർശിക്കുവാൻ കഴിയാത്ത ഒന്നിനെ എങ്ങിനെയാണ് അസ്പൃശ്യം എന്നു വിളിക്കുക? നിങ്ങളുടെ മനസ്സും അസ്പൃശ്യമാണ്. അല്ലെങ്കിൽ, എന്റെ ആത്മാവ് അസ്പൃശ്യമാണ് എന്ന് നിങ്ങൾ കരുതു ന്നുണ്ടോ? - ഈ മുഴുവൻ പ്രപഞ്ചത്തിലും ഒരേയൊരു ആത്മാവ് മാത്ര മേയുള്ളു എന്ന്, അതാണ് ബ്രഹ്മം എന്ന്, നാമെല്ലാം പരമമായ ആ ആത്മാവിന്റെ അംശങ്ങളാണ് എന്ന് നിങ്ങൾ സംസാരിക്കുന്നത് ഞാൻ കേട്ടിട്ടുണ്ട്. അപ്പോൾ ഈ അസ്പൃശ്യരുടെ അവസ്ഥ എന്താണ്? അവർക്ക് ആത്മാവുകളുണ്ടോ? അതോ ഇല്ലയോ? അവർക്ക് ആത്മാവു കളുണ്ട് എങ്കിൽ, അവർ നിങ്ങളുടെ പരമമായ ആ ആത്മാവിന്റെ അംശ ങ്ങളാണോ, അതോ അവരുടേത് പ്രത്യേകമായ ഒരാത്മാവാണോ? ആ ആത്മാവ് ഈ നഗരത്തിനു വെളിയിലാണ് എന്നാണോ?"

ശങ്കരന്, മഹാനായ ആ താർക്കികന്, താൻ ആദ്യമായി പരാജയപ്പെട്ടതായി അനുഭവപ്പെട്ടു. അദ്ദേഹം പറഞ്ഞു, "എനിക്കു മാപ്പു തരൂ, ഗാഢമായ ഒരു നിദ്രയിൽ നിന്ന് നിങ്ങളെന്നെ ഉണർത്തി. ഞാൻ വാക്കുകളിൽ ജീവിച്ചുകൊണ്ടിരിക്കുകയായിരുന്നു, യാഥാർത്ഥ്യത്തിലൂടെ നിങ്ങളെന്നെ വെല്ലുവിളിച്ചു."

വാക്കുകളിൽ ജീവിക്കുവാൻ പരിചയിക്കപ്പെട്ടവരായിത്തീർന്ന ആളുകൾ ആകാശക്കോട്ടകളിൽ ജീവിക്കുവാൻ തുടങ്ങുന്നു.

യഥാർത്ഥ ലോകത്തെ, യഥാർത്ഥത്തിലുള്ള അസ്തിത്വങ്ങളെ, അവർ മറക്കുന്നു. അവരുടെ നന്മകളും അവരുടെ മതങ്ങളും അവരുടെ ആകാശക്കോട്ടകളിൽ നിന്നും ലഭിച്ചവയാണ്. അവരുടെ നന്മകൾ, അവർ നിലനിൽക്കുന്ന യാഥാർത്ഥ്യങ്ങളിൽനിന്ന് ലഭിച്ചവയല്ല. "അവരുടെ നന്മകൾ കൂടി തന്റെ താത്പര്യങ്ങൾക്കെതിരാണ്" എന്ന് സരതുഷ്ട്രൻ പറയുന്നത് അതുകൊണ്ടാണ്. അവർ വാക്കുകളിലും യുക്തിയിലും ഭാഷയിലും മാത്രമാണ് നിലനിൽക്കുന്നത്. യാഥാർത്ഥ്യവുമായി അവർക്കു യാതൊരു ബന്ധവുമില്ല. എന്തിനേയും നിങ്ങൾക്കൊരു നന്മയാക്കുവാൻ കഴിയും. അതിനുവേണ്ട വാദങ്ങൾ നിങ്ങളുണ്ടാക്കണമെന്നു മാത്രം.

ഒരു മനുഷ്യന്റെ കാര്യത്തിൽ അതു സംഭവിച്ചു. എല്ലാ ദിവസവും അയാൾ വളരെ വൈകിയാണ് തന്റെ വീട്ടിലേക്കു വന്നുകൊണ്ടിരുന്നത്. ഓരോ ദിവസവും അയാളുടെ ഭാര്യ അയാളോടു പറഞ്ഞുകൊണ്ടിരുന്നു, "നിങ്ങളെവിടേക്കാണ് പോകുന്നതെന്ന് എനിക്കറിയാം. നോക്കിക്കോളൂ; ഒരു ദിവസം നിങ്ങൾ പശ്ചാത്തപിക്കും." എന്നാൽ അയാളതു ശ്രദ്ധിച്ചില്ല - അയാൾ വേശ്യകളുടെ അടുത്തേയ്ക്കായിരുന്നു പോയ്ക്കൊണ്ടിരുന്നത്. ഒരു ദിവസം രാത്രി ഭാര്യ ശരിക്കും ദേഷ്യപ്പെട്ടു. അന്ന് അയാൾ വീട്ടിലേക്കു വന്നതും കത്തിനിന്ന ദേഷ്യത്തിൽ അവൾ ഒരു വെട്ടിന് അയാളുടെ മൂക്കു മുറിച്ചു താഴെയിട്ടു.

"എന്താണ് നീയീ ചെയ്തുകൊണ്ടിരിക്കുന്നത്?" എന്ന് അയാൾ ചോദിക്കുമ്പോഴേക്കും, അയാളുടെ മൂക്കു നിലത്തു വീണുകഴിഞ്ഞിരുന്നു. അയാൾ ചോദിച്ചു, "നീയെന്താണീ ചെയ്തത്? നിനക്ക് ഭ്രാന്തു പിടിച്ചോ? ഇനി മൂക്കില്ലാതെ എങ്ങിനെയാണ് ഞാൻ ജീവിക്കുക? ആളുകളോട് ഞാനെന്തു പറയും?"

ആ സ്ത്രീ പറഞ്ഞു, "ഇനി ഇത് നിങ്ങളുടെ പ്രശ്നമാണ്. വേണ്ടതിലധികം ഞാൻ തീവ്രവേദനയിൽ ജീവിച്ചുകഴിഞ്ഞു. ഇനി കുറച്ചുകാലം നിങ്ങളും അങ്ങിനെ ജീവിക്കുക..."

ആ മനുഷ്യൻ ചിന്തിച്ചു, "ഇതു ശരിക്കും കുഴക്കുന്നൊരവസ്ഥയാണ്. നഗരത്തിലുള്ള ഓരോരുത്തരും ഇനി ചോദിക്കാൻ തുടങ്ങും, "നിങ്ങളുടെ മൂക്കിന് എന്താണു സംഭവിച്ചത്?" അതിനാൽ കഴിയുന്നതും വേഗം ഈ നഗരത്തിൽ നിന്ന് രക്ഷപ്പെടുന്നതാണു നല്ലത്. എന്നാൽ വേറൊരു

നഗരത്തിൽ ചെന്നാലും പ്രശ്നം അപ്പോഴും നിലനിൽക്കും. "നിങ്ങളുടെ മൂക്കിന് എന്തുപറ്റി?" എന്ന് ആ നഗരത്തിലുള്ളവരും ചോദിക്കാൻ തുടങ്ങും."

തത്ത്വചിന്തയിലും മതത്തിലും അല്പസ്വല്പം താത്പര്യമുള്ള ഒരാളായിരുന്നു അയാൾ. ഒടുവിൽ അയാളൊരു വഴി കണ്ടെത്തി. അന്നു രാത്രിതന്നെ അയാൾ തന്റെ നഗരത്തിൽനിന്ന് രക്ഷപ്പെട്ടു. മറ്റൊരു നഗരത്തിൽ ചെന്ന് അയാളവിടെ ഒരു വൃക്ഷത്തിന്റെ ചുവട്ടിൽ കണ്ണുകളടച്ച് ധ്യാനിക്കുവാൻ തുടങ്ങി. ആളുകൾ അയാൾക്കു ചുറ്റും കൂടി. അവർ പല സിദ്ധന്മാരേയും കണ്ടിട്ടുണ്ടായിരുന്നു; എന്നാൽ ഇതൊരു പ്രത്യേക, സിദ്ധനായിരുന്നു - ബുദ്ധനെപ്പോലെ ആസനസ്ഥനായ, എന്നാൽ മൂക്കില്ലാത്തവനായ ഒരാൾ.

ഒടുവിൽ ആരോ ചോദിച്ചു, "നിങ്ങളിവിടെ പുതുതായി വന്നതാണ്, അല്ലേ. നിങ്ങളെപ്പോലെ മഹാനായ ഒരു യോഗിയെ കാണാൻ സാധിച്ചതിൽ ഞങ്ങൾ വളരെയധികം സന്തോഷിക്കുന്നു." എന്തെന്നാൽ, അയാളവിടെ അത്രയ്ക്കും നിശ്ചലനായി, അത്രയ്ക്കും നിശ്ശബ്ദനായി, ഇരിക്കുകയായിരുന്നു; എന്നാൽ അത് വെറും ഇരിപ്പു മാത്രമായിരുന്നു, അയാൾക്കുള്ളിൽ നിശ്ശബ്ദതയുടേതായ ഒന്നുംതന്നെ ഉണ്ടായിരുന്നില്ല. അയാൾ പറഞ്ഞു, "ഞാൻ ദൈവത്തെ കണ്ടിട്ടുണ്ട്."

അവരുടനെ ചോദിച്ചു, "നിങ്ങൾ ദൈവത്തെ കണ്ടിട്ടുണ്ടെന്നോ? എങ്കിൽ ഞങ്ങൾ നിങ്ങളുടെ ശിഷ്യരാകാൻ ആഗ്രഹിക്കുന്നു."

അയാൾ പറഞ്ഞു, "എന്നാൽ ഒരു നിബന്ധനയുണ്ട് - നിങ്ങൾ നിങ്ങളുടെ മൂക്കു മുറിക്കാത്തപക്ഷം അതു സാധ്യമല്ല. അതിനുള്ള ഏക തടസ്സം നിങ്ങളുടെ മൂക്കാണ്. ഒരിക്കൽ ആ മൂക്ക് മുറിക്കപ്പെട്ടാൽ, അപ്പോൾ ഉടനെ ദൈവം നിങ്ങളുടെ മുമ്പിൽ നിൽക്കുന്നത് നിങ്ങൾ കാണും."

എന്നാൽ അതൊരു ബുദ്ധിമുട്ടുള്ള കാര്യമായിരുന്നു. ആളുകൾ പല വട്ടം ആലോചിച്ചു.... എന്നാൽ എല്ലായിടത്തും നിങ്ങൾക്ക് വിഡ്ഢികളെ കണ്ടെത്താൻ കഴിയുമല്ലോ. ഒരു വിഡ്ഢി മുന്നോട്ടു വന്നു. അയാൾ പറഞ്ഞു, "ശരി, ഞാൻ തയ്യാറാണ്."

"......ആ മനുഷ്യൻ തന്നോടൊപ്പം ഒരു കത്തി കൊണ്ടുവന്നിരുന്നു. മൂക്ക് മുറിക്കാൻ തയ്യാറായ ആളെ അയാൾ ഒരു വശത്തേക്കു മാറ്റി നിർത്തുകയും പിന്നെ അയാളുടെ മൂക്ക് മുറിച്ചെടുക്കുകയും ചെയ്തു. മൂക്കു നഷ്ടപ്പെട്ട ആ മനുഷ്യൻ ചുറ്റും നോക്കി. എന്നാൽ അവിടെ ദൈവമുണ്ടായിരുന്നില്ല." അയാൾ ചോദിച്ചു. "ദൈവമെവിടെയാണ്?"

ഗുരു പറഞ്ഞു, "ദൈവത്തെക്കുറിച്ച് സംസാരിക്കേണ്ടതില്ല, എന്തെന്നാൽ ദൈവമവിടെയില്ല. സത്യത്തിൽ നിങ്ങളുടെ മൂക്ക് മുറിക്കലുമായി

അതിനു യാതൊരു ബന്ധവുമില്ല - എന്നാൽ നിങ്ങൾക്ക് ദൈവത്തെ കാണാൻ കഴിയുന്നില്ല എന്ന് ഇപ്പോൾ നിങ്ങൾ ആളുകളോടു പറയുകയാണെങ്കിൽ, അവർ നിങ്ങളെ കളിയാക്കി ചിരിക്കും, നിങ്ങളൊരു വിഡ്ഢിയാണ് എന്ന്, അനാവശ്യമായി നിങ്ങൾ നിങ്ങളുടെ മൂക്ക് നഷ്ടപ്പെടുത്തി എന്നു പറഞ്ഞ് അവർ നിങ്ങളെ കളിയാക്കും. അതിനാൽ നിങ്ങൾ ആളുകളുടെ അടുത്തുപോയി ഇങ്ങിനെ പറയുന്നതാണ് നല്ലത് - നൃത്തം വച്ചുകൊണ്ട് അവരുടെ അടുത്തേക്കു പോവുക - എന്നിട്ട് പറയുക,

"ഇത് അത്രയ്ക്കും ലളിതവും അത്ഭുതകരവുമായ ഒരു വിദ്യയാണ്. മൂക്ക് മുറിച്ചെടുത്ത ആ നിമിഷം ദൈവം എന്റെ മുൻപിൽ പ്രത്യക്ഷപ്പെട്ടു."

ആ മനുഷ്യൻ ചിന്തിച്ചു, താൻ വന്നുപെട്ടിരിക്കുന്ന വിഷമാവസ്ഥയിൽനിന്ന് തന്നെത്തന്നെ രക്ഷപ്പെടുത്തുവാനുള്ള ഒരേയൊരു വഴി ഇതാണ് എന്ന് അയാൾക്കും ബോധ്യപ്പെട്ടു.

ഗുരു പറഞ്ഞു, "എനിക്കും നേരിടേണ്ടി വന്നതും ഇതേ അവസ്ഥയാണ്. ദൈവത്തെക്കുറിച്ച് എനിക്ക് ഒന്നുംതന്നെ അറിഞ്ഞുകൂടാ, എന്നാൽ നിങ്ങളാണ് എന്റെ പ്രധാന ശിഷ്യൻ, ഇനി നമുക്കൊരുമിച്ച് നിരവധി ശിഷ്യരെ ഉണ്ടാക്കിയെടുക്കാം - ഒരല്പം ധൈര്യം മാത്രമേ വേണ്ടൂ."

അതനുസരിച്ച് ആ മനുഷ്യൻ ചെന്ന് ആളുകളോടു പറഞ്ഞു, "ഇത്രയും കാലം, ഞാനെന്തൊക്കെ ചെയ്തിട്ടും, എനിക്ക് ദൈവത്തെ കാണുവാൻ കഴിഞ്ഞിരുന്നില്ല. ഈ മനുഷ്യൻ അതിനുള്ള ഒരു വഴി കണ്ടെത്തിയിട്ടുണ്ട്. അതിനുവേണ്ടി നിങ്ങൾക്ക് ഒരു ചെറിയ ത്യാഗം: നിങ്ങളുടെ മൂക്കു മുറിക്കുവാൻ നിങ്ങൾ തയ്യാറാകണം. അത്രമാത്രം! ഉടനെ.... ഒരു യവനിക ഉയരുന്നതുപോലെ, അപ്പോൾ നിങ്ങളുടെ മുൻപിലവിടെ ദൈവമുണ്ടാകും. ഞാൻ അവനെ കണ്ടുകഴിഞ്ഞു." പിന്നെ അയാൾ നൃത്തം ചെയ്യുവാൻ തുടങ്ങി.

ആളുകൾ പറഞ്ഞു, "ഇതൊരദ്ഭുതം തന്നെയാണ്. ഇതിനെക്കുറിച്ച് ഞങ്ങളൊരിക്കലും കേട്ടിട്ടില്ല. നിങ്ങളുടെ മൂക്കു മുറിച്ചാൽ നിങ്ങൾ ദൈവത്തെ കാണും, എന്ന് എഴുതിവച്ചിട്ടുള്ള ഒരു മതഗ്രന്ഥവുമവിടെയില്ല." എന്നാൽ അയാൾ പറഞ്ഞത് അവർക്കു വിശ്വസിക്കാതിരിക്കാൻ കഴിഞ്ഞില്ല, കാരണം അയാൾ അവരുടെതന്നെ ഗ്രാമത്തിലുള്ളവനായിരുന്നു.

തന്റെ ഗുരുവിനരികെ അയാൾ പത്മാസനത്തിൽ ഇരുന്നു. പതുക്കെപ്പതുക്കെ ആളുകളുടെ നിര കൂടിക്കൂടി വരാൻ തുടങ്ങി. ആ തന്ത്രം അതുതന്നെയായിരുന്നു: അയാൾ അവരെ ഒരു വശത്തേക്കു മാറ്റി നിർത്തും. പിന്നെ അവരുടെ മൂക്കു മുറിച്ചെടുക്കും. അതിനുശേഷം അവരോട് സത്യം പറയും, "ദൈവത്തിന്റെ യാതൊരു പ്രശ്നവുമവിടെയില്ല. ഇപ്പോളിത് ഈ വിഷമാവസ്ഥയിൽനിന്ന് നിങ്ങളെത്തന്നെ രക്ഷപ്പെടുത്തുന്നതിന്റെ പ്രശ്നമാണ്. സത്യം പറയുവാൻ നിങ്ങൾക്കു പൂർണ്ണ

സ്വാതന്ത്ര്യമുണ്ട്. എന്നാൽ അപ്പോൾ ആളുകൾ നിങ്ങളെ ഒരു വിഡ്ഢിയെന്നു വിളിക്കും, അത്രമാത്രം! എന്നാൽ ഞാൻ പറയുന്നത് നിങ്ങൾ കേൾക്കുകയാണെങ്കിൽ, ഒരു മഹാത്മാവിനെപ്പോലെ നിങ്ങൾ ആരാധിക്കപ്പെടും, ഇപ്പോൾ ആരാധിക്കപ്പെട്ടുകൊണ്ടിരിക്കുന്ന എന്റെ എല്ലാ ശിഷ്യരേയും പോലെ."

ഒരു പകർച്ചവ്യാധി പോലെ ഈ കാര്യം നാടു മുഴുവൻ പരന്നു. ആ നഗരത്തിലെ നൂറുകണക്കിനാളുകൾ മൂക്കില്ലാത്തവരായിത്തീർന്നു. ഓരോരുത്തരും ഇവരുടെ കാലുകൾ തൊട്ടു വന്ദിക്കുകയും ഭക്ഷണത്തിനും വസ്ത്രത്തിനുമായി ഇവരെ തങ്ങളുടെ വീടുകളിലേക്കു ക്ഷണിക്കുകയും ചെയ്തുകൊണ്ടിരുന്നു. ഒടുവിൽ ഈ വാർത്ത ആ നാട്ടിലെ രാജാവിന്റെ ചെവിയിലുമെത്തി.

ആ നാട്ടിലെ രാജാവ് മതവിഷയങ്ങളിൽ വളരെയധികം താത്പര്യമുള്ള ഒരാളായിരുന്നു. അദ്ദേഹം പറഞ്ഞു, "എന്നാൽ ഞാനിത് ഒരിക്കലും കേട്ടിട്ടില്ല, ഇതിനെക്കുറിച്ച് ഞാൻ ഒരിടത്തും വായിച്ചിട്ടില്ല.... എന്നാൽ ഇത്രയുമധികം ആളുകൾക്ക് കളവു പറയുവാൻ കഴിയില്ല. അത് ഒരാൾ മാത്രമായിരുന്നുവെങ്കിൽ, അത് വിശ്വസിക്കാതിരിക്കാമായിരുന്നു. എന്നാൽ നമ്മുടെ തലസ്ഥാനത്തുനിന്നുതന്നെ നൂറുകണക്കിനാളുകൾ ദൈവത്തെ കണ്ടുകഴിഞ്ഞു. നിങ്ങളുടെ മൂക്കിനെ സംരക്ഷിക്കുവാൻ വേണ്ടി മാത്രമായി ദൈവസാക്ഷാത്ക്കാരത്തെ നിരാകരിക്കുക എന്നത് ഒരു ശരിയായ കാര്യമാണെന്നു തോന്നുന്നില്ല. ഞാനും പോവുകയാണ്."

അദ്ദേഹം പ്രധാനമന്ത്രിയോടു പറഞ്ഞു, "അതിനുവേണ്ട ഏർപ്പാടുകൾ ചെയ്തുകൊള്ളൂ. ഞാൻ പോകുവാൻ തീരുമാനിച്ചുകഴിഞ്ഞു. എന്തായാലും ഒരുനാൾ എല്ലാവർക്കും മരിക്കേണ്ടി വരും, അപ്പോൾ ഈ മൂക്കു മാത്രമല്ല, എല്ലാം തന്നെ നഷ്ടമാകും. അതിനാൽ മൂക്കു മുറിച്ചു കളയുന്നതിലൂടെ നിങ്ങൾക്ക് ദൈവത്തെ അനുഭവിക്കാൻ കഴിയുമെങ്കിൽ അപ്പോഴത് ഒരു വലിയ കാര്യമാണ്." പ്രധാനമന്ത്രി ബുദ്ധിമാനായ ഒരു മനുഷ്യനായിരുന്നു. അയാൾ പറഞ്ഞു, "അല്പം കൂടി ക്ഷമിക്കൂ. ധൃതി കൂട്ടാതിരിക്കൂ. നാളെ നമുക്ക് മൂക്ക് മുറിക്കാൻ പോകാം. അതിനു മുൻപ് ഞാനൊന്ന് അന്വേഷിക്കട്ടെ. എന്താണ് സംഭവിച്ചുകൊണ്ടിരിക്കുന്നതെന്ന് ഞാനൊന്നു മനസ്സിലാക്കട്ടെ."

പ്രധാനമന്ത്രി നേരിട്ടു പോയി ആ 'മഹാത്മാ'വിനെ ക്ഷണിച്ചു. ഇതിനകം അയാളൊരു മഹാത്മാവായിത്തീർന്നു കഴിഞ്ഞിരുന്നു, ദൈവത്തിലേക്ക് എത്തിച്ചേരുവാൻ ഇത്തരമൊരു കുറുക്കുവഴിയുണ്ടെന്ന് നിങ്ങൾക്കു സങ്കല്പിക്കുവാൻ പോലും കഴിയില്ല. പ്രധാനമന്ത്രി അയാളെ കൊട്ടാരത്തിലേക്കു ക്ഷണിച്ചപ്പോൾ അയാൾ വളരെയധികം സന്തോഷവാനായി. കൊട്ടാരത്തിലെത്തിയപ്പോൾ മന്ത്രി അയാളെ ഒരു മുറിയിലേക്കു കൂട്ടിക്കൊണ്ടുപോയി. അതിശക്തരായ നാല് മല്ലന്മാർ ആ

മുറിയിൽ അയാളെ കാത്തിരിക്കുന്നുണ്ടായിരുന്നു. എന്താണു സംഭവിക്കാൻ പോകുന്നതെന്ന് അയാൾക്ക് ഊഹിക്കുവാൻ കഴിഞ്ഞില്ല.

പ്രധാനമന്ത്രി പറഞ്ഞു, 'നിങ്ങൾ സത്യം പറയണം, അല്ലാത്തപക്ഷം ഈ നാലുപേർ നിങ്ങളെ അടിക്കുവാൻ, നിങ്ങളെ പീഡിപ്പിക്കുവാൻ പോവുകയാണ്. നിങ്ങൾ സത്യം പറയുന്നതുവരെ അവർ നിങ്ങളെ കഠിനമായി മർദ്ദിക്കുവാൻ പോവുകയാണ്."

താൻ അപകടത്തിൽ പെട്ടുകഴിഞ്ഞു എന്നയാൾ തിരിച്ചറിഞ്ഞു. സത്യം പറയാതെ ഇനി രക്ഷയില്ല എന്നയാൾക്ക് മനസ്സിലായി. അയാൾ പറഞ്ഞു, "സത്യമിതാണ്. ഒരു ദിവസം എന്റെ ഭാര്യ എന്റെ മൂക്ക് മുറിച്ചെടുത്തു. വാസ്തവത്തിൽ ഒരു ദൈവത്തേയും ഞാൻ കണ്ടിട്ടില്ല. ദയവായി എന്നെ ഉപദ്രവിക്കരുത്. ഞാനുടനെ ഈ പട്ടണം വിട്ട് പൊയ്ക്കൊള്ളാം."

പ്രധാനമന്ത്രി ചോദിച്ചു, "അപ്പോൾ നിങ്ങളുടെ മറ്റു ശിഷ്യരോ?"

അയാൾ പറഞ്ഞു, "ആരും തന്നെ കണ്ടിട്ടില്ല... എന്നാൽ ഒരിക്കൽ ഒരുവന്റെ മൂക്കു നഷ്ടപ്പെട്ടു കഴിഞ്ഞാൽ പിന്നെ അയാൾക്കു മുമ്പിൽ രണ്ടു വഴികളേയുള്ളൂ: ഒന്നുകിൽ ഒരു വിശുദ്ധനാവുക, അല്ലെങ്കിൽ ഒരു വിഡ്ഢിയാവുക. പട്ടണം മുഴുവൻ അയാളെ കളിയാക്കി ചിരിക്കും: നോക്കൂ, ഈ വിഡ്ഢിക്ക് അവന്റെ മൂക്കു നഷ്ടപ്പെട്ടു. "ഇതു ചെയ്യരുത്" എന്ന് ഞങ്ങളയാളോടു പറഞ്ഞുകൊണ്ടിരുന്നു. എന്നാൽ അയാളത് ചെവിക്കൊണ്ടില്ല."

മന്ത്രി അയാളെ രാജാവിന്റെ അടുത്തേക്കു കൊണ്ടുപോയി. കഥ മുഴുവൻ കേട്ടപ്പോൾ രാജാവ് പറഞ്ഞു, "ദൈവമേ! ഇന്നലെ ഞാൻ പോയിരുന്നുവെങ്കിൽ, ഈ സമയത്തിനകം ഞാനും ദൈവത്തെ കണ്ടിട്ടുണ്ടാകുമായിരുന്നു."

പലതരത്തിലുള്ള മൂഢതകളും നിങ്ങൾക്കീ ലോകത്തിൽ കാണാൻ കഴിയും, സാമർത്ഥ്യത്തിലൂടേയും കൗശലത്തിലൂടേയും നിങ്ങളതിനെ പിന്തുണയ്ക്കുകയാണെങ്കിൽ ലോകം വിഡ്ഢികളെക്കൊണ്ട് നിറയും. അത്രയും തന്നെ അനുയായികളുമവിടെയുണ്ടാകും. ഇപ്പോഴിവിടെ നിലനിൽക്കുന്ന മതങ്ങളെല്ലാംതന്നെ ഒരേ കഥയുടെ വ്യത്യസ്ത പാഠഭേദങ്ങളല്ലാതെ മറ്റൊന്നുമല്ല. ആരുംതന്നെ ദൈവത്തെ കണ്ടിട്ടില്ല, എന്നാൽ നിങ്ങളെത്തന്നെ പീഡിപ്പിക്കുന്നതിലൂടെ നിങ്ങളൊരു വിശുദ്ധനായിത്തീരും. ഈ പീഡനങ്ങളെല്ലാം അർത്ഥരഹിതമായിരുന്നു എന്നു പറയുകയാണെങ്കിൽ, അപ്പോഴത് ബുദ്ധിശൂന്യമെന്നു തോന്നിപ്പിക്കും... താൻ ദൈവത്തെ കണ്ടിട്ടില്ല. അതിനാൽ ഇപ്പോൾ നിശ്ശബ്ദത പാലിക്കുന്നതായിരിക്കും നല്ലത് - ദൈവമുണ്ടോ, ഇല്ലയോ - നിങ്ങളത്രയ്ക്കും ബഹുമാന്യനായിത്തീർന്നുകഴിഞ്ഞു. ഇന്നലെവരെ നിങ്ങൾ ഒന്നിനും കൊള്ളരുതാത്തവനും യാതൊരു വിലയുമില്ലാത്തവനുമായിരുന്നു,

ആരുംതന്നെ ഒരിക്കലും നിങ്ങളെ ബഹുമാനിച്ചിട്ടില്ല, എന്നാൽ ഇപ്പോൾ ആയിരക്കണക്കിനാളുകൾ നിങ്ങളെ ബഹുമാനിക്കുന്നു. അതിനാൽ നിശ്ശബ്ദനായിരുന്നുകൊണ്ട് ഈ മാന്യത ആസ്വദിക്കുന്നതാവും ഏറ്റവും നല്ലത്.

യുക്തിയും ന്യായവും തത്ത്വശാസ്ത്രവും കൗശലശാലികളും സമർത്ഥരുമായ ആളുകളുടെ കൈകളിലകപ്പെട്ടാൽ, അതിന് എല്ലാ തരത്തിലുള്ള സദ്ഗുണങ്ങളേയും നന്മകളേയും സൃഷ്ടിക്കുവാൻ കഴിയും; യഥാർത്ഥത്തിലുള്ള സദ്ഗുണം അതിലേതാണെന്ന് നിങ്ങൾക്കു കണ്ടെത്താൻ കഴിയില്ല. എന്നാൽ അവർക്ക് തെളിവുകൾ നൽകാൻ കഴിയും, "ശരിയാണ്, അതു സംഭവിച്ചുകൊണ്ടിരിക്കുകയാണ്" എന്നു പറയുവാൻ എല്ലായ്പോഴും അവർക്ക് സാക്ഷികളെ കൊണ്ടുവരാൻ കഴിയും.

ഹിന്ദുസന്ന്യാസിമാർ മെതിയടി - അതായത് മരംകൊണ്ടുള്ള പാദരക്ഷ ഉപയോഗിക്കുന്നു. അതു വളരെയധികം അസൗകര്യമുണ്ടാക്കുന്ന ഒന്നാണ്; കാരണം നിങ്ങൾക്കൊരു പിൻബലം നൽകാൻ അതിനു കഴിയില്ല. നിങ്ങൾക്കതിനെ നിങ്ങളുടെ തള്ളവിരലിനും രണ്ടാംവിരലിനുമിടയ്ക്കുവച്ച് അമർത്തേണ്ടി വരും. അതു ഭാരമേറിയതും നടക്കുവാൻ ബുദ്ധിമുട്ടുള്ളതുമാണ്. അതുപയോഗിച്ച് നടക്കുമ്പോൾ നടത്തം ശരിക്കും ഒരു പീഡനമായിത്തീരും. "സുഖപ്രദവും സൗകര്യപ്രദവുമായ നിരവധി പാദരക്ഷകളവിടെയുള്ളപ്പോൾ, എന്തുകൊണ്ടാണ് നിങ്ങളീ വിഷമം സഹിച്ചുകൊണ്ടിരിക്കുന്നത്?" എന്ന് നിങ്ങളൊരു ഹിന്ദുസന്ന്യാസിയോടു ചോദിച്ചുനോക്കൂ.

'അതിൽ ഒരു രഹസ്യമുണ്ട്' എന്ന് ഒരിക്കൽ കർപാത്രി എന്ന ഒരു ഹൈന്ദവസന്ന്യാസി എന്നോടു പറഞ്ഞു,

"ആ രഹസ്യമെന്താണ്?" ഞാൻ ചോദിച്ചു.

അയാൾ പറഞ്ഞു, "ആ രഹസ്യമിതാണ്. അതൊരുവനെ ഒരു ബ്രഹ്മചാരിയാക്കി നിലനിർത്തുന്നു."

ഞാൻ ചോദിച്ചു, "ഈ മെതിയടിയോ? എന്തൊരദ്ഭുതം!"

അദ്ദേഹം പറഞ്ഞു, "നിങ്ങൾക്കറിഞ്ഞുകൂടാ. നിങ്ങളുടെ ലൈംഗികതയെ നിയന്ത്രിക്കുന്ന ഒരു നാഡി നിങ്ങളുടെ കാലിലെ തള്ളവിരലിലുണ്ട്."

ഞാൻ പറഞ്ഞു, "മനുഷ്യന്റെ ശരീരധർമ്മശാസ്ത്രം മുഴുവൻ ഇപ്പോൾ സൂക്ഷ്മമായി പരിശോധിക്കപ്പെട്ടു കഴിഞ്ഞു - ലൈംഗികതയെ നിയന്ത്രിക്കുന്ന യാതൊരു നാഡിയും അവിടെയില്ല. മുഴുവൻ കാലും വേണമെങ്കിൽ നിങ്ങൾക്കു മുറിച്ചുമാറ്റുവാൻ കഴിയും, എന്നാൽ അപ്പോഴും ലൈംഗികത നിയന്ത്രിക്കപ്പെടുകയില്ല." എന്നാൽ ലക്ഷക്കണക്കിന് ഹിന്ദു

സന്ന്യാസിമാർ ഇതിൽ വിശ്വസിക്കുന്നു. മറ്റൊരു കാര്യം കൂടി അവിടെയുണ്ട്: എല്ലാ സവർണ്ണഹിന്ദുക്കളും തങ്ങളുടെ ശരീരത്തിൽ ഒരു പരിശുദ്ധ ചരട് - പൂണൂൽ - ധരിക്കുന്നു. മൂത്രമൊഴിക്കാൻ പോകുമ്പോൾ, അവർക്ക് ആ പൂണൂൽ അവരുടെ ചെവികൾക്കിടയിൽ തിരുകി വയ്ക്കേണ്ടതുണ്ട്.

ഒരിക്കൽ ഞാൻ ദ്വാരകയിലെ ശങ്കരാചാര്യരോടു ചോദിച്ചു - ഞാനന്ന് ദ്വാരകയിൽ താമസിച്ചുകൊണ്ടിരിക്കുകയായിരുന്നു. "എനിക്കതിൽ യാതൊരു അർത്ഥവും കാണുവാൻ കഴിയുന്നില്ല." ഒരിക്കൽ എനിക്കിത് അദ്ദേഹത്തോടു ചോദിക്കേണ്ടി വന്നു. കാരണം, അദ്ദേഹം ആളുകളുടെയിടയിൽവെച്ച് ഒരു ചെറുപ്പക്കാരന്റെ നേരെ തട്ടിക്കയറി. ആ ചെറുപ്പക്കാരൻ വല്ലാതെയായി. അയാളുടെ മുഖം വാടി. അയാൾ എഴുന്നേറ്റു നിന്ന് എന്തോ ഒരു സംശയം ചോദിക്കുവാൻ തുടങ്ങുകയായിരുന്നു. എന്നാൽ ഇടയ്ക്കു കയറി ശങ്കരാചാര്യർ പറഞ്ഞു, "നിങ്ങളെന്തെങ്കിലും ചോദിക്കുന്നതിനു മുൻപ് എന്റെ ചില ചോദ്യങ്ങൾക്കു മറുപടി തരിക."

ആ ചെറുപ്പക്കാരൻ പാശ്ചാത്യരീതിയിലായിരുന്നു വസ്ത്രധാരണം ചെയ്തിരുന്നത്. അയാൾ നീളമുള്ളൊരു പാന്റും കോട്ടും ഒരു ടൈയുമാണ് ധരിച്ചിരുന്നത്. ഇതു ശങ്കരാചാര്യരെ ക്ഷോഭിപ്പിച്ചിരിക്കണം. അദ്ദേഹം ചോദിച്ചു, "നിങ്ങളൊരു സവർണ്ണഹിന്ദുവല്ലേ, ഹിന്ദുക്കൾ ധരിക്കേണ്ടതായ വിശുദ്ധചരട് - പൂണൂൽ - നിങ്ങളുടെ ഈ കോട്ടിന്നടിയിലുണ്ടോ അതോ നിങ്ങളത് ധരിച്ചിട്ടില്ലേ?"

ആ ചെറുപ്പക്കാരൻ പറഞ്ഞു, "ഇല്ല, ഞാൻ പൂണൂലിട്ടിട്ടില്ല."

പെട്ടെന്ന് ശങ്കരാചാര്യർക്ക് ദേഷ്യം വന്നു. അദ്ദേഹം പറഞ്ഞു, "നിങ്ങളെഴുന്നേറ്റപ്പോൾതന്നെ ഞാനതറിഞ്ഞു - നിങ്ങളിപ്പോൾ - ധരിച്ചിട്ടുള്ള ഈ വസ്ത്രങ്ങളിൽ നിന്ന് ഒരു കാര്യം ഞാൻ മനസ്സിലാക്കുന്നു - അതായത്, നിന്നുകൊണ്ടായിരിക്കണം നിങ്ങൾ മൂത്രമൊഴിക്കുന്നത്, അത് ഹിന്ദുധർമ്മത്തിനെതിരാണ്. ആദ്യം തന്നെ ഒരു പൂണൂൽ സമ്പാദിക്കൂ. ഈ വസ്ത്രങ്ങളെല്ലാം മാറ്റൂ. പിന്നെ നിങ്ങൾ മൂത്രമൊഴിക്കുമ്പോഴെല്ലാം ആ പൂണൂൽ നിങ്ങളുടെ ചെവിയിൽ തിരുകിവയ്ക്കുകയും വേണം."

അവിടെ ഇരുന്നിരുന്ന ആളുകൾ ചിരിക്കാൻ തുടങ്ങി. പാവം ചെറുപ്പക്കാരൻ. ആ മൂഢന്മാർക്കിടയിൽ ഒരു വിഡ്ഢിയെപ്പോലെ നിലകൊണ്ടു.

ഇതിനെക്കുറിച്ചു കേട്ടിട്ടാണ് പിന്നീട് ഞാൻ അദ്ദേഹത്തോടു ചോദിച്ചത്, "നിങ്ങളുടെ ഈ വിശുദ്ധ ചരടിന്റെ പുറകിലുള്ള ശാസ്ത്രമെന്താണ്? മൂത്രമൊഴിക്കുമ്പോൾ എന്തിനാണ് അത് നിങ്ങളുടെ ചെവിയിൽ ചുറ്റിവയ്ക്കുന്നത്? ആദ്ധ്യാത്മികതയുമായി, അതിനെന്താണ് ബന്ധം?"

വീണ്ടും അതേ ഉത്തരം തന്നെ... അതായത് നിങ്ങളുടെ ലൈംഗികതയെ നിയന്ത്രിക്കുന്ന ഒരു നാഡി നിങ്ങളുടെ ഒരു ചെവിയിലുണ്ട്.

അതിനാൽ ആ ചരട് നിങ്ങൾ ചെവിയിൽ ചുറ്റി വളച്ചുവയ്ക്കുമ്പോൾ അത് ആ നാഡിയെ ബാധിക്കും. ബ്രഹ്മചര്യം നിലനിർത്തുവാൻ അത് ഒരുവനെ സഹായിക്കും.

ലക്ഷക്കണക്കിന് ഹിന്ദുക്കൾ ഇത് - ഇതുപോലെയുള്ള പലതും - വിശ്വസിക്കുന്നുണ്ടാകണം. ഇത് ഹിന്ദുക്കൾക്കിടയിൽ മാത്രമല്ല, ഇതേ തരത്തിലുള്ള മൂഢവിശ്വാസങ്ങൾ വച്ചു പുലർത്തുന്നവരെ എല്ലാ മത ങ്ങളിലും നിങ്ങൾക്കു കാണാൻ കഴിയും. ആരുംതന്നെ ഇവ ചോദ്യം ചെയ്യുന്നില്ല. എന്തെന്നാൽ, ആൾക്കൂട്ടത്തിൽനിന്ന് വിട്ടുമാറി നിൽക്കുവാൻ, ആൾക്കൂട്ടത്തിന്റെ ബഹുമാനം നഷ്ടപ്പെടുത്തുവാൻ ആരുംതന്നെ ആഗ്ര ഹിക്കുന്നില്ല.

ആൾക്കൂട്ടത്തിന്റെ വിശ്വാസത്തെ ഒരുവൻ എതിർക്കുകയാണെങ്കിൽ, ആൾക്കൂട്ടം അയാളോടു വളരെ മോശമായി പെരുമാറിയെന്നു വരാം. അയാൾക്ക് തന്റെ ജോലി നഷ്ടപ്പെട്ടുവെന്നു വരാം. അയാളുടെ കുടുംബം പോലും അയാൾക്കെതിരായിത്തീർന്നുവെന്നുവരാം, അയാളുടെ സുഹൃ ത്തുക്കൾ അയാളുടെ ശത്രുക്കളായിത്തീർന്നുവെന്നും വരാം. സമൂഹ ത്തിൽ അയാൾ ഒറ്റപ്പെടും. എല്ലാവരാലും അയാൾ നിന്ദിക്കപ്പെടും. എന്നാൽ ആൾക്കൂട്ടത്തിന്റെ വിശ്വാസങ്ങളനുസരിച്ച് അയാൾ പെരുമാറു കയാണെങ്കിൽ, ആൾക്കൂട്ടം വിശ്വസിക്കുന്ന ആ മൂഢമായ കാര്യങ്ങൾ അയാളും ചെയ്യാൻ തുടങ്ങുകയാണെങ്കിൽ, അപ്പോൾ അയാൾ ആ ആൾക്കൂട്ടത്തിന്റെ ബഹുമാനത്തിന് അർഹനായിത്തീരും.

ഞാൻ മനസ്സിലാക്കിയിടത്തോളം, ഈ സമൂഹത്തിൽ ബഹുമാന്യ നാവുക എന്നാൽ, അതിന്റെ അർത്ഥം, നിങ്ങളൊരു കൗശലശാലിയാണ് എന്നാണ്. അതിനർത്ഥം നിങ്ങളൊരു കപടഭക്തനാണ് എന്നാണ്. മാന്യത നിലനിർത്തുന്നതിനുവേണ്ടി നിങ്ങൾ പല കാര്യങ്ങളും മറച്ചുവച്ചു കൊണ്ടിരിക്കുകയാണ്. ആ കാര്യങ്ങൾ ഒന്നുകിൽ അർത്ഥരഹിതമാണ്, അല്ലെങ്കിൽ ബാലിശമാണ്, അവ ആപത്കരം പോലുമായേക്കാം എന്ന് നിങ്ങൾക്ക് നല്ലതുപോലെ അറിയാം.

"അവർക്കിടയിൽ ജീവിച്ചപ്പോഴും ഞാൻ അവർക്കു മീതെയാണ് ജീവിച്ചത്. ഈ കാരണത്താൽ അവരെന്നോട് ദേഷ്യമുള്ളവരായി ത്തീർന്നു. തങ്ങളുടെ ശിരസ്സുകൾക്കുമേലെ ഒരുവൻ നടക്കുന്നത് കാണുവാൻ അവരിഷ്ടപ്പെട്ടില്ല. അതിനാൽ എനിക്കും അവരുടെ ശിരസ്സു കൾക്കുമിടയിൽ നിരവധി പാഴ്വസ്തുക്കൾകൊണ്ട് അവർ തടസ്സം സൃഷ്ടിച്ചു.

അങ്ങിനെ എന്റെ കാലടികളുടെ ശബ്ദത്തെ അവർ പ്രതിരോധിച്ചു. അന്നുമുതൽ പാണ്ഡിത്യമുള്ളവരാരുംതന്നെ എന്നെ ശ്രദ്ധിക്കാതായി.

എന്നാൽ അതു ശ്രദ്ധിക്കാതെ ഞാൻ എന്റെ ചിന്തകളോടൊപ്പം അവ രുടെ ശിരസ്സുകൾക്കു മുകളിൽക്കൂടി നടന്നു, സ്വന്തം തെറ്റുകളുടെ

മുകളിൽക്കൂടി എനിക്കു നടക്കേണ്ടി വന്നാലും, അപ്പോഴും ഞാൻ അവർക്കും അവരുടെ ശിരസ്സുകൾക്കും, മീതെ ആയിരിക്കും.

എന്തുകൊണ്ടെന്നാൽ മനുഷ്യർ തുല്യരല്ല."

ഇത് വളരെ പ്രധാനപ്പെട്ട ഒരു പ്രസ്താവമാണ്. പ്രത്യേകിച്ചും ഇന്നത്തെ കാലഘട്ടത്തിൽ, എന്തുകൊണ്ടെന്നാൽ എല്ലാ മനുഷ്യരും തുല്യരാണ് എന്ന ആശയത്തെ കമ്മ്യൂണിസം മിക്കവാറും എല്ലായിടത്തും അംഗീകരിപ്പിച്ചെടുത്തു കഴിഞ്ഞു. എന്നാൽ അതൊരിക്കലും, ശരിയല്ല. രണ്ടുപേർ പോലും തുല്യരല്ല.

സമത്വം എന്നത് തെറ്റായ ഒരാശയമാണ്. ഓരോരുത്തരും അതുല്യരാണ്. തന്റെ അതുല്യതയിൽ വളരുവാൻ ഓരോരുത്തർക്കും തുല്യമായ അവസരം നൽകപ്പെടണം എന്ന് ഞാൻ കരുതുന്നു, ആരും തന്നെ തുല്യരല്ല. സമത്വം അഥവാ തുല്യത എന്നത് നമ്മുടെ കാലഘട്ടത്തിലെ അന്ധവിശ്വാസമാണ്. എന്നാൽ അതു പരക്കെ അംഗീകരിക്കപ്പെട്ടുകഴിഞ്ഞു. കമ്മ്യൂണിസ്റ്റുകാരല്ലാത്തവർ പോലും ഇത് അംഗീകരിക്കുന്നു. എല്ലാവരും അതു സ്വീകരിച്ചുകഴിഞ്ഞു, ആരും തന്നെ അതു നിഷേധിക്കുവാൻ ധൈര്യപ്പെടുന്നില്ല.

കമ്മ്യൂണിസ്റ്റുകാരല്ലാത്തവർക്കുപോലും മനുഷ്യർ തുല്യരല്ല എന്നു പറയുവാനുള്ള ചങ്കൂറ്റമില്ല. ആൾക്കൂട്ടം തങ്ങൾക്കെതിരായിത്തീരുമോ എന്ന് അവർ ഭയപ്പെടുന്നു. എല്ലാവരും തുല്യരാണ് എന്നറിയുമ്പോൾ, അതായത് നിങ്ങൾ 'ആൽബർട്ട് ഐൻസ്റ്റീന്' തുല്യനാണ്, അല്ലെങ്കിൽ നിങ്ങൾ 'ബർട്രൻഡ് റസ്സലിന്' തുല്യനാണ്, അല്ലെങ്കിൽ നിങ്ങൾ 'മാർട്ടിൻ ബൂബർ'ക്കിനു തുല്യനാണ്. അല്ലെങ്കിൽ നിങ്ങൾ 'ജീൻ-പോൾ-സാർത്രിന്' തുല്യനാണ് എന്നറിയുമ്പോൾ സാമാന്യജനം വളരെയധികം സന്തോഷിക്കും. അഹംബോധത്തെ അത് അത്രയ്ക്കുമധികം തൃപ്തിപ്പെടുത്തും. കമ്മ്യൂണിസ്റ്റുകാരല്ലാത്തവർ പോലും മനുഷ്യർ തുല്യരല്ല എന്ന് ഉറക്കെ പറയുവാൻ ഭയപ്പെടുന്നു. മനുഷ്യർ തുല്യരല്ല എന്ന കാര്യത്തിൽ ഞാൻ സരതുഷ്ട്രനുമായി പൂർണ്ണ യോജിപ്പിലാണ്.

"നീതി അങ്ങിനെയാണ് സംസാരിക്കുന്നത്. ഞാനാഗ്രഹിക്കുന്നതായിരിക്കണമെന്നില്ല അവരാഗ്രഹിക്കുന്നത്."

എന്റെ ഇഷ്ടാനിഷ്ടങ്ങൾ വ്യത്യസ്തമാണ്, നിങ്ങളുടെ ഇഷ്ടാനിഷ്ടങ്ങളും വ്യത്യസ്തമാണ്; എന്റെ കഴിവുകൾ വ്യത്യസ്തമാണ്, നിങ്ങളുടെ കഴിവുകളും വ്യത്യസ്തമാണ്. എന്റെ വിധി, എന്റെ വിധി മാത്രമാണ്. നിങ്ങളുടെ വിധി നിങ്ങളുടെ വിധി മാത്രമാണ്. സത്യത്തിൽ തുല്യരായിട്ടുള്ളത് കന്നുകാലിക്കൂട്ടം മാത്രമാണ്. അനന്യതയുള്ള ഭൂമിയിലെ ഏകജീവി മനുഷ്യൻ മാത്രമാണ്. എന്നാൽ ഇതു പറയുമ്പോൾ നിങ്ങളവരിൽ ദേഷ്യം സൃഷ്ടിക്കും....

ഇരുപതു വർഷം മുൻപ്; മനുഷ്യർ തുല്യരല്ല എന്ന് ഞാൻ പറഞ്ഞപ്പോൾ, ഇന്ത്യയിലെ കമ്മ്യൂണിസ്റ്റുപാർട്ടി എന്നെ നിന്ദിച്ചുകൊണ്ട്, എനിക്കെതിരെ ഒരു പ്രമേയം പാസ്സാക്കി. മനുഷ്യർ തുല്യരല്ല എന്ന എന്റെ ആശയത്തെ എതിർത്തുകൊണ്ട് ഒരു പ്രൊഫസ്സറായ തന്റെ ജാമാതാവ് ഒരു പുസ്തകമെഴുതാൻ പോവുകയാണെന്ന് അന്നത്തെ കമ്മ്യൂണിസ്റ്റ് പാർട്ടിയുടെ അദ്ധ്യക്ഷനായിരുന്ന എസ്.എ. ഡാങ്കെ പ്രഖ്യാപിച്ചു. അതനുസരിച്ച് അയാൾ എനിക്കെതിരെ ഒരു പുസ്തകമെഴുതുകയും ചെയ്തു. എന്നാൽ വെറും വിദ്വേഷമല്ലാതെ, ശകാരങ്ങളും നുണകളുമല്ലാതെ, യാതൊരു വാദങ്ങളും അതിലില്ല. മനുഷ്യർ തുല്യരാണ് എന്നു തെളിയിക്കുവാൻ ഒരൊറ്റ വാദം പോലും അതിലില്ല.

"നീതി അങ്ങിനെയാണ് സംസാരിക്കുന്നത്" എന്ന് സരതുഷ്ട്രൻ പറയുന്നതു ശരിയാണ്. എന്നാൽ കൂടുതൽ മെച്ചപ്പെട്ട ഒരു സമൂഹത്തെക്കുറിച്ച് എനിക്ക് എന്റേതായ സങ്കല്പമുണ്ട്. എല്ലാവർക്കും അത് തുല്യമായ അവസരം നൽകും. അതുല്യരാവുന്നതിനുവേണ്ടിയാണ്, തങ്ങളുടെ അനന്യതയിൽ വളർന്നുവരുന്നതിനുവേണ്ടിയാണ്, അവർക്ക് ആ തുല്യമായ അവസരം നൽകപ്പെടുന്നത്.

എന്നെ സംബന്ധിച്ചേടത്തോളം, കമ്മ്യൂണിസം എന്നതിന്റെ അർത്ഥം എല്ലാവർക്കും തുല്യമായ അവസരം എന്നാണ്, അല്ലാതെ എല്ലാവരും തുല്യരാണ് എന്നല്ല. ഇരുപത്തഞ്ച് നൂറ്റാണ്ടുകൾക്കു മുമ്പുതന്നെ സരതുഷ്ട്രന് ഈ ഉൾക്കാഴ്ചയുണ്ടായിരുന്നു. സമത്വത്തിന്റെ പേരിൽ മനുഷ്യൻ വീണ്ടും ബലി കഴിക്കപ്പെടരുത് എന്നത് തികച്ചും നീതിയുക്തവും ന്യായവുമാണ്. പല പ്രാവശ്യം അവർ ബലി കഴിക്കപ്പെട്ടിട്ടുണ്ട്; പല പേരുകളിലും, പല ക്ഷേത്രങ്ങളിലും, പല ദൈവങ്ങളുടെ മുമ്പിലും അവർ ബലി കഴിക്കപ്പെട്ടിട്ടുണ്ട്. ഇപ്പോഴവൻ കമ്മ്യൂണിസത്തിന്റെ അമ്പലത്തിൽ - 'ദാസ് ക്യാപ്പിറ്റൽ' എന്ന വിശുദ്ധഗ്രന്ഥത്തിനു മുൻപിൽ, 'മാർക്സ്', 'എംഗൽസ്', 'ലെനിൻ' എന്നീ ത്രിമൂർത്തികളുടെ മുൻപിൽ, ബലി കഴിക്കപ്പെട്ടുകൊണ്ടിരിക്കുകയാണ്.

അത് അത്രയ്ക്കും ലളിതമായൊരു കാര്യമാണ്, ആരുംതന്നെ തുല്യരല്ല എന്ന് എല്ലാവർക്കുമറിയാം. എന്നാൽ മനുഷ്യന്റെ അസൂയ... വലിയവനെതിരെയുള്ള ചെറിയ മനുഷ്യന്റെ അസൂയ, അതികായനെതിരെയുള്ള കൊച്ചുമനുഷ്യന്റെ അസൂയ, അവരെക്കൊണ്ട് ഉറക്കെ നിലവിളിപ്പിക്കുന്നു.

സ്വാഭാവികമായും ഭൂരിപക്ഷം അവർക്കാണ്, അതുകൊണ്ടാണ് മനുഷ്യർ തുല്യരാണെന്ന്, സമത്വം മനുഷ്യന്റെ ജന്മാവകാശമാണെന്ന്, അവർ ഉറക്കെ പറഞ്ഞുകൊണ്ടിരിക്കുന്നത്. ആത്മഹത്യാപരമായ ഒരു കാര്യമാണ് തങ്ങൾ പറഞ്ഞുകൊണ്ടിരിക്കുന്നത് എന്ന് അവരറിയുന്നില്ല. വളരാനുള്ള തുല്യമായ അവസരം എന്നതു തികച്ചും ശരിയാണ്. വ്യക്തികളുടെ

അനന്യതയെ സ്വീകരിക്കുമ്പോൾ, അത് ഒരു സമൂഹത്തെ സമ്പന്നമാക്കുന്നു. പലതരത്തിലുള്ള പുഷ്പങ്ങളും വിവിധ നിറങ്ങളും പലതരം ഗന്ധങ്ങളും അതിന് വൈവിധ്യം നൽകുന്നു.

വിദൂരമായ കാര്യങ്ങൾ മുൻകൂട്ടി കാണാൻ കഴിഞ്ഞു എന്ന അർത്ഥത്തിൽ സരതുഷ്ട്രൻ അസാധാരണനാണ്, കാരണം അദ്ദേഹത്തിന്റെ കാലത്ത് മനുഷ്യന്റെ തുല്യതയെക്കുറിച്ച് ആരുംതന്നെ സംസാരിച്ചിരുന്നില്ല. 'മാർക്സ്' വന്നെത്തിയിരുന്നില്ല, ഇരുപത്തിനാലു നൂറ്റാണ്ടുകൾക്കു ശേഷമാണ് അദ്ദേഹം വരുന്നത്.

എന്നാൽ എത്രയും കൂടുതൽ നിങ്ങൾ ധ്യാനാത്മകനാണോ, എത്രയും കൂടുതൽ മാനസികമായി നിങ്ങൾ നിശ്ശബ്ദനാണോ, അത്രയും കൂടുതൽ നിങ്ങളുടെ കാഴ്ചയും വ്യക്തമായിത്തീരും. വിദൂരഭാവിയിലുള്ളതിനെ അതിനു കാണാൻ കഴിയും. 'കാറൽമാർക്സിനെ'ക്കുറിച്ചോ, അതുപോലെയുള്ളവരെക്കുറിച്ചോ, സരതുഷ്ട്രന് അറിഞ്ഞുകൂടായിരുന്നുവെങ്കിൽ കൂടി, അദ്ദേഹത്തിന്റെ ഈ പ്രസ്താവം മാർക്സിനെതിരാണ്.

കാറൽമാർക്സ് വെറുമൊരു പണ്ഡിതൻ മാത്രമായിരുന്നു. അദ്ദേഹം തന്റെ മുഴുവൻ ജീവിതവും ബ്രിട്ടീഷ് മ്യൂസിയത്തിലെ ലൈബ്രറിയിലാണു ചെലവഴിച്ചത്. ഓരോ ദിവസവും ലൈബ്രറി തുറക്കുന്നതിനു മുൻപേ തന്നെ അദ്ദേഹമവിടെയുണ്ടാകും, പിന്നെ ലൈബ്രറി അടയ്ക്കുമ്പോൾ മിക്കവാറും ബലപ്രയോഗത്തിലൂടെ, അദ്ദേഹത്തെ പിടിച്ചു പുറത്താക്കേണ്ടി വരും. പലപ്പോഴും താങ്ങിപ്പിടിച്ച് അദ്ദേഹത്തെ വീട്ടിലേക്കു കൊണ്ടുപോകേണ്ടി വന്നിട്ടുണ്ട്, കാരണം തന്റെ വയസ്സുകാലത്ത് നിർത്താതെ അദ്ദേഹം വായന തുടർന്നുകൊണ്ടേയിരിക്കും, പിന്നീടൊടുവിൽ അദ്ദേഹം അബോധാവസ്ഥയിലായിത്തീരുകയും ചെയ്യും. ലൈബ്രറി അടയ്ക്കുന്ന സമയത്ത് അദ്ദേഹം മേശമേൽ തലവച്ച് കിടക്കുകയായിരിക്കും. മിക്കവാറും അദ്ദേഹം അപ്പോൾ അബോധാവസ്ഥയിലായിരിക്കും. ചുമന്നുകൊണ്ട് അദ്ദേഹത്തെ പുറത്തേയ്ക്കെടുക്കേണ്ടി വരും. പിറ്റേദിവസം രാവിലെ ലൈബ്രറി തുറക്കുമ്പോൾ വീണ്ടും അദ്ദേഹമവിടെയുണ്ടാകും. ഒരു തികഞ്ഞ പണ്ഡിതൻ, പ്രതീകാത്മകമായിട്ടല്ല, വാസ്തവത്തിൽതന്നെ, അദ്ദേഹമൊരു പുസ്തകപ്പുഴുവായിരുന്നു.

അദ്ദേഹത്തിന്റെ അനുഭവങ്ങളെല്ലാം പുസ്തകങ്ങളോടൊപ്പം മാത്രമായിരുന്നു, അല്ലാത്ത ആളുകളുമായിട്ടോ നിലനില്പുമായിട്ടോ തന്നോടുതന്നെയോ ആയിരുന്നില്ല.

"എന്തുകൊണ്ടെന്നാൽ മനുഷ്യർ തുല്യരല്ല; നീതി അങ്ങനെയാണ് സംസാരിക്കുന്നത്. ഞാനാഗ്രഹിക്കുന്നതായിരിക്കണമെന്നില്ല അവരാഗ്രഹിക്കുന്നത്."

....എന്നിങ്ങനെ സരതുഷ്ട്രൻ പറഞ്ഞു.

കവികളെക്കുറിച്ച്

"ശരീരത്തെ ഞാൻ നല്ലതുപോലെ അറിഞ്ഞിട്ടുണ്ട് എന്നതിനാൽ........" തന്റെ ശിഷ്യരിൽ ഒരുവനോട് സരതുഷ്ട്രൻ പറഞ്ഞു, "എന്നെ സംബന്ധിച്ചിടത്തോളം ആത്മാവ് ഒരു രൂപകമെന്ന നിലയ്ക്കു മാത്രമേ നിലനിൽക്കുന്നുള്ളൂ. അതുപോലെ തന്നെ 'ക്ഷണികമല്ലാത്തവ'യെല്ലാം എന്നെ സംബന്ധിച്ചിടത്തോളം ഒരു 'ഭാവന' മാത്രമാണ്."

".........മുമ്പൊരിക്കൽ താങ്കളിത് പറയുന്നത് ഞാൻ കേട്ടിട്ടുണ്ട്". ശിഷ്യൻ പറഞ്ഞു, "അതോടുകൂടി താങ്കളിങ്ങനെ കൂട്ടിച്ചേർക്കുകയും ചെയ്തിരുന്നു: 'കവികൾ വളരെയധികം കളവു പറയുന്നു.' ഒന്നു ചോദിക്കട്ടെ, 'കവികൾ വളരെയധികം കളവു പറയുന്നു' എന്ന് എന്തുകൊണ്ടാണ് താങ്കൾ പറഞ്ഞത്?"

"അതെന്തുകൊണ്ടാണ് എന്നാണോ നിങ്ങൾ ചോദിക്കുന്നത്," സരതുഷ്ട്രൻ പറഞ്ഞു "അത്തരത്തിൽ ചോദ്യം ചെയ്യപ്പെടേണ്ട ഒരാളല്ല ഞാൻ."

എന്റെ അനുഭവങ്ങൾ 'ഇന്നലെ'യിൽ നിന്നു തുടങ്ങിയതാണെന്ന് നിങ്ങൾ കരുതുന്നുവോ? എന്റെ അഭിപ്രായങ്ങളുടെ കാരണങ്ങളെക്കുറിച്ച് ഞാനറിഞ്ഞിട്ട് എത്രയോ കാലമായി.

ഓർമ്മകൾ ശേഖരിച്ചുവയ്ക്കുന്ന ഒരു വീപ്പയാണ് ഞാൻ എന്ന് നിങ്ങൾ കരുതുന്നുവോ? എന്റെ കാരണങ്ങളെ സൂക്ഷിച്ചുവയ്ക്കുവാൻ ഞാൻ ആഗ്രഹിക്കുന്നുവെങ്കിൽ, അപ്പോഴത് തീർച്ചയായും എന്നോടൊപ്പമുണ്ടാകും. എന്നാൽ എന്റെ അഭിപ്രായങ്ങളെ അതേപടി സൂക്ഷിച്ചുവയ്ക്കുക എന്നത് എന്നെ സംബന്ധിച്ചേടത്തോളം ബുദ്ധിമുട്ടാണ്. എത്രയോ പറവകൾ ഇതിനകം കൂടുവിട്ട് പറന്നുപോയിക്കഴിഞ്ഞു...

മുമ്പൊരിക്കൽ സരതുഷ്ട്രൻ എന്താണ് നിങ്ങളോടു പറഞ്ഞത്? കവികൾ വളരെയധികം കളവു പറയുന്നു എന്നോ? എന്നാൽ കേൾക്കൂ, 'സരതുഷ്ട്രനും ഒരു കവിയാണ്.'

"അയാൾ സത്യമാണു പറഞ്ഞതെന്ന് ഇപ്പോൾ നിങ്ങൾ വിശ്വസിക്കുന്നുണ്ടോ? എന്തുകൊണ്ടാണ് നിങ്ങളത് വിശ്വസിക്കുന്നത്?"

ശിഷ്യൻ പറഞ്ഞു, "ഞാൻ സരതുഷ്ട്രനിൽ വിശ്വസിക്കുന്നു." എന്നാൽ സരതുഷ്ട്രൻ തന്റെ തല കുലുക്കിക്കൊണ്ട് പുഞ്ചിരിക്കുക മാത്രം ചെയ്തു. പിന്നെ അദ്ദേഹം പറഞ്ഞു, "വിശ്വാസം ഒരിക്കലുമെന്നെ സന്തുഷ്ടനാക്കുന്നില്ല - അത് സരതുഷ്ട്രനിലാണെങ്കിൽ പോലും."

'കവികൾ വളരെയധികം കളവു പറയുന്നവരാണ്' എന്നു വളരെ ഗൗരവത്തോടെ ആരോ പറഞ്ഞിട്ടുണ്ട് എന്ന് ഞാൻ സമ്മതിക്കുന്നു. അയാൾ പറഞ്ഞത് ശരിയല്ലേ? നമ്മളും വളരെയധികം കളവു പറയുന്നവർ തന്നെയല്ലേ?

ജീവിതത്തെക്കുറിച്ച് വളരെ കുറച്ചു മാത്രമേ നമുക്കറിയുകയുള്ളൂ, മാത്രമല്ല, നാം ചീത്ത വിദ്യാർത്ഥികളുമാണ്: അതിനാൽ നമുക്ക് കളവു പറയേണ്ടി വരും....

നാം ആൾക്കൂട്ടത്തിലും അതിന്റെ ബുദ്ധിശക്തിയിലും വിശ്വസിക്കുന്നു, അത് അറിവിലേക്കുള്ള ഒരു രഹസ്യവാതിലാണ് എന്നതുപോലെ. എന്നാൽ എന്തെങ്കിലും ചിലത് പഠിച്ച ഒരുവനെ സംബന്ധിച്ചിടത്തോളം ആ വാതിൽ അടയ്ക്കപ്പെട്ടു കിടക്കുകയാണ്.

സ്വർഗ്ഗത്തിനും ഭൂമിക്കുമിടയിൽ പല കാര്യങ്ങളുമവിടെയുണ്ട്. കവികൾ മാത്രമാണ് അവയെക്കുറിച്ച് സ്വപ്നം കാണുവാൻ അല്പമെങ്കിലും ശ്രമിച്ചിട്ടുള്ളത്.

പ്രത്യേകിച്ചും സ്വർഗ്ഗത്തിനു മുകളിൽ: എന്തെന്നാൽ എല്ലാ ദൈവങ്ങളും കവികളുടെ ഭാവനാസൃഷ്ടികളാണ്. അവയെല്ലാം കവികളുടെ 'വ്യാജനിർമ്മിതി'കളാണ്.

അത് എല്ലായ്പോഴും നമ്മെ മേല്പോട്ട് - മേഘാവൃതമായ ദേശങ്ങളിലേക്കു വലിച്ചുകൊണ്ടുപോകുന്നു. പിന്നെ നാം നിറം പിടിപ്പിച്ച ആ വിചിത്രപാവകളെ മേഘങ്ങൾക്കുമേൽ പ്രതിഷ്ഠിക്കുകയും അവയെ ദൈവങ്ങളെന്നും അമാനുഷരെന്നുമൊക്കെ വിളിക്കുകയും ചെയ്യുന്നു...

ആ അപ്രാപ്യമായതിനെക്കുറിച്ച്, യാഥാർത്ഥ്യമെന്ന് കരുതപ്പെട്ടുകൊണ്ടിരിക്കുന്ന ആ വിശ്വാസത്തെക്കുറിച്ച്, ഞാനെത്രമാത്രം ഖിന്നനാണെന്നോ? ആ കവികളെക്കുറിച്ച് ഞാൻ എത്രമാത്രം ദുഃഖിതനാണെന്നോ?

ഈ സംസാരം സരതുഷ്ട്രന്റെ ശിഷ്യരെ കുപിതരാക്കുന്നു. അവർ ഒന്നും തന്നെ മിണ്ടുന്നില്ല. അല്പനേരത്തേക്ക് സരതുഷ്ട്രനും നിശ്ശബ്ദനാകുന്നു. ഒടുവിൽ ദീർഘമായൊരു നെടുവീർപ്പിട്ടുകൊണ്ട് അദ്ദേഹം സംസാരം തുടരുന്നു.

"ഞാൻ ഇന്നിന്റേതും ഇന്നലെയുടേതുമാണ്.... അതോടൊപ്പം നാളെയുടേതും മറ്റന്നാളെയുടേതും കൂടി, വരാൻ പോകുന്നതിന്റെ ചിലതുകൂടി, എന്നിലുണ്ട്.

പഴയതും പുതിയതുമായ കവികളെക്കുറിച്ച് എന്നിൽ ഒരു തരം മടുപ്പ് വളർന്നുവന്നുകഴിഞ്ഞു. ആഴമില്ലാത്തതും തിരകളില്ലാത്തതുമായ കടലുകളായിട്ടാണ് അവരെ എനിക്കു കാണുവാൻ കഴിയുന്നത്. വേണ്ടത്ര ആഴത്തിൽ അവർ ചിന്തിച്ചിട്ടില്ല. അതിനാൽ അവരുടെ അനുഭവങ്ങൾക്ക് ആഴങ്ങളെ സ്പർശിക്കുവാൻ കഴിഞ്ഞിട്ടില്ല.

കവികളുടെ മനസ്സ് പ്രേക്ഷകരെ ആവശ്യപ്പെടുന്നു; ആ പ്രേക്ഷകർ വെറും പോത്തുകളാണെങ്കിൽ കൂടി.

കവികളുടെ ഈ മനസ്സ് എന്നിൽ മടുപ്പുളവാക്കുന്നു. എന്നാൽ അതിന് അതിനെത്തന്നെ മടുക്കുന്ന ഒരു ദിവസം വന്നുചേരുമെന്ന് ഞാൻ കരുതുന്നു.

പരിവർത്തനം സംഭവിച്ച കവികളെ ഞാൻ കണ്ടിട്ടുണ്ട്. തങ്ങളുടെ ദൃഷ്ടിയെ തങ്ങളിലേക്കുതന്നെ അവർ തിരിച്ചുവിടുന്നത് ഞാൻ കണ്ടിട്ടുണ്ട്.

മനസ്സിന്റെ പശ്ചാത്താപം പ്രത്യക്ഷപ്പെട്ടുകൊണ്ടിരിക്കുന്നത് ഞാൻ കണ്ടിട്ടുണ്ട്. അവർ കവികളിൽ നിന്ന് വളർന്നുകഴിഞ്ഞു.

....എന്നിങ്ങനെ സരതുഷ്ട്രൻ പറഞ്ഞു.

സരതുഷ്ട്രന്റെ വാക്കുകളിൽ പ്രകടമാകുന്ന ആത്മാർത്ഥതയും സത്യസന്ധതയും മറ്റുള്ളവരിൽ നിന്ന് അദ്ദേഹത്തെ വ്യത്യസ്തനാക്കുന്നു. പൂർണ്ണമായും സത്യമല്ലാത്ത എന്തെങ്കിലുമൊന്ന് താൻ പറഞ്ഞിട്ടുണ്ട് എങ്കിൽ, പിന്നീട് അതിനെ തിരുത്തുവാൻ അദ്ദേഹം ഒരിക്കലും മടികാണിക്കുന്നില്ല.

എന്നാൽ സത്യത്തെ സംബന്ധിച്ചിടത്തോളമുള്ള പ്രശ്നമിതാണ്. പൂർണ്ണതയോടെ നിങ്ങൾക്കതിനെ വെളിപ്പെടുത്തുവാൻ കഴിയില്ല. ഏറിവന്നാൽ നിങ്ങൾക്ക് അതിന്റെ ചില അംശങ്ങളെ മാത്രമേ വെളിപ്പെടുത്തുവാൻ കഴിയുകയുള്ളൂ. അതിനെക്കുറിച്ചുള്ള ചില സൂചനകൾ മാത്രമേ നിങ്ങൾക്കു നൽകാൻ കഴിയുകയുള്ളൂ. എന്നാൽ ആരോടാണോ അതിനെക്കുറിച്ച് നിങ്ങൾ പറഞ്ഞുകൊണ്ടിരിക്കുന്നത്, ആ വ്യക്തിയെ സംബന്ധിച്ചിടത്തോളം ഈ അംശങ്ങൾ ഉത്തരം കിട്ടാത്ത ഒരു കടംകഥ പോലെ നിലനിൽക്കും; എന്തെന്നാൽ അയാൾക്ക് അതിന്റെ വിടവുകൾ നികത്താൻ കഴിയില്ല. ആ വിടവുകൾ നികത്തേണ്ട ചുമതല ഒരു മിസ്റ്റിക്കിന്റേതാണ്. തന്റെ പ്രസ്താവങ്ങളെ കഴിയാവുന്നേടത്തോളം സമ്പൂർണ്ണവും വ്യവസ്ഥയോടുകൂടിയതുമാക്കുവാൻ അയാൾക്കു കഴിയണം. നുണകളുടെ ഉറവിടം ഇവിടെയാണ്.

മിസ്റ്റിക്കിന് നുണ പറയേണ്ടതായി വരും. അത് അനിവാര്യമാണ്. അതിന്റെ ഉത്തരവാദിത്വം മിസ്റ്റിക്കിന്റേതല്ല, അത് സത്യത്തിന്റെ തന്നെ

സ്വഭാവമാണ്. അറിവിനോ, ഭാഷയ്ക്കോ, പദപ്രയോഗങ്ങൾക്കോ അത് പൂർണ്ണമായും സാധ്യമാവുകയില്ല. പലപ്പോഴും മിസ്റ്റിക്കുകൾ കവിതയെ ഒരു ആശയപ്രകാശനോപാധി എന്ന നിലയ്ക്ക് തിരഞ്ഞെടുത്തിട്ടുണ്ട്. അതിന്റെ കാരണമിതാണ്: ഗദ്യത്തിൽ കളവു പറയുന്നതിനേക്കാൾ കവിതയിൽ കളവു പറയുവാൻ കൂടുതൽ എളുപ്പമാണ്.

നിങ്ങളിതിനെക്കുറിച്ച് ചിന്തിച്ചിരിക്കാനിടയില്ല. കവിതയിൽ കളവ് ഒരു രൂപകമായിത്തീരും. കവിതയിൽ അതു പറയുന്നതിന്റെ ഒരു രീതിയായിത്തീരും, ഒരു അലങ്കാരമായിത്തീരും. എന്നാൽ ഗദ്യത്തിൽ ഒരു കളവ് വ്യക്തമായി അവിടെ നിലനിൽക്കും. അതിനെ മറച്ചുവയ്ക്കുവാൻ വളരെ ബുദ്ധിമുട്ടാണ്. കവിത കൂടുതൽ ചപലവും അസ്ഥിരവുമാണ്; കാരണം അത് സ്വപ്നലോകത്തിന്റെ ഭാഗമാണ്. അത് ഭാവനാത്മകമായ ആശയ പ്രകാശനരീതിയാണ്.

സത്യത്തോട് നിങ്ങൾ നീതി പുലർത്തുന്നില്ല എന്നു തോന്നിപ്പിക്കാത്ത വിധത്തിൽ, ശ്രോതാവിനോട് നിങ്ങൾ അന്യായമാണ് കാട്ടുന്നത് എന്നു തോന്നിപ്പിക്കാത്ത വിധത്തിൽ, കവിതയിൽ നിങ്ങൾക്ക് സത്യത്തിന്റെ അംശങ്ങളെ പ്രകാശിപ്പിക്കുവാൻ കഴിയും. കവിത എന്നത് മനോഹരമായ ഒരു പുകമറയാണ്. മഹാന്മാരായ പല കവികളും മറഞ്ഞിരിക്കുന്ന മിസ്റ്റിക്കുകളാണ് എന്നത് ഒരു യാദൃച്ഛികതയല്ല. മഹാന്മാരായ പല മിസ്റ്റിക്കുകളും ജനങ്ങളുടെ ഹൃദയത്തിലേക്കു കടന്നുചെല്ലാനുള്ള ഒരു പ്രവേശനകവാടമെന്ന നിലയ്ക്ക് കവിതയെ തിരഞ്ഞെടുത്തിട്ടുണ്ട്.

ഗദ്യത്തിൽ യുക്തിക്കാണ് പ്രാധാന്യം. ഗദ്യത്തിന് യുക്തിസഹമായിരിക്കേണ്ടതുണ്ട്. അതിന് പ്രമാണങ്ങളുടെയും തെളിവുകളുടെയും പിൻബലമാവശ്യമുണ്ട്. എന്നാൽ കവിതയ്ക്ക് യാതൊരു യുക്തിയുടേയും ന്യായത്തിന്റേയും ആവശ്യമില്ല. അതിന് പ്രമാണങ്ങളുടെയോ തെളിവുകളുടെയോ പിൻബലമാവശ്യമില്ല. അതിന്റേത് തീർത്തും വ്യത്യസ്തമായൊരു മാനമാണ്. ആകെക്കൂടി അതിനാവശ്യമുള്ളത് സൗന്ദര്യമാണ്, ആകെക്കൂടി അതിനാവശ്യമുള്ളത് സംഗീതമാണ്.

സത്യത്തിന്റെ അംശങ്ങളെ അവാസ്തവമായ നുണകളുമായി കൂട്ടിക്കലർത്തുവാൻ, അതിന് പൂർണ്ണതയുടെ ഒരു രൂപം നൽകുവാൻ യുക്തിയുടെയോ ന്യായത്തിന്റെയോ യാതൊരാവശ്യവുമവിടെയില്ലയെങ്കിൽ അപ്പോഴത് വളരെ എളുപ്പമാണ്.

ജോർജ്ജ് ഗുർജീഫിന്റെ ശിഷ്യനായ പി.ഡി. ഓസ്ടൻസ്കി മഹാനായ ഒരു ഗണിതശാസ്ത്രജ്ഞനായിരുന്നു. ഒരുപക്ഷേ, അദ്ദേഹം മുഴുവൻ ചരിത്രത്തിലേയും ഏറ്റവും ശ്രേഷ്ഠരായ ഗണിതശാസ്ത്രജ്ഞരിൽ ഒരുവനായിരിക്കും. അദ്ദേഹം ഒരു കവിയായിരുന്നില്ല. ഗണിതശാസ്ത്രത്തിന്റെ ആധാരശിലകളായ യുക്തിയും ന്യായവും മാത്രമേ അദ്ദേഹത്തിനറിയാമായിരുന്നുള്ളൂ. എന്നാൽ അദ്ദേഹം ഒരു മിസ്റ്റിക്കായ ജോർജ്ജ്

ഗുർജീഫുമായി പ്രണയത്തിലായിത്തീർന്നു. എന്നാൽ ഗുർജീഫ് ലോകത്തിലെ അറിയപ്പെട്ട ഒരു മിസ്റ്റിക്കായിരുന്നില്ല. അല്പം ചില വ്യക്തികൾക്കു മാത്രമേ അദ്ദേഹത്തെ അറിയാമായിരുന്നുള്ളു, കാരണം അദ്ദേഹം വളരെ വിചിത്രനായ ഒരു വ്യക്തിയായിരുന്നു. അദ്ദേഹത്തിന്റെ രീതികൾ അസാധാരണവും അനൗപചാരികവുമായിരുന്നു. അവ യാഥാസ്ഥിതികമല്ലാത്തവയായിരുന്നു.

അദ്ദേഹത്തിന്റെ പദപ്രയോഗരീതി മനസ്സിലാക്കുവാൻ ഏറ്റവും ബുദ്ധിമുട്ടുള്ളതായിരുന്നു. അദ്ദേഹത്തിന്റെ ഭാഷ പ്രത്യേകതരത്തിലുള്ളതായിരുന്നു.

എന്നെ ഒഴിച്ചുനിർത്തിയാൽ, അദ്ദേഹത്തിന്റെ പുസ്തകങ്ങൾ ആദ്യം മുതൽ അവസാനം വരെ വായിച്ച ഒരൊറ്റ മനുഷ്യൻ പോലും ഈ ലോകത്തിലുണ്ടാവുമെന്ന് ഞാൻ കരുതുന്നില്ല. കാരണം അത് അത്രയ്ക്കുമൊരു പീഡനമാണ്. അദ്ദേഹം സ്വന്തമായി വാക്കുകൾ ഉണ്ടാക്കിക്കൊണ്ടേയിരിക്കുന്നു; ഒരു നിഘണ്ടുവിലും നിങ്ങൾക്കവയുടെ അർത്ഥം കണ്ടെത്താൻ കഴിയില്ല. ആ പദങ്ങൾ പലപ്പോഴും ഒരു ഭാഷയിലുമില്ലാത്തവയായിരിക്കും. അദ്ദേഹത്തിനു പല ഭാഷകളും അറിയാമായിരുന്നു. ആ ഭാഷകളെയെല്ലാം കൂട്ടിക്കലർത്തിയാണ് അദ്ദേഹം ഉപയോഗിക്കുന്നത്. അദ്ദേഹത്തിന്റെ വാചകങ്ങൾ അത്രയ്ക്കുമധികം നീളമുള്ളവയാണ്. അതിനാൽ നിങ്ങൾ ഒരു വാചകത്തിന്റെ അന്ത്യത്തിലേക്കെത്തുമ്പോഴേക്കും നിങ്ങൾ അതിന്റെ തുടക്കം മറന്നുകഴിഞ്ഞിരിക്കും. ഒരൊറ്റ വാചകം കൊണ്ട് ചിലപ്പോൾ ഒരു മുഴുവൻ പേജും നിറഞ്ഞു എന്നു വരാം. അതിനെക്കുറിച്ച് അദ്ദേഹം ബോധവാനായിരുന്നു. ആയിരത്തിലധികം പേജുകൾ വരുന്ന വലിയ പുസ്തകങ്ങൾ അദ്ദേഹമെഴുതിയിട്ടുണ്ട്. നിങ്ങൾക്ക് പൂർണ്ണമായും മനസ്സിലായി എന്നു തോന്നുന്ന ഒരു വാചകം വളരെ വിരളമായി മാത്രമേ നിങ്ങളവയിൽ കണ്ടെത്തുകയുള്ളൂ. അത് മനഃപൂർവ്വമായിരുന്നു. നിങ്ങളീ പീഡനത്തിലൂടെ കടന്നുപോകണമെന്ന് അദ്ദേഹം ആഗ്രഹിക്കുന്നു. എന്തുകൊണ്ടെന്നാൽ, പരിശ്രമത്തോടു കൂടിയല്ല നിങ്ങളൊരു കാര്യം നേടിയെടുക്കുന്നത് എങ്കിൽ, നിങ്ങളതിനു യാതൊരു വിലയും നൽകുകയില്ല. അദ്ദേഹം പറയുവാനാഗ്രഹിക്കുന്ന കാര്യങ്ങൾ പറയുവാൻ ഈ ആയിരം പേജുകൾക്കു പകരം വെറും പത്തു പേജു മാത്രം മതിയാകും. എന്നാൽ അദ്ദേഹം അത്രയ്ക്കും വളഞ്ഞ വഴിയിലൂടെയാണ് സഞ്ചരിക്കുന്നത്. അതിനാൽ ഒരൊറ്റ കാര്യം പറയുവാൻ പലപ്പോഴും അദ്ദേഹത്തിന് നിരവധി പേജുകൾ വേണ്ടിവന്നു.

ഈ പ്രത്യേകത മനസ്സിലാക്കിയ ഓപ്പൻസ്കി ഗുർജീഫിന്റെ ആശയസംഹിതകളെ വിശദീകരിക്കുന്നതിനായി ഒരു പുസ്തകമെഴുതി. അദ്ദേഹത്തിന്റെ ലേഖനം പൂർണ്ണമായും യുക്തിചിന്താപരവും ഗണിതശാസ്ത്രപരവുമാണ്, അതിലെ ഓരോ വാചകവും പ്രാധാന്യമുള്ളതാണ്. ആ

പുസ്തകത്തിന്, പ്രധാന തലക്കെട്ടിനു പുറമേ, അദ്ദേഹം ഒരു രണ്ടാം തലക്കെട്ടുകൂടി നൽകിയിട്ടുണ്ട്. ആ പുസ്തകത്തിന്റെ പ്രധാന തലക്കെട്ട് "അതിശയകരമായതിനെ തേടിക്കൊണ്ട്" (In search of the miraculous) എന്നും, രണ്ടാം തലക്കെട്ട്, "അജ്ഞാതമായൊരു ശിക്ഷണത്തിന്റെ അംശങ്ങൾ" (Fragments of an unknown Teaching) എന്നുമാണ്.

"അംശങ്ങൾ എന്നത് എന്തുകൊണ്ടാണ്?" എന്ന് ആരോ അദ്ദേഹത്തോടു ചോദിച്ചപ്പോൾ, അദ്ദേഹം പറഞ്ഞു, "ഞാനൊരു കവിയല്ല. പൂർണ്ണമായും യുക്തിസഹമായതു മാത്രമേ, എനിക്ക് തെളിവുകൾ നൽകാൻ കഴിയുന്നതു മാത്രമേ, യുക്തിയുടെ പിൻബലമുള്ളതായ കാര്യങ്ങളെക്കുറിച്ചു മാത്രമേ, ഞാൻ പറയുകയുള്ളൂ. എന്നാൽ ആ അംശങ്ങൾക്കിടയിൽ വിടവുകളവിടെയുണ്ട് എന്നതിനെക്കുറിച്ച് ഞാൻ ബോധവാനാണ്, അനുഭവത്തിലൂടെ മാത്രമേ അവയെക്കുറിച്ച് അറിയുവാൻ കഴിയുകയുള്ളൂ. അവയെക്കുറിച്ച് ഒന്നും തന്നെ എഴുതാൻ കഴിയില്ല."

"എന്നാൽ ഇതിനെ ഒരു സിദ്ധാന്തം എന്നു വിളിച്ച് ഞാൻ ലോകത്തെ വഞ്ചിക്കുകയില്ല; എന്തെന്നാൽ ഇതൊരു സിദ്ധാന്തമല്ല. ഇവ അംശങ്ങൾ മാത്രമാണ്. ഭാഷയിലൂടെ പ്രകടിപ്പിക്കുവാൻ സ്വയം അനുവദിച്ച ഏതാനും വരികൾ അവിടെയുമിവിടെയുമായി.... അത്രമാത്രം! എന്നാൽ ഏറ്റവും പ്രധാനപ്പെട്ടത് അപ്പോഴും അപ്രകാശിതമായി തന്നെ നിലനിൽക്കും."

ആ ബുദ്ധിമുട്ട് കിടക്കുന്നത് സത്യത്തിന്റെ അനുഭവത്തോടൊപ്പമാണ്. ഒന്നുകിൽ അനുഭവിച്ചവനായ ആ മനുഷ്യൻ മൗനം ഭജിക്കും, അല്ലെങ്കിൽ....

പൂർണ്ണമായും സത്യസന്ധനാകുവാൻ അയാളാഗ്രഹിക്കുന്നുവെങ്കിൽ, അപ്പോഴയാൾക്ക് ഒരൊറ്റ വാക്കുപോലും പറയാൻ കഴിയില്ല. ആകെക്കൂടി അപ്പോൾ പ്രകാശിപ്പിക്കുവാൻ സാധ്യമാകുന്നത് മൗനം മാത്രമാണ്. എന്നാൽ മൗനത്തെ ആർക്കാണ് മനസ്സിലാക്കുവാൻ കഴിയുക?

അയാൾക്കു ചില അംശങ്ങൾ നൽകാൻ കഴിയും - രണ്ടാമത്തെ വഴി അതാണ്. എന്നാൽ ഗദ്യത്തിലാണ് അവ നൽകപ്പെടുന്നത് എങ്കിൽ, ആ അനുഭവത്തോടൊപ്പം മുഴുവനുമായി പങ്കുചേരുവാൻ നിങ്ങൾക്കു സാധ്യമാവുകയില്ല. അവ കഷണങ്ങളാണ്. ഒറ്റയ്ക്കൊറ്റയ്ക്ക് അവ നിങ്ങൾക്ക് പൂർണ്ണമായ അർത്ഥം നൽകുകയില്ല. ആ അപൂർണ്ണ അംശങ്ങളിലൂടെ പൂർണ്ണരൂപത്തെ നിങ്ങൾക്കറിയാൻ കഴിയില്ല.

അതുകൊണ്ടാണ് മിസ്റ്റിക്കുകൾ ഒരു മാർഗ്ഗമെന്ന നിലയ്ക്ക് കവിതയെ തിരഞ്ഞെടുത്തത്. അതിന്റെ പ്രധാനഗുണം അതിന് പൂർണ്ണമായും സത്യമാകേണ്ട ആവശ്യമില്ല എന്നതാണ്. അത് പൂർണ്ണമായും സുന്ദരമായിരുന്നാൽ മതി. നുണകൾക്ക് സുന്ദരമാകാൻ കഴിയും. അപ്പോഴവിടെ യാതൊരു പ്രശ്നവുമില്ല. ചിലപ്പോഴവയ്ക്ക് സത്യത്തേക്കാൾ സുന്ദരമാകാൻ പോലും കഴിയും. ആ വിടവുകളെ മനോഹരമായ പുഷ്പങ്ങളെ

ക്കൊണ്ടു നിറയ്ക്കുവാൻ, കവിത കവിയെ അനുവദിക്കുന്നു. ഒരു ചിന്താ പദ്ധതി മുഴുവൻ, അതിന്റെ പരിപൂർണ്ണതയിൽ, നിങ്ങൾക്കു നൽകപ്പെട്ടിരിക്കുകയാണ് എന്ന ഒരു തോന്നൽ അത് നിങ്ങൾക്കു നൽകും.

കവികളെക്കുറിച്ച് സരതുഷ്ട്രൻ പറയുന്നത്, അവർ കളവു പറയുന്നവരാണ് എന്നാണ്. തികഞ്ഞ ആത്മാർത്ഥതയോടെയാണ് അദ്ദേഹമിതു പറയുന്നത്. എന്നാൽ താനും ഒരു കവിയാണ് എന്ന് തന്റെ ശിഷ്യരെ ഓർമ്മിപ്പിക്കുവാൻ അദ്ദേഹം മറക്കുന്നില്ല.

ഈ സത്യസന്ധത, അദ്ദേഹത്തെ മനുഷ്യന്റെ നിഗൂഢതകളിലും ആന്തരികമായ തലങ്ങളിലും എന്നും സഞ്ചരിച്ചിട്ടുള്ള മഹാന്മാരിൽ ഒരുവനാക്കുന്നു. ചിലപ്പോഴെല്ലാം അദ്ദേഹം കളവു പറയാറുണ്ട് എങ്കിൽക്കൂടി, അദ്ദേഹത്തിന്റെ ആ കളവുകൾ സത്യത്തിലേക്കുള്ള ചവിട്ടുപടികളല്ലാതെ മറ്റൊന്നുമല്ല. അവ നിങ്ങളെ സത്യത്തിന്റെ ദേവാലയത്തിലേക്കു നയിക്കും. അവ ദേവാലയങ്ങളല്ല എന്നതു ശരിതന്നെ. എന്നാൽ അവ നിങ്ങളെ ദേവാലയങ്ങളിലേക്കു നയിക്കും.

അവ നുണകളാവാം. എന്നാൽ അവ അസ്ത്രങ്ങളെപ്പോലെയാണ്, ദൂരെയുള്ള സത്യത്തിലേക്ക് ലക്ഷ്യം വയ്ക്കുന്ന അസ്ത്രങ്ങളെപ്പോലെയാണ്. സത്യത്തെ മനസ്സിലാക്കുവാൻ നിങ്ങളെ സഹായിക്കുന്ന ഒരു കളവ് വെറുമൊരു കളവല്ല - അതിനെ നിന്ദിക്കാതിരിക്കുക. അത് സത്യമല്ല എന്നതു ശരിതന്നെ. എന്നാൽ അത് സത്യത്തെ കണ്ടെത്തുന്നതിനു വളരെയധികം സഹായകമായിരുന്നിട്ടുണ്ട്.

സരതുഷ്ട്രൻ പറഞ്ഞുകൊണ്ടിരിക്കുകയാണ്... ഈ സായാഹ്നത്തിലെ പ്രാരംഭ പ്രസ്താവം തന്നെ ഏറ്റവും അർത്ഥവത്തായ ഒന്നാണ്.

“ശരീരത്തെ ഞാൻ നല്ലതുപോലെ അറിഞ്ഞിട്ടുണ്ട് എന്നതിനാൽ....” തന്റെ ശിഷ്യരിൽ ഒരുവനോട് സരതുഷ്ട്രൻ പറഞ്ഞു, “എന്നെ സംബന്ധിച്ചിടത്തോളം ആത്മാവ് ഒരു രൂപകമെന്ന നിലയ്ക്കു മാത്രമേ നിലനിൽക്കുന്നുള്ളൂ. അതുപോലെതന്നെ ‘ക്ഷണികമല്ലാത്ത’വയെല്ലാം എന്നെ സംബന്ധിച്ചേടത്തോളം ഒരു ഭാവന മാത്രമാണ്.”

സരതുഷ്ട്രൻ തന്റെ ശിഷ്യനോടു പറയുന്നു, “ശരീരത്തെ ഞാൻ അതിന്റെ പൂർണ്ണതയിൽ അറിഞ്ഞിട്ടുണ്ട് എന്നതിനാൽ, ജീവൻ, ആത്മാവ്, സത്ത എന്നിവയെ ഞാൻ രൂപകം അല്ലെങ്കിൽ ഭാവാർത്ഥം എന്ന നിലയ്ക്കു മാത്രമാണ് ഉപയോഗിച്ചിട്ടുള്ളത്. എന്തെന്നാൽ ആത്മാവ് എന്ന് എന്തിനെയാണോ നാം വിളിക്കുന്നത്, അത് ശരീരത്തിൽ നിന്ന് വിഭിന്നമായ ഒന്നല്ല.”

ശരീരമെന്നത് നിങ്ങളുടെ ബാഹ്യമായ ആത്മാവും, ആത്മാവെന്നത് നിങ്ങളുടെ ആന്തരികമായ ശരീരവുമാണ് എന്ന് ഞാൻ പറയുകയാണെങ്കിൽ, അപ്പോൾ നിങ്ങൾക്കത് എളുപ്പത്തിൽ മനസ്സിലാക്കുവാൻ കഴിയും. അത് ഒരൊറ്റ ഊർജ്ജമാണ്, അത് ഒരൊറ്റ പ്രതിഭാസമാണ്.

നിങ്ങളുടെ വീടിന്റെ പുറത്തുള്ള സ്ഥലവും നിങ്ങളുടെ വീടിന്റെ ഉള്ളിലുള്ള സ്ഥലവും - ഇവ രണ്ടും രണ്ടല്ല, പുറത്തെ സ്ഥലവും അകത്തെ സ്ഥലവും ഒന്നാണ്, അത് അഖണ്ഡമായ ഒരൊറ്റ പ്രതിഭാസമാണ്. ശരീരത്തിൽ വിശ്വസിക്കുന്നവരായ ആളുകളവിടെ ഉണ്ടായിട്ടുണ്ട്, ഭൗതികവാദികൾ എന്ന പേരിലാണ് അവരറിയപ്പെടുന്നത്. പുരാതന ഭാരതത്തിൽ ഭൗതികവാദികളുടെ ഒരു സംഘം തന്നെ നിലനിന്നിരുന്നു - ചാർവ്വാകന്മാർ എന്നാണ് അവരറിയപ്പെട്ടിരുന്നത്. പാശ്ചാത്യരുടെ ഇടയിൽ എപ്പിക്യൂറസ്, കാറൽ മാർക്സ്, ബർട്രൻഡ് റസ്സൽ, ജീൻ-പോൾ-സാർത്ര് തുടങ്ങിയവർ ഈ വിഭാഗത്തിൽപ്പെടുന്നവരാണ്. ഇവരെല്ലാം ഭൗതികവാദത്തിന്റെ വീക്ഷണത്തെ പ്രതിനിധീകരിക്കുന്നവരാണ്. ഭൗതികപദാർത്ഥം മാത്രമാണ് യാഥാർത്ഥ്യം എന്നും പ്രപഞ്ചത്തിൽ നിലനിൽക്കുന്നതെല്ലാം ഭൗതികദ്രവ്യമാണ് എന്നും ആത്മാവെന്നത് കാവ്യാത്മകമായ ഒരു ബിംബം മാത്രമാണ് എന്നും അവർ പറയുന്നു.

ഇതിനു വിപരീതമായ ഒരു ചിന്താഗതിയും - ആത്മീയവാദം - അവിടെ ഉണ്ടായിട്ടുണ്ട്. ആത്മാവാണ് പരമമായ യാഥാർത്ഥ്യം എന്നാണിവർ പറയുന്നത്. ശരീരം ക്ഷണികമാണ്, അത് മിഥ്യയാണ് എന്ന് അവർ പറയുന്നു. അവരതിനൊരു മാനദണ്ഡവും കണ്ടെത്തിയിട്ടുണ്ട്: എന്തെങ്കിലുമൊന്ന് നിത്യമല്ല എങ്കിൽ, അപ്പോഴത് വാസ്തവമല്ല. ശരീരം നിത്യമല്ല - ഒരു ദിവസം അത് ജന്മമെടുക്കും, പിന്നെ അത് നിരന്തരം - ഓരോ നിമിഷവും - മാറിക്കൊണ്ടിരിക്കും - ഒടുവിൽ ഒരു ദിവസം അത് മരണമടയും - അത് ഒരു നീണ്ട സ്വപ്നം മാത്രമാണ്. സ്വപ്നങ്ങൾ പോലും, നിങ്ങളവയെ കണ്ടുകൊണ്ടിരിക്കുമ്പോൾ - അത് യാഥാർത്ഥ്യമെന്നു തോന്നിപ്പിക്കും. ശരീരത്തിന്റെ കാര്യവും ബാഹ്യലോകത്തിന്റെ കാര്യവും ഇതുപോലെയാണ്. യാഥാർത്ഥ്യമെന്നതുപോലെ അതു കാണപ്പെടുക മാത്രമാണ്. എന്നാൽ അത് ക്ഷണികവും നിരന്തരം മാറിക്കൊണ്ടിരിക്കുന്നതുമാകയാൽ, അതിനെ പരമമായ യാഥാർത്ഥ്യം എന്നു വിളിക്കുവാൻ കഴിയില്ല.

നിങ്ങൾക്കുള്ളിൽ, അദൃശ്യമായി, ആത്മാവ് അവിടെയുണ്ട്. നിങ്ങൾക്കുള്ളിൽ അദൃശ്യമായ ഒരാത്മാവ് അവിടെയുള്ളതുപോലെ പ്രപഞ്ചത്തിലും അദൃശ്യമായ ഒരാത്മാവ് - അവരതിനെ ദൈവമെന്നു വിളിക്കുന്നു - അവിടെയുണ്ട്. വ്യക്തിയുടെ ആത്മാവ് അതായത് ജീവാത്മാവ് - പ്രപഞ്ചത്തിന്റെ ആത്മാവിന്റെ - പരമാത്മാവിന്റെ - ഭാഗം മാത്രമാണ്. ആത്മാവ് മാത്രമാണ് യാഥാർത്ഥ്യം, ഭൗതികപദാർത്ഥം ഒരു സ്വപ്നമാണ്.

നൂറ്റാണ്ടുകളായി ഈ രണ്ടു വീക്ഷണങ്ങളും യാതൊരു നിർണ്ണയത്തിലുമെത്തിച്ചേരാതെ, പരസ്പരം കലഹിച്ചുകൊണ്ടിരിക്കുകയാണ്. എന്നെങ്കിലുമവർക്ക് ഒരു നിർണ്ണയത്തിലെത്തിച്ചേരാൻ കഴിയുമെന്ന

യാതൊരു പ്രതീക്ഷയുമവിടെയില്ല, എന്തെന്നാൽ യാഥാർത്ഥ്യം മറ്റൊന്നാണ്. ഈ രണ്ടു കൂട്ടരും അതിനെക്കുറിച്ച് ബോധവാന്മാരല്ല.

ആധുനിക ഭൗതികശാസ്ത്രം ഈ കാര്യത്തിൽ ഒരു പുതിയ ഉൾക്കാഴ്ച നൽകിയിട്ടുണ്ട്. ആധുനിക ഭൗതികശാസ്ത്രത്തിന്റെ ഗവേഷണഫലങ്ങൾ വെളിപ്പെടുത്തുന്നത് ഭൗതികപദാർത്ഥം വാസ്തവത്തിൽ നിലനിൽക്കുന്നില്ല എന്നാണ്. ശാസ്ത്രീയലോകം ഇത് അംഗീകരിച്ചപ്പോൾ ആത്മീയവാദികൾ വളരെയധികം സന്തോഷിച്ചു. തങ്ങളുടെ കാഴ്ചപ്പാട് തെളിയിക്കപ്പെട്ടതായി - യുക്തിപരമായി മാത്രമല്ല, ശാസ്ത്രീയമായിക്കൂടി, മതപരമായി മാത്രമല്ല, വസ്തുനിഷ്ഠമായ ശാസ്ത്രത്തിലൂടെ അതു തെളിയിക്കപ്പെട്ടു എന്ന് അവർ കരുതി. എന്നാൽ ആധുനിക ഭൗതികശാസ്ത്രം എന്താണു പറഞ്ഞുകൊണ്ടിരുന്നത് എന്ന് ശരിക്കും അവർ മനസ്സിലാക്കിയില്ല.

ആധുനികശാസ്ത്രം പറഞ്ഞുകൊണ്ടിരുന്നത് ഇതാണ്: ഭൗതികപദാർത്ഥമെന്നത് നിലനിൽക്കുന്നില്ല, നിലനിൽക്കുന്നത് ഊർജ്ജമാണ്. ഘനീഭവിച്ച ഊർജ്ജം ഭൗതികപദാർത്ഥം എന്നതുപോലെ കാണപ്പെടുന്നു. എന്നാൽ ആ ഭൗതികപദാർത്ഥത്തെ നിങ്ങൾ വിഭജിക്കുവാൻ തുടങ്ങുന്നതോടെ, ഒടുവിൽ നിങ്ങൾ ഇലക്ട്രോണിൽ - വൈദ്യുതിയുടെ ഒരു കണത്തിൽ - എത്തിച്ചേരും. ആ കണത്തെ ഭൗതികപദാർത്ഥം എന്നു വിളിക്കാൻ കഴിയില്ല. അത് അമൂർത്തമായ ഊർജ്ജമാണ്.

എന്നാൽ അതിനെ ആത്മാവെന്നും വിളിക്കാൻ കഴിയില്ല. ഈ ഊർജ്ജം രണ്ടു രീതിയിൽ അതിനെ പ്രകാശിപ്പിക്കുന്നു. അതിനെക്കുറിച്ചുള്ള എന്റെ കാഴ്ചപ്പാട് ഇങ്ങിനെയാണ് - അതിന്റെ ഒരു പ്രകാശനരീതി ഭൗതികപദാർത്ഥമായിട്ടും മറ്റേത് ആത്മാവെന്ന നിലയ്ക്കുമാണ്. അവ ഒരേ ഊർജ്ജത്തിന്റെ തന്നെ വ്യത്യസ്തങ്ങളായ രൂപവത്കരണങ്ങളാണ്. ഘനീകൃതമാകുമ്പോൾ അത് ഭൗതികപദാർത്ഥം എന്നതുപോലെ കാണപ്പെടും. ഘനീകൃതമല്ലാതാകുമ്പോൾ അത് ആത്മസത്ത എന്നതുപോലെയും കാണപ്പെടും. 25 നൂറ്റാണ്ടുകൾക്കുശേഷം എന്താണ് സംഭവിക്കാൻ പോകുന്നത് എന്നതിനെക്കുറിച്ച് സരതുഷ്ട്രന് യാതൊരറിവും ഉണ്ടായിരുന്നില്ല. എന്നാൽ അദ്ദേഹം സത്യത്തിന്റെ വളരെ അടുത്തു വരെ എത്തിച്ചേർന്നു. അദ്ദേഹം പറയുന്നു: "ശരീരത്തെ ഞാൻ നല്ലതുപോലെ അറിഞ്ഞിട്ടുണ്ട്" ശരീരത്തെ, അതിന്റെ ബാഹ്യവും ആന്തരികവുമായ കാര്യങ്ങളെ വളരെ വിശദമായിതന്നെ ഞാൻ പരിശോധിച്ചറിഞ്ഞിട്ടുണ്ട് എന്നതിനാൽ അന്തസ്സത്ത അഥവാ ആത്മാവ് എന്നത് ഒരു രൂപകം മാത്രമാണ് എന്ന് ഞാൻ തിരിച്ചറിഞ്ഞു. ശരീരത്തിന് അതിന്റേതായ അമൂർത്തമായ ഒരു ആന്തരികതലവുമുണ്ട് എന്നു സൂചിപ്പിക്കുന്നതിനുള്ള ഭാവാത്മകമായ ഒരു മാർഗ്ഗമാണത്.

എന്നാൽ അത് ശരീരത്തിനെതിരല്ല, അതതിന്റെ ഭാഗം തന്നെയാണ്. അത് അതേ പ്രതിഭാസം തന്നെയാണ്. മഞ്ഞ് ഉരുകി ദ്രാവകമാവുന്നത്

കാണുമ്പോൾ വെള്ളം മഞ്ഞിൽനിന്നും വ്യത്യസ്തമാണെന്ന് നിങ്ങൾക്കു തോന്നും. മഞ്ഞുകട്ടയായ ഒരു വസ്തുവായിരുന്നു, അത് നിശ്ചലമായിരുന്നു, വെള്ളമാകട്ടെ ഒഴുകിക്കൊണ്ടിരിക്കുകയാണ്. എന്നാൽ ആ വ്യത്യാസം ഊഷ്മാവിന്റേത് മാത്രമാണ്. വെള്ളത്തെ ഇനിയും ചൂടാക്കുകയാണെങ്കിൽ, അത് വീണ്ടും മറ്റൊരു രൂപമായി മാറും. അതു ബാഷ്പമായിത്തീരും. അതിനാൽ ഒരേ ഊർജ്ജത്തിന്റെ മൂന്നു തരത്തിലുള്ള രൂപങ്ങളവിടെയുണ്ട്. മഞ്ഞുകട്ടയും ജലവും നീരാവിയും. നീരാവിയാകട്ടെ അദൃശ്യവുമാണ്. മഞ്ഞുകട്ടയെ നിങ്ങൾക്ക് നീരാവിയുമായി ബന്ധപ്പെടുത്തുവാൻ കഴിയില്ല. നീരാവിയെ നിങ്ങൾക്കു കാണുവാൻ പോലും കഴിയില്ല.

സരതുഷ്ട്രൻ പറയുന്നു: "ശരീരത്തെ അതിന്റെ പൂർണ്ണതയിൽ മനസ്സിലാക്കുവാൻ ശ്രമിച്ചുകൊണ്ടിരിക്കേ, ആത്മാവെന്നതും ശരീരമെന്ന അതേ ഊർജ്ജത്തിന്റെ തന്നെ ഒരു പ്രത്യക്ഷീഭാവമല്ലാതെ മറ്റൊന്നുമല്ല എന്ന് ഞാൻ തിരിച്ചറിഞ്ഞു." ഒരേ ഊർജ്ജത്തിന്റെ തന്നെ രണ്ടു വ്യത്യസ്തരൂപങ്ങളാണിവ: ബാഹ്യതലത്തിൽ അത് ദൃശ്യമാണ്, ആന്തരികതലത്തിൽ അത് അദൃശ്യമാണ്. മനുഷ്യന്റെ മനസ്സിൽ എല്ലാ മതങ്ങളും ചേർന്ന് സൃഷ്ടിച്ചെടുത്ത ദ്വൈതഭാവത്തെ അദ്ദേഹം ഇല്ലാതാക്കാൻ ശ്രമിച്ചുകൊണ്ടിരിക്കുകയാണ്. ഭൗതികവാദികളും ആത്മീയവാദികളും തമ്മിലുള്ള ഭിന്നിപ്പിനെ അദ്ദേഹം നശിപ്പിക്കുവാൻ ശ്രമിച്ചുകൊണ്ടിരിക്കുകയാണ്.

അദ്ദേഹത്തിന്റെ ശ്രമം ഒരു മഹത്തായ സംയോജനത്തിനുവേണ്ടിയാണ്. ആത്മീയമായ അനുഭവങ്ങളെ നേടിയെടുക്കുന്നതിനായി ശരീരത്തെ പീഡിപ്പിക്കേണ്ട യാതൊരാവശ്യവുമില്ല. നേരെമറിച്ച് ശരീരം ഏറ്റവും ആരോഗ്യമുള്ളതായിരിക്കണം, കഴിയാവുന്നേടത്തോളം അത് സ്വസ്ഥവും സുഖപ്രദവുമായിരിക്കണം. എന്തെന്നാൽ അത് നിങ്ങളെ നിങ്ങളുടെ ഏറ്റവും ഉള്ളിലുള്ള അദൃശ്യലോകത്തേക്കു പോകുന്നതിനു സഹായിക്കും. യാതൊരു ഏറ്റുമുട്ടലുമവിടെയില്ല. അവിടെയുള്ള ഗാഢമായ ഒരു ലയമാണ്. അവിടെയുള്ളതുമായി സമരസപ്പെടുവാനാണ് സരതുഷ്ട്രൻ പഠിപ്പിക്കുന്നത്. സരതുഷ്ട്രനൊഴികെ, മറ്റെല്ലാവരും പഠിപ്പിച്ചുകൊണ്ടിരിക്കുന്നത് മത്സരമാണ്. ശരീരവും ആത്മാവും തമ്മിലുള്ള സംഘർഷത്തെക്കുറിച്ച് ബോധവാനാവുകയാണെങ്കിൽ, അയാൾ രണ്ടായി വിഭജിക്കപ്പെടും. അപ്പോൾ അയാളുടെ മുഴുവൻ ഊർജ്ജവും തന്നോടുതന്നെ യുദ്ധം ചെയ്യുന്നതിനുവേണ്ടി വിനിയോഗിക്കപ്പെടും. മനുഷ്യരാശിയുടെ ഇന്നത്തെ ദയനീയാവസ്ഥ മനുഷ്യനിലുള്ള ഈ പിളർപ്പിന്റെ ആത്യന്തികഫലമാണ്.

ആത്മാവ്, അന്തസ്സത്ത, ജീവൻ തുടങ്ങിയ പദങ്ങളെല്ലാം മനോഹരമായ പദങ്ങൾ മാത്രമാണ്, ഭാവാത്മകമായ പദങ്ങൾ മാത്രമാണ്, അവ

ആലങ്കാരികപ്രയോഗങ്ങൾ - രൂപകങ്ങൾ - മാത്രമാണ്, അവ കാവ്യാത്മകമായ പദങ്ങൾ മാത്രമാണ്. അതിനാൽ യാതൊരു മത്സരത്തിലും ചെന്ന് ചാടാതിരിക്കുക. നിങ്ങൾ ഒരു സമ്പൂർണ്ണവ്യവസ്ഥയാണ് എന്നു തിരിച്ചറിയുക. നിങ്ങൾ ജൈവപരമായ ഒരേകത്വമാണ്. അതിനാൽ ആന്തരികമായ ഒരു ഏറ്റുമുട്ടലിന്റെ ആവശ്യമവിടെയില്ല. ആന്തരിക സംഘട്ടനമവിടെ ഇല്ലാതാകുന്നതോടെ നിങ്ങളുടെ മുഴുവൻ ഊർജ്ജവും അതിമാനുഷനിലേക്ക് ഉയരുവാൻ ലഭ്യമായിത്തീരും.

നിങ്ങളോട് തന്നെ നിങ്ങൾ യുദ്ധം ചെയ്തുകൊണ്ടിരിക്കുകയാണെങ്കിൽ, നിങ്ങൾക്ക് പ്രശ്നങ്ങളെ പരിഹരിക്കുവാൻ കഴിയില്ല. എന്റെ തന്നെ രണ്ടു കൈകളുമുപയോഗിച്ചുകൊണ്ട് എനിക്കൊരു യുദ്ധം നടത്താൻ കഴിയും. പുറമേ നിന്നു നോക്കുമ്പോൾ അതിൽ അപാകതയൊന്നും കാണപ്പെടുകയില്ല. എന്റെ കൈകൾക്ക് അന്യോന്യം അടിക്കാനും അന്യോന്യം ക്ഷതമേൽപ്പിക്കുവാനും കഴിയും. എന്നാൽ എന്റെ ഏതു കയ്യിന് മുറിവേറ്റാലും ഫലത്തിൽ എനിക്കുതന്നെയാണ് മുറിവേൽക്കുന്നത്; എന്നെ തന്നെയാണ് ഞാൻ മുറിവേല്പിക്കുന്നത്. എന്റെ രണ്ട് കൈകളും തമ്മിൽ നടത്തിയ ആ യുദ്ധത്തിൽ ഏത് കയ്യാണ് വിജയിച്ചത് എന്നു തീരുമാനിക്കാൻ കഴിയില്ല. അവ രണ്ടും 'എന്റെ' കൈകൾ തന്നെയാണ്. എന്റെ ഊർജ്ജമാണ് അവയ്ക്കു ലഭിച്ചുകൊണ്ടിരിക്കുന്നത്. ഒരു കാര്യം ഉറപ്പാണ്, ആ യുദ്ധത്തിൽ ആർക്കും വിജയിക്കുവാൻ കഴിയില്ല. എന്നാൽ അവ തമ്മിലുള്ള ആ യുദ്ധം എന്നെ സംബന്ധിച്ചിടത്തോളം, എന്റെ അസ്തിത്വത്തെ സംബന്ധിച്ചിടത്തോളം ഒരു പരാജയമായിത്തീരും, കാരണം അവ എന്റെ ഊർജ്ജത്തെ നശിപ്പിക്കും, അതേസമയം ആ ഊർജ്ജത്തെ എനിക്ക് ബോധത്തിന്റെ ഉയർന്ന അവസ്ഥയെ നേടിയെടുക്കുന്നതിനു വേണ്ടി വിനിയോഗിക്കുവാൻ കഴിയുമായിരുന്നു.

ശരീരത്തേയും ജീവനേയും ഒന്നായിക്കാണാൻ, ദൈവത്തേയും ലോകത്തേയും ഒന്നായിക്കാണാൻ, താനാഗ്രഹിക്കുന്നു എന്ന് സരതുഷ്ട്രൻ പറയുന്നു. ഒന്നു മാത്രമേ നിലനിൽക്കുന്നുള്ളു. നിങ്ങളതിന് എന്തു പേര് കൊടുക്കുന്നു എന്നതൊരു പ്രശ്നമല്ല. നിങ്ങളതിനെ ദൈവമെന്നു വിളിക്കുവാൻ അത്രയ്ക്കുമധികം ഇഷ്ടപ്പെടുന്നുവെങ്കിൽ, അങ്ങനെ വിളിച്ചുകൊള്ളു. എന്നാൽ നിങ്ങളുടെ ഭൗതികപദാർത്ഥത്തിന് അപ്പോഴും ആത്മീയമായ ചില സ്വഭാവങ്ങളുണ്ടായിരിക്കും, ആ ഭൗതികപദാർത്ഥത്തിന് അതിന്റേതായ ചൈതന്യമുണ്ടായിരിക്കും. ദൈവമെന്ന് അതിനെ വിളിക്കുവാൻ ആഗ്രഹിക്കുന്നവർ ഓർമ്മിക്കേണ്ടതായ ഒരു കാര്യമെന്തെന്നാൽ നിങ്ങളുടെ ആ ദൈവത്തിൽ ഭൗതികദ്രവ്യത്തിന്റെ അതിവിശാലമായ ഒരു പ്രപഞ്ചമുണ്ടായിരിക്കും.

വാക്കുകളെ ചൊല്ലി തർക്കിക്കുവാൻ ഇഷ്ടപ്പെടുന്ന ഒരു വ്യക്തിയല്ല സരതുഷ്ട്രൻ. എന്നാൽ ഒരു കാര്യം സൂചിപ്പിക്കുവാൻ അദ്ദേഹം

ആഗ്രഹിക്കുന്നു. ദൃശ്യമായതും അദൃശ്യമായതും തമ്മിലുള്ള, മാറിക്കൊണ്ടിരിക്കുന്നതും മാറ്റമില്ലാത്തതും തമ്മിലുള്ള, ചലിച്ചുകൊണ്ടിരിക്കുന്നതും ചലിച്ചുകൊണ്ടിരിക്കാത്തതും തമ്മിലുള്ള ജൈവപരമായ ഐക്യത്തെക്കുറിച്ച് നാം മനസ്സിലാക്കുകയാണെങ്കിൽ, കൂടുതൽ മെച്ചപ്പെട്ട ഒരു മനുഷ്യനെ സൃഷ്ടിക്കുന്നതിനു വേണ്ട ഒരടിത്തറ നമുക്കുണ്ടാക്കാൻ കഴിയും. ഒരു അതിമാനുഷനവിടെ വന്നുചേരുവാൻ പോവുകയാണ് എന്ന് അപ്പോൾ നമുക്ക് മുൻകൂട്ടി പ്രഖ്യാപിക്കുവാൻ കഴിയും. ഇന്നുവരെ നമുക്കത് സാധ്യമായിട്ടില്ല, കാരണം നമ്മോടു തന്നെ യുദ്ധം ചെയ്യുന്നതിനുവേണ്ടി നമ്മുടെ മുഴുവൻ ഊർജ്ജവും വിനിയോഗിക്കപ്പെട്ടുകൊണ്ടിരിക്കുകയാണ്. “മുമ്പൊരിക്കൽ താങ്കളിത് പറയുന്നത് ഞാൻ കേട്ടിട്ടുണ്ട്”. ശിഷ്യൻ പറഞ്ഞു. “അതോടുകൂടി താങ്കളിങ്ങിനെ കൂട്ടിച്ചേർക്കുകയും ചെയ്തു-‘കവികൾ വളരെയധികം കളവു പറയുന്നു’ ഒന്നു ചോദിക്കട്ടെ, ‘കവികൾ വളരെയധികം കളവു പറയുന്നു’ എന്ന് എന്തുകൊണ്ടാണ് താങ്കൾ പറഞ്ഞത്?”

കവികൾ കളവു പറയുന്നവരാണ് എന്ന് മുമ്പൊരിക്കൽ സരതുഷ്ട്രൻ പറഞ്ഞിട്ടുണ്ടായിരിക്കണം. സത്യത്തിന്റെ ചില അംശങ്ങളെ വ്യക്തമാക്കുവാൻ കവികൾക്ക് കളവു പറയേണ്ടിവരും. സത്യത്തിന്റെ വിദൂരമായ ചില പ്രതിധ്വനികളെ പകർന്നു നൽകുന്നതിനുള്ള ഉപായങ്ങളെന്ന നിലക്ക് അവർക്ക് കളവ് പറയേണ്ടിവരും. എന്നാൽ അതിലൂടെ അവർ മനുഷ്യരാശിക്ക് വലിയൊരു സേവനമാണ് ചെയ്യുന്നത്.

എല്ലാ കാലത്തും കവികളുണ്ടായിരുന്നിട്ടുണ്ട്. സത്യത്തിന്റെ സേവനത്തിനുവേണ്ടി കളവു പറയുവാൻ ധൈര്യപ്പെട്ട പല കവികളുമവിടെ ഉണ്ടായിരുന്നിട്ടുണ്ട്, അല്ലാത്തപക്ഷം ലോകം ഇന്നുള്ളതിനേക്കാൾ എത്രയോ കൂടുതൽ അജ്ഞതയിലാകുമായിരുന്നു. അത് ഇപ്പോഴുള്ളതിനേക്കാൾ എത്രയോ കൂടുതൽ ഇരുണ്ടതാകുമായിരുന്നു. എന്നാൽ സരതുഷ്ട്രൻ തന്റെ ശിഷ്യനെ വ്യത്യസ്തമായൊരു ദിശയിലേക്ക് കൂട്ടിക്കൊണ്ടുപോകുന്നു. എല്ലാ സ്രഷ്ടാക്കളും കഠിനഹൃദയരാണ് എന്ന് അദ്ദേഹം മുൻപേതന്നെ പറഞ്ഞുകഴിഞ്ഞു. അവർക്ക് കഠിനഹൃദയരാകേണ്ടിവരും, കാരണം അവർക്ക് നശിപ്പിക്കുവാൻ കഴിയില്ലയെങ്കിൽ, അവർക്ക് സൃഷ്ടിക്കുവാനും കഴിയില്ല. കർക്കശമായൊരു ഭാഷയിലാണ് സരതുഷ്ട്രൻ അതിന് മറുപടി നൽകുന്നത്. “അതെന്തുകൊണ്ടാണ് എന്നാണോ നിങ്ങൾ ചോദിക്കുന്നത്?” സരതുഷ്ട്രൻ പറഞ്ഞു, “അത്തരത്തിൽ ചോദ്യം ചെയ്യപ്പെടേണ്ട ഒരാളല്ല ഞാൻ” ശിഷ്യന്റെ ചോദ്യത്തിന് ഉത്തരം നൽകുന്നതിനുപകരം അദ്ദേഹം ശിഷ്യനെ ചോദ്യം ചെയ്യുന്നു. “അതെന്തുകൊണ്ടാണ് എന്ന് എന്നോട് ചോദിക്കരുത്. അത്തരത്തിൽ ചോദ്യം ചെയ്യപ്പെടേണ്ട ഒരാളല്ല ഞാൻ, കാരണം ഞാനൊരു തത്ത്വചിന്തകനോ, പണ്ഡിതനോ അല്ല. എന്റെ പ്രസ്താവങ്ങൾ യുക്തിയെ ആധാരമാക്കിയുള്ളവയല്ല. അതിനാൽ എന്തുകൊണ്ട് എന്ന ചോദ്യം

അപ്രസക്തമാണ്. എന്റെ പ്രസ്താവങ്ങൾ എന്റെ അനുഭവത്തെ ആധാര മാക്കിയുള്ളവയാണ്. അനുഭവത്തെ അടിസ്ഥാനമാക്കിയുള്ള ഒരു പ്രസ്താ വത്തെ കുറിച്ച് ഇത്തരമൊരു ചോദ്യം നിങ്ങൾക്ക് ചോദിക്കാൻ കഴിയില്ല. ഉദാഹരണത്തിന് "ഞാൻ നിങ്ങളെ സ്നേഹിക്കുന്നു" എന്ന് ആരെങ്കിലും നിങ്ങളോട് പറയുകയാണെങ്കിൽ, "അതെന്തുകൊണ്ടാണ്?" എന്ന് നിങ്ങൾക്ക് ചോദിക്കാൻ കഴിയില്ല. അത് അപ്രസക്തവും അസാധാരണ വുമായ ഒരു ചോദ്യമായിരിക്കും. മറിച്ച് നിങ്ങൾക്കിങ്ങിനെ പറയാൻ കഴിയും, "വളരെ നന്ദി, ഞാനും നിങ്ങളെ വളരെയധികം സ്നേഹിക്കുന്നു. നിങ്ങളെന്റെ ഹൃദയത്തിലുണ്ട്. നാം തമ്മിൽ കാണേണ്ട ആവശ്യം പോലു മില്ല, എന്തെന്നാൽ നിങ്ങളെ കാണണമെന്ന് തോന്നുമ്പോഴെല്ലാം ഞാൻ എന്റെ ഹൃദയത്തിലേക്ക് നോക്കും. അത്ര മാത്രമേ ആവശ്യമുള്ളൂ"- എന്നാൽ എന്തുകൊണ്ട്? എന്ന് നിങ്ങൾക്ക് ചോദിക്കാൻ കഴിയില്ല.

ആ ചോദ്യം ബാലിശമാണ്. ആരെങ്കിലും അങ്ങിനെ ചോദിക്കുകയാ ണെങ്കിൽ തന്നെ, ആർക്കും അതെന്തുകൊണ്ടാണ് എന്ന് ഉത്തരം പറ യാൻ കഴിയില്ല. അതുകൊണ്ടാണ് നൂറ്റാണ്ടുകളായി ആളുകൾ പ്രേമത്തെ അന്ധമെന്ന് വിളിച്ചത്? കാരണം അതെന്തുകൊണ്ടാണെന്ന് ആർക്കും പറയാൻ കഴിയില്ല. സ്നേഹത്തിന്റെ ആ അനുഭവത്തെ അവർ "പ്രേമ ത്തിലകപ്പെടുക" (Falling in love) എന്നാണ് വിളിച്ചത്. പ്രേമം എന്നത് അയുക്തികവും ബുദ്ധിശൂന്യവുമായ ഒരു വൈകാരികാനുഭവമാണ്. അത് യുക്തിസഹമോ, ഗണിതശാസ്ത്രപരമോ, ശാസ്ത്രീയമോ, ബുദ്ധി പൂർവ്വമോ ആയ ഒന്നല്ല. എന്തുകൊണ്ട്? എന്നതവിടെ അപ്രസക്തമാണ്.

സരതുഷ്ട്രൻ പറയുന്നു. "ജീവിതത്തെക്കുറിച്ചുള്ള എന്റെ മുഴുവൻ തത്ത്വശാസ്ത്രവും എന്റെ തന്നെ അനുഭവത്തെ അടിസ്ഥാനമാക്കിയു ള്ളതാണ്. 'എങ്ങിനെയാണ് നമുക്കത് അനുഭവിക്കുവാൻ കഴിയുക?' എന്ന് നിങ്ങൾക്ക് ചോദിക്കാൻ കഴിയും. 'എങ്ങിനെ'യെന്ന് നിങ്ങൾക്ക് ചോദിക്കാൻ കഴിയും, എന്നാൽ 'എന്തുകൊണ്ട്' എന്ന് നിങ്ങൾക്കു ചോദി ക്കാൻ കഴിയില്ല. 'എന്തുകൊണ്ട്' എന്നതും 'എങ്ങിനെ'യെന്നതും തമ്മി ലുള്ള വ്യത്യാസത്തെ നിങ്ങൾക്ക് കാണാൻ കഴിയുന്നുണ്ടോ? 'എന്തു കൊണ്ട്' എന്നത് കാരണത്തിനുവേണ്ടി ചോദിക്കപ്പെട്ടതാണ്. സ്നേഹ ത്തിന് കാരണമൊന്നും തന്നെയില്ല. 'എങ്ങിനെ'യെന്നത് ആ സന്ദർ ഭത്തെ, ആ ചുറ്റുപാടിനെക്കുറിച്ചുള്ളതാണ്. ഏത് അവസ്ഥയിലാണ് അത് സംഭവിച്ചത്. ഒരുവന് സ്നേഹത്തിലേക്ക് കടന്നു ചെല്ലാൻ, തുറന്ന വനായിത്തീരാൻ, എന്തെങ്കിലും വഴിയവിടെയുണ്ടോ? അതിന് എന്തെ ങ്കിലും സാധ്യത അവിടെയുണ്ടോ? സ്നേഹത്തിന്റെ നദിയെ ഒഴുകുന്ന തിൽ നിന്ന് തടഞ്ഞുകൊണ്ടിരിക്കുന്ന ആ തടസ്സങ്ങൾ നീക്കം ചെയ്യു വാൻ എന്തെങ്കിലും ഉപായമവിടെയുണ്ടോ? 'എങ്ങിനെ' യെന്ന് നിങ്ങൾക്ക് ചോദിക്കാൻ കഴിയും, അത് പ്രസക്തമാണ്. എന്നാൽ 'എന്തുകൊണ്ട്' എന്ന് നിങ്ങൾക്ക് ചോദിക്കാൻ കഴിയില്ല.

"എന്റെ അനുഭവങ്ങൾ ഇന്നലെയിൽ നിന്ന് തുടങ്ങിയതാണ് എന്ന് നിങ്ങൾക്ക് കരുതുന്നുവോ? എന്റെ അഭിപ്രായങ്ങളുടെ കാരണങ്ങളെക്കുറിച്ച് ഞാനറിഞ്ഞിട്ട് എത്രയോ കാലമായി."

തത്ത്വചിന്തകന് തന്റെ അഭിപ്രായങ്ങളേയും ചിന്താഗതികളേയും ന്യായീകരിക്കുവാൻ കാരണങ്ങളവിടെയുണ്ട്. എന്നാൽ ഒരു മിസ്റ്റിക്കിനെ സംബന്ധിച്ചിടത്തോളം യാതൊരു കാരണവുമവിടെയില്ല. അതിന് ഒരേയൊരു കാരണമേയുള്ളൂ- അത് അയാൾ തന്നെയാണ്. ഒരേ ഒരു തെളിവുമാത്രമേയുള്ളൂ-അത് അയാളുടെ തന്നെ സാന്നിദ്ധ്യമാണ്. അതിന് ഒരേയൊരു പ്രമാണം മാത്രമേയുള്ളൂ, അതയാളുടെ ജീവിതം തന്നെയാണ്. നിങ്ങൾക്കത് നിരീക്ഷിക്കാൻ കഴിയും. അയാളുടെ മൗനത്തേയും, അയാളുടെ കാരുണ്യത്തേയും, അയാളുടെ സൗന്ദര്യത്തേയും നിങ്ങൾക്ക് നിരീക്ഷിക്കുവാനും പരിശോധിക്കുവാനും കഴിയും. അപ്പോൾ അതിനുവേണ്ടി നിങ്ങൾക്കും ശ്രമിക്കാൻ കഴിയും. നിങ്ങൾക്ക് അയാളുടെ അടുത്തുപോയി ഇരിക്കാൻ പോലും കഴിയും. അങ്ങിനെ അയാളുടെ സാന്നിദ്ധ്യത്തെ അനുഭവിച്ചറിയാൻ കഴിയും.

അയാൾക്കരികെ നിശ്ശബ്ദനായിരുന്നുകൊണ്ട്, ആ ചുറ്റുപാടുമായി ലയിക്കാൻ ശ്രമിക്കുക, ആ അന്തരീക്ഷത്തോടൊപ്പം അലിഞ്ഞുചേരാൻ ശ്രമിക്കുക. നിങ്ങൾക്കദ്ദേഹത്തിന്റെ കൈപിടിക്കാൻ കഴിയും. അദ്ദേഹത്തിന്റെ ഊർജ്ജത്തേയും അദ്ദേഹത്തിന്റെ സ്നേഹത്തേയും അദ്ദേഹത്തിന്റെ കാരുണ്യത്തേയും നിങ്ങളിലേക്കാവാഹിക്കാൻ ശ്രമിക്കുക. എന്നാൽ 'അതെല്ലാമെന്തിനാണ്?' എന്ന് നിങ്ങൾക്ക് ചോദിക്കാൻ കഴിയില്ല. അദ്ദേഹത്തിന്റെ പ്രസ്താവങ്ങളുടെ കാരണം ചോദിക്കാൻ കഴിയില്ല. അദ്ദേഹത്തിന്റെ പ്രസ്താവങ്ങൾ പ്രസ്താവങ്ങളല്ല, അതുകൊണ്ടാണ് നിങ്ങൾക്കതിന്റെ കാരണം ചോദിക്കുവാൻ കഴിയാത്തത്. അദ്ദേഹത്തിന്റെ പ്രസ്താവങ്ങൾ അദ്ദേഹത്തിന്റെ അനുഭവങ്ങളാണ്. എന്നാൽ തത്ത്വചിന്തകനെ സംബന്ധിച്ചിടത്തോളം യാതൊരു അനുഭവവുമവിടെയില്ല. അയാളുടെ പ്രസ്താവങ്ങൾ യുക്തിയെ അടിസ്ഥാനമാക്കിയുള്ളവയാണ്. കാരണങ്ങളുടെ ഒരു നീണ്ട പട്ടിക അയാൾക്കുടനെ നൽകാൻ കഴിയും.

ഒരിക്കൽ ഒരു വലിയ യുക്തിചിന്തകൻ ശ്രീരാമകൃഷ്ണനെ കാണുവാൻ വന്നു. രാമകൃഷ്ണൻ അയാളോട് ചോദിച്ചു, "കൽക്കത്തയിലെ എല്ലാ പ്രധാന ബുദ്ധിജീവികളേയും ചേർത്ത് നിങ്ങളൊരു സംഘം രൂപീകരിച്ചിട്ടുണ്ട് എന്ന് ഞാൻ കേട്ടു. സമൂഹത്തിലെ ഏറ്റവും ഉയർന്ന ശ്രേണിയിലുള്ളവർ നിങ്ങളുടെ സംഘത്തിലുണ്ട്. എന്നാൽ ഒരു കാര്യം ഞാൻ ചോദിക്കട്ടെ, നിങ്ങളൊരു യുക്തിചിന്തകനാണെങ്കിലും നിങ്ങൾ ദൈവത്തിൽ വിശ്വസിക്കുന്നുണ്ട് എന്നെനിക്കറിയാം. എന്തുകൊണ്ടാണ് നിങ്ങൾ ദൈവത്തിൽ വിശ്വസിക്കുന്നത്, അത് എന്തുകൊണ്ടാണെന്ന് പറയാമോ?"

ഉടനെ ആ യുക്തിചിന്തകൻ കാരണങ്ങളുടെ ഒരു നീണ്ട പട്ടിക-താനെന്തുകൊണ്ടാണ് ദൈവത്തിൽ വിശ്വസിക്കുന്നത് എന്നതിനുള്ള കാരണങ്ങൾ, അദ്ദേഹത്തോട് വിവരിക്കാൻ തുടങ്ങി.

അയാൾ പറഞ്ഞ ഓരോ കാരണം കേൾക്കുമ്പോഴും രാമകൃഷ്ണൻ ചിരിച്ചുകൊണ്ടിരുന്നു. അദ്ദേഹത്തിന്റെ ശിഷ്യർക്ക് അതിന്റെ അർത്ഥം മനസ്സിലാക്കാൻ കഴിഞ്ഞില്ല, എന്തെന്നാൽ ആ കാരണങ്ങൾ അത്രക്കും യുക്തിസഹമായിരുന്നു. എന്നാൽ രാമകൃഷ്ണനാകട്ടെ ഒന്നും തന്നെ പറയാതെ വെറുതെ ചിരിച്ചുകൊണ്ടിരുന്നു.

തന്റെ കാരണങ്ങളെല്ലാം വിവരിച്ചതിനുശേഷം ഒടുവിൽ ആ യുക്തിചിന്തകൻ ചോദിച്ചു "ഞാൻ ദൈവത്തിൽ വിശ്വസിക്കുന്നു. എന്നതിന് ഇത്രയും കാരണങ്ങൾ പോരേ?"

രാമകൃഷ്ണൻ പറഞ്ഞു, "ഈ കാരണങ്ങൾ കൊണ്ടാണ് നിങ്ങൾ ദൈവത്തിൽ വിശ്വസിക്കുന്നത്. എന്നാൽ ഈ കാര്യത്തിൽ നിങ്ങൾക്ക് യാതൊരുനുഭവവുമില്ല എന്നു വ്യക്തമാണ്. ഒരുവന് ഈ കാരണങ്ങൾക്കെല്ലാമെതിരായി വാദിക്കുവാൻ കഴിയും. കൂടുതൽ സമർത്ഥനായ മറ്റൊരു യുക്തിചിന്തകന് നിങ്ങളുടെ ഈ കാരണങ്ങളെയെല്ലാം ഖണ്ഡിക്കാൻ കഴിയും. ഞാനൊരു സാധാരണക്കാരനും വിദ്യാഭ്യാസമില്ലാത്തവനുമാണ്. എന്നാൽ നിങ്ങൾക്കിത് മനസ്സിലാക്കുവാൻ കഴിയും, അതായത് എതിരായി വാദിക്കുവാൻ കഴിയാത്ത യാതൊരു വാദവും ഈ ലോകത്തിലില്ലായെന്ന്. ദൈവത്തോടുള്ള നിങ്ങളുടെ സ്നേഹത്തിന്റേയും, ഭക്തിയുടേയും, വിശ്വാസത്തിന്റേയും അടിസ്ഥാനം ഇതെല്ലാമാണ് എങ്കിൽ, ഇത് മതിയാകില്ല എന്നെനിക്ക് പറയേണ്ടിവരും."

"എന്നെ സംബന്ധിച്ചിടത്തോളം കാരണങ്ങളൊന്നുമവിടെയില്ല. എന്നാൽ കണ്ണുകളുള്ള ഒരുവന് സൂര്യനെ അറിയുന്നതുപോലെ എനിക്കവനെ അറിയാം. എന്നാൽ യാതൊരു കാരണവുമവിടെയില്ല. എന്തുകൊണ്ടാണ് നിങ്ങൾ സൂര്യനിൽ വിശ്വസിക്കുന്നത് എന്ന്, അതിനുള്ള കാരണങ്ങൾ എന്തെല്ലാമാണ് എന്ന്, ആരെങ്കിലും എന്നോട് ചോദിക്കുകയാണെങ്കിൽ, എനിക്ക് സൂര്യനെ നേരിട്ട് കാണാൻ കഴിയുന്നുണ്ട് എന്നല്ലാതെ മറ്റെന്താണ് എനിക്ക് പറയുവാൻ കഴിയുക? അന്ധനായ ഒരുവന് മാത്രമേ കാരണങ്ങൾ ആവശ്യമുള്ളൂ. എന്നാൽ അതിനെക്കുറിച്ച് വിഷമിക്കാതിരിക്കൂ. അതെല്ലാം മറക്കുക. അവ അർത്ഥമില്ലാത്തവയാണ്. നിങ്ങൾക്കിതുവരെ ഒരു ക്ഷണിക ദർശനം പോലും സാധ്യമായിട്ടില്ല. അപ്പോൾ ദൈവീകമായൊരനുഭവത്തെ കുറിച്ച് എന്തുപറയാനാണ്."

സരതുഷ്ട്രൻ പറയുന്നു, "എന്റെ അഭിപ്രായങ്ങളുടെ കാരണങ്ങളെക്കുറിച്ച് ഞാനറിഞ്ഞിട്ട് എത്രയോ കാലമായി. ഓർമ്മകൾ ശേഖരിച്ചുവക്കുന്ന ഒരു വീപ്പയാണ് ഞാൻ എന്ന് നിങ്ങൾ കരുതുന്നുവോ? എന്റെ കാരണങ്ങളെ സൂക്ഷിച്ചുവക്കുവാൻ ഞാനാഗ്രഹിക്കുന്നു എങ്കിൽ,

അപ്പോളത് തീർച്ചയായും എന്നോടൊപ്പമുണ്ടാകും. എന്നാൽ എന്റെ അഭിപ്രായങ്ങളെ അതേപടി സൂക്ഷിച്ചുവക്കുക എന്നത് എന്നെ സംബന്ധിച്ചിടത്തോളം ബുദ്ധിമുട്ടാണ്. എത്രയോ പറവകൾ ഇതിനകം കൂടുവിട്ട് പറന്നു പോയ്ക്കഴിഞ്ഞു..." അദ്ദേഹം പറയുന്നു-എന്റെ അഭിപ്രായങ്ങളെ പലപ്പോഴും ഞാൻ മറക്കാറുണ്ട്. 'എത്രയോ പക്ഷികൾ കൂടുവിട്ട് പോയിക്കഴിഞ്ഞു.' ഞാൻ മൗനത്തിലാണ്, ഞാൻ നിഷ്കളങ്കമായൊരവസ്ഥയിലാണ്. ഞാൻ വീണ്ടുമൊരു കൊച്ചുകുട്ടിയായിതീർന്നുകഴിഞ്ഞു. ഞാൻ പറഞ്ഞുകൊണ്ടിരിക്കുന്നതെല്ലാം എന്നിലേക്ക് നൈസർഗ്ഗികമായി വരുന്നതാണ്. അത് എന്റെ ചിന്തയിൽ നിന്നല്ല, മറിച്ച് എന്റെ ഹൃദയത്തിൽ നിന്നാണ് വരുന്നത്. എന്റെ ഹൃദയം പ്രഫുല്ലമാണ്. അവിടെയെന്നും വസന്തമാണ്. 'എന്തുകൊണ്ടാണ് നിങ്ങൾ പുഷ്പിച്ചുകൊണ്ടിരിക്കുന്നത്.?' എന്ന് നിങ്ങൾക്ക് പൂക്കളോട് ചോദിക്കുവാൻ കഴിയുമോ? പൂക്കൾക്ക് അതിന് യാതൊരു കാരണവും നൽകാൻ കഴിയില്ല.

"മുമ്പൊരിക്കൽ സരതുഷ്ട്രൻ എന്താണ് നിങ്ങളോട് പറഞ്ഞത്? - 'കവികൾ വളരെയധികം കളവുപറയുന്നു' എന്നോ, എന്നാൽ കേൾക്കൂ- സരതുഷ്ട്രനും ഒരു കവിയാണ്."

അദ്ദേഹം ഇതാണ് പറഞ്ഞുകൊണ്ടിരിക്കുന്നത്-പണ്ടുപണ്ട് ഞാനെന്താണ് നിങ്ങളോട് പറഞ്ഞത് എന്ന് ഇപ്പോൾ എനിക്ക് ഓർമ്മിക്കുവാൻ കഴിയുന്നില്ല. എന്റെ അഭിപ്രായങ്ങളേയും എന്റെ പ്രസ്താവങ്ങളേയും, എന്റെ കാരണങ്ങളേയും, ഞാൻ എന്റെയുള്ളിൽ ചുമന്നുകൊണ്ട് നടക്കാറില്ല, എങ്കിൽ അത് അത്രക്കും വലിയൊരു ഭാരമായിത്തീരും- ഭാരം കുറച്ചുകൊണ്ട് സഞ്ചരിക്കാനാണ് ഞാനിഷ്ടപ്പെടുന്നത്. നിങ്ങളെത്രയും കൂടുതൽ ഉയരങ്ങളിലേക്ക് പോകുന്നുവോ, അത്രയും ഭാരം കുറച്ചുകൊണ്ട്-ഭാരമിറക്കിവച്ചുകൊണ്ട്-നിങ്ങൾക്ക് പോകേണ്ടിവരും. ആ കൊടുമുടിയിലെത്തുമ്പോഴേക്കും നിങ്ങൾ ഒട്ടും തന്നെ ഭാരമില്ലാത്തവനായിരിക്കണം.

'കവികൾ കളവുപറയുന്നവരാണ്' എന്ന് ഞാൻ പറഞ്ഞിട്ടുണ്ട് എന്നാണോ നിങ്ങൾ പറയുന്നത്.

എന്നാൽ ഒരു കാര്യം ഞാൻ നിങ്ങളെ ഓർമ്മിപ്പിക്കുവാനാഗ്രഹിക്കുന്നു. അതെന്തെന്നാൽ-സരതുഷ്ട്രനും ഒരു കവിയാണ്.

ഇത്രയും ആത്മാർത്ഥത നിറഞ്ഞ ഒരു വാചകം വളരെ വിരളമായി മാത്രമേ നിങ്ങൾ കണ്ടെത്തുകയുള്ളൂ. ഗൗതമബുദ്ധനോ, മഹാവീരനോ ഇങ്ങിനെ പറയുകയില്ല. യേശുപോലും ഇങ്ങിനെ പറയുകയില്ല. സരതുഷ്ട്രൻ അത്രക്കും സത്യസന്ധനും, മനുഷ്യത്വമുള്ളവനും ആത്മാർത്ഥതയുള്ളവനുമാണ്. അതുകൊണ്ടാണ് അദ്ദേഹം 'ഞാനും ഒരു കവിയാണ്, ഞാനും കളവു പറഞ്ഞിട്ടുണ്ട്' എന്ന് പറഞ്ഞത്.

ഒരുപക്ഷേ ഇത് ഒരു അനിവാര്യതയാകാം, ഒഴിവാക്കാൻ കഴിയാത്ത ഒന്നാകാം. മഹത്തായ കല പലപ്പോഴും കളവുകളെ സത്യത്തിലേക്കുള്ള

ചവിട്ടുപടി എന്ന നിലക്ക് ഉപയോഗിച്ചിട്ടുണ്ട്. സത്യത്തിന്റെ ഉന്നതികളിലേക്കെത്തുവാൻ കല പലപ്പോഴും നുണകളുടെ സഹായം തേടിയിട്ടുണ്ട്. അസത്യങ്ങൾ എല്ലായ്പോഴും സത്യത്തിന് എതിരായിക്കൊള്ളണമെന്നില്ല. അത്, എങ്ങിനെയാണ് നിങ്ങളവയെ ഉപയോഗിക്കുന്നത് എന്നതിനെ ആശ്രയിച്ചിരിക്കുന്നു, അത് നിങ്ങളുടെ സംസാരിക്കുവാനുള്ള സാമർത്ഥ്യത്തെ ആശ്രയിച്ചിരിക്കുന്നു.

ഇനി ഞാൻ നിങ്ങളോടൊരു കഥ പറയാം...

ഗൗതമബുദ്ധനും അദ്ദേഹത്തിന്റെ ശിഷ്യനായ ആനന്ദനും വളരെ ദൂരെയുള്ള ഒരു സ്ഥലത്തുനിന്ന് വരികയായിരുന്നു. യാത്രക്കിടയിൽ എവിടെയോ വച്ച് അവർക്ക് വഴിതെറ്റി. അവർക്കു ചെന്നെത്തേണ്ടതായ പട്ടണത്തിൽ മണിക്കൂറുകൾക്കുമുമ്പേ അവരെത്തിച്ചേരേണ്ടതായിരുന്നു. സമയം സന്ധ്യയോടടുത്തുകഴിഞ്ഞിരുന്നു. എന്നാൽ അപ്പോഴും പട്ടണത്തിന്റെ യാതൊരടയാളവും അവർക്കു കാണാൻ കഴിഞ്ഞില്ല. അവർ ഒരു കുന്നിന്റെ മുകളിൽ നിന്ന് താഴേക്കിറങ്ങിവരികയായിരുന്നു. അതിനാൽ മുൻപിലുള്ള ദൃശ്യങ്ങൾ വളരെ ദൂരെനിന്നുതന്നെ അവർക്ക് കാണാമായിരുന്നു. ആനന്ദൻ ചിന്താകുലനായിത്തീർന്നു. അവരിരുവരും വളരെയധികം ക്ഷീണിതരായിരുന്നു. ബുദ്ധനാകട്ടെ വൃദ്ധനും, രോഗിയുമായിരുന്നു. രാത്രി കഴിച്ചുകൂട്ടുവാൻ അവർക്ക് സുരക്ഷിതമായ ഒരു സ്ഥലം ആവശ്യമായിരുന്നു. വൃദ്ധനും രോഗിയുമായിരുന്നിട്ടുകൂടി രാവിലെ മുതൽ ബുദ്ധൻ നടന്നുകൊണ്ടിരിക്കുകയായിരുന്നു. വഴിയിൽ അവരൊരു മരം വെട്ടുകാരനെ കാണുന്നു. ആനന്ദൻ അയാളോട് ചോദിക്കുന്നു. “തൊട്ടടുത്ത പട്ടണത്തിലേക്ക് ഇനി എത്ര ദൂരമുണ്ട്?” അയാൾ പറയുന്നു, “വിഷമിക്കാതിരിക്കൂ. പട്ടണത്തിലേക്ക് ഇനി അധികം ദൂരമൊന്നുമില്ല. അത് രണ്ടുമൈലിലധികം വരില്ല.”

ആ മറുപടി ആനന്ദന് അല്പം ധൈര്യം നൽകി. അയാൾക്ക് പുതിയ ഊർജ്ജം ലഭിച്ചു. അയാൾ പറഞ്ഞതുകേട്ട് ബുദ്ധൻ ചിരിച്ചു. എന്തുകൊണ്ടാണ് ബുദ്ധൻ ചിരിച്ചത് എന്ന് ആനന്ദന് മനസ്സിലാക്കാൻ കഴിഞ്ഞില്ല. എന്നാൽ ബുദ്ധനെ വിഷമിപ്പിക്കേണ്ട എന്നുകരുതി അയാൾ നിശ്ശബ്ദത പാലിച്ചു. അദ്ദേഹം അത്രയ്ക്കും ക്ഷീണിതനായിക്കഴിഞ്ഞിരുന്നു.

അവർ രണ്ടു മൈൽ പിന്നിട്ടു. എന്നിട്ടും പട്ടണത്തിന്റെ യാതൊരടയാളവുമില്ല. അപ്പോൾ വഴിയരുകിലുള്ള ഒരു ചെറിയ കുടിലിൽ അവർ ഒരു വൃദ്ധയെ കാണുന്നു. അവർ ആ സ്ത്രീയോട് ചോദിക്കുന്നു, “പട്ടണത്തിലേക്ക് ഇനി എത്ര ദൂരമുണ്ട്?” ആ സ്ത്രീ പറയുന്നു, “എന്റെ മക്കളേ, തീർച്ചയായും ഇനി രണ്ടു മൈലിൽ കൂടുതൽ നിങ്ങൾക്ക് നടക്കേണ്ടിവരില്ല. നിങ്ങൾ മിക്കവാറും എത്തിക്കഴിഞ്ഞു. ഇനി ഒരൽപം കൂടി മുന്നോട്ട് പോയാൽ മതി.”

ആനന്ദൻ ബുദ്ധനോട് പറഞ്ഞു, "മുമ്പുകണ്ട ആ മനുഷ്യനും പറഞ്ഞത് രണ്ടു മൈൽ എന്നായിരുന്നു. ഇപ്പോൾ ഈ വൃദ്ധയും പറയുന്നത് രണ്ടു മൈൽ എന്നാണ്". ബുദ്ധൻ വീണ്ടും ചിരിച്ചു. അദ്ദേഹം പറഞ്ഞു, "ഒരുപക്ഷേ അത് രണ്ട് മൈലാകാം, അതിൽ കൂടുതലുമാകാം. എന്തായാലും നമുക്ക് നടന്നു നോക്കാം."

പിന്നേയും അവർ രണ്ടു മൈൽ കൂടി പിന്നിട്ടു. എന്നിട്ടും പട്ടണത്തിന്റെ യാതൊരടയാളവും എവിടെയും കാണാനില്ല. അപ്പോൾ തങ്ങൾക്കെതിരെ നടന്നുവന്നുകൊണ്ടിരുന്ന മറ്റൊരാളെ അവർ കണ്ടുമുട്ടുന്നു. പട്ടണത്തിലേക്ക് ഇവിടെ നിന്നുള്ള ദൂരത്തെക്കുറിച്ച് ഇയാൾക്ക് തീർച്ചയായും അറിയാമായിരിക്കണം. ഇയാൾ പട്ടണത്തിൽ നിന്നാണ് വന്നുകൊണ്ടിരിക്കുന്നത്. തികഞ്ഞ പ്രതീക്ഷയോടെ ആനന്ദൻ അയാളോട് ചോദിക്കുന്നു, "പട്ടണത്തിലേക്ക് ഇനി എത്ര ദൂരം നടക്കണം?" ആ മനുഷ്യൻ പറയുന്നു, "എത്രദൂരമുണ്ടെന്നോ? ഇവിടെ നിന്ന് ഇനി രണ്ടു മൈൽകൂടി നടന്നാൽ നിങ്ങൾ പട്ടണത്തിലെത്തും."

അതുകേട്ട് ബുദ്ധൻ വീണ്ടും ചിരിച്ചു.

എന്തുകൊണ്ടാവാം ബുദ്ധനിങ്ങനെ ചിരിക്കുന്നത്? ആ ചിരി ആനന്ദനെ കൂടുതൽ അസ്വസ്ഥനാക്കി. അയാൾ പറഞ്ഞു, "നടന്നു നടന്ന് നാം അത്രക്കുമധികം ക്ഷീണിച്ചുകഴിഞ്ഞു. എന്നിട്ടും നിങ്ങൾ ചിരിച്ചുകൊണ്ടിരിക്കുകയാണ്. തീർച്ചയായും നിങ്ങൾ ചിരിച്ചുകൊണ്ടിരിക്കുന്നത് എന്നെ നോക്കിക്കൊണ്ടായിരിക്കണം. വേറെ ആരും തന്നെ ഇവിടെയില്ല. ഞാൻ വളരെയധികം പരിഭ്രമിച്ചിരിക്കുകയാണ് എന്തെന്നാൽ നേരം ഇരുട്ടിക്കഴിഞ്ഞു. മുന്നിലെങ്ങും വെളിച്ചത്തിന്റെ ഒരുതരിപോലും കാണാനില്ല. നാം കണ്ടുമുട്ടിയ ഈ ആളുകളെല്ലാം വിചിത്രസ്വഭാവമുള്ളവരാണ്- എല്ലാവരും പറയുന്നത് രണ്ടു മൈൽ എന്നാണ്. ഇപ്പോൾതന്നെ നാം ഏകദേശം ആറുമൈലിലധികം നടന്നുകഴിഞ്ഞു. ഇനിയും രണ്ടു മൈൽ കൂടി ഉണ്ടത്രെ, എനിക്കു തോന്നുന്നത് ഈ പ്രദേശത്തെ ആളുകൾക്ക് രണ്ടു മൈലിൽ കൂടുതൽ എണ്ണാൻ കഴിയില്ല എന്നാണ്."

ബുദ്ധൻ പറഞ്ഞു, 'ആനന്ദാ, നിനക്കിത് മനസ്സിലാവുകയില്ല. എന്റെ ജീവിതകാലം മുഴുവൻ ഞാൻ ചെയ്തുകൊണ്ടിരുന്നതും ഇതായിരുന്നു. ഈ ആളുകൾ വളരെയധികം ഭയമുള്ളവരാണ്. വാസ്തവത്തിൽ അത് രണ്ട് മൈലല്ല എന്ന് അവർക്കറിയാം. എന്നാൽ അവരുടെ ആ കളവുകൾ നമ്മളെ ആറു മൈൽ തള്ളിനീക്കാൻ സഹായിച്ചു. വാസ്തവത്തിൽ അവർ കള്ളം പറയുകയായിരുന്നു. എന്നാൽ അവരുടെ കളവുകൾ കാരുണ്യത്തിൽ നിന്ന് ഉടലെടുത്തവയായിരുന്നു. അതുകൊണ്ടാണ് ഞാൻ ചിരിച്ചുകൊണ്ടിരുന്നത്, അല്ലാതെ ഞാൻ നിങ്ങളെ നോക്കി ചിരിക്കുകയായിരുന്നില്ല. എന്റെ ജീവിതകാലം മുഴുവനും ഇതാണല്ലോ ഞാനും ചെയ്തുകൊണ്ടിരുന്നത് എന്നോർത്താണ് ഞാൻ ചിരിച്ചുകൊണ്ടിരുന്നത്.

"പ്രബുദ്ധതയിലേക്ക് ഇനി എത്രദൂരമുണ്ട് എന്ന് ആളുകൾ ചോദിക്കുമ്പോൾ, 'വെറും രണ്ടു മൈൽ കൂടി' എന്ന് ഞാൻ പറയും, നിങ്ങൾ മിക്കവാറുമവിടെ എത്തിക്കഴിഞ്ഞു. ഏതാനും ചുവടുകൾകൂടി. എന്നാൽ എല്ലായ്പോഴുമത് രണ്ടു മൈലായി തന്നെ നിലനിൽക്കും. എന്നാൽ ഇങ്ങിനെയാണ് ആളുകൾ മുന്നോട്ട് പോയിക്കൊണ്ടേയിരിക്കുന്നത്. അവർ കൂടുതൽ, കൂടുതൽ, കൂടുതൽ അടുത്തേക്ക് വന്നുകൊണ്ടേയിരിക്കും. എന്നാൽ ആ രണ്ടു മൈൽ.... അത് എല്ലായ്പോഴുമവിടെയുണ്ടാകും. അതിനാൽ ഈ പ്രദേശത്തെ ആളുകൾ വളരെയധികം അനുകമ്പയുള്ളവരാണ്. മനുഷ്യമനഃശാസ്ത്രമെന്തെന്ന് അവർക്കറിയാം."

ഗുരുനാഥന്മാർക്ക് കളവുപറയേണ്ടിവരും, കാരണം സത്യം ചിലപ്പോൾ നിങ്ങളെ സംബന്ധിച്ചിടത്തോളം സ്വീകരിക്കുവാൻ വളരെ ബുദ്ധിമുട്ടുള്ളതാണെന്ന് വരാം. അതിനാൽ അവർക്കതിനെ ഒരല്പം വെള്ളം ചേർത്ത് നേർപ്പിക്കേണ്ടിവരും. അവർക്കതിൽ ഏതാനും കളവുകൾ ചേർക്കേണ്ടിവരും. സത്യം ചിലപ്പോൾ വളരെയധികം കയ്പുള്ളതാണെന്നു വരാം. അസത്യത്തിന്റെ ഏതാനും പഞ്ചസാരത്തരികൾ ചേർക്കുകയാണെങ്കിൽ ഏറ്റവും കയ്പേറിയ മരുന്നുപോലും നിങ്ങൾ കുടിച്ചു എന്നുവരാം. സത്യത്തിലേക്കെത്തുവാൻ പലപ്പോഴും അസത്യം നിങ്ങളെ സഹായിച്ചു എന്നുവരാം. നിങ്ങളെ സത്യത്തിലേക്ക് കൂടുതൽ അടുപ്പിക്കുവാൻ തീർച്ചയായും നുണകൾ പ്രയോജനപ്പെട്ടു എന്നുവരാം. അതിനാൽ നുണകൾ സത്യത്തിന് എതിരായിക്കൊള്ളണമെന്നില്ല. അവ സത്യമല്ല എന്നത് ശരി തന്നെ, എന്നാൽ അവ സത്യത്തിന്റെ ശത്രുക്കളല്ല, പലപ്പോഴും അതങ്ങിനെ ആയിക്കൊള്ളണമെന്നില്ല.

"അയാൾ സത്യമാണ് പറഞ്ഞത് എന്ന് ഇപ്പോൾ നിങ്ങൾ വിശ്വസിക്കുന്നുണ്ടോ? എന്തുകൊണ്ടാണ് നിങ്ങളിത് വിശ്വസിക്കുന്നത്?" എന്തുകൊണ്ടാണ് നിങ്ങളെന്നെ വിശ്വസിക്കുന്നത്? "ശിഷ്യൻ പറഞ്ഞു, "ഞാൻ സരതുഷ്ട്രനിൽ വിശ്വസിക്കുന്നു." അയാളുടെ ഉത്തരം വളരെ മനോഹരമാണ്. അയാൾ പറയുന്നു, "നിങ്ങളെന്താണ് പറയുന്നത് എന്ന് ഞാൻ ശ്രദ്ധിക്കുന്നില്ല. നിങ്ങളെന്താണ് നിഷേധിക്കുന്നത് എന്ന് ഞാൻ ശ്രദ്ധിക്കുന്നില്ല. നിങ്ങളിലുള്ള എന്റെ വിശ്വാസം നിങ്ങളുടെ പ്രസ്താവങ്ങളെ ആശ്രയിച്ചല്ല നിൽക്കുന്നത്. എന്റെ വിശ്വാസം നിങ്ങളുടെ സാന്നിദ്ധ്യത്തെ, നിങ്ങളുടെ ഈ ഒരസ്തിത്വത്തെ ആശ്രയിച്ചാണ് നിൽക്കുന്നത്."

ഞാൻ സരതുഷ്ട്രനിൽ വിശ്വസിക്കുന്നു. അദ്ദേഹമെന്തുപറയുന്നു എന്നത് എന്നെ സംബന്ധിച്ചിടത്തോളം ഒരു പ്രശ്നമല്ല. ഞാൻ അദ്ദേഹത്തിന്റെ വ്യക്തിത്വത്തിലാണ് വിശ്വസിക്കുന്നത്. സ്ഫടികം പോലെ ശുദ്ധമായ അദ്ദേഹത്തിന്റെ കണ്ണുകളിലാണ് ഞാൻ വിശ്വസിക്കുന്നത്. അദ്ദേഹത്തിന്റെ ആധികാരികമായ ശബ്ദത്തിലാണ്, അദ്ദേഹത്തിന്റെ വാക്കുകളിലല്ല, മറിച്ച് അദ്ദേഹത്തിന്റെ മൗനത്തിലാണ് ഞാൻ വിശ്വസിക്കുന്നത്.

"എന്നാൽ സരതുഷ്ട്രൻ തന്റെ തല കുലുക്കിക്കൊണ്ട് പുഞ്ചിരിക്കുക മാത്രം ചെയ്തു. പിന്നെ അദ്ദേഹം പറഞ്ഞു, "വിശ്വാസം ഒരിക്കലുമെന്നെ സന്തുഷ്ടനാക്കുന്നില്ല, അത് സരതുഷ്ട്രനിലാണെങ്കിൽ പോലും."

ഒരു ഗുരു എല്ലായ്പോഴും കൂടുതൽ ആവശ്യപ്പെടും. നിങ്ങളെ കൂടുതൽ കൂടുതൽ ഉയരങ്ങളിലേക്ക് വലിച്ചുകൊണ്ടേയിരിക്കുന്നതിന് അദ്ദേഹത്തിന് ചെയ്യുവാൻ കഴിയുന്ന ഒരേയൊരു കാര്യം ഇതുമാത്രമാണ്. അദ്ദേഹം പറയുന്നു, "വിശ്വാസം എന്നെ ധന്യനാക്കുകയില്ല. വെറും വിശ്വാസം മാത്രം പോരാ. എനിക്കു കുറേക്കൂടി തെളിവുകൾ ആവശ്യമുണ്ട്.

നിങ്ങൾ ചിലത് ആയിത്തീരേണ്ടതുണ്ട്. അപ്പോൾ സരതുഷ്ട്രൻ ഒരു സ്വപ്നമല്ലാതെ മറ്റൊന്നുമല്ലാതാകും. അപ്പോൾ സരതുഷ്ട്രൻ ഒരു പ്രതീക്ഷയല്ലാതെ, ഒരു സന്ദേശമല്ലാതെ, മറ്റൊന്നുമല്ലാതാകും. നിങ്ങൾക്കൊരു അതിമാനുഷനായിത്തീരേണ്ടിവരും, അല്ലാതെ സരതുഷ്ട്രനിൽ വിശ്വസിച്ചതുകൊണ്ടുമാത്രമായില്ല. ലോകത്തിൽ എത്രയോ വിശ്വാസികളവിടെയുണ്ട്. ഓരോരുത്തരും ഒരു വിശ്വാസിയാണ്. വിശ്വാസികൾ മനുഷ്യബോധത്തിന് അല്പം പോലും മാറ്റമുണ്ടാക്കിയിട്ടില്ല. എന്നിലുള്ള വിശ്വാസത്തിനുപരിയായി എനിക്ക് ഒരൽപം കൂടി തെളിവ് ആവശ്യമുണ്ട്. നിങ്ങൾക്കെന്നെ പറഞ്ഞുവിശ്വസിപ്പിക്കാൻ കഴിയില്ല, എന്തുകൊണ്ടെന്നാൽ നിങ്ങളുടെ വിശ്വാസത്തിലൂടെ സംതൃപ്തനാകുവാൻ എന്നിൽ ഒട്ടും തന്നെ അഹങ്കാരമില്ല. നിങ്ങളിത് തെളിയിക്കണമെന്നാണ് അതായത് സരതുഷ്ട്രൻ ശരിയാണ് എന്ന് നിങ്ങൾ സ്വയം തെളിയിക്കണമെന്നാണ് ഞാനാവശ്യപ്പെടുന്നത്. എന്നാൽ ആ തെളിവ് ബുദ്ധിപരമായ ഒരു കസർത്ത് മാത്രമായിരിക്കരുത്. അത് നിങ്ങളുടെ ശക്തിമത്ഭാവത്തിന്റെ സാക്ഷാത്ക്കാരമായിരിക്കണം. "കവികൾ വളരെയധികം കളവു പറയുന്നവരാണ്" എന്ന് വളരെ ഗൗരവത്തോടെ ആരോ പറഞ്ഞിട്ടുണ്ട് എന്ന് ഞാൻ സമ്മതിക്കുന്നു. അയാൾ പറഞ്ഞത് ശരിയല്ലേ? നമ്മളും വളരെയധികം കളവു പറയുന്നവർ തന്നെയല്ലേ?"

ഇത് പറയുന്നതിന്-നമ്മളും വളരെയധികം കളവു പറയുന്നവരാണ് -എന്ന് പറയുന്നതിന് വളരെയധികം ധൈര്യമാവശ്യമാണ്. എന്നാൽ അതിന്റെ ഒരാവശ്യമവിടെയുണ്ട്. സത്യത്തെ, അശുദ്ധമാക്കാതെ, നിങ്ങൾക്ക് ഉച്ചരിക്കുവാൻ കഴിയില്ല-അത് അത്രയ്ക്കും അമൂർത്തമാണ്. നിങ്ങൾക്കതിനെ നേരിട്ട് പിടിച്ചെടുക്കുവാൻ-ഗ്രഹിക്കുവാൻ-കഴിയില്ല. അസത്യങ്ങൾ നിങ്ങളുടെ ലോകത്തിൽ ഉള്ളവയാണ്, എന്നാൽ അവയെ ഒരു ഉപായമെന്ന നിലക്ക് ഉപയോഗിക്കുവാൻ കഴിയും. അപ്പോൾ സത്യത്തിന്റെ ഒരു ക്ഷണികദർശനമവിടെ സംഭവിച്ചു എന്നുവരാം.

ഇത് വ്യക്തമാക്കുവാൻ ഞാൻ എല്ലായ്പോഴും ഒരു ചെറിയ കഥ ഉപയോഗിക്കാറുണ്ട്. ഒരു വീടിന് തീ പിടിക്കുന്നു. വീടിന്റെയുള്ളിൽ

മൂന്നോ നാലോ ചെറിയ കുട്ടികൾ മാത്രമേയുള്ളൂ. നേരത്തെ തന്നെ ആ കുട്ടികളുടെ അമ്മ മരിച്ചിരുന്നു. അച്ഛൻ അന്ന് തന്റെ കുട്ടികളെ വീട്ടിൽ തനിച്ചാക്കി കടയിലേക്ക് പോയിരിക്കുകയാണ്. ആ സമയത്താണ് വീടിന് തീ പിടിച്ചത്. അയൽപക്കത്തുള്ളവരെല്ലാം തീ കെടുത്തുവാൻ ശ്രമിച്ചു കൊണ്ടിരിക്കുകയാണ്. അവർ കുട്ടികളോട് പുറത്തേക്കിറങ്ങിവരുവാൻ ഉറക്കെ വിളിച്ചുപറയുന്നുണ്ട്. എന്നാൽ കുട്ടികൾ ഉള്ളിൽ കളിച്ചുകൊണ്ടിരിക്കുകയാണ്. തീ കത്തിക്കൊണ്ടിരിക്കുന്ന വീട്ടിനുള്ളിലേക്ക് കടന്നു ചെന്ന് കുട്ടികളേയും കൊണ്ട് പുറത്തേക്കു വരുവാൻ ആരും തയ്യാറാവുന്നില്ല. തീ നാലുപാടും പടർന്നുപിടിച്ചിരിക്കുന്നതിനാൽ ആരും അതിന് ധൈര്യപ്പെടുന്നില്ല, അത് അത്രയ്ക്കും അപകടകരമെന്നതുപോലെ തോന്നിപ്പിച്ചു. കാരണം മിക്കവാറും എല്ലാ വശത്തുനിന്നും അഗ്നിനാളങ്ങൾ ആ വീടിനെ വലയം ചെയ്തിരിക്കുകയാണ്.

പെട്ടെന്ന് കുട്ടികളുടെ അച്ഛനവിടെ എത്തിച്ചേരുന്നു. ആളുകൾ അയാളോട് പറയുന്നു, “ഞങ്ങൾ ആവുന്നത്ര ശ്രമിച്ചുനോക്കി. എന്നാൽ നിങ്ങളുടെ കുട്ടികളുടെ കാര്യം വളരെ വിചിത്രം തന്നെ. എത്ര വിളിച്ചിട്ടും അവർ ഞങ്ങളെ ശ്രദ്ധിക്കുന്നതേയില്ല. ഞങ്ങൾ ഉറക്കെ വിളിച്ചുനോക്കി. എന്നാൽ അവർ അത് ശ്രദ്ധിക്കാതെ, ഏതോ കളിയിൽ മുഴുകിയിരിക്കുകയാണ്. വാസ്തവത്തിലവർ ചുറ്റുമുള്ള തീജ്വാലകളെ ആസ്വദിച്ചുകൊണ്ടിരിക്കുകയാണ്. അവർ കൊച്ചുകുട്ടികളാണ്. ഇത്രയ്ക്കും മനോഹരമായ ഒരു കാഴ്ച മുമ്പൊരിക്കലും അവർ കണ്ടിട്ടുണ്ടാവില്ല. അവരതിനെ ഒട്ടും തന്നെ ഭയപ്പെടുന്നില്ല.” ഉടൻതന്നെ പിതാവ് തീജ്വാലകൾക്കിടയിലൂടെ വീടിനുള്ളിലേക്ക് ഓടുന്നു. അയാൾ കുട്ടികളോട് ഉറക്കെ വിളിച്ചു പറയുന്നു. “നിങ്ങളവിടെ എന്താണ് ചെയ്തുകൊണ്ടിരിക്കുന്നത്? നിങ്ങളാവശ്യപ്പെട്ട എല്ലാ കളിപ്പാട്ടങ്ങളും ഞാൻ നിങ്ങൾക്കുവേണ്ടി കൊണ്ടു വന്നിട്ടുണ്ട്. ഞാനതെല്ലാം പുറത്തുവച്ചിരിക്കുകയാണ്. നമുക്ക് പോയി അതെടുക്കാം. വേഗം എന്നോടൊപ്പം പുറത്തേക്കു വരൂ.”

പിന്നെ അയാൾ എല്ലാ കുട്ടികളേയും കൂട്ടിക്കൊണ്ട്, അവരോടൊപ്പം വീടിന് പുറത്തേക്ക് ഓടിവരുന്നു. അയാളാ കളവു പറഞ്ഞിരുന്നില്ലായെങ്കിൽ, ആ കുട്ടികൾ പുറത്തേക്കു വരുമായിരുന്നില്ല. അവർ ശരിക്കും ആ കാഴ്ച ആസ്വദിച്ചുകൊണ്ടിരിക്കുകയായിരുന്നു. അത്രയ്ക്കും രസകരമായൊരു കാഴ്ച മുമ്പൊരിക്കലും അവർ കണ്ടിട്ടുണ്ടായിരുന്നില്ല. അവർ അവരുടെ അച്ഛനോട് പറഞ്ഞു, “ഉള്ളിലിരുന്നുകൊണ്ട് ഈ കാഴ്ച കാണാൻ എന്തു രസമാണെന്നോ? ചുറ്റും അത്രയ്ക്കുമധികം തീ. നൃത്തം വച്ചുകൊണ്ടിരിക്കുന്ന തീജ്വാലകൾ. ഇതൊന്നും ഞങ്ങളൊരിക്കലും കണ്ടിട്ടില്ല...” പിതാവ് പറഞ്ഞു, “വരൂ നമുക്ക് പുറത്തുപോയി സംസാരിക്കാം. നിങ്ങളുടെ കളിപ്പാട്ടങ്ങൾ അവിടെ നിങ്ങളെ കാത്തിരിക്കുകയാണ്.” ആ കളിപ്പാട്ടങ്ങൾക്കുവേണ്ടി മാത്രമാണ് അവർ പുറത്തേക്കു വന്നത്. എന്നാൽ വാസ്തവത്തിലവിടെ കളിപ്പാട്ടങ്ങളൊന്നുമുണ്ടായിരുന്നില്ല.

അവരുടെ അച്ഛൻ അവരോട് കളവു പറയുകയായിരുന്നു. അയാൾ ആ കളിപ്പാട്ടങ്ങൾ കൊണ്ടുവരാമെന്ന് ഏറ്റിരുന്നുവെങ്കിലും, അയാളത് വാങ്ങിക്കുവാൻ മറന്നുപോയിരുന്നു.

പുറത്തെത്തിയപ്പോൾ അയാൾ കുട്ടികളോട് പറഞ്ഞു, "നോക്കൂ, ഞാനത് കൊണ്ടുവരാൻ മറന്നുപോയി. തീർച്ചയായും നാളെ ഞാൻ നിങ്ങളാവശ്യപ്പെട്ടതിനേക്കാൾ കൂടുതൽ കളിപ്പാട്ടങ്ങൾ വാങ്ങിക്കൊണ്ടു വരാം. എന്നാൽ ഇന്ന് നിങ്ങളെന്നോട് ക്ഷമിക്കൂ. കുട്ടികൾ ചോദിച്ചു, "അച്ഛനെന്തിനാണ് ഞങ്ങളോട് കളവു പറഞ്ഞത്." അയാൾ പറഞ്ഞു, "കുട്ടികളേ, നിങ്ങൾക്കത് മനസ്സിലാവുകയില്ല. നിങ്ങളത്രയ്ക്കും ചെറിയ കുട്ടികളാണ്. നമ്മുടെ വീടിന് തീപിടിച്ചിരിക്കുകയാണ്. അത് നിങ്ങളെ ജീവനോടെ ദഹിപ്പിക്കുമായിരുന്നു. വീടിനുള്ളിൽ തന്നെ ഇരുന്നിരുന്നു വെങ്കിൽ, നിങ്ങൾ മരിച്ചുപോകുമായിരുന്നു. പിന്നെ ആർക്കുവേണ്ടിയാണ് ഞാനാ കളിപ്പാട്ടങ്ങൾ കൊണ്ടുവരിക?"

നിങ്ങളിതിനെ ഒരു കളവെന്ന് വിളിക്കുമോ? അധാർമ്മികമെന്ന് വിളിക്കുമോ? ഇത് ഒരു ഉപായം മാത്രമാണ്. നിങ്ങളുടെ വീടിനും തീപിടിച്ചിരിക്കുകയാണ്. എങ്ങിനെയെങ്കിലും നിങ്ങളെ കത്തിക്കൊണ്ടിരിക്കുന്ന ആ വീട്ടിൽ നിന്ന് പുറത്തേക്കു കൊണ്ടുവരേണ്ടിയിരിക്കുന്നു.

ഗുരുവിന് പല കാര്യങ്ങളും നിങ്ങളോട് പറയേണ്ടിവരും. നിങ്ങളുടെ ഇരുണ്ട ഗുഹയിൽ നിന്ന് നിങ്ങളെ പുറത്തേക്കു കൊണ്ടുവരുവാൻ ചിലപ്പോൾ അദ്ദേഹത്തിന് നുണകൾ പറയേണ്ടിവരും. കത്തിക്കൊണ്ടിരിക്കുന്ന നിങ്ങളുടെ വീട്ടിൽ നിന്ന് പുറത്തേക്കു വരുവാൻ, നിങ്ങളുടെ വിദ്വേഷത്തിൽ നിന്നും, അസൂയയിൽ നിന്നും, വെറുപ്പിൽ നിന്നും പുറത്തേക്കു വരുവാൻ നിങ്ങളെ പ്രേരിപ്പിക്കുന്നതിനായി മാത്രം, അദ്ദേഹത്തിന് ചില നുണകൾ പറയേണ്ടിവരും.

അദ്ദേഹം നിങ്ങൾക്ക് പല കളിപ്പാട്ടങ്ങളും വാഗ്ദാനം ചെയ്യും. ഇന്ന് അദ്ദേഹം ആ കളിപ്പാട്ടങ്ങൾ കൊണ്ടുവന്നിട്ടില്ല എങ്കിൽ കൂടി, അദ്ദേഹം നിങ്ങളോട് അതിനെ കുറിച്ച് കളവു പറഞ്ഞു എന്നുവരാം. എന്നാൽ ഒരിക്കൽ നിങ്ങൾ പുറത്ത് എത്തിക്കഴിഞ്ഞാൽ, ആ കളിപ്പാട്ടങ്ങളവിടെ നിലനിൽക്കുന്നില്ല എന്ന് നിങ്ങൾ മനസ്സിലാക്കും. അവ നുണകളായിരുന്നു. അവ കെട്ടുകഥകളായിരുന്നു, എന്നാൽ അവ വളരെയധികം സഹായകമായിരുന്നു. ആ നുണകളവിടെ ഇല്ലായിരുന്നുവെങ്കിൽ, നിങ്ങൾ പുറത്തേക്കു വരികയില്ലായിരുന്നു.

"ജീവിതത്തെക്കുറിച്ച് വളരെ കുറച്ചുമാത്രമേ നമുക്കറിയുകയുള്ളൂ. മാത്രമല്ല നാം ചീത്ത വിദ്യാർത്ഥികളുമാണ്. അതിനാൽ നമുക്ക് കളവു പറയേണ്ടിവരും."

നമ്മുടെ ഏറ്റവും കൂടുതൽ അറിവുള്ളവരായ ആളുകൾക്കുപോലും വളരെ കുറച്ചുമാത്രമേ അറിയുകയുള്ളൂ. നിലനിൽപ് അത്രയ്ക്കും

വലുതാണ്, അത്രയ്ക്കും രഹസ്യാത്മകമാണ്. തങ്ങൾക്ക് വളരെ കുറച്ചു മാത്രമേ അറിയുകയുള്ളൂ എന്ന് അവർ നിങ്ങളോട് പറയുകയാണെങ്കിൽ, ഒരുപക്ഷേ കൂടുതൽ അറിവുള്ള മറ്റാരെയെങ്കിലും നിങ്ങൾ കണ്ടെത്തും. തനിക്ക് കൂടുതൽ അറിയാം എന്ന്, തനിക്ക് എല്ലാം അറിയാം എന്ന് പറയുന്ന ഒരാൾ ഒരു പക്ഷേ കളവ് പറയുകയാണെന്നു വരാം. എന്നാൽ ആ കളവ് സഹായകമായേക്കാം.

അതേ സ്ഥാനത്ത് ഒരിക്കൽ നിങ്ങളെത്തിച്ചേരുമ്പോൾ എന്തുകൊണ്ടായിരുന്നു അയാൾ കളവ് പറഞ്ഞുകൊണ്ടിരുന്നത് എന്ന് നിങ്ങൾ മനസ്സിലാക്കും. അപ്പോൾ അയാളുടെ കളവുകൾക്ക് നിങ്ങൾ നന്ദി പറയും. നിലനിൽപ് അത്രയ്ക്കും വിശാലമാണ് എന്നും, അതിനെ അതിന്റെ പരിപൂർണ്ണതയിൽ ആർക്കും തന്നെ അറിയാൻ കഴിയില്ല എന്നും, അപ്പോൾ നിങ്ങൾ മനസ്സിലാക്കും. നിലനിൽപ്പിന്റെ രഹസ്യത്തെ, അതിന്റെ ഒരു ചെറിയ അംശത്തെ, അറിയുകയാണെങ്കിൽ പോലും അത് ധാരാളമാണ്. ഇരുട്ടിൽ ആയിരക്കണക്കിന് മൈൽ സഞ്ചരിക്കാൻ നിങ്ങൾക്ക് ഒരു ചെറിയ തീനാളം മതിയാകും.

ആ ചെറിയ തീനാളം നിങ്ങൾക്കു ചുറ്റുമുള്ള നാലടി ദൂരത്തേക്കു മാത്രമേ വെളിച്ചം വിതറുകയുള്ളൂ. എന്നാൽ അതു മതിയാകും. നിങ്ങൾ മുന്നോട്ട് നടക്കുന്നതോടൊപ്പം, വെളിച്ചത്തിന്റെ ആ വലയവും നിങ്ങളോടൊപ്പം മുന്നോട്ട് നീങ്ങിക്കൊണ്ടേയിരിക്കും.

"നാം ആൾക്കൂട്ടത്തിലും അതിന്റെ ബുദ്ധിശക്തിയിലും വിശ്വസിക്കുന്നു, അത് അറിവിലേക്കുള്ള ഒരു രഹസ്യവാതിലാണ് എന്നതുപോലെ. എന്നാൽ എന്തെങ്കിലും ചിലതു പഠിച്ച ഒരുവനെ സംബന്ധിച്ചിടത്തോളം ആ വാതിൽ അടയ്ക്കപ്പെട്ടുകിടക്കുകയാണ്."

സത്യത്തെക്കുറിച്ച് ചിലത് അറിയാനിടയായ ഒരുവൻ പല ബുദ്ധിമുട്ടുകളിലും ചെന്നുചാടും. ഒന്നാമതായി അയാൾക്കത് വ്യക്തമാക്കുവാൻ കഴിയില്ല, അതിന്റെ യഥാർത്ഥഭാവം പിടിച്ചെടുക്കുവാൻ വളരെ ബുദ്ധിമുട്ടാണ്. രണ്ടാമതായി, അയാളത് വ്യക്തമാക്കുവാൻ ശ്രമിക്കുകയാണെങ്കിൽ, അയാൾക്ക് കളവുകൾ ഉപയോഗിക്കേണ്ടിവരും. മൂന്നാമതായി, ഏതെങ്കിലും വിധത്തിൽ അയാളത് സാധിച്ചെടുക്കുകയാണെങ്കിൽ തന്നെ, അയാളൊന്ന് പറയുകയാണെങ്കിൽ, നിങ്ങൾ മനസ്സിലാക്കുന്നത് മറ്റൊന്നായിരിക്കും. എന്തുകൊണ്ടെന്നാൽ 'ആൾക്കൂട്ട' ത്തിന്റെ ബുദ്ധിയാണ്, പരമ്പരാഗതമായ അറിവുകളാണ് നിങ്ങളിലുള്ളത്.

പുതുതായ ചിലത് കേൾക്കുമ്പോൾ, നിങ്ങളുടനെ അതിനെ നിങ്ങളുടെ പ്രത്യേക താൽപര്യത്തിനനുസരിച്ച് മാറ്റിയെടുക്കും. നിങ്ങളതിന്റെ പുതുമയും പരിശുദ്ധിയും നശിപ്പിക്കും. പുതുതായ ചിലത് പഠിക്കുന്ന കാര്യത്തിൽ ആളുകൾ ഒട്ടുംതന്നെ താൽപര്യമില്ലാത്തവരാണ്. അതിനാൽ ആൾക്കൂട്ടം അംഗീകരിക്കുന്നത് ശരിയായിരിക്കണം എന്നവർ കരുതും.

എത്രയും കൂടുതലാളുകൾ അതിൽ വിശ്വസിക്കുന്നുവോ, അത്രയും കൂടുതൽ അതിന്റെ വിശ്വാസ്യതയും വർദ്ധിക്കും. സ്വന്തം നിലയിൽ അറിവുനേടുവാൻ ശ്രമിക്കുന്ന ഒരുവൻ ആൾക്കൂട്ടത്തിൽ നിന്ന് വിട്ടുമാറി സ്വന്തം വഴി തിരഞ്ഞെടുക്കുന്നവനായ ഒരുവൻ, ഒരപരിചിതൻ മാത്രമല്ല, അയാളൊരു അപകടകാരി കൂടിയായി കരുതപ്പെടും.

ഇത്രയുമധികം ആളുകൾക്ക് തെറ്റുപറ്റാൻ വഴിയില്ല. എന്നാൽ യാഥാർത്ഥ്യം നേരെമറിച്ചാണ്, ആൾക്കൂട്ടം പറയുന്നത് മിക്കപ്പോഴും തെറ്റായിരിക്കും. വ്യക്തികൾ മാത്രമേ, അതും അപൂർവ്വം ചില വ്യക്തികൾ മാത്രമേ, കൊടുമുടികളിൽ ചെന്നെത്തിയിട്ടുള്ളൂ. ആൾക്കൂട്ടം എല്ലായ്പോഴും നിലനിന്നിട്ടുള്ളത് അജ്ഞതയുടെ ഇരുണ്ട താഴ്വരയിലാണ്. എന്നാൽ എന്തെല്ലാമാണോ അവർക്കറിയുന്നത്, അതാണ് യഥാർത്ഥ അറിവ് എന്ന് അവർ വിശ്വസിച്ചുകൊണ്ടിരിക്കുന്നു. അങ്ങിനെ അവർക്ക് വിശ്വസിക്കേണ്ടിവരും, അല്ലാത്തപക്ഷം അവരെ സംബന്ധിച്ചിടത്തോളം അത് വളരെ അസുഖകരമായിത്തീരും. നിങ്ങൾ അറിവില്ലാത്തവനാണ് എന്ന് നിങ്ങളെ എല്ലയ്പോഴും ഓർമ്മിപ്പിച്ചുകൊണ്ടിരിക്കുകയാണെങ്കിൽ നിങ്ങൾക്കത് ഒട്ടുംതന്നെ ഇഷ്ടപ്പെടുകയില്ല. അത് വേദനാജനകമാണ്. നിങ്ങളുടെ ഹൃദയത്തിൽ അത് നിരന്തരമായ ഒരു നൊമ്പരമായിത്തീരും. രസകരമായ ഒരു സംഭവം എന്റെ ഓർമ്മയിലെത്തുന്നു...

ഭോപ്പാലിലായിരുന്നപ്പോൾ ഞാൻ മിക്കപ്പോഴും എന്റെ ഒരു സുഹൃത്തിന്റെ ക്വാർട്ടേഴ്സിലാണ് താമസിച്ചിരുന്നത്. അയാളൊരു ഡോക്ടറാണ്. അയാളുടെ ക്വാർട്ടേഴ്സ് മെഡിക്കൽ കോളേജ് വളപ്പിനുള്ളിൽ തന്നെയായിരുന്നു. ഞാൻ അയാളോടൊപ്പമുണ്ടായിരുന്ന ഒരു ദിവസം രസകരമായ ഒരു സംഭവമുണ്ടായി. സമയം അർദ്ധരാത്രിയായിക്കാണും. ഞങ്ങൾ സംസാരിച്ചുകൊണ്ടിരിക്കുകയായിരുന്നു. ഡോക്ടർ എന്റെ ബാല്യകാല സുഹൃത്തായിരുന്നു. സ്കൂളിലും, കോളേജിലും, സർവ്വകലാശാലയിലും ഞങ്ങൾ ഒരുമിച്ചായിരുന്നു.

ഞങ്ങൾ സംസാരിച്ചുകൊണ്ടിരിക്കുന്നതിനിടയ്ക്ക് ആരോ വാതിലിൽ വന്നുമുട്ടി. വാതിൽ തുറന്നപ്പോൾ ഒരു പെട്ടിയും തൂക്കി ഒരാളവിടെ നിൽക്കുന്നു. അയാൾ പറഞ്ഞു, "ഞാൻ വളരെയധികം ക്ഷീണിതനാണ്. ഇന്ന് ഈ പട്ടണത്തിലെവിടെയോ ഒരു മേള നടക്കുന്നുണ്ട്" - ഭോപ്പാൽ മുഹമ്മദീയർ തിങ്ങിപ്പാർക്കുന്ന ഒരു നഗരമാണ്. പണ്ട് അത് മുഹമ്മദീയരുടെ ഒരു സംസ്ഥാനമായിരുന്നു. അയാൾ തുടർന്നു, "ആയിരക്കണക്കിന് മുസ്ലീങ്ങൾ ഇന്നിവിടെ വന്നെത്തിയിട്ടുണ്ട്. എനിക്ക് താമസിക്കുവാൻ ഒരിടത്തും ഇടംകിട്ടിയില്ല. ഇന്നു രാത്രി കഴിച്ചുകൂട്ടുന്നതിന് ഒരു സ്ഥലത്തിനുവേണ്ടി ഞാൻ അലഞ്ഞുനടക്കുകയാണ്. പല ഹോട്ടൽ വാതിൽക്കലും ഞാൻ ചെന്നു മുട്ടിയെങ്കിലും ഒരിടത്തും ഒരൊറ്റമുറി പോലും ഒഴിവുണ്ടായിരുന്നില്ല. ഞാൻ വളരെയധികം ക്ഷീണിതനാണ്.

ഇന്നു രാത്രി കഴിച്ചുകൂട്ടുവാൻ നിങ്ങളെനിക്ക് ഒരിടം നൽകുമെങ്കിൽ, അത് വലിയൊരു സഹായമായിരിക്കും. വെറും നിലത്തു കിടന്നുറങ്ങുവാനും ഞാൻ തയ്യാറാണ്."

എന്റെ സുഹൃത്ത് പറഞ്ഞു, " അതിന്റെ ആവശ്യമൊന്നുമില്ല. ഇവിടെ രോഗികളുടെ വാർഡിൽ ഒരു കട്ടിൽ ഒഴിഞ്ഞു കിടപ്പുണ്ട്. വിരോധമില്ലെങ്കിൽ നിങ്ങൾക്കാ കട്ടിൽ ഉപയോഗിക്കാം." പിന്നെ എന്റെ സുഹൃത്ത് എന്നെ അല്പം അകലേക്കു മാറ്റിനിർത്തിക്കൊണ്ട്, അയാൾ കേൾക്കാത്ത വിധത്തിൽ പറഞ്ഞു, "എന്നാൽ അതിലൊരു പ്രശ്നമുണ്ട്. ഇന്നലെ ആ വാർഡിൽ ഒരു സ്ത്രീ മരിച്ചിട്ടുണ്ട്. ആ സ്ത്രീയുടെ മൃതശരീരമുള്ളത് ഈ പറഞ്ഞ ഒഴിഞ്ഞ കട്ടിലിനടുത്താണ്. ഈ വിവരം നാം അയാളോട് പറയണോ, അതോ..." ഞാൻ പറഞ്ഞു, "നിങ്ങൾക്ക് ഭ്രാന്താണ്. നിങ്ങളീ കാര്യം അയാളോട് പറയുകയാണെങ്കിൽ, തീർന്നു, പിന്നെ ഒരു നിമിഷം പോലും അയാളിവിടെ നിൽക്കില്ല. അതിനാൽ ഇതൊന്നും അയാളെ അറിയിക്കേണ്ട. അയാളത് അറിയാൻ പോകുന്നില്ല. ഒരു കാര്യം ഉറപ്പാണ്. ആ സ്ത്രീ മരിച്ചുകഴിഞ്ഞു. അവൾക്കിനി ഇയാളോട് ഒന്നും തന്നെ പറയാൻ കഴിയില്ല. അതിനാൽ അയാളവിടെ കിടന്നോട്ടെ. ഇന്നുരാത്രി അയാൾ സുഖമായി ഉറങ്ങിക്കോട്ടെ."

അത് സ്ത്രീകളുടെ വാർഡായിരുന്നു. ഒഴിഞ്ഞുകിടക്കുന്ന ഒരേയൊരു കട്ടിൽ അതുമാത്രമായിരുന്നു. അത് സ്ത്രീകളുടെ വാർഡാണ് എന്ന കാര്യത്തെക്കുറിച്ചൊന്നും ആ സമയത്ത് ഡോക്ടർ ഓർത്തില്ല. എന്നാൽ ആ മനുഷ്യൻ മുറിയിലേക്ക് കടക്കുമ്പോൾ, ചുവരിൽ തൂക്കിയിരുന്ന 'ഇത് സ്ത്രീകളുടെ വാർഡാണ്' എന്ന ബോർഡ് അയാളുടെ ശ്രദ്ധയിൽപ്പെട്ടു. അതിനുശേഷം അയാൾ ഡോക്ടർ കാണിച്ചുകൊടുത്ത ആ കട്ടിലിൽ പോയി കിടക്കുകയും ചെയ്തു. എന്നാൽ പത്തുനിമിഷം കഴിഞ്ഞപ്പോഴേക്കും അയാൾ ഓടിക്കൊണ്ട് വന്നു. അയാൾ കുറേശ്ശെ വിറയ്ക്കുന്നുണ്ടായിരുന്നു. ഒരു നിമിഷത്തേക്ക് അയാൾക്കൊന്നും സംസാരിക്കുവാൻ കഴിഞ്ഞില്ല. അയാൾ കിതയ്ക്കുന്നുണ്ടായിരുന്നു. അവ്യക്തമായ ചില ശബ്ദങ്ങൾ മാത്രമാണ് അയാളിൽ നിന്ന് പുറത്തേക്കുവന്നത്. ഡോക്ടർ അയാളോട് പറഞ്ഞു, "ശാന്തനാകൂ, കാര്യമെന്താണെന്ന് പറയൂ." അയാൾ പറഞ്ഞു, "ഒരു സ്ത്രീ അവിടെ മരിച്ചുകിടക്കുകയാണ്." ഞാൻ ചോദിച്ചു, "നിങ്ങൾക്ക് ആ സ്ത്രീയുടെ അടുത്തേക്ക് പോകേണ്ട ആവശ്യമെന്തായിരുന്നു?"

അയാൾ പറഞ്ഞു, "അത് സ്ത്രീകളുടെ വാർഡാണ് എന്നറിഞ്ഞപ്പോൾ എന്റെ കട്ടിലിനടുത്ത് ഉറങ്ങിക്കൊണ്ടിരുന്ന ആ വ്യക്തിയുമായി ഒന്നു പരിചയപ്പെടുവാൻ ഞാനാഗ്രഹിച്ചു. അപ്പോഴാണ് ഞാനതറിഞ്ഞത്... ആ സ്ത്രീ മരിച്ചുകിടക്കുകയാണ്. ഞാനവളെ പിടിച്ചുകുലുക്കി. അവളുടെ കണ്ണുകൾ തുറന്നുനോക്കി. വീണ്ടും വീണ്ടും അവളെ

ശക്തിയായി കുലുക്കി നോക്കി. അപ്പോൾ പെട്ടെന്ന് ഞാനറിഞ്ഞു, എന്റെ ദൈവമേ, അവൾ മരിച്ചുകഴിഞ്ഞു.” ഞാൻ പറഞ്ഞു, “നിങ്ങളാവശ്യപ്പെട്ടതു കൊണ്ടുമാത്രമാണ് ഞങ്ങൾ നിങ്ങൾക്കാ സ്ഥലം തന്നത്. ആ സ്ത്രീ മുമ്പേ തന്നെ അവിടെ മരിച്ചുകിടക്കുകയാണ്. നിങ്ങളെ അവൾക്ക് പരിചയപ്പെടുത്തുവാൻ ശ്രമിക്കേണ്ട യാതൊരാവശ്യവുമുണ്ടായിരുന്നില്ല.” ഞാനയാളോട് പറഞ്ഞു, “അവൾ മരിച്ചുകഴിഞ്ഞു എന്ന് ഇപ്പോൾ നിങ്ങൾക്കറിയാം. ഇനി അവൾക്ക് നിങ്ങളെ അല്ലെങ്കിൽ മറ്റൊരാളെ ഉപദ്രവിക്കുവാൻ കഴിയില്ല. ജീവിച്ചിരിക്കുന്ന ഒരാൾക്കു മാത്രമേ എന്തെങ്കിലും ഉപദ്രവം ചെയ്യാൻ കഴിയുകയുള്ളൂ. അതിനാൽ ഇനി നിങ്ങൾക്ക് യാതൊരു ഭയവുമില്ലാതെ സുഖമായി ഉറങ്ങുവാൻ കഴിയും.” അയാൾ പറഞ്ഞു, “ഉറങ്ങുന്നതുപോയിട്ട്, ഇനി എനിക്ക് ആ മുറിയിലേക്കൊന്ന് എത്തിനോക്കാൻ പോലും കഴിയില്ല. ഞാൻ ഇവിടം വിട്ട് പോവുകയാണ്.”

“എവിടേക്കാണിനി നിങ്ങൾ പോവുക?” ഞാൻ ചോദിച്ചു. അയാൾ പറഞ്ഞു, “എവിടേക്കെങ്കിലും. തെരുവിൽ കിടന്ന് ഉറങ്ങേണ്ടിവന്നാലും, ഇനി ഞാൻ ആ മുറിയിലേക്കില്ല. എനിക്കത് ചിന്തിക്കാൻ പോലും കഴിയില്ല. നേരത്തെ തന്നെ നിങ്ങളിത് എന്നോട് പറയേണ്ടതായിരുന്നു.”

ഞാൻ പറഞ്ഞു, “ഞങ്ങളിത് നിങ്ങളോട് മുമ്പേ തന്നെ പറഞ്ഞിരുന്നുവെങ്കിൽ, നിങ്ങളാ മുറിയിലേക്ക് കടക്കുകപോലുമില്ലായിരുന്നു എന്നാണോ നിങ്ങൾ പറയുന്നത്?”

അയാൾ പറഞ്ഞു, ‘അതെ, എങ്കിൽ തീർച്ചയായും ഞാൻ അവിടേക്ക് പോകുമായിരുന്നില്ല. ചുരുങ്ങിയപക്ഷം നിങ്ങൾക്ക് അത് സ്ത്രീകളുടെ വാർഡാണ് എന്നെങ്കിലും പറയാമായിരുന്നു. അല്ലെങ്കിൽ ‘ഇത് സ്ത്രീകളുടെ വാർഡാണ്’ എന്നെഴുതിയ ആ ബോർഡ് എന്നിൽ നിന്ന് മറച്ചുവക്കുകയെങ്കിലും ചെയ്യാമായിരുന്നു. അടുത്ത കട്ടിലിൽ ആരെങ്കിലും ഉറങ്ങിക്കൊണ്ടിരിക്കുകയാണെങ്കിൽ, അയാളവിടെ കിടന്ന് ഉറങ്ങിക്കൊള്ളട്ടെ എന്ന് ഞാൻ വിചാരിക്കുമായിരുന്നു. എന്നാൽ എന്റെ കട്ടിലിന്റെ തൊട്ടടുത്ത് ഒരു സ്ത്രീയാണ് കിടക്കുന്നത് എങ്കിൽ... ഏതു തരത്തിലുള്ള മുഖമായിരിക്കും അവളുടേത് എന്നറിയുവാൻ, ആ മുഖമൊന്നു കാണുവാൻ ഞാനാഗ്രഹിച്ചു. അത് സുന്ദരിയായ ഒരു സ്ത്രീയായിരുന്നു. അതിനാൽ ഞാനവളെ ഉണർത്തുവാൻ ശ്രമിച്ചുനോക്കി. “എനിക്ക് വല്ലാതെ ദാഹിക്കുന്നു, എവിടെനിന്നാണ് ഒരു ഗ്ലാസ് വെള്ളം കിട്ടുക?” എന്ന് ഞാനവളോട് ചോദിക്കുവാൻ തീർച്ചയാക്കി. എന്നാൽ മറുപടിയൊന്നും പറയാതെ, അനക്കമില്ലാതെ അവൾ കിടക്കുന്നതു കണ്ടപ്പോൾ, ഞാനവളെ കുലുക്കി ഉണർത്താൻ ശ്രമിച്ചു. അപ്പോൾ പെട്ടെന്ന് ആ ചിന്ത എന്റെ മനസ്സിലൂടെ കടന്നുപോയി. എന്റെ ദൈവമേ, ഇതൊരു മൃതശരീരമാണ്!”

“ഞാൻ പോവുകയാണ്. നിങ്ങൾ പോയി എന്റെ സ്യൂട്ട്കേയ്സ് എടുത്തുകൊണ്ടുവരൂ. എനിക്കിനി വീണ്ടും ആ മുറിയിലേക്ക് കടക്കാൻ

കഴിയില്ല. ആ സ്ത്രീയുടെ മുഖം ഇനി ഒരിക്കലുമെനിക്ക് മറക്കാൻ സാധിക്കുകയില്ല. കണ്ണടച്ചാൽ കൂടി ആ മുഖം പെട്ടെന്ന് എന്റെ മുമ്പി ലെത്തും."

ഞാനയാൾക്ക് അയാളുടെ പെട്ടി കൊണ്ടുവന്നു കൊടുത്തു. ഡോക്ടർ ആ മുറിക്കുള്ളിലെവിടെയോ മറഞ്ഞുനിൽക്കുകയായിരുന്നു. പ്രധാന മെഡിക്കൽ ഓഫീസർ ഇതേക്കുറിച്ചെങ്ങാനും അറിയുമോ എന്നായിരുന്നു അയാളുടെ ഭയം. എങ്കിൽ അതൊരു പ്രശ്നമായിത്തീരും, കാരണം അത് സ്ത്രീകളുടെ വാർഡായിരുന്നു. അവിടെ കിടക്കുവാൻ ഒരു പുരുഷനെ നിങ്ങളെന്തിനാണ് അനുവദിച്ചത്. അതും ഒരു സ്ത്രീ അവിടെ മരിച്ചുകിടക്കുമ്പോൾ. നിങ്ങൾക്ക് ഈ കാര്യം അയാളെ അറി യിക്കുകയെങ്കിലും ചെയ്യാമായിരുന്നു.

അതിനാൽ ഡോക്ടർ എന്നോട് പറഞ്ഞു, "കഴിയും വേഗം അയാളെ എങ്ങിനെയെങ്കിലും ഒഴിവാക്കൂ."

ഞാൻ അയാൾക്ക് അയാളുടെ പെട്ടി കൊടുത്തതും, അയാൾ തെരു വിലേക്ക് ഇറങ്ങിനടന്നു. എന്നാൽ ഞാനവിടെ തന്നെ നിൽക്കുന്നുണ്ടോ എന്നറിയാൻ അയാൾ വീണ്ടും വീണ്ടും തിരിഞ്ഞുനോക്കിക്കൊണ്ടിരുന്നു.

...അതൊരു സ്ത്രീവാർഡാണ് എന്ന് ഞാൻ മുമ്പേ അറിഞ്ഞിരുന്നു വെങ്കിൽ, ഞാനാ ബോർഡ് അയാളുടെ കണ്ണിൽപ്പെടാതെ ഒളിച്ചുവക്കു മായിരുന്നു. അല്ലെങ്കിൽ ആ ബോർഡ് തൂക്കിയിട്ടിരുന്ന വരാന്തയിലെ വെളിച്ചം ഞാൻ കെടുത്തിവക്കുമായിരുന്നു. ആ അരണ്ട വെളിച്ചമവിടെ ഇല്ലായിരുന്നുവെങ്കിൽ, ഒരുപക്ഷേ രാത്രി മുഴുവൻ അയാൾക്ക് സുഖ മായി ഉറങ്ങുവാൻ കഴിഞ്ഞേനെ.

കളവുകൾ എല്ലായ്പോഴും നന്മയില്ലാത്തവയല്ല, പലപ്പോഴും അവർക്ക് ഒരു നന്മയാകാൻ കഴിയും. ചിലപ്പോൾ അവ ഏറ്റവും ആവ ശ്യമാണെന്നുകൂടി വന്നേക്കാം.

"സ്വർഗ്ഗത്തിനും ഭൂമിക്കുമിടയിൽ പല കാര്യങ്ങളുമവിടെയുണ്ട്. കവി കൾ മാത്രമാണ് അവയെക്കുറിച്ച് സ്വപ്നം കാണുവാൻ അല്പമെങ്കിലും ശ്രമിച്ചിട്ടുള്ളത്."

അവ സ്വപ്നങ്ങൾ മാത്രമാണ് എങ്കിൽ കൂടി ഒരു ദിവസം അവ യാഥാർത്ഥ്യങ്ങളായിത്തീരും. അതുപോലെ കളവായ ഒരു കാര്യം ഒരു ദിവസം ചിലപ്പോൾ ഒരു സത്യമായി മാറിയേക്കാം. എന്നാൽ കവികൾ മാത്രമാണ് സ്വപ്നം കാണുവാൻ അല്പമെങ്കിലും ധൈര്യപ്പെട്ടിട്ടുള്ളത്.

ഉദാഹരണത്തിന്, ആകാശത്തിൽ കൂടി പറക്കുന്നതിനെക്കുറിച്ച് സ്വപ്നം കണ്ടിരുന്ന പുരാതന ഗ്രന്ഥങ്ങളവിടെയുണ്ട്. റൈറ്റ് സഹോദ രന്മാരുടെ (Wright Brothers) കാലം വരെ അതൊരു കളവായാണ് നില നിന്നത്. എന്നാൽ പിന്നീട് അതൊരു സത്യമായി പരിണമിച്ചു. മറ്റു

ഗ്രഹങ്ങളെക്കുറിച്ച്, മനുഷ്യനവിടെ എത്തിച്ചേരുന്നതിനെക്കുറിച്ച് അല്ലെങ്കിൽ മറ്റു ഗ്രഹങ്ങളിൽ നിന്നുള്ള ആളുകൾ ഭൂമിയിലേക്ക് വരുന്നതിനെക്കുറിച്ച് പ്രതിപാദിച്ചിട്ടുള്ള നിരവധി കഥകളവിടെയുണ്ട്. അവയെല്ലാം കഥകളാണ്. എന്നാൽ കവികൾ അവയെക്കുറിച്ച് സ്വപ്നം കണ്ടിട്ടുണ്ട്. ഒരു ദിവസം ആ സ്വപ്നങ്ങൾ യാഥാർത്ഥ്യമായിത്തീരുന്നതിനുള്ള എല്ലാ സാധ്യതയുമവിടെയുണ്ട്.

ഇനിയും സംഭവിച്ചിട്ടില്ലാത്ത ഒരു കാര്യത്തെക്കുറിച്ചുപോലും സംവദിക്കുവാൻ കഴിയുന്ന ഒരു ഹൃദയമാണ് ഒരു കവിയുടേത്. അവരുടെ എല്ലാ സ്വപ്നങ്ങളും, ഇപ്പോഴല്ലെങ്കിൽ മറ്റൊരിക്കൽ, സത്യമായിക്കൂടെന്നില്ല. അതിനാൽ ഒരുവനെ ഒരിക്കലും ഒരു സ്വപ്നദർശി എന്നു വിളിക്കാതിരിക്കുക-അയാളൊരു പ്രവാചകനായിക്കൂടെന്നില്ല.

“പ്രത്യേകിച്ചും സ്വർഗ്ഗത്തിനു മുകളിൽ എന്തെന്നാൽ എല്ലാ ദൈവങ്ങളും കവികളുടെ ഭാവനാസൃഷ്ടികളാണ്. അവയെല്ലാം കവികളുടെ ‘വ്യാജനിർമ്മിതി’കളാണ്.

അത് എല്ലായ്പോഴും നമ്മെ മേൽപ്പോട്ട്-മേഘാവൃതമായ ദേശങ്ങളിലേക്ക് വലിച്ചുകൊണ്ടുപോകുന്നു. പിന്നെ നാം നിറം പിടിപ്പിച്ച ആ വിചിത്ര പാവകളെ മേഘങ്ങൾക്കുമേൽ പ്രതിഷ്ഠിക്കുകയും, അവയെ ദൈവങ്ങളെന്നും, അമാനുഷരെന്നുമൊക്കെ വിളിക്കുകയും ചെയ്യുന്നു...

ആ അപ്രാപ്യമായതിനെക്കുറിച്ച്, യാഥാർത്ഥ്യമെന്ന് കരുതപ്പെട്ടുകൊണ്ടിരിക്കുന്ന ആ വിശ്വാസത്തെക്കുറിച്ച്, ഞാനെത്രമാത്രം ഖിന്നനാണെന്നോ? ആ കവികളെക്കുറിച്ച് ഞാനെത്രമാത്രം ദുഃഖിതനാണെന്നോ?...

ഈ സംഭാഷണം സരതുഷ്ട്രന്റെ ശിഷ്യരെ കുപിതരാക്കുന്നു. അവർ ഒന്നുംതന്നെ മിണ്ടുന്നില്ല. അല്പനേരത്തേക്ക് സരതുഷ്ട്രനും നിശ്ശബ്ദനാകുന്നു. ഒടുവിൽ ദീർഘമായൊരു നെടുവീർപ്പിട്ടുകൊണ്ട് അദ്ദേഹം സംഭാഷണം തുടരുന്നു. ‘ഞാൻ ഇന്നിന്റേയും ഇന്നലെയുടേതുമാണ്... അതോടൊപ്പം തന്നെ നാളെയുടേയും, മറ്റന്നാളത്തേയും കൂടി, വരാൻ പോകുന്നതിന്റെ ചിലതുകൂടി, എന്നിലുണ്ട്’

സരതുഷ്ട്രനെപ്പോലെയുള്ള ഒരാൾ സംസാരിക്കുമ്പോൾ ഇവയെല്ലാം അദ്ദേഹത്തിന്റെ വാക്കുകളിൽ പ്രതിഫലിക്കും. “ഞാൻ ഇന്നിന്റേയും, ഇന്നലെയുടേതുമാണ്... അതോടൊപ്പം തന്നെ നാളെയുടേയും, മറ്റന്നാളത്തേയും കൂടിയാണ്, വരാൻ പോകുന്നതിന്റ ചിലതുകൂടി എന്നിലുണ്ട്”

സ്വാഭാവികമായും അത്തരമൊരു മനുഷ്യൻ തീർത്തും വസ്തുതാപരമായി സംസാരിക്കുമെന്ന് നിങ്ങൾക്ക് പ്രതീക്ഷിക്കാൻ കഴിയില്ല. അദ്ദേഹം വർത്തമാനകാലത്തിലാണ്, ഭൂതകാലത്തിലുമാണ്. അതുപോലെ തന്നെ ഭാവിയെക്കുറിച്ചുള്ള ബോധം കൂടി അദ്ദേഹത്തിലുണ്ട് - ഇവയെല്ലാം തമ്മിൽ കലർന്നിരിക്കുകയാണ്. അദ്ദേഹത്തിന്റെ ഭൂതവും,

വർത്തമാനവും, ഭാവിയുമെല്ലാം അത്രയ്ക്കുമധികം കൂടികലർന്നു കിടക്കുകയാണ്. അതിനാൽ അവയിൽ പലതും നിങ്ങൾക്ക് അസത്യങ്ങളെന്ന് തോന്നിപ്പിക്കും.

എന്നാൽ സരതുഷ്ട്രനെപ്പോലെയുള്ള ഒരാൾ കളവുപറയുമ്പോൾ, അത് അബോധവാനായ ഒരുവൻ സത്യം പറയുന്നതിനേക്കാൾ എത്രയോ ഭേദമാണ്. അയാളുടെ സത്യം സാധാരണ നിലവാരത്തിലുള്ള ഒന്നാണ്. അയാളുടെ സത്യം മനുഷ്യബോധത്തെ ഒട്ടും തന്നെ ഉയർത്താൻ പോകുന്നില്ല.

എന്നാൽ സരതുഷ്ട്രന്റെ കളവ് മാനവികബോധത്തെ ആ ഒരവസ്ഥയിലേക്ക് ഉയർത്തും, അസത്യംപോലും സത്യമായിത്തീരുന്ന, സ്വപ്നം പോലും യാഥാർത്ഥ്യമായി പരിണമിക്കുന്ന ആ ഒരവസ്ഥയിലേക്ക് ഉയർത്തും.

"പഴയതും പുതിയതുമായ കവികളെക്കുറിച്ച് എന്നിൽ ഒരുതരം മടുപ്പ് വളർന്നു വന്നുകഴിഞ്ഞു. ആഴമില്ലാത്തതും, തിരകളില്ലാത്തതുമായ, സമുദ്രങ്ങളായിട്ടാണ് അവരെ എനിക്കു കാണുവാൻ കഴിയുന്നത്. വേണ്ടത്ര ആഴത്തിൽ അവർ ചിന്തിച്ചിട്ടില്ല. അതിനാൽ അവരുടെ അനുഭവങ്ങൾക്ക് ആഴങ്ങളെ സ്പർശിക്കുവാൻ കഴിഞ്ഞിട്ടില്ല... കവികളുടെ മനസ്സ് പ്രേക്ഷകരെ ആവശ്യപ്പെടുന്നു, ആ പ്രേക്ഷകർ വെറും പോത്തുകളാണെങ്കിൽ കൂടി."

കവിയും മിസ്റ്റിക്കും തമ്മിലുള്ള വ്യത്യാസത്തെക്കുറിച്ചാണ് അദ്ദേഹം പറയുന്നത്. മിസ്റ്റിക്കിന് ഒരു കവിയാകാൻ കഴിയും, കവിക്ക് ഒരു മിസ്റ്റാക്കാവാനും കഴിയും. എന്നാൽ പലപ്പോഴും അങ്ങിനെ ആയിക്കൊള്ളണമെന്നില്ല.

ഒരു കവി ഒരു കവി മാത്രമാണെന്നു വന്നേക്കാം. കവി വെറുമൊരു കവി മാത്രമാകുമ്പോൾ അയാളൊരു പ്രകടനപ്രിയനാണ്. ആളുകൾ തന്റെ കവിത കേൾക്കണമെന്ന്, ആളുകൾ തന്റെ കവിതകൾ ചൊല്ലണമെന്ന് അയാളാഗ്രഹിക്കുന്നു. ആളുകൾ തന്നെ അഭിനന്ദിക്കണമെന്ന് അയാളാഗ്രഹിക്കുന്നു, ആളുകൾ ആരാണെന്നത് അയാൾക്കൊരു പ്രശ്നമല്ല, അവർ പോത്തുകളാണെങ്കിൽ കൂടി വിരോധമില്ല.

കളവു നടത്തുന്നതിനിടയിൽ പിടിക്കപ്പെട്ട ഒരു കള്ളനെക്കുറിച്ച് ഞാൻ കേട്ടിട്ടുണ്ട്. അയാളെ കോടതിയിൽ ഹാജരാക്കിയപ്പോൾ മജിസ്ട്രേറ്റ് ചോദിച്ചു, "എത്ര മണിക്കാണ് നിങ്ങളാവീട്ടിലേക്ക് കയറിയത്?" അയാൾ പറഞ്ഞു, "അത് മിക്കവാറും രാത്രി പത്തുമണിക്കും പതിനൊന്നുമണിക്കുമിടക്കായിരിക്കണം." മജിസ്ട്രേറ്റ് ചോദിച്ചു, "അപ്പോൾ രാവിലെ ആറുമണിവരെ നിങ്ങളാ വീട്ടിൽ എന്തായിരുന്നു ചെയ്തുകൊണ്ടിരുന്നത്?" അയാൾ പറഞ്ഞു, "എന്നോടത് ചോദിക്കരുത്. ഞാനവിടെ പിടിച്ചുനിർത്തപ്പെട്ടു എന്നു പറയുന്നതായിരിക്കും ശരി. ഒരു കവിയാണ്

ആ വീട്ടിൽ താമസിച്ചുകൊണ്ടിരുന്നത് എന്ന് ഞാനറിഞ്ഞിരുന്നില്ല. എന്നെ കണ്ട ഉടൻ ആ കവി പറയാൻ തുടങ്ങി... അയാൾ പറഞ്ഞു, "ഇവിടെ നിന്ന് തിരിച്ചുപോകുന്നതിനെക്കുറിച്ച് മറന്നേക്കൂ. എന്തായാലും വന്നു കയറിയില്ലേ. ഇനി അല്പനേരം ഇവിടെ ഇരിക്കൂ." ഒരു കള്ളനായിരുന്നതിനാൽ ഞാൻ ശരിക്കും ഭയപ്പെട്ടു. അയാൾ പറയുന്നത് അനുസരിക്കുന്നതായിരിക്കും നല്ലത് എന്നെനിക്കുതോന്നി. അതിനാൽ ഞാനവിടെ ഇരുന്നു. അപ്പോൾ അയാൾ തന്റെ ഏറ്റവും പുതിയ കവിത എന്നെ ചൊല്ലി കേൾപ്പിക്കാൻ തുടങ്ങി. എനിക്ക് പോകേണ്ടതുണ്ട് എന്ന് ഞാൻ പല പ്രാവശ്യം പറഞ്ഞുനോക്കി. അയാൾ പറഞ്ഞു, 'രാവിലെ നിങ്ങൾക്ക് പോകാം. ഇപ്പോൾ ഇവിടെയിരിക്കൂ. ധൃതികൂട്ടാതിരിക്കൂ. എന്റെ എല്ലാ കവിതകളും ഞാൻ നിങ്ങളെ വായിച്ചുകേൾപ്പിക്കാം. നിങ്ങളൊരു കള്ളനാണെന്നും നിങ്ങളെന്റെ വീട്ടിലേക്കു വന്നത് കളവു നടത്തുവാനാണെന്നും എനിക്കറിയാം. എന്നാൽ നിങ്ങളെന്റെ കവിതകൾ കേൾക്കാൻ താൽപര്യം കാണിക്കുകയാണെങ്കിൽ, നിങ്ങളെക്കുറിച്ച് ഞാൻ പോലീസിൽ പരാതിപ്പെടുകയില്ല. അപ്പോഴേക്കും വേണ്ടതിലധികം നിങ്ങൾ ശിക്ഷിക്കപ്പെട്ടുകഴിഞ്ഞിരിക്കും.'

"പറഞ്ഞതുപോലെ എന്നെക്കുറിച്ച് അയാൾ പോലീസിൽ പരാതിപ്പെട്ടില്ല. എന്നുമാത്രമല്ല അയാളെനിക്ക് ചായയുണ്ടാക്കിത്തരികപോലും ചെയ്തു. പിന്നെ രാവിലെ ഞാനവിടെ നിന്ന് തിരിച്ചുവരുമ്പോഴാണ് ഞാൻ പോലീസിന്റെ പിടിയിലായത്. അതിനാൽ നിങ്ങൾക്കെന്നെ ശിക്ഷിക്കണമെങ്കിൽ, ശിക്ഷിക്കാം. എന്നാൽ ഞാൻ ശിക്ഷിക്കപ്പെട്ടുകഴിഞ്ഞു. മാത്രമല്ല, ഞാനൊന്നും തന്നെ മോഷ്ടിച്ചിട്ടുമില്ല. അയാളുടെ വീട്ടിൽ കയറി എന്നതുമാത്രമാണ് ഞാൻ ചെയ്ത കുറ്റം. ഒരു കാര്യം കൂടി എനിക്ക് ബോധിപ്പിക്കുവാനുണ്ട്-ഇനി മറ്റാരെയെങ്കിലും നിങ്ങൾ ശിക്ഷിക്കുവാൻ ആഗ്രഹിക്കുന്നുവെങ്കിൽ, നിങ്ങളയാളെ ആ കവിയുടെ വീട്ടിലേക്ക് പറഞ്ഞയച്ചാൽ മതി. ആ കവി അത്രയ്ക്കും കഠിനമായൊരു പീഡനമാണ്. രാത്രി മുഴുവൻ അയാളുടെ കവിത കേട്ടിരിക്കുക എന്നത്... താങ്കൾക്കത് മനസ്സിലാക്കാൻ കഴിയും. ഞാൻ മുമ്പ് പല ജയിലുകളിലും കഴിഞ്ഞിട്ടുണ്ട്. എന്നാൽ ഒരിക്കലും ഇത്രയധികം വിഷമമനുഭവിച്ചിട്ടില്ല."

കവികൾ എല്ലായ്പോഴും അവരെ അഭിനന്ദിക്കുന്നവർക്കുവേണ്ടിയുള്ള അന്വേഷണത്തിലാണ്. തങ്ങളുടെ അഹന്തയെ തൃപ്തിപെടുത്തുന്നതിനാണ് അവരെല്ലായ്പോഴും ശ്രമിച്ചുകൊണ്ടിരിക്കുന്നത്. അവരുടെ ഒരേയൊരു ആനന്ദമിതാണ്. കവികളെ തനിക്ക് മടുത്തുകഴിഞ്ഞു എന്നു സരതുഷ്ട്രൻ പറഞ്ഞത് ശരിയാണ്. എന്നാൽ ഒരു മിസ്റ്റിക്ക് കവിതയിലൂടെ സംസാരിക്കുമ്പോൾ, അത് തീർത്തും വ്യത്യസ്തമായൊരു കാര്യമാണ്.

അദ്ദേഹത്തിന്റെ താൽപര്യം കവിതയിലല്ല, അദ്ദേഹത്തിനാവശ്യം നിങ്ങളുടെ അഭിനന്ദനമല്ല, നിങ്ങളുടെ കൈയടി കേൾക്കുവാൻ, നിങ്ങളുടെ

സ്തുതിഗീതം കേൾക്കുവാൻ അദ്ദേഹത്തിന് ഒട്ടുംതന്നെ താൽപര്യമില്ല. എന്നാൽ കവിതയിലൂടെ അദ്ദേഹത്തിന് നിങ്ങളുടെ ഹൃദയത്തിലെത്തിച്ചേരാൻ കഴിഞ്ഞു എന്നുവരാം. അദ്ദേഹത്തിന്റെ താൽപര്യം അതിൽ മാത്രമാണ്. "കവികളുടെ ഈ മനസ്സ് എന്നിൽ മടുപ്പുളവാക്കുന്നു. എന്നാൽ അതിന് അതിനെ തന്നെ മടുക്കുന്ന ഒരു ദിവസം വന്നുചേരുമെന്ന് ഞാൻ കരുതുന്നു. പരിവർത്തനം സംഭവിച്ച കവികളെ ഞാൻ കണ്ടിട്ടുണ്ട്. തങ്ങളുടെ ദൃഷ്ടിയെ തങ്ങളിലേക്കുതന്നെ അവർ തിരിച്ചുവിടുന്നത് ഞാൻ കണ്ടിട്ടുണ്ട്. മനസ്സിന്റെ പശ്ചാത്താപം അവരിൽ പ്രത്യക്ഷപ്പെട്ടുകൊണ്ടിരിക്കുന്നത് ഞാൻ കണ്ടിട്ടുണ്ട്.

അവർ കവികളിൽ നിന്ന് വളർന്നു കഴിഞ്ഞു."

ഒരു കവിക്ക് തന്റെ തന്നെ കവിത മടുപ്പുളവാക്കാൻ തുടങ്ങിക്കഴിഞ്ഞു. എങ്കിൽ, തന്നെ അഭിനന്ദിക്കുന്ന മറ്റൊരാളുടെ നേരെ നോക്കുന്നതിനുപകരം, തന്നിലേക്കുതന്നെ അയാൾ നോക്കുവാൻ തുടങ്ങുകയാണെങ്കിൽ, അപ്പോളയാൾ ഒരു പരിവർത്തനത്തിന്റെ- ഒരു മിസ്റ്റിക്ക് ആയിത്തീരുന്നതിന്റെ-വളരെ അടുത്തെത്തിക്കഴിഞ്ഞു. കവി ഒരു കവിയായിരിക്കുന്നതിൽ മാത്രമായി നിർത്തരുത്. അയാളൊരു മിസ്റ്റിക്ക് ആയിത്തീരുകയാണെങ്കിൽ മാത്രമേ, അയാളുടെ ലക്ഷ്യം സാക്ഷാത്ക്കരിക്കപ്പെടുകയുള്ളൂ. ഒരു കവി മറ്റുള്ളവരിലാണ് താൽപര്യമുള്ളവനായിരിക്കുന്നത്. എന്നാൽ ഒരു മിസ്റ്റിക്ക് തന്റെ തന്നെ അസ്തിത്വത്തെ സൂക്ഷ്മമായി നിരീക്ഷിച്ചുകൊണ്ടിരിക്കുകയാണ്. ഒരു കവി പറയുന്നത് നിങ്ങളിഷ്ടപ്പെടുന്ന കാര്യങ്ങളാണ്. എന്നാൽ ഒരു മിസ്റ്റിക്ക് പറയുന്നത് തന്റെ ആന്തരാത്മാവിന്റെ ആഴങ്ങളിൽ താൻ കണ്ടെത്തിയ കാര്യങ്ങളാണ്. നിങ്ങളതിനെക്കുറിച്ചറിയുകയാണെങ്കിൽ ഒരുപക്ഷേ നിങ്ങളും നിങ്ങളെതന്നെ കണ്ടെത്തുവാനുള്ള ഒരു ശ്രമം നടത്തിയേക്കാം എന്ന പ്രതീക്ഷയിലാണ് അയാളതു പറയുന്നത്.

..........എന്നിങ്ങനെ സരതുഷ്ട്രൻ പറഞ്ഞു.

തന്നെത്തന്നെ മോചിപ്പിക്കുന്നതിനെക്കുറിച്ച്

"**എ**ന്റെ സുഹൃത്തുക്കളേ, സത്യം പറഞ്ഞാൽ, മനുഷ്യരുടെ ഛേദിക്കപ്പെട്ട അവയവങ്ങൾക്കും, മുറിഞ്ഞ അംഗങ്ങൾക്കുമിടയിലൂടെ നടക്കുന്നതുപോലെയാണ് ഇപ്പോൾ ഞാൻ ആളുകൾക്കിടയിലൂടെ നടന്നുകൊണ്ടിരിക്കുന്നത്. എന്റെ കണ്ണുകൾക്കു മുമ്പിൽ പ്രത്യക്ഷപ്പെട്ട ആ ഭയാനകദൃശ്യമിതായിരുന്നു. കൂട്ടക്കൊല നടന്ന ഒരു യുദ്ധക്കളത്തിലെന്നതുപോലെ മനുഷ്യാവശിഷ്ടങ്ങൾ അവിടെ കഷണങ്ങളായി ചിതറിക്കിടക്കുകയായിരുന്നു.

അതുപോലെ വർത്തമാനകാലത്തിൽ നിന്ന് ഭൂതകാലത്തിലേക്ക് എന്റെ കണ്ണുകൾ പിൻതിരിഞ്ഞോടുമ്പോൾ ഒരു കാര്യം തന്നെ അതെല്ലായ്പോഴും കണ്ടെത്തുന്നു. യാദൃച്ഛികസംഭവങ്ങളുടെ അവശിഷ്ടങ്ങളെന്നോണം അവിടെ മുറിഞ്ഞ അവയവങ്ങളും അംഗങ്ങളും മാത്രം. എന്നാൽ മനുഷ്യരാരും തന്നെ അവിടെയില്ല.

ഭൂമിയിലിപ്പോൾ നടന്നുകൊണ്ടിരിക്കുന്നതും, കഴിഞ്ഞുപോയതുമായ സംഭവങ്ങൾ... ഹാ! എന്റെ സുഹൃത്തുക്കളേ, എന്റെ ഏറ്റവും വലിയ ദുഃഖമതാണ്. വരാൻ പോകുന്നതിനെ മുൻകൂട്ടി കാണുവാനുള്ള കഴിവ് എനിക്കില്ലായിരുന്നുവെങ്കിൽ, എങ്ങിനെയാണ് ജീവിക്കേണ്ടത് എന്ന് എനിക്കറിയുകയില്ലായിരുന്നു. ദീർഘദൃഷ്ടിയുള്ള ഒരുവൻ, ഇച്ഛാശക്തിയുള്ള ഒരുവൻ, സൃഷ്ടിക്കുന്നവനായ ഒരുവൻ, പിന്നെ സ്വയം ഒരു ഭാവിയും, ഭാവിയിലേക്കുള്ള ഒരു പാലവും-സരതുഷ്ട്രൻ ഇതെല്ലാമാണ്.

ഹാ! കഷ്ടം! എന്നാൽ ആ പാലത്തിന്മേൽകൂടി അയാൾ നടക്കുന്നത് ഒരു മുടന്തനെപ്പോലെയാണ്.

നിങ്ങൾ പലപ്പോഴും നിങ്ങളോടുതന്നെ ചോദിച്ചിട്ടുണ്ടാകും. ഈ സരതുഷ്ട്രൻ നമുക്ക് ആരാണ്? നാം അദ്ദേഹത്തെ എന്താണ് വിളിക്കുക? എന്നാൽ എന്നെപോലെ തന്നെ നിങ്ങളും നിങ്ങളുടെ ചോദ്യങ്ങൾക്ക് ചോദ്യങ്ങൾ കൊണ്ടുതന്നെയാണ് മറുപടി നൽകുന്നത്.

അയാൾ വാഗ്ദാനം ചെയ്യുന്നവനാണോ? അതോ വാഗ്ദാനം നിറവേറ്റുന്നവനോ? അയാൾ സ്വയം നേടിയെടുക്കുന്നവനാണോ അതോ ഒരു പിൻതുടർച്ചാവകാശിയോ? അയാൾ വിളവ് കൊയ്യുന്നവനാണോ, അതോ കലപ്പയേന്തി നിലമൊരുക്കുന്നവനോ, അയാളൊരു ചികിത്സകനാണോ അതോ ദീനം മാറിയ ഒരുവനോ? അയാളൊരു കവിയാണോ? അതോ ഒരു യഥാർത്ഥ മനുഷ്യനോ? ഒരു വിമോചകനോ? അതോ നിഗ്രഹിക്കുന്നവനോ? നല്ല മനുഷ്യനോ അതോ ചീത്ത മനുഷ്യനോ?

അംശങ്ങളായി മുറിഞ്ഞു കിടക്കുന്നവയേയും, കുരുക്കുകളായി പിണഞ്ഞുകിടക്കുന്നവയേയും, യാദൃച്ഛികസംഭവങ്ങളായി പിരിഞ്ഞു കിടക്കുന്നവയേയും, കൂട്ടിച്ചേർക്കുക. അവയെ ക്രമപ്പെടുത്തുക ഇവയെല്ലാം എന്റെ കലാപ്രയോഗ വൈദഗ്ധ്യവും എന്റെ ലക്ഷ്യവുമാണ്.

ഇച്ഛാശക്തിയുള്ളവനായ ഒരുവൻ മോചിപ്പിക്കുകയും ആനന്ദത്തെ കൊണ്ടുവരികയും ചെയ്യുന്നു. അങ്ങിനെയാണ് ഞാൻ നിങ്ങളെ പഠിപ്പിച്ചത്. എന്നാൽ എന്റെ കൂട്ടുകാരേ, അതോടൊപ്പം ഇതുകൂടി അറിയുക: ഇച്ഛിക്കുന്നവനും ഒരു തടവുകാരൻ തന്നെയാണ്. ഇച്ഛിക്കുന്നത് വിമോചിപ്പിക്കുന്നു, എന്നാൽ വിമോചകനെകൂടി ചങ്ങലയിൽ തളയ്ക്കുന്ന ആ കാര്യമെന്താണ്?

'ആയിരുന്നു അല്ലെങ്കിൽ ഉണ്ടായിരുന്നു' അതാണ് ഇച്ഛാശക്തിയുടെ ഏറ്റവുമധികം വേദനിപ്പിക്കുന്ന സ്വകാര്യദുഃഖം. ചെയ്യപ്പെട്ടുകഴിഞ്ഞതിനെതിരെ അത് അസമർത്ഥമാണ്. കഴിഞ്ഞുപോയ എല്ലാ കാര്യങ്ങളുടേയും മുമ്പിൽ ഇച്ഛ കുപിതനായ ഒരു കാഴ്ചക്കാരൻ മാത്രമാണ്. ഇച്ഛക്ക് പുറകോട്ട് ചിന്തിക്കുവാൻ കഴിയില്ല. അതിന് കാലത്തെയോ, കാലത്തിന്റെ താൽപര്യത്തെയോ ലംഘിക്കുവാൻ കഴിയില്ല. ഇച്ഛയുടെ ആ സ്വകാര്യദുഃഖമതാണ്.

ഇച്ഛിക്കുന്നത് വിമോചിപ്പിക്കുന്നു: അതിന്റെ ദുഃഖത്തിൽ നിന്ന് അതിനെ തന്നെ മോചിപ്പിക്കുവാൻ, ആ ഇരുട്ടറയിൽ നിന്ന് പുറത്തേക്കു കടക്കാൻ, ഇച്ഛ എന്തു സൂത്രമാണ് പ്രയോഗിക്കുന്നത്? പ്രതികാരബുദ്ധി: കൂട്ടുകാരേ, ഇതുവരെ മനുഷ്യവർഗ്ഗത്തിന്റെ പ്രധാന താൽപര്യം ഇതായിരുന്നു. എവിടെയെല്ലാം പീഡനങ്ങളുണ്ടാകുന്നുവോ അവിടെ എല്ലായ്പോഴും ശിക്ഷയുമുണ്ടാകും എന്നു തീർച്ചയാണ്. ശിക്ഷ എന്നാണ് പ്രതികാരം അതിനെ വിളിക്കുന്നത്.

അത് ശരിയാണ് എന്ന് തനിക്ക് ഉത്തമബോധ്യമുണ്ടെന്ന് അത് നടിക്കുകയും ചെയ്യും.

എന്നാൽ ഇച്ഛയെ കൂടാതെ ഒടുവിലത് അതിനെ തന്നെ മോചിപ്പിക്കും. അപ്പോൾ ഇച്ഛ എന്നത് ഇച്ഛയില്ലായ്മയായിത്തീരും.

എന്നാൽ എന്റെ സോദരരേ, ഈ ഭ്രാന്തൻ കെട്ടുകഥയെക്കുറിച്ച് നിങ്ങൾക്കുമറിയാം.

'ഇച്ഛ ഒരു സ്രഷ്ടാവാണ്' എന്ന് ഞാൻ നിങ്ങളെ പഠിപ്പിച്ചപ്പോൾ, ഞാൻ നിങ്ങളെ ഈ കെട്ടുകഥയിൽനിന്നും അകറ്റിനിർത്തിയിരുന്നു.

ഇച്ഛ അതിന്റെ തന്നെ വിമോചകനും, ആനന്ദത്തെ കൊണ്ടുവരുന്നവനുമായി തീർന്നുകഴിഞ്ഞുവോ?

അത് പ്രതികാരബുദ്ധിയെ മറന്നുകഴിഞ്ഞുവോ?"

...എന്നിങ്ങനെ സരതുഷ്ട്രൻ പറഞ്ഞു.

മനുഷ്യന്റെ സമ്പൂർണ്ണതയേയും, ആർജ്ജവത്തേയും നശിപ്പിച്ചത് മതങ്ങളാണ് എന്ന കാര്യത്തിൽ സരതുഷ്ട്രന് യാതൊരു സംശയവുമില്ല. മതങ്ങളവനെ വെട്ടിമുറിച്ച് തുണ്ടങ്ങളാക്കി എന്നു മാത്രമല്ല, അന്യോന്യം എതിർക്കുന്ന ഭാഗങ്ങളാക്കുക കൂടി ചെയ്തു. ഇതിലൂടെ മതങ്ങൾ മനുഷ്യരാശിയുടെ നേരെ ഏറ്റവും വലിയൊരു അപരാധമാണ് പ്രവർത്തിച്ചത്. അവ മനുഷ്യന്റെ വ്യക്തിത്വത്തെ പിളർത്തുകയും, അവനെ വിഭജിച്ച് രണ്ടാക്കിത്തീർക്കുകയും ചെയ്തു. അതോടെ അവനൊരു 'സ്കിസോഫ്രേനിയം' രോഗിയായിതീർന്നു. വളരെ സമർത്ഥവും തന്ത്രപരവുമായ ഒരു രീതിയിലാണ് ഇത് നിർവ്വഹിക്കപ്പെട്ടത്.

ആദ്യമായി അവ മനുഷ്യനോട് ഇങ്ങിനെ പറഞ്ഞു, "നീ ഈ കാണുന്ന ശരീരമല്ല." രണ്ടാമതായി അവ പറഞ്ഞു, "ശരീരം നിന്റെ ശത്രുവാണ്."

ഇതിന്റെ വ്യക്തിപരമായ പരിണാമമിതായിരുന്നു: നിങ്ങൾ ഈ ലോകത്തിന്റെ ഭാഗമല്ല. ഈ ലോകം-ഈ ജീവിതം-നിങ്ങളുടെ ശിക്ഷയല്ലാതെ മറ്റൊന്നുമല്ല. ആ ശിക്ഷ ഏറ്റുവാങ്ങാനാണ് നിങ്ങളിവിടെയുള്ളത്. നിങ്ങളുടെ ജീവിതം ഒരാഘോഷമല്ല, ഒരാഘോഷമാകാൻ അതിന് കഴിയില്ല. ഒരു ദുഃഖാചരണമാകാൻ മാത്രമേ അതിനു കഴിയുകയുള്ളൂ, ഒരു ദുരന്തമാകാൻ മാത്രമേ അതിന് കഴിയുകയുള്ളൂ. ഈ ഭൂമിയിൽ നിങ്ങൾക്ക് വിധിക്കപ്പെട്ടിരിക്കുന്നത് പീഡാനുഭവമാണ്.

ഒരു കാവ്യാത്മകസങ്കല്പം മാത്രമായ ദൈവത്തെ പ്രകീർത്തിക്കുവാൻ അവർക്കിത് ചെയ്യേണ്ടതുണ്ടായിരുന്നു. മനുഷ്യന്റെ അത്യാഗ്രഹത്തിന്റെ പ്രതിഫലനമായ സ്വർഗ്ഗത്തെ പ്രകീർത്തിക്കുവാൻ, നരകത്തെക്കുറിച്ച് ആളുകളെ ഭയപ്പെടുത്തുവാൻ, അങ്ങിനെ മനുഷ്യന്റെ ഉള്ളിന്റെയുള്ളിൽ അതിയായൊരു ഭയം സൃഷ്ടിക്കുവാൻ, അവർക്കിത് ചെയ്യേണ്ടതുണ്ടായിരുന്നു. ഇത്തരത്തിൽ അവർ മനുഷ്യനെ കീഴ്പെടുത്തുകയും, അവനെ കീറിമുറിക്കുകയും ചെയ്തു.

മനുഷ്യൻ ഒരു ഏകത്വമാണ് എന്നും, ഈ ലോകം ഒരു ശിക്ഷയല്ല എന്നുമുള്ള ലളിതവും, സ്വാഭാവികവും, വാസ്തവികവുമായ ആ പ്രതിഭാസത്തെ ഒരു മതവും അംഗീകരിക്കുന്നില്ല. ഈ ലോകം മനുഷ്യനിൽ

നിന്ന് വേറിട്ട ഒന്നല്ല. വൃക്ഷങ്ങൾ മണ്ണിൽ വേരൂന്നിനിൽക്കുന്നതുപോലെ മനുഷ്യൻ ഈ ലോകത്തിൽ വേരുറപ്പിക്കപ്പെട്ടവനാണ്. ഈ ഗ്രഹം, ഈ ഭൂമി, അവന്റെ മാതാവാണ്.

"ഒരിക്കലും ഭൂമിയെ വഞ്ചിക്കരുത്" എന്ന് സരതുഷ്ട്രൻ വീണ്ടും വീണ്ടും ആവർത്തിക്കുന്നുണ്ട്. എന്നാൽ എല്ലാ മതങ്ങളും ഭൂമിയെ വഞ്ചിച്ചിട്ടുണ്ട്. തങ്ങളുടെ സ്വന്തം അമ്മയെയാണ് അവർ വഞ്ചിച്ചത്, തങ്ങളുടെ സ്വന്തം ജൈവസ്രോതസ്സിനെയാണ് അവർ വഞ്ചിച്ചത്. അവർ ഭൂമിയെ നിന്ദിച്ചു. അതിനെ ഉപേക്ഷിക്കുന്നതിനുവേണ്ടി അവർ വാദിച്ചു. ഉപേക്ഷിക്കുന്നതിനാണ്, ത്യജിക്കുന്നതിനാണ് അവരെല്ലായ്പോഴും ഊന്നൽ കൊടുത്തത്.

എന്നാൽ എങ്ങിനെയാണ് നിങ്ങൾക്ക് നിങ്ങളുടെ പ്രകൃതത്തെ ഉപേക്ഷിക്കുവാൻ കഴിയുക? നിങ്ങൾക്കങ്ങിനെ നടിക്കാൻ കഴിയും, നിങ്ങൾക്കൊരു കപടഭക്തനാകാൻ കഴിയും. നിങ്ങൾ പ്രകൃതിയുടെ ഭാഗമല്ലാതായിക്കഴിഞ്ഞു എന്ന് നിങ്ങൾക്ക് വിശ്വസിച്ചുതുടങ്ങാൻ പോലും കഴിയും, എന്നാൽ നിങ്ങളുടെ പുണ്യവാളന്മാരും, നിങ്ങളുടെ പാപികളെപ്പോലെ തന്നെ, പ്രകൃതിയെ ആശ്രയിക്കുന്നു. അവർക്ക് ഭക്ഷണവും വെള്ളവും വായുവും ആവശ്യമുണ്ട്. പുണ്യവാളന്മാരായതുകൊണ്ട് അവരുടെ ആവശ്യങ്ങൾക്ക് യാതൊരു മാറ്റവും വരുന്നില്ല. അപ്പോൾ അവരുടെ ത്യാഗത്തിന് എന്തർത്ഥമാണുള്ളത്?

അത് അവർക്കുള്ളിൽ, അവരുടെ മനസ്സിനുള്ളിൽ, ഒരു പിളർപ്പ് സൃഷ്ടിക്കുന്നു. നിങ്ങളുടെ മനസ്സ് മുറിഞ്ഞ അംശങ്ങളായിത്തീരുകയും ഈ അംശങ്ങൾ അന്യോന്യം യുദ്ധംചെയ്തുകൊണ്ടിരിക്കുകയും ചെയ്യും. മനുഷ്യരാശിയുടെ ദുഃഖത്തിന്റെ മൂലകാരണമിതാണ്. ഇത് മിക്കവാറും വ്യവസ്ഥാപിതമായ ഒരു കാര്യമായിത്തീർന്നുകഴിഞ്ഞു, കാരണം നൂറ്റാണ്ടുകളായി ആളുകൾ ദുഃഖം സഹിച്ചുകൊണ്ടേയിരിക്കുകയാണ്. ഇപ്പോളവർ അത് സ്വാഭാവികമാണെന്ന് വിശ്വസിക്കുവാൻ തുടങ്ങിക്കഴിഞ്ഞു. "ഇത് നമ്മുടെ തലയിലെഴുത്താണ്. ഇത് നമ്മുടെ വിധിയാണ്. ഇത് ഈശ്വരനിശ്ചയമാണ്. ഈ കാര്യത്തിൽ നമുക്ക് ഒന്നും തന്നെ ചെയ്യുവാൻ കഴിയില്ല." എന്നാൽ സത്യമിതാണ്-ഇത് നമ്മുടെ തലയിലെഴുത്തോ, വിധിയോ അല്ല. മറിച്ച് ഇത് നമ്മുടെ മൂഢതയാണ്. ഇത് നമ്മുടെ അറിവില്ലായ്മയാണ്. നാം പുരോഹിതരുടെ വാക്കുകൾ കേട്ടുകൊണ്ടേയിരിക്കുകയും, അവരുടെ കെട്ടുകഥകളിൽ വിശ്വസിച്ചുകൊണ്ടേയിരിക്കുകയുമാണ്.

സ്വാഭാവികമായും പുരോഹിതരെ സംബന്ധിച്ചിടത്തോളം ഈ കെട്ടുകഥകൾ വളരെ ലാഭകരമാണ്. മനുഷ്യരാശിയെ കഷണം കഷണമാക്കി വെട്ടിമുറിക്കുന്നത് അവരെ ഒട്ടുംതന്നെ അസഹ്യപ്പെടുത്തുന്നില്ല, കാരണം ഈ കെട്ടുകഥകൾ അവരുടെ താൽപര്യങ്ങൾക്ക് ഏറ്റവും

പ്രയോജനകരമാണ്. മുറിഞ്ഞ അംശങ്ങളായി വിഭജിക്കപ്പെട്ടിട്ടില്ലാത്ത, ആരോഗ്യവാനും, സമ്പൂർണ്ണനുമായ ഒരാളെ പുരോഹിതർക്ക് അടിമപ്പെടുത്തുവാൻ കഴിയില്ല. ദുഃഖം സഹിച്ചുകൊണ്ടിരിക്കുന്ന ഒരാൾക്കു മാത്രമേ പ്രാർത്ഥനയുടെ ആവശ്യമുള്ളൂ. ദൈവം തന്നെ സഹായിക്കും എന്നയാൾ പ്രതീക്ഷിച്ചുകൊണ്ടിരിക്കുകയാണ്. ദൈവം നിലനിൽക്കണമെങ്കിൽ മനുഷ്യൻ ദുഃഖം സഹിച്ചേ മതിയാകൂ എന്നർത്ഥം. ദൈവത്തെ കൂടുതൽ കൂടുതൽ ഒരു യാഥാർത്ഥ്യമാക്കുവാൻ, മനുഷ്യന് മാനസികമായി കൂടുതൽ കൂടുതൽ പിളർക്കപ്പെട്ടവനായി(schizophrenic)ത്തീരേണ്ടി വരും.

എത്രയും കൂടുതൽ ഒരുവൻ ദുഃഖത്തിലും വേദനയിലുമാണോ അത്രയുമെളുപ്പത്തിൽ പ്രാർത്ഥനയെക്കുറിച്ച് അവനെ ബോധ്യപ്പെടുത്താൻ കഴിയും, മതപരമായ ആചാരങ്ങളും ചടങ്ങുകളും അവനെക്കൊണ്ട് ചെയ്യിപ്പിക്കുവാൻ കഴിയും. കാരണം തന്റെ ദുഃഖത്തെ ദുരീകരിക്കുവാൻ അവനാഗ്രഹിക്കും. രക്ഷകരെക്കുറിച്ചും ദൈവദൂതരെക്കുറിച്ചും പ്രവാചകരെക്കുറിച്ചും, അപ്പോൾ അവരെ ബോധ്യപ്പെടുത്തുവാൻ കഴിയും. എന്നാൽ സസുഖം ജീവിച്ചുകൊണ്ടിരിക്കുന്ന ഒരുവന്, യാതൊരു ദൈവത്തിന്റേയും ആവശ്യമില്ല. ജീവിതത്തെ സമ്പൂർണ്ണമായി ജീവിച്ചുകൊണ്ടിരിക്കുന്ന ഒരുവന് യാതൊരു പ്രാർത്ഥനയുടേയും ആവശ്യമില്ല. മനുഷ്യമനസ്സിന്റെ രോഗാതുരമായ അവസ്ഥയാണ് പുരോഹിതർക്കും അവരുടെ തൊഴിലിനും ഏറ്റവും ആവശ്യമായിട്ടുള്ളത്.

സരതുഷ്ട്രൻ ഒരു പുരോഹിതനല്ല. മനുഷ്യമനസ്സിന്റെ രോഗാതുരമായ അവസ്ഥയെ -സ്കിസോഫ്രേനിയാ ബാധിച്ച അവസ്ഥയെ കണ്ടെത്തിയ ആദ്യത്തെ മനഃശാസ്ത്രജ്ഞൻ ഒരുപക്ഷേ അദ്ദേഹമായിരിക്കണം.

"എന്റെ സുഹൃത്തുക്കളേ, സത്യം പറഞ്ഞാൽ, മനുഷ്യരുടെ ഛേദിക്കപ്പെട്ട അവയവങ്ങൾക്കും, മുറിഞ്ഞ അംഗങ്ങൾക്കുമിടയിലൂടെ നടക്കുന്നതുപോലെയാണ്, ഇപ്പോൾ ഞാൻ ആളുകൾക്കിടയിലൂടെ നടന്നുകൊണ്ടിരിക്കുന്നത്."

സമ്പൂർണ്ണനായ ഒരു മനുഷ്യനെ കണ്ടെത്തുവാൻ അത്രയ്ക്കും ബുദ്ധിമുട്ടാണ്. ഓരോരുത്തരും അപൂർണ്ണമായ അംശങ്ങൾ മാത്രമാണ്. ചിലർ ആത്മീയവാദികളാണ്, അവർ ശരീരത്തെ നിഷേധിക്കുന്നു. ചിലർ ഭൗതികവാദികളാണ്, അവർ അവരുടെ ആത്മാവിനെ നിഷേധിക്കുന്നു. ആത്മീയവാദി ശരീരത്തെ മാത്രമല്ല നിഷേധിക്കുന്നത്, അയാൾ മനസ്സിനേയും നിഷേധിക്കുന്നു.

എല്ലാ ദൈവതത്ത്വശാസ്ത്രങ്ങളും വളരെയധികം അഭിമാനേച്ഛയുള്ളവയും, കുത്തകസ്വഭാവത്തോടുകൂടിയവയുമാണ്. അമേരിക്കയിൽ കഴിഞ്ഞ നൂറ്റാണ്ടിന്റെ അവസാനകാലത്ത് "ക്രൈസ്തവശാസ്ത്രം" (Christian Science) എന്ന പേരിൽ മതപരമായ ഒരു പ്രസ്ഥാനം നില

നിന്നിരുന്നു. അവർ ആത്മാവിൽ മാത്രമേ വിശ്വസിച്ചിരുന്നുള്ളൂ. മറ്റെല്ലാം തന്നെ വെറുമൊരു തോന്നൽ മാത്രമാണ്, മറ്റെല്ലാം നിങ്ങളുടെ ചിന്ത മാത്രമാണ്, അതിലവിടെ യാതൊരു യാഥാർത്ഥ്യവുമില്ല. അവർക്ക് അവരുടേതു മാത്രമായ പള്ളികളുണ്ടായിരുന്നു. അവിടെ അവർ തങ്ങളുടെ 'മഹത്തായ' തത്ത്വശാസ്ത്രത്തെക്കുറിച്ച് ചർച്ചചെയ്യുന്നതിനായി യോഗം കൂടുക പതിവായിരുന്നു.

ഒരു ചെറുപ്പക്കാരൻ ഒരു ദിവസം വൃദ്ധയായ സ്ത്രീയെ വഴിയിൽ വച്ച് കണ്ടുമുട്ടി. ആ സ്ത്രീ ചോദിച്ചു, “നിങ്ങളുടെ അച്ഛന് എന്തുപറ്റി? ഈയിടെയായി അയാൾ നമ്മുടെ യോഗങ്ങളിൽ പങ്കെടുക്കാറില്ലല്ലോ?” ചെറുപ്പക്കാരൻ പറഞ്ഞു, “അച്ഛൻ രോഗം ബാധിച്ച് കിടപ്പിലാണ്.” ആ സ്ത്രീ ചിരിച്ചു. അവർ പറഞ്ഞു, “രോഗമെന്നത് ഒരു ചിന്തമാത്രമാണ്. തനിക്ക് രോഗമുണ്ട് എന്നയാൾ വിചാരിക്കുന്നു. അത്രമാത്രം! അല്ലാത്ത പക്ഷം എങ്ങിനെയാണ് ആത്മാവിന് രോഗം ബാധിക്കുക? ഒരു ക്രൈസ്തവശാസ്ത്രജ്ഞനെ സംബന്ധിച്ചിടത്തോളം ഇത് ശരിയല്ല എന്ന് അയാളോട് പറയൂ.”

രണ്ടോ മൂന്നോ ആഴ്ചകൾക്കുശേഷം ആ സ്ത്രീ വീണ്ടും ആ ചെറുപ്പക്കാരനെ കണ്ടുമുട്ടി. അവർ ചോദിച്ചു. “അയാൾക്കെന്തുപറ്റി? അയാളിപ്പോഴും നമ്മുടെ യോഗങ്ങളിൽ പങ്കെടുക്കാറില്ലല്ലോ?” ചെറുപ്പക്കാരൻ പറഞ്ഞു, “ശ്രീമതി, ഈ കാര്യത്തിൽ എനിക്കെന്തു ചെയ്യാൻ കഴിയും? ഇപ്പോൾ അദ്ദേഹം ചിന്തിക്കുന്നത് താൻ മരിച്ചുകഴിഞ്ഞു എന്നാണ്. ഞങ്ങളദ്ദേഹത്തെ ബോധ്യപ്പെടുത്തുവാൻ ശ്രമിച്ചു. 'അത് നിങ്ങളുടെ ചിന്ത മാത്രമാണ്, നിങ്ങൾ മരിച്ചിട്ടില്ല' എന്ന് ഞങ്ങളദ്ദേഹത്തോട് പറഞ്ഞു. എന്നാൽ അദ്ദേഹമത് ശ്രദ്ധിക്കുന്നില്ല. 'നിങ്ങളൊരു ക്രൈസ്തവ ശാസ്ത്രജ്ഞനാണ്, നിങ്ങൾ വെറുമൊരു ചിന്തയിൽ വിശ്വസിക്കുന്നത് ശരിയല്ല, അതിനാൽ ശ്വസിക്കുവാൻ തുടങ്ങുക' എന്ന് ഞങ്ങളദ്ദേഹത്തെ ഓർമ്മിപ്പിച്ചു. എന്നാൽ അദ്ദേഹം തന്റെ ചിന്തയിൽ അത്രയ്ക്കുമധികം വിശ്വസിക്കുന്നു. അതിനാൽ ഞങ്ങൾക്കദ്ദേഹത്തെ ശവപ്പറമ്പിലേക്കു കൊണ്ടുപോകേണ്ടി വന്നു. മറ്റു യാതൊരു വഴിയുമുണ്ടായിരുന്നില്ല...”

ശരീരത്തിന്റെ നിലനിൽപ്പിനെപ്പോലും നിഷേധിച്ചുകൊണ്ടിരിക്കുന്ന ആളുകളുമുണ്ട്. അതുപോലെ മനസ്സിന്റെ അസ്തിത്വത്തെ നിഷേധിച്ചുകൊണ്ടിരിക്കുന്ന ആളുകളുമവിടെയുണ്ട്. അതേപോലെ തന്നെ ആത്മാവിന്റെ അസ്തിത്വത്തെ നിഷേധിച്ചുകൊണ്ടിരിക്കുന്ന ആളുകളുമുണ്ട്. അവർ പറയുന്നത് ശരീരം മാത്രമാണ് യാഥാർത്ഥ്യം, മറ്റെല്ലാം മിഥ്യയാണ് എന്നാണ്. ഈ ആളുകളെല്ലാം അതായത് ആത്മീയവാദികളും ഭൗതികവാദികളും ഒരു കാര്യത്തിൽ യോജിപ്പിലാണ്- അവർ മനുഷ്യനെ സ്വാഭാവികമായി നിലനിൽക്കാൻ, ജൈവപരമായ ഒരു ഏകത്വമായി നില

നിൽക്കാൻ, അനുവദിക്കുകയില്ല, എന്തെങ്കിലുമൊന്ന് ഉപേക്ഷിച്ചേ തീരു. എന്നാൽ എന്തിനെയാണോ നിങ്ങളുപേക്ഷിക്കുന്നത് ആ അംശം നിങ്ങൾക്കുള്ളിൽ തങ്ങിനിൽക്കും, അത് നിങ്ങളുടെ ഭാഗമാണ്. നിങ്ങൾക്ക് നിങ്ങളെതന്നെ വിശ്വസിപ്പിക്കാൻ കഴിയും. നിരന്തരമായ ആവർത്തന ത്തിലൂടെ-നൂറ്റാണ്ടുകളുടെ ആവർത്തനത്തിലൂടെ - അത് സാധ്യമാണ്. എന്നാൽ നിങ്ങളുടെ വിശ്വാസം പ്രകൃതിയെ അനുസരിച്ചുകൊണ്ടുള്ളത ല്ലായെങ്കിൽ, അതിന്റെ ഫലം ദുഃഖമായിരിക്കും.

മനുഷ്യരാശി ദുഃഖമനുഭവിച്ചുകൊണ്ടിരിക്കുകയാണ്. അമ്പരപ്പിക്കു ന്നൊരു പ്രതിഭാസമാണത്. മനുഷ്യരാശിയുടെ ഈ ദുഃഖത്തിനു കാരണം മതപരമായ ചില ആശയങ്ങളാണ്. ഈ ആശയങ്ങൾ മനുഷ്യനെ സ്വാഭാ വികമായി വളരുവാൻ അനുവദിക്കുന്നില്ല. അവ അവനെ സ്വാഭാവിക മായി ജീവിക്കുവാനോ, സ്വാഭാവികമായി സ്നേഹിക്കുവാനോ അനുവദി ക്കുന്നില്ല. അപ്പോൾ സ്വാഭാവികമായി അവിടെ ദുഃഖം വന്നുചേരും. അപ്പോൾ അവർ പറയും, "നോക്കൂ, ഞങ്ങൾ മുമ്പേതന്നെ പറഞ്ഞിരു ന്നില്ലേ, ഈ ജീവിതം ഒരു ശിക്ഷയല്ലാതെ മറ്റൊന്നുമല്ലായെന്ന്." ഇത് തന്ത്രപരമായ ഒരു പ്രയോഗമാണ്. ആദ്യം നിങ്ങൾ ദുഃഖത്തെ വിളിച്ചുവ രുത്തുന്നു. പിന്നെ നിങ്ങൾ ഈ ദുഃഖത്തെ ഒരു വാദന്യായം എന്ന നിലക്ക് ഉപയോഗിക്കുന്നു, അതായത് നിങ്ങൾ പാപത്തിന്റെ ഫലമായാണ് ജനി ച്ചത് എന്നും പറുദീസക്കു പകരം നിങ്ങളീ ഭൂമിയിലേക്കു വന്നത് ഒരു ശിക്ഷയാണ് എന്നുമുള്ള ആശയത്തെ പിന്താങ്ങുവാൻ നിങ്ങളീ ദുഃഖത്തെ ഉപയോഗിക്കുന്നു.

ആദവും ഹവ്വയും ദൈവത്തിന്റെ ആജ്ഞ അനുസരിക്കാതിരുന്നതു കൊണ്ടാണ് നിങ്ങൾ ദുഃഖമനുഭവിച്ചുകൊണ്ടിരിക്കുന്നത്. ഇത് വളരെ വിചിത്രമായൊരു യുക്തിയാണ്. ആദവും ഹവ്വയും ദൈവത്തെ ധിക്ക രിച്ചു എങ്കിൽ കൂടി അത് അത്രയ്ക്കും വലിയൊരു പാപമൊന്നുമായിരു ന്നില്ല. അവർ ഒരു ആപ്പിൾ തിന്നു- അതു മാത്രമാണ് അവർ ചെയ്ത കുറ്റം. അവരന്ന് ആ ആപ്പിൾ തിന്നതുകൊണ്ടാണ് ആയിരക്കണക്കിന് വർഷങ്ങൾ കഴിഞ്ഞിട്ടും നിങ്ങൾ ദുഃഖമനുഭവിച്ചുകൊണ്ടിരിക്കുന്നത്. കാരണം നിങ്ങളവരുടെ പൈതൃകത്തെ വഹിച്ചുകൊണ്ടിരിക്കുകയാണ്. എന്നാൽ ഈ ആദവും ഹവ്വയും വാസ്തവത്തിൽ ജീവിച്ചിരുന്നുവോ എന്നുപോലും നമുക്കറിഞ്ഞുകൂടാ- നിങ്ങളാ വംശത്തിൽപ്പെട്ടവനാണ്. നിങ്ങളുടെ ഉത്ഭവകർത്താക്കൾ പാപികളായിരുന്നു. അതിനാൽ നിങ്ങളും പാപികളാണ്. നിങ്ങളുടെ ജീവിതത്തിലെ ദുരിതങ്ങൾക്കു കാരണം ഇതാണ്. അല്ലെങ്കിൽ എന്തുകൊണ്ടാണ് ഇത്രയ്ക്കുമധികം ദുരിതങ്ങളു ള്ളത്.

മതങ്ങൾ വളരെ കൗശലപൂർവ്വമാണ് പ്രവർത്തിച്ചത്. പുരോഹിതരാ കട്ടെ മനുഷ്യരോട് യാതൊരു ദയയും കാണിച്ചില്ല. അവർ മനുഷ്യനെ

അവനെതിരായി വിഭജിച്ചു. തന്നോടു തന്നെ യുദ്ധം ചെയ്തുകൊണ്ടിരിക്കുന്നതുകൊണ്ടാണ് അവൻ ദുഃഖമനുഭവിക്കുന്നത്. സരതുഷ്ട്രൻ പറഞ്ഞത് ശരിയാണ്: "മനുഷ്യരുടെ ഛേദിക്കപ്പെട്ട അവയവങ്ങൾക്കും, മുറിഞ്ഞ അംഗങ്ങൾക്കുമിടയിലൂടെ നടക്കുന്നതുപോലെയാണ് ഇപ്പോൾ ഞാൻ ആളുകൾക്കിടയിലൂടെ നടന്നുകൊണ്ടിരിക്കുന്നത്."

സമ്പൂർണ്ണനായ ഒരു മനുഷ്യനെ കണ്ടെത്തുവാൻ വളരെ ബുദ്ധിമുട്ടാണ്. സമ്പൂർണ്ണനായിത്തീരുകയാണെങ്കിൽ അവൻ അതിമാനുഷനായിത്തീരും. സമ്പൂർണ്ണനായ ഒരുവൻ ഏറ്റവും സന്തോഷവാനായ ഒരുവനായിരിക്കും. ഈ മനോഹരമായ ഭൂമിക്ക് നൽകാൻ കഴിയുന്ന എല്ലാ അനുഗ്രഹങ്ങളും സമ്പൂർണ്ണനായ ഒരുവന് ലഭ്യമാകും. എന്നാൽ സമ്പൂർണ്ണനായ ഒരു വ്യക്തിക്കുമാത്രമേ ഇത് ലഭ്യമാവുകയുള്ളൂ. എന്തുകൊണ്ടാണ് സമ്പൂർണ്ണനായ ഒരുവന് ഇത്രയും സന്തോഷവാനാകാൻ കഴിയുന്നത്? എന്തെന്നാൽ സമ്പൂർണ്ണനായ ഒരുവൻ പൂർണ്ണമായി, ഗാഢമായി, ജീവിക്കുന്നു. ഓരോ നിമിഷവും അയാൾ ജീവിതത്തിന്റെ ചാറ് ഞെക്കിപ്പിഴിഞ്ഞെടുത്തു കുടിക്കുന്നു. അയാളുടെ ജീവിതം ഒരു നൃത്തമാണ്, അയാളുടെ ജീവിതം ഒരു ആഘോഷമാണ്.

നിങ്ങളുടെ ജീവിതം ഒരു ആഘോഷമാകുമ്പോൾ, അപ്പോൾ അതൊരു ശിക്ഷയാണെന്ന് നിങ്ങൾക്ക് വിശ്വസിക്കുവാൻ കഴിയില്ല. അപ്പോൾ നിങ്ങൾക്ക് പുരോഹിതരുടെ നുണകൾ വ്യക്തമായി കാണാൻ കഴിയും. അപ്പോൾ നിങ്ങൾക്ക് ഒരു പറുദീസയുടേയും ആവശ്യമില്ലാതാകും, എന്തുകൊണ്ടെന്നാൽ ഇപ്പോൾ തന്നെ അതിവിടെ നിങ്ങൾക്ക് ലഭ്യമായിക്കഴിഞ്ഞു. ഭാവിയിലേക്ക്, നിങ്ങളുടെ മരണശേഷമുള്ള നാളുകളിലേക്ക് നിങ്ങൾക്കത് നീട്ടിവക്കേണ്ടതായിട്ടില്ല.

"എന്റെ കണ്ണുകൾക്കുമുമ്പിൽ പ്രത്യക്ഷപ്പെട്ട ആ ഭയാനകദൃശ്യമിതായിരുന്നു: കൂട്ടക്കൊല നടന്ന ഒരു യുദ്ധക്കളത്തിലെന്നതുപോലെ മനുഷ്യാവശിഷ്ടങ്ങൾ അവിടെ കഷണങ്ങളായി ചിതറിക്കിടക്കുകയായിരുന്നു."

സരതുഷ്ട്രൻ കാര്യങ്ങളെ സമഗ്രമായും, വളരെ വ്യക്തമായും കാണുന്നു. അത്രയ്ക്കും വ്യക്തത വളരെ അപൂർവ്വമാണ്. മനുഷ്യരാശി എന്നു നാം വിളിക്കുന്നതിനെ അദ്ദേഹം കൂട്ടക്കൊല നടന്ന ഒരു യുദ്ധക്കളം എന്നതുപോലെയാണ് കാണുന്നത്.

ഒരു തരത്തിലല്ലെങ്കിൽ, മറ്റൊരു തരത്തിൽ, ഓരോരുത്തരും നശിപ്പിക്കപ്പെട്ടുകൊണ്ടേയിരിക്കുന്നു. വളരുന്നതിൽ നിന്ന് ഓരോരുത്തരും തടയപ്പെട്ടുകൊണ്ടേയിരിക്കുന്നു. ഏറ്റവും ആവശ്യമായ, ഒരുവന്റെ ജന്മാവകാശം തന്നെയായിരുന്ന ചിലത് ഓരോരുത്തർക്കും നഷ്ടപ്പെട്ടുകൊണ്ടേയിരിക്കുന്നു. കുറ്റപ്പെടുത്തുന്നവർക്ക് - മിക്കവാറും എല്ലാ പുരോഹിതരും കുറ്റപ്പെടുത്തുന്നവരാണ് - ആരേയും സന്തോഷവാന്മാരായി,

ഉല്ലാസവാന്മാരായി കാണാൻ കഴിയില്ല. അവരുടനെ അയാളുടെ നേരെ ചാടിവീഴുകയും, അയാളുടെ ആഹ്ലാദത്തേയും സന്തോഷത്തേയും നിന്ദിക്കുവാൻ തുടങ്ങുകയും ചെയ്യും. എങ്ങിനെയാണ് ആളുകളുടെ സന്തോഷത്തെ നശിപ്പിക്കേണ്ടത് എന്നതിനുള്ള വാദങ്ങളും ന്യായങ്ങളും അവർ വികസിപ്പിച്ചെടുത്തിട്ടുണ്ട്.

അവരുടെ പ്രധാനവാദം ഇതാണ്: ജീവിതം വളരെ ഹ്യസ്വവും, സുഖങ്ങൾ ക്ഷണികവുമാണ്. അവ എല്ലായ്പോഴും മാറിക്കൊണ്ടിരിക്കുന്നു. ആ സുഖങ്ങളാൽ വഞ്ചിക്കപ്പെടാതിരിക്കുക. എന്തെന്നാൽ നിങ്ങളവയാൽ വഞ്ചിക്കപ്പെടുകയാണെങ്കിൽ, അപ്പോൾ പറുദീസയിലെ നിത്യമായ ആനന്ദം നിങ്ങൾക്ക് നഷ്ടമാകും.

സ്വാഭാവികമായും ഒരുവനതിന് നൽകേണ്ടിവരുന്ന വില വളരെ വലുതാണ്. രാവിലത്തെ ചായകുടിയുടെ ആ ഒരു ചെറിയ സുഖത്തിനുവേണ്ടി പറുദീസയിൽ നിങ്ങൾക്കു ലഭിക്കാൻ പോകുന്ന പരമാനന്ദത്തെ നശിപ്പിക്കുവാൻ നിങ്ങൾ ഇഷ്ടപ്പെടുകയില്ല. ഈ ജീവിതം കൊച്ചുകൊച്ചു സുഖങ്ങൾ ഉൾക്കൊള്ളുന്നതാണ്. എന്നാൽ ആ സുഖങ്ങളെല്ലാം കൂടി ഒരുമിച്ചുകൂട്ടുകയാണെങ്കിൽ, നിങ്ങളുടെ ജീവിതം അതിനുവേണ്ടി തന്നെയുള്ള ഒരു സുഖമായിത്തീരും. വലിയ വലിയ സുഖങ്ങളൊന്നും ഒരുവന് ആവശ്യമില്ല. അവരുടെ പറുദീസയും, അതിലെ പരമാനന്ദവും വെറും കവിത മാത്രമാണ്, എന്തെന്നാൽ ഇതുവരെ ആരുംതന്നെ അത് കണ്ടിട്ടില്ല. ആരും തന്നെ അവിടെനിന്നു തിരിച്ചുവന്ന് 'ശരിയാണ്, ഞാനതിന് ദൃക്സാക്ഷിയാണ്' എന്നു പറഞ്ഞിട്ടില്ല.

സാങ്കല്പികമായ ദൈവങ്ങളുടെ പേരിൽ, കൃത്രിമമായ സുഖങ്ങളുടെ പേരിൽ, യഥാർത്ഥമായതെന്തോ അത് നശിപ്പിക്കപ്പെട്ടു. "അതുപോലെ വർത്തമാനകാലത്തിൽ നിന്ന് ഭൂതകാലത്തിലേക്ക് എന്റെ കണ്ണുകൾ പിൻതിരിഞ്ഞോടുമ്പോൾ, ഒരേ കാര്യത്തെ തന്നെ അതെല്ലായ്പോഴും കണ്ടെത്തുന്നു: യാദൃച്ഛിക സംഭവങ്ങളുടെ അവശിഷ്ടങ്ങളെന്നോണം അവിടെ മുറിഞ്ഞ അവയവങ്ങളും അംഗങ്ങളും മാത്രം! എന്നാൽ അവിടെ മനുഷ്യരാരും തന്നെയില്ല.

ഭൂമിയിലിപ്പോൾ നടന്നുകൊണ്ടിരിക്കുന്നതും, കഴിഞ്ഞുപോയതുമായ സംഭവങ്ങൾ.... ഹാ! എന്റെ സുഹൃത്തുക്കളേ, എന്റെ ഏറ്റവും വലിയ ദുഃഖമതാണ്. വരാൻ പോകുന്നതിനെ മുൻകൂട്ടി കാണുവാനുള്ള കഴിവ് എനിക്കില്ലായിരുന്നുവെങ്കിൽ, എങ്ങിനെയാണ് ജീവിക്കേണ്ടത് എന്ന് എനിക്കറിയുകയില്ലായിരുന്നു. സരതുഷ്ട്രൻ പറയുന്നു, "മനുഷ്യവർഗ്ഗത്തിന്റെ ഭൂതകാലത്തിലേക്കും, വർത്തമാനകാലത്തിലേക്കും നോക്കിക്കൊണ്ടിരിക്കുക എന്നത് അത്രയ്ക്കും വേദനയുളവാക്കുന്നതും, അത്രയ്ക്കും ദുഃഖകരവുമായ ഒരു കാര്യമാണ്. എനിക്കതിനെ അതിജീവിക്കാൻ കഴിയുമെന്ന് ഞാനൊരിക്കലും കരുതിയിരുന്നില്ല. ആ വേദന അത്രക്കും

ദുസ്സഹമാണ്. അതെന്റെ ഹൃദയത്തെ പിളർക്കുമായിരുന്നു. എന്റെ ജീവിതത്തെ നിലനിർത്തിക്കൊണ്ടിരുന്ന ഒരേയൊരു കാര്യം ഇനിയും ഒരു ഭാവിയുണ്ട് എന്ന പ്രതീക്ഷയാണ്. ഭൂതകാലം അവസാനിച്ചുകഴിഞ്ഞു. വർത്തമാനകാലം ഓരോ നിമിഷവും ഭൂതകാലമായിത്തീർന്നുകൊണ്ടിരിക്കുകയാണ്. എന്നാൽ മതത്തിന്റെ ചങ്ങലകളിൽ നിന്നും മനുഷ്യൻ മോചിതനായി തീർന്നേക്കാം എന്ന ഒരു പ്രതീക്ഷ ഇപ്പോഴുമുണ്ട്. എങ്ങിനെയാണ് താൻ വഞ്ചിക്കപ്പെട്ടത് എന്നും, ചൂഷണം ചെയ്യപ്പെട്ടത് എന്നും എന്നെങ്കിലും മനുഷ്യൻ തിരിച്ചറിയും. ആ തിരിച്ചറിവിൽ നിന്ന് ഒരു സമ്പൂർണ്ണ മനുഷ്യൻ-ഒരു അതിമാനുഷൻ-ഉയർന്നുവരും. ആ അതിമാനുഷനെക്കുറിച്ചുള്ള പ്രതീക്ഷ മാത്രമാണ് എന്നെ ജീവനോടെ നിലനിർത്തിക്കൊണ്ടിരിക്കുന്നത്. അല്ലാത്തപക്ഷം ഭൂതകാലത്തിലേക്കും വർത്തമാനകാലത്തിലേക്കും നോക്കിക്കൊണ്ടിരിക്കുക എന്നത് അത്രയ്ക്കും കഠിനമായൊരു കാര്യമാണ്, അത്രയ്ക്കും വിഷാദമുളവാക്കുന്ന ഒരു കാര്യമാണ്. ആ കടുത്ത വിഷാദത്തിന്റെ ഫലമായി മരിച്ചുപോകുമോ എന്നുകൂടി ഞാൻ ഭയപ്പെടുന്നു."

സരതുഷ്ട്രൻ പറയുന്നത് ശരിയാണ്. എന്നെങ്കിലുമൊരുനാൾ മനുഷ്യനത് മനസ്സിലാക്കും എന്ന പ്രതീക്ഷ മാത്രമാണുള്ളത്. പുരോഹിതർ സൃഷ്ടിച്ച തടവറകളിൽ എത്ര കാലമാണ് അവന് നിലനിൽക്കാൻ കഴിയുക? ആ തടവറകളെ അവർ പള്ളികളെന്നും, അമ്പലങ്ങളെന്നും, മസ്ജിദുകളെന്നുമൊക്കെ വിളിച്ചേക്കാം. അവരുടെ ആ തടവറകൾക്ക് അവരെന്തുപേരാണ് നൽകിയിട്ടുള്ളത് എന്നത് വലിയ ഒരു കാര്യമല്ല. കന്നുകാലികളെപ്പോലെ മനുഷ്യരെ തരംതിരിച്ചുകാണുന്നത്-ചിലരെ ഹിന്ദുക്കളെന്നും, ചിലരെ മുഹമ്മദീയരെന്നും, ചിലരെ ക്രിസ്ത്യാനികളെന്നുമൊക്കെ ലേബലൊട്ടിച്ചുകാണുന്നത്-അത് അത്രയ്ക്കും ദുഃഖകരമായ ഒരു കാര്യമാണ്.

ഏതെങ്കിലുമൊരു പ്രത്യേക വിഭാഗത്തിന്റെ അടയാളമുദ്രയില്ലാത്ത, ഒറ്റയ്ക്കുനിൽക്കുന്ന ഒരു മനുഷ്യനെ ഈ ഭൂമിയിൽ കണ്ടെത്താൻ വളരെ ബുദ്ധിമുട്ടാണ്. ആൾക്കൂട്ടത്തിൽ നിന്ന് വേറിട്ടുനിൽക്കുന്ന, സാമാന്യ ജനത്തിൽ നിന്ന് മാറിനിൽക്കുന്ന, കൂട്ടത്തിലായിരിക്കുമ്പോഴും തനിമ നിലനിർത്തിക്കൊണ്ടിരിക്കുന്ന, ഒരു സമ്പൂർണ്ണ ജീവിയായി നിലനിൽക്കുന്ന, സ്വന്തം പ്രകൃതമനുസരിച്ച് നിർഭയം ജീവിച്ചുകൊണ്ടിരിക്കുന്ന, ഒരു മനുഷ്യനെ ഈ ഭൂമി മുഴുവൻ തിരഞ്ഞാലും കണ്ടെത്തുവാൻ ബുദ്ധിമുട്ടാണ്.

പ്രകൃതിയൊഴികെ, യാതൊരു മതവുമവിടെയില്ല.

എന്താണ് പ്രകൃതിയെന്ന് നിങ്ങളെ പഠിപ്പിക്കേണ്ടതായിട്ടില്ല.

നിങ്ങൾക്ക് ദാഹമനുഭവപ്പെടുമ്പോൾ, നിങ്ങൾക്ക് വെള്ളമാവശ്യമുണ്ട് എന്ന് നിങ്ങളറിയും. നിങ്ങൾക്ക് വിശക്കുമ്പോൾ നിങ്ങൾക്ക് ഭക്ഷണമാവശ്യമുണ്ട് എന്ന് നിങ്ങളറിയും. നിങ്ങളുടെ ജന്മവാസന എല്ലായ്പോഴും

നിങ്ങൾക്ക് മാർഗ്ഗനിർദ്ദേശം നൽകും. പ്രകൃതിയൊഴികെ മറ്റു യാതൊരു മാർഗ്ഗദർശിയുമവിടെയില്ല. മറ്റെല്ലാ വഴികാട്ടികളും വഴിതെറ്റിക്കുന്നവരാണ്. അവർ നിങ്ങളെ നിങ്ങളുടെ സ്വാഭാവികമായ ജീവിതചര്യയിൽ നിന്ന് അകറ്റും. ഒരിക്കൽ നിങ്ങൾ നിങ്ങളുടെ സ്വാഭാവികമായ ജീവിതപന്ഥാവിൽ നിന്ന് അകന്നു കഴിഞ്ഞാൽ, ഉടനെ ദുഃഖം നിങ്ങളെ പിടികൂടും. നിങ്ങളുടെ ദുഃഖമാണ് അവരുടെ ആനന്ദം, എന്തെന്നാൽ ദുഃഖിതരായവർ മാത്രമേ പള്ളികളിലേക്കും, അമ്പലങ്ങളിലേക്കുമൊക്കെ വരികയുള്ളൂ. നിങ്ങൾക്ക് സന്തോഷമനുഭവപ്പെട്ടുകൊണ്ടിരിക്കുമ്പോൾ, നിങ്ങൾ ഉല്ലാസവാനായിരിക്കുമ്പോൾ, നിങ്ങൾ യുവത്വത്തിലും ആരോഗ്യത്തിലുമായിരിക്കുമ്പോൾ, അപ്പോൾ പള്ളിക്കളെക്കുറിച്ച് ആരാണ് ശ്രദ്ധിക്കുക? ജീവിതം അത്രയ്ക്കും സമ്പന്നമാണ്, ജീവിതം അത്രയ്ക്കുമൊരു ആനന്ദമാണ്. അപ്പോൾ ദുഃഖവും ഗൗരവവും തളംകെട്ടിനിൽക്കുന്ന ആ ശവപ്പറമ്പുകളിലേക്ക് ആരാണ് കടന്നുചെല്ലുവാനാഗ്രഹിക്കുക? ഗൗരവമാർന്ന ഒരു മുഖമാണ് മതപരമെന്ന് കരുതപ്പെടുന്നത്. ആ സന്ദർഭത്തിൽ പെട്ടെന്ന് നിങ്ങളൊന്ന് പൊട്ടിച്ചിരിക്കുകയാണെങ്കിൽ, ഒരു ഭ്രാന്തനെ എന്നതുപോലെ അവർ നിങ്ങളെ നിന്ദിക്കും. സ്നേഹം നിരോധിക്കപ്പെട്ട, നൃത്തം ചെയ്യുവാൻ അനുവദിക്കപ്പെടാത്ത, അങ്ങേയറ്റം പഴകിയതും പൊടിനിറഞ്ഞതുമായ, ആ തടവറകൾക്കുള്ളിൽ, ഒട്ടുംതന്നെ നിങ്ങളുടെ ഹൃദയത്തെ സ്പർശിക്കാത്ത, നിങ്ങളിൽ യാതൊരു പുളകവും സൃഷ്ടിക്കാത്ത, മൃതമായ വാക്കുകൾ കേട്ടുകൊണ്ട് നിങ്ങൾക്കിരിക്കേണ്ടിവരും. ഈ പള്ളികളും, അമ്പലങ്ങളും മസ്ജിദുകളുമാണ് മനുഷ്യനെ ഇത്രയും നാൾ അടിമപ്പെടുത്തിവച്ചിട്ടുള്ളത്.

ഇതിന് എന്നെന്നേക്കുമായി നിലനിൽക്കാൻ കഴിയില്ല എന്ന് മറ്റെല്ലാ മിസ്റ്റിക്കുകളേയും പോലെ, സരതുഷ്ട്രനും പ്രതീക്ഷിക്കുന്നു. എന്നെങ്കിലുമൊരുനാൾ മനുഷ്യന്റെ ധിഷണ ഇതിനെതിരെ കലാപമുയർത്തും എന്നു തീർച്ചയാണ്.

ഒരേയൊരു പ്രതീക്ഷ വിപ്ലവം മാത്രമാണ്. എന്നെങ്കിലുമൊരുനാൾ ദേവാലയങ്ങളെന്ന് വിളിക്കപ്പെടുന്ന ഈ സ്ഥാപനങ്ങളെ മനുഷ്യൻ നശിപ്പിക്കുമെന്ന് തീർച്ചയാണ്, എന്തെന്നാൽ ഈ ഗ്രഹവും, നക്ഷത്രങ്ങളെക്കൊണ്ടുനിറഞ്ഞ ഈ ആകാശവും മാത്രമാണ് ഇവിടെയുള്ള ഒരേയൊരു ദേവാലയം. മറ്റെല്ലാ ദേവാലയങ്ങളും മനുഷ്യനിർമ്മിതമാണ്. ജീവിച്ചിരിക്കുന്ന ഒരേയൊരു ദൈവം വൃക്ഷങ്ങളിലും ജന്തുക്കളിലും മനുഷ്യനിലുമുള്ള ഈ ജീവൻ മാത്രമാണ്. അമ്പലങ്ങളിലുള്ള ദൈവങ്ങൾ മനുഷ്യനാൽ ഉണ്ടാക്കപ്പെട്ടവയാണ്. ദൈവമാണ് ലോകത്തെ സൃഷ്ടിച്ചത് എന്ന് ഈ മതങ്ങൾ പറഞ്ഞുകൊണ്ടേയിരിക്കുന്നത് വളരെ വിചിത്രമാണ്. എന്നാൽ അവരുടെ ദൈവങ്ങൾ മനുഷ്യനാൽ സൃഷ്ടിക്കപ്പെട്ടവയാണ്. " ദൈവം തന്നെപ്പോലെ മനുഷ്യനേയും സൃഷ്ടിച്ചു. തന്റെ സ്വന്തം പ്രതിച്ഛായയിൽ അവൻ മനുഷ്യനെ സൃഷ്ടിച്ചു" എന്ന് അവർ പറയുന്നു.

എന്നാൽ സത്യം നേരെ മറിച്ചാണ്. മനുഷ്യനാണ് ദൈവത്തെ തന്റെ സ്വന്തം പ്രതിച്ഛായയിൽ സൃഷ്ടിച്ചത്. അതുകൊണ്ടാണ് ചൈനക്കാരുടെ ദൈവം ഹിന്ദുക്കളുടെ ദൈവത്തിൽ നിന്ന് വ്യത്യസ്തമായിരിക്കുന്നത്, ആഫ്രിക്കക്കാരുടെ ദൈവം യൂറോപ്പിലുള്ളവരുടെ ദൈവത്തിൽ നിന്ന് വ്യത്യസ്തമായിരിക്കുന്നത്. കാരണം ആളുകൾ തങ്ങളുടെ സ്വന്തം പ്രതിച്ഛായയിൽ ദൈവങ്ങളെ സൃഷ്ടിച്ചുകൊണ്ടിരിക്കുകയാണ്. മൂഢത അതിന്റെ പരമകാഷ്ഠയിലെത്തിച്ചേർന്നിരിക്കുകയാണ്. നിങ്ങൾ തന്നെ ആ ബിംബങ്ങളെ സൃഷ്ടിക്കുകയും, പിന്നെ നിങ്ങളവയുടെ മുമ്പിൽ ചെന്ന് മുട്ടുകുത്തുകയും ചെയ്യുന്നു. ഇതിനേക്കാൾ മൂഢമായ എന്തെങ്കിലും നിങ്ങൾക്ക് ചിന്തിക്കുവാൻ കഴിയുമോ? പിന്നെ നിങ്ങൾ പ്രാർത്ഥിക്കാൻ തുടങ്ങും.

കുട്ടികൾക്ക് മാപ്പുനൽകാൻ കഴിയും. അവർ തങ്ങളുടെ കളിപ്പാട്ടങ്ങളെ അവരുടെ ടെഡ്ഢിബിയറുകളെ-സ്നേഹിക്കുന്നു. എന്നാൽ നിങ്ങൾ മുതിർന്നവരാണ്. എന്നിട്ടും നിങ്ങൾ കുട്ടികളെപ്പോലെ നിങ്ങളുടെ 'ടെഡ്ഢിബിയറുകളെ' സ്നേഹിക്കുന്നു. നിങ്ങളുടെ അമ്പലങ്ങളിലും, നിങ്ങളുടെ പള്ളികളിലും, നിങ്ങളുടെ സിനഗോഗുകളിലുമുള്ളത് ആ ടെഡ്ഢിബിയറുകളാണ്. നിങ്ങളുടെ ദൈവങ്ങളും ടെഡ്ഢിബിയറുകളുടെ അതേ ധർമ്മം തന്നെയാണ് നിരവേറ്റുന്നത്.

കളിപ്പാട്ടങ്ങളില്ലെങ്കിൽ-ടെഡ്ഢിബിയറുകളില്ലെങ്കിൽ-കുട്ടികൾക്ക് തങ്ങളൊറ്റപ്പെട്ടതായി തോന്നും. ഏതാനും ദിവസങ്ങൾക്കുമുമ്പ് ഇവിടെ ഒരു ചെറിയ കുട്ടിയുണ്ടായിരുന്നു. അവന്റെ അമ്മ - അമൃതോ - ഗ്രീസിൽ നിന്നുവന്ന ഒരു സന്യാസിനിയാണ്. ഞാൻ ഗ്രീസിലായിരുന്നപ്പോൾ അവൻ എന്നോട് വളരെ അടുപ്പത്തിലായിത്തീർന്നു. പിന്നെ അമ്മയോടൊപ്പം ഇവിടേക്കു വന്നപ്പോൾ അവൻ എനിക്കുവേണ്ടി ഒരു ടെഡ്ഢിബിയറിനെ കൊണ്ടുവന്നു. അവൻ അവന്റെ അമ്മയോട് പറഞ്ഞു, "ഈ ടെഡ്ഢിബിയർ ഭഗവാനുള്ളതാണ്. ഭഗവാൻ ഇവിടെ ഒറ്റയ്ക്കാണ് ജീവിക്കുന്നത്. ഭഗവാന് ഒരു കൂട്ടുകാരനാവശ്യമുണ്ട്".

വാസ്തവത്തിൽ നിങ്ങളുടെ ദൈവങ്ങൾ എന്താണ്? അവ നിങ്ങൾക്കൊരാശ്വാസമാണ്, എന്തുകൊണ്ടെന്നാൽ ആൾക്കൂട്ടത്തിനിടയിൽ പോലും നിങ്ങളൊറ്റയ്ക്കാണ് എന്ന് നിങ്ങൾക്കു തോന്നും. ആകാശത്തിൽ, ദൈവത്തിന്റെ രൂപത്തിൽ, നിങ്ങൾക്കൊരു ടെഡ്ഢിബിയറിനെ ആവശ്യമുണ്ട്. എല്ലായ്പ്പോഴും നിങ്ങളോടൊപ്പമുണ്ട് എന്നു തോന്നിപ്പിക്കുന്ന-അനശ്വരനായ-ഒരു ടെഡ്ഢിബിയറിനെ നിങ്ങൾക്കാവശ്യമുണ്ട്. അവർ സർവ്വജ്ഞനും, സർവ്വശക്തനും, സർവ്വവ്യാപിയുമാണെന്ന്, അവന് എന്തും ചെയ്യുവാൻ കഴിയുമെന്ന്, നിങ്ങൾ വിശ്വസിക്കുന്നു. എന്നാൽ വാസ്തവത്തിൽ അവൻ നിങ്ങൾക്കൊരു ആശ്വാസം മാത്രമാണ്.

ദൈവത്തിൽ വിശ്വസിക്കുന്നവരായ ആളുകൾ തങ്ങളെ മുതിർന്നവരാകുവാൻ അനുവദിച്ചിട്ടില്ല. തങ്ങളുടെ മാനസികവളർച്ചയെ അവർ തടസ്സപ്പെടുത്തിയിരിക്കുകയാണ്. അല്ലാത്തപക്ഷം, യാതൊരു ദൈവത്തിന്റേയും ആവശ്യമവിടെയില്ല.

ജീവിതം സ്വയംപര്യാപ്തമാണ്. അത് അത്രയ്ക്കും സുന്ദരമാണ്. അത് ഗാനങ്ങളെക്കൊണ്ടും, പുഷ്പങ്ങളെക്കൊണ്ടും, പറക്കുന്ന പക്ഷികളെക്കൊണ്ടും നിറഞ്ഞതാണ്. അത് വളരുവാനും, നിങ്ങളായി തന്നെ നിലനിൽക്കുവാനുമുള്ള പൂർണ്ണസ്വാതന്ത്ര്യമാണ്. അത് നിങ്ങൾക്ക് പത്തുകൽപനകളൊന്നും നൽകുന്നില്ല. അത് നിങ്ങളെ, നിങ്ങളെങ്ങിനെയോ, അങ്ങിനെ സ്വീകരിക്കുന്നു. നിങ്ങളെങ്ങിനെയായിരിക്കണം എന്നതിനെക്കുറിച്ചൊന്നും അത് പരാതിപ്പെടുന്നില്ല. ജീവിച്ചിരിക്കുന്ന എല്ലാറ്റിനോടുമുള്ള അതിന്റെ സ്നേഹവും ബഹുമാനവും നിരുപാധികമാണ്.

എന്തിനുവേണ്ടിയാണ് നിങ്ങളാ ദൈവങ്ങളെ ആവശ്യപ്പെടുന്നത്? എന്തെന്നാൽ നിങ്ങൾ ദുഃഖിതനാണ്. ആ കൗശലപ്രയോഗമിതാണ്: സന്തോഷമുള്ളവരായിത്തീരാൻ ആളുകളെ അനുവദിക്കരുത്, അല്ലാത്തപക്ഷം മതം അപ്രത്യക്ഷമാകും.

മഹത്തായ തന്റെ ഉൾക്കാഴ്ചകളിലൊരിടത്ത് ബർട്രൻഡ് റസ്സൽ ഇങ്ങിനെ പറഞ്ഞിട്ടുണ്ട്. "ലോകത്തിലെ ആളുകൾ മുഴുവൻ സന്തോഷവാന്മാരായിത്തീരുകയാണെങ്കിൽ, പിന്നെയവിടെ യാതൊരു മതവും ഉണ്ടായിരിക്കുകയില്ല എന്ന് എനിക്ക് ഉറപ്പുനൽകാൻ കഴിയും." അദ്ദേഹം പറയുന്നതിൽ മഹത്തായ ഒരു സത്യമുണ്ട്. ആളുകൾ എന്നെന്നും ദരിദ്രരായി നിലനിൽക്കണമെന്ന് മതങ്ങളാഗ്രഹിക്കുന്നു. അവർ ദുഃഖിതരും, രോഗമുള്ളവരും, എല്ലായ്പോഴും ഉത്ക്കണ്ഠാകുലരുമായി നിലനിൽക്കണമെന്ന് മതങ്ങളാഗ്രഹിക്കുന്നു. അപ്പോൾ സ്വാഭാവികമായും അവർ ദുർബലരായിത്തീരും. അവർക്ക് സഹായം ആവശ്യമായിത്തീരും. അപ്പോൾ അവർക്ക് സഹായം നൽകുവാൻ തയ്യാറായിക്കൊണ്ട് പുരോഹിതനവിടെയുണ്ടാകും. "ഈ മനുഷ്യന് നിന്റെ കാരുണ്യം ആവശ്യമുണ്ട്" എന്ന് ദൈവത്തെ അറിയിക്കുവാൻ അയാൾ തയ്യാറാകും. എന്നാൽ ഒരു പ്രാർത്ഥനയും ഇതുവരെ കേൾക്കപ്പെട്ടതായി തോന്നുന്നില്ല.

പുരോഹിതർ വളരെ സമർത്ഥരാണ്. അവർ പറയും, "നിങ്ങളുടെ പ്രാർത്ഥന കേൾക്കപ്പെടാത്തതിന്റെ കാരണം നിങ്ങൾ സദ്ഗുണമുള്ളവനല്ല എന്നതിനാലാണ്. നിങ്ങളതിന് ഇനിയും അർഹനായിട്ടില്ല. നിങ്ങൾ പാപിയാണ്. നിങ്ങൾ മതത്തിനെതിരായ കാര്യങ്ങൾ ചെയ്തുകൊണ്ടിരിക്കുകയാണ്." എന്നാൽ ഏതെങ്കിലും വിധത്തിലുള്ള പാപം ചെയ്യാതെ ജീവിക്കുവാൻ മിക്കവാറും അസാധ്യമാണ്.

ഭാരതത്തിലെ മതങ്ങളിലൊന്നായ ജൈനമതത്തിൽ അഞ്ച് പ്രധാന തത്ത്വങ്ങളുണ്ട്. അതിലൊന്നാമത്തെ തത്ത്വമാണ് 'അസദ്' എന്നത്.

അതിന്റെ അർത്ഥം 'സ്വാദറിയരുത്' എന്നാണ്. എത്രവേണമെങ്കിലും ഭക്ഷിച്ചുകൊള്ളൂ. എന്നാൽ അതിന്റെ രുചി ആസ്വദിക്കരുത്. ഇപ്പോൾ നിങ്ങളൊരുവനെ അത്രയ്ക്കും ബുദ്ധിമുട്ടായ ഒരവസ്ഥയിലേക്ക് തള്ളിവിടുകയാണ്. അയാളുടെ നാവിൽ സ്വാദറിയുന്നതിനുള്ള രസമുകുളങ്ങളവിടെയുണ്ട്. പ്ലാസ്റ്റിക്സർജറിയിലൂടെ അയാളാ രസമുകുളങ്ങളെ നീക്കം ചെയ്തിട്ടില്ലായെങ്കിൽ, അയാൾക്കതിന്റെ രുചി അറിയേണ്ടിവരും.

കയ്പുള്ള എന്തെങ്കിലുമൊന്ന് നിങ്ങളുടെ വായിൽ വന്നുപെടുകയാണെങ്കിൽ, നിങ്ങൾക്കതിന്റെ കയ്പ് രുചിക്കേണ്ടിവരും. അത് മധുരമുള്ള ഒരു വസ്തുവായാലും കാര്യമിതുതന്നെയാണ്. എന്നാൽ മതം പറയുന്നതനുസരിച്ച് നിങ്ങളൊരു തെറ്റ് ചെയ്തുകഴിഞ്ഞു. എന്തെന്നാൽ രുചി ശരീരത്തിന്റേതാണ്, നിങ്ങൾ ശരീരത്തെ ആസ്വദിച്ചുകൊണ്ടിരിക്കുകയാണ്. അപ്പോൾ നിങ്ങൾക്ക് ശരീരത്തിനെതിരായി യുദ്ധം ചെയ്യേണ്ടിവരും.

മനുഷ്യനെ സംബന്ധിച്ചിടത്തോളം അവർ എല്ലാം തന്നെ അസാധ്യമാക്കിത്തീർത്തുകഴിഞ്ഞു. അതിനാൽ എല്ലാവരും അയോഗ്യരാണ്. നിങ്ങൾ അയോഗ്യനാണെങ്കിൽ-നിങ്ങൾക്ക് ആഗ്രഹങ്ങളും അഭിലാഷങ്ങളുമുണ്ട്-അപ്പോൾ സ്വാഭാവികമായും നിങ്ങൾ നിന്ദിക്കപ്പെടും. നിങ്ങൾക്കൊരു ജൈവശാസ്ത്രമുണ്ട്, നിങ്ങൾ ജനിച്ചിട്ടുള്ളത് ആ ജൈവശാസ്ത്രത്തിൽ നിന്നാണ്. നിങ്ങളുടെ ഓരോ കോശത്തിലൂടെയും ഒഴുകിക്കൊണ്ടിരിക്കുന്നത് ലൈംഗികോർജ്ജമാണ്.

നിങ്ങളൊരുവനെ പ്രേമിക്കുവാനാഗ്രഹിക്കുന്നു. എന്നാൽ എല്ലാ മതങ്ങളും അതിനെതിരാണ്. പ്രേമമോ? എങ്കിൽ നിങ്ങൾക്ക് നരകം ഉറപ്പാണ്. എന്നാൽ നിങ്ങളുടെ ജൈവശാസ്ത്രം പ്രേമിക്കുവാൻ നിങ്ങളെ നിർബന്ധിക്കുന്നു. അതിനാൽ നിങ്ങൾ സ്നേഹിക്കുന്നത് അർദ്ധമനസ്സോടെയാണ്, ഹൃദയത്തിൽ വലിയ ദുഃഖം പേറിക്കൊണ്ടാണ്. നിങ്ങളൊരു പാപം ചെയ്തുകൊണ്ടിരിക്കുകയാണ് എന്നറിഞ്ഞുകൊണ്ടുതന്നെയാണ് നിങ്ങൾ പ്രേമിക്കുന്നത്. സ്വാഭാവികമായും അപ്പോൾ നിങ്ങൾക്ക് പ്രേമത്തെ ആസ്വദിക്കുവാൻ കഴിയില്ല. ശരിക്കും ആസ്വദിക്കുവാൻ കഴിയാത്തതിനാൽ, നിങ്ങൾക്കത് കൂടുതൽ ആവശ്യമായിത്തീരും. അപ്പോൾ നിങ്ങൾ കൂടുതൽ വലിയൊരു പാപിയായിത്തീർന്നുകൊണ്ടേയിരിക്കും. അതിനാൽ ഒരുവന്റെ ജീവിതത്തിലേക്കു നോക്കാതെ തന്നെ അയാൾ അയോഗ്യനാണ് എന്ന് നിങ്ങൾക്കു പറയാൻ കഴിയും. അതുകൊണ്ടാണ് ഒരുവന്റെ പ്രാർത്ഥന കേൾക്കപ്പെടാതെ പോകുന്നത് എന്ന് നിങ്ങൾക്കയാളോട് പറയാൻ കഴിയും.

അത് കേൾക്കുവാൻ ആരും തന്നെ അവിടെയില്ല എന്നതാണ് സത്യം. പ്രാർത്ഥിച്ചുകൊണ്ടിരിക്കുന്ന ഒരുവൻ മനഃശാസ്ത്രപരമായി എവിടെയോ ഉറച്ചുപോയിരിക്കുകയാണ് എന്നതാണ് സത്യം. രണ്ടാം ലോകമഹാ

യുദ്ധത്തിനുശേഷം പട്ടാളക്കാരുടെ ശരാശരി മാനസിക വയസ്സ് (Average mental age) കണ്ടെത്തുവാൻ ഒരു കൂട്ടം ഗവേഷകർ ശ്രമിക്കുകയുണ്ടായി. കാരണം അപ്പോഴേക്കും വ്യക്തികളുടെ ബുദ്ധിശക്തി (Intelligence) അളന്നുനോക്കുന്ന കാര്യത്തിൽ മനഃശാസ്ത്രജ്ഞർ വളരെ വിദഗ്ധരായി ത്തീർന്നുകഴിഞ്ഞിരുന്നു. പട്ടാളക്കാരിൽ നടത്തിയ ഗവേഷണം പൂർത്തി യായപ്പോൾ ഗവേഷകർ ഞെട്ടിപ്പോയി. ഇതായിരിക്കും ഫലമെന്ന് അവർ ഒരിക്കലും ചിന്തിച്ചിട്ടുണ്ടായിരുന്നില്ല. പട്ടാളക്കാരുടെ ശരാശരി മാനസിക വയസ്സ് പതിമൂന്നുവർഷമായിരുന്നു.

പ്രായം കൂടുന്നതിനനുസരിച്ച് ശരീരം വളർന്നുകൊണ്ടേയിരിക്കും. എന്നാൽ പതിമൂന്നാമത്തേയോ പതിനാലാമത്തേയോ വയസ്സിൽ വെച്ച് ഒരാളുടെ മനസ്സിന്റെ വളർച്ച നിലയ്ക്കുമെന്ന് ആ പരീക്ഷണം വെളിപ്പെ ടുത്തി. നിങ്ങൾക്ക് 80 വയസ്സ് പ്രായമായി എന്നു വരാം. എന്നാൽ ഒരു കൽദൈവത്തിന്റെ മുമ്പിൽ നിങ്ങൾ മുട്ടുകുത്തിക്കൊണ്ടിരിക്കുമ്പോൾ നിങ്ങൾ വെറും പതിമൂന്നു വയസ്സുമാത്രം പ്രായമുള്ള ഒരു കുട്ടിയാണ്. നിങ്ങളുടെ ശരീരം വളർച്ചപ്രാപിച്ചുകഴിഞ്ഞു എങ്കിലും നിങ്ങളുടെ മനസ്സ് അപ്പോഴും അതിന്റെ ബാല്യാവസ്ഥയിലാണ്.

മതങ്ങൾ വളരെയധികം ഉപദ്രവം ചെയ്തിട്ടുണ്ട്. പതിമൂന്നിലോ പതി നാലിലോ വച്ച് എന്തുകൊണ്ടാണ് മാനസികവളർച്ച നിലയ്ക്കുന്നത് എന്ന തിനെക്കുറിച്ച് ആരും തന്നെ അറിയാൻ ശ്രമിച്ചിട്ടില്ല. എന്നാൽ അത് അത്രയ്ക്കും ലളിതമാണ്. ആൺകുട്ടികളും പെൺകുട്ടികളും ലൈംഗിക മായി പ്രായപൂർത്തിയിലെത്തുന്ന സമയമാണത്. ലൈംഗികമായി അവർ പക്വതയിലെത്തിച്ചേരുന്നതോടെ, ജീവശാസ്ത്രത്തിന് പിന്നെയവിടെ ബുദ്ധിയുടെ ആവശ്യമില്ലാതാകും.

നിങ്ങൾ നിങ്ങളുടെ സ്വന്തം നിലക്ക് ഒരു പ്രയത്നം നടത്തു ന്നില്ലായെങ്കിൽ, നിങ്ങളുടെ മാനസിക വയസ്സ് പതിമൂന്നിലോ പതിനാ ലിലോ വച്ച് ഉറച്ചുപോകും. ജീവശാസ്ത്രം അതിന്റെ പരിപൂർത്തിയിലെ ത്തിക്കഴിഞ്ഞു. ജീവശാസ്ത്രം അതിന്റെ ധർമ്മം പൂർത്തീകരിച്ചുക ഴിഞ്ഞു. ലൈംഗികമായി നിങ്ങൾ പക്വമായിക്കഴിഞ്ഞു. സന്തതികളെ ഉല്പാദിപ്പിക്കുന്നതിന് ഇത്രയും ബുദ്ധിശക്തിമാത്രമേ ആവശ്യമുള്ളൂ. അഥവാ ഇനി നിങ്ങൾക്ക് കൂടുതൽ ബുദ്ധിശക്തി ആവശ്യമുണ്ടെങ്കിൽ, അപ്പോൾ അതിനുവേണ്ടി നിങ്ങൾക്ക് പ്രത്യേകം പ്രയത്നിക്കേണ്ടിവരും. നിങ്ങൾക്ക് മനനം ചെയ്യേണ്ടിവരും. നിങ്ങളുടെ ബുദ്ധിയെ കൂർപ്പിച്ചെടു ക്കേണ്ടിവരും.

എന്നാൽ നിങ്ങളൊരിക്കലും ബുദ്ധിയുള്ളവനാവരുത് എന്നാണ് എല്ലാ മതങ്ങളുമാഗ്രഹിക്കുന്നത്, എന്തെന്നാൽ അവ നിങ്ങളെ അഭ്യസി പ്പിക്കുന്നത് വിശ്വസിക്കുവാനാണ്. ഒരു വിശ്വാസിക്ക് ബുദ്ധിശക്തിയുടെ യാതൊരാവശ്യവുമില്ല. അവിശ്വസിക്കുവാൻ, സംശയിക്കുവാൻ, ചോദ്യം

ചെയ്യുവാൻ, നിങ്ങൾ പഠിക്കുന്നില്ലായെങ്കിൽ, നിങ്ങളുടെ ബുദ്ധിശക്തി വളരുകയില്ല. സംശയമെന്നാൽ അതിന്റെ അർത്ഥം അന്വേഷണമെന്നാണ്. വിശ്വാസമെന്നാൽ പിന്നെ അവിടെ അന്വേഷണത്തിന് യാതൊരു പ്രസക്തിയുമില്ല.

മനുഷ്യനുമേൽ അടിച്ചേൽപ്പിക്കപ്പെട്ട വിശ്വാസപദ്ധതികൾ കാരണമാണ് അവന്റെ മാനസിക വയസ്സ് പതിനാലിൽ തന്നെ നിലനിന്നത്. ഒട്ടുമിക്ക ഹിന്ദുക്കളും, ക്രിസ്ത്യാനികളും, മുഹമ്മദീയരും പതിനാലുവയസ്സുകാരാണ്. അവരുടെ ബുദ്ധിശക്തി കൂടുതൽ ഉയരങ്ങളിലേക്കു വളരുകയാണെങ്കിൽ, മതങ്ങളെക്കുറിച്ച് അതുവരെ അവരെന്താണോ ചിന്തിച്ചുകൊണ്ടിരുന്നത്, അവയെല്ലാം അന്ധവിശ്വാസങ്ങളല്ലാതെ മറ്റൊന്നുമായിരുന്നില്ല എന്ന് അപ്പോൾ അവർ തിരിച്ചറിയും. അവരുടെ ബുദ്ധിശക്തി വളർന്നുകൊണ്ടേയിരിക്കുകയാണെങ്കിൽ, അപ്പോളവർ ദൈവത്തെക്കുറിച്ചും, സ്വർഗ്ഗത്തെക്കുറിച്ചും, നരകത്തെക്കുറിച്ചുമെല്ലാം സംശയിക്കുവാൻ തുടങ്ങും. അപ്പോളവർ പുരോഹിതരെക്കുറിച്ചും അവരുടെ മതബോധത്തെക്കുറിച്ചുമെല്ലാം സംശയിക്കുവാൻ തുടങ്ങും. എല്ലാറ്റിനേയും അവർ ചോദ്യം ചെയ്യാൻ തുടങ്ങും. എന്നാൽ മതങ്ങൾക്ക് അതിനൊന്നും ഉത്തരമുണ്ടാവില്ല.

സ്വാദറിയാതെ ഭക്ഷിക്കുക എന്നത് തങ്ങളുടെ മതത്തിന്റെ അടിസ്ഥാന തത്ത്വങ്ങളിലൊന്നാണ് എന്ന് ജൈനമതം വിശ്വസിക്കുന്നു എന്ന് അല്പം മുമ്പ് ഞാൻ പറഞ്ഞിരുന്നുവല്ലോ. അതേക്കുറിച്ച് ഒരിക്കൽ ഞാൻ ഒരു ജൈനസന്ന്യാസിയോട് ചോദിച്ചു, "സ്വാദറിയരുത് എന്നതാണ് നിങ്ങളുടെ മതത്തിന്റെ അടിസ്ഥാനതത്ത്വം എങ്കിൽ, പിന്നെ പ്രകൃതി എന്തിനാണ് മനുഷ്യന് രസമുകുളങ്ങൾ നൽകിയിട്ടുള്ളത്?" പ്രകൃതി ഒരിക്കലും അനാവശ്യമായി ഒന്നുംതന്നെ നൽകുന്നില്ല.

ബുദ്ധമതസന്ന്യാസിമാർ മുൻപിലേക്ക് നാലടി മാത്രം നോക്കിക്കൊണ്ട് നടക്കേണ്ടിയിരിക്കുന്നു. അതിനേക്കാൾ കൂടുതൽ ദൂരത്തേക്ക് അയാൾക്ക് നോക്കാൻ കഴിയില്ലായെങ്കിൽ, അയാൾക്ക് തന്റെ ശിരസ്സ് ഉയർത്തിപ്പിടിച്ചുകൊണ്ട് നടക്കാൻ കഴിയില്ല. അപ്പോളയാൾ ഏതെങ്കിലുമൊരു സുന്ദരിയായ യുവതിയെ കണ്ടാലോ? പ്രശ്നമതാണ്. നാലടി മാത്രം മുമ്പിലേക്കു നോക്കിക്കൊണ്ട് നടക്കുകയാണെങ്കിൽ, അപ്പോൾ ഏറിവന്നാൽ അയാൾക്ക് ഒരു സ്ത്രീയുടെ പാദങ്ങൾ കാണാൻ കഴിഞ്ഞേക്കാം, എന്നാൽ അയാൾക്ക് ആ സ്ത്രീയുടെ മുഖം കാണാൻ കഴിയില്ല.

പുരുഷനും സ്ത്രീയും തമ്മിലുള്ള സ്നേഹം തെറ്റായ ഒരു കാര്യമാണെങ്കിൽ, അപ്പോൾ എന്തുകൊണ്ടാണ് പ്രകൃതി ആ അഭിലാഷം നൽകിയിട്ടുള്ളത്? അല്പമെങ്കിലും ബുദ്ധിയുള്ള ഏതൊരു വ്യക്തിയും ഇത് ചോദിക്കുമെന്ന് തീർച്ചയാണ്. കാര്യമങ്ങിനെയായിരുന്നുവെങ്കിൽ

ബുദ്ധൻ പോലും ജനിക്കുമായിരുന്നില്ല. ബുദ്ധന്റെ പിതാവ് ഒരു ബുദ്ധ മതസന്ന്യാസിയല്ലാതിരുന്നത് നന്നായി, അല്ലാത്തപക്ഷം ഗൗതമ ബുദ്ധനെ മഹാനായ ആ മനുഷ്യനെ, നമുക്ക് നഷ്ടപ്പെടുമായിരുന്നു.

പ്രകൃതി പുനരുത്പാദിപ്പിക്കുവാൻ ആഗ്രഹിക്കുന്നു. പുതിയ പുതിയ ജീവനേയും പുതിയ പുതിയ രൂപങ്ങളേയും, കൂടുതൽ മെച്ചപ്പെട്ട ജീവനേയും, കൂടുതൽ മെച്ചപ്പെട്ട രൂപങ്ങളേയും അത് സൃഷ്ടിച്ചുകൊണ്ടേയിരിക്കുന്നു. പ്രകൃതിയെന്നാൽ അതൊരു നിരന്തരമായ പരിണാമ പ്രക്രിയയാണ്. എന്നാൽ മതങ്ങൾ പരിണാമത്തിനെതിരാണ്... എന്തു കൊണ്ടെന്നാൽ ഒരു വ്യക്തി എത്രയും കൂടുതൽ പരിണമിക്കപ്പെട്ടവ നാണോ അപ്പോൾ അയാൾ ഏതെങ്കിലും വിധത്തിലുള്ള മതപരമായ മൂഢതക്ക് ഒരിരയായിത്തീരുന്നതിന് അത്രയും കുറച്ചു സാധ്യത മാത്ര മേയുള്ളൂ.

ഈ നൂറ്റാണ്ടിലെ ഏറ്റവും ധിഷണാശാലികളായ വ്യക്തികളിലൊരു വനായിരുന്നു ബർട്രൻഡ് റസ്സൽ. അദ്ദേഹം മിക്കവാറും ഒരു നൂറ്റാണ്ടു മുഴുവൻ ജീവിച്ചു എന്നുതന്നെ പറയാം, വളരെ നീണ്ട ഒരു ജീവിതമായി രുന്നു അദ്ദേഹത്തിന്റേത്. തന്റെ അവസാന ശ്വാസമെടുക്കുന്ന സമയത്തു പോലും എന്നത്തേയും പോലെ അദ്ദേഹം അത്രയ്ക്കും യുവത്വമുള്ള വനും, ധിഷണശാലിയുമായിരുന്നു. അദ്ദേഹം തന്റെ ധിഷണയെ വളർത്തിയെടുത്തുകൊണ്ടേയിരുന്നു. അതിന്റെ ഫലമായി തന്റെ കുട്ടി ക്കാലത്ത് തന്നോട് പറയപ്പെട്ട എല്ലാതരത്തിലുള്ള മൂഢവിശ്വാസങ്ങ ളേയും അദ്ദേഹം ചോദ്യംചെയ്തുകൊണ്ടേയിരുന്നു. അദ്ദേഹം ജനിച്ചത് ഇംഗ്ലണ്ടിലെ ഒരു യാഥാസ്ഥിതിക കുടുംബത്തിലായിരുന്നു. എന്നിട്ടും, "എന്തുകൊണ്ട് ഞാനൊരു ക്രിസ്ത്യാനിയല്ല" (Why I am not a christian) എന്ന ഒരു പുസ്തകം അദ്ദേഹത്തിനെഴുതാൻ കഴിഞ്ഞു. അദ്ദേഹത്തിന്റെ ആ പുസ്തകം ഒരു നാഴികക്കല്ലാണ്. ആ പുസ്തകം പ്രസിദ്ധീകരിച്ച് 50 വർഷം കഴിഞ്ഞിട്ടും ക്രിസ്തുമതത്തിന് ഇതുവരേയും അതിനൊരു മറുപടി നൽകാൻ കഴിഞ്ഞിട്ടില്ല. എല്ലാ ക്രൈസ്തവസങ്കല്പങ്ങളേയും അതിലദ്ദേഹം ചോദ്യം ചെയ്തു. "ഇത് തികച്ചും സാങ്കല്പികം മാത്ര മാണ്. വളർച്ച മുരടിച്ചവരായ ആളുകൾക്കുമാത്രമേ ഇത് വിശ്വസിക്കു വാൻ കഴിയുകയുള്ളൂ" എന്ന് അതിലൂടെ അദ്ദേഹം വ്യക്തമാക്കി.

ധിഷണാശക്തി വളരുകയാണെങ്കിൽ, ദേവാലയങ്ങൾ വിജനമായി ത്തീരും. എന്നാൽ ജീവിതം അങ്ങേയറ്റം സുന്ദരമായിത്തീരുകയും ചെയ്യും. 'ഒരേയൊരു പ്രതീക്ഷ ഇത് മാത്രമാണ്' എന്ന് സരതുഷ്ട്രൻ പറയുന്നു. "ദീർഘദൃഷ്ടിയുള്ള ഒരുവൻ, ഇച്ഛാശക്തിയുള്ള ഒരുവൻ, സൃഷ്ടിക്കു ന്നവനായ ഒരുവൻ, പിന്നെ സ്വയം ഒരു ഭാവിയും, ഭാവിയിലേക്കുള്ള ഒരു പാലവും സരതുഷ്ട്രൻ ഇതെല്ലാമാണ്. ഹാ! കഷ്ടം! എന്നാൽ ആ പാല ത്തിന്മേൽ കൂടി അയാൾ നടക്കുന്നത് ഒരു മുടന്തനെപ്പോലെയാണ്."

അദ്ദേഹം പറയുന്നു, "ഒരു രാത്രി, അതെത്രതന്നെ നീണ്ടതാണെങ്കിലും ഒടുവിൽ അതവസാനിക്കുമെന്ന് തീർച്ചയാണ്. അപ്പോൾ പ്രഭാതമവിടെ വന്നുചേരും. ഓരോ രാത്രിക്കുശേഷവും പ്രഭാതം വന്നുചേരുമെന്ന് തീർച്ചയാണ്. ആ ഒരു പ്രതീക്ഷയിൽ മാത്രമാണ് ഞാൻ ജീവിച്ചുകൊണ്ടിരിക്കുന്നത്. മനുഷ്യവർഗ്ഗം ജീവിച്ചുകൊണ്ടിരിക്കുന്ന ഈ രാത്രിക്ക് എന്നെന്നേക്കുമായി നിലനിൽക്കാൻ കഴിയില്ല."

പിന്നെ, ഇപ്പോഴത്തെ തന്റെ അവസ്ഥയെ അദ്ദേഹം വിവരിക്കുന്നു. താനൊരു ദീർഘദർശിയാണ്, വളരെ ദൂരേക്ക് തനിക്കു കാണുവാൻ കഴിയും. അതുപോലെ തന്നെ താൻ ഇച്ഛാശക്തിയുള്ളവനുമാണ്, ഒരു അതിമാനുഷനുവേണ്ടി തനിക്ക് ഇച്ഛിക്കുവാൻ കഴിയും. താനൊരു സ്രഷ്ടാവാണ്, മനുഷ്യവർഗ്ഗത്തെ ഉയർച്ചയിലേക്കു നയിക്കുന്ന ഒരു മനുഷ്യനെ സൃഷ്ടിക്കുവാൻ തനിക്ക് കഴിയാവുന്നതെല്ലാം താൻ ചെയ്തുകൊണ്ടിരിക്കുന്നുണ്ട്. താൻ സ്വയം ഒരു പാലമാണ്, താൻ ഭാവിയിലേക്കുള്ള ഒരു പാലം കൂടിയാണ്. എന്നാൽ താൻ ഈ പാലത്തിലൂടെ നടക്കുന്ന ഒരു മുടന്തനെപ്പോലെയാണ് എന്നുമാത്രം.

അദ്ദേഹം പറയുന്നു, "ഞാൻ ഭാവിയാണ്, വരാൻ പോകുന്ന കാര്യങ്ങളെ എനിക്കു മുൻകൂട്ടി കാണുവാൻ കഴിയും. എന്നെ സംബന്ധിച്ചിടത്തോളം അത് മിക്കവാറും വർത്തമാനകാലം പോലെയാണ്. പ്രഭാതം അത്ര അകലെയല്ല എന്ന് എനിക്ക് കാണുവാൻ കഴിയും. അതിനെ കൂടുതൽ അടുത്തേക്കു കൊണ്ടുവരുവാൻ ഞാൻ എല്ലാ പരിശ്രമവും നടത്തിക്കൊണ്ടിരിക്കുകയാണ്. മനുഷ്യവർഗ്ഗത്തിനും വരാനിരിക്കുന്ന അതിമാനുഷനുമിടക്കുള്ള ഒരു പാലമാണ് ഞാൻ. എന്നാൽ ഞാനൊരു മുടന്തനാണ്. എനിക്ക് അതിമാനുഷനാകാൻ കഴിയില്ല. എനിക്ക് ഒരു പാലമാകാൻ മാത്രമേ കഴിയൂ. എന്നിലൂടെ മനുഷ്യവർഗ്ഗം പുതിയൊരു നൂറ്റാണ്ടിലേക്ക്, പുതിയൊരിടത്തേക്ക്, കൂടുതൽ സുന്ദരവും, കൂടുതൽ ആഹ്ലാദകരവുമായ ഒരു നിലനിൽപിലേക്ക് കടന്നുചെല്ലും." - സരതുഷ്ട്രൻ ഇതെല്ലാമാണ്.

"നിങ്ങൾ നിങ്ങളോടുതന്നെ പലപ്പോഴും ചോദിച്ചിട്ടുണ്ടാകും? ഈ സരതുഷ്ട്രൻ നമുക്ക് ആരാണ്? നാം അദ്ദേഹത്തെ എന്താണ് വിളിക്കുക? എന്നാൽ എന്നെപ്പോലെ തന്നെ നിങ്ങളും നിങ്ങളുടെ ചോദ്യങ്ങൾക്ക് ചോദ്യങ്ങൾ കൊണ്ടുതന്നെയാണ് മറുപടി നൽകുന്നത്..."

"അയാളൊരു വാഗ്ദാനം ചെയ്യുന്നവനാണോ?"

പലതും വാഗ്ദാനം ചെയ്യുകയും എന്നാൽ ഒന്നുംതന്നെ നിറവേറ്റാതിരിക്കുകയും ചെയ്യുന്ന ആളുകളെപ്പോലെയാണോ അദ്ദേഹവും? "അതോ വാഗ്ദാനങ്ങൾ നിറവേറ്റുന്നവനോ? അയാൾ സ്വയം നേടിയെടുക്കുന്നവനാണോ? അതോ ഒരു പിൻതുടർച്ചാവകാശിയോ? അയാൾ വിളവ് കൊയ്യുന്നവനാണോ അതോ കലപ്പയേന്തി നിലമൊരുക്കുന്നവനോ?

അയാളൊരു ചികിത്സകനാണോ അതോ ദീനം മാറിയ ഒരുവനോ? അയാളൊരു കവിയാണോ? അതോ ഒരു യഥാർത്ഥ മനുഷ്യനോ? ഒരു വിമോചകനോ? അതോ നിഗ്രഹിക്കുന്നവനോ? ഒരു നല്ല മനുഷ്യനോ? അതോ ചീത്ത മനുഷ്യനോ? അംശങ്ങളായി മുറിഞ്ഞുകിടക്കുന്നവയേയും, കുരുക്കുകളായി പിണഞ്ഞുകിടക്കുന്നവയേയും, യാദൃച്ഛിക സംഭവങ്ങളായി പിരിഞ്ഞുകിടക്കുന്നവയേയും കൂട്ടിച്ചേർക്കുക, അവയെ ക്രമപ്പെടുത്തുക ഇവയെല്ലാം എന്റെ കലാപ്രയോഗ വൈദഗ്ധ്യവും എന്റെ ലക്ഷ്യവുമാണ്." അദ്ദേഹം പറയുന്നു, "എന്നെക്കുറിച്ച് ഒരു കാര്യം മാത്രമേ ഓർമ്മിക്കേണ്ടതായിട്ടുള്ളൂ. ഞാൻ നിങ്ങൾക്ക് യാതൊരു വാഗ്ദാനവും നൽകിക്കൊണ്ടിരിക്കുന്നില്ല. ഞാനൊരു വിമോചകനാണ് എന്നോ ഒരു ദൈവദൂതനാണ് എന്നോ ഞാൻ പ്രഖ്യാപിച്ചുകൊണ്ടിരിക്കുന്നില്ല. ആകെ കൂടി എനിക്ക് പറയുവാനുള്ളത് ഇതാണ്. ഇതെല്ലാം എന്റെ കലാപ്രയോഗ വൈദഗ്ധ്യവും എന്റെ ലക്ഷ്യവുമാണ്. കഷണങ്ങളായി ചിതറികിടക്കുന്നതിനേയും, യാദൃച്ഛികസംഭവങ്ങളായി നിലനിൽക്കുന്നതിനേയും, ഏകീകരിക്കുകയും സംയോജിപ്പിക്കുകയും ചെയ്യുക എന്നത് എന്റെ പ്രയോഗ വൈദഗ്ധ്യവും എന്റെ ലക്ഷ്യവുമാണ്.

എന്റെ എല്ലാ കലാനിപുണതയും ലക്ഷ്യവും ഇതാണ്. അവിടവിടെയായി ചിതറിക്കിടക്കുന്ന എല്ലാ അംശങ്ങളേയും കൂട്ടിച്ചേർക്കുവാനും, മനുഷ്യരെ സമ്പൂർണ്ണരാക്കുവാനും ഞാൻ ആഗ്രഹിക്കുന്നു. എല്ലാ വിഭജനങ്ങൾക്കും, എല്ലാ ദ്വൈതഭാവങ്ങൾക്കും ഞാൻ എതിരാണ്. മനുഷ്യൻ ഒരു കൊച്ചുകുട്ടിയെപ്പോലെയാവാൻ, യാതൊരു ഭയവും കൂടാതെ, ജീവിതത്തെ ആസ്വദിച്ചുകൊണ്ട്, പൂർണ്ണമനസ്സോടെ, അവൻ തന്റെ ജീവിതം നയിക്കുന്നതു കാണുവാൻ ഞാനാഗ്രഹിക്കുന്നു.

"ഇച്ഛാശക്തിയുള്ളവനായ ഒരുവൻ മോചിപ്പിക്കുകയും ആനന്ദത്തെ കൊണ്ടുവരികയും ചെയ്യുന്നു. അങ്ങിനെയാണ് ഞാൻ നിങ്ങളെ പഠിപ്പിച്ചത്. എന്നാൽ എന്റെ കൂട്ടുകാരേ, അതോടൊപ്പം ഇതുകൂടി അറിയുക. ഇച്ഛിക്കുന്നവനും ഒരു തടവുകാരൻ തന്നെയാണ്." സരതുഷ്ട്രൻ ഇതുവരെ പഠിപ്പിച്ചുകൊണ്ടിരുന്നത് അധികാരത്തോടുള്ള താൽപര്യത്തെക്കുറിച്ചായിരുന്നു. എന്നാൽ ഇപ്പോൾ അദ്ദേഹം ഒരല്പം കൂടി മുന്നോട്ടുപോകുന്നു. അദ്ദേഹം പറയുന്നു, "അധികാരത്തോടുള്ള താൽപര്യം പോലും ഒരു തടവറയായിത്തീരും."

ഒരുവൻ ഒരു തടവുകാരനായിത്തീരും. അതിനെക്കൂടി അയാൾക്ക് മറികടക്കേണ്ടതുണ്ട്. ഒന്നാമതായി, അധികാരത്തോടുള്ള താൽപര്യം. പിന്നെ അതിൽ നിന്നും മനസ്സിനെ പിന്തിരിപ്പിച്ച് തന്നെ തന്നെ പൂർണ്ണമായും തളർത്തിയിടുക. അധികാരത്തെക്കുറിച്ചും, അതിനോടുള്ള താൽപര്യത്തെക്കുറിച്ചുമെല്ലാം മറക്കുക. കടൽത്തീരത്ത് കളിച്ചുകൊണ്ടിരിക്കുന്ന ഒരു കൊച്ചുകുട്ടിയാവുക-നിഷ്കളങ്കനും, വിസ്മയഭരിതനും, ഒന്നിനേയും

ഭയപ്പെടാത്തവനും, നിലനിൽപ്പിൽ പൂർണ്ണമായി വിശ്വസിച്ചുകൊണ്ടിരിക്കുന്നവനുമായി, നിലകൊള്ളുക. അങ്ങിനെ മാത്രമേ നിങ്ങൾക്ക് മോചിതനാകാൻ കഴിയുകയുള്ളൂ.

ബോധത്തെ അദ്ദേഹം മൂന്നായി വിഭജിച്ചിരിക്കുന്നു. ആദ്യത്തേത് - ഒട്ടകത്തിന്റേതാണ് - അത് ഒരടിമയുടെ ബോധമാണ് - ക്ലേശം സഹിക്കുവാനും, ചുമടേറ്റുവാനും, മുട്ടുകുത്തുവാനും എല്ലായ്പോഴുമത് തയ്യാറാണ്.

രണ്ടാമത്തേത് സിംഹത്തിന്റേതാണ്: അത് അധികാരത്തോടുള്ള താൽപര്യമാണ്. മൂന്നാമത്തേത് ഒരു കൊച്ചുകുട്ടിയുടേതാണ്. ഏറ്റവും ഉയർന്നതും നിഷ്കളങ്കവുമായത് ആ ബോധമാണ്. ആ നിഷ്കളങ്കതയാണ് വാസ്തവത്തിൽ നിങ്ങളെ മതപരനാക്കുന്നത്.

"ഇച്ഛിക്കുന്നത് വിമോചിപ്പിക്കുന്നു; എന്നാൽ വിമോചകനെ കൂടി ചങ്ങലയിൽ തളക്കുന്ന ആ കാര്യമെന്താണ്?

'ആയിരുന്നു' അല്ലെങ്കിൽ 'ഉണ്ടായിരുന്നു' അതാണ് ഇച്ഛാശക്തിയുടെ ഏറ്റവുമധികം വേദനിപ്പിക്കുന്ന സ്വകാര്യദുഃഖം. ചെയ്യപ്പെട്ടുകഴിഞ്ഞതിനെതിരെ അത് അസമർത്ഥമാണ്. കഴിഞ്ഞുപോയ എല്ലാ കാര്യങ്ങളുടേയും മുൻപിൽ ഇച്ഛ കുപിതനായ ഒരു കാഴ്ചക്കാരൻ മാത്രമാണ്."

ഇച്ഛ വിമോചിപ്പിക്കുന്നു. എന്നാൽ ഭൂതകാലത്തെ അതിന് വിസ്മരിക്കുവാൻ കഴിയില്ല. അതിനാൽ ഇച്ഛാശക്തി മനുഷ്യനെ മോചിപ്പിക്കുമെങ്കിൽ കൂടി, അടിമത്തത്തിന്റേയും അജ്ഞതയുടേതുമായ ആ നാളുകളെക്കുറിച്ചുള്ള സ്മരണകൾ അയാളെ ദുഃഖത്തിലാഴ്ത്തുന്നു. ഇച്ഛയെ സംബന്ധിച്ചിടത്തോളം ഭൂതകാലത്തെ നശിപ്പിക്കുവാൻ യാതൊരു വഴിയുമില്ല-എന്താണോ സംഭവിച്ചത് അത് സംഭവിച്ചു കഴിഞ്ഞു. അതിന്റെ കാര്യത്തിൽ ഇനി ഒന്നുംതന്നെ ചെയ്യാൻ കഴിയില്ല. കൊച്ചുകുട്ടിയുടെ നിഷ്കളങ്കതയിൽ മാത്രമാണ് ഭൂതകാലം അപ്രത്യക്ഷമാകുന്നത്.

നിങ്ങളെപ്പോഴെങ്കിലും ലളിതമായ ഈ പരീക്ഷണം നടത്തി നോക്കിയിട്ടുണ്ടോ? നിങ്ങൾ പുറകോട്ട് പോയി, ഭൂതകാലസംഭവങ്ങളെ ഓർമ്മിക്കുവാൻ ശ്രമിക്കുകയാണെങ്കിൽ, എത്ര ദൂരം വരെ നിങ്ങൾക്കുപോകാൻ കഴിയും?. ഏറിവന്നാൽ നിങ്ങളുടെ നാലാമത്തെ വയസ്സുവരേയോ, മൂന്നാമത്തെ വയസ്സുവരെയോ മാത്രം. അതായത് നാലുവയസ്സ് പ്രായമുണ്ടായിരുന്ന ആ കാലംവരെ മാത്രമേ നിങ്ങൾക്ക് ഓർമ്മിക്കുവാൻ കഴിയുകയുള്ളൂ. നാലുവയസ്സിന് മുമ്പുള്ള കാര്യങ്ങളെ എന്തുകൊണ്ടാണ് നിങ്ങൾക്ക് ഓർമ്മിക്കുവാൻ കഴിയാത്തത്? ആ കാലവും നിങ്ങൾ ജീവിച്ചതുതന്നെയായിരുന്നു. തീർച്ചയായും അനുഭവങ്ങളവിടെ ഉണ്ടായിരുന്നിരിക്കണം.

അതിന്റെ കാരണമിതാണ്: നിഷ്കളങ്കമായൊരു മനസ്സ് ഓർമ്മകളെ ശേഖരിക്കുന്നില്ല. നിഷ്കളങ്കത യാതൊരു പോറലുമേൽക്കാതെ, യാതൊരു കളങ്കവും പുരളാതെ നിലനിൽക്കുന്നു. അതിന്മേൽ ഒന്നും തന്നെ എഴുതപ്പെടുന്നില്ല.

നാലുവയസ്സുവരെയുള്ള നിങ്ങളുടെ മുഴുവൻ ഭൂതകാലത്തേയും നിങ്ങൾക്ക് ഓർമ്മിക്കുവാൻ കഴിയും. എന്നാൽ പുറകോട്ടുപോകുമ്പോൾ പെട്ടെന്നവിടെ ഒരു വിരാമം വന്നുചേരും. നിങ്ങളൊരു പുരുഷനാണെങ്കിൽ അത് നിങ്ങളുടെ നാലാമത്തെ വയസ്സിൽ വച്ചായിരിക്കും. നിങ്ങളൊരു സ്ത്രീയാണെങ്കിൽ, അത് നിങ്ങളുടെ മൂന്നാമത്തെ വയസ്സിൽ വച്ചായിരിക്കം, കാരണം പെൺകുട്ടികൾ ആൺകുട്ടികളേക്കാൾ നേരത്തെ പ്രായപൂർത്തിയിലെത്തും. പ്രായപൂർത്തിയിലെത്തുന്ന കാര്യത്തിൽ അവർ തമ്മിൽ ഒരു വർഷത്തെ വ്യത്യാസമവിടെയുണ്ട്. പെൺകുട്ടികൾ പതിമൂന്നാമത്തെ വയസ്സിൽ ലൈംഗികമായ പക്വതയിലെത്തുമ്പോൾ, ആൺകുട്ടികൾ ലൈംഗികമായി പക്വത നേടുന്നത് അവരുടെ പതിനാലാമത്തെ വയസ്സിലാണ്. ആൺകുട്ടികൾ എല്ലായ്പോഴും ഒരല്പം പുറകിലാണ്.

പരിചയസമ്പന്നരായ അമ്മമാർക്ക് അറിയാൻ കഴിയും. രണ്ടോ മൂന്നോ കുട്ടികൾക്ക് അവർ ജന്മം നൽകിക്കഴിഞ്ഞു എങ്കിൽ, തങ്ങളുടെ ഉള്ളിൽ വളർന്നുകൊണ്ടിരിക്കുന്നത് ആൺകുട്ടിയാണോ അതോ പെൺകുട്ടിയാണോ എന്ന് അവർക്ക് അറിയാൻ കഴിയും. എന്തുകൊണ്ടെന്നാൽ പെൺകുട്ടികൾ മാതാവിന്റെ ഗർഭപാത്രത്തിൽ അധികമൊന്നും ഇളക്കമില്ലാതെ നിലനിൽക്കും എന്നാൽ ആൺകുട്ടികൾ അവിടെയുമിവിടെയുമൊക്കെ തട്ടിക്കൊണ്ടും മുട്ടിക്കൊണ്ടുമിരിക്കും. ഗർഭപാത്രത്തിൽ വച്ചുതന്നെ അവർ ഫുട്ബോൾ കളിക്കാൻ തുടങ്ങും! പുരുഷന്മാരെ സംബന്ധിച്ചിടത്തോളം എന്തെങ്കിലുമൊക്കെ ചെയ്തുകൊണ്ടിരിക്കുന്നത് സ്വാഭാവികമെന്ന് തോന്നിപ്പിക്കുന്നു. നിശ്ശബ്ദരായി അടങ്ങി ഒതുങ്ങി ഇരിക്കുക എന്നത് അവരെ സംബന്ധിച്ചിടത്തോളം വളരെ ബുദ്ധിമുട്ടുള്ള ഒരു കാര്യമാണ്. ഏതോ വിധത്തിൽ അവർ ഒരല്പം അസ്വസ്ഥരാണ്. പെൺകുട്ടികൾ കുറേക്കൂടി കേന്ദ്രത്തോട് ആഭിമുഖ്യമുള്ളവരാണ്. അവർ പ്രകൃതിയുമായി കൂടുതൽ ഇണക്കത്തിലാണ്. എന്തെന്നാൽ നാളെ അവർ അമ്മമാരാകാൻ പോവുകയാണ്. പ്രകൃതി എല്ലാറ്റിന്റേയും മാതാവാണല്ലോ. ആൺകുട്ടികളധികവും അതിർത്തിയിൽ നിൽക്കുന്നവരാണ്. ഒരു ആൺകുട്ടിയെ അപേക്ഷിച്ച് ഒരു പെൺകുട്ടിക്ക് കൂടുതൽ എളുപ്പത്തിൽ ധ്യാനത്തിലേക്ക് പ്രവേശിക്കുവാൻ കഴിയും. സ്വാഭാവികമായി തന്നെ അവർ ശാന്തരും, അടക്കമുള്ളവരുമാണ്. ആൺകുട്ടികളാകട്ടെ പ്രത്യേകിച്ച് ഉദ്ദേശമൊന്നുമില്ലാതെ തന്നെ എല്ലായിടത്തും ഓടിനടക്കുന്നവരാണ്. എല്ലാ ആൺകുട്ടികളും വേഗതയെ സ്നേഹിക്കുന്നവരാണ്,

ആ അർത്ഥത്തിൽ അവർ അമേരിക്കക്കാരാണ് എന്നു വേണമെങ്കിൽ പറയാം. എവിടേക്കാണ് അവർ പോയ്ക്കൊണ്ടിരിക്കുന്നത് എന്നൊന്നും ചോദിക്കരുത്. മറിച്ച് അവർ ഏറ്റവും വേഗത്തിലാണോ അതോ പതുക്കെയാണോ പോയ്ക്കൊണ്ടിരിക്കുന്നത് എന്നുമാത്രം ചോദിക്കുക.

നിങ്ങൾ പുറകോട്ട് പോവുകയാണെങ്കിൽ, നാലാമത്തെയോ, മൂന്നാമത്തെയോ വയസ്സിലെത്തുന്നതോടെ നിങ്ങളുടെ ഓർമ്മകൾ നിലയ്ക്കും. ആ മൂന്നുവർഷങ്ങളിൽ എന്താണ് സംഭവിച്ചത്? ഓർമ്മയിൽ യാതൊരടയാളവും അവശേഷിക്കുന്നില്ല. ആ സമയത്ത് ഓർമ്മകളെ ശേഖരിച്ചുവക്കുവാൻ കഴിയാത്തവിധത്തിൽ നിങ്ങളത്രയ്ക്കും നിഷ്കളങ്കനായിരുന്നു. ഓരോ നിമിഷവും നിങ്ങളത്രയ്ക്കും പൂർണ്ണമായിട്ടാണ് ജീവിച്ചത്. അതിനാൽ അത് യാതൊരവശിഷ്ടവും അവിടെ അവശേഷിപ്പിച്ചില്ല.

ഓർമ്മകൾ ശേഖരിക്കപ്പെടുന്നത് പൂർണ്ണമായി ജീവിക്കാത്ത നിമിഷങ്ങളിലൂടെയാണ്, അതായത് ഓർമ്മകൾ ഉണ്ടാക്കപ്പെടുന്നത് അപൂർണ്ണമായ അനുഭവങ്ങളിലൂടെയാണ്. അതിനാൽ അനുഭവങ്ങളുടെ ആ അവശിഷ്ടങ്ങൾ നിങ്ങൾക്കുള്ളിൽ തങ്ങിനിൽക്കും. പൂർത്തീകരിക്കപ്പെടുവാൻ അവ നിങ്ങളോട് ആവശ്യപ്പെട്ടുകൊണ്ടിരിക്കുകയാണ്. അവ നിങ്ങളുടെ സ്വപ്നങ്ങളായിത്തീരും. അവ നിരന്തരം നിങ്ങളുടെ മനസ്സിനെ അലട്ടിക്കൊണ്ടിരിക്കും. "ഇപ്പോഴും അത് അപൂർണ്ണമാണ്, എന്തെങ്കിലും ചെയ്തേ മതിയാകൂ" എന്ന് അത് നിങ്ങളെ ഓർമ്മിപ്പിച്ചുകൊണ്ടേയിരിക്കും. എന്നാൽ നിഷ്കളങ്കമായ മനസ്സ് ഓരോ നിമിഷവും അത്രക്കും പൂർണ്ണതയോടെ ജീവിക്കും. അതിനാൽ അത് യാതൊരടയാളവും പുറകിലവശേഷിപ്പിക്കുകയില്ല. അത് പറവകൾ ആകാശത്തിൽ പറന്നുകൊണ്ടിരിക്കുന്നതുപോലെയാണ്. അവ അവയുടെ കാലടിപ്പാടുകൾ അവശേഷിപ്പിക്കുന്നില്ല. അധികാരത്തോടുള്ള താൽപര്യം നിങ്ങളെ മോചിപ്പിക്കുമെങ്കിലും അപ്പോഴും നിങ്ങളുടെ ഓർമ്മകളിലവിടെ ആഴത്തിലുള്ള വേരുകളുണ്ടാകും.

"ഇച്ഛക്ക് പുറകോട്ട് ചിന്തിക്കുവാൻ കഴിയില്ല. അതിന് കാലത്തേയോ, കാലത്തിന്റെ താൽപര്യത്തേയോ ലംഘിക്കുവാൻ കഴിയില്ല. ഇച്ഛയുടെ ആ സ്വകാര്യദുഃഖമതാണ്.

ഇച്ഛിക്കുന്നത് വിമോചിപ്പിക്കുന്നു. അതിന്റെ ദുഃഖത്തിൽ നിന്ന് അതിനെ തന്നെ മോചിപ്പിക്കുവാൻ, ആ ഇരുട്ടറയിൽ നിന്ന് പുറത്തേക്കു കടക്കാൻ ഇച്ഛ എന്ത് സൂത്രമാണ് പ്രയോഗിക്കുന്നത്.?

പ്രതികാരബുദ്ധി: കൂട്ടുകാരേ, ഇതുവരെ മനുഷ്യവർഗ്ഗത്തിന്റെ പ്രധാന താൽപര്യം ഇതായിരുന്നു. എവിടെയെല്ലാം പീഡനങ്ങളുണ്ടാകുന്നുവോ, അവിടെ എല്ലായ്പോഴും ശിക്ഷയുമുണ്ടാകും എന്നു തീർച്ചയാണ്. ശിക്ഷ എന്നാണ് പ്രതികാരം അതിനെ വിളിക്കുന്നത് അതു ശരിയാണ് എന്ന് തനിക്ക് ഉത്തമബോധ്യമുണ്ടെന്ന് അതു നടിക്കുകയും ചെയ്യും."

ആരെങ്കിലുമൊരു കൊലചെയ്യുന്നു. അപ്പോൾ നിങ്ങളുടെ കോടതികളും നിങ്ങളുടെ നിയമവും, നിങ്ങളുടെ പോലീസും ചേർന്ന് ആ കൊലപ്പുള്ളിക്ക് വധശിക്ഷ വിധിക്കും. അവരത് ചെയ്യുന്നത് നിയമപ്രകാരമാണ്. അവിടെ വലിയൊരു വിചാരണയും, വലിയൊരു വ്യവഹാരവുമുണ്ടാകും. നീതി നിർവ്വഹിക്കപ്പെട്ടു എന്നവർ പറയും.

ഇതെല്ലാം അസംബന്ധമാണ്. സത്യം ഇതാണ്: സമൂഹം പ്രതികാരം വീട്ടുവാൻ ആഗ്രഹിക്കുന്നു. അവരതിനെ 'നീതി' എന്ന മനോജ്ഞമായ പദം കൊണ്ട് മറച്ചുവക്കുന്നു.

എന്തുതരത്തിലുള്ള നീതിയാണിത്? ഒരു മനുഷ്യൻ കൊലചെയ്യപ്പെട്ടു. എന്നാൽ കൊലചെയ്തവനെ തൂക്കുമരത്തിലേക്ക് അയച്ചതുകൊണ്ട് ആ മരിച്ച മനുഷ്യനെ നിങ്ങൾക്ക് പുനർജീവിപ്പിക്കുവാൻ കഴിയില്ല. കൊലചെയ്തവനെ കഴുമരത്തിലേക്ക് അയക്കുന്നതിലൂടെ ഒരു കൊലക്കുപകരം രണ്ടു കൊലകളവിടെയുണ്ടാകും. നീതി ഇതാണ്. എന്നാൽ കൊലചെയ്തവനായ ഈ മനുഷ്യന്-അയാൾക്ക് ഇനിയും ഒരു ഭാവിയുണ്ട് - ഒരു മാറ്റം സംഭവിക്കുകയില്ല എന്നാരു കണ്ടു? അയാൾ ചിലപ്പോൾ മഹാനായ ഒരു ഋഷിയായിത്തീർന്നേക്കാം. അയാളാ കൊലചെയ്തു എന്ന കാരണം കൊണ്ടുതന്നെ, ഒരുപക്ഷേ, അയാളിൽ ഒരു പരിവർത്തനമുണ്ടായി എന്നു വരാം.

നിങ്ങളൊരുവന് ആ അവസരം നിഷേധിക്കുകയാണ്. എന്നിട്ടും നിങ്ങളതിനെ നീതി എന്നു വിളിക്കുന്നു. ഇത് ശുദ്ധ പ്രതികാരമല്ലാതെ മറ്റൊന്നുമല്ല. എന്നാൽ അത് നിർവഹിക്കപ്പെടുന്നത് പ്രത്യേക ആചാരക്രമത്തോടുകൂടിയാണെന്നു മാത്രം. നീതിയുടെ മനോഹരമായ ദേവാലയത്തിൽ-കോടതിയിൽ-സമൂഹത്തിന്റെ ശമ്പളം പറ്റുന്ന സേവകർ-ന്യായാധിപർ എന്ന പേരിലവിടെ ഇരിപ്പുണ്ട്. ഇവർ ആചാരപരമായ നിരവധി ചടങ്ങുകളിലൂടെ കടന്നുപോവുകയും-അവരതിനെ വിചാരണ എന്നു വിളിക്കുന്നു - ഒടുവിൽ ആ മനുഷ്യനെ കൊലമരത്തിലേക്ക് അയക്കുകയും ചെയ്യുന്നു. ഇത് ശുദ്ധമായ പ്രതികാരമാണ് എന്ന് നീത്ഷേ പറയുന്നു. "ശിക്ഷ എന്നാണ് പ്രതികാരം അതിനെ വിളിക്കുന്നത്. അത് ശരിയാണ് എന്ന് തനിക്ക് ഉത്തമബോധ്യമുണ്ടെന്ന് അത് നടിക്കുകയും ചെയ്യും. എന്നാൽ ഇച്ഛയെ കൂടാതെ ഒടുവിലത് അതിനെ തന്നെ മോചിപ്പിക്കും. അപ്പോൾ ഇച്ഛ എന്നത് ഇച്ഛയില്ലായ്മയായിത്തീരും.

എന്നാൽ, എന്റെ സോദരരേ, ഈ ഭ്രാന്തൻ കെട്ടുകഥയെക്കുറിച്ച് നിങ്ങൾക്കുമറിയാം."

ആളുകൾ നിങ്ങളെ ഭ്രാന്തനെന്നു വിളിക്കും.

അദ്ദേഹം പറയുന്നു, "ജീവിതം അതിനെ തന്നെ അതിവർത്തിച്ചുകൊണ്ടേയിരിക്കുന്നു." ഇതേ നിയമം ഇച്ഛക്കും ബാധകമാണ്. ഇച്ഛക്കും അതിനെ തന്നെ അതിവർത്തിക്കേണ്ടതുണ്ട്. ഇച്ഛക്കും നിശ്ശബ്ദത

യിലേക്ക് അപ്രത്യക്ഷമാകേണ്ടിവരും. എങ്കിൽ മാത്രമേ സിംഹം ഒരു കൊച്ചുകുട്ടിയായി മാറുകയുള്ളൂ.

ഒരു സിംഹത്തിന് എങ്ങിനെയാണ് ഒരു കൊച്ചുകുട്ടിയായിത്തീരുവാൻ കഴിയുക എന്ന് പലരും അദ്ഭുതപ്പെട്ടിട്ടുണ്ട്. അവ രണ്ടു ധ്രുവങ്ങളിലാണെന്നു തോന്നിപ്പിക്കും. ജീവിതത്തിന്റെ ദ്വന്ദാത്മകതയെ മനസ്സിലാക്കാത്തവരാണ് അത്തരം ചോദ്യങ്ങളുയർത്തുന്നത്. ഒരു സിംഹത്തിനു മാത്രമേ ഒരു കൊച്ചുകുട്ടിയാകാൻ കഴിയുകയുള്ളൂ. കാരണം കൗശലം നിറഞ്ഞ ഈ ലോകത്തിൽ നിഷ്കളങ്കനായി നിലനിൽക്കുവാൻ ഏറ്റവും ധൈര്യമാവശ്യമാണ്. ഒരു സിംഹത്തിന്റെ ധൈര്യം അതിനാവശ്യമാണ്. വഞ്ചന നിറഞ്ഞ ഈ ലോകത്തിൽ വിശ്വസ്തനാകുവാൻ ഒരു ഭീരുവിനെ സംബന്ധിച്ചിടത്തോളം അസാധ്യമാണ്. ഒരു സിംഹത്തിനു മാത്രമേ അത് സാധ്യമാവുകയുള്ളൂ. ഒരു കൊച്ചുകുട്ടി നിഷ്കളങ്കനും വിശ്വസ്തനുമാണ്.

നിങ്ങൾക്ക് നിഷ്കളങ്കനും വിശ്വസ്തനുമാകാൻ കഴിയുമെങ്കിൽ, അപ്പോൾ നിങ്ങളെ വഞ്ചിക്കുവാൻ വളരെ ബുദ്ധിമുട്ടാണ്. ജീവിതത്തിന്റെ രഹസ്യങ്ങളിലൊന്നാണിത്. ആ നിഷ്കളങ്കതതന്നെ, നിങ്ങളുടെ ആ വിശ്വസ്തത തന്നെ, വഞ്ചകനെ അതിൽ നിന്നും പിൻതിരിപ്പിക്കും.

നിങ്ങളൊരുപക്ഷേ, ഇത് നിരീക്ഷിച്ചിട്ടുണ്ടാകും.... സ്വയം ഞാനിത് പലപ്പോഴും നിരീക്ഷിച്ചിട്ടുണ്ട്. ഉദ്ദേശം 20 വർഷത്തോളം ഞാൻ രാജ്യത്തിലങ്ങോളമിങ്ങോളം സഞ്ചരിച്ചുകൊണ്ടിരിക്കുകയായിരുന്നു. പലപ്പോഴുമെനിക്ക് തീവണ്ടി ആപ്പീസുകളിലെ തിണ്ണകളിൽ മണിക്കൂറുകളോളം തീവണ്ടി കാത്തുനിൽക്കേണ്ടി വന്നിട്ടുണ്ട്. നിങ്ങൾക്ക് മൂത്രപ്പുരയിലേക്കോ മറ്റോ പോകേണ്ടി വരികയാണെങ്കിൽ, അല്ലെങ്കിൽ നിങ്ങൾക്ക് ഒരു കപ്പ് ചായ കുടിക്കണമെന്ന് തോന്നുകയാണെങ്കിൽ, അപ്പോൾ നിങ്ങൾക്കരികെ ആ തിണ്ണയിലിരിക്കുന്ന, തീർത്തും അജ്ഞാതനായ ഒരു വ്യക്തിയെ, യാതൊരു മുൻപരിചയവുമില്ലാതിരുന്നിട്ടുകൂടി, നിങ്ങൾ വിശ്വസിക്കുവാൻ തയ്യാറാവുകയും, നിങ്ങളയാളോട് ഇങ്ങിനെ പറയുകയും ചെയ്യും, “ഞാനുടനെ തിരിച്ചുവരും. അതുവരെ ദയവായി, എന്റെ ഈ ലഗ്ഗേജൊന്ന് നോക്കണം.” ആ മനുഷ്യനെ നിങ്ങൾക്കറിഞ്ഞുകൂടാ, നിങ്ങളവിടെയില്ലാത്തപ്പോൾ, യാതൊരു ബുദ്ധിമുട്ടുമില്ലാതെ, അയാൾക്ക് നിങ്ങളുടെ മുഴുവൻ ലഗ്ഗേജും കൈവശപ്പെടുത്തുവാൻ കഴിയുമായിരുന്നു.

എന്നാൽ സാധാരണയായി ഒരിക്കലും അങ്ങിനെ സംഭവിക്കുന്നില്ല. ഒരു അപരിചിതനും നിങ്ങളെ ഒരിക്കലും വഞ്ചിക്കുന്നില്ല. അതിനുപുറകിൽ മഹത്തായ ഏതോ ഒരു തത്ത്വമുണ്ടായിരിക്കണം. അയാളിലുള്ള നിങ്ങളുടെ ആ വിശ്വാസം തന്നെ ഒരു തടസ്സമായിത്തീരും. നിങ്ങളയാളെ പൂർണ്ണമായും വിശ്വസിച്ചു. അപ്പോൾ താൻ വിശ്വാസയോഗ്യനാണെന്ന് അയാൾക്ക് തെളിയിക്കേണ്ടിയിരിക്കുന്നു. അയാളൊരു അപരിചിതനാണ് എന്നതിനാൽ അയാൾക്ക് ഒന്നുംതന്നെ തെളിയിക്കേണ്ടതായിട്ടില്ല. നിങ്ങളുടെ ബാഗുമെടുത്ത് അയാൾക്കവിടെ നിന്ന് പെട്ടെന്ന് രക്ഷപ്പെടുവാൻ

കഴിയുമായിരുന്നു. നിങ്ങളിനി അയാളെ ഒരിക്കലും കാണാൻ പോകുന്നില്ല. അയാളൊരു മോഷ്ടാവാകാം, ഒരു കുറ്റവാളിയാകാം-അയാളാരാണെന്ന് നിങ്ങൾക്കറിഞ്ഞുകൂടാ. എന്നാൽ മിക്കവാറുമെല്ലാവരും റെയിൽവേ പ്ലാറ്റ്ഫോമിൽ വച്ചു കണ്ടുമുട്ടുന്ന അപരിചിതരെ വിശ്വസിക്കുന്നു. "എന്റെ ലഗ്ഗേജിലൊരു കണ്ണുവേണം. ഞാനൊന്നു പുറത്തു പോയിവരാം." ഈ വിശ്വാസം ചൂഷണം ചെയ്യപ്പെട്ടതായി ആരുംതന്നെ പരാതിപ്പെടുന്നത് ഞാനിതുവരെ കേട്ടിട്ടില്ല.

ഉത്തമവിശ്വാസം നിങ്ങൾക്കുചുറ്റും ഒരു പ്രത്യേക ഊർജ്ജം സൃഷ്ടിക്കുന്നു. അതിന് അതിന്റേതായ ഒരു സംരക്ഷണവലയമുണ്ട്. നിങ്ങളെ വഞ്ചിക്കുന്നതിൽ നിന്ന് നിഷ്കളങ്കത ആളുകളെ തടയും. സ്വയം വഞ്ചകനായ ഒരു വ്യക്തിയെ വഞ്ചിക്കുവാൻ കൂടുതൽ എളുപ്പമാണ്. സ്വയം ചതിയനായ ഒരു വ്യക്തിയെ ചതിക്കുവാൻ കൂടുതൽ എളുപ്പമാണ്. എന്നാൽ പൂർണ്ണമായും വിശ്വസിക്കുന്ന ഒരുവൻ, ചൂഷണം ചെയ്യപ്പെടുവാനും, വഞ്ചിക്കപ്പെടുവാനും, യാതൊരു മടിയുമില്ലാതെ നിന്നുകൊടുക്കുന്ന ഒരുവൻ, ഒരിക്കലും ചൂഷണം ചെയ്യപ്പെടുകയോ, വഞ്ചിക്കപ്പെടുകയോ ചെയ്യുന്നില്ല.

നിഷകളങ്കതയുടെ ആ ഒരു ഊർജ്ജം തന്നെ ഒരു വലിയ സംരക്ഷണമാണ്. ഉത്തമവിശ്വവാസം ഒരു കവചം എന്നതുപോലെ പ്രവർത്തിക്കുന്നു. എന്നാൽ ലോകം നിങ്ങളെ ഭ്രാന്തനെന്നു വിളിക്കും.

"ഇച്ഛ ഒരു സ്രഷ്ടാവാണ്' എന്ന് ഞാൻ നിങ്ങളെ പഠിപ്പിച്ചപ്പോൾ ഞാൻ നിങ്ങളെ ഈ കെട്ടുകഥയിൽ നിന്ന് അകറ്റിനിർത്തിയിരുന്നു. ഇച്ഛ അതിന്റെ തന്നെ വിമോചകനും ആനന്ദത്തെ കൊണ്ടുവരുന്നവനുമായി ത്തീർന്നുകഴിഞ്ഞുവോ? അത് പ്രതികാരബുദ്ധിയെ മറന്നുകഴിഞ്ഞുവോ?"

ഇച്ഛ അതിനെതന്നെ മറികടക്കുന്നില്ലായെങ്കിൽ, അതിന് ഭൂതകാലത്തെ മറക്കുവാൻ കഴിയില്ല. ഭൂതകാലത്തെ നിങ്ങൾക്ക് മറക്കുവാൻ കഴിയില്ലായെങ്കിൽ, നിങ്ങളതിനോട് ബന്ധിക്കപ്പെട്ടവനായിത്തീരും. ഇച്ഛയുടെ ഏറ്റവും അവസാനത്തെ പ്രവൃത്തി അതിനെ തന്നെ മറികടക്കലാണ്.

ഈ കാര്യത്തിൽ സരതുഷ്ട്രനും ഗൗതമബുദ്ധനും യോജിപ്പിലാണ്. എന്നാൽ അവർ രണ്ടുപേരും വ്യത്യസ്ത മാർഗ്ഗങ്ങളെയാണ് പിൻതുടർന്നത്. ബുദ്ധൻ ഈ അവസ്ഥയെ 'ആഗ്രഹമില്ലായ്മ' എന്നു വിളിച്ചു, അതേസമയം സരതുഷ്ട്രൻ ഇതിനെ 'ഇച്ഛയില്ലായ്മ' എന്നാണു വിളിക്കുന്നത്.

നിങ്ങൾ സ്വഗൃഹം പൂകിക്കഴിഞ്ഞു. ആഗ്രഹിക്കുവാൻ ഇനി അവിടെ ഒന്നുംതന്നെയില്ല. ഇച്ഛിക്കുവാനവിടെ ഒന്നുംതന്നെയില്ല. നിങ്ങൾ നിങ്ങളുടെ സാധ്യതയെ സാക്ഷാത്ക്കരിച്ചുകഴിഞ്ഞു. നിങ്ങളുടെ അസ്തിത്വം പ്രഫുല്ലമായിക്കഴിഞ്ഞു.

....എന്നിങ്ങനെ സരതുഷ്ട്രൻ പറഞ്ഞു.

മാനുഷികമായ
വിവേചന ശക്തിയെക്കുറിച്ച്

"**ആ** ഉയരമല്ല, മറിച്ച് ആ താഴ്ചയാണ് എന്നെ ഭയപ്പെടുത്തുന്നത്. ആ താഴ്ചയിലേക്ക് എന്റെ നോട്ടം ഇറങ്ങിച്ചെല്ലുമ്പോൾ, എന്തിനെയോ പിടിക്കാനെന്നോണം എന്റെ കൈകൾ മേൽപോട്ടുയരുന്നു.

അപ്പോൾ എന്റെ ഹൃദയം അതിന്റെ രണ്ടായിപ്പിരിഞ്ഞ താൽപര്യങ്ങളിൽപ്പെട്ട് അസ്വസ്ഥമാകുന്നു.

സുഹൃത്തുക്കളേ, എന്റെ ഹൃദയത്തിന്റെ ഇരട്ടതാൽപര്യങ്ങളെ നിങ്ങളുമറിഞ്ഞെന്നോ?.....

എന്റെ മനസ്സ് മനുഷ്യവർഗ്ഗത്തോട് പറ്റിപ്പിടിച്ചുനിൽക്കുന്നു. ഞാൻ എന്നെതന്നെ മനുഷ്യവർഗ്ഗവുമായി ബന്ധിപ്പിച്ചു നിർത്തിയിരിക്കുകയാണ്, എന്തെന്നാൽ ഞാൻ അതിമാനുഷനുനേരെ ആകൃഷ്ടനാണ്. എന്റെ മനസ്സിന്റെ ഒരു ഭാഗം എന്നെ അതിമാനുഷനിലേക്ക് വലിച്ചുകൊണ്ടേയിരിക്കുന്നു.

എന്റെ കൈകൾക്ക് മനുഷ്യശക്തിയിലുള്ള അതിന്റെ വിശ്വാസം നഷ്ടപ്പെടാതിരിക്കണം. അതുകൊണ്ടാണ് ആരേയും തിരിച്ചറിയാത്ത മട്ടിൽ, ആളുകൾക്കിടയിൽ ഞാൻ ഒരന്ധനെപ്പോലെ ജീവിക്കുന്നത്...

എന്റെ ഒന്നാമത്തെ വിവേചനമിതാണ്. വഞ്ചിക്കുന്നവർക്കെതിരെ മുൻകരുതലുകളെടുക്കാതിരിക്കുന്നതിനുവേണ്ടി ഞാനെന്നെത്തന്നെ വഞ്ചിക്കപ്പെടുവാൻ അനുവദിക്കുന്നു.

എന്റെ രണ്ടാമത്തെ വിവേചനമിതാണ്. അഭിമാനിയായ ഒരുവനേക്കാൾ ദുരഭിമാനിയായ ഒരുവനെക്കുറിച്ചാണ് ഞാൻ കൂടുതൽ ശ്രദ്ധാലുവായിരിക്കുന്നത്.

എല്ലാ ദുരന്തങ്ങളുടേയും മാതാവ് മുറിവേൽക്കപ്പെട്ട ദുരഭിമാനമല്ലേ? എന്നാൽ അഭിമാനത്തിനു മുറിവേൽക്കുമ്പോൾ അതിനേക്കാൾ കൂടുതൽ മെച്ചപ്പെട്ട ചിലതവിടെ തീർച്ചയായും വളർന്നുവരും.

ജീവിതം നിരീക്ഷിക്കുവാൻ രസകരമാകണമെങ്കിൽ, ആ നാടകം ശരിയായ രീതിയിൽ അഭിനയിക്കപ്പെടണം. അതിന് നല്ല അഭിനേതാക്കൾ

ആവശ്യമാണ്. ദുരഭിമാനികളായവരെല്ലാം തന്നെ നല്ല അഭിനേതാക്കളാണ് എന്ന് ഞാൻ മനസ്സിലാക്കി. അവർ അഭിനയിക്കുകയും അതോടൊപ്പം മറ്റുള്ളവർ തങ്ങളെ ശ്രദ്ധിക്കണമെന്ന് ആഗ്രഹിക്കുകയും ചെയ്യുന്നു. അവരുടെ എല്ലാ ശ്രദ്ധയും ഈ ഒരു ആഗ്രഹത്തിലാണ്.

ഇനി എന്റെ മൂന്നാമത്തെ വിവേചനത്തെക്കുറിച്ച് പറയാം: ദുഷ്ടജനങ്ങളെ കാണുമ്പോൾ നിങ്ങളിൽ ഭീരുത്വമുണരും, എന്നാൽ എന്റെ സന്തോഷത്തെ കെടുത്തുവാൻ ഞാനതിനെ അനുവദിക്കുകയില്ല...

ദുഷ്ടജനങ്ങളിൽ പോലും സൂര്യതേജസ്സിന്റെ തിളങ്ങുന്ന ഒരംശമുണ്ട് എന്ന്, അതിശയകരമായ പലതുമവരിലുണ്ട് എന്ന്, എനിക്കറിയാം.

ഏറ്റവും ബുദ്ധിയുള്ളവൻ എന്ന് നിങ്ങൾ വിളിക്കുന്നവൻപോലും എന്നെ സംബന്ധിച്ചിടത്തോളം അത്രയ്ക്കൊന്നും ബുദ്ധിയുള്ളവനല്ല. അതിനാൽ മനുഷ്യന്റെ ദുഷ്ടത അതിന്റെ ശരിയായ അവസ്ഥയിലല്ല പരിഗണിക്കപ്പെടുന്നത് എന്ന് ഞാൻ കണ്ടു... സത്യത്തിൽ, തിന്മക്കുപോലും ഇനിയും ഒരു ഭാവിയവിടെയുണ്ട്!.. നല്ലവരെന്നും, നീതിമാന്മാരെന്നും നിങ്ങൾ വിളിക്കുന്നവരിൽ പോലും പരിഹാസ്യമായ പലതുമവിടെയുണ്ട്, പ്രത്യേകിച്ചും പണ്ടത്തെ 'രാക്ഷസനെ'ക്കുറിച്ച് നിങ്ങൾക്കുള്ളിൽ ഇപ്പോഴും ഭയമവിടെയുണ്ട്.

ദുഷ്ടത അതിന്റെ ശരിയായ അർത്ഥത്തിൽ മനസ്സിലാക്കപ്പെട്ടിട്ടില്ല. മഹത്തായ പലതും നിങ്ങളുടെ മനസ്സുകൾക്ക് അപരിചിതമാണ് എന്നതിനാൽ 'അതിമാനുഷ'ന്റെ മഹത്വം നിങ്ങളിൽ ഭയം മാത്രമേ സൃഷ്ടിക്കുകയുള്ളൂ. ഏറ്റവും ശ്രേഷ്ഠരായവർ എന്ന് നിങ്ങൾ വിളിക്കുന്നവരെ കാണുമ്പോൾ, എന്റെ ഉള്ളിൽ ഒരു സംശയമുണരുന്നു. എന്റെ അതിമാനുഷനേയും നിങ്ങൾ 'രാക്ഷസൻ' എന്നു വിളിക്കുമെന്ന് എനിക്കുറപ്പാണ്.

നിങ്ങളുടെ ഈ 'ഉന്നതരും നല്ലവരു'മായ എനിക്ക് മടുത്തുകഴിഞ്ഞു. അവരുടെ 'ഉയര'ങ്ങളിൽ നിന്ന് മേൽപോട്ട് പോകുവാൻ, അതിൽ നിന്ന് ദൂരേക്കുപോകുവാൻ, അതിനപ്പുറത്തേക്കു പോകുവാൻ ഞാനാഗ്രഹിച്ചു. നിങ്ങളുടെ ഈ 'നല്ലവരെ' നഗ്നരായി കണ്ടപ്പോൾ, ഒരുതരം ഭയമെന്നെ പിടികൂടി. എന്നാൽ അപ്പോൾ വിദൂരമായ ഭാവികളിലേക്കു പറന്നുയരുവാനുള്ള ചിറകുകൾ എന്നിൽ മുളച്ചുവന്നു...

എന്നാൽ എന്റെ സുഹൃത്തുക്കളും അയൽക്കാരുമായ നിങ്ങളെ വേഷപ്രച്ഛന്നരായി കാണുവാനാണ് ഞാനിഷ്ടപ്പെടുന്നത്. നല്ലരീതിയിൽ വസ്ത്രധാരണം ചെയ്ത് പൊങ്ങച്ചക്കാരായി, സന്മാർഗ്ഗികളുടേയും നീതിമാന്മാരുടേയും വേഷത്തിൽ നിങ്ങളെ കാണുവാനാണ് ഞാനാഗ്രഹിക്കുന്നത്.

നിങ്ങൾക്കിടയിൽ ഞാനും വേഷപ്രച്ഛന്നനായി ഇരുന്നുകൊള്ളാം.

നിങ്ങളേയും, എന്നെത്തന്നെയും തെറ്റിദ്ധരിക്കത്തക്കവിധത്തിൽ നിശ്ശബ്ദനായി ഞാൻ ഇരുന്നുകൊള്ളാം.

എന്റെ അവസാനത്തെ മാനുഷികമായ വിവേചനമതാണ്.

...എന്നിങ്ങനെ സരതുഷ്ട്രൻ പറഞ്ഞു.

സരതുഷ്ട്രൻ ഒരു ചിന്തകനല്ല, അദ്ദേഹം ഒരു ദാർശനികനാണ്. എല്ലാ ചിന്തകളും ഇരുട്ടിൽ തപ്പിത്തടഞ്ഞുകൊണ്ടിരിക്കുകയാണ്, എന്നാൽ ദർശനമാകട്ടെ തീർത്തും വ്യത്യസ്തമായൊരു കാര്യമാണ്.

അന്ധനായ ഒരു മനുഷ്യന് വെളിച്ചത്തെക്കുറിച്ച് ചിന്തിക്കുവാൻ കഴിയും. എന്നാൽ എത്രതന്നെ ഗഹനമായി അയാൾ ചിന്തിച്ചാലും ശരി, അതയാൾക്ക് വെളിച്ചത്തിന്റെ ഒരനുഭവം നൽകാൻ പോകുന്നില്ല. അയാളുടെ ചിന്ത എല്ലായ്പോഴും നിഷ്ഫലമായി തന്നെ നിലനിൽക്കും എന്നു തീർച്ചയാണ്. മാത്രമല്ല, അതിലൊരു അപകടം കൂടി അവിടെയുണ്ട്. തന്റെ ചിന്തയിൽ അയാൾ വിശ്വസിക്കുവാൻ തുടങ്ങിയേക്കാം. ഒരന്ധൻ വെളിച്ചത്തെക്കുറിച്ചുള്ള തന്റെ ചിന്തയിൽ വിശ്വസിക്കുവാൻ തുടങ്ങുകയാണെങ്കിൽ, നഷ്ടപ്പെട്ട തന്റെ കാഴ്ചയെ വീണ്ടെടുക്കുന്ന കാര്യം തന്നെ അയാൾ മറക്കും. തന്റെ അന്ധതയെ ചികിത്സിച്ച് സുഖപ്പെടുത്തുവാൻ കഴിവുള്ള ഒരു ഡോക്ടറെ അന്വേഷിക്കുവാൻ അയാൾ ശ്രമിക്കാതാകും.

ഗൗതമബുദ്ധന്റെ ജീവിതത്തിൽ മനോഹരമായൊരു കഥയുണ്ട്:

അദ്ദേഹം ഒരു ഗ്രാമത്തിൽ താമസിച്ചുകൊണ്ടിരിക്കുകയാണ്. ആ ഗ്രാമത്തിലെ ജനങ്ങൾ അന്ധനായ ഒരു മനുഷ്യനെ അദ്ദേഹത്തിന്റെ അടുത്തേക്കു കൊണ്ടുവരുന്നു. ആൾക്കൂട്ടത്തിനിടയിൽ നിന്ന് ആരോ അദ്ദേഹത്തോട് പറയുന്നു: "ഒരു പ്രത്യേക ഉദ്ദേശ്യത്തോടെയാണ് ഞങ്ങളീ അന്ധനെ താങ്കളുടെ അടുത്തേക്കു കൊണ്ടുവന്നിട്ടുള്ളത്-ഇയാൾ വെളിച്ചത്തിൽ വിശ്വസിക്കുന്നില്ല. മാത്രമല്ല, ഇയാൾ വെളിച്ചത്തിനെതിരായി വാദിക്കുകയും ചെയ്യുന്നു. ഇയാൾ കൂർമ്മബുദ്ധിയുള്ള ഒരുവനും, എല്ലായ്പോഴും യുക്തിയുക്തമായി ചിന്തിക്കുന്നവനുമാണ്."

വെളിച്ചം നിലനിൽക്കുന്നു എന്ന് നമുക്കെല്ലാവർക്കുമറിയാം. എന്നാൽ വെളിച്ചത്തിന്റെ നിലനിൽപ്പിനെക്കുറിച്ച് നമുക്കീ അന്ധനെ ബോധ്യപ്പെടുത്തുവാൻ കഴിയുന്നില്ല. നേരെമറിച്ച് വെളിച്ചമവിടെയില്ല എന്ന് ഇയാൾ നമ്മെ വിശ്വസിപ്പിക്കുകയും ചെയ്യുന്നു.

ഇയാളുടെ വാദങ്ങൾ യുക്തിയുക്തമാണ്. ഇയാൾ പറയുന്നു, 'വെളിച്ചം നിലനിൽക്കുന്നുവെങ്കിൽ ഞാനതിനെ സ്പർശിക്കുവാൻ ആഗ്രഹിക്കുന്നു. എന്തെന്നാൽ സ്പർശനത്തിലൂടെയാണ് ഞാൻ വസ്തുക്കളെ അറിയുന്നത്. എന്നാൽ വെളിച്ചത്തെ സ്പർശിക്കുവാൻ യാതൊരു വഴിയുമവിടെയില്ല.' ഇയാൾ പറയുന്നു, 'രുചിച്ചുകൊണ്ടും എനിക്ക്

വസ്തുക്കളെ അനുഭവിച്ചറിയാൻ കഴിയും. എനിക്ക് വെളിച്ചത്തെ രുചിച്ചുനോക്കുവാൻ കഴിയും.' എന്നാൽ വെളിച്ചത്തെ രുചിച്ചറിയുവാനും കഴിയില്ല. വീണ്ടും ഇയാൾ പറയുന്നു, 'വസ്തുക്കളെ എനിക്ക് മണത്തറിയുവാൻ കഴിയും.' എന്നാൽ വെളിച്ചത്തിന് യാതൊരു മണവുമില്ല. പിന്നെ ഇയാൾ പറയുന്നു, 'എനിക്ക് നാലു ബോധേന്ദ്രിയങ്ങൾ മാത്രമാണുള്ളത്. ഒരു ചെണ്ടയിൽ തട്ടി ശബ്ദമുണ്ടാക്കുന്നതുപോലെ നിങ്ങൾക്ക് വെളിച്ചത്തിൽ തട്ടി ശബ്ദമുണ്ടാക്കാൻ കഴിയുമെങ്കിൽ ചുരുങ്ങിയപക്ഷം എനിക്കതിന്റെ ശബ്ദം കേൾക്കുവാനെങ്കിലും കഴിയും.'

"ഈ മനുഷ്യനെക്കൊണ്ട് ഞങ്ങൾ വലഞ്ഞു. പതുക്കെ, പതുക്കെ, ഇയാൾ നമുക്കുള്ളിലും സംശയം സൃഷ്ടിക്കാൻ തുടങ്ങിക്കഴിഞ്ഞു. ഒരു പക്ഷേ ഇയാൾ പറയുന്നത് ശരിയാണെങ്കിലോ? അത് നമ്മുടെ ഒരു തോന്നലാണെങ്കിലോ? ഈ ചിന്തയല്ലാതെ ഇയാൾക്ക് വേറെ തൊഴിലൊന്നുമില്ല. ഇയാളുടെ ജീവിതം മുഴുവൻ ഈ ഒരു കാര്യത്തിനുവേണ്ടി മാറ്റിവച്ചിരിക്കുകയാണ്.-അതായത്, വെളിച്ചമവിടെയില്ല എന്നു സ്ഥാപിക്കുന്നതിനുവേണ്ടി, നിങ്ങൾക്കുണ്ട് എന്ന് പറയുന്ന ആ കാഴ്ചശക്തി, അത് നിങ്ങളുടെ ഒരു തോന്നൽ മാത്രമാണ് എന്ന്, ആളുകളെ ബോധ്യപ്പെടുത്തുന്നതിനുവേണ്ടി ഇയാൾ തന്റെ ജീവിതം ഉഴിഞ്ഞുവച്ചിരിക്കുകയാണ്.

"ഈ മനുഷ്യനെക്കൊണ്ട് ഞങ്ങൾ തോറ്റു. ഇയാളോട് എന്താണ് പറയേണ്ടത് എന്ന് ഞങ്ങൾക്കറിഞ്ഞുകൂടാ. അപ്പോഴാണ് താങ്കൾ ഞങ്ങളുടെ ഗ്രാമത്തിലേക്കു വരുന്നുണ്ട് എന്ന് ഞങ്ങളറിഞ്ഞത്. അതോടെ ഞങ്ങൾക്ക് സമാധാനമായി. താങ്കളെപ്പോലെ പ്രബുദ്ധനായ ഒരാൾക്ക് വെളിച്ചം നിലനിൽക്കുന്നുവെന്ന് അന്ധനായ ഈ വിഡ്ഢിയെ തീർച്ചയായും ബോധ്യപ്പെടുത്തുവാൻ കഴിയും എന്ന് ഞങ്ങൾക്കുറപ്പുണ്ട്."

ബുദ്ധന്റെ മറുപടി പ്രതീകാത്മകവും, വളരെ അർത്ഥവത്തുമായിരുന്നു. അദ്ദേഹം പറഞ്ഞു, "അന്ധനായ ഈ മനുഷ്യൻ പറഞ്ഞത് ശരിയാണ്. ഇയാളെ സംബന്ധിച്ചിടത്തോളം വെളിച്ചം നിലനിൽക്കുന്നില്ല. തനിക്ക് സ്വയം അനുഭവിക്കുവാൻ കഴിയാത്ത ഒരു കാര്യത്തിൽ എന്തിനിയാൾ വിശ്വസിക്കണം? മുഴുവൻ തെറ്റും നിങ്ങളുടെ ഗ്രാമത്തിലെ ആളുകളുടേതാണ്. വാദങ്ങളിലൂടെ ഇയാളെ ബോധ്യപ്പെടുത്തുന്നതിനു പകരം നിങ്ങൾക്കിയാളെ ഒരു വൈദ്യന്റെ അടുത്തേക്കു കൊണ്ടുപോകാമായിരുന്നു. എന്നാൽ നിങ്ങളിയാളെ എന്റെ അടുത്തേക്കാണു കൊണ്ടുവന്നത്. നഷ്ടപ്പെട്ട ഇയാളുടെ കാഴ്ചശക്തി വീണ്ടെടുത്തു കൊടുക്കുവാൻ എനിക്കു കഴിയില്ല. എന്നാൽ ഒരു കാര്യം എനിക്ക് ചെയ്യാൻ കഴിയും. ഞാൻ എന്റെ വൈദ്യനോട് ഇയാളെ ഒന്നു പരിശോധിച്ചുനോക്കാൻ പറയാം."

ഗൗതമബുദ്ധനോടൊപ്പം എല്ലായ്പോഴും അദ്ദേഹത്തിന്റെ സ്വകാര്യ വൈദ്യൻ യാത്ര ചെയ്യുക പതിവായിരുന്നു. അതിനാൽ ഉടനെ തന്നെ

ബുദ്ധൻ തന്റെ വൈദ്യനെ വിളിക്കുകയും അയാളോട് ഈ കാര്യം പറയുകയും ചെയ്തു. അന്ധനായ ആ മനുഷ്യൻ ചോദിച്ചു, "അപ്പോൾ ആ വാദത്തിന്റെ കാര്യമോ? " ബുദ്ധൻ പറഞ്ഞു, "ഒരല്പം കൂടി കാത്തിരിക്കൂ. എന്റെ വൈദ്യൻ നിങ്ങളുടെ കണ്ണുകളൊന്ന് പരിശോധിച്ചുനോക്കട്ടെ." വൈദ്യൻ ആ മനുഷ്യന്റെ കണ്ണു പരിശോധിച്ചതിനുശേഷം പറഞ്ഞു, "ഇത് അത്ര വലിയ ഒരു പ്രശ്നമല്ല. ആറുമാസം കൊണ്ട് എനിക്കിത് ചികിത്സിച്ച് ഭേദപ്പെടുത്തുവാൻ കഴിയും." അപ്പോൾ ബുദ്ധൻ പറഞ്ഞു, "നിങ്ങളീഗ്രാമത്തിൽ തന്നെ താമസിച്ചുകൊള്ളൂ. അന്ധനായ ഇയാളുടെ കണ്ണുകൾക്ക് കാഴ്ച ലഭിക്കുന്നതുവരെ നിങ്ങളീഗ്രാമം വിട്ട് എവിടേക്കും പോകരുത്. ഇയാൾക്ക് കാഴ്ച ലഭിച്ചുകഴിഞ്ഞാൽ ഇയാളെ എന്റെ അടുത്തേക്കു കൊണ്ടുവരിക, കാരണം അപ്പോൾ ഇയാളോട് വാദിക്കുവാൻ ഒരു കാര്യമവിടെയുണ്ടാകും. ഇപ്പോഴത്തെ അവസ്ഥയിൽ ഞങ്ങൾ രണ്ടു വ്യത്യസ്തമാനങ്ങളിലാണ് ജീവിച്ചുകൊണ്ടിരിക്കുന്നത്. അതിനാൽ ഇപ്പോൾ ഞങ്ങൾ തമ്മിൽ ഒരു സംവാദം അസാധ്യമാണ്. വെളിച്ചം പോയിട്ട് ഇരുട്ടുപോലും ഈ മനുഷ്യൻ ഇതുവരെ കണ്ടിട്ടില്ല, കാരണം ഇരുട്ടുകാണണമെങ്കിൽ കൂടി നിങ്ങൾക്ക് കണ്ണുകൾ ആവശ്യമാണ്. ഒരു വാദത്തിനും അത് തെളിയിക്കുവാൻ കഴിയില്ല."

വാദങ്ങൾക്കപ്പുറത്തുള്ള കാര്യങ്ങളവിടെയുണ്ട്. എന്നാൽ അവ അനുഭവങ്ങൾക്കപ്പുറത്തല്ല. സരതുഷ്ട്രൻ ഒരു ചിന്തകനല്ല, അന്ധനായ ഒരു മനുഷ്യനല്ല, അദ്ദേഹം ഒരു ദാർശനികനാണ്.

ആറുമാസം കഴിഞ്ഞപ്പോൾ, ഒരു ദിവസം അന്ധനായിരുന്ന ആ മനുഷ്യൻ സന്തോഷാശ്രുക്കളോടെ, നൃത്തം വച്ചുകൊണ്ട് ബുദ്ധനെ കാണുവാൻ വന്നു. ബുദ്ധന്റെ പാദങ്ങളിൽ നമസ്ക്കരിച്ചുകൊണ്ട് അയാൾ പറഞ്ഞു, "വാദിക്കുവാൻ സാധുവല്ലാത്ത ഒരു കാര്യത്തെക്കുറിച്ച് നിങ്ങളോട് വാദിക്കുവാൻ ശ്രമിച്ചതിൽ ഞാൻ അത്യധികം ദുഃഖിക്കുന്നു. അനുഭവിച്ചറിയുവാൻ മാത്രം കഴിയുന്ന ഒരു കാര്യം തെളിയിക്കപ്പെട്ടു കാണുവാൻ ഞാനാഗ്രഹിച്ചതിൽ അങ്ങേയറ്റം ദുഃഖിതനാണ്. അതിനെക്കുറിച്ച് സംസാരിക്കുവാൻ യാതൊരു വഴിയുമില്ല. കണ്ണുകളില്ലാത്ത ഒരുവന് അതിനെക്കുറിച്ച് വിശദീകരിച്ചുകൊടുക്കുവാൻ യാതൊരു വഴിയുമില്ല." "എന്നോട് വാദിക്കുവാൻ വിസമ്മതിച്ചതിലൂടെ നിങ്ങൾ എന്റെ നേരെ വലിയൊരു കാരുണ്യമാണ് കാണിച്ചത്. എന്റെ ജീവിതകാലം മുഴുവൻ ഞാൻ വാദിച്ചുകൊണ്ടേയിരിക്കുകയായിരുന്നു. ഞാനെന്റെ വിലപ്പെട്ട സമയത്തെ പാഴാക്കിക്കൊണ്ടേയിരിക്കുകയായിരുന്നു. വളരെക്കാലം മുമ്പു തന്നെ എനിക്കെന്റെ കണ്ണുകൾ ചികിത്സിച്ച് ഭേദമാക്കുവാൻ കഴിയുമായിരുന്നു. കണ്ണുകളില്ലാത്ത ഒരു ജീവിതം വാസ്തവത്തിൽ ഒരു ജീവിതമേയല്ല. ഇപ്പോൾ എനിക്കിത് പറയുവാൻ കഴിയും, എന്തുകൊണ്ടെന്നാൽ ഇപ്പോഴെനിക്ക് താരതമ്യപ്പെടുത്തുവാൻ കഴിയും. നിലനിൽപ്പിന്റെ എല്ലാ

സൗന്ദര്യത്തേയും, പൂക്കളുടെ എല്ലാ സൗന്ദര്യത്തേയും, ഉദയാസ്തമയങ്ങളുടെ, നക്ഷത്രങ്ങൾ നിറഞ്ഞ ആകാശത്തിന്റെ എല്ലാ സൗന്ദര്യത്തേയും, ഒരു മനുഷ്യന് ലഭ്യമായ എല്ലാ സൗന്ദര്യത്തേയും ഇപ്പോഴെനിക്ക് ആസ്വദിക്കുവാൻ കഴിയും."

"സൗന്ദര്യത്തെക്കുറിച്ച് ഒന്നും തന്നെ അറിയാതെ ഞാൻ മരിച്ചുപോയിട്ടുണ്ടാകുമായിരുന്നു. മഴവില്ലുകളെക്കുറിച്ച് ഒന്നും തന്നെയറിയാതെ, കണ്ണുകൾക്കുമാത്രം ലഭ്യമായ ഒന്നിനെക്കുറിച്ചുമറിയാതെ, ഞാൻ മരിച്ചുമണ്ണടിഞ്ഞിട്ടുണ്ടാകുമായിരുന്നു." നമ്മുടെ ജീവിതത്തിലെ എൺപതു ശതമാനം അനുഭവങ്ങളും കണ്ണുകളിൽ കൂടിയാണ്. ബാക്കി ഇരുപതു ശതമാനം അനുഭവങ്ങൾ മാത്രമേ മറ്റു ബോധേന്ദ്രിയങ്ങളിൽ കൂടി ലഭ്യമാകുന്നുള്ളൂ.

സരതുഷ്ട്രൻ ഒരു ചിന്തകനല്ല, അദ്ദേഹം ഒരു ദാർശനികനാണ് എന്നു ഞാൻ പറയുമ്പോൾ ഈ വസ്തുതക്ക് ഊന്നൽ നൽകുവാൻ ഞാനാഗ്രഹിക്കുന്നു, അതായത് കണ്ണുകളിലൂടെ ബാഹ്യമായതിനെ നിങ്ങൾക്ക് കാണുവാൻ കഴിയുന്നതുപോലെ, നിങ്ങളുടെ സ്വന്തം അസ്തിത്വത്തിനുള്ളിലുള്ളതു കാണുവാനും ഒരു വഴിയവിടെയുണ്ട്. പുറത്തേക്ക് തുറന്നിരിക്കുന്ന കണ്ണുകളവിടെയുള്ളതുപോലെ തന്നെ ഉള്ളിലേക്ക് കാണുവാൻ പ്രാപ്തിയുള്ള ഒരു സൂക്ഷ്മബോധം ഒരു സംവേദനക്ഷമത അവിടെയുണ്ട്. ആ കഴിവ് ഒരുവന് ഇല്ലയെങ്കിൽ, അപ്പോൾ എല്ലാവാദങ്ങളും നിഷ്ഫലമാണ്.

അതുകൊണ്ടാണ് സരതുഷ്ട്രൻ ഒരിക്കലും യാതൊരു വാദങ്ങളുമുന്നയിക്കാത്തത്, അദ്ദേഹം തന്റെ അനുഭവങ്ങൾ പ്രസ്താവിക്കുക മാത്രമാണ് ചെയ്യുന്നത്. എന്നാൽ നിങ്ങൾക്കദ്ദേഹത്തിന്റെ പ്രസ്താവങ്ങളെ മനസ്സിലാക്കാൻ കഴിയുമെങ്കിൽ, അപ്പോളത് നിങ്ങളെതന്നെ നിരീക്ഷിച്ചുകൊണ്ടുള്ള ആന്തരികയാത്രയുടെ തുടക്കമായിതീർന്നേക്കാം. അല്ലാത്തപക്ഷം ആളുകൾ പുറത്തേക്ക് നോക്കിക്കൊണ്ടിരിക്കുക മാത്രം ചെയ്യും. തങ്ങളുടെ തന്നെ അസ്തിത്വത്തെ നോക്കി കാണുവാനും തങ്ങളുടെ ആന്തരിക സത്തയെ നിരിക്ഷിക്കുവാനുമുള്ള ഒരു സാധ്യതയവിടെയുണ്ട് എന്നതിനെക്കുറിച്ച് അവരൊരിക്കലും ബോധവാന്മാരായിത്തീരുകയില്ല.

എല്ലാ മതങ്ങളും നിങ്ങളുടെ ആത്മനിഷ്ഠതയുടെ-ആന്തരികസത്തയുടെ ഒരനുഭവമല്ലാതെ മറ്റൊന്നുമല്ല എന്നും, ദൈവവുമായി അതിന് യാതൊരു ബന്ധവുമില്ലയെന്നും, ഡാനിഷ് മിസ്റ്റിക്കുകളിൽ ഏറ്റവും ശ്രദ്ധേയനായ സൊറെൻ കിർക്കേ ഗാർഡ് പറഞ്ഞിട്ടുണ്ട്. അതിന് സന്മാർഗ്ഗവുമായോ, സ്വർഗ്ഗ-നരകങ്ങളുമായൊ യാതൊരു ബന്ധവുമില്ല. അവയെല്ലാം സാങ്കൽപികമാണ്.

യഥാർത്ഥത്തിലുള്ള മതത്തിന് ഒരു താൽപര്യം മാത്രമേയുള്ളൂ. അത് നിങ്ങളുടെ ആന്തരികലോകത്തെ സൂക്ഷ്മമായി പരിശോധിച്ചറിയലാണ്,

അത് നിങ്ങളുടെ അന്തർനേത്രത്തെ തുറക്കലാണ്. ഭാരതത്തിൽ നാമ തിനെ 'മൂന്നാംതൃക്കണ്ണ്' എന്നാണ് വിളിക്കുന്നത്. അതൊരു പ്രതീകം മാത്രമാണ്. അതൊരു രൂപകം മാത്രമാണ് എന്നാൽ ഒരുവന് തന്റെ 'ഉള്ള്' കാണാൻ കഴിയും.

പൂർണ്ണമൗനത്തിൽ, മനസ്സതിന്റെ നിരന്തരമായ ചിലക്കൽ നിർത്തു മ്പോൾ, പെട്ടെന്ന് നിങ്ങൾ അപാരമായൊരിടത്തെക്കുറിച്ച് ബോധവാനാ യിത്തീരും. നിങ്ങൾക്കൊരിക്കലും സ്വപ്നം കാണാൻ പോലും കഴിയാ ത്തവിധം അതത്രക്കും സുന്ദരമാണ്. നിങ്ങൾ നിങ്ങളെക്കുറിച്ചുതന്നെ ബോധവാനായിത്തീരും. അതോടെ നിങ്ങളുടെ ജീവിതത്തിൽ വലിയൊരു പരിവർത്തനം വന്നുചേരും.

നിങ്ങളെ തന്നെ നിങ്ങളുടെ ആന്തരംഗത്തെ, കണ്ടുകൊണ്ടിരിക്കു ന്നത് നിങ്ങളിലെ അതിമാനുഷനെ കണ്ടെത്തുന്നതിന്റെ തുടക്കമാണ്. അപ്പോൾ നിങ്ങൾ പഴകി ജീർണ്ണിച്ച ആ പഴയവ്യക്തിയല്ലാതായിത്തീ രം. അപ്പോൾ നിങ്ങൾ മുൻവിധിയോടെ ജീവിക്കുന്നവനും, മറ്റൊരുവനെ അന്ധമായി പിൻതുടരുന്നവനുമല്ലാതായിത്തീരും. ഓർമ്മിക്കുക: നിങ്ങൾ പിൻതുടരുന്ന ആ മനുഷ്യനും നിങ്ങളുടെ അതേ വഞ്ചിയിൽ തന്നെ യുള്ളവനാകാം.

തന്നെ തന്നെ കാണുവാൻ കഴിയുന്ന ഒരുവൻ, എല്ലാ ബന്ധനങ്ങ ളിൽ നിന്നും - മതപരവും, പ്രത്യയശാസ്ത്രപരവും, ദൈവശാസ്ത്രപ രവും തത്വചിന്താപരവുമായ എല്ലാ ബന്ധനങ്ങളിൽ നിന്നും മോചിതനാ യിത്തീരും, എന്തെന്നാൽ ഇപ്പോളയാൾക്ക് തന്റേതായൊരു ദർശനമുണ്ട്. ഇപ്പോളയാൾക്ക് മറ്റാരേയും ആശ്രയിക്കേണ്ടതായിട്ടില്ല. ഇപ്പോളയാൾക്ക് ഒരു രക്ഷകന്റേയും ആവശ്യമില്ല, അയാൾ മോചിപ്പിക്കപ്പെട്ടുകഴിഞ്ഞു.

സരതുഷ്ട്രന്റെ പ്രസ്താവങ്ങളെ കേട്ടുകൊണ്ടിരിക്കുമ്പോൾ, ഒരു കാര്യം ശ്രദ്ധിക്കുക: അവ ചോദ്യങ്ങളുടെ യുക്തിപരമായ അപഗ്രഥനത്തെ അടിസ്ഥാനമാക്കിയുള്ളവയല്ല. അവ ഏതെങ്കിലുമൊരു പ്രത്യേക ചോദ്യ ത്തിനുള്ള ഉത്തരമല്ല. മറിച്ച് അവ അദ്ദേഹത്തിന്റെ ഉൾക്കാഴ്ചകളാണ്. അദ്ദേഹത്തിന്റെ അനുഭവങ്ങളാണ്. സ്വന്തം ആന്തരികതയെക്കുറിച്ച് ഒന്നും തന്നെ അറിയാത്തവരായ ആളുകളെ ഉദ്ബുദ്ധരാക്കുവാൻ അദ്ദേഹം പരി ശ്രമിച്ചുകൊണ്ടിരിക്കുകയാണ്.

കണ്ണുകളില്ലാത്തവരോട് വെളിച്ചത്തെക്കുറിച്ച് സംസാരിക്കേണ്ടിവരിക എന്നത് ഏറ്റവും ബുദ്ധിമുട്ടുള്ള കാര്യങ്ങളിലൊന്നാണ്. എന്നാൽ മിക്ക വാറുമെല്ലാവരേയും ചികിത്സിച്ച് ഭേദപ്പെടുത്തുവാൻ കഴിയും. ആകെക്കൂടി ആവശ്യമായത് ഇത്രമാത്രമാണ്. ഒരുവൻ തന്റെ എല്ലാ മുൻവിധികളേയും എല്ലാ വിശ്വാസങ്ങളേയും ഉപേക്ഷിക്കണം. അവൻ ഒരു കൊച്ചു കുട്ടിയെപ്പോലെ നിഷകളങ്കനും, അറിവില്ലാത്തവനും, പക്ഷപാതമില്ലാ ത്തവനും ആയിത്തീരണം. നിഷ്കളങ്കതക്ക് ഒരു അന്തർദർശകന്റെ ഭാഷ

മനസ്സിലാക്കുവാൻ കഴിയും, കാരണം ആ ദർശകനും ഒരു കൊച്ചുകുട്ടി തന്നെയാണ്. അത് കുറേക്കൂടി ഉയർന്നതലത്തിലാണെന്നുമാത്രം. എന്നാൽ രണ്ടുകൂട്ടരിലും സമാനമായ ചിലതവിടെയുണ്ട്.

കുട്ടിക്ക് ഒന്നും തന്നെ അറിഞ്ഞുകൂടാ. ദർശകനാകട്ടെ എല്ലാം തന്നെ അറിഞ്ഞവനാണ്. എന്നാൽ അയാളതെല്ലാം ഉപേക്ഷിച്ചുകഴിഞ്ഞു. എന്തെന്നാൽ അയാളെ സംബന്ധിച്ചിടത്തോളം അവ നിരർത്ഥകമാണ്. അവരിരുവരും അടുത്തടുത്തു നിൽക്കുന്നവരാണ്. അതിനാൽ അവർ തമ്മിൽ ചിലതരത്തിലുള്ള ആശയവിനിമയം സാധ്യമാണ്.

സരതുഷ്ട്രനെ പോലെയുള്ള ഒരാളെ മനസ്സിലാക്കുവാൻ നിങ്ങൾ ശ്രമിച്ചുകൊണ്ടിരിക്കുമ്പോൾ, ഇതാണ് നിങ്ങൾക്കാവശ്യമായിട്ടുള്ളത്. അത് നിങ്ങളുടെ ബുദ്ധിപരമായ ഗ്രഹണശക്തിയുടെ പ്രശ്നമല്ല, മറിച്ച് അത് നിങ്ങളുടെ നിഷ്കളങ്കമായ ഹൃദയത്തിന്റെ പ്രശ്നമാണ്. അദ്ദേഹം പറയുന്നു...

“ആ ഉയരമല്ല, മറിച്ച് ആ താഴ്ചയാണ് എന്നെ ഭയപ്പെടുത്തുന്നത്. ആ താഴ്ചയിലേക്ക് എന്റെ നോട്ടം ഇറങ്ങിച്ചെല്ലുമ്പോൾ, എന്തിനെയോ പിടിക്കാനെന്നോണം എന്റെ കൈകൾ മേൽപ്പോട്ടുയരുന്നു. അപ്പോൾ എന്റെ ഹൃദയം രണ്ടായിപ്പിരിഞ്ഞ അതിന്റെ താൽപര്യങ്ങളിൽപ്പെട്ട് അസ്വസ്ഥമാകുന്നു.”

തനിക്കപ്പുറത്തേക്കു പോകുവാൻ ശ്രമിച്ചുകൊണ്ടിരിക്കുന്ന, തന്നെ തന്നെ അതിവർത്തിക്കുവാൻ ശ്രമിച്ചുകൊണ്ടിരിക്കുന്ന താനിപ്പോളെന്താണോ അതിനേക്കാൾ കൂടുതൽ മെച്ചപ്പെട്ടവനായിത്തീരുവാൻ ശ്രമിച്ചുകൊണ്ടിരിക്കുന്ന മനുഷ്യരെക്കുറിച്ചാണ് അദ്ദേഹം സംസാരിച്ചുകൊണ്ടിരിക്കുന്നത്. അയാൾ സധൈര്യം പ്രശ്നങ്ങളെ അഭിമുഖീകരിക്കുന്നു. അയാൾ തന്റെ കൈകൾ മുകളിലേക്ക് ഉയർത്തിക്കൊണ്ടിരിക്കുകയാണ്. എന്നാൽ താഴെ ഭയപ്പെടുത്തുന്ന ഒരു ഗർത്തമവിടെയുണ്ട്. ആ അപകടമിതാണ്, നിങ്ങൾക്ക് നിങ്ങളിലുള്ള പിടി നഷ്ടപ്പെടുകയാണെങ്കിൽ, ഒരു അതിമാനുഷനയിത്തീരുന്നതിനുപകരം, മനുഷ്യനേക്കാൾ താണ നിലയിലേക്ക് നിങ്ങൾ വീണുപോയേക്കാം.

സരതുഷ്ട്രന്റെ ഭാഷയിൽ, മനുഷ്യനെന്നാൽ ഒരു ഗർത്തത്തിനുമുകളിൽ നീട്ടിവലിച്ചുകെട്ടിയ ഒരു കയറാണ്. ഒരു വശത്ത് മനുഷ്യൻ ജന്തുക്കളുടെ ലോകവുമായി ഘടിപ്പിക്കപ്പെട്ടിരിക്കുന്നു, മറുവശത്ത് തനിക്കപ്പുറത്തേക്ക് പോകുവാൻ അവന് തീവ്രമായ അഭിലാഷവുമുണ്ട്. മനുഷ്യൻ ഒരു പാലമാണ്, അവൻ കടന്നുപോകുവാനുള്ള എന്തോ ഒന്നാണ്, അവൻ മേൽപോട്ട് കയറിപ്പോകുന്നതിനുള്ള ഒരു ഗോവണിയാണ്.

എന്നാൽ കോടിക്കണക്കിനാളുകൾ മേൽപോട്ട് കയറുവാൻ ഒരിക്കലും ശ്രമിക്കുന്നില്ല. എന്തുകൊണ്ടെന്നാൽ ഓരോരുത്തരുടേയും ഉള്ളിൽ ഭയമവിടെയുണ്ട്. നിങ്ങൾ മേൽപോട്ട് നീങ്ങുവാൻ തുടങ്ങുന്ന ആ നിമിഷം

നിങ്ങൾ താഴേക്ക് വീഴാനുള്ള എല്ലാ സാധ്യതയുമുണ്ട്. തെറ്റായ ഒരു ചെറിയ കാൽവെയ്പുമതി... ഭയാനകമായ ആ ഗർത്തം തൊട്ടുമുമ്പിൽ തന്നെയുണ്ട്. മനുഷ്യന് ഏതൊരു ജന്തുവിനേക്കാളും മോശമായ അവസ്ഥ യിലേക്കു പോകുവാൻ കഴിയും.

അതേസമയം മനുഷ്യന് ദൈവങ്ങൾക്കപ്പുറത്തേക്കു പോകുവാനും കഴിയും, കാരണം എല്ലാ ദൈവങ്ങളും മനുഷ്യന്റെ സങ്കല്പസൃഷ്ടിക ളാണ്. തന്റെ സങ്കല്പസൃഷ്ടികളേക്കാൾ എത്രയോ കൂടുതൽ ഉത്കൃഷ്ടമായ ഒരു യാഥാർത്ഥ്യത്തെ അവന് നേടിയെടുക്കുവാൻ കഴിയും. ഉയർച്ച എന്നാലതാണ്. സരതുഷ്ട്രൻ പറയുന്നു: “ഓരോ ഉയർച്ച യോടുമൊപ്പം ഓരോ താഴ്ചയുമവിടെയുണ്ട്. നിങ്ങൾ മുകളിലേക്ക് പോകു വാൻ തുടങ്ങുന്ന ആ നിമിഷം നിങ്ങൾ നിങ്ങളെതന്നെ അപകടത്തിലാ ക്കുകയാണ്.” ആ ഉയരം ഒരു പ്രശ്നമല്ല. മുകളിലേക്കു കയറുക എന്നത് കഠിനം തന്നെയാണ്. എന്നാൽ അത് ഭയാനകമല്ല, ഭയാനകമായത് ആ ഗർത്തമാണ്. തെറ്റായ ഒരു കാൽവെയ്പുമതി, ബോധമില്ലാത്ത ഒരു നിമിഷം മാത്രമേ വേണ്ടൂ, നിങ്ങൾ താഴേക്കു വീണുപോയേക്കാം. നിങ്ങൾ ജന്തുക്കളേക്കാൾ താണ നിലയിലേക്ക് പതിച്ചേക്കാം.

“സുഹൃത്തുക്കളേ, എന്റെ ഹൃദയത്തിന്റെ ഇരട്ട താൽപര്യങ്ങളെ നിങ്ങളും അറിഞ്ഞെന്നോ?”

പരിണമിക്കുവാനാഗ്രഹിക്കുന്ന ഏതൊരു വ്യക്തിയും വിഭജിക്കപ്പെടും, അവന്റെ ജീവശാസ്ത്രപരവും, ശരീരശാസ്ത്രപരവുമായ ഗുരുത്വാ കർഷണം അവനെ താഴേക്കു പിടിച്ചുവലിക്കും. അതേസമയം അവന്റെ ആത്മീയമായ അഭിലാഷം അവനെ ഉന്നതങ്ങളിൽ നിന്ന്, സൂര്യവെളിച്ചം നിറഞ്ഞ കൊടുമുടികളിൽ നിന്ന്, മാടിവിളിക്കും. അവൻ വിഭജിക്കപ്പെടും. അവൻ ഒരേസമയം രണ്ടുതലങ്ങളിൽ നിലനിൽക്കുന്നവനായിത്തീരും.

ഉയരങ്ങളിലെത്തുവാൻ കഠിനമായ പരിശ്രമം ആവശ്യമാണ്. അതു കൊണ്ടാണ് കോടിക്കണക്കിനാളുകൾ ഉയരത്തെക്കുറിച്ച് ഒട്ടുംതന്നെ ശ്രദ്ധിക്കാതിരിക്കുന്നത്. തങ്ങളെതന്നെ അതിവർത്തിക്കുവാൻ യാതൊരു പരിശ്രമവും നടത്താതിരിക്കുന്നത്. അങ്ങനെ അവർക്ക് ആ ഗർത്ത ത്തേയും ആ വീഴ്ചയേയും ഒഴിവാക്കുവാൻ കഴിയും. ഉയരം ഉയർത്തുന്ന ആ വെല്ലുവിളിയിൽ ആ ഗർത്തവും, ആ വീഴ്ചയുമുണ്ട്. അതുകൊ ണ്ടാണ് അവർ ഉയരത്തിന്റെ ആ വെല്ലുവിളി ഏറ്റെടുക്കാതിരിക്കുന്നത്.

ഉയരുവാൻ ഒരിക്കലും ശ്രമിക്കാത്തവരായ ആളുകൾ, തീർച്ചയായും, ഒരിക്കലുമവർ താഴേക്കു വീഴുന്നില്ല. അവരൊരിക്കലും തെറ്റായ ഒരു കാൽവെയ്പ് എടുക്കുകയില്ല, അവരൊരിക്കലും മുന്നോട്ട് നീങ്ങുകയു മില്ല. അവർ, അവരെവിടെയാണോ, അവിടെ നിലനിൽക്കുകമാത്രം ചെയ്യും. എന്നാൽ അവരുടെ ജീവിതം മിക്കവാറും മൃതമായിരിക്കും, കാരണം ജീവിതമെന്നാൽ അത് ഉയരത്തിലേക്കുള്ള ഒരു നിരന്തരമായ

ചലനമാണ്. ഉയരത്തിൽ നിന്നു വരുന്ന വെല്ലുവിളിയെ അത് സ്വാഗതം ചെയ്യുകയാണെങ്കിൽ മാത്രമേ, ആ അഗാധഗർത്തത്തെ സ്വീകരിക്കുന്നതിനുള്ള ഒരു മനസ്സവിടെയുണ്ടെങ്കിൽ മാത്രമേ, അത് ജീവിതമാവുകയുള്ളൂ. എന്നാൽ ഒരുവന് പൂർണ്ണബോധത്തോടെ, ജാഗ്രതയോടെ നില നിൽക്കേണ്ടിവരും, എങ്കിൽ ഒരൊറ്റ കാൽവെയ്പ് പോലും പിഴക്കുകയില്ല. ഇത് മിക്കവാറും ഒരു ഞാണിന്മേൽ കളിപോലെയാണ്. അത്രയ്ക്കുമധികം ഉദ്വേഗമവിടെയുണ്ട്. ആരാണോ കൊടുമുടിയിലെത്തിച്ചേരുന്നത് അവരുടെ ആനന്ദം അളവറ്റതാണ്. തങ്ങളുടെ ജീവിതത്തെ ശരിക്കും ജീവിച്ചിട്ടുള്ളത് അവർ മാത്രമാണ്. മറ്റുള്ളവർ തങ്ങളുടെ ജീവിതത്തെ തള്ളിനീക്കിക്കൊണ്ടിരിക്കുക മാത്രമാണ്. "എന്റെ മനസ്സ് മനുഷ്യവർഗ്ഗത്തോട് പറ്റിപ്പിടിച്ചുനിൽക്കുന്നു. ഞാൻ എന്നെതന്നെ മനുഷ്യവർഗ്ഗവുമായി ബന്ധിപ്പിച്ച് നിർത്തിയിരിക്കുകയാണ്, എന്തെന്നാൽ ഞാൻ അതിമാനുഷനുനേരെ ആകൃഷ്ടനാണ്. എന്റെ മനസ്സിന്റെ ഒരു ഭാഗം എന്നെ അതിമാനുഷനിലേക്കു വലിച്ചുകൊണ്ടേയിരിക്കുന്നു."

തന്റെ അവസ്ഥയെ സരതുഷ്ട്രൻ അപഗ്രഥിച്ചുകൊണ്ടിരിക്കുകയാണ്. ആ അപഗ്രഥനത്തിലൂടെ അദ്ദേഹം ഓരോ മനുഷ്യന്റേയും അവസ്ഥയെ അപഗ്രഥിച്ചുകൊണ്ടിരിക്കുകയാണ്.

അദ്ദേഹം പറയുന്നു, "ഞാൻ എന്നെ മനുഷ്യരാശിയുമായി ബന്ധിപ്പിച്ച് നിർത്തിയിരിക്കുകയാണ്, എന്തെന്നാൽ എന്റെ ഉള്ളിൽ ഒരു തരം ഭയമവിടെയുണ്ട്. അതേസമയം എന്നെതന്നെ അതിവർത്തിക്കുവാൻ ഞാൻ അങ്ങേയറ്റം ആഗ്രഹിക്കുകയും ചെയ്യുന്നു. കാരണം ആ ഉയരങ്ങൾ എന്നെ മാടിവിളിച്ചുകൊണ്ടിരിക്കുകയാണ്. അവയുടെ വെല്ലുവിളി അത്രയ്ക്കും ശക്തവും അപ്രതിരോധ്യവുമാണ്. എന്നാൽ ഉയരങ്ങളിലേക്ക് നീങ്ങുമ്പോഴും, ആ താഴ്ചയെ എനിക്ക് മറക്കുവാൻ കഴിയുന്നില്ല. ആ താഴ്ചയെ ഒഴിവാക്കുവാൻ ഞാൻ നിലവിലുള്ള അവസ്ഥയെ മുറുകെ പിടിക്കുന്നു. എന്നെ തന്നെ വ്യാപൃതനാക്കി നിർത്തുവാൻ, ഞാൻ എല്ലാ തരത്തിലുള്ള ബന്ധങ്ങളും സൃഷ്ടിക്കുന്നു, എല്ലാ തരത്തിലുള്ള ബന്ധനങ്ങളും സൃഷ്ടിക്കുന്നു. എന്റെ സ്വപ്നങ്ങളും ആശകളും എന്നെ ആ ഉയരങ്ങളിലേക്കു വലിച്ചുകൊണ്ടുപോകാതിരിക്കാൻ വേണ്ടിയാണ് ഞാൻ കച്ചവടസ്ഥലത്തെ ആൾക്കൂട്ടത്തിനിടയിൽ എന്നെ തന്നെ വ്യാപൃതനാക്കി നിർത്തിയിരിക്കുന്നത്... "എന്നാൽ ഞാൻ അതിമാനുഷനുനേരെ ആകൃഷ്ടനാണ്..."

"എന്റെ കൈകൾക്ക് മനുഷ്യശക്തിയിലുള്ള അതിന്റെ വിശ്വാസം നഷ്ടപ്പെടാതിരിക്കണം. അതുകൊണ്ടാണ് ആരേയും തിരിച്ചറിയാത്ത മട്ടിൽ, ആളുകൾക്കിടയിൽ, ഞാൻ ഒരന്ധനെപ്പോലെ ജീവിക്കുന്നത്."

ഞാൻ ആളുകളോടൊപ്പം, അവരുടെ അന്ധവിശ്വാസങ്ങളെ സ്വീകരിച്ചുകൊണ്ട്, അവരുടെ മൂഢമായ എല്ലാ ആശയങ്ങളേയും സ്വീകരിച്ചു

കൊണ്ട് ജീവിക്കുന്നു, കാരണം അവയെ സ്വീകരിക്കാതിരിക്കുക. എന്നാൽ അതിനർത്ഥം നിങ്ങളാ ആൾക്കൂട്ടത്തിൽ നിന്ന് മാറിനിൽക്കുന്നു എന്നാണ്. തനിച്ച് നിലനിൽക്കുവാൻ ഞാൻ ഭയപ്പെടുന്നു. കാരണം തനിച്ചാവുമ്പോൾ, ഒരു കാര്യം എന്നെ അലട്ടിക്കൊണ്ടിരിക്കും. അത് പ്രകാശം നിറഞ്ഞ ആ കൊടുമുടികളിലെത്തിച്ചേരുന്നതിനുള്ള അടക്കാൻ കഴിയാത്ത അഭിലാഷമാണ്.

അദ്ദേഹമെന്താണോ പറഞ്ഞുകൊണ്ടിരിക്കുന്നത്, അത് ഓരോ മനുഷ്യന്റേയും അവസ്ഥയാണ്.

എന്തുകൊണ്ടാണ് നിങ്ങളൊരു ആൾക്കൂട്ടത്തിന്റെ ഭാഗമായി നിലനിന്നുകൊണ്ടേയിരിക്കുന്നത്? എന്തുകൊണ്ടാണ് നിങ്ങൾ നിങ്ങളുടെ വ്യക്തിത്വത്തെ സ്പഷ്ടമായി പ്രകടിപ്പിക്കാതിരിക്കുന്നത്? എന്തുകൊണ്ടാണ് നിങ്ങൾ മറ്റുള്ളവരാൽ, അടിച്ചേൽപ്പിക്കപ്പെട്ട കൃത്രിമമായ വേഷങ്ങൾ അഭിനയിച്ചുകൊണ്ടേയിരിക്കുന്നത്? എന്തുകൊണ്ടാണ് അവയ്ക്കെതിരെ നിങ്ങൾ ശബ്ദമുയർത്താത്തത്? എന്തുകൊണ്ടാണ് നിങ്ങളത്രയ്ക്കുമധികം സംഘടനകളുമായി - മതപരവും രാഷ്ട്രീയപരവും സമൂഹപരവുമായ സംഘടനകളുമായി ബന്ധപ്പെട്ടിരിക്കുന്നത്? അവ നിങ്ങളെ യാതൊരു വിധത്തിലും സഹായിക്കുവാൻ പോവുന്നില്ല എന്നറിഞ്ഞിട്ടുകൂടി, അവ നിങ്ങളുടെ വളർച്ചക്കുള്ള ഒരടിത്തറയായി ത്തീരാൻ പോകുന്നില്ല എന്നറിഞ്ഞിട്ടുകൂടി, എന്തുകൊണ്ടാണ് നിങ്ങളാ സംഘടനകളുമായി ബന്ധപ്പെട്ടുകൊണ്ടേയിരിക്കുന്നത്? നിങ്ങളുടെ എല്ലാ റോട്ടറി ക്ലബ്ബുകളും, നിങ്ങളുടെ എല്ലാ ലയൺസ് ക്ലബ്ബുകളും, നിങ്ങളുടെ എല്ലാ രാഷ്ട്രീയപാർട്ടികളും, നിങ്ങളുടെ എല്ലാ മതങ്ങളും അവ നിങ്ങളെ നിങ്ങളുടെ ശവപ്പറമ്പിലേക്കു മാത്രമേ നയിച്ചുകൊണ്ടുപോവുകയുള്ളൂ...

നിങ്ങൾ നിങ്ങളുടെ വിശുദ്ധഗ്രന്ഥങ്ങളെ ചുമന്നുകൊണ്ടേയിരിക്കുന്നു. എന്നാൽ നിങ്ങളൊരിക്കലും അവയിലേക്കു നോക്കുന്നില്ല. നിങ്ങളുടെ മനസ്സ് ചഞ്ചലപ്പെടുമോ എന്ന് നിങ്ങൾ ഭയപ്പെടുന്നു. ആരും തന്നെ ആ വിശുദ്ധഗ്രന്ഥങ്ങൾ വായിക്കുന്നുണ്ടെന്നു തോന്നുന്നില്ല.

വിശ്വവിജ്ഞാനകോശങ്ങളും, നിഘണ്ടുക്കളും വീടുകൾ തോറും കയറിയിറങ്ങി വില്പന നടത്തിക്കൊണ്ടിരിക്കുന്ന ഒരു വില്പനക്കാരനെക്കുറിച്ച് ഞാൻ കേട്ടിട്ടുണ്ട്.

അയാളൊരു വാതിലിൽ ചെന്നുമുട്ടിയപ്പോൾ ഒരു സ്ത്രീ വന്ന് വാതിൽ തുറന്നു. തന്റെ കൈയ്യിലുണ്ടായിരുന്ന ഏറ്റവും പുതിയ വിജ്ഞാനകോശം അയാളാ സ്ത്രീക്ക് കാട്ടിക്കൊടുത്തു. അപ്പോൾ ആ സ്ത്രീ പറഞ്ഞു, "ഞങ്ങളുടെ കൈയിലും ഇത്തരമൊരെണ്ണമുണ്ട്. വേണമെങ്കിൽ ഞാനത് നിങ്ങൾക്ക് കാട്ടിത്തരാം. ഈ മുറിയുടെ മൂലയിലിട്ടിരിക്കുന്ന ആ മേശ കണ്ടോ? ആ മേശപ്പുറത്ത് അതവിടെയുണ്ട്. മറ്റൊരെണ്ണം കൂടി ഞങ്ങൾക്കാവശ്യമില്ല."

അയാൾ ആ മേശയുടെ മുകളിലേക്കു നോക്കി. പിന്നെ അയാൾ പറഞ്ഞു, "നോക്കൂ, അതൊരു വിജ്ഞാനകോശമല്ല, അതൊരു ബൈബിളാണ്." ആ സ്ത്രീക്കത് വിശ്വസിക്കാൻ കഴിഞ്ഞില്ല. ഇത്രയുമകലെ നിന്ന് അതൊരു ബൈബിളാണ് എന്ന് അയാൾക്ക് മനസ്സിലാക്കാൻ കഴിഞ്ഞെന്നോ? ആ സ്ത്രീ ചോദിച്ചു, "അതൊരു ബൈബിളാണ് എന്ന് എന്തടിസ്ഥാനത്തിലാണ് നിങ്ങൾ പറയുന്നത്? അതൊരു വിജ്ഞാനകോശമാണ് എന്ന് ഞാൻ പറയുമ്പോൾ അതൊരു ബൈബിളാണ് എന്ന് എങ്ങിനെയാണ് നിങ്ങൾക്കു പറയാൻ കഴിയുക?" അയാൾ പറഞ്ഞു, "നോക്കൂ, അതിന്മേൽ പറ്റിപ്പിടിച്ചിരിക്കുന്ന പൊടി കണ്ടാൽ അതൊരു വിജ്ഞാനകോശമല്ല എന്ന് എനിക്കു പറയാൻ കഴിയും. അതിനാൽ അതൊരു ബൈബിളായിരിക്കുമെന്ന് തീർച്ചയാണ്."

മറ്റൊരു സംഭവകഥ കേൾക്കൂ...

സ്കൂളിൽ വച്ച് അധ്യാപകൻ ഒരു കുട്ടിയോട് ചോദിച്ചു, "നീ എപ്പോഴെങ്കിലും വിശുദ്ധ ബൈബിൾ തുറന്നുനോക്കിയിട്ടുണ്ടോ? അവൻ പറഞ്ഞു, "പലപ്രാവശ്യം ഞാൻ തുറന്നു നോക്കിയിട്ടുണ്ട്. അദ്ധ്യാപകൻ ചോദിച്ചു, " ആ ബൈബിളിലുള്ള എന്തെങ്കിലും നിനക്കെന്നോട് പറയാൻ കഴിയുമോ? അവൻ പറഞ്ഞു, "അതിനുള്ളിലുള്ളതെല്ലാം ഞാൻ പറയാം." അദ്ധ്യാപകൻ അദ്ഭുതപ്പെട്ടു. ആ കുട്ടി പറഞ്ഞു, "എല്ലാമെനിക്ക് പറയാൻ കഴിയും. എന്റെ അമ്മ എന്റെ അച്ഛന്റെ തലമുടിയിഴകൾ അതിനുള്ളിലാണ് സൂക്ഷിക്കുന്നത്." അദ്ധ്യാപകൻ ചോദിച്ചു, "നിന്റെ അച്ഛൻ മരിച്ചുകഴിഞ്ഞോ?" അവൻ പറഞ്ഞു, "ഇല്ല, അച്ഛൻ മരിച്ചിട്ടില്ല. എന്നാൽ അച്ഛന് വയസ്സായിക്കഴിഞ്ഞു. അച്ഛന്റെ മുടിയെല്ലാം കൊഴിഞ്ഞുപോയിക്കഴിഞ്ഞു. ഇപ്പോൾ അച്ഛനൊരു മൊട്ടത്തലയനാണ്. അച്ഛൻ ചെറുപ്പമായിരുന്നപ്പോഴത്തെ ആ പഴയ ഓർമ്മയ്ക്കുവേണ്ടിയാണ് അമ്മ ആ മുടിയിഴകളവിടെ സൂക്ഷിക്കുന്നത്. പിന്നെ എന്റെ ചേച്ചി അവളുടെ ബോയ്ഫ്രണ്ടിന്റെ പ്രേമലേഖനങ്ങളും അതിനുള്ളിലാണ് സൂക്ഷിക്കാറുള്ളത്. അതെടുത്തു വായിക്കുവാനും എനിക്ക് ആ ബൈബിൾ തുറന്നു നോക്കേണ്ടിവരാറുണ്ട്."

ആളുകൾ എല്ലാതരത്തിലുള്ള സാധനങ്ങളും വിശുദ്ധഗ്രന്ഥങ്ങളിൽ സൂക്ഷിക്കുന്നു. എന്നാൽ വളരെ കുറച്ചുപേർ മാത്രമേ വായിക്കുന്നതിനായി അവ തുറക്കുന്നുള്ളൂ. അതൊരു യാദൃച്ഛികത മാത്രമാണെന്ന് കരുതാൻ വഴിയില്ല, കാരണം ആളുകളത് വായിക്കുകയാണെങ്കിൽ ചിലപ്പോൾ അവരുടെ പല വിശ്വാസങ്ങൾക്കും ഇളക്കം തട്ടിയേക്കാം. അത്തരമൊരു ഭയമവിടെയുണ്ട്. അപ്പോളവ നിരർത്ഥകമെന്നതുപോലെ തോന്നിപ്പിക്കും, അവ അയുക്തികമെന്നതുപോലെ തോന്നിപ്പിക്കും. ആ പുസ്തകങ്ങൾ വായിക്കാത്തവരായ ബഹുഭൂരിപക്ഷത്തിൽ നിന്ന് വിട്ടുനിൽക്കുവാൻ അവരാഗ്രഹിക്കുകയില്ല.

നിങ്ങളൊരു ക്രിസ്ത്യാനിയാണെങ്കിൽ, ഒരു ക്രിസ്ത്യാനിയായി തന്നെ നിലനിൽക്കുവാൻ നിങ്ങളാഗ്രഹിക്കും. അതിന്റെ കാരണം ലളിതമാണ്. ആൾക്കൂട്ടം സുഖപ്രദമാണ്, ഒരുതരം സുരക്ഷിതത്വമവിടെയുണ്ട്. നിങ്ങൾ ഒറ്റക്കല്ല, നിങ്ങളെപ്പോലെയുള്ള കോടിക്കണക്കിന് ആളുകളവിടെയുണ്ട്. ഇത്രയുമധികം ആളുകൾ വിശ്വസിക്കുന്നത്, അവർ ചെയ്യുന്നത്, തെറ്റാകാൻ വഴിയില്ല. ഇത് നിങ്ങൾക്ക് വലിയൊരു ആശ്വാസം നൽകും.

നിങ്ങളൊറ്റയ്ക്കാണെങ്കിൽ നിങ്ങൾക്ക് നിങ്ങൾക്കുള്ളിലേക്കു നോക്കേണ്ടിവരും. പുറത്തുള്ള ഒന്നിലും തന്നെ ശ്രദ്ധിക്കാതെ നിങ്ങൾ തനിച്ചായിരിക്കുമ്പോൾ, ആ ഏകാകിത്വത്തിൽ, ഉയർച്ചക്കുവേണ്ടിയുള്ള ഒരഭിലാഷം, ഒരു പക്ഷിയെപ്പോലെ ആകാശത്തിൽ പറന്നുകളിക്കുവാനുള്ള ഒരാഗ്രഹം, നിങ്ങളിലുണരുമെന്ന് തീർച്ചയാണ്, എന്തെന്നാൽ ഓരോ മനുഷ്യനിലും ആ ആഗ്രഹമവിടെയുണ്ട്.

ജീവിതം അതിനെ തന്നെ അതിക്രമിക്കുവാൻ ആഗ്രഹിക്കുന്നു. സരതുഷ്ട്രന്റെ മുഖ്യ ശിക്ഷണങ്ങളിലൊന്നാണിത്: ജീവിതം അതിനെ തന്നെ മറികടക്കുവാനാഗ്രഹിക്കുന്നു. എന്നാൽ അതിലൊരു അപകടമുണ്ട്, നിങ്ങളിലുള്ള പഴയത് മരിക്കുകയാണെങ്കിൽ മാത്രമേ, നിങ്ങൾക്ക് പുതിയതാകാൻ കഴിയുകയുള്ളൂ. ആ അപകടസാധ്യത വ്യക്തമാണ്. പഴയത് മരിക്കുകയാണെങ്കിൽ, ആ പുതിയത് ഒരിക്കലും വന്നില്ലെങ്കിലോ? ആർക്കറിയാം? പഴയ ഇലകൾ വൃക്ഷത്തിൽ നിന്ന് താഴേക്കു പതിച്ചുകൊണ്ടിരിക്കുമ്പോൾ, അതിനുപകരമായി പുതിയ ഇലകൾ, പച്ചനിറമുള്ള, ഇളംപ്രായത്തിലുള്ള, ആരോഗ്യമുള്ള ഇലകൾ അവിടെ വന്നുചേരുമെന്നതിന് എന്തുറപ്പാണുള്ളത്? താഴേക്കു വീണുകൊണ്ടിരിക്കുന്ന ആ പഴയ ഇല, അതിനെതന്നെ അപകടത്തിൽപ്പെടുത്തുകയാണ്, ആ വൃക്ഷം അതിനെതന്നെ അപകടത്തിൽപ്പെടുത്തുകയാണ്. തന്റെ ജീവിതത്തിൽ ഒരു പരിവർത്തനം സംഭവിക്കണമെന്നാഗ്രഹിക്കുന്ന ഒരുവന് തന്നെ തന്നെ അപകടത്തിൽപ്പെടുത്തേണ്ടിവരും.

"എന്റെ ഒന്നാമത്തെ മാനുഷികമായ വിവേചനമിതാണ്. വഞ്ചിക്കുന്നവർക്കെതിരെ മുൻകരുതലുകളെടുക്കാതിരിക്കുന്നതിനുവേണ്ടി ഞാൻ എന്നെ തന്നെ വഞ്ചിക്കപ്പെടുവാൻ അനുവദിക്കുന്നു."

നിങ്ങൾക്കു ചുറ്റും അത്രക്കുമധികം വഞ്ചകരവിടെയുള്ളതിനാൽ നിങ്ങൾക്ക് എല്ലായ്പോഴും കരുതലോടെയിരിക്കേണ്ടിവരും. "എന്നെ വഞ്ചിക്കുവാൻ ഞാനവരെ അനുവദിക്കും. മുൻകരുതലുകളെടുക്കാതെ, ഉത്കണ്ഠകളില്ലാതെ, ജീവിക്കുവാൻ അതെന്നെ സഹായിക്കും. പിരിമുറുക്കമില്ലാതെ, വിശ്രാന്തിയിൽ ജീവിക്കുവാൻ അതെന്നെ സഹായിക്കും. അഥവാ അവരെന്നെ വഞ്ചിക്കുകയാണെങ്കിൽ കൂടി ഞാനതു സ്വീകരിക്കാൻ തയ്യാറാണ്," സരതുഷ്ട്രൻ പറയുന്നു.

മുൻകരുതലുകളെടുക്കേണ്ട യാതൊരാവശ്യവുമില്ല, എന്നാൽ കരുതലോടെയിരിക്കുക എന്നത് മനുഷ്യരാശിയുടെ ഏറ്റവും പ്രധാന ആധികളിലൊന്നാണ്, കാരണം ചുറ്റും നിരവധി വഞ്ചകരുണ്ട്. അതിനാൽ നിങ്ങൾക്ക് കരുതലോടെയിരിക്കേണ്ടിവരും. ഓരോരുത്തരും അപരിചിതരാണ്, നിങ്ങളോട് ഏറ്റവുമടുപ്പത്തിൽ കഴിയുന്നവർ പോലും അപരിചിതരാണ്. നിങ്ങളോട് അവരെന്താണ് ചെയ്യാൻ പോകുന്നത് എന്ന് നിങ്ങൾക്കൊരിക്കലും അറിയാൻ കഴിയില്ല. സരതുഷ്ട്രൻ പറയുന്നു, “വിശ്രാന്തിയിൽ ജീവിക്കുന്നതിനുവേണ്ടി എന്നെ വഞ്ചിക്കുവാൻ ഞാനവരെ അനുവദിക്കുന്നു.” എല്ലായ്പോഴും കരുതലോടെയിരിക്കുന്നതിനേക്കാൾ ഇത് പ്രയാസം കുറഞ്ഞതും, ലളിതവുമാണ്. പിരിമുറുക്കത്തോടെ, ഉത്ക്കണ്ഠയോടെ, ഓരോ വ്യക്തിയേയും അവിശ്വസിച്ചുകൊണ്ട്, ആ നിൽക്കുന്നവൻ നിങ്ങളുടെ ശത്രുവാണ് എന്ന മട്ടിൽ ഓരോരുത്തരുടേയും നേരെ നോക്കിക്കൊണ്ട് ജീവിക്കുന്നതിനേക്കാൾ ഇത് കൂടുതൽ എളുപ്പമുള്ളതും, അനായാസവുമാണ്. “എന്റെ രണ്ടാമത്തെ വിവേചനമിതാണ്: അഭിമാനിയായ ഒരുവനേക്കാൾ ദുരഭിമാനിയായ ഒരുവനെക്കുറിച്ചാണ് ഞാൻ കൂടുതൽ ശ്രദ്ധാലുവായിരിക്കുന്നത്. എല്ലാ ദുരന്തങ്ങളുടേയും മാതാവ് മുറിവേൽക്കപ്പെട്ട ദുരഭിമാനമല്ലേ? എന്നാൽ അഭിമാനത്തിന് മുറിവേൽക്കുമ്പോൾ, അതിനേക്കാൾ കൂടുതൽ മെച്ചപ്പെട്ട ചിലതവിടെ വളർന്നുവരും.”

അദ്ദേഹത്തിന്റെ ഉൾക്കാഴ്ചകൾ ഏറ്റവും പുതുമയുള്ളതും, ശുദ്ധവുമാണ്. അദ്ദേഹം പറയുന്നു, “ഒരു പൊങ്ങച്ചക്കാരനാകുന്നതിനേക്കാൾ നല്ലത്, തന്നിൽ തന്നെ അഭിമാനം കൊള്ളുന്ന ഒരുവനാകുന്നതാണ്, കാരണം നിങ്ങളുടെ അഭിമാനത്തിനു മുറിവേൽക്കുകയാണെങ്കിൽ... അതിന് മുറിവേൽക്കുമെന്ന് തീർച്ചയാണ്, കാരണം നിങ്ങളിവിടെ ഒറ്റയ്ക്കല്ല. നിങ്ങളോട് മത്സരിച്ചുകൊണ്ട് ലക്ഷക്കണക്കിന് മറ്റു അഭിമാനികളവിടെയുണ്ട്. എന്നാൽ അഭിമാനത്തിന് മുറിവേൽക്കുകയാണെങ്കിൽ, അതെല്ലായ്പോഴും അതിനേക്കാൾ കൂടുതൽ മെച്ചപ്പെട്ട ചിലതവിടെ കൊണ്ടുവരും. നിങ്ങൾ കൂടുതൽ മെച്ചപ്പെട്ടവനാണെന്നു തെളിയിക്കുവാൻ, നിങ്ങളുടെ അന്തസ്സും അഭിമാനവും വീണ്ടെടുക്കുവാൻ, നിങ്ങൾക്ക് കൂടുതൽ അഭിവൃദ്ധിപ്പെടേണ്ടിവരും.”

യഥാർത്ഥത്തിലുള്ള പ്രശ്നം ആ പൊങ്ങച്ചക്കാരനാണ്. അയാളുടേത് പൊള്ളയായ വ്യക്തിത്വമാണ്. ലാളിത്യവും, എളിമയും വിനയവും പുറമേക്കു കാണിക്കുവാൻ അയാൾ ശ്രമിക്കും. നിങ്ങൾക്കയാളെ മുറിവേൽപ്പിക്കുവാൻ കഴിയില്ല. വിനയമുള്ള ഒരുവനെ എങ്ങിനെയാണ് നിങ്ങൾക്ക് മുറിവേൽപ്പിക്കുവാൻ കഴിയുക? എളിയവനായ ഒരുവനെ എങ്ങനെയാണ് നിങ്ങൾക്ക് മുറിവേൽപ്പിക്കുവാൻ കഴിയുക? അയാൾ എല്ലായ്പോഴും, അതേപോലെ, കപടമായി നിലനിൽക്കുമെന്ന്

തീർച്ചയാണ്. അയാളൊരിക്കലും മെച്ചപ്പെടുകയില്ല; കാരണം അയാളെ സംബന്ധിച്ചിടത്തോളം യാതൊരു വെല്ലുവിളിയുമവിടെ ഉണ്ടാകാൻ പോകുന്നില്ല.

മതങ്ങൾ സാധാരണയായി എളിമയുള്ളവനെ പുകഴ്ത്തുകയും അഭിമാനിയായവനെ നിന്ദിക്കുകയും ചെയ്യും. എന്നാൽ സരതുഷ്ട്രന് ഓരോ കാര്യത്തിലും മൗലികമായ ഒരു കാഴ്ചപ്പാടുണ്ട്. അദ്ദേഹത്തോട് നിങ്ങൾക്ക് യോജിക്കുകയോ വിയോജിക്കുകയോ ചെയ്യാം. എന്നാൽ അദ്ദേഹം പറഞ്ഞുകൊണ്ടിരിക്കുന്നത് വളരെ നിസ്സാരമായ ഒരു കാര്യമാണ് എന്ന് നിങ്ങൾക്ക് പറയാൻ കഴിയില്ല. മനുഷ്യരാശിക്ക് മൊത്തത്തിൽ അഭിമാനിക്കാൻ കഴിയുന്നതായി ഈ ലോകത്തിലുള്ളതെല്ലാം തന്നെ അഭിമാനിയായ മനുഷ്യനാൽ സൃഷ്ടിക്കപ്പെട്ടതാണ്. അത് എളിമയുള്ളവരെന്നു വിളിക്കപ്പെടുന്നവരാൽ സൃഷ്ടിക്കപ്പെട്ടതല്ല. എളിമയുള്ളവനായ ഒരു ചിത്രകാരനെക്കുറിച്ച് നിങ്ങൾ കേട്ടിട്ടുണ്ടോ? എളിമയുള്ളവനായ ഒരു കവിയെക്കുറിച്ച്, എളിമയുള്ളവനായ ഒരു നർത്തകനെക്കുറിച്ച്, ഒരു ഗായകനെക്കുറിച്ച്, ഒരു സ്രഷ്ടാവിനെക്കുറിച്ച്, നിങ്ങൾ കേട്ടിട്ടുണ്ടോ? എളിമയുള്ളവനായിരിക്കുന്നതിലൂടെ മനുഷ്യരാശിക്ക് താനെന്തോ ഒരു വലിയ സേവനമാണ് ചെയ്തുകൊണ്ടിരിക്കുന്നത് എന്ന് ആ എളിയ മനുഷ്യൻ ചിന്തിച്ചേക്കാം. എന്നാൽ അയാളുടെ ആ എളിമ അധികമൊന്നും വിലയില്ലാത്തതാണ്.

ഒരുപക്ഷെ എളിമയുള്ളവനായിരിക്കുന്നതിലൂടെ, അയാൾ തന്റെ ഭീരുത്വത്തെ, തന്റെ സർഗ്ഗശക്തിയില്ലായ്മയെ മറച്ചുവക്കുവാൻ ശ്രമിക്കുകയാവാം. ഒരുപക്ഷേ, തന്റെ എളിമയിലൂടെ അയാൾ ആ മത്സരത്തിൽ നിന്ന്, ആ ഓട്ടപന്തയത്തിൽ നിന്ന്, ഒഴിഞ്ഞുമാറിക്കൊണ്ടിരിക്കുകയാവാം. ഒരുപക്ഷേ അയാളുടെ എളിമ ജീവിതസമരത്തിൽ നിന്നുള്ള ഒരു ഒളിച്ചോട്ടമല്ലാതെ മറ്റൊന്നുമല്ല എന്നു വരാം. എന്തായാലും അതൊരു സർഗ്ഗാത്മകമൂല്യമല്ല, അത് നിഷേധാത്മകമായ ഒരു മൂല്യമാണ്.

"ജീവിതം നിരീക്ഷിക്കുവാൻ രസകരമാകണമെങ്കിൽ, ആ നാടകം ശരിയായ രീതിയിൽ അഭിനയിക്കപ്പെടണം: അതിന് നല്ല അഭിനേതാക്കൾ ആവശ്യമാണ്. ദുരഭിമാനികളായവരെല്ലാം തന്നെ നല്ല അഭിനേതാക്കളാണ് എന്ന് ഞാൻ കണ്ടു. അവർ തങ്ങളുടെ ഭാഗം അഭിനയിക്കുകയും അതോടൊപ്പം മറ്റുള്ളവർ തങ്ങളെ ശ്രദ്ധിക്കണമെന്ന് ആഗ്രഹിക്കുകയും ചെയ്യും. അവരുടെ എല്ലാ ശ്രദ്ധയും ഈ ഒരു കാര്യത്തിലാണ്..."

മറ്റുള്ളവരാൽ താൻ ആദരിക്കപ്പെടണം എന്നു പ്രതീക്ഷിച്ചുകൊണ്ടാണ് എളിമയുള്ളവനായ ഒരുവൻ എളിമയുള്ളവനായിരിക്കുന്നത്. അത് പരസ്പരവിരുദ്ധമായ ഒരാഗ്രഹമാണ്. ഒരേസമയം എളിമയുള്ളവനായിരിക്കുകയും അതേസമയം തന്നെ ബഹുമാനിക്കപ്പെടുവാൻ ആഗ്രഹിക്കുകയും ചെയ്യുക-ഇത് പരസ്പരവിരുദ്ധമായ ഒരാഗ്രഹമാണ്. സരതുഷ്ട്രൻ

പറയുന്നു, "അവരെല്ലാം നല്ല അഭിനേതാക്കളാണ്, എന്നാൽ അവരുടെ ആഗ്രഹങ്ങൾ ഒന്നാണ് - തങ്ങൾ മറ്റുള്ളവരാൽ അംഗീകരിക്കപ്പെടണം."

ഖലിൽ ജിബ്രാന്റെ മനോഹരമായൊരു കഥയുണ്ട്. വിശുദ്ധനായി അറിയപ്പെട്ട ഒരു ശുനകന്റെ കഥയാണത്. മറ്റു നായകളിൽ നിന്നും വ്യത്യസ്തമായി അവൻ ആദർശവാദിയായ ഒരു ചിന്തകനായിരുന്നു. അവന്റെ പ്രധാന തത്ത്വശാസ്ത്രം ഇതായിരുന്നു: യാതൊരാവശ്യവുമില്ലാതെ, എല്ലായ്പോഴും കുരച്ചുകൊണ്ടിരിക്കുന്നതുകൊണ്ടാണ് നായകൾ പരിണമിക്കാത്തത്. അവയുടെ ഊർജ്ജം മുഴുവൻ ഇത്തരത്തിൽ പാഴായിപ്പോകുന്നതുകൊണ്ടാണ് അവ പുരോഗതിപ്രാപിക്കാത്തത്.

മറ്റു നായകളോട് വിശുദ്ധനായ ആ ശുനകൻ ചോദിക്കും, "എന്തുകൊണ്ടാണ് നിങ്ങൾ ചന്ദ്രനെ നോക്കി കുരച്ചുകൊണ്ടിരിക്കുന്നത്?" ഇതിന് എന്താണ് ഉത്തരം പറയേണ്ടതെന്നറിയാതെ മറ്റു നായകൾ അന്യോന്യം നോക്കിനിൽക്കും. "യൂനിഫോമിട്ട ആളുകളെ നോക്കി എന്തുകൊണ്ടാണ് നിങ്ങൾ കുരച്ചുകൊണ്ടിരിക്കുന്നത്?" നായകൾ യൂണിഫോറത്തിനെതിരാണ്. അത് പോലീസുകാരന്റേതായാലും, പോസ്റ്റ്മാന്റേതായാലും, സന്യാസിയുടേതായാലും, അവ യൂനിഫോമിനെതിരാണ്. യൂനിഫോറത്തിലുള്ള ആരെയെങ്കിലും കണ്ടാൽ ആ നിമിഷം അവ കുരക്കാൻ തുടങ്ങും. ശരിയല്ലാത്ത എന്തോ അവിടെയുണ്ടെന്ന് അവ സംശയിക്കുന്നതുപോലെ.

പതുക്കെ പതുക്കെ വിശുദ്ധനായ ആ നായ കൂടുതൽ പ്രശസ്തനും, ആരാധ്യനുമായിത്തീരുന്നു. മറ്റു നായകൾ പറയും, "നീ സാത്വികനായ ഒരു നായയാണ്, ഞങ്ങളാകട്ടെ വെറും സാധാരണ നായകളും. ഞങ്ങൾക്ക് ലജ്ജയുണ്ട്, എന്നാൽ എന്തു ചെയ്യാം! ഞങ്ങൾക്കത് നിയന്ത്രിക്കുവാൻ കഴിയുന്നില്ല. ഞങ്ങളെ സംബന്ധിച്ചിടത്തോളം കുരക്കുക എന്നത് അത്രയ്ക്കും വലിയൊരു പ്രലോഭനമാണ്. പല രീതിയിലും ഞങ്ങൾ സ്വയം നിയന്ത്രിക്കാൻ ശ്രമിക്കാറുണ്ട്. ഞങ്ങൾക്ക് നിങ്ങളുടെ ആശയം മനസ്സിലാകുന്നുണ്ട്, അതായത് ഞങ്ങൾ കുര നിർത്തുകയാണെങ്കിൽ അത്രയ്ക്കുമധികം ഊർജ്ജം ഞങ്ങൾക്ക് ലഭ്യമാകുമെന്നും, ആ ഊർജ്ജമുപയോഗിച്ച് ഞങ്ങൾക്ക് പരിണമിക്കാൻ കഴിയുമെന്നും നിങ്ങൾ പറയുന്നത് ഞങ്ങൾക്ക് മനസ്സിലാക്കാൻ കഴിയുന്നുണ്ട്." ആ വിശുദ്ധ ശുനകൻ കൂടുതൽ കൂടുതൽ മഹാനായിത്തീർന്നുകൊണ്ടേയിരിക്കുന്നു. മറ്റുള്ള നായകൾ അവനെ ആരാധിച്ചുകൊണ്ടേയിരിക്കുന്നു. ഒടുവിൽ, ഒരു പൗർണമിരാത്രിയിൽ എല്ലാ നായകളും ചേർന്ന് ഒരു തീരുമാനമെടുക്കുന്നു. ചുരുങ്ങിയ പക്ഷം വർഷത്തിലൊരിക്കലെങ്കിലും - അന്ന്, ആ പൗർണമിദിവസം, അവരുടെ നേതാവിന്റെ ജന്മദിനമായിരുന്നു - തങ്ങളുടെ നേതാവിന്റെ ജന്മദിനത്തിലെങ്കിലും നമുക്ക് നിശ്ശബ്ദരാകണം. ചുരുങ്ങിയപക്ഷം ആ ഒരു രാത്രിയിലെങ്കിലും കുരക്കാതെ

കഴിച്ചുകൂട്ടുവാൻ അവർ തീരുമാനിച്ചു. എന്നാൽ ഒരു രാത്രി മുഴുവൻ കുരക്കാതിരിക്കുക എന്നത് അവയെ സംബന്ധിച്ചിടത്തോളം വളരെ ബുദ്ധിമുട്ടുള്ള ഒരു കാര്യമായിരുന്നു- അതും ഒരു പൗർണ്ണമിദിനത്തിൽ. എന്നാൽ നമുക്കത് ചെയ്യേണ്ടിവരും. നമ്മുടെ മഹാനായ നേതാവിനെ ആദരിക്കുവാൻ ഇതിനേക്കാൾ നല്ല വഴിയില്ല.

അന്നുരാത്രി ഓരോരുത്തരും ഒരിരുണ്ട മൂലയിലേക്കു പോകണമെന്നും, പുറത്ത് എന്തുതന്നെ സംഭവിച്ചാലും, തങ്ങളുടെ കണ്ണുകളടച്ച് അവിടെ അനങ്ങാതെ കിടക്കണമെന്നും അവർ തീരുമാനിച്ചു. രാത്രി മുഴുവൻ അവിടേയുമിവിടേയുമെല്ലാം തെണ്ടിനടന്ന് സമയം കളയരുത്. ഇത് ഒരു രാത്രിയുടെ പ്രശ്നം മാത്രമാണ്. വേണമെങ്കിൽ നാളെ നമുക്ക് ഇരട്ടിശക്തിയോടെ കുരക്കുകയും ചെയ്യാം. എന്നാൽ ഇന്നു രാത്രി നമുക്കിത് ചെയ്തേ പറ്റൂ.

അന്നുരാത്രി ആ വിശുദ്ധനായ ശുനകൻ അദ്ഭുതപ്പെട്ടു. ഒരിടത്തുനിന്നും ഒരു ശബ്ദവും കേൾക്കുന്നില്ല. ഇതെന്തുപറ്റി! ഒരു മണിക്കൂർ കടന്നുപോയി. ആകാശത്തിൽ ചന്ദ്രൻ ഉദിച്ചുകഴിഞ്ഞു. രണ്ടുമണിക്കൂർ കടന്നുപോയി. എന്നിട്ടും ഒരിടത്തും ഒരൊറ്റ നായയെപ്പോലും കാണുന്നില്ല. ഇവയെല്ലാം എവിടെയാണ് പോയി ഒളിച്ചത്? ഒരു കുരപോലും കേൾക്കുന്നില്ല. എന്താണിന്ന് സംഭവിച്ചത്? അത് തികച്ചും അസാധാരണമായ ഒരനുഭവമായിരുന്നു. സമയം അർദ്ധരാത്രിയോടടുത്തു. കുരക്കുവാനുള്ള പ്രലോഭനത്തിൽ നിന്ന് ഇത്രയും നാൾ എങ്ങിനെയാണ് തനിക്ക് ഒഴിഞ്ഞുമാറുവാൻ സാധ്യമായത് എന്ന് ജീവിതത്തിലാദ്യമായി ആ നായ തിരിച്ചറിയുന്നു. എന്തൊക്കെയായാലും താനും ഒരു നായ തന്നെയാണ്. എല്ലായ്പോഴും പ്രസംഗിച്ചുകൊണ്ടേയിരുന്നതിനാൽ കുരക്കുവാൻ അവന് സമയമുണ്ടായിരുന്നില്ല. അതുകൊണ്ടാണ് അവനത് ചെറുത്തുനിൽക്കുവാൻ കഴിഞ്ഞത്. നാടുമുഴുവൻ ചുറ്റിനടന്ന് "നിങ്ങളുടെ ഈ കുരയാണ് നമ്മുടെ അധഃപതനത്തിനു കാരണം" എന്ന് മറ്റു നായകളെ പഠിപ്പിച്ചുകൊണ്ട് അവൻ തന്റെ ഊർജ്ജം മുഴുവൻ പാഴാക്കിക്കൊണ്ടിരിക്കുകയായിരുന്നു.

ഒരുതരത്തിൽ, എല്ലാ ദിവസവുമവൻ മറ്റു നായകൾക്കെതിരെ കുരച്ചുകൊണ്ടിരിക്കുകയായിരുന്നു. എന്നാൽ അന്നു രാത്രി പെട്ടെന്ന്, അവന് തന്റെ തൊണ്ടയിൽ ഒരുതരം ചൊറിച്ചിൽ അനുഭവപ്പെട്ടു. ഇത്രയും കാലം അവൻ അടിച്ചമർത്തിവച്ചിരുന്ന ആ ക്ഷോഭം പുറത്തേക്കു വരുവാൻ വെമ്പൽകൊള്ളുകയായിരുന്നു. അർദ്ധരാത്രിയായപ്പോഴേക്കും അവന് തന്നെ തന്നെ നിയന്ത്രിക്കുവാൻ കഴിയാതായി. താനും ഒരു സാധാരണ നായ തന്നെയാണ് എന്ന് ആദ്യമായി അവൻ തിരിച്ചറിഞ്ഞു. തന്റെ തൊണ്ടയിലെ കിരുകിരുപ്പ് മാറ്റുവാൻ ഉടനെ എന്തെങ്കിലും ചെയ്തേ പറ്റൂ എന്നായി. അത് കൂടുതൽ കൂടുതൽ അനിയന്ത്രിതമായിത്തീർന്നുകൊണ്ടിരിക്കുകയായിരുന്നു.

ഒടുവിൽ അവൻ ഒരിരുണ്ട മൂലയിലേക്കു പോവുകയും, എല്ലാം മറന്ന് കുരക്കാൻ തുടങ്ങുകയും ചെയ്യുന്നു. പലയിടത്തുമായി ഒളിച്ചിരുന്നിരുന്ന മറ്റു നായകളത് കേട്ടു. ഏതോ ഒരു നായ ആ തീരുമാനം ലംഘിച്ചിരിക്കുന്നു. അർദ്ധരാത്രി വരെ അവ എങ്ങിനെയൊക്കെയോ പിടിച്ചുനിൽക്കുകയായിരുന്നു. ഒരു നായ ആ 'കരാർ' ലംഘിച്ചുവെങ്കിൽ, അപ്പോൾ മറ്റുള്ളവയും അതനുസരിക്കുവാൻ ബാധ്യസ്ഥരല്ല. അതോടെ ആ കരാർ അവസാനിച്ചു.

നിമിഷങ്ങൾക്കകം ആ നഗരം മുഴുവൻ കുരക്കുന്ന നായകളെക്കൊണ്ട് നിറഞ്ഞു. അത് കേൾക്കേണ്ട താമസം, വിശുദ്ധനായ നമ്മുടെ ശുനകൻ തിരിച്ചുവന്ന് വീണ്ടും തന്റെ ഉപദേശം ആരംഭിക്കുന്നു. "പല പ്രാവശ്യം ഞാനിത് നിങ്ങളോട് പറഞ്ഞുകഴിഞ്ഞു. എന്റെ പിറന്നാൾ ദിനത്തിലെങ്കിലും, ഒരു രാത്രി നിങ്ങൾക്ക് കുരക്കാതിരിക്കാൻ കഴിയില്ലെന്നോ? ഇതാണ് ആ അധഃപതനം. ഇതുകൊണ്ടാണ് മറ്റു ജന്തുക്കൾ പരിണാമത്തിന്റെ ഉന്നതങ്ങളിലെത്തിയപ്പോഴും നായകളായ നാം - നമുക്ക് ഇത്രക്കുമധികം ശക്തിയുണ്ടായിട്ടും-ഇപ്പോഴും പുറകിൽ തന്നെ നിലനിൽക്കുന്നത്." മറ്റു നായകൾ പറഞ്ഞു, "ഞങ്ങൾക്ക് മാപ്പുതരൂ. ഞങ്ങളിലാരോ ആ തീരുമാനം ലംഘിച്ചു. എന്നാൽ അതാരാണെന്ന് ഞങ്ങൾക്കറിഞ്ഞുകൂടാ. അർദ്ധരാത്രിവരെ ഞങ്ങളെങ്ങിനെയൊക്കെയോ കുരക്കാതെ കഴിച്ചുകൂട്ടി... അത് എത്ര ബുദ്ധിമുട്ടുള്ള കാര്യമാണ് എന്ന് നിങ്ങൾക്ക് ഊഹിക്കുവാൻ കഴിയും. നിങ്ങളെപ്പോലെയുള്ള പുണ്യാത്മാക്കൾക്കു മാത്രമേ അതു സാധ്യമാവുകയുള്ളൂ. ഞങ്ങൾ സാധാരണനായകളാണ്. ഞങ്ങളിൽ നിന്ന് അത് പ്രതീക്ഷിക്കരുത്. ഞങ്ങൾ നിങ്ങളെ ആരാധിക്കുവാൻ തയ്യാറാണ്, നിങ്ങളിൽ വിശ്വസിക്കുവാൻ തയ്യാറാണ്. എന്നാൽ ഞങ്ങൾക്ക് ഞങ്ങളെതന്നെ മാറ്റിയെടുക്കുവാൻ കഴിയില്ല."

പൊങ്ങച്ചക്കാരായ ആളുകൾ ഇല്ലാത്തത് ഉണ്ടെന്നു നടിക്കുന്നവരും, കപടഭക്തരും, അഭിനേതാക്കളുമാണ്. വിശുദ്ധരെപ്പോലെ അവർക്ക് അഭിനയിക്കുവാൻ കഴിയും. സത്യത്തിൽ അവരുടേത് അഭിനയമാണ്, അവർക്കാവശ്യം നിങ്ങളുടെ ബഹുമാനമാണ്.

ജനങ്ങൾ വിശുദ്ധരെ ആരാധിക്കാതാകുമ്പോൾ, വിശുദ്ധർ അപ്രത്യക്ഷമാകും. എത്രയും കൂടുതൽ നിങ്ങളവരെ ആരാധിക്കുന്നുവോ, അത്രയും കൂടുതൽ അവർ പ്രകൃതിക്കെതിരായതും, തങ്ങൾക്കുതന്നെ എതിരായതുമായ കാര്യങ്ങൾ ചെയ്യുവാൻ തയ്യാറാകും. അംഗീകരിക്കപ്പെടുവാനും, ബഹുമാനിക്കപ്പെടുവാനുമുള്ള ആഗ്രഹം അവരിൽ അത്രയ്ക്കും ശക്തമാണ്. 'നിങ്ങളേക്കാൾ ഞാൻ ശ്രേഷ്ഠനാണ്' എന്ന ചിന്ത അവരിൽ അത്രയ്ക്കും പ്രബലമാണ്.

സരതുഷ്ട്രൻ പറയുന്നു, "സ്വാഭിമാനമുള്ളവരായ ആളുകളെ നിന്ദിക്കേണ്ടതില്ല, കാരണം അവരുടെ അഭിമാനത്തിനു മുറിവേൽക്കുകയാണെങ്കിൽ, അവർ അതിനപ്പുറത്തേക്കു പോകുവാൻ ശ്രമിച്ചു എന്നുവരാം.

തങ്ങളുടെ അഭിമാനത്തെ സംരക്ഷിക്കുവാൻ, തങ്ങളുടെ പൗരുഷത്തെ തെളിയിക്കുവാൻ, അവരതിനു തയ്യാറായി എന്നു വരാം. മനുഷ്യരാശിയുടെ യഥാർത്ഥത്തിലുള്ള വൈരൂപ്യം പ്രകടമാകുന്നത് പൊങ്ങച്ചക്കാരിലൂടെയാണ്. അവരുടെ ഉള്ള് ശരിക്കും പൊള്ളയാണ്. നിങ്ങളെന്തുതന്നെ ആഗ്രഹിക്കുകയാണെങ്കിലും അതഭിനയിക്കുവാൻ അവർ തയ്യാറാകും. അതവരുടെ അഭിനയം മാത്രമാണ് എന്നതിനാൽ, പിൻവാതിലിൽ നിന്നു നോക്കിയാലും, മുൻവാതിലിൽ നിന്നുനോക്കിയാലും അവർ വ്യത്യസ്തരായി കാണപ്പെടും. മുന്നിൽ നിന്നു നോക്കുമ്പോൾ, അവർ വിശുദ്ധരാണ്, എന്നാൽ പിന്നിൽ നിന്ന് നോക്കുമ്പോഴോ, അപ്പോളവർ ശരിക്കും പാപികളാണ് എന്നു നിങ്ങൾ കണ്ടെത്തും. അവർ പാപം ചെയ്യുന്നത് ഒരുതരം പ്രതികാരബുദ്ധിയോടെയാണ്. നിങ്ങളുടെ ബഹുമാനവും നിങ്ങളുടെ ആരാധനയും നിങ്ങളുടെ സ്ഥാനമാനങ്ങളും നിങ്ങളുടെ സമ്മാനങ്ങളും സ്വീകരിക്കുവാൻ മുൻവശത്തെ വാതിൽക്കൽ അവർ വേഷം കെട്ടികാത്തിരിക്കുകയാണ്.

"ഇനി എന്റെ മൂന്നാമത്തെ വിവേചനമിതാണ്: ദുഷ്ടജനങ്ങളെ കാണുമ്പോൾ നിങ്ങളിൽ ഭീരുത്വമുണരും. എന്നാൽ എന്റെ സന്തോഷത്തെ കെടുത്തുവാൻ ഞാനവരെ അനുവദിക്കുകയില്ല.... ദുഷ്ടജനങ്ങളിൽ പോലും.... സൂര്യതേജസ്സിന്റെ തിളങ്ങുന്ന ഒരംശമുണ്ട് എന്ന്, അതിശയകരമായ പലതുമവരിലുണ്ട് എന്ന്, എനിക്കറിയാം."

യാതൊരു പക്ഷപാതവുമില്ലാതെയാണ് സരതുഷ്ട്രൻ കാര്യങ്ങളെ കാണുന്നത്. അദ്ദേഹം പറയുന്നു, "അസന്മാർഗ്ഗികളെന്ന് മുദ്രകുത്തപ്പെട്ടവരിൽ പോലും അതിശയകരമായ പലതും ഞാൻ കണ്ടിട്ടുണ്ട്. അതേസമയം മഹാത്മാക്കളെന്ന് വിളിക്കപ്പെടുന്നവർ വെറും അഭിനേതാക്കളാണ് എന്നും ഞാൻ കണ്ടിട്ടുണ്ട്. സത്കർമ്മങ്ങളനുഷ്ഠിക്കുന്നവർ എന്ന് നിങ്ങൾ വിളിക്കുന്നവർ വാസ്തവത്തിൽ പുറമേയ്ക്കു മാത്രമാണ് നല്ലവരായിരിക്കുന്നത്. എന്നാൽ ദുഷ്ടന്മാരെന്ന് കരുതുന്നവരിൽപ്പോലും അതിമനോഹരമായ പലതും എനിക്കു കണ്ടെത്താൻ കഴിഞ്ഞിട്ടുണ്ട്. "ഏറ്റവും ബുദ്ധിയുള്ളവൻ എന്ന് നിങ്ങൾ വിളിക്കുന്നവൻ പോലും, എന്നെ സംബന്ധിച്ചിടത്തോളം അത്രയ്ക്കൊന്നും ബുദ്ധിയുള്ളവനല്ല. അതിനാൽ മനുഷ്യന്റെ ദുഷ്ടത അതിന്റെ യഥാർത്ഥ അർത്ഥത്തില്ല പരിഗണിക്കപ്പെടുന്നത് എന്ന് ഞാൻ കണ്ടു."

അറിവുള്ളവരായ ആളുകൾ നിങ്ങൾ കരുതുന്നതുപോലെ അത്രയ്ക്കൊന്നും അറിവുള്ളവരല്ല. അതുപോലെതന്നെ ദുഷ്ടരെന്ന് നിങ്ങൾ കരുതുന്നവരായ ആളുകൾ വാസ്തവത്തിൽ അത്രയ്ക്കൊന്നും ദുഷ്ടരല്ല. സത്യത്തിൽ നിങ്ങളുടെ സന്മാർഗ്ഗികളും, നിങ്ങളുടെ ദുർമ്മാർഗ്ഗികളും അത്രക്കൊന്നും വ്യത്യസ്തരല്ല. അവർ ഒരേ നാണയത്തിന്റെ ഇരുവശങ്ങൾ മാത്രമാണ്. ഒരുപക്ഷേ, ആ ദുർമാർഗ്ഗികൾ കൂടുതൽ ആത്മാർത്ഥതയുള്ളവർ പോലുമായേക്കാം. അതേസമയം പുണ്യാത്മാക്കളെന്നും,

വിശുദ്ധരെന്നും വിളിക്കപ്പെടുന്നവർ പലപ്പോഴും അഭിനേതാക്കൾ മാത്രമായിരിക്കും. ചുരുങ്ങിയപക്ഷം ആ ദുർമാർഗ്ഗികൾ അഭിനേതാക്കളെങ്കിലുമല്ല. അവർ യഥാർത്ഥത്തിലുള്ള ദുർമാർഗ്ഗികളായിരിക്കും. അവരിൽ ഒരുതരം ആത്മാർത്ഥതയുണ്ട്. ആ ആത്മാർത്ഥതയാണ് അവരെ വ്യത്യസ്തരാക്കുന്നത്. "തിന്മക്കുപോലും, സത്യത്തിൽ, ഒരു ഭാവിയവിടെയുണ്ട്." ഏറ്റവും ദുഷ്ടനായ ഒരു വ്യക്തിക്കുപോലും ഒരു ഭാവിയുണ്ട്. ഒരുവന് ദുഷ്ടനാകാൻ കഴിയുമെങ്കിൽ, അപ്പോളയാൾ ധൈര്യമുള്ള ഒരാളായിരിക്കും. ഭീരുക്കൾക്ക് ദുഷ്ടരാകുവാൻ കഴിയില്ല. ഒരിക്കൽ അയാളുടെ ധൈര്യം വെല്ലുവിളിക്കപ്പെട്ടാൽ, പിന്നെ അയാൾക്ക് ഏതു നിമിഷവും മാറ്റം സംഭവിച്ചേക്കാം. അയാളൊരു ദുർമാർഗ്ഗിയായിതീർന്നതിന്റെ കാരണം ഒരുപക്ഷേ ഇതാകാം. അപകടകരമായി ജീവിക്കുവാനാഗ്രഹിക്കുന്ന, ഒട്ടുംതന്നെ തീവ്രതയില്ലാത്തൊരു ജീവിതം ജീവിക്കുവാനാഗ്രഹിക്കാത്ത, ആളുകളെ സംബന്ധിച്ചിടത്തോളം ഒരേയൊരു സാധ്യത ദുർമ്മാർഗ്ഗികളാവുക എന്നതു മാത്രമാണ്.

ഒട്ടുംതന്നെ ഊഷ്മളതയില്ലാത്ത ഒരു ജീവിതമാണ് പൊതുജനം ജീവിച്ചുകൊണ്ടിരിക്കുന്നത്. നിങ്ങളുടെ പുണ്യാത്മാക്കളാകട്ടെ യഥാർത്ഥത്തിൽ ജീവിക്കുന്നതുപോലുമില്ല. പൂർണ്ണമായും തീവ്രമായും ജീവിക്കുവാനാഗ്രഹിക്കുന്നവർക്കു നൽകുന്നതിനായി നിങ്ങളുടെ പക്കൽ വ്യക്തമായ പദ്ധതികളൊന്നും തന്നെയില്ല, അവർക്കു നൽകുവാൻ നിങ്ങളുടെ പക്കൽ മാർഗ്ഗനിർദ്ദേശങ്ങളൊന്നുംതന്നെയില്ല. നിങ്ങളുടെ സാമൂഹ്യ നിയമങ്ങൾക്കെതിരെ, നിങ്ങളുടെ കപടസമൂഹത്തിനെതിരെ, ഈ മനുഷ്യർ കലാപമുയർത്തുകയാണെങ്കിൽ, അവർക്കും നല്ലവരായിത്തീരാൻ കഴിയും. ആകെ കൂടി അതിനാവശ്യമായത് ഒരു വെല്ലുവിളിയാണ്. ഇപ്പോഴത്തെ നിലയ്ക്ക് തിന്മ മാത്രമാണ് അവർക്ക് ആ വെല്ലുവിളി നൽകുന്നത്.

സരതുഷ്ട്രൻ പറയുന്നു, "അതിമാനുഷൻ ഈ ലോകത്തിലുദയം കൊള്ളണമെന്ന് നാമാഗ്രഹിക്കുന്നുവെങ്കിൽ, അപ്പോൾ ഒരു 'നല്ല ജീവിത'ത്തെകൂടി നമുക്കൊരു വെല്ലുവിളിയാക്കി മാറ്റേണ്ടിവരും, ആ ജീവിതത്തെകൂടി നമുക്ക് അപകടകരമാക്കിത്തീർക്കേണ്ടിവരും."

"നല്ലവരെന്നും നീതിമാന്മാരെന്നും നിങ്ങൾ വിളിക്കുന്നവരിൽ പോലും പരിഹാസ്യമായ പലതുമവിടെയുണ്ട്. പ്രത്യേകിച്ചു പണ്ടത്തെ "രാക്ഷസനെ"ക്കുറിച്ച് നിങ്ങൾക്കുള്ളിൽ ഇപ്പോഴും ഭയമവിടെയുണ്ട്. നല്ലവരെന്നും നീതിനിഷ്ഠരെന്നും വിളിക്കപ്പെടുന്നവരെക്കുറിച്ചാണ് അദ്ദേഹം പറയുന്നത്. അവരുടെ നന്മ തൊലിപ്പുറത്തുമാത്രമുള്ളതാണ്. ആ തൊലിയൊന്ന് അല്പം ചുരണ്ടിനോക്കൂ, അപ്പോൾ ഉള്ളിൽ നിന്ന് ഒരു ജന്തു പുറത്തേക്കു വരുന്നത് നിങ്ങൾ കാണും. നീതിനിഷ്ഠരെന്ന് നിങ്ങൾ വിളിക്കുന്ന ആളുകൾ വെറും പ്രദർശിപ്പിക്കുന്നവർ മാത്രമാണ് (Showman)

അവരുടെ ജീവിതത്തിലേക്ക് നിങ്ങൾ ആഴത്തിൽ നോക്കുകയാണെങ്കിൽ, അവരുടെ ജീവിതങ്ങൾ ഒരു തുറന്ന പുസ്തകമായിത്തീരുകയാണെങ്കിൽ, നിങ്ങൾ അദ്ഭുതപ്പെട്ടുപോകും. അവർക്ക് മറ്റൊരു ജീവിതം, ഗോപ്യമായൊരു ജീവിതം കൂടിയുണ്ടായിരുന്നുവെന്നറിയുമ്പോൾ, അവരുടെ ആ രഹസ്യജീവിതത്തെക്കുറിച്ചറിയുമ്പോൾ, ഇവരെയായിരുന്നു നിങ്ങൾ മഹാന്മാരെന്നും, നീതിമാന്മാരെന്നുമൊക്കെ വിളിച്ചിരുന്നത് എന്നറിയുമ്പോൾ, നിങ്ങളദ്ഭുതപ്പെട്ടുപോകും.

അമേരിക്കയിലെ എക്കാലത്തുമുണ്ടായിട്ടുള്ള ഏറ്റവും നീതിനിഷ്ഠരായ പ്രസിഡന്റുമാരിൽ ഒരുവനായ ജോൺ കെന്നഡി, അദ്ദേഹം ജീവിച്ചിരുന്ന കാലത്ത് എല്ലാവരാലും ബഹുമാനിക്കപ്പെട്ടിരുന്നു. ജനങ്ങളുടെ കണ്ണിൽ അദ്ദേഹം വളരെ നല്ലവനും, പരിശുദ്ധനുമായിരുന്നു. എന്നാൽ അദ്ദേഹത്തിന്റെ മരണത്തിനുശേഷം, അദ്ദേഹം വധിക്കപ്പെട്ടതിനുശേഷം, പല കാര്യങ്ങളും-ഞെട്ടിപ്പിക്കുന്ന പല കാര്യങ്ങളും-പുറത്തുവന്നു. അദ്ദേഹത്തിന് അത്തരമൊരു രഹസ്യജീവിതമുണ്ടായിരുന്നുവെന്ന് ആളുകൾക്ക് അതിനുമുമ്പ് ഒരിക്കലും ചിന്തിക്കുവാൻ കഴിഞ്ഞിരുന്നില്ല.

അദ്ദേഹത്തിന്റെ വധത്തിനുശേഷം അദ്ദേഹത്തിന്റെ പത്നി വീണ്ടും വിവാഹം കഴിച്ചപ്പോൾ എല്ലാവരും അവരെ കുറ്റപ്പെടുത്തി. എന്നാൽ ഇപ്പോൾ അവർക്കെതിരായി ആർക്കും ഒന്നുംതന്നെ പറയുവാൻ കഴിയില്ല, കാരണം കെന്നഡി ജീവിച്ചിരുന്ന കാലത്ത്, അദ്ദേഹം അവരെ വഞ്ചിച്ചുകൊണ്ടിരിക്കുകയായിരുന്നു. പല സ്ത്രീകളുമായും അദ്ദേഹത്തിന് അവിഹിതബന്ധമുണ്ടായിരുന്നു. ഒരു പ്രസിഡന്റ് എന്ന നിലക്ക് അദ്ദേഹത്തിന് അതിനുവേണ്ട അധികാരവും, വശീകരണശക്തിയുമുണ്ടായിരുന്നു. പല നടികളുമായും അദ്ദേഹത്തിന് രഹസ്യബന്ധമുണ്ടായിരുന്നു. എന്നാൽ അത് അദ്ദേഹത്തിന്റെ പുറത്തറിയപ്പെടാത്ത ജീവിതമായിരുന്നു. ഇങ്ങിനെ അല്ലാത്തപക്ഷം അദ്ദേഹം വളരെ സന്മാർഗ്ഗിയായ ഒരുവനായിരുന്നു.

നല്ലവരെന്നും നീതിനിഷ്ഠരെന്നും വിളിക്കപ്പെടുന്നവരുടെ യഥാർത്ഥ ജീവിതം നിങ്ങൾക്കൊരിക്കലും ലഭ്യമായിത്തീരുന്നില്ല. അതുകൊണ്ടു മാത്രമാണ് അവർ നല്ലവരും, നീതിനിഷ്ഠരുമായി അറിയപ്പെടുന്നത്. നിങ്ങൾക്കത് ലഭ്യമായിത്തീരുകയാണെങ്കിൽ തന്നെ അവരുടെ മരണശേഷം മാത്രമാണ് നിങ്ങൾക്കത് ലഭ്യമായിത്തീരുന്നത്. എന്നാൽ അപ്പോൾ ആരാണത് ശ്രദ്ധിക്കുവാൻ പോകുന്നത്?

“നല്ലവരെന്നും, നീതിമാന്മാരെന്നും നിങ്ങൾ വിളിക്കുന്നവരിൽ പോലും പരിഹാസ്യമായ പലതുമവിടെയുണ്ട്. പ്രത്യേകിച്ചും പണ്ടത്തെ ‘രാക്ഷസനെ’ ക്കുറിച്ച് നിങ്ങൾക്കുള്ളിൽ ഇപ്പോഴും ഭയമവിടെയുണ്ട്.”

നല്ലവരെന്നും, വിശുദ്ധരെന്നും, നീതിനിഷ്ഠരെന്നും, പുണ്യാത്മാക്കളെന്നും വിളിക്കപ്പെടുന്നവരെല്ലാം ‘സാത്താനെ’ ഭയപ്പെടുന്നവരാണ്. ഇത്

ചിരിച്ചുതള്ളേണ്ട ഒരാശയമാണ് എന്ന് സരതുഷ്ട്രൻ പറയുന്നു. ഇത് അത്രയ്ക്കും ബാലിശമാണ് 'സാത്താൻ', രാക്ഷസൻ', 'അസുരൻ' എന്നീ പ്രയോഗങ്ങളെല്ലാം അത്രയ്ക്കും ബുദ്ധിശൂന്യമാണ്.

എന്നാൽ അതിനൊരു കാരണമവിടെയുണ്ട്, അതായത് 'ദൈവ'മെന്ന സങ്കല്പത്തിനുനേരെ ആകർഷിക്കപ്പെട്ടതുകൊണ്ടാണ് അവർ 'സാത്താനെ' ഭയപ്പെടുന്നത്.

നന്മയും തിന്മയും ദേവനും അസുരനും-ഇവ രണ്ടും ഒരേ സങ്കല്പത്തിന്റെ ഇരുധ്രുവങ്ങളാണ്, വിരുദ്ധധ്രുവങ്ങളാണ്. ദൈവത്തെ കൂടാതെ അസുരന് നിലനിൽക്കാൻ കഴിയില്ല. അതേപോലെ അസുരനെ കൂടാതെ ദൈവത്തിനും നിലനിൽക്കാൻ കഴിയില്ല. ഒന്ന് നിലനിൽക്കണമെങ്കിൽ മറ്റേത് ആവശ്യമാണ്. അവ പരസ്പരപൂരകങ്ങളാണ്. അതിനാൽ ദൈവത്തെ ആരാധിക്കുന്നവർ അസുരനെ-പിശാചിനെ-ഭയപ്പെടുമെന്ന് തീർച്ചയാണ്.

സരതുഷ്ട്രൻ പറയുന്നു, "മഹാത്മാക്കളെന്ന് വിളിക്കപ്പെടുന്നവരും, പുണ്യവാളന്മാരും, സന്മാർഗ്ഗികളും, സാധാരണക്കാരും, നല്ലവരും ഇവരെല്ലാവരും സങ്കല്പങ്ങളെ പൂജിക്കുകയും, സങ്കല്പങ്ങളെ ഭയപ്പെടുകയും ചെയ്യുന്നു എന്നത് പരിഹാസ്യമാണ്. ദുഷ്ടരായവർ പോലും നിങ്ങളുടെ സന്മാർഗ്ഗികളേക്കാൾ പക്വതയുള്ളവരാണ്.

"ഏറ്റവും ശ്രേഷ്ഠരായവർ എന്ന് നിങ്ങൾ വിളിക്കുന്നവരെ കാണുമ്പോൾ, എന്റെ ഉള്ളിലൊരു സംശയമുണരുന്നു: എന്റെ അതിമാനുഷനേയും നിങ്ങൾ ചെകുത്താൻ എന്നു വിളിക്കുമെന്ന് എനിക്കുറപ്പാണ്."

തന്റെ അതിമാനുഷനേയും അവർ-മതപരരെന്ന് വിളിക്കപ്പെടുന്നവർ -ചെകുത്താനെന്നു വിളിക്കും എന്ന് അദ്ദേഹത്തിനറിയാം, കാരണം ആ അതിമാനുഷൻ നിങ്ങളുടെ നന്മതിന്മകൾക്കും, പാപപുണ്യങ്ങൾക്കും, സ്വർഗ്ഗനരകങ്ങൾക്കും-അത്തരം സങ്കല്പങ്ങൾക്കെല്ലാം അതീതനായിരിക്കും. ആ അതിമാനുഷൻ ഒരു ശിശുവായിരിക്കുകയില്ല, മറിച്ച് അയാൾ പക്വതനേടിയവനും, കേന്ദ്രീകരിക്കപ്പെട്ടവനും, പൂർണ്ണബോധത്തിൽ ജീവിക്കുന്നവനുമായിരിക്കും. അതിനാൽ മതവിശ്വാസികൾ അയാളെ 'ചെകുത്താൻ' എന്നു വിളിച്ചു നിന്ദിക്കുമെന്നു തീർച്ചയാണ്.

"നിങ്ങളുടെ ഈ 'ഉന്നതരും നല്ലവരു'മായ മനുഷ്യരെ എനിക്കു മടുത്തുകഴിഞ്ഞു. അവരുടെ 'ഉയര' ങ്ങളിൽ നിന്ന് മേൽപോട്ട് പോകുവാൻ, ദൂരേക്കു പോകുവാൻ, അതിനപ്പുറത്തേക്കു പോകുവാൻ, ഞാനാഗ്രഹിച്ചു. ആ അതിമാനുഷനിലെത്തിച്ചേരുവാൻ ഞാനാഗ്രഹിച്ചു.

നിങ്ങളുടെ ഈ 'നല്ലവരെ' നഗ്നരായി കണ്ടപ്പോൾ ഒരുതരം ഭയം എന്നെ പിടികൂടി. എന്നാൽ അപ്പോൾ വിദൂരമായ ഭാവികളിലേക്കു പറന്നുയരുവാനുള്ള ചിറകുകൾ എന്നിൽ മുളച്ചുവന്നു."

മഹാത്മാക്കളെന്ന് വിളിക്കപ്പെടുന്നവരെ കൂടുതൽ സൂക്ഷ്മമായി അറിയാതിരിക്കുന്നതാണ് നല്ലത് എന്ന് സ്വന്തം അനുഭവങ്ങളിലൂടെ എനിക്കു മനസ്സിലാക്കുവാൻ കഴിഞ്ഞിട്ടുണ്ട്, കാരണം അപ്പോൾ നിങ്ങൾക്ക് മടുപ്പും നിരാശയും അനുഭവപ്പെട്ടു എന്നുവരാം. ആ പുണ്യവാളന്മാരിൽ പോലും നിങ്ങൾക്ക് അന്ധവിശ്വാസങ്ങളും, അസംബന്ധങ്ങളും കാണുവാൻ സാധിക്കും.

ബ്രിട്ടീഷ് സാമ്രാജ്യം ഈ രാജ്യത്തുനിന്ന് അപ്രത്യക്ഷമാകുന്നതിനു മുൻപ് ഇവിടെയുണ്ടായിരുന്ന ഒരു പ്രധാനപ്പെട്ട നാട്ടുരാജ്യമായിരുന്നു നൈസാമിന്റെ ഹൈദരാബാദ്. അക്കാലത്തെ ലോകത്തിലെ ഏറ്റവും ധനികനായ മനുഷ്യൻ ആ നാട്ടുരാജ്യത്തിന്റെ രാജാവായിരുന്ന നൈസാമായിരുന്നിരിക്കണം. എന്നാൽ അദ്ദേഹം ജീവിച്ചിരുന്നത് മിക്കവാറും ഒരു ദരിദ്രനെപ്പോലെയായിരുന്നു. അന്ന് നിങ്ങളദ്ദേഹത്തെ കണ്ടിരുന്നുവെങ്കിൽ, ലോകത്തിലെ ഏറ്റവും ധനികനായ മനുഷ്യനാണ് നിങ്ങൾക്കു മുമ്പിൽ നിൽക്കുന്നത് എന്ന് നിങ്ങൾക്ക് വിശ്വസിക്കുവാൻ കഴിയുമായിരുന്നില്ല. അത്രയ്ക്കും ദരിദ്രമായൊരു ജീവിതമായിരുന്നു അദ്ദേഹത്തിന്റേത്. ലോകത്തിലെ ഏറ്റവും വലിയ ഡയമണ്ട് ഖനിയുടെ ഉടമ അദ്ദേഹമായിരുന്നു; കാരണം ആ ഖനി സ്ഥിതിചെയ്തിരുന്നത് അദ്ദേഹത്തിന്റെ നാട്ടിലായിരുന്നു. ഏറ്റവും വിലപിടിച്ചതെന്ന് കരുതപ്പെടുന്ന 'കോഹിന്നൂർ രത്നവും' മറ്റെല്ലാ പ്രധാനപ്പെട്ട രത്നങ്ങളും അദ്ദേഹത്തിന്റെ ഖനിയിൽ നിന്നു ലഭിച്ചവയായിരുന്നു. വിവിധതരത്തിലുള്ള വിലപിടിച്ച രത്നങ്ങളെക്കൊണ്ട് അദ്ദേഹത്തിന്റെ കൊട്ടാരം നിറഞ്ഞിരുന്നു. അദ്ദേഹത്തിന്റെ കൊട്ടാരത്തിലെ നിലവറ നിറയെ വിലപിടിപ്പുള്ള രത്നങ്ങളായിരുന്നു. അത്രയ്ക്കു മധികം രത്നങ്ങളവിടെയുണ്ടായിരുന്നു. കാരണം ഖനിയിൽ നിന്നും ഖനനം ചെയ്യപ്പെടുന്ന വൈരക്കല്ലുകളും മറ്റും ആദ്യം അദ്ദേഹത്തിന്റെ അടുത്തേക്കാണ് എത്തുക. അവയിൽ നിന്ന് ഏറ്റവും മികച്ച രത്നങ്ങൾ, അദ്ദേഹം തന്റെ കൊട്ടാരത്തിലേക്ക് തിരഞ്ഞെടുക്കും. ബാക്കിയുള്ളവ മാത്രമേ വിറ്റഴിക്കപ്പെടുന്നതിനായി കമ്പോളങ്ങളിലെത്തിച്ചേരുകയുള്ളൂ. എണ്ണിത്തിട്ടപ്പെടുത്തുവാനാവാത്തവിധം അത്രയ്ക്കുമധികം രത്നങ്ങളവിടെയുണ്ടായിരുന്നു. അതിനാൽ അവയുടെ തൂക്കം നോക്കി സൂക്ഷിച്ചു വക്കുകയായിരുന്നു പതിവ്. അക്കാലത്ത് ലോകത്തിലൊരിടത്തും രത്നങ്ങളുടെ തൂക്കം നോക്കുന്ന പതിവുണ്ടായിരുന്നില്ല. എന്നാൽ അദ്ദേഹത്തിന്റെ കൈവശം അത്രയ്ക്കുമധികമുണ്ടായിരുന്നതിനാൽ, ഇതല്ലാതെ മറ്റു യാതൊരു വഴിയുമുണ്ടായിരുന്നില്ല.

ഈ മനുഷ്യൻ കടുത്ത മതനിഷ്ഠയോടെ ജീവിച്ചിരുന്ന ഒരുവനായിരുന്നു. അദ്ദേഹത്തിന്റെ ഈ മതഭക്തികാരണം വളരെ ദരിദ്രമായൊരു ജീവിതമായിരുന്നു അദ്ദേഹം നയിച്ചിരുന്നത്. എന്നാൽ അദ്ദേഹം പണം കുന്നുകൂട്ടി വച്ചുകൊണ്ടേയിരുന്നു. അതൊരു പ്രശ്നമേ ആയിരുന്നില്ല.

അതേസമയം അദ്ദേഹത്തിന്റെ നാട്ടിൽ ഒരുനേരത്തെ ആഹാരത്തിനു പോലും വഴിയില്ലാതെ വിശന്നു വലഞ്ഞുകൊണ്ടിരുന്ന ആയിരക്കണക്കിന് ആളുകളുണ്ടായിരുന്നു. അദ്ദേഹത്തിന്റെ കൊട്ടാരത്തിൽ ഉപയോഗിക്കപ്പെടാതെ കിടന്നിരുന്ന എത്രയോ രത്നങ്ങളും, മറ്റു വിലപിടിപ്പുള്ള വസ്തുക്കളുമവിടെയുണ്ടായിരുന്നു. എന്നാൽ ഒരു കടുത്ത മതവിശ്വാസിയായിരുന്നതിനാൽ, ദരിദ്രനായൊരു മനുഷ്യനെപ്പോലെയായിരുന്നു അദ്ദേഹം ജീവിച്ചുകൊണ്ടിരുന്നത്.

അദ്ദേഹത്തെക്കുറിച്ചുള്ള ഏറ്റവും പരിഹാസ്യമായ കാര്യം അദ്ദേഹം ഭൂതപ്രേതാദികളെ വളരെയധികം ഭയപ്പെട്ടിരുന്നു എന്നതായിരുന്നു. ഭൂതപ്രേതാദികളിൽ നിന്ന് നിങ്ങളെ സംരക്ഷിക്കണമെങ്കിൽ - സാധാരണയായി രാത്രിയിൽ നിങ്ങളുറങ്ങുമ്പോഴാണ് ഭൂതങ്ങൾ നിങ്ങളെ ആക്രമിക്കുക - അതിനാൽ രാത്രിയിൽ ഉറങ്ങാൻ കിടക്കുമ്പോൾ നിങ്ങളൊരു കാര്യം ചെയ്താൽ മതി, അതായത് ഉപ്പുനിറച്ചൊരു സഞ്ചിയിൽ നിങ്ങളുടെ കാലുകൾ ഇറക്കിവച്ചാൽ മതി. അതനുസരിച്ച് ഉപ്പുനിറച്ചൊരു സഞ്ചിയിൽ തന്റെ കാലുകൾ ഇറക്കിവച്ചുകൊണ്ടായിരുന്നു ഹൈദരാബാദിലെ നൈസാം തന്റെ ജീവിതകാലം മുഴുവൻ ഉറങ്ങിയിരുന്നത്, കാരണം ഭൂതങ്ങൾക്ക് ഉപ്പിനെ ഭയമാണ്. അവ ഒരിക്കലും ഉപ്പിനടുത്തേക്കു വരികയില്ല. ഇത്തരമൊരു വിശ്വാസം എങ്ങിനെയാണവിടെ വന്നുചേർന്നത് എന്നെനിക്കറിഞ്ഞുകൂടാ. ഈ മനുഷ്യൻ സദാസമയവും ഖുറാൻ വായിച്ചുകൊണ്ടിരിക്കും. അതിനാൽ വലിയ വലിയ മുസ്ലീം പണ്ഡിതർക്കുപോലും ഇദ്ദേഹത്തെ ബഹുമാനമായിരുന്നു. എന്നാൽ അദ്ദേഹത്തിന്റേത് ഒരുതരം മനോരോഗമായിരുന്നുവെന്ന്, ഭൂതങ്ങളെക്കുറിച്ചുള്ള ഭയം അതിന്റെ ഒരു ലക്ഷണമായിരുന്നു എന്ന് ആരുംതന്നെ ചിന്തിച്ചില്ല. ഭൂതങ്ങളിൽ നിന്ന് നിങ്ങളെ രക്ഷിക്കുവാൻ നിങ്ങളാരാധിക്കുന്ന ആ ദൈവത്തിനു കഴിയില്ലേ? ആ ദൈവത്തിന് നിങ്ങളെ രക്ഷിക്കുവാൻ കഴിയില്ലയെങ്കിൽ, പിന്നെ എങ്ങിനെയാണ് ആ ഉപ്പ് നിങ്ങളെ രക്ഷിക്കുവാൻ പോകുന്നത്?

അദ്ദേഹം വളരെ ശുദ്ധനും ലളിതമായൊരു ജീവിതം നയിക്കുന്നവനുമായിരുന്നു. ഒരു യഥാർത്ഥ മുസ്ലീം ചെയ്യേണ്ട എല്ലാ കാര്യങ്ങളും അദ്ദേഹം ചെയ്തുകൊണ്ടിരുന്നു. എന്നാൽ ഇതുകൂടി അറിയുക, അദ്ദേഹത്തിന് 500 ഭാര്യമാരുണ്ടായിരുന്നു. പ്രവാചകനായ മുഹമ്മദിനുതന്നെ 9 ഭാര്യമാരുണ്ടായിരുന്നു. അതിനാൽ ആവശ്യമുള്ളത്ര ഭാര്യമാരെ സ്വന്തമാക്കുവാൻ അദ്ദേഹം തന്റെ അനുയായികളേയും അനുവദിച്ചിരുന്നു. ഭൂതപ്രേതാദികളെ ഭയപ്പെടുകയും, 500 ഭാര്യമാരെ കൈവശം വയ്ക്കുകയും ചെയ്യുന്ന ഒരുവനെ, തന്റെ ഈ പ്രവൃത്തി ഏറ്റവും വിരൂപമാണ് എന്ന് ഒരിക്കലും സംശയിക്കാതിരിക്കുന്ന ഒരുവനെ, എങ്ങിനെയാണ് നിങ്ങൾക്ക് പരിശുദ്ധനെന്നും സരളനെന്നും വിളിക്കുവാൻ കഴിയുക?

സ്ത്രീകൾ കന്നുകാലിക്കൂട്ടങ്ങളല്ല. പ്രകൃതിയിൽ എല്ലായ്പോഴും ഒരു സമതുലിതാവസ്ഥയുണ്ട്, അതായത് സ്ത്രീകളുടേയും പുരുഷന്മാരുടേയും സംഖ്യ മിക്കവാറും തുല്യമായിട്ടാണ് കാണപ്പെടുന്നത്. അപ്പോൾ ഒരു വ്യക്തിക്ക് 500 ഭാര്യമാരുണ്ട് എങ്കിൽ അതിനർത്ഥം 499 പേർക്ക് ഭാര്യമാരില്ലാതെ നിലനിൽക്കേണ്ടിവരും എന്നാണ്. അപ്പോൾ അവരെന്താണു ചെയ്യുക? ഒന്നുകിൽ അവർ സ്വവർഗ്ഗഭോഗികളായിത്തീരും, അല്ലെങ്കിൽ അവർക്ക് മറ്റേതെങ്കിലും പ്രകൃതിവിരുദ്ധനടപടിയിലേക്കു തിരിയേണ്ടിവരും, അല്ലെങ്കിൽ അവർക്ക് വേശ്യകളുടെ അടുത്തേക്കു പോകേണ്ടിവരും, അല്ലെങ്കിൽ അവർ ബലാത്സംഗം ചെയ്യുന്നവരായിത്തീരും. അതിനാൽ ആ 499 പേർക്ക് എന്തു സംഭവിച്ചാലും അതിനുത്തരവാദി നൈസാമായിരിക്കും.

നിങ്ങളുടെ പുണ്യവാളന്മാരെ ശ്രദ്ധിക്കുക, നിങ്ങളുടെ സദാചാരവാദികളെ ശ്രദ്ധിക്കുക, സന്മാർഗ്ഗികളെന്ന് വിളിക്കപ്പെടുന്നവരെ ശ്രദ്ധിക്കുക, അപ്പോൾ നിങ്ങളദ്ഭുതപ്പെടും, മറഞ്ഞിരിക്കുന്ന യാഥാർത്ഥ്യം അത്രയ്ക്കും ജുഗപ്സാവഹമാണ് എന്നു കാണുമ്പോൾ നിങ്ങളാശ്ചര്യപ്പെടും.

"എന്നാൽ എന്റെ സുഹൃത്തുക്കളും, അയൽക്കാരുമായ നിങ്ങളെ വേഷപ്രച്ഛന്നരായി കാണുവാനാണ് ഞാനിഷ്ടപ്പെടുന്നത്. നല്ലരീതിയിൽ വസ്ത്രധാരണം ചെയ്ത്, പൊങ്ങച്ചക്കാരായി, സന്മാർഗ്ഗികളുടേയും നീതിനിഷ്ഠരുടേയും, വേഷത്തിൽ നിങ്ങളെ കാണുവാനാണ് ഞാനാഗ്രഹിക്കുന്നത്."

നിങ്ങൾ വേഷപ്രച്ഛന്നരായി തന്നെ നിലനിൽക്കണമെന്നാണ് ഞാനാഗ്രഹിക്കുന്നത്. കാരണം നിങ്ങൾ നഗ്നരായി നിൽക്കുകയാണെങ്കിൽ, ഈ ലോകം അത്രയ്ക്കും അറപ്പുളവാക്കുന്നതായിത്തീരും. അതിനാൽ നിങ്ങൾ 'നല്ല രീതിയിൽ വസ്ത്രം ധരിച്ച്, പൊങ്ങച്ചക്കാരായി, സന്മാർഗ്ഗികളും നീതിനിഷ്ഠരുമായി നിലനിൽക്കുന്നതായിരിക്കും കൂടുതൽ നല്ലത്.

"നിങ്ങൾക്കിടയിൽ ഞാനും വേഷപ്രച്ഛന്നനായി ഇരുന്നുകൊള്ളാം. നിങ്ങളേയും, എന്നെതന്നെയും തെറ്റിദ്ധരിക്കത്തക്കവിധത്തിൽ, ഞാനവിടെ നിശ്ശബ്ദനായി ഇരുന്നുകൊള്ളാം. എന്റെ അവസാനത്തെ മാനുഷികമായ വിവേചനമിതാണ്."

അദ്ദേഹം സംസാരിക്കുന്നത് മനുഷ്യന്റെ വിവേചനശക്തിയെക്കുറിച്ചാണ്. ഒരു യഥാർത്ഥ സമൂഹത്തിൽ യാതൊരു വിവേചനത്തിന്റേയും ആവശ്യമവിടെയില്ല. ഒരുവൻ സരളനും തുറന്നവനുമായിരിക്കണം, എല്ലാവർക്കും കാണത്തക്കവിധത്തിൽ സുതാര്യനായിരിക്കണം. ഒളിച്ചുവക്കേണ്ടതായ ഒന്നുംതന്നെ അവിടെയുണ്ടാവരുത്. ഒളിച്ചുവക്കപ്പെടുന്ന കാര്യങ്ങൾ എല്ലായ്പോഴും വിരൂപമാണ്. അതിമാനുഷൻ ഒരു തുറന്ന പുസ്തകമായിരിക്കണം.

"എന്നാൽ അതിമാനുഷൻ നിലവിൽ വരുന്നതിനു മുൻപ്" സരതുഷ്ട്രൻ പറയുന്നു, ഞാനും ഈ വേഷപ്രച്ഛന്നരായ ആളുകൾക്കിടയിൽ മറഞ്ഞിരുന്നുകൊള്ളാം. കാരണം വേഷപ്രച്ഛന്നരായ ഈ ആളുകൾക്കിടയിൽ നഗ്നനായി നിലനിൽക്കുക എന്നാൽ അത് കുരിശുമരണത്തെ വിളിച്ചുവരുത്തലാണ്. യേശുവിന്റെ തെറ്റ് അതായിരുന്നു. അത് വിഷം കുടിച്ചുള്ള മരണത്തെ വിളിച്ചുവരുത്തലാണ്. സോക്രട്ടീസിന്റെ തെറ്റ് അതായിരുന്നു.

സരതുഷ്ട്രൻ പറയുന്നു, "ഇതാണ് എന്റെ അവസാനത്തെ മാനുഷികമായ വിവേചനം."

... എന്നിങ്ങനെ സരതുഷ്ട്രൻ പറഞ്ഞു.

ഏറ്റവും നിശ്ശബ്ദമായ മുഹൂർത്തത്തെക്കുറിച്ച്

ഏറെ മടിയോടുകൂടിയാണെങ്കിലും തനിക്കു വീണ്ടും ഏകാന്തതയിലേക്കു തിരിച്ചുപോകേണ്ടതുണ്ട് എന്ന് സരതുഷ്ട്രൻ തന്റെ ശിഷ്യരോട് പറയുന്നു. എന്തെന്നാൽ തലേദിവസം സന്ധ്യക്ക്, അദ്ദേഹത്തിന്റെ 'ഏറ്റവും നിശ്ശബ്ദമായ മുഹൂർത്തം' അദ്ദേഹത്തോടു ചിലത് പറഞ്ഞിരുന്നു. ആ സമയത്ത് എന്താണ് സംഭവിച്ചത് എന്ന് അദ്ദേഹം വിവരിക്കുന്നു.... അതിനെക്കുറിച്ച് ഒരു സംഭവകഥയുടെ രൂപത്തിൽ ഞാൻ നിങ്ങളോടു പറയാം...

ഇന്നലെ, ഏറ്റവും നിശ്ശബ്ദമായ ആ മുഹൂർത്തത്തിൽ പെട്ടെന്ന് ഭൂമി പിളരുന്നതുപോലെ എനിക്കു തോന്നി. അതോടെ എന്റെ സ്വപ്നമാരംഭിച്ചു.

എന്റെ കൈകളിളകി. എന്റെ ജീവിതത്തിന്റെ ഘടികാരം അതിന്റെ ശ്വാസം അടക്കിപ്പിടിച്ചുനിന്നു. എന്റെയുള്ളിൽ ഇത്രയ്ക്കും നിശ്ശബ്ദതയുണ്ടെന്ന് ഞാനൊരിക്കലും അറിഞ്ഞിരുന്നില്ല. എന്നാൽ അതെന്നെ ഭയപ്പെടുത്തി.

അപ്പോൾ ശബ്ദമില്ലാതെ, എന്തോ ഒന്ന് എന്നോടു പറഞ്ഞു, "സരതുഷ്ട്രാ, അത് നിനക്കറിയാം."

ശബ്ദമില്ലാത്ത ഈ സംസാരം കേട്ട്, ഭയന്നുവിറച്ച്, ഞാനുറക്കെ നിലവിളിച്ചു. എന്റെ മുഖത്തുനിന്ന് രക്തം വാർന്നുപോയി. എന്നാൽ ഞാൻ നിശ്ശബ്ദനായി തന്നെ നിലകൊണ്ടു. അപ്പോൾ വീണ്ടും ആ മൗനം എന്നോടു പറഞ്ഞു, "സരതുഷ്ട്രാ, നിനക്കറിയാം, എന്നാൽ നീയത് പറയുന്നില്ല."

ഒടുവിൽ അലക്ഷ്യമായി ഞാനതിനു മറുപടി നൽകി, "ശരിയാണ്, എനിക്കറിയാം, പക്ഷേ ഞാനതു പറയുകയില്ല."

അപ്പോൾ വീണ്ടും, ഒച്ചയില്ലാത്ത എന്തോ ഒന്ന് എന്നോടു പറഞ്ഞു, "സരതുഷ്ട്രാ, നീയത് പറയില്ലെന്നോ? ഇത് ശരിയാണെന്നു നിനക്ക്

തോന്നുന്നുണ്ടോ? ധിക്കരിക്കുന്നതിനുവേണ്ടി നീ നിന്നെതന്നെ മറച്ചു വയ്ക്കാതിരിക്കുക."

അപ്പോൾ ഞാൻ ഒരു കൊച്ചുകുട്ടിയെപോലെ വിറച്ചുകൊണ്ടും, പൊട്ടിക്കരഞ്ഞുകൊണ്ടും പറഞ്ഞു, "ഹാ! കഷ്ടം! എനിക്കതു പറയണമെന്നുണ്ട്. എന്നാൽ എങ്ങിനെയാണ് എനിക്കത് കഴിയുക? ഈ ഏകാന്തതയിൽ നിന്നെന്നെ മോചിപ്പിക്കൂ. ഇത് സഹിക്കുവാൻ എനിക്ക് ശക്തിയില്ല."

അപ്പോൾ വീണ്ടും ആ മൗനം എന്നോടു പറഞ്ഞു, "അതു പറഞ്ഞതുകൊണ്ട് നിനക്ക് ഒന്നും സംഭവിക്കുവാൻ പോകുന്നില്ല. സരതുഷ്ട്രാ, നീ നിന്റെ ശിക്ഷണത്തെക്കുറിച്ച് സംസാരിക്കൂ." ഞാൻ മറുപടി പറഞ്ഞു, "അത് എന്റെ ശിക്ഷണമാണെന്നോ? അതു പറയുവാൻ ഞാനാരാണ്? അതിന് എന്നേക്കാൾ കൂടുതൽ അർഹനായ ഒരുവനുവേണ്ടി ഞാൻ കാത്തിരിക്കുകയാണ്. അതിനെക്കുറിച്ച് ഒന്നുംതന്നെ പറയുവാൻ ഞാൻ യോഗ്യനല്ല.

അപ്പോൾ വീണ്ടും ശബ്ദമില്ലാത്ത ആ എന്തോ ഒന്ന് എന്നോട് മന്ത്രിച്ചു. "ഹേ, സരതുഷ്ട്രാ, പർവ്വതങ്ങളെ പിടിച്ചുകുലുക്കുന്നവന് സമതലങ്ങളേയും താഴ്വരകളേയും കൂടി പിടിച്ചുകുലുക്കേണ്ടിവരും. അപ്പോൾ ഞാൻ പറഞ്ഞു, "എന്റെ വാക്കുകൾ ഇതുവരെ ഒരു പർവ്വതത്തേയും പിടിച്ചു കുലുക്കിയിട്ടില്ല. ഞാനെന്തെല്ലാമാണോ പറഞ്ഞത്, അതൊന്നും ആളുകളിലെത്തിച്ചേർന്നിട്ടില്ല. തീർച്ചയായും ഞാൻ ആളുകൾക്കിടയിലേക്ക് ഇറങ്ങിച്ചെന്നിട്ടുണ്ടായിരുന്നു. എന്നാൽ ഇതുവരെ എനിക്ക് അവരിലെത്തിച്ചേരാൻ കഴിഞ്ഞിട്ടില്ല. "അപ്പോൾ വീണ്ടും ആ മൗനം എന്നോട് പറഞ്ഞു, എങ്ങിനെയാണ് നീയത് അറിയുക? രാത്രി അതിന്റെ ഏറ്റവും നിശ്ശബ്ദമായ അവസ്ഥയിലായിരിക്കുമ്പോഴാണ് മഞ്ഞുതുള്ളികൾ പുൽത്തകിടിയിലേക്കു പതിക്കാൻ തുടങ്ങുന്നത്." ഞാൻ മറുപടി പറഞ്ഞു, "ഞാൻ എന്റേതായ വഴി കണ്ടെത്തുകയും, അതിലൂടെ നടക്കുകയും ചെയ്തപ്പോൾ അവരെന്നെ കളിയാക്കി ചിരിച്ചു. സത്യത്തിൽ, എന്റെ കാലുകൾ അപ്പോൾ വിറച്ചുകൊണ്ടിരുന്നു.

"പിന്നെ അവരെന്നോട് ഇങ്ങിനെ പറഞ്ഞു, "നീ ആ വഴി മറന്നു കഴിഞ്ഞു. ഇനി എങ്ങിനെയാണ് നടക്കേണ്ടത് എന്നുകൂടി നീ മറക്കും." അപ്പോൾ വീണ്ടും എന്തോ ഒന്ന് എന്നോട് ശബ്ദമില്ലാതെ പറഞ്ഞു, "അവരുടെ പരിഹാസത്തിന് എന്തു വിലയാണുള്ളത്? അനുസരണശീലത്തെ മനസ്സിൽ നിന്ന് ബഹിഷ്ക്കരിച്ചവനാണ് നീ. ഇനി നീ ആജ്ഞാപിക്കും. "എല്ലാ മനുഷ്യരും ഏറ്റവും കൂടുതൽ ആവശ്യപ്പെടുന്നത് എന്താണെന്ന് നിനക്കറിയാമോ? അവരാവശ്യപ്പെടുന്നത് വലിയ വലിയ കാര്യങ്ങൾ ആജ്ഞാപിക്കുന്ന ഒരുവനെയാണ്. "വലിയ വലിയ കാര്യങ്ങൾ ചെയ്യുവാൻ ബുദ്ധിമുട്ടാണ്. എന്നാൽ അതിനേക്കാൾ ബുദ്ധിമുട്ടുള്ളത്

വലിയ വലിയ കാര്യങ്ങൾ ആജ്ഞാപിക്കുവാനാണ്. "നിന്നെ സംബന്ധിച്ച ഏറ്റവും അക്ഷന്തവ്യമായ കാര്യമിതാണ്. നിനക്ക് അധികാരവും ശക്തി യുമുണ്ട്. എന്നാൽ നീ ആ അധികാരമുപയോഗിക്കുന്നില്ല."

ഞാൻ മറുപടി പറഞ്ഞു, "ആജ്ഞാപിക്കുന്നതിനാവശ്യമായ ഒരു സിംഹത്തിന്റെ ശബ്ദം എനിക്കില്ല."

അപ്പോൾ വീണ്ടും ആ എന്തോ ഒന്ന് ശബ്ദമില്ലാതെ എന്നോടു പറഞ്ഞു, "ഏറ്റവും നിശ്ശബ്ദമായ വാക്കുകളാണ് കൊടുങ്കാറ്റിനെ കൊണ്ടുവരുന്നത്. മാടപ്രാവിന്റെ പാദങ്ങളിലൂടെ വരുന്ന ചിന്തകളാണ് ലോകത്തിന് വഴികാട്ടികൊടുക്കുന്നത്.

ഹേ, സരതുഷ്ട്രാ, വരാൻ പോകുന്നതിന്റെ ഒരു നിഴൽ എന്നതു പോലെ നീ മുന്നോട്ടു പോകും. അങ്ങിനെ നീ ആജ്ഞാപിക്കും. ആ ആജ്ഞ വഴിവെട്ടിത്തെളിയിക്കും."

ഞാൻ പറഞ്ഞു, "എനിക്കതിനു മടിയാണ്."

അപ്പോൾ വീണ്ടും ആ മൗനം എന്നോടു പറഞ്ഞു: "എങ്കിൽ നീ ലജ്ജയില്ലാത്ത ഒരു കൊച്ചുകുട്ടിയായിത്തീരണം."

ഏറെ നേരം ഞാൻ അതിനെക്കുറിച്ചാലോചിച്ചു; എന്നാൽ അപ്പോഴും എന്റെ വിറയൽ വിട്ടുമാറിയില്ല. ഒടുവിൽ രണ്ടും കല്പിച്ച്, മുമ്പ് ഞാനെ ന്താണോ പറഞ്ഞിരുന്നത്, അതുതന്നെ ഞാനാവർത്തിച്ചു: "ഇല്ല എനി ക്കതിന് കഴിയില്ല." അപ്പോൾ എന്റെ ഉള്ളിൽ നിന്ന് ഒരു ചിരി പൊട്ടി വന്നു. ഈ ചിരി എങ്ങിനെയാണ് എന്റെ ശരീരത്തെ ഇളക്കിമറിച്ചത് എന്നും, എന്റെ ഹൃദയത്തെ പിളർന്നത് എന്നും, എനിക്കുമാത്രമേ അറി യാവൂ. അവസാനമായി ആ മൗനം എന്നോട് പറഞ്ഞു: "സരതുഷ്ട്രാ, നിന്റെ ഫലങ്ങൾ പക്വമായി കഴിഞ്ഞു. എന്നാൽ ആ ഫലങ്ങൾക്കുവേണ്ടി നീ ഇനിയും പാകമാക്കി കഴിഞ്ഞിട്ടില്ല. അതിനാൽ നീ ഏകാന്തതയിലേ ക്കുതന്നെ തിരിച്ചുപോകണം, എന്തെന്നാൽ നീ ഇനിയും വളരേണ്ടിയി രിക്കുന്നു, നീ ഇപ്പോഴും പക്വത നേടിക്കഴിഞ്ഞിട്ടില്ല..." ഇപ്പോൾ നിങ്ങൾ എല്ലാം കേട്ടുകഴിഞ്ഞു. അതിനാൽ എന്തുകൊണ്ടാണ് എനിക്ക് ഏകാ ന്തതയിലേക്കു തിരിച്ചുപോകേണ്ടിവന്നത് എന്ന് നിങ്ങൾക്ക് മനസ്സിലാ യിക്കാണും. സുഹൃത്തുക്കളേ, ഞാൻ നിങ്ങളിൽ നിന്ന് ഒന്നുംതന്നെ മറച്ചുവച്ചിട്ടില്ല. ആളുകളിൽ വച്ച് ഏറ്റവും നിശ്ശബ്ദനും അങ്ങിനെ തന്നെ നിലനിൽക്കുവാൻ ആഗ്രഹിക്കുന്നവനുമായ ആ മനുഷ്യനാരാണെന്ന് ഇപ്പോൾ നിങ്ങൾ കേട്ടുകഴിഞ്ഞു... സരതുഷ്ട്രൻ ഈ വാക്കുകൾ പറഞ്ഞപ്പോൾ അദ്ദേഹം അനുഭവിച്ച തീവ്രദുഃഖവും തന്റെ സുഹൃത്തു ക്കളെ വിട്ടുപിരിയുന്നതിന്റെ വിഷമവും അദ്ദേഹത്തിന്റെ മുഖത്തു നിഴ ലിച്ചു. അതദ്ദേഹത്തെ കരയിപ്പിച്ചു. അദ്ദേഹം ഉറക്കെ പൊട്ടിക്കരഞ്ഞു. എങ്ങിനെയാണ് അദ്ദേഹത്തെ സമാധാനിപ്പിക്കേണ്ടത് എന്നറിയാതെ

അദ്ദേഹത്തിന്റെ ശിഷ്യർ വിഷമിച്ചു. എന്നാൽ അന്നുരാത്രി തന്നെ തന്റെ സുഹൃത്തുക്കളെ ഉപേക്ഷിച്ച്, അദ്ദേഹം തനിച്ച് യാത്രയായി.

...എന്നിങ്ങനെ സരതുഷ്ട്രൻ പറഞ്ഞു.

താനൊരു പരാജയമാണ് എന്നു തോന്നിപ്പിക്കുന്ന ഒരു നിമിഷം എല്ലാ മിസ്റ്റിക്കുകളുടേയും ജീവിതത്തിൽ വന്നുചേരും. തനിക്ക് മനുഷ്യരിലെത്തിച്ചേരാൻ കഴിയുന്നില്ല എന്നൊരു തോന്നലവിടെ വന്നുചേരും. ആ പരാജയമവിടെ വന്നുചേരുന്നത് അയാൾ പരിശ്രമിക്കാത്തതുകൊണ്ടല്ല, മറിച്ച് മനുഷ്യരിലെത്തിച്ചേരുവാൻ അത്രയ്ക്കുമധികം തടസ്സങ്ങളും പ്രയാസങ്ങളുമവിടെയുണ്ട്.

ഒന്നാമതായി, പരിപൂർണ്ണമായ ഏകാന്തതയിലും നിശ്ശബ്ദതയിലുമാണ് മിസ്റ്റിക്കിന്റെ അനുഭവം നേടിയെടുക്കപ്പെടുന്നത്. ആ നിശ്ശബ്ദതയെ വാക്കുകളിലേക്കു കൊണ്ടുവരുന്നതിന്, ആ സംഗീതത്തെ ലൗകികമായ ഭാഷയിലേക്ക് കൊണ്ടുവരുന്നതിന്, വ്യക്തതയുള്ളതായ ഭാഷണമാവശ്യമാണ്. മൗനത്തെ ശബ്ദത്തിലേക്ക് ആവാഹിക്കുമ്പോൾ സത്യത്തിന്റെ പല അംശങ്ങളും അതിൽ നിന്നു നഷ്ടപ്പെടും. മിസ്റ്റിക്കിന്റെ പരാജയം അവിടെനിന്ന് തുടങ്ങുന്നു.

പിന്നെ, അദ്ദേഹത്തെ കേട്ടുകൊണ്ടിരിക്കുന്നവരായ ആളുകൾ നിശ്ശബ്ദരല്ല. അവരുടെ മനസ്സുകൾ അവരുടേതായ ചിന്തകളിൽ മുഴുകിയിരിക്കുകയാണ്, ആ മനസ്സുകൾ മുൻവിധികളെക്കൊണ്ട് നിറഞ്ഞതാണ്. അവരുടെ ചിന്തകൾ അസംബന്ധവും നിരർത്ഥകവുമാണ്, കാരണം അവരിനിയും തങ്ങളെതന്നെ കണ്ടെത്തിക്കഴിഞ്ഞിട്ടില്ല. അവരുടെ ചിന്തകൾ മറ്റുള്ളവരിൽ നിന്ന് കടമെടുക്കപ്പെട്ടവയാണ്. എന്നാൽ, ആ ചിന്തകൾ എന്തോ വലിയ നിധികളാണെന്ന ഭാവത്തിൽ അവരവയെ മുറുകെപ്പിടിച്ചിരിക്കുകയാണ്. അതിനാൽ ഒരു മിസ്റ്റിക്ക് അവരോട് സംസാരിച്ചുകൊണ്ടിരിക്കുമ്പോൾ, അദ്ദേഹമെന്താണോ സംസാരിച്ചുകൊണ്ടിരിക്കുന്നത്, അതല്ല അവർ കേൾക്കുന്നത്, മറിച്ച് അവരുടെ മുൻവിധികൾ എന്താണോ അവരെ കേൾക്കാനനുവദിക്കുന്നത്, അതു മാത്രമാണ് അവർ കേൾക്കുന്നത്. പരാജയത്തിന്റെ തുടക്കം അവിടെ നിന്നാണ്.

മിസ്റ്റിക്ക് പറയുന്നത് തങ്ങൾ കേട്ടുകഴിഞ്ഞു എന്നാണവർ ചിന്തിക്കുന്നത്. എന്നാൽ അവർ തീർത്തും ബധിരരും അന്ധരുമാണ്. തങ്ങളുടെ സ്വന്തം ചിന്തകളെ മാത്രമാണവർ കേട്ടുകൊണ്ടിരുന്നത്. തങ്ങളുടെ ഹൃദയങ്ങളിലേക്കു കയറിപ്പറ്റാൻ അവരാ മിസ്റ്റിക്കിന് വേണ്ടത്ര സ്ഥലമോ, നിശ്ശബ്ദതയോ, ബോധമോ അനുവദിച്ചില്ല. അവരദ്ദേഹത്തെ വ്യാഖ്യാനിച്ചു. എന്നാൽ അവരുടെ വ്യാഖ്യാനങ്ങളെല്ലാം തന്നെ അതിനെ വക്രീകരിക്കുന്ന വിധത്തിലായിരുന്നു.

പരാജയത്തിന്റേതായ ഈ നിമിഷങ്ങളിൽ മിസ്റ്റിക്കിനവിടെ ഒരു വഴി മാത്രമേയുള്ളൂ - വീണ്ടും തന്റെ ഏകാന്തതയിലേക്കുതന്നെ, തന്റെ ഉള്ളിന്റെ ഉള്ളിലേക്കുതന്നെ തിരിച്ചുപോവുക. അപ്പോൾ അദ്ദേഹത്തിന് ആശയവിനിമയം ചെയ്യുന്നതിന് കൂടുതൽ മെച്ചപ്പെട്ട വഴികളും, രീതികളും, മെച്ചപ്പെട്ട വാക്കുകളും, ഉപായങ്ങളും കണ്ടെത്തുവാൻ കഴിഞ്ഞു എന്നു വരാം. ഒരു സത്യത്തിന്റെ ഭാരം അദ്ദേഹം ചുമന്നുകൊണ്ടിരിക്കുകയാണ്. അദ്ദേഹമതു പങ്കുവെക്കുവാൻ ആഗ്രഹിക്കുന്നു. എന്നാൽ ആരും തന്നെ അദ്ദേഹത്തിന് പറയാനുള്ളത് കേൾക്കുവാൻ തയ്യാറല്ല.

ആ ഏകാന്തതയിൽ വെച്ച് അദ്ദേഹം വാക്കുകളെ ചെത്തിമിനുക്കുകയും, തന്റെ വാക്കുകൾക്കും, തന്റെ കവിതക്കും, തന്റെ ഗാനത്തിനും, അവസാനത്തെ മിനുക്കുപണികൾ നടത്തുകയും ചെയ്യുന്നു. മുൻപ് തെറ്റിദ്ധരിക്കപ്പെട്ട എല്ലാ കാര്യങ്ങളേയും അദ്ദേഹം ഒഴിവാക്കുന്നു. വ്യത്യസ്തവീക്ഷണകോണുകളിലൂടെ അദ്ദേഹം വീണ്ടും പരിശ്രമിക്കുന്നു. വ്യത്യസ്തമായൊരു വീക്ഷണകോണിലൂടെ ഒരുപക്ഷേ അത് സാധ്യമായേക്കാം.

മനുഷ്യരിൽ ഉറങ്ങിക്കിടക്കുന്ന പ്രതീക്ഷകളെ തട്ടിയുണർത്തുവാൻ ഒരുപക്ഷേ അത് സഹായിച്ചേക്കാം. തങ്ങളെതന്നെ അതിവർത്തിക്കുവാനും വളർന്നുവികസിക്കുവാനും, ഒരു അതിമാനുഷന് ജന്മം നൽകുവാനുള്ള ആശകളെ അത് പുനരുജ്ജീവിപ്പിച്ചേക്കാം.

സരതുഷ്ട്രന്റെ ഈ വാക്കുകൾ പറയപ്പെട്ടത് അത്തരമൊരു നിമിഷത്തിലാണ്. തന്റെ ശിഷ്യരെ വിട്ടുപോകുവാൻ, ഏകാന്തതയിലേക്കുതന്നെ തിരിച്ചുപോകുവാൻ അദ്ദേഹം ആഗ്രഹിക്കുന്നു. മനസ്സിലാക്കപ്പെടുവാനുള്ള അദ്ദേഹത്തിന്റെ ഉദ്യമം സഫലമായില്ല. തന്റെ കഴിവിന്റെ പരമാവധി അദ്ദേഹം അതിനുവേണ്ടി പ്രയത്നിച്ചു. ഏറ്റവും വ്യക്തമായ ആശയങ്ങളും ഏറ്റവും ലളിതമായ വാക്കുകളും അദ്ദേഹം ഉപയോഗിച്ചു. എന്നാൽ കേൾക്കുന്നവരുടെ മനസ്സ് മുൻവിധികൾ കൊണ്ട് നിറഞ്ഞതായിരുന്നു. ഉള്ളിലേക്കു കടന്നുവരുന്ന എല്ലാറ്റിനേയും അത് തടഞ്ഞുകൊണ്ടിരുന്നു.

ഈ അടുത്തകാലത്ത് ശാസ്ത്രജ്ഞർ ഞെട്ടിപ്പിക്കുന്ന ഒരു പ്രതിഭാസം കണ്ടെത്തി. നൂറ്റാണ്ടുകളായി, നമ്മുടെ ബോധേന്ദ്രിയങ്ങളെല്ലാം വാതിലുകളും ജനലുകളുമായിട്ടാണ്, നിലനിൽപിന് നമുക്കുള്ളിലേക്ക് കടന്നുവരാൻ കഴിയുന്നതിനുള്ള വാതായനങ്ങളായിട്ടാണ് കരുതപ്പെട്ടിരുന്നത്. എന്നാൽ ആധുനിക ഗവേഷണങ്ങൾ വെളിപ്പെടുത്തുന്നത് മറ്റൊന്നാണ്. വാതിലുകളും ജനലുകളുമായി നിലനിൽക്കുന്നതിനുപകരം, അവ പുറമെ നിന്നുവരുന്ന വിവരങ്ങളെ പരിശോധനക്കു വിധേയമാക്കി മാത്രമേ അകത്തേക്കെടുക്കുന്നുള്ളൂ-ഉദ്ദേശം 80-90 ശതമാനം കാര്യങ്ങളെ അകത്തേയ്ക്കെടുക്കാതെ അവ തടഞ്ഞുവെക്കുന്നു-യാഥാർത്ഥ്യത്തിന്റെ രണ്ടു ശതമാനം മാത്രമാണ് നിങ്ങൾക്കുള്ളിലേക്ക് കടന്നുവരുന്നത്. ബാക്കി

98 ശതമാനത്തേയും നിങ്ങളുടെ ബോധേന്ദ്രിയങ്ങൾ തടഞ്ഞുവക്കും. നിങ്ങൾ കേൾക്കുന്നതു വെറും 2 ശതമാനം മാത്രമാണ്, നിങ്ങൾ കാണുന്നത് വെറും 2 ശതമാനം മാത്രമാണ്. ബാക്കി 98 ശതമാനത്തേയും നിങ്ങളുടെ മനസ്സ് തടഞ്ഞുവെക്കും.

നിങ്ങൾക്കുചുറ്റും താൻ വട്ടംചുറ്റിക്കൊണ്ടിരിക്കുകയാണ് എന്നും, തനിക്ക് നിങ്ങളുടെ ഹൃദയത്തിനുള്ളിലേക്ക് കയറിപ്പറ്റാൻ കഴിയുന്നില്ല എന്നും, സരതുഷ്ട്രനെപ്പോലെയുള്ള ഒരാൾക്ക് തീർച്ചയായും മനസ്സിലാക്കുവാൻ സാധിക്കും. എല്ലാ വാതിലുകളും അടക്കപ്പെട്ടിരിക്കുകയാണ്. ഒരു ജനൽ പോലുമവിടെ തുറന്നുകിടക്കുന്നില്ല.

തന്നിലേക്കുതന്നെ കൂടുതലാഴത്തിൽ ഇറങ്ങിച്ചെല്ലുവാനും, ആശയവിനിമയത്തിനു കൂടുതൽ സഹായകരമായ ചിലത് കണ്ടെത്തുന്നതിനുമായി ഏകാന്തതയിലേക്കുതന്നെ വീണ്ടും തിരിച്ചുപോകുവാൻ അദ്ദേഹം തയ്യാറെടുക്കുന്നു. അതിനുമുമ്പായി അദ്ദേഹം ആദ്യം തന്നോടുതന്നെ സംസാരിക്കുന്നു. അതൊരു ആത്മഭാഷണമാണ്-അതിനുശേഷം അദ്ദേഹം തന്റെ ശിഷ്യരോട് വിടപറയുന്നു. തന്നോടുതന്നെയുള്ള സംസാരമായതിനാൽ, അത് ഏതൊരു സംഭാഷണത്തേക്കാളും കൂടുതൽ പ്രാധാന്യമുള്ളതാണ്, കാരണം എന്താണോ അദ്ദേഹം പറയുവാൻ ആഗ്രഹിക്കുന്നത് അതദ്ദേഹത്തിന് കൃത്യമായി പറയുവാൻ കഴിയും. നേരെമറിച്ച് നിങ്ങൾ മറ്റൊരാളോടാണ് സംസാരിച്ചുകൊണ്ടിരിക്കുന്നത് എങ്കിൽ അപ്പോൾ നിങ്ങൾക്കയാളെ കണക്കിലെടുക്കേണ്ടിവരും. അത് എല്ലാറ്റിനേയും ദുഷിപ്പിക്കും. അത് എല്ലാറ്റിനേയും മലിനമാക്കും.

തനിക്ക് വീണ്ടും ഏകാന്തതയിലേക്കു പോകേണ്ടതുണ്ട് എന്ന് സരതുഷ്ട്രൻ തന്റെ ശിഷ്യരോട് പറയുന്നു. എന്നാൽ മടിച്ചുമടിച്ചാണ് അദ്ദേഹം അവരോടു പറയുന്നത്. കാരണം തലേനാൾ സന്ധ്യക്ക്, തന്റെ നിശ്ശബ്ദ ധ്യാനമുഹൂർത്തത്തിൽ മൗനം അദ്ദേഹത്തോട് ചിലത് പറഞ്ഞിരുന്നു.

ആ നിശ്ശബ്ദധ്യാനമുഹൂർത്തം ഏതാണ്? അദ്ദേഹം തനിച്ചായിരുന്നപ്പോൾ, പൂർണ്ണമൗനത്തിലായിരുന്നപ്പോൾ അദ്ദേഹം തന്റെ ഉള്ളിന്റെ ഉള്ളിൽ നിന്ന് ഒച്ചയില്ലാത്ത ഒരു ചെറിയ ശബ്ദം കേട്ടു. പിന്നെ എന്താണ് സംഭവിച്ചത് എന്ന് അദ്ദേഹം വിവരിക്കുന്നു.

“ഒരു സംഭവകഥയുടെ രൂപത്തിൽ ഞാനത് നിങ്ങളോട് പറയാം: ഇന്നലെ, ഏറ്റവും നിശ്ശബ്ദമായ ആ മുഹൂർത്തത്തിൽ, പെട്ടെന്ന് ഭൂമി പിളരുന്നതുപോലെ എനിക്കു തോന്നി: അതോടെ എന്റെ സ്വപ്നവും തുടങ്ങി.” തന്റെ ശിഷ്യർക്ക് മനസ്സിലാകുന്നതിനുവേണ്ടി ശരിക്കും സത്യമല്ലാത്ത വാക്കുകൾ അദ്ദേഹം ഉപയോഗിച്ചുകൊണ്ടിരിക്കുകയാണ് എന്ന് നിങ്ങൾക്ക് കാണാൻ കഴിയും. “ഒരു കഥയുടെ രൂപത്തിൽ ഞാനത് നിങ്ങളോട് പറയാം” എന്നദ്ദേഹം പറയുന്നു. എന്നാൽ ശരിക്കും ഇതൊരു

കഥയല്ല. ഇത് വാസ്തവത്തിൽ അദ്ദേഹത്തിനു സംഭവിച്ച ഒരു കാര്യമാണ്. എന്നാൽ അദ്ദേഹത്തിന്റെ ശിഷ്യർക്ക് ഇത്തരമൊരു സംഭവത്തെ സങ്കല്പിക്കുവാൻ സാധ്യമാവുകയില്ല. എന്നാൽ ഒരു കഥയെന്ന നിലയ്ക്ക്, തീർച്ചയായും അവരിതു കേൾക്കുവാൻ തയ്യാറാകും.

"ഇന്നലെ, ഏറ്റവും നിശ്ശബ്ദമായ ആ മുഹൂർത്തത്തിൽ പെട്ടെന്ന് ഭൂമി പിളരുന്നതുപോലെ എനിക്കു തോന്നി. അതോടെ എന്റെ സ്വപ്നവുമാരംഭിച്ചു." അതൊരു യഥാർത്ഥ അനുഭവമായിരുന്നു എന്നദ്ദേഹം പറയുന്നില്ല. അതവരെ സംശയാലുക്കളാക്കും. ഒട്ടുംതന്നെ അവർ പിരിമുറുക്കത്തിലാവരുത് എന്നദ്ദേഹം ആഗ്രഹിക്കുന്നു. എങ്കിൽ ചിലത് അവരുടെ ഉള്ളിലേക്കു കടന്നുചെന്നു എന്നുവരാം. അതുകൊണ്ടാണ്, "അതൊരു സ്വപ്നം മാത്രമായിരുന്നു" എന്നദ്ദേഹം പറയുന്നത്.

നിങ്ങളെപ്പോഴെങ്കിലും ഈ ഒരു കാര്യം നിരീക്ഷിച്ചിട്ടുണ്ടോ? ഒരാൾ നിങ്ങളോട് ഒരു കഥ പറയുമ്പോൾ, അല്ലെങ്കിൽ ഒരു സ്വപ്നം വിവരിക്കുമ്പോൾ, നിങ്ങളുടെ മനസ്സ് അത് കേൾക്കുവാൻ കൂടുതൽ താൽപര്യം കാണിക്കും. അതൊരു കഥ അല്ലെങ്കിൽ ഒരു സ്വപ്നം മാത്രമാണ്. അത് സാങ്കല്പികം മാത്രമാണ്. അത് നിങ്ങളെ ഒരുവിധത്തിലും ഉപദ്രവിക്കുവാൻ പോകുന്നില്ല. ഒരു മിസ്റ്റിക്കിന്റെ പ്രഭാഷണം കേൾക്കുന്നതിനേക്കാൾ തുറന്ന മനസ്സോടെയാണ് നിങ്ങളൊരു കഥ കേൾക്കുന്നത്. കാരണം ഒരു മിസ്റ്റിക്കിന്റെ പ്രഭാഷണം കേൾക്കുക എന്നത് അപകടകരമാണ്. ഒരു മിസ്റ്റിക്കിനെ കേൾക്കുക എന്നാൽ അതിനർത്ഥം ഒരു തീർത്ഥയാത്രയ്ക്കുവേണ്ടി തയ്യാറെടുക്കുക എന്നാണ്. ശരിയായ വിധത്തിൽ ഒരു മിസ്റ്റിക്കിന്റെ വാക്കുകളെ പിൻതുടരുക എന്നാൽ അതിനർത്ഥം ഒരു പരിവർത്തനത്തിലൂടെ കടന്നുപോവുക എന്നാണ്. എന്നാൽ ഒരു കഥ കേൾക്കുക എന്നത് ഒരു നേരമ്പോക്കാണ്.

കൃത്യം മൂന്നുദിവസം മുൻപാണ് ജെ.കൃഷ്ണമൂർത്തി മരിച്ചത്. അദ്ദേഹത്തിന്റെ അവസാനനാളുകളിൽ എന്റെ ഒരു സുഹൃത്ത് അദ്ദേഹത്തോടൊപ്പമുണ്ടായിരുന്നു. തന്റെ ജീവിതാന്ത്യത്തിൽ അദ്ദേഹം വളരെ ദുഃഖിതനായി കാണപ്പെട്ടിരുന്നതായി എന്റെ സുഹൃത്ത് എന്നോട് പറഞ്ഞു. അക്കാലത്തെ അദ്ദേഹത്തിന്റെ വാക്കുകൾ വളരെ അസാധാരണമായിരുന്നു. ഒരിക്കൽ അദ്ദേഹം ഇങ്ങനെ പറഞ്ഞുവത്രെ! "സത്യത്തിൽ ഞാനെന്റെ ജീവിതം പാഴാക്കുകയാണ് ചെയ്തത്. ഞാൻ ഒരു വിനോദോപാധിയാണ് എന്നതുപോലെയാണ് ആളുകളെന്നെ കേട്ടുകൊണ്ടിരുന്നത്."

മിസ്റ്റിക്ക് ഒരു വിപ്ലവമാണ്, അദ്ദേഹം ഒരു നേരമ്പോക്കല്ല. നിങ്ങളദ്ദേഹത്തെ കേൾക്കുകയാണെങ്കിൽ, നിങ്ങളിലേക്ക് പ്രവേശിക്കുവാൻ നിങ്ങളദ്ദേഹത്തെ അനുവദിക്കുകയാണെങ്കിൽ, അദ്ദേഹത്തിനുനേരെ നിങ്ങൾ നിങ്ങളുടെ വാതിലുകൾ തുറക്കുകയാണെങ്കിൽ, അദ്ദേഹം പരിശുദ്ധമായ

അഗ്നിയാണ്. നിങ്ങളിലുള്ള പാഴ്‌വസ്തുക്കളെ, നിങ്ങളിലുള്ള ഭൂതകാലാവശിഷ്ടങ്ങളെ, അദ്ദേഹം ദഹിപ്പിക്കും. അദ്ദേഹം നിങ്ങളെ ഒരു പുതിയ മനുഷ്യനാക്കി ശുദ്ധീകരിച്ചെടുക്കും. നിങ്ങളുടെ അസ്തിത്വത്തിലേക്ക് അഗ്നിയെ അനുവദിക്കുക എന്നത് അപകടസാധ്യതയുള്ള ഒരു കാര്യമാണ്. അതിനാൽ വാതിലുകൾ തുറക്കുന്നതിനുപകരം, നിങ്ങളുടനെ എല്ലാ വാതിലുകളും കൊട്ടിയടക്കാൻ ശ്രമിക്കും.

എന്നാൽ വിനോദമെന്നത് മറ്റൊരു കാര്യമാണ്. അത് നിങ്ങളിൽ യാതൊരു പരിവർത്തനവുമുണ്ടാക്കുകയില്ല. അത് നിങ്ങളെ കൂടുതൽ ബോധമുള്ളവനാക്കിത്തീർക്കുകയില്ല. എന്നാൽ രണ്ടോ മൂന്നോ മണിക്കൂർ നേരത്തേക്ക് അബോധവാനായി നിലനിൽക്കുവാൻ അത് നിങ്ങളെ സഹായിക്കും. അപ്പോൾ നിങ്ങൾക്ക് നിങ്ങളുടെ എല്ലാ ദുഃഖങ്ങളേയും ആകാംക്ഷകളേയും ഉത്ക്കണ്ഠകളേയും മറക്കുവാൻ കഴിയും - അപ്പോൾ നിങ്ങൾക്കാവിനോദത്തിൽ നിങ്ങളെത്തന്നെ നിമഗ്നനാക്കുവാൻ കഴിയും. നൂറ്റാണ്ടുകളിലൂടെ കടന്നുപോകുംതോറും മനുഷ്യൻ കൂടുതൽ കൂടുതൽ വിനോദങ്ങൾ സൃഷ്ടിക്കുവാൻ ശ്രമിച്ചുകൊണ്ടേയിരിക്കുന്നു. കാരണം കൂടുതൽ കൂടുതൽ അബോധവാനായിത്തീരുവാൻ അവനാഗ്രഹിക്കുന്നു. ബോധവാനായി നിലനിൽക്കുവാൻ അവൻ ഭയപ്പെടുന്നു, കാരണം ബോധവാനായി നിലനിൽക്കുക എന്നാൽ അതൊരു പരിവർത്തനത്തിലൂടെ കടന്നുപോകലാണ്.

“എന്റെ കൈകളിളകി. എന്റെ ജീവിതത്തിന്റെ ഘടികാരം അതിന്റെ ശ്വാസം അടക്കിപ്പിടിച്ചുനിന്നു. എന്റെയുള്ളിൽ ഇത്രയ്ക്കും നിശ്ശബ്ദതയുണ്ടെന്ന് ഞാനൊരിക്കലും അറിഞ്ഞിരുന്നില്ല. എന്നാൽ അതെന്നെ ഭയപ്പെടുത്തി. അപ്പോൾ ശബ്ദമില്ലാതെ എന്തോ ഒന്ന് എന്നോട് പറഞ്ഞു; “സരതുഷ്ട്രാ, അത് നിനക്കറിയാം.” ശബ്ദമില്ലാത്ത ഈ സംസാരം കേട്ട് ഭയന്നുവിറച്ച് ഞാനുറക്കെ നിലവിളിച്ചു. എന്റെ മുഖത്തുനിന്ന് രക്തം വാർന്നുപോയി. എന്നാൽ ഞാൻ നിശ്ശബ്ദനായിതന്നെ നിലകൊണ്ടു.”

പ്രജ്ഞ എന്നത് ഭയപ്പെടുത്തുന്ന ഒന്നല്ല-എന്നാൽ അദ്ദേഹം തന്റെ ശിഷ്യനോട് സംസാരിച്ചുകൊണ്ടിരിക്കുകയാണ്. തന്റെ ശിഷ്യർക്ക് ഇത് രസകരമാകണം, ഒരു കഥ കേൾക്കുന്നതുപോലെ, അല്ലെങ്കിൽ ഒരു സ്വപ്നത്തെക്കുറിച്ച് കേൾക്കുന്നതുപോലെ, അവരിത് കേട്ടുകൊണ്ടിരിക്കണം എന്ന ഉദ്ദേശ്യത്തോടെയാണ് അദ്ദേഹം തന്റെയീ ആത്മഗതത്തെ വിവരിച്ചുകൊണ്ടിരിക്കുന്നത്.

അപ്പോൾ വീണ്ടും ആ മൗനം എന്നോടു പറഞ്ഞു: “സരതുഷ്ടാ നിനക്കറിയാം. എന്നാൽ നീയതു പറയുന്നില്ല.”

ഒടുവിൽ അലക്ഷ്യമായി ഞാനതിന് മറുപടി നൽകി. “ശരിയാണ്, എനിക്കറിയാം, പക്ഷെ ഞാനതു പറയുകയില്ല.”

അപ്പോൾ വീണ്ടും ഒച്ചയില്ലാത്ത എന്തോ ഒന്ന് എന്നോടു പറഞ്ഞു: "സരതുഷ്ട്രാ, നീയത് പറയില്ലെന്നോ? ഇത് ശരിയാണെന്ന് നിനക്ക് തോന്നുന്നുണ്ടോ? ധിക്കരിക്കുന്നതിനുവേണ്ടി നീ നിന്നെത്തന്നെ മറച്ച് വെക്കാതിരിക്കുക."

അപ്പോൾ ഞാൻ ഒരു കുട്ടിയെപ്പോലെ വിറച്ചുകൊണ്ടും, പൊട്ടിക്കരഞ്ഞുകൊണ്ടും പറഞ്ഞു, "ഹാ! കഷ്ടം! എനിക്കതു പറയണമെന്നുണ്ട്. എന്നാൽ എങ്ങിനെയാണ് എനിക്കതിന് കഴിയുക? ഈ ഏകാന്തതയിൽ നിന്നെന്നെ മോചിപ്പിക്കൂ. ഇത് സഹിക്കുവാൻ എനിക്ക് ശക്തിയില്ല."

അപ്പോൾ വീണ്ടും ആ മൗനം എന്നോടു പറഞ്ഞു, "അത് പറഞ്ഞതുകൊണ്ട് നിനക്ക് ഒന്നും സംഭവിക്കുവാൻ പോകുന്നില്ല. സരതുഷ്ട്രാ, നീ നിന്റെ ശിക്ഷണത്തെക്കുറിച്ച് സംസാരിക്കൂ."

ഞാൻ മറുപടി പറഞ്ഞു, "അത് എന്റെ ശിക്ഷണമാണെന്നോ? അത് പറയുവാൻ ഞാനാരാണ്? അതിന് എന്നേക്കാൾ കൂടുതൽ അർഹനായ ഒരുവനുവേണ്ടി ഞാൻ കാത്തിരിക്കുകയാണ്. അതിനെക്കുറിച്ച് ഒന്നുംതന്നെ പറയുവാൻ ഞാൻ യോഗ്യനല്ല."

അപ്പോൾ വീണ്ടും ശബ്ദമില്ലാത്ത ആ എന്തോ ഒന്ന് എന്നോടു മന്ത്രിച്ചു, "ഹേ, സരതുഷ്ട്രാ, പർവ്വതങ്ങളെ പിടിച്ചുകുലുക്കുന്നവന് സമതലങ്ങളേയും, താഴ്വരകളേയും കൂടി പിടിച്ചുകുലുക്കേണ്ടിവരും."

ഞാൻ മറുപടി പറഞ്ഞു, "എന്റെ വാക്കുകൾ ഇതുവരെ ഒരു പർവ്വതത്തേയും പിടിച്ചുകുലുക്കിയിട്ടില്ല. ഞാനെന്തെല്ലാമാണോ പറഞ്ഞത് അവയൊന്നും ഇനിയും ജനങ്ങളിലേക്ക് എത്തിച്ചേർന്നിട്ടില്ല. തീർച്ചയായും ഞാൻ ജനങ്ങൾക്കിടയിലേക്ക് ഇറങ്ങിച്ചെന്നിട്ടുണ്ടായിരുന്നു. എന്നാൽ ഇതുവരെ എനിക്ക് അവരിലേയ്ക്കെത്തിച്ചേരുവാൻ കഴിഞ്ഞിട്ടില്ല."

അപ്പോൾ വീണ്ടും ആ മൗനം എന്നോട് മന്ത്രിച്ചു: "എങ്ങിനെയാണ് നിനക്കത് അറിയുവാൻ കഴിയുക? രാത്രി അതിന്റെ ഏറ്റവും നിശ്ശബ്ദമായ അവസ്ഥയിലായിരിക്കുമ്പോഴാണ് മഞ്ഞുതുള്ളികൾ പുൽത്തകിടിയിലേക്കു പതിക്കുന്നത്."

പരോക്ഷമായൊരു രീതിയിലാണ് ഈ കാര്യങ്ങളെല്ലാം അദ്ദേഹം തന്റെ ശിഷ്യരോട് പറഞ്ഞുകൊണ്ടിരിക്കുന്നത്. അതിനാൽ അദ്ദേഹം തങ്ങളോട് പ്രസംഗിച്ചുകൊണ്ടിരിക്കുകയാണ് എന്നവർക്ക് തോന്നുന്നില്ല, മറിച്ച് ഒരു കഥ കേൾക്കുന്നതുപോലെ അവരത് ആസ്വദിച്ചുകൊണ്ടിരിക്കുകയാണ്. അതിനാൽ അവരൊട്ടും തന്നെ പിരിമുറുക്കത്തിലല്ല. ഈ ആത്മഭാഷണത്തിന്റെ ഉദ്ദേശവും അതുതന്നെയാണ്.

ഞാൻ പറഞ്ഞു, "ഞാൻ എന്റേതായ വഴി കണ്ടെത്തുകയും അതിലൂടെ നടക്കുകയും ചെയ്തപ്പോൾ അവരെന്നെ കളിയാക്കി ചിരിച്ചു.

സത്യത്തിൽ എന്റെ കാലുകൾ അപ്പോൾ വിറച്ചുകൊണ്ടിരുന്നു." പിന്നെ അവരെന്നോട് ഇങ്ങിനെ പറഞ്ഞു, "നീ ആ വഴി മറന്നുകഴിഞ്ഞു. ഇനി എങ്ങിനെയാണ് നടക്കേണ്ടത് എന്നുകൂടി നീ മറക്കും."

അപ്പോൾ വീണ്ടും എന്തോ ഒന്ന് എന്നോട് ശബ്ദമില്ലാതെ പറഞ്ഞു, "അവരുടെ പരിഹാസത്തിന് എന്തു വിലയാണുള്ളത്? അനുസരണ ശീലത്തെ മനസ്സിൽ നിന്ന് ബഹിഷ്ക്കരിച്ചവനാണ് നീ. ഇനി നീ ആജ്ഞാപിക്കും."

" എല്ലാ മനുഷ്യരും ഏറ്റവും കൂടുതൽ ആവശ്യപ്പെടുന്നത് എന്താണെന്ന് നിനക്കറിയാമോ? അവരാവശ്യപ്പെടുന്നത് വലിയ വലിയ കാര്യങ്ങൾ ആജ്ഞാപിക്കുന്ന ഒരുവനെയാണ്. വലിയ വലിയ കാര്യങ്ങൾ ചെയ്യുവാൻ ബുദ്ധിമുട്ടാണ്. എന്നാൽ അതിനേക്കാൾ ബുദ്ധിമുട്ടുള്ളത് വലിയ വലിയ കാര്യങ്ങൾ ആജ്ഞാപിക്കുവാനാണ്."

"നിന്നെ സംബന്ധിച്ചുള്ള ഏറ്റവും അക്ഷന്തവ്യമായ കാര്യമിതാണ്: നിനക്ക് അധികാരവും ശക്തിയുമുണ്ട്. എന്നാൽ നീ ആ അധികാരം ഉപയോഗിക്കുന്നില്ല."

ഞാൻ മറുപടി പറഞ്ഞു, "ആജ്ഞാപിക്കുന്നതിനാവശ്യമായ ഒരു സിംഹത്തിന്റെ ശബ്ദം എനിക്കില്ല."

അപ്പോൾ വീണ്ടും എന്തോ ഒന്ന് ശബ്ദമില്ലാതെ എന്നോട് പറഞ്ഞു, ഏറ്റവും നിശ്ശബ്ദമായ വാക്കുകളാണ് ഏറ്റവും ശക്തിയുള്ള കൊടുങ്കാറ്റിനെ കൊണ്ടുവരുന്നത്." മാടപ്രാവിന്റെ പാദങ്ങളിലൂടെ വരുന്ന ചിന്തകളാണ് ലോകത്തിന് വഴി കാട്ടികൊടുക്കുന്നത്."

"ഹേ, സരതുഷ്ട്രാ, വരാൻ പോകുന്നതിന്റെ ഒരു നിഴൽ എന്നതുപോലെ നീ മുന്നോട്ടു പോകും: അങ്ങിനെ നീ ആജ്ഞാപിക്കും. ആ ആജ്ഞ വഴിവെട്ടിത്തെളിക്കും."

ഞാൻ പറഞ്ഞു: "എനിക്കതിന് മടിയാണ്."

അപ്പോൾ വീണ്ടും ആ മൗനം എന്നോടു പറഞ്ഞു: "എങ്കിൽ നീ ലജ്ജയില്ലാത്ത ഒരു കൊച്ചുകുട്ടിയായിത്തീരണം."

ഏറെ നേരം ഞാൻ അതിനെക്കുറിച്ചാലോചിച്ചു. എന്നാൽ അപ്പോഴും എന്റെ വിറയൽ വിട്ടുമാറിയില്ല. ഒടുവിൽ, രണ്ടും കല്പിച്ച്, മുമ്പ് ഞാനെന്താണോ പറഞ്ഞത് അതുതന്നെ ഞാനാവർത്തിച്ചു, "എനിക്കതിന് കഴിയില്ല."

അപ്പോൾ എന്റെ ഉള്ളിൽ നിന്ന് ഒരു ചിരി പൊട്ടിവന്നു. ആ ചിരി എങ്ങിനെയാണ് എന്റെ ശരീരത്തെ ഇളക്കിമറിച്ചത് എന്നും എന്റെ ഹൃദയത്തെ പിളർന്നത് എന്നും എനിക്കുമാത്രമേ അറിയൂ.

അവസാനമായി ആ മൗനം എന്നോടു പറഞ്ഞു: "ഹേ സരതുഷ്ട്രാ നിന്റെ ഫലങ്ങൾ പക്വമായിക്കഴിഞ്ഞു. എന്നാൽ ആ ഫലങ്ങൾക്കുവേണ്ടി

നീ ഇനിയും പാകമായിക്കഴിഞ്ഞിട്ടില്ല. അതിനാൽ നീ ഏകാന്തതയിലേക്കു തന്നെ തിരിച്ചുപോകണം: എന്തെന്നാൽ നീ ഇനിയും കൂടുതൽ വളരേണ്ടിയിരിക്കുന്നു. നീ ഇപ്പോഴും പക്വത നേടിക്കഴിഞ്ഞിട്ടില്ല.

ഇപ്പോൾ നിങ്ങൾ എല്ലാം കേട്ടുകഴിഞ്ഞു. അതിനാൽ എന്തുകൊണ്ടാണ് എനിക്ക് ഏകാന്തതയിലേക്കു മടങ്ങിപ്പോകേണ്ടിവന്നത് എന്ന് ഇപ്പോൾ നിങ്ങൾക്ക് മനസ്സിലായിക്കാണും. സുഹൃത്തുക്കളേ, ഞാൻ നിങ്ങളിൽ നിന്ന് ഒന്നുംതന്നെ മറച്ചുവെച്ചിട്ടില്ല.

ആളുകളിൽവെച്ച് ഏറ്റവും നിശ്ശബ്ദനും, അങ്ങിനെ തന്നെ നിലനിൽക്കുവാൻ ആഗ്രഹിക്കുന്നവനുമായ ആ മനുഷ്യനാരാണെന്ന്, ഇപ്പോൾ നിങ്ങൾ കേട്ടുകഴിഞ്ഞു..."

ആത്മഭാഷണത്തിന്റെ ഈ അസാധാരണമായ വിവരണം-ഒരു ഉപായമെന്ന നിലക്ക് ഏറ്റവും സുന്ദരമാണ്. അതിതാണ് പറയുന്നത്-നിങ്ങളുടെ ഭാര്യ നിങ്ങളെ ശ്രദ്ധിക്കണമെന്ന് നിങ്ങളാഗ്രഹിക്കുന്നുവെങ്കിൽ, നേരിട്ടത് അവളോട് പറയാതിരിക്കുക, പകരം മറ്റൊരാളോട് അത് മന്ത്രിക്കുക. എന്നാൽ ഉറക്കെപ്പറയാതെ, അത് അയാളുടെ ചെവിയിൽ മന്ത്രിക്കുക മാത്രം ചെയ്യുക, അപ്പോൾ അവളത് കേൾക്കും എന്നു തീർച്ചയാണ്. സരതുഷ്ട്രൻ ചെയ്തുകൊണ്ടിരിക്കുന്നതും ഇതുതന്നെയാണ്. സാധാരണ ചെയ്യാറുള്ളതുപോലെ ഇപ്പോൾ അദ്ദേഹം തന്റെ ശിഷ്യരോട് പ്രസംഗിച്ചുകൊണ്ടിരിക്കുകയല്ല, അതദ്ദേഹത്തിന് മടുത്തുകഴിഞ്ഞു. തന്റെ ശിഷ്യരിലേക്ക് എത്തിച്ചേരുവാൻ അദ്ദേഹം പരിശ്രമിച്ചു, എന്നാൽ അതിലദ്ദേഹത്തിന് വിജയിക്കുവാൻ കഴിഞ്ഞില്ല-അവർ അവരുടെ മനസ്സുകൾ അടച്ചുവച്ചിരിക്കുകയായിരുന്നു. പ്രത്യേകിച്ചും അപരിചിതരോട്, സരതുഷ്ട്രനെപ്പോലെയുള്ള അന്യരോട്, അവർ തുറന്നു പെരുമാറിയിരുന്നില്ല. ആൾക്കൂട്ടമവിടെയുണ്ടെങ്കിൽ നിങ്ങൾ വാചാലനാകും, ആൾക്കൂട്ടം പറയുന്നത് നിങ്ങൾ കേൾക്കും. മറ്റുള്ളവരോടൊപ്പമുള്ള സംഭാഷണത്തെ നിങ്ങൾ ആസ്വദിക്കും. എന്നാൽ സരതുഷ്ട്രനെപ്പോലെയുള്ള ഒരു വ്യക്തിയോടൊപ്പം യാതൊരു സല്ലാപവുമിവിടെ സാധ്യമല്ല. അദ്ദേഹം സംസാരിക്കുമ്പോൾ നിങ്ങൾക്കതു കേൾക്കേണ്ടിവരും, അത് ഒരു സംഭാഷണമെന്നപോലെ തോന്നിപ്പിക്കുമെങ്കിലും, അതൊരു സ്വയംഭാഷണമാണ്.

പലപ്പോഴും പലരും-പ്രത്യേകിച്ചു പല പ്രശസ്തരായ വ്യക്തികളും - എന്നോട് ചോദിച്ചിട്ടുണ്ട്. അവർ ചില കാര്യങ്ങളെക്കുറിച്ച് എന്നോട് ചർച്ച ചെയ്യുവാൻ ആഗ്രഹിക്കുന്നു എന്നും, അതിനായി എന്റെ അടുത്തേക്കു വരട്ടെ എന്നും അവർ ചോദിക്കാറുണ്ട്. അത്തരക്കാരോട് ഞാൻ ഇങ്ങിനെയാണ് മറുപടി പറയാറുള്ളത്-"നിങ്ങളെന്നോട് എന്തെങ്കിലും പറയുവാനാഗ്രഹിക്കുന്നുവെങ്കിൽ, ഞാനതു കേൾക്കുവാൻ തയ്യാറാണ്, എന്നാൽ എന്നിൽ നിന്ന് ചിലത് കേൾക്കുവാനാണ് നിങ്ങളാഗ്രഹിക്കുന്നത് എങ്കിൽ, അപ്പോൾ നിങ്ങൾക്ക് സംസാരിക്കുവാൻ കഴിയില്ല.

അപ്പോൾ നിങ്ങൾക്ക് നിശ്ശബ്ദനായി ഇരുന്നുകൊണ്ട് ഞാൻ പറയുന്നത് കേൾക്കേണ്ടിവരും. ചർച്ച എന്നത് നടക്കാത്ത ഒരു കാര്യമാണ്."

ചർച്ചയെ അവരാസ്വദിക്കുന്നു, തമ്മിൽ തമ്മിൽ വാദിക്കുവാൻ അവരിഷ്ടപ്പെടുന്നു. സല്ലാപമെന്നത് ലോകം മുഴുവൻ ആസ്വദിക്കപ്പെടുന്ന ഒന്നാണ്. രാപ്പകലെന്ന ഭേദമില്ലാതെ ആളുകൾ സംസാരിച്ചുകൊണ്ടിരിക്കുകയാണ്. എന്നാൽ അറിയുന്നവനായ ഒരുവനോടൊപ്പം, പ്രജ്ഞനായ ഒരു വ്യക്തിയോടൊപ്പം, യാതൊരു ചർച്ചയുമവിടെ സാധ്യമല്ല. ഒന്നുകിൽ അയാൾ പറയുന്നത് നിങ്ങൾ കേൾക്കുന്നു, അല്ലെങ്കിൽ അയാൾ പറയുന്നത് നിങ്ങൾ കേൾക്കുന്നില്ല, അത്രമാത്രം. നിങ്ങളയാളെ കേൾക്കുന്നുവെങ്കിൽ, ആ കേൾവിയിൽ തന്നെ, അതിന്റെ സത്യം നിങ്ങളറിയുന്നു. പിന്നെ ചർച്ച ചെയ്യുവാൻ അവിടെ ഒന്നുംതന്നെ അവശേഷിക്കുന്നില്ല. അഥവാ നിങ്ങളയാളെ കേൾക്കുന്നില്ലായെങ്കിൽ, അപ്പോൾ പിന്നെ എന്താണ് നിങ്ങൾ ചർച്ച ചെയ്യുവാൻ പോകുന്നത്?

എന്നോട് ചോദ്യങ്ങൾ ചോദിക്കാറുള്ള പലരേയും ഞാൻ നിരീക്ഷിച്ചിട്ടുണ്ട്. ഞാനവർക്ക് ഉത്തരം നൽകിക്കൊണ്ടിരിക്കുമ്പോൾ, പലപ്പോഴും അവർക്കത് ശ്രദ്ധിക്കുവാൻ സാധിക്കാറില്ല; കാരണം അതവരുടെ ചോദ്യമാണ്. അവരെ നിർഭാഗ്യവാന്മാരെന്ന് വിളിക്കേണ്ടിവരും. ആ ചോദ്യം അവരുടേതായതിനാൽ അവർ പിരിമുറുക്കത്തിലായിരിക്കും. മറ്റുള്ളവർ ഭാഗ്യവാന്മാരാണ്, അവർക്കത് ശ്രദ്ധിക്കുവാൻ കഴിയും. എന്തെന്നാൽ, അതവരുടെ ചോദ്യമല്ല. സ്വസ്ഥമായിരുന്നുകൊണ്ട് അവർക്കത് ശ്രദ്ധിക്കുവാൻ കഴിയും. ആരുടെ ചോദ്യത്തിനാണോ ഞാൻ മറുപടി നൽകിക്കൊണ്ടിരിക്കുന്നത്, ആ വ്യക്തിയേക്കാൾ കൂടുതൽ അവർക്കത് മനസ്സിലാവുകയും ചയ്യും.

'ഇത് എന്റെ ചോദ്യമാണ്' എന്ന ആ ആശയം അവരെ പിരിമുറുക്കത്തിലാക്കുന്നു; അതവരെ ഉത്ക്കണ്ഠാകുലരും സംശയാലുക്കളുമാക്കുന്നു. ഞാനെങ്ങാനും അവരുടെ ചോദ്യത്തിനെതിരായാലോ? അവരുടെ വിശ്വാസത്തെ മുറിവേൽപ്പിക്കുന്ന എന്തെങ്കിലും ഞാൻ പറഞ്ഞു എന്നു വരാം. ദീർഘകാലമായി അവർ മുറുകെപ്പിടിച്ചുകൊണ്ടിരുന്ന ഏതെങ്കിലുമൊരു പഴയ വിശ്വാസത്തെ ഞാൻ ശക്തിയായി എതിർത്തു എന്നു വരാം. അപ്പോൾ സ്വാഭാവികമായും അവർക്ക് ശ്രദ്ധിക്കുവാൻ കഴിയില്ല. എന്നാൽ മറ്റുപലർക്കും അത് വളരെയധികം സഹായകമാകും എന്നെനിക്കറിയാം, അതിനാൽ ഞാനതിന് മറുപടി പറയും. കാരണം അവരുടെ ചോദ്യങ്ങൾ നിങ്ങളുടേയും ചോദ്യങ്ങളാണ്. എന്നാൽ നിങ്ങളല്ല അത് ചോദിച്ചിട്ടുള്ളത് എന്നതിനാൽ സ്വസ്ഥമായിരുന്നുകൊണ്ട് നിങ്ങൾക്കത് ശ്രദ്ധിക്കുവാൻ കഴിയും. യാതൊരു പിരിമുറുക്കവുമവിടെ ഉണ്ടാവുകയില്ല.

മനുഷ്യന്റെ മനസ്സും അതിന്റെ പ്രവർത്തനവും വളരെ വിചിത്രമാണ്. സരതുഷ്ട്രന്റെ ഈ ഭാഷണം വെളിപ്പെടുത്തുന്നത് അദ്ദേഹത്തിന്റെ

തിരിച്ചറിവിനെയാണ്. തന്റെ ശിഷ്യരോട് നേരിട്ട് സംസാരിക്കുവാൻ അദ്ദേഹം ശ്രമിച്ചു. എന്നാൽ അതിലദ്ദേഹത്തിന് വിജയിക്കുവാൻ കഴിഞ്ഞില്ല. അദ്ദേഹത്തിന്റെ പ്രസ്താവങ്ങളെ ഇതിൽ കൂടുതൽ മെച്ചപ്പെടുത്തുവാൻ സാധ്യമാണെന്ന് ഞാൻ കരുതുന്നില്ല-അവ അത്രയ്ക്കും മികച്ചവയാണ്. ഇപ്പോൾ അദ്ദേഹം പറയുന്നു-'-ഏകാന്തതയിലേക്ക് പോകുന്നതിനു മുൻപായി ഞാൻ നിങ്ങളോട് ഒരു കഥ പറയുവാൻ അല്ലെങ്കിൽ ഒരു സ്വപ്നത്തെക്കുറിച്ച് വിവരിക്കുവാൻ ആഗ്രഹിക്കുന്നു. കൂടുതലാളുകളിലേക്ക് എത്തിച്ചേരുന്നതിനുള്ള വഴികൾ കണ്ടെത്തുന്നതിനുവേണ്ടിയാണ് ഞാൻ ഏകാന്തതയിലേക്ക് പോകുന്നത്; കാരണം എന്റെ അറിവിനെ എനിക്ക് പങ്കുവെക്കുവാൻ കഴിയില്ലായെങ്കിൽ പിന്നെ അതുകൊണ്ട് എന്തു പ്രയോജനമാണുള്ളത്? ഇരുട്ടിൽ വഴിതപ്പിത്തടഞ്ഞുകൊണ്ടിരിക്കുന്നവരെ എനിക്ക് സഹായിക്കുവാൻ കഴിയില്ലായെങ്കിൽ, അപ്പോൾ എന്റെ അനുഭവം കൊണ്ട് എന്തു പ്രയോജനമാണുള്ളത്?"

ഒരു മിസ്റ്റിക്കിന്റെ ഏറ്റവും വലിയ പ്രശ്നം -തന്റെ ആ വലിയ പ്രശ്നം -അതിനെ വേണ്ടവിധത്തിൽ പ്രകടിപ്പിക്കുവാനാണ്.

ഗൗതമബുദ്ധനെക്കുറിച്ച് ഒരു കഥയുണ്ട്. ഓരോ രാത്രിയിലും ഉറങ്ങുവാൻ തയ്യാറെടുക്കുന്നതിനുമുമ്പ്, അദ്ദേഹം തന്റെ ശിഷ്യനോട് ധ്യാനിക്കുവാൻ പറയുമായിരുന്നു. അത് ഏറ്റവും അർത്ഥവത്തായ ഒരു കാര്യമായിരുന്നു, കാരണം, ശാന്തവും നിശ്ശബ്ദവുമായ മനസ്സോടെ നിങ്ങൾക്ക് ഉറക്കത്തിലേക്ക് നീങ്ങുവാൻ കഴിയുമെങ്കിൽ, ആ ശാന്തിയും നിശ്ശബ്ദതയും രാത്രി മുഴുവനും നിങ്ങളോടൊപ്പമുണ്ടാകും. ഉറക്കത്തിനു മുൻപുള്ള ഒരു മണിക്കൂർ നേരത്തെ ആ ധ്യാനം എട്ടുമണിക്കൂർ നേരത്തെ ധ്യാനത്തിന് തുല്യമാണെന്ന് ബുദ്ധൻ പറയാറുണ്ടായിരുന്നു.

നിങ്ങളുറക്കത്തിലേക്ക് വഴുതിവീഴുമ്പോൾ നിങ്ങളുടെ മനസ്സിലെ അവസാനത്തെ ചിന്ത ഏതായിരുന്നുവോ, അതേ ചിന്ത തന്നെയായിരിക്കും നിങ്ങളുണരുമ്പോൾ ആദ്യമായി നിങ്ങളുടെ മനസ്സിലുണ്ടാവുക. നിങ്ങൾക്കിത് പരിശോധിച്ച് നോക്കാൻ കഴിയും. നിങ്ങളുടെ അവസാനത്തെ ചിന്ത ഏതാണെന്ന് ഓർമ്മിച്ചുവക്കുക. രാവിലെ ഉണരുമ്പോൾ നിങ്ങൾ അദ്ഭുതപ്പെടും-നിങ്ങളുണർന്നുകൊണ്ടിരിക്കുകയാണ് എന്ന് നിങ്ങൾക്ക് അനുഭവപ്പെട്ടുതുടങ്ങുമ്പോൾ, അതേ ചിന്ത നിങ്ങളുടെ ബോധത്തിന്റെ പടിവാതിൽക്കൽ വന്നുനില്പുണ്ടാകും.

ഇതിനർത്ഥം നിങ്ങളുടെ ആറോ, ഏഴോ മണിക്കൂർ നേരത്തെ ഉറക്കത്തെ ഏറ്റവും സൃഷ്ടിപരമായൊരു രീതിയിൽ നിങ്ങൾക്ക് ഉപയോഗിക്കുവാൻ കഴിയും എന്നാണ്. അതിനുവേണ്ട ഏറ്റവും പ്രധാനകാര്യം ധ്യാനപൂർവ്വം ഉറക്കത്തിലേക്ക് നീങ്ങുക എന്നതാണ്. ധ്യാനം ക്രമേണ നിങ്ങളുടെ നിദ്രയായിത്തീരും, അതായത് ധ്യാനത്തിലൂടെ പതുക്കെ പതുക്കെ നിങ്ങൾ ഉറക്കത്തിലേക്കു വഴുതിവീഴും. അപ്പോൾ നിങ്ങളുടെ

നിദ്ര ധ്യാനമായി തീരും. ഉറങ്ങിക്കൊണ്ടിരിക്കുമ്പോഴുള്ള ആ ധ്യാനം, പ്രത്യേകിച്ച് യാതൊരു പ്രയത്നവും കൂടാതെയുള്ള ആ ധ്യാനം, നിങ്ങളെ പൂർണ്ണമായും മാറ്റിയെടുക്കും എന്ന് തീർച്ചയാണ്. നിങ്ങൾ ശരിക്കും അദ്ഭുതപ്പെടും. പ്രത്യേകിച്ച് നിങ്ങളൊന്നും തന്നെ ചെയ്തിട്ടില്ല. എന്നാൽ നിങ്ങളിപ്പോൾ ആ പഴയ ആളല്ല, ചെറിയ ചെറിയ കാര്യങ്ങളെക്കുറിച്ച് ദേഷ്യപ്പെട്ടുകൊണ്ടിരുന്ന, മറ്റുള്ളവരെ വെറുത്തുകൊണ്ടിരുന്ന, മത്സര ബുദ്ധി പ്രകടിപ്പിച്ചുകൊണ്ടിരുന്ന ആ പഴയ മനുഷ്യനല്ല ഇപ്പോൾ നിങ്ങൾ.

ആ കാര്യങ്ങളെല്ലാം തന്നെ അപ്രത്യക്ഷമായിക്കഴിഞ്ഞു. എന്നാൽ പ്രത്യേകമായി നിങ്ങളൊന്നും തന്നെ ചെയ്തിട്ടുമില്ല. ഉറങ്ങുവാൻ പോകുന്നതിനു മുൻപ് അല്പനേരം നിങ്ങൾ ധ്യാനിച്ചുകൊണ്ടിരുന്നു. അത്ര മാത്രം. ഏറ്റവും നല്ല സമയമിതാണ്, കാരണം പകൽസമയത്ത് ധ്യാനിക്കുന്നതിനുവേണ്ടി വിനിയോഗിക്കുവാൻ ഇത്രയും സമയം നിങ്ങൾക്കൊരിക്കലും ലഭിക്കുകയില്ല. രാത്രിയിൽ എന്തായാലും നിങ്ങൾക്ക് ഉറങ്ങേണ്ടി വരും. അപ്പോൾ എന്തുകൊണ്ട് നിങ്ങൾക്ക് നിങ്ങളുടെ ഉറക്കത്തെ ധ്യാനമാക്കി മാറ്റിയെടുത്തുകൂടാ? ഗൗതമബുദ്ധന്റെ മഹത്തായ ഒരു സംഭാവനയായിരുന്നു അത്.

അദ്ദേഹത്തിന്റെ ശിഷ്യരെ സംബന്ധിച്ചിടത്തോളം അത് ഒരു പതിവു പരിപാടിയായിരുന്നു... "ഉറങ്ങുന്നതിനു മുൻപ് ഇനി നിങ്ങൾ പോയി ധ്യാനിക്കുക," എന്ന് അദ്ദേഹം ഒരിക്കലും പറയാറുണ്ടായിരുന്നില്ല.

അതിനുപകരം ഇങ്ങിനെയാണ് അദ്ദേഹം പറയാറുണ്ടായിരുന്നത്- അത് മിക്കവാറും ഒരു രഹസ്യസംജ്ഞ തന്നെയായിക്കഴിഞ്ഞിരുന്നു- ഓരോ രാത്രിയിലും അദ്ദേഹമത് ആവർത്തിക്കും- "ഞാൻ നിങ്ങളോട് പറയുവാൻ ആഗ്രഹിച്ചത് പറഞ്ഞുകഴിഞ്ഞു, ഇനി നിങ്ങൾ ഉറങ്ങാൻ പോകുന്നതിനു മുൻപ് നിങ്ങളുടെ ആ യഥാർത്ഥ പ്രവൃത്തി ചെയ്യുക."

ഒരു ദിവസം രാത്രി ഒരു വേശ്യയും ഒരു മോഷ്ടാവും ബുദ്ധന്റെ പ്രഭാഷണം കേൾക്കുന്നതിനായി അവിടെ വന്നെത്തിയിരുന്നു. - "ഉറങ്ങാൻ പോകുന്നതിനു മുൻപ് ഇനി നിങ്ങൾ പോയി നിങ്ങളുടെ യഥാർത്ഥ പ്രവൃത്തി ചെയ്യുക" എന്ന് ബുദ്ധൻ പറഞ്ഞപ്പോൾ, മോഷ്ടാവ് ചിന്തിച്ചു- "ദൈവമേ! പതിനായിരത്തോളം വരുന്ന ഈ ആൾക്കൂട്ടത്തിനിടയിൽ ഞാൻ സ്വയം മറഞ്ഞിരിക്കുകയായിരുന്നു. എന്നാൽ അപ്പോഴും എന്റെ യഥാർത്ഥ പ്രവൃത്തി എന്താണെന്ന് ഈ മനുഷ്യന് അറിയാമെന്ന് തോന്നുന്നു. അതറിയാമെന്നു മാത്രമല്ല, അദ്ദേഹം എന്നോട് ഇങ്ങിനെ ആജ്ഞാപിക്കുകയും ചെയ്യുന്നു, "ഉറങ്ങുവാൻ പോകുന്നതിനു മുൻപ് ഇനി നീ പോയി നിന്റെ യഥാർത്ഥ പ്രവൃത്തി ചെയ്യുക."

ബുദ്ധന്റെ വാക്കുകൾ കേട്ട് ആ മോഷ്ടാവ് അദ്ഭുതപ്പെട്ടതുപോലെ തന്നെ ആ വേശ്യയും അദ്ഭുതപ്പെട്ടു. തന്നെക്കുറിച്ച്, അതായത് താനൊരു വേശ്യയാണ് എന്നും, തന്റെ യഥാർത്ഥ പ്രവൃത്തി രാത്രിയിലാണ് എന്നും,

എങ്ങിനെയാണ് ബുദ്ധന് അറിയാൻ കഴിഞ്ഞത് എന്നാലോചിച്ച് അവള ദ്ഭുതപ്പെട്ടു. ഈ മനുഷ്യന്റെ ദീർഘദൃഷ്ടി, ഇദ്ദേഹത്തിന്റെ വ്യക്തത, അതിശയകരം തന്നെ.

പിറ്റേദിവസം രാവിലെ ബുദ്ധന്റെ കാലുതൊട്ടുവന്ദിക്കുവാൻ അവർ രണ്ടുപേരും വന്നു. അപ്പോൾ അദ്ദേഹം ചോദിച്ചു, "ഇതിന്റെ കാര്യമെന്താണ്?" മോഷ്ടാവ് പറഞ്ഞു, "നിങ്ങളിൽ നിന്ന് ഒന്നുംതന്നെ ഒളിച്ചുവെക്കാൻ കഴിയില്ല. മോഷ്ടിക്കുന്നതിനെക്കുറിച്ച് അവസാനമായി ഞാൻ ചിന്തിച്ചത് ഇന്നലെ രാത്രി ആയിരുന്നു. ഇനി ഞാനൊരിക്കലും അത് ചെയ്യുകയില്ല-കളവ് ചെയ്യുന്നതിൽ നിന്ന് എന്നെ തടയാതെ തന്നെ, നിങ്ങളെന്നെ മാറ്റിയെടുത്തു. "പോയി നിന്റെ യഥാർത്ഥ പ്രവൃത്തി ചെയ്യുക" എന്ന് ഇന്നലെ രാത്രി നിങ്ങൾ പറഞ്ഞപ്പോൾ ഞാൻ ചിന്തിച്ചു, "ഞാൻ എന്റെ ജീവിതം പാഴാക്കിക്കൊണ്ടിരിക്കുകയാണ്. അത്തരമൊരു ബോധം എനിക്കും സാധ്യമാണ് എന്ന് അപ്പോൾ എനിക്കു തോന്നി."

വേശ്യ പറഞ്ഞു, "ഞാനും എന്റെ തൊഴിൽ ഉപേക്ഷിച്ചു. പതിനായിരത്തോളം വരുന്ന ആളുകളുടെ മുൻപിൽ വെച്ച് 'ഇനി പോയി നിന്റെ യഥാർത്ഥ പണി ചെയ്യുക' എന്ന് നിങ്ങൾ പറയും എന്ന് ഞാനൊരിക്കലും കരുതിയിരുന്നില്ല. ഇനി ഞാൻ മറ്റൊരിടത്തേക്കും പോകുന്നില്ല. ഇനി എന്റെ യഥാർത്ഥ പ്രവൃത്തി നിങ്ങളുടെ കാൽക്കലാണ്."

ബുദ്ധൻ പറഞ്ഞു, "എന്റെ ദൈവമേ! 'യഥാർത്ഥ പ്രവൃത്തി' എന്ന് ഞാനുദ്ദേശിച്ചത് മറ്റൊന്നായിരുന്നു. അത് ഞാൻ എന്റെ ശിഷ്യരോട് സാധാരണയായി പറയാറുള്ളതായിരുന്നു."

അവർ പറഞ്ഞു, "ഞങ്ങളെ പറ്റിക്കുവാൻ നോക്കണ്ട."

ഈ സംഭവത്തെക്കുറിച്ച് ബുദ്ധൻ പലപ്പോഴും പറയാറുണ്ടായിരുന്നു - അവർ രണ്ടുപേരും ബുദ്ധന്റെ ശിഷ്യരായിത്തീർന്നു-അദ്ദേഹം ആളുകളോട് ഇങ്ങിനെ പറയാറുണ്ടായിരുന്നു, "നിങ്ങളെന്താണ് മനസ്സിലാക്കുവാൻ പോകുന്നത് എന്ന് അറിയുവാൻ" വളരെ ബുദ്ധിമുട്ടാണ്. ഒരു കാര്യം ഉറപ്പാണ്. അത് ഞാനെന്താണോ പറഞ്ഞുകൊണ്ടിരിക്കുന്നത്, അതേ കാര്യമായിരിക്കുകയില്ല എന്നു തീർച്ചയാണ്. ഞാനൊരു കാര്യം പറയുമ്പോൾ നിങ്ങളെന്താണ് കേൾക്കുവാൻ പോകുന്നത് എന്നു പറയാൻ കഴിയില്ല. അത് നിങ്ങളെ ആശ്രയിച്ചിരിക്കുന്നു. അതിനെ എനിക്ക് നിയന്ത്രിക്കുവാൻ കഴിയില്ല."

അദ്ദേഹം മരിക്കുന്നതിന്റെ തലേന്നാൾ ആനന്ദൻ അദ്ദേഹത്തോട് ചോദിച്ചു, "നിങ്ങളുടെ വാക്കുകളെ എഴുതിയെടുക്കുവാൻ ഇതുവരെ നിങ്ങളൊരിക്കലും ഞങ്ങളെ അനുവദിച്ചിട്ടില്ല, കാരണം നിങ്ങളുടെ തൊട്ടുമുമ്പിൽ വെച്ച് ആളുകൾ നിങ്ങളെ തെറ്റിദ്ധരിക്കുമ്പോൾ ഒരു പുസ്തകത്തിൽ നിന്ന് എന്തർത്ഥമാണ് അവർക്കെടുക്കുവാൻ കഴിയുക? നിങ്ങളുടെ വാക്കുകളെ എങ്ങിനെയാണ് അവർ വളച്ചൊടിക്കുക എന്ന്

സങ്കല്പിക്കുവാൻ കഴിയില്ല. അതിനാൽ ഇതുവരെ ഒന്നുംതന്നെ എഴുതി എടുക്കുവാൻ നിങ്ങൾ ഞങ്ങളെ അനുവദിച്ചില്ല. എന്നാൽ നിങ്ങളുടെ മരണത്തിനുശേഷമോ?... ദയവായി ഞങ്ങൾക്ക് സമ്മതം നൽകൂ, കാരണം നിങ്ങൾ ഉച്ചരിച്ചതായ വാക്കുകൾ, അവ തനിതങ്കമാണ്, വരുന്ന തലമുറ കൾക്കുവേണ്ടി അവ സൂക്ഷിച്ചുവെക്കപ്പെടണം." അപ്പോൾ ബുദ്ധൻ പറഞ്ഞു, "നിങ്ങളത് എഴുതിവച്ചുകൊള്ളൂ, എന്നാൽ ഒരു നിബന്ധന യുണ്ട്: എന്റെ വാക്കുകളിൽ നിന്ന് നിങ്ങളുണ്ടാക്കിയെടുക്കുന്ന ഓരോ ഗ്രന്ഥവും ഇത്തരത്തിൽ തുടങ്ങണം, അതായത് 'ഗൗതമബുദ്ധൻ ഇങ്ങനെ പറയുന്നത് ഞാൻ കേട്ടിട്ടുണ്ട്...' ഗൗതമബുദ്ധൻ ഇങ്ങിനെ പറഞ്ഞു എന്ന് -പറഞ്ഞുകൊണ്ട് അത് തുടങ്ങാതിരിക്കുക. മറിച്ച് നിങ്ങളെന്താണോ കേട്ടത്, അത് നേരെ എഴുതിവക്കുക."

അതുകൊണ്ടാണ് എല്ലാ ബുദ്ധമതഗ്രന്ഥങ്ങളും ഒരേ വാചകത്തോടു കൂടി തുടങ്ങുന്നത്: "ഗൗതമബുദ്ധൻ ഇങ്ങിനെ പറയുന്നത് ഞാൻ കേട്ടി ട്ടുണ്ട്." ഇതിന്റെ അർത്ഥം വ്യക്തമാണ്-ഞാനെന്താണോ കേട്ടത്, അതാ യിരിക്കണമെന്നില്ല അദ്ദേഹം ഉദ്ദേശിച്ചത്. അദ്ദേഹമത് ഒരിക്കലും പറ ഞ്ഞിട്ടില്ല എന്നുകൂടി വരാം. എന്നാൽ ഞാൻ കേട്ടത് ഇതാണ്.

ലോകത്തിലെ മറ്റൊരു മതത്തിലേയും ഗ്രന്ഥങ്ങൾ ഇങ്ങനെ തുട ങ്ങുന്നില്ല - കാരണം ബുദ്ധന്റെ നിബന്ധന അതായിരുന്നു: "നിങ്ങൾ എഴുതുകയാണെങ്കിൽ, ഓർമ്മിക്കുക ഗൗതമബുദ്ധൻ ഇത്-പറഞ്ഞു എന്നെഴുതരുത്. ഗൗതമബുദ്ധൻ എന്താണ് പറഞ്ഞത് എന്ന് എങ്ങിനെ യാണ് നിങ്ങൾക്ക് അറിയുവാൻ കഴിയുക? ആകെക്കൂടി നിങ്ങൾക്ക് പറ യുവാൻ കഴിയുന്നത് ഇത്രമാത്രമാണ്: ഗൗതമബുദ്ധൻ ഇങ്ങിനെ പറയു ന്നത് ഞാൻ കേട്ടിട്ടുണ്ട്. നിങ്ങളെന്താണോ കേട്ടത് അതിനെ എന്റെ വാക്കു കളായി, എന്റെ ആശയങ്ങളായി എഴുതിവക്കാതിരിക്കുവാൻ പ്രത്യേകം ശ്രദ്ധിക്കുക. നിങ്ങൾ കേട്ടതിനെ എന്റെ വാക്കുകളായി വ്യാഖ്യാനിക്കാൻ ശ്രമിക്കാതിരിക്കുക."

ഒരു ബുദ്ധനെ, അല്ലെങ്കിൽ ഒരു സരതുഷ്ട്രനെ, അല്ലെങ്കിൽ ഒരു യേശുവിനെ മനസ്സിലാക്കുക എന്നത് മിക്കവാറും അസാധ്യമായ ഒരു കാര്യമാണ്. കാരണം അത്രയ്ക്കും ഉയരങ്ങളിൽ നിന്നുകൊണ്ടാണ് അവർ സംസാരിച്ചുകൊണ്ടിരിക്കുന്നത്. എന്നാൽ നിങ്ങളാകട്ടെ അത്രയ്ക്കും അഗാധവും, ഇരുണ്ടതുമായ താഴ്വരകളിലാണ് ജീവിച്ചു കൊണ്ടിരിക്കുന്നത്. അതിനാൽ നിങ്ങളിലെത്തിച്ചേരുമ്പോഴേക്കും അവ രുടെ വാക്കുകൾക്ക് പ്രകാശമാനമായ ആ കൊടുമുടികളുടെ സ്വഭാവം നഷ്ടപ്പെട്ടുകഴിഞ്ഞിരിക്കും. അവയിലേക്ക് നിങ്ങളുടെ ഇരുണ്ട താഴ്വര കളുടെ സ്വഭാവം പറ്റിപ്പിടിച്ചുകഴിഞ്ഞിരിക്കും.

പ്രബുദ്ധനായിത്തീർന്ന ആ ദിവസം തൊട്ട് ഏഴു ദിവസത്തേക്ക് ഗൗതമബുദ്ധൻ നിശ്ശബ്ദനായി നിലകൊണ്ടു, കാരണം തനിക്കെന്താണോ

സംഭവിച്ചത് അതിനെ വാക്കുകളിലൂടെ പ്രകാശിപ്പിക്കുന്നതിനുള്ള യാതൊരു സാധ്യതയും അദ്ദേഹത്തിന് കാണുവാൻ കഴിഞ്ഞില്ല. അദ്ദേഹം അതിനെക്കുറിച്ച് വീണ്ടും വീണ്ടും ചിന്തിച്ചുനോക്കി. ആ ഏഴു ദിവസങ്ങൾ അദ്ദേഹത്തെ സംബന്ധിച്ചിടത്തോളം കഠിനമായ ദുഃഖത്തിന്റെ ദിവസങ്ങളായിരുന്നു. അദ്ദേഹം സംസാരിക്കുവാൻ ആഗ്രഹിച്ചു, എന്തുകൊണ്ടെന്നാൽ അത് ആരെയെങ്കിലും, ഏതെങ്കിലും വിധത്തിൽ സഹായിച്ചു എന്നു വരാം. എന്നാൽ തനിക്ക്, തന്റെ വാക്കുകൾക്ക്, ആളുകളിലേക്ക് എത്തിച്ചേരുന്നതിനുള്ള യാതൊരു സാധ്യതയും അദ്ദേഹത്തിന് കാണുവാൻ കഴിഞ്ഞില്ല.

ആ കഥ തുടരുന്നത് ഇങ്ങിനെയാണ് - അദ്ദേഹത്തിനു മുൻപ് പ്രബുദ്ധരായിത്തീർന്നവരും, ഇപ്പോൾ തങ്ങളുടെ ശരീരങ്ങളിൽ നിലനിൽക്കാത്തവരുമായ ആളുകൾ... ബുദ്ധമതത്തിൽ അവർ ദൈവങ്ങളായിട്ടാണ് അറിയപ്പെടുന്നത്, ഇവരല്ലാതെ ബുദ്ധമതത്തിൽ ദൈവങ്ങളൊന്നുമില്ല. പ്രബുദ്ധരായിത്തീർന്നവരെല്ലാം അതിൽ ദൈവങ്ങളാണ്. ഈ കാര്യത്തിൽ സരതുഷ്ട്രനും ബുദ്ധനും അങ്ങേയറ്റം യോജിപ്പിലാണ്. ദൈവം നിങ്ങളുടെ ഭാവിയാണ്, നിങ്ങളുടെ ഭൂതമല്ല. ദൈവം നിങ്ങളെ സൃഷ്ടിച്ചു എന്നല്ല, മറിച്ച് ആ ദൈവത്തെ നിങ്ങളുടെ ബോധത്തിൽ സൃഷ്ടിക്കേണ്ടത് നിങ്ങളാണ്. നിങ്ങളുടെ ബോധത്തെ അത്രയ്ക്കും പൂർണ്ണമായി ശുദ്ധീകരിക്കുമ്പോൾ അത് ദൈവീകമായിത്തീരും.

അതിനാൽ അദ്ദേഹത്തിനു മുൻപ് പ്രബുദ്ധരായിത്തീർന്നവർ തങ്ങളുടെ അസ്തിത്വമില്ലാത്ത-പ്രാപഞ്ചികാവസ്ഥയിൽ നിന്നുകൊണ്ട് ബുദ്ധനെ ശ്രദ്ധിച്ചുകൊണ്ടിരിക്കുകയായിരുന്നു. "എന്തുകൊണ്ടാണ് ഈ മനുഷ്യൻ സംസാരിക്കാതിരിക്കുന്നത് എന്ന് അവർ അദ്ഭുതപ്പെട്ടു. അദ്ദേഹം സംസാരിക്കേണ്ടത് ആവശ്യമാണ്.. കാരണം ആയിരക്കണക്കിന് വർഷങ്ങൾക്കിടയിൽ പലപ്പോഴും ഒരാൾ മാത്രമാണ് പ്രബുദ്ധനായിത്തീരുന്നത്. അയാൾ സംസാരിക്കുന്നില്ല എങ്കിൽ അയാൾക്ക് തന്റെ പരമാനന്ദത്തെ പങ്കുവെക്കുവാൻ സാധ്യമാവുകയില്ല, അയാൾക്ക് മറ്റുള്ളവരെ സഹായിക്കുവാനും, അവർക്ക് വഴികാട്ടികൊടുക്കുവാനും സാധ്യമാവുകയില്ല. സത്യത്തെ തേടിക്കൊണ്ട്, ഇരുട്ടിൽ തപ്പിത്തടഞ്ഞുകൊണ്ടിരിക്കുന്ന കോടിക്കണക്കിന് ആളുകളുണ്ട്. പ്രബുദ്ധനായ ഒരാൾ നിശ്ശബ്ദത പാലിക്കുകയാണെങ്കിൽ, അയാൾക്ക് മാപ്പുനൽകുവാൻ കഴിയുകയില്ല, അയാളുടെ മൗനത്തെ മനസ്സിലാക്കുവാൻ കഴിയുമെങ്കിൽക്കൂടി അയാൾക്ക് മാപ്പ് നൽകുവാൻ കഴിയുകയില്ല."

അവർ ഏഴുദിവസം കാത്തിരുന്നു. ഒടുവിൽ എട്ടാമത്തെ ദിവസം അശരീരികളായിത്തന്നെ, അവർ ഭൂമിയിലേക്കിറങ്ങിവന്നു.

അവർ ഗൗതമബുദ്ധനോട് പറഞ്ഞു, "ഇത് ശരിയല്ല. നിങ്ങൾ സംസാരിക്കുന്നത് കേൾക്കുവാൻ ലോകം മുഴുവൻ കാത്തിരിക്കുകയാണ്.

കാരണം മനുഷ്യരാശിയുടെ ബോധത്തെ കൂടുതൽ ഉയർത്തിക്കൊണ്ടു വരുന്നതിനുള്ള ഒരേയൊരു പ്രതീക്ഷ നിങ്ങളാണ്. അതിനാൽ ദയവായി മൗനം വെടിയുക."

എന്നാൽ ബുദ്ധന്റെ വാദം വ്യക്തമായിരുന്നു, "ഞാൻ സംസാരിക്കുകയാണെങ്കിൽ, ആളുകൾക്കതു ലഭിക്കുമെന്ന് നിങ്ങൾ കരുതുന്നുണ്ടോ? ഞാൻ മനസ്സിലാക്കപ്പെടുമെന്ന്, അതിനുള്ള എന്തെങ്കിലുമൊരു സാധ്യത അവിടെയുണ്ടെന്ന്, നിങ്ങൾ കരുതുന്നുണ്ടോ? മറിച്ച് ഞാൻ തെറ്റിദ്ധരിക്കപ്പെടുന്നതിനുള്ള എല്ലാ സാധ്യതയുമവിടെയുണ്ട്. ആ വിടവ് നികത്താൻ കഴിയാത്തതെന്നപോലെ തോന്നിപ്പിക്കുന്നു. അവർ, അന്ധകാരത്തിൽ ജീവിക്കുന്ന ജീവികളാണ്. ഞാനും മുമ്പ് അന്ധകാരത്തിൽ ജീവിച്ചിരുന്നവനായിരുന്നു. അതിനാൽ അന്ധകാരം ആളുകളിൽ എന്താണ് ഉണ്ടാക്കുന്നതെന്ന്, അന്ധത ആളുകളിൽ എന്താണ് ഉണ്ടാക്കുന്നതെന്ന്, എനിക്ക് നല്ലതുപോലെ അറിയാം. എന്നാൽ ഇപ്പോൾ ഞാൻ അന്യനാണ്. ഇപ്പോഴത്തെ എന്റെ ഭാഷ വെളിച്ചത്തിന്റേതാണ്. എന്നാൽ അവർക്ക് ഇരുട്ടിന്റെ ഭാഷ മാത്രമേ മനസ്സിലാക്കുവാൻ കഴിയുകയുള്ളൂ. എന്നിട്ടും ഞാൻ സംസാരിക്കണമെന്നാണോ നിങ്ങൾ നിർദ്ദേശിക്കുന്നത്?"

ദൈവങ്ങൾ നിശ്ശബ്ദരായി. ഗൗതമബുദ്ധനെ ബോധ്യപ്പെടുത്തുവാൻ യാതൊരു വാദവും അവർക്കു കണ്ടെത്താൻ കഴിഞ്ഞില്ല. എന്നാൽ അദ്ദേഹത്തെ ബോധ്യപ്പെടുത്താതെ, മടങ്ങിപ്പോകുവാൻ അവർക്കു മടിയായി. അതിനാൽ അവർ മാറിനിന്ന്, ഇനി എന്താണ് ചെയ്യേണ്ടത് എന്നതിനെക്കുറിച്ച് തമ്മിൽ തമ്മിൽ ചർച്ച ചെയ്തു. "അദ്ദേഹം പറയുന്നത് ശരിയാണ്-നമ്മുടെ അനുഭവവും അതുതന്നെയാണ്, എന്നാൽ എന്തെങ്കിലും ഒരു വഴി കണ്ടത്തിയേ പറ്റൂ. അദ്ദേഹത്തെക്കൊണ്ട് സംസാരിപ്പിക്കുവാൻ എന്തെങ്കിലുമൊരു വാദം കണ്ടെത്തിയേ പറ്റൂ."

ഒടുവിൽ അവരൊരു വഴി കണ്ടെത്തി. അവർ തിരിച്ചുവന്ന് ബുദ്ധനോട് പറഞ്ഞു, "നിങ്ങൾ പറഞ്ഞതിനോട് ഞങ്ങൾ യോജിക്കുന്നു. എന്നാൽ 99.9 ശതമാനം മാത്രമേ ഞങ്ങൾ നിങ്ങൾ പറഞ്ഞതിനോട് യോജിക്കുന്നുള്ളൂ. ചുരുങ്ങിയപക്ഷം 0.1 ശതമാനമെങ്കിലും നിങ്ങൾ ഞങ്ങൾക്ക് തരേണ്ടിവരും. അധികമൊന്നും ഞങ്ങൾ ചോദിക്കുന്നില്ല, മിക്കവാറും 100 ശതമാനവും ഞങ്ങൾ നിങ്ങൾക്ക് വിട്ടുതരുവാൻ തയ്യാറാണ്. എന്നാൽ ചെറിയൊരു ആനുകൂല്യം നിങ്ങൾ ഞങ്ങൾക്ക് തരണം. നിങ്ങളുടെ വാദം ഞങ്ങൾ മനസ്സിലാക്കുന്നു, അത് ഞങ്ങളുടേയും അനുഭവമാണ്. എന്നാൽ അല്പം ചിലരുണ്ട്, വക്കത്തെത്തിനിൽക്കുന്ന ഏതാനും ചിലരുണ്ട്, എന്നു പറയാനാണ് ഞങ്ങൾ വന്നിട്ടുള്ളത്. അവരുടെ കാര്യത്തിൽ ചെറിയൊരു തള്ളൽ മാത്രമേ വേണ്ടൂ, എങ്കിൽ അവർ ഇരുട്ടിൽ നിന്ന് വെളിച്ചത്തിലേക്ക് നീങ്ങും. എന്നാൽ ആരും തന്നെ ആ തള്ളൽ അവർക്ക് നൽകുന്നില്ലായെങ്കിൽ, ഒരുപക്ഷെ അവർ കൂടുതൽ

ഇരുട്ടിലേക്കു നീങ്ങിയേക്കാം. അവർ അതിർത്തിയിലെത്തിനിൽക്കുന്ന വരാണ്, അത്തരത്തിൽ അറ്റത്തെത്തി നിൽക്കുന്ന ചിലരെങ്കിലുമുണ്ട് എന്ന് നിങ്ങൾക്ക് സമ്മതിച്ചുതരേണ്ടിവരും.

"ആ അൽപം ചിലർക്കുവേണ്ടി, ഒരുപക്ഷേ യാദൃച്ഛികമായി, ഏതോ വിധത്തിൽ, ഇരുട്ടിന്റെ അതിർത്തിയിലെത്തിനിൽക്കുന്ന ആ ഏതാനും ചിലർക്കുവേണ്ടി നിങ്ങൾക്ക് സംസാരിക്കേണ്ടിവരും. ചെറിയൊരു തള്ളൽ മാത്രമേ വേണ്ടൂ, അവർ ഇരുട്ടിൽ നിന്ന് മുഴുവെളിച്ചത്തിലേക്കു കടക്കും. അത്തരത്തിലുള്ളവർ അധികമൊന്നുമില്ല, എന്നാൽ അല്പം ചിലരെങ്കിലു മവിടെയുണ്ട്. എന്നാൽ നിങ്ങളുടെ പരിശ്രമം കൊണ്ട് പത്തോ പന്ത്രണ്ടോ പേർക്കെങ്കിലും പ്രബുദ്ധരായിത്തീരുവാൻ കഴിയുകയാണെങ്കിൽ അതു തന്നെ വലിയൊരു കാര്യമാണ്. അസ്തിത്വം നിങ്ങളോട് എന്നെന്നും കടപ്പെട്ടിരിക്കും."

ബുദ്ധന് ഇത് നിഷേധിക്കുവാൻ കഴിഞ്ഞില്ല. ആ വാദം അർത്ഥ പൂർണ്ണമായിരുന്നു. ആൾക്കൂട്ടത്തിനിടയിലൂടെയുള്ള അദ്ദേഹത്തിന്റെ നീണ്ടയാത്രയുടെ തുടക്കമതായിരുന്നു. നാൽപത്തിരണ്ടുവർഷത്തോളം രാപ്പകലില്ലാതെ തന്റെ ജീവിതത്തിന്റെ അവസാനനിമിഷം വരെ അദ്ദേഹം സംസാരിച്ചുകൊണ്ടിരിക്കുകയായിരുന്നു. അദ്ദേഹം സംസാരിച്ചു എന്നത് തീർച്ചയായും നല്ലൊരു കാര്യമായിരുന്നു. കാരണം ലോകത്തിലെ മറ്റേതൊരു വ്യക്തിയുടെ അടുത്തുനിന്നും പ്രബുദ്ധരായതിനേക്കാൾ കൂടു തലാളുകൾ ബുദ്ധന്റെ അടുത്തുനിന്നും പ്രബുദ്ധരായിതീർന്നിട്ടുണ്ട്.

ആ പരിശ്രമം, ആ യാത്ര വളരെ നീണ്ടതാണ്, തെറ്റിദ്ധരിക്കപ്പെടു വാനുള്ള സാധ്യത വളരെ കൂടുതലാണ്. ഏകാന്തതയിലേക്കുള്ള സര തുഷ്ട്രന്റെ യാത്രക്ക് രണ്ടു ലക്ഷ്യങ്ങളുണ്ടായിരുന്നു. ഒന്ന്, അദ്ദേഹം പുതിയ വഴികളും, പുതിയ ഉപായങ്ങളും, പുതിയ വാക്കുകളും കണ്ടെ ത്തുവാനാഗ്രഹിക്കുന്നു, ആളുകളെ അവരുടെ ഇരുട്ടിൽ നിന്നും, അവ രുടെ അന്ധതയിൽ നിന്നും പുറത്തേക്കു കൊണ്ടുവരുന്നതിനുള്ള പുതിയ മാർഗ്ഗങ്ങൾ കണ്ടെത്തുവാനാഗ്രഹിക്കുന്നു. രണ്ടാമതായി, തന്റെ ശിഷ്യർ, തന്നെ പരാജയപ്പെടുത്തി എന്നും, അവരിൽ നിന്നും പ്രതീക്ഷിക്കപ്പെ ട്ടത് അവർക്ക് നൽകുവാനായില്ല എന്നും അതുകൊണ്ടാണ് തനിക്ക് ഏകാ ന്തതയിലേക്കു പോകേണ്ടി വന്നത് എന്നും, തന്റെ ശിഷ്യർ മനസ്സിലാ ക്കുവാൻ അദ്ദേഹം ആഗ്രഹിക്കുന്നു. "ഇപ്പോൾ നിങ്ങൾ എല്ലാം കേട്ടുകഴിഞ്ഞു, എന്തുകൊണ്ടാണ് എനിക്ക് ഏകാന്തതയിലേക്കു തിരിച്ചു പോകേണ്ടി വന്നത് എന്ന്, നിങ്ങൾ കണ്ടുകഴിഞ്ഞു. സുഹൃത്തുക്കളേ, ഞാൻ നിങ്ങളിൽ നിന്ന് ഒന്നുംതന്നെ മറച്ചുവച്ചിട്ടില്ല... ആളുകളിൽ വച്ച് ഏറ്റവും നിശ്ശബ്ദനും അങ്ങിനെ തന്നെ നിലനിൽക്കുവാനാഗ്രഹിക്കുന്ന വനുമായ ആ മനുഷ്യനാരാണെന്ന് ഇപ്പോൾ നിങ്ങൾ കേട്ടുകഴിഞ്ഞു.

എന്നിങ്ങനെ സരതുഷ്ട്രൻ പറഞ്ഞു.

സഞ്ചാരി

സരതുഷ്ട്രൻ തന്നോടുതന്നെ സംസാരിച്ചുകൊണ്ടിരിക്കുകയാണ്.

"ഞാനൊരു സഞ്ചാരിയും, ഒരു മലകയറ്റക്കാരനുമാണ്... സമതലങ്ങളെ ഞാനിഷ്ടപ്പെടുന്നില്ല. അധികകാലം എനിക്കൊരിടത്ത് അടങ്ങിയൊതുങ്ങി സ്വസ്ഥമായിരിക്കുവാൻ കഴിയില്ല എന്നാണു തോന്നുന്നത്. വിധിയെന്ന നിലയ്ക്കോ, അനുഭവമെന്ന നിലയ്ക്കോ എനിക്കെന്തുതന്നെ സംഭവിക്കുകയാണെങ്കിലും, അതിലെല്ലാം ഒരു യാത്രയും, മലകയറ്റവുമുണ്ടാകും. അന്തിമവിശകലനത്തിൽ, അതിലൂടെ ഒരുവൻ തന്നെത്തന്നെയാണ് അനുഭവിച്ചറിയുന്നത്.

എന്നെ സംബന്ധിച്ചിടത്തോളം അപകടങ്ങൾ സംഭവിക്കുന്ന ആ കാലം കടന്നുപോയിക്കഴിഞ്ഞു. മുമ്പേതന്നെ എന്റേതല്ലാതിരുന്ന എന്താണ് ഇനി എന്നിലേക്കു വന്നുചേരാൻ പോകുന്നത്?

ഒടുവിൽ അത് എന്നിലേക്കുതന്നെ തിരിച്ചെത്തിക്കൊണ്ടിരിക്കുകയാണ്. എത്രയോ കാലമായി വെളിയിലായിരുന്ന, യാദൃച്ഛികസംഭവങ്ങൾക്കും മറ്റനേകം കാര്യങ്ങൾക്കുമിടയിൽ ചിതറിക്കിടന്നിരുന്ന എന്റെ അസ്തിത്വവും, അതിന്റെ അംശങ്ങളും ഒടുവിൽ സ്വഗൃഹത്തിലേക്കുതന്നെ മടങ്ങിയെത്തിക്കൊണ്ടിരിക്കുകയാണ്.

ഒരു കാര്യം കൂടി ഇപ്പോൾ എനിക്കറിയാം. ഞാനിപ്പോൾ നില്ക്കുന്നത് എന്റെ അവസാനത്തെ കൊടുമുടിയുടെ മുമ്പിലാണ്, എത്രയോ കാലമായി നീട്ടിവെക്കപ്പെട്ടുകൊണ്ടേയിരുന്ന ആ പ്രവൃത്തിയുടെ മുമ്പിലാണ്. ഇനി എനിക്ക് പോകാനുള്ളത് എന്റെ ഏറ്റവും പ്രയാസമേറിയ പാതയിലൂടെയാണ്.

എന്റെ ഏകാന്തയാത്ര ആരംഭിച്ചുകഴിഞ്ഞു.

എന്നാൽ എന്നെപ്പോലെയുള്ള ഒരുവൻ അത്തരമൊരവസരത്തെ ഒരിക്കലും ഒഴിവാക്കുകയില്ല. ആ മുഹൂർത്തം അയാളോട് ഇതാണു പറയുന്നത്, "ഇപ്പോൾ മാത്രമാണ് നീ നിന്റെ ഔന്നത്യത്തിന്റെ പാത തിരഞ്ഞെടുത്തിരിക്കുന്നത്. ഇവിടെ കൊടുമുടിയും താഴ്വരയും, രണ്ടും കൂടിച്ചേർന്ന് ഒന്നായിത്തീർന്നിരിക്കുകയാണ്.

"നീയിപ്പോൾ ആ ഔന്നത്യത്തിന്റെ പാതയിലൂടെയാണ് നീങ്ങിക്കൊണ്ടിരിക്കുന്നത്. മുമ്പൊരിക്കൽ നിന്നെ വളരെയധികം ഭയപ്പെടുത്തിയിരുന്ന അതേ ഇടം, ഇപ്പോൾ നിന്റെ ഏറ്റവും സുരക്ഷിതമായ അഭയകേന്ദ്രമായിത്തീർന്നുകഴിഞ്ഞു.

നീ നിന്റെ ഉത്കർഷത്തിന്റെ വഴി തിരഞ്ഞെടുത്തുകഴിഞ്ഞു. ഇവിടെ ആരുംതന്നെ നിന്റെ പുറകേവന്ന് നിന്നെ ശല്യപ്പെടുത്തുകയില്ല. നിന്റെ പുറകിലുള്ള വഴി നിന്റെ കാലടിതന്നെ മായ്ച്ചുകഴിഞ്ഞു. നിന്റെ മുമ്പിലുള്ള വഴിയിൽ 'അസാധ്യമായത്' എന്ന് എഴുതിവച്ചിട്ടുമുണ്ട്.

"എല്ലാ കാലടിപ്പാടുകളും അപ്രത്യക്ഷമാകുമ്പോൾ, എങ്ങനെയാണ് നിങ്ങളുടെതന്നെ ശിരസ്സിനു മുകളിലേക്കു കയറേണ്ടത് എന്ന് നിങ്ങളറിഞ്ഞിരിക്കണം, അല്ലാത്തപക്ഷം എങ്ങനെയാണ് നിങ്ങൾക്ക് ഉയരങ്ങളിൽ ചെന്നെത്തുവാൻ കഴിയുക?

"നിങ്ങളുടെതന്നെ ശിരസ്സിനുമീതേക്ക്, നിങ്ങളുടെതന്നെ ഹൃദയത്തിനപ്പുറത്തേക്ക് - ഇപ്പോൾ നിങ്ങളിലെ ഏറ്റവും മൃദുവായ ഭാഗം ഏറ്റവും കട്ടിയുള്ളതായിത്തീരണം..."

"മറ്റു പലതും കാണന്നതിനുവേണ്ടി, തന്നിൽനിന്ന് അപ്പുറത്തേക്ക് നോക്കുവാൻ ഒരുവൻ അഭ്യസിച്ചിരിക്കണം. ഓരോ മലകയറ്റക്കാരനും ഈ നിശ്ചയദാർഢ്യം ആവശ്യമാണ്.

പ്രബുദ്ധതയ്ക്കുവേണ്ടി ദാഹിച്ചുകൊണ്ടിരിക്കുന്ന ഒരുവന്റെ കണ്ണുകൾ അത്യാകാംക്ഷ നിറഞ്ഞതായിരിക്കും. അപ്പോൾ എങ്ങനെയാണയാൾക്ക് അതിന്റെ മുൻവശത്തിനപ്പുറം കാണുവാൻ കഴിയുക?

"ഹേ, സരതുഷ്ട്രാ, കാര്യങ്ങളുടെ യഥാർത്ഥത്തിലുള്ള അവസ്ഥയേയും അവയുടെ പശ്ചാത്തലത്തേയും നിരീക്ഷിക്കുവാൻ നീ ശ്രമിച്ചിട്ടുണ്ട്. അതിനാൽ നിനക്കപ്പുറത്തേക്ക് നീ കടന്നുചെല്ലണം. കൂടുതൽ കൂടുതൽ ഉയരങ്ങളിലേക്ക് നീ കയറിപ്പോകണം. ഒടുവിൽ, നക്ഷത്രങ്ങൾപോലും നിനക്കു താഴെയാകുന്നതുവരെ നീ മേൽപോട്ട് കയറിപ്പോകണം."

അങ്ങനെ, നക്ഷത്രങ്ങൾക്കു മീതെ നിന്നുകൊണ്ട് എനിക്ക് താഴേക്ക് നോക്കാൻ കഴിയണം. അതിനെ മാത്രമേ ഞാൻ എന്റെ കൊടുമുടിയെന്ന് - എന്റെ ഉയർച്ചയുടെ അതിർത്തിയെന്ന് - വിളിക്കുകയുള്ളൂ. എന്നെ സംബന്ധിച്ചിടത്തോളം, എന്റെ അന്തിമമായ ഉയർച്ച അതായിരിക്കും. ഭൂമിയിലെ ഏറ്റവും സാഹസികനായ ജീവി മനുഷ്യനാണ്. തന്റെ ശക്തിയും ധൈര്യവുമുപയോഗിച്ച് അവൻ മറ്റെല്ലാ ജീവികളുടേയും മേൽ ആധിപത്യം സ്ഥാപിച്ചുകഴിഞ്ഞു.

ഒരു ജേതാവിനെപോലെ ജയഭേരി മുഴക്കിക്കൊണ്ട് അവൻ തന്റെ ഓരോ വേദനയേയും തന്റെ ഏറ്റവുമാഴത്തിലുള്ള ദുഃഖത്തെപ്പോലും അതിജീവിച്ചിട്ടുണ്ട്.

ധൈര്യം, ഏറ്റവുമടിത്തട്ടിലുള്ള അസ്ഥിരതയെപ്പോലും, നശിപ്പിക്കും. എവിടെയാണ് മർത്ത്യൻ ഗർത്തങ്ങളിൽപെട്ട് നട്ടംതിരിയാത്തത്?

ഗർത്തത്തിൽപ്പെട്ടു വലയുമ്പോൾ ഒരുവന് തന്റെ കാഴ്ചപോലും നഷ്ടപ്പെടുമോ?

ധൈര്യം ഏറ്റവും നല്ല ഒരന്തകനാണ് - അനുകമ്പയെപോലും അത് നശിപ്പിക്കും. അനുകമ്പ എന്നത് ഏറ്റവും ആഴത്തിലുള്ള ഒരു ഗർത്ത മാണ്: ജീവിതത്തിലേക്ക് ഒരുവൻ എത്രയുമാഴത്തിൽ നോക്കുന്നുവോ, അത്രയുംതന്നെ ആഴത്തിൽ അവൻ ദുഃഖങ്ങളിലേക്കും നോക്കും.

എന്നാൽ ധൈര്യം ഒട്ടുമിക്കതിനേയും ആക്രമിച്ച് കീഴടക്കും. മരണ ത്തെപ്പോലും അത് നശിപ്പിക്കും. "ഇതൊരു ജീവിതമാണോ? എങ്കിൽ ശരി, ഒരിക്കൽകൂടി ശ്രമിച്ചുനോക്കൂ" എന്ന് അതു പറയും.

അത്തരമൊരു പ്രസ്താവത്തിൽ ഒരു ജയഭേരിയുടെ മുഴക്കമുണ്ട്. കേൾക്കുവാൻ ചെവികളുള്ളവൻ അത് കേൾക്കട്ടെ!....

.....എന്നിങ്ങനെ സരതുഷ്ട്രൻ പറഞ്ഞു.

അന്വേഷണത്തിനിറങ്ങി പുറപ്പെട്ടവരായ എല്ലാവരും അറിഞ്ഞിരിക്കേണ്ട ഏറ്റവും പ്രധാനപ്പെട്ട ഒരു കാര്യമിതാണ് - അവർക്ക് സഞ്ചാരികളായി അലഞ്ഞുനടക്കേണ്ടിവരും. ആ അന്വേഷണം ഒരു മാർഗ്ഗത്തിനുവേണ്ടി യുള്ളതായാലും ശരി, ഒരു ലക്ഷ്യത്തിനു വേണ്ടിയുള്ളതായാലും ശരി, ഒരർത്ഥത്തിനു വേണ്ടിയുള്ളതായാലും ശരി, അത് തന്നെത്തന്നെ കണ്ടെ ത്തുന്നതിനുവേണ്ടിയുള്ളതായാലും ശരി, ആ അന്വേഷകർക്കെല്ലാം ഒരു യാത്രയ്ക്കിറങ്ങി പുറപ്പെടേണ്ടിവരും. അവർക്ക് ഒരിടത്ത് അടങ്ങിയൊ തുങ്ങി, സ്വസ്ഥമായിരിക്കാൻ കഴിയില്ല. ഒരു സംഭവത്തിനു പകരം ഒരു പ്രക്രിയയാകുവാൻ, ഒരു സ്ഥിതിക്കു പകരം ഒരു ഗതിയാകുവാൻ അവർക്ക് അഭ്യസിക്കേണ്ടിവരും.

മനുഷ്യരേയും വസ്തുക്കളേയും തമ്മിൽ, ജന്തുക്കളേയും മനുഷ്യ രേയും തമ്മിൽ വേർതിരിക്കുന്ന ഏറ്റവും പ്രധാനപ്പെട്ട അടയാളമിതാണ്. വസ്തുക്കൾ അതേപടി നിലനില്ക്കുന്നു, അവയ്ക്ക് സഞ്ചരിച്ചുകൊണ്ടിരിക്കാൻ കഴിയില്ല. ജന്തുക്കൾ പൂർണ്ണരായിട്ടാണ് ജനിക്കുന്നത് എങ്കിലും അവ വളർന്ന് പരിണമിക്കുന്നില്ല, അവർക്ക് പ്രായമായി വരിക മാത്ര മാണ് ചെയ്യുന്നത്. ഒരു പുള്ളിമാൻ ഒരു പുള്ളിമാനായി ജനിക്കുകയും ഒരു പുള്ളിമാനായിത്തന്നെ മരിക്കുകയും ചെയ്യുന്നു. അതിന്റെ ജനന ത്തിനും മരണത്തിനുമിടയ്ക്ക് യാതൊരു 'ആയിത്തീരലും' യാതൊരു 'പ്രക്രിയ'യുമവിടെയില്ല.

ഭൂമിയിലെ - ഒരുപക്ഷേ മുഴുവൻ പ്രപഞ്ചത്തിലേയുംതന്നെ - ഒരു സഞ്ചാരിയായിത്തീരാൻ കഴിയുന്ന, ഒരു വളർച്ചയായിത്തീരാൻ കഴിയുന്ന,

ഒരു പ്രക്രിയയായിത്തീരാൻ കഴിയുന്ന, ഒരേയൊരു ജീവി മനുഷ്യനാണ്. പ്രായംകൊണ്ട് വളരുക മാത്രമല്ല, മറിച്ച് ബോധത്തിന്റെ പുതിയ മേഖലകളിലേക്ക്, പ്രജ്ഞയുടെ പുതിയ അവസ്ഥകളിലേക്ക്, അനുഭവത്തിന്റെ പുതിയ ഇടങ്ങളിലേക്കു വളർന്നുകൊണ്ടിരിക്കുന്ന ഭൂമിയിലെ ഏകജീവി മനുഷ്യനാണ്. മാത്രമല്ല, മനുഷ്യനിൽ മറ്റൊരു സാധ്യതകൂടി അവിടെയുണ്ട്. അവന് തന്നെത്തന്നെ അതിവർത്തിക്കുവാൻ കഴിയും, അവന് തനിക്കപ്പുറത്തേക്കു പോകാൻ കഴിയും. വളർന്നുകൊണ്ടിരിക്കുക എന്ന ആ പ്രക്രിയ അവന് അതിന്റെ യുക്തിപരമായ അന്ത്യത്തിലേക്ക് കൊണ്ടുപോകാൻ കഴിയും.

മറ്റൊരുതരത്തിൽ പറഞ്ഞാൽ, ഒരു സംഭവം എന്ന നിലയ്ക്ക് മനുഷ്യൻ അറിയപ്പെടരുത് എന്ന് ഞാനാഗ്രഹിക്കുന്നു. കാരണം സംഭവം എന്ന വാക്ക് തെറ്റായ ഒരാശയത്തെയാണ് നല്കുന്നത്. മനുഷ്യൻ പരിപൂർണ്ണതയിലെത്തിക്കഴിഞ്ഞു എന്നതുപോലെയാണ് അത് തോന്നിപ്പിക്കുന്നത്.

മനുഷ്യൻ ഒരു സംഭവമല്ല, ഒരു സംഭവിച്ചുകൊണ്ടിരിക്കലാണ്. പൂർത്തിയായിക്കഴിഞ്ഞിട്ടില്ലാത്ത ഒരേയൊരു ജീവി മനുഷ്യനാണ്. അവന്റെ മഹത്വവും അതുതന്നെയാണ്. അതവന്റെ ശാപമല്ല, മറിച്ച് അവനെ സംബന്ധിച്ചിടത്തോളം അതൊരനുഗ്രഹമാണ്. ഒരു സാധാരണ മനുഷ്യനായിട്ടാണ് അവൻ ജനിക്കുന്നത് എങ്കിലും, ഒടുവിൽ അവനൊരു സരതുഷ്ട്രനായിത്തീരാൻ കഴിയും, അല്ലെങ്കിൽ ഒരു ഗൗതമബുദ്ധനായി, അല്ലെങ്കിൽ ഒരു യേശുക്രിസ്തുവായി അവന് മരിക്കാൻ കഴിയും. സാധാരണക്കാരനായ ഒരുവനുപോലും തന്റെ മനുഷ്യപ്രകൃതിയെ അതിവർത്തിക്കുവാനും ബോധോദയം എന്നോ പ്രബുദ്ധതയെന്നോ ദൈവീകത്വം എന്നോ, അമാനുഷികത്വം എന്നോ നിങ്ങൾക്ക് വിളിക്കുവാൻ കഴിയുന്ന പുതിയൊരിടത്തിൽ, മനുഷ്യാതീതമായ പുതിയൊരവസ്ഥയിൽ, എത്തിച്ചേരുവാനും സാധ്യമാണ്.

മനുഷ്യൻ ഒരു സംഭവിക്കലാണ്.

മനുഷ്യനെക്കുറിച്ചുള്ള ഈ അടിസ്ഥാനസത്യത്തെ വ്യക്തമാക്കുന്നതിനുവേണ്ടിയാണ് സരതുഷ്ട്രൻ 'സഞ്ചാരി' എന്ന ഈ ആശയത്തെ ഉപയോഗിക്കുന്നത്. സരതുഷ്ട്രനെപ്പോലെയുള്ള ഒരാൾ തന്നോടുതന്നെ സംസാരിക്കുമ്പോൾ സ്വാഭാവികമായും, മറ്റുള്ളവരോട് സംസാരിക്കുന്നതിനേക്കാൾ കൂടുതൽ ആധികാരികമായും, സത്യസന്ധമായും അയാൾ സംസാരിക്കും. മറ്റുള്ളവരോട് സംസാരിക്കുമ്പോൾ ഒരുവന് പലപ്പോഴും മറ്റുള്ളവർ പറയുന്നതിനെ അംഗീകരിക്കേണ്ടിവരും, പലപ്പോഴും അയാൾക്ക് സന്ധി ചെയ്യേണ്ടിവരും, അല്ലാത്തപക്ഷം അയാൾ തെറ്റിദ്ധരിക്കപ്പെടുന്നതിനുള്ള എല്ലാ സാധ്യതയുമവിടെയുണ്ട്. താനാരോടാണോ സംസാരിച്ചുകൊണ്ടിരിക്കുന്നത്, അവരുടെ ഇരുണ്ട താഴ്‌വരകളിലേക്ക്, തന്റെ ഉയരങ്ങളിൽനിന്ന് അയാൾക്കിറങ്ങേണ്ടിവരും.

എന്നാൽ തന്നോടുതന്നെ സംസാരിച്ചുകൊണ്ടിരിക്കുമ്പോൾ, ആരോടും സന്ധിചെയ്യാതെ, തന്റെ സൂര്യപ്രകാശം നിറഞ്ഞ കൊടുമുടികളിലിരുന്ന്, അയാൾക്ക് സംസാരിക്കുവാൻ കഴിയും. താൻ പറയുവാനാഗ്രഹിക്കുന്ന കാര്യങ്ങൾ അയാൾക്ക് വ്യക്തമായി പറയുവാൻ കഴിയും. എന്തെന്നാൽ മറ്റാരോടുമല്ല, തന്നോടുതന്നെയാണ് അയാൾ സംസാരിച്ചുകൊണ്ടിരിക്കുന്നത്. അതിനാൽ തെറ്റിദ്ധരിക്കപ്പെടുന്നതിനുള്ള യാതൊരു സാധ്യതയുമവിടെയില്ല. സംഭാഷണവും, സ്വയംഭാഷണവും രണ്ടും രണ്ടാണ്, അവ തീർത്തും വ്യത്യസ്തമായ പ്രതിഭാസങ്ങളാണ്.

ഈ നൂറ്റാണ്ടിലെ ഏറ്റവും ശ്രദ്ധേയരായ യഹൂദതത്ത്വചിന്തകരിലൊരുവനായ മാർട്ടിൻ ബ്യൂബർ സംഭാഷണമെന്ന പ്രതിഭാസത്തെക്കുറിച്ച് വളരെ വിലപ്പെട്ട ചില കാര്യങ്ങൾ പറഞ്ഞിട്ടുണ്ട്. അദ്ദേഹത്തിന്റെ അഭിപ്രായത്തിൽ, സംഭാഷണമെന്നത് ഏറ്റവും അർത്ഥവത്തായ ഒരു കാര്യമാണ്. എന്നാൽ ഒരു സംഭാഷണത്തിലൂടെയും ഒരിക്കലും സാധ്യമല്ലാത്ത ചില കാര്യങ്ങൾ ആത്മഭാഷണത്തിലൂടെ സാധ്യമാണ്. അത്തരമൊരു മഹത്ത്വം ആത്മഭാഷണത്തിനുണ്ട് എന്ന് ബ്യൂബർക്കറിഞ്ഞുകൂടായിരുന്നു. അതിനാൽ സരതുഷ്ട്രൻ തന്നോടുതന്നെ സംസാരിക്കുമ്പോൾ വളരെ ശ്രദ്ധയോടുകൂടി അത് കേൾക്കുക, കാരണം യാതൊരു ഒത്തുതീർപ്പിനും തയ്യാറാകാതെ, താൻ മനസ്സിലാക്കപ്പെടുമോ ഇല്ലയോ എന്ന യാതൊരു ചിന്തയുമില്ലാതെ, അദ്ദേഹം തന്റെ ഹൃദയത്തിന്റെ അടിത്തട്ടിൽനിന്ന് സംസാരിച്ചുകൊണ്ടിരിക്കുകയാണ്.

തന്റെ ആത്മഭാഷണത്തിലൂടെ അദ്ദേഹം മുന്നോട്ടുവെക്കുന്ന കാര്യങ്ങൾ ഇവയാണ്:

"ഞാനൊരു സഞ്ചാരിയും ഒരു മലകയറ്റക്കാരനുമാണ്...

സമതലങ്ങളെ ഞാനിഷ്ടപ്പെടുന്നില്ല. അധികകാലം എനിക്കൊരിടത്ത് അടങ്ങിയൊതുങ്ങി, സ്വസ്ഥമായിരിക്കുവാൻ കഴിയില്ല എന്നാണ് തോന്നുന്നത്."

അദ്ദേഹം പറഞ്ഞുകൊണ്ടിരിക്കുന്ന കാര്യങ്ങൾ മനുഷ്യരുടെ ഏറ്റവുമുള്ളിലുള്ള ആകാംക്ഷയെ കൃത്യമായി പ്രതിഫലിപ്പിക്കുന്നു.

അലഞ്ഞുനടക്കുവാനോ, മലകയറിയിറങ്ങുവാനോ അവർ ധൈര്യപ്പെടുന്നില്ല എങ്കിൽകൂടി അവരെല്ലാം സഞ്ചാരികളാണ്. എന്നാൽ ഏറ്റവും പ്രധാനപ്പെട്ട അവരുടെ ഒരാഗ്രഹം പൂർത്തീകരിക്കപ്പെടാതെ നിലനിൽക്കുന്നു, അവർ സമതലങ്ങളുമായി ബന്ധിക്കപ്പെട്ടവരാണ്. അവർ ദുഃഖിതരായിരിക്കുന്നതിന്റെ പ്രധാന കാരണങ്ങളിലൊന്ന് ഒരുപക്ഷേ, ഇതാവാം.

എന്തുകൊണ്ടാണ് അവർ സമതലങ്ങളുമായി ബന്ധിക്കപ്പെട്ടിരിക്കുന്നത്? അതിന് ചില കാരണങ്ങളുണ്ട് – അത് കൂടുതൽ സുഖകരവും

സൗകര്യപ്രദവുമാണ്. അത് അപകടം കുറഞ്ഞതും, കൂടുതൽ സുരക്ഷിതവുമാണ്. എന്നാൽ അത് അവരുടെ ഉള്ളിന്റെ ഉള്ളിലുള്ള ആഗ്രഹമനുസരിച്ചല്ല. അവരുടെ ആത്മാവ് ആകാശങ്ങളിലേക്കു പറന്നുയരുവാനാഗ്രഹിക്കുന്നു, അത് അറിയപ്പെടാത്ത ഭൂപ്രദേശങ്ങളിലേക്കു പോകുവാനാഗ്രഹിക്കുന്നു, അത് മനുഷ്യസ്പർശമേല്ക്കാത്ത പാതകളിലൂടെ ചുറ്റിസഞ്ചരിക്കുവാനാഗ്രഹിക്കുന്നു. ആരുംതന്നെ മുമ്പൊരിക്കലും കയറിയിട്ടില്ലാത്ത മലകൾ കയറുവാൻ അത് ആഗ്രഹിക്കുന്നു.

അത് മനുഷ്യന്റേതുമാത്രമായ ഒരഭിലാഷമാണ്, അത് മനുഷ്യനോടൊപ്പം ജന്മമെടുത്തതാണ്. നിങ്ങൾക്കതിനെ അടിച്ചമർത്തിവയ്ക്കാൻ കഴിയും. എന്നാൽ അപ്പോൾ നിങ്ങൾ ദുഃഖിതനും, വിഷാദവാനുമായി നിലനില്ക്കും, എന്തോ നഷ്ടപ്പെട്ടതായി നിങ്ങൾക്കെല്ലായ്പോഴുമനുഭവപ്പെടും. നിങ്ങൾ പണം കുന്നുകൂട്ടിവച്ചിട്ടുണ്ടാകാം, അധികാരം നേടിയെടുത്തിട്ടുണ്ടാകാം, നിങ്ങൾ ബഹുമാന്യനായി തീർന്നിട്ടുണ്ടാകാം, എന്നാൽ അപ്പോഴും നിങ്ങൾക്കുള്ളിൽ എന്തോ പൂർത്തീകരിക്കപ്പെടാതെ നിലനില്ക്കുന്നതായി നിങ്ങൾക്കനുഭവപ്പെടും. നക്ഷത്രങ്ങൾക്കുവേണ്ടി ദാഹിച്ചുകൊണ്ട് എല്ലായ്പോഴും അതവിടെയുണ്ടാകും.

വാസ്തവത്തിൽ മനുഷ്യൻ ഒരു 'മാനംനോക്കി'യാണ്. ഓരോരുത്തരും ചന്ദ്രനിലെത്തിച്ചേരാനാഗ്രഹിക്കുന്നു. ഓരോരുത്തരും, ഏറ്റവുമടിത്തട്ടിൽ, മതിഭ്രമമുള്ളവരാണ്. മതിഭ്രമം (lunatic) എന്ന വാക്ക് മതിയോടുള്ള (moon) ഭ്രമത്തിൽനിന്നു വന്നതാണ്. ഓരോരുത്തരും ചന്ദ്രനിലെത്തിച്ചേരാനാഗ്രഹിക്കുന്നു. എന്നാൽ അത് അവിടെനിന്ന് എന്തെങ്കിലും കണ്ടെത്തുന്നതിന്റേയോ, അവിടെ ചെന്നെത്തുന്നതിന്റേയോ പ്രശ്നമല്ല. ആ ലക്ഷ്യമല്ല, മറിച്ച് ആ യാത്രയാണ് അവനാഗ്രഹിക്കുന്നത്. അവനെ സംബന്ധിച്ചിടത്തോളം ആ യാത്രതന്നെ ഒരാനന്ദമാണ്.

ആ ലക്ഷ്യം ഒരുപക്ഷേ, അവന് ചുറ്റിസഞ്ചരിക്കുവാനുള്ള ഒരു ഒഴികഴിവല്ലാതെ മറ്റൊന്നുമല്ല എന്നുവരാം. കാരണം ഒരു ലക്ഷ്യത്തിലെത്തിച്ചേർന്നുകഴിഞ്ഞാൽ, അവനുടനെ മറ്റൊരു പുതിയ യാത്രയ്ക്കുവേണ്ടി തയ്യാറെടുക്കാൻ തുടങ്ങും. ആ ലക്ഷ്യം അതിന്റെ ഉദ്ദേശ്യം നിറവേറ്റിക്കഴിഞ്ഞു. എല്ലാ ലക്ഷ്യങ്ങളും യാത്ര തുടർന്നുകൊണ്ടേയിരിക്കുന്നതിന് നിങ്ങളെ സഹായിക്കുക മാത്രമാണ് ചെയ്യുന്നത്.

യാത്ര അത്രയ്ക്കും ഒരാനന്ദമാണ്, കാരണം ജീവിതംതന്നെ ഒരു യാത്രയാണ്. യാത്ര അത്രയ്ക്കുമൊരു ആഹ്ലാദമാണ്, കാരണം യാത്ര അവസാനിക്കുന്നതോടെ നിങ്ങളും അവസാനിക്കും, നിങ്ങൾ നിർജ്ജീവമായൊരു ജഡം മാത്രമായിത്തീരും. നിങ്ങൾ ശ്വസിച്ചുകൊണ്ടേയിരിക്കുന്നുണ്ടാകാം, പക്ഷേ, ജീവിതമെന്നാൽ അതല്ല. എല്ലാ ഗാനങ്ങളും, എല്ലാ നൃത്തങ്ങളും യാത്രയിലൂടെ മാത്രമാണ് നിങ്ങൾക്കു ലഭ്യമാകുന്നത്.

രവീന്ദ്രനാഥടാഗോർ വളരെ അസാധാരണമായ ഒരു കവിത എഴുതിയിട്ടുണ്ട്. അന്വേഷിച്ചുകൊണ്ടേയിരിക്കുവാനുള്ള മനുഷ്യന്റെ താല്പര്യത്തെ മനസ്സിലാക്കുന്നതിന് ഈ കവിത ഏറ്റവും സഹായകമാണ്.

താൻ ദൈവത്തെ അന്വേഷിച്ചുകൊണ്ടിരിക്കുകയാണ് എന്ന് ടാഗോർ പറയുന്നു... ഒരുപക്ഷേ, ദൈവവും അലഞ്ഞുതിരിയുന്നതിനുവേണ്ടിയുള്ള അവസാനത്തെ ഒഴികഴിവാണെന്നു വരാം, കാരണം നിങ്ങളൊരിക്കലും അവനെ കണ്ടെത്തുവാൻ പോകുന്നില്ല. എന്നെന്നേക്കും ആ അന്വേഷണം തുടരും. ദൈവത്തിന്റെ ഗുണമിതാണ്. നിങ്ങൾക്കവനെ ആശിക്കാൻ കഴിയും, എന്നാൽ നിങ്ങൾക്കവനെ കണ്ടെത്താൻ കഴിയില്ല, ആരുംതന്നെ ഒരിക്കലും അവനെ കണ്ടെത്തിയിട്ടില്ല. ദൈവത്തെ നിഷേധിക്കുന്നവരായ ആളുകൾ ദൈവമെന്ന സങ്കല്പത്തിനു പുറകിലുള്ള മനശ്ശാസ്ത്രത്തെക്കുറിച്ച് ബോധവാന്മാരല്ല. ദൈവത്തെ നിങ്ങൾ നിഷേധിക്കുകയാണെങ്കിൽ, പറുദീസയെ നിങ്ങൾ നിഷേധിക്കുകയാണെങ്കിൽ, മരണാനന്തര ജീവിതത്തെ നിങ്ങൾ നിഷേധിക്കുകയാണെങ്കിൽ, അപ്പോൾ നിങ്ങൾ മനുഷ്യന്റെ അന്വേഷണപരതയെയാണ് നിഷേധിച്ചുകൊണ്ടിരിക്കുന്നത് എന്ന് അവരറിയുന്നില്ല.

നിങ്ങൾ ആത്മാവിനെ നിഷേധിക്കുകയാണെങ്കിൽ, നിങ്ങൾ ബോധത്തെ നിഷേധിക്കുകയാണെങ്കിൽ, ബോധമെന്നത് ഭൗതികദ്രവ്യത്തിന്റെ ഒരു ഉപോല്പന്നമല്ലാതെ മറ്റൊന്നുമല്ല എന്ന് കമ്മ്യൂണിസ്റ്റുകാർ പറയുന്നതുപോലെ നിങ്ങളും പറയുകയാണെങ്കിൽ...

ഭൗതികപദാർത്ഥത്തിന്റെ ഒരു ഉപോല്പന്നമായിട്ടാണ് കാറൽ മാർക്സ് ബോധത്തെ നിർവചിച്ചിട്ടുള്ളത്. അതിൽ കവിഞ്ഞ പ്രാധാന്യമൊന്നും അദ്ദേഹമതിന് കല്പിക്കുന്നില്ല. എന്നാൽ അദ്ദേഹം പറഞ്ഞത് ശരിയാണോ അതോ തെറ്റാണോ എന്നതല്ല പ്രശ്നം; പ്രശ്നമിതാണ്, നിങ്ങളദ്ദേഹത്തിന്റെ നിർവചനത്തെ സ്വീകരിക്കുകയാണെങ്കിൽ, അതോടെ നിങ്ങൾ നിങ്ങളുടെ അന്വേഷണത്തിന്റെ എല്ലാ സാധ്യതകളേയും നശിപ്പിച്ചുകഴിഞ്ഞു. അജ്ഞാതമായതിനെ, അജ്ഞേയമായതിനെ, കണ്ടെത്തുന്നതിനുള്ള നിങ്ങളുടെ അന്വേഷണപരതയെയാണ് അദ്ദേഹം നിങ്ങൾക്കു നിഷേധിച്ചിരിക്കുന്നത്.

ടാഗോർ എഴുതുന്നു... "ഞാൻ ദൈവത്തെ തേടിക്കൊണ്ടിരിക്കുകയായിരുന്നു. വല്ലപ്പോഴുമൊരിക്കൽ, വളരെ വളരെയകലെ, ഒരു നക്ഷത്രത്തിനു സമീപം ഞാനവനെ കാണും. എന്നാൽ ഞാൻ ആ നക്ഷത്രത്തിനടുത്ത് എത്തുമ്പോഴേക്കും, ജന്മങ്ങൾ കടന്നുപോയിക്കഴിഞ്ഞിരിക്കും, അപ്പോഴേക്കും ദൈവം മറ്റെവിടേക്കെങ്കിലും നീങ്ങിക്കഴിഞ്ഞിട്ടുണ്ടാകും. എന്നാൽ ഞാൻ എന്റെ അന്വേഷണം തുടർന്നുകൊണ്ടേയിരുന്നു.

ഒരു ദിവസം, പെട്ടെന്ന്, ഞാനൊരു അതിമനോഹരമായ കൊട്ടാരത്തിന്റെ മുമ്പിലെത്തിച്ചേർന്നു. കൊട്ടാരത്തിന്റെ മുമ്പിലുള്ള ഒരു ചൂണ്ടു

പലകയിൽ "ഇത് ദൈവത്തിന്റെ ഭവനം" എന്ന് സ്വർണ്ണലിപികളി ലെഴുതിവച്ചിരുന്നു. അതുകണ്ട ഉടൻ ഞാൻ സന്തോഷംകൊണ്ട് തുള്ളി ച്ചാടി - ഒടുവിൽ ഞാനത് കണ്ടെത്തിക്കഴിഞ്ഞു. ഉള്ളുനിറഞ്ഞ സന്തോ ഷത്തോടെ ഞാനാ കൊട്ടാരത്തിന്റെ പടവുകൾ ഓടിക്കയറി. ഒടുവിൽ കൊട്ടാരത്തിന്റെ വാതിൽക്കൽ ഞാനെത്തിച്ചേർന്നു.

"ഞാൻ ആ വാതിലിൽ മുട്ടുവാൻ തുടങ്ങുകയായിരുന്നു. പെട്ടെന്ന് ഒരു ചിന്ത എന്റെ മനസ്സിലൂടെ കടന്നുപോയി. ആ ചിന്ത എന്നെ തളർത്തി. എന്റെ കൈകൾ മരവിച്ചതുപോലെയായി. വാതിലിൽ മുട്ടാനാകാതെ, ഒരു നിമിഷം ഞാനവിടെ തരിച്ചുനിന്നു. എന്റെ ഉള്ളിലൂടെ കടന്നുപോയ ആ ചിന്ത ഇതായിരുന്നു..." വാസ്തവത്തിലിത് ദൈവത്തിന്റെ വീടാണെ ങ്കിൽ, ഞാൻ വാതിലിൽ മുട്ടുന്ന ശബ്ദം കേട്ട് അവൻ വന്ന് വാതിൽ തുറക്കുകയാണെങ്കിൽ, അതോടെ എന്റെയീ അന്വേഷണം അവസാ നിക്കും. വാസ്തവത്തിൽ എന്റെ സന്തോഷം മുഴുവൻ ആ അന്വേഷണ മായിരുന്നു. എന്റെ മുഴുവൻ ആനന്ദവും ദൈവത്തിനുവേണ്ടിയുള്ള ആ അന്വേഷണത്തിലായിരുന്നു. ദൈവത്തെ കണ്ടുമുട്ടിയതിനുശേഷം പിന്നെ ഞാനെന്താണ് ചെയ്യുക?"

ശക്തിയായയൊരു ഭയം അയാളെ പിടികൂടുന്നു. തന്റെ ഷൂസുകളഴി ച്ചെടുത്ത്, അവ തന്റെ കൈകളിലെടുത്തുകൊണ്ട്, അയാൾ തിരിച്ചുനട ക്കുന്നു. തന്റെ ഷൂസിന്റെ, തന്റെ കാലടികളുടെ ശബ്ദം കേട്ട് ദൈവമെ ങ്ങാനും വന്ന് വാതിൽ തുറന്നാലോ, "എവിടേക്കാണ് നിങ്ങൾ പോകു ന്നത്, ഞാനിവിടെയുണ്ട്" എന്ന് ദൈവം തന്നോടു പറഞ്ഞാലോ എന്ന യാൾ ഭയപ്പെട്ടു.

"പിന്നെ ഞാനാ വീട്ടിൽനിന്ന് കഴിയാവുന്നത്ര വേഗത്തിൽ തിരിച്ചോടി. ഇപ്പോൾ ഞാൻ വീണ്ടും ദൈവത്തെ അന്വേഷിച്ചുകൊണ്ടിരിക്കുകയാണ്. അവനെവിടെയാണ് താമസിക്കുന്നത് എന്ന് ഇപ്പോൾ എനിക്കറിയാം. അതി നാൽ ആ സ്ഥലം ഒഴിവാക്കിക്കൊണ്ട് ബാക്കിയുള്ളിടത്തെല്ലാം ഞാന വനെ അന്വേഷിച്ചുകൊണ്ടിരിക്കുകയാണ്. ആ അന്വേഷണം തുടർന്നു കൊണ്ടിരിക്കുന്നു. ആ സാഹസികശ്രമം, ആ സംരംഭം ഇപ്പോഴും തുടർന്നു കൊണ്ടേയിരിക്കുകയാണ്.

അതിനാൽ ഭാവി അർത്ഥപൂർണ്ണമാണ്. ഒരുതരത്തിൽ ഞാൻ ഭാഗ്യ വാനാണ്. യാദൃച്ഛികമായിപ്പോലും ഇനി എനിക്കവന്റെ വീട്ടിൽ ചെന്നെത്താൻ കഴിയില്ല എന്ന് എനിക്കറിയാം. ഞാനവന്റെ വീട് കണ്ടു പിടിച്ചുകഴിഞ്ഞു. അവൻ വെറുമൊരു ഒഴിവുകഴിവുമാത്രമാണ് എന്ന് ഇപ്പോൾ എനിക്കറിയാം. എന്റെ യഥാർത്ഥത്തിലുള്ള ആഗ്രഹം അറിയ പ്പെടാത്തതിനെ തേടിനടക്കലാണ്.

"ദൈവമെന്നത് വെറുമൊരു വാക്ക് - ഒരു പേര് - മാത്രമായിരുന്നു. അതിന്റെ വ്യംഗാർത്ഥങ്ങളെക്കുറിച്ച് മുമ്പ് ഞാനൊരിക്കലും ചിന്തിച്ചി രുന്നില്ല. നിങ്ങളവനെ ശരിക്കും കണ്ടുമുട്ടുകയാണെങ്കിൽ, അപ്പോൾ

നിങ്ങളെന്താണ് ചെയ്യുവാൻ പോകുന്നത്? അത് നിങ്ങളെ വിഷമിപ്പിക്കും. നിങ്ങളെന്താണ് അവനോട് പറയുക? പിന്നെ അവിടെ ഒരു 'നാളെ' ഇല്ലാതാകും. നിങ്ങൾ പൂർണ്ണവിരാമത്തിലെത്തിക്കഴിഞ്ഞു. കാരണം ദൈവത്തിനപ്പുറം അവിടെ ഒന്നുംതന്നെയില്ല. ദൈവം ഏറ്റവുമറ്റത്തുള്ളതാണ്."

ഞാൻ വളരെയധികം ഇഷ്ടപ്പെടുന്ന ഒരു കവിതയാണിത്. ഇത് മനുഷ്യമനസ്സിനെക്കുറിച്ച് ചില ഉൾക്കാഴ്ചകൾ നല്കുന്നു. മനുഷ്യമനസ്സ് എന്നാൽ ആശയല്ലാതെ മറ്റൊന്നുമല്ല. അറിയപ്പെടാത്തതിനു വേണ്ടിയുള്ള ആഗ്രഹം, കൂടുതൽ കൂടുതൽ അറിയുവാനുള്ള ആഗ്രഹം, ഇതുവരെ കണ്ടെത്തിയിട്ടില്ലാത്ത, ഭൂപ്രദേശങ്ങളും, ഇതുവരെ ആരുംതന്നെ കയറിയിട്ടില്ലാത്ത പർവ്വതങ്ങളും, ഇതുവരെ ആരുംതന്നെ എത്തിച്ചേർന്നിട്ടില്ലാത്ത നക്ഷത്രപഥങ്ങളുമെല്ലാം അന്വേഷിച്ചു കണ്ടെത്താനുള്ള ആഗ്രഹം - അതാണ് മനുഷ്യമനസ്സ്.

ആ ആനന്ദം അവിടെ എത്തിച്ചേരുന്നതിലല്ല, മറിച്ച് അതിനുവേണ്ടി പരിശ്രമിക്കുന്നതിലാണ്, അതിനുവേണ്ടി കഠിനമായി, അപകടകരമായി പ്രവർത്തിക്കുന്നതിലാണ്. ഒരിക്കൽ നിങ്ങളവിടെ എത്തിച്ചേർന്നുകഴിഞ്ഞാൽ, അപ്പോൾ നിങ്ങൾക്ക് ഒരു പുതിയ ഒഴിവുകഴിവ് കണ്ടെത്തേണ്ടിവരും, അല്ലാത്തപക്ഷം അത് ആത്മഹത്യാപരമായിരിക്കും, അത് നിങ്ങളുടെ ശവക്കുഴി തോണ്ടലായിരിക്കും.

"ഞാനൊരു സഞ്ചാരിയും ഒരു മലകയറ്റക്കാരനുമാണ്..." എന്ന് സരതുഷ്ട്രൻ പറയുമ്പോൾ, അദ്ദേഹം നിങ്ങളോരോരുത്തരേയുംകുറിച്ച് ചിലതു പറഞ്ഞുകൊണ്ടിരിക്കുകയാണ്. മനുഷ്യജിജ്ഞാസയെക്കുറിച്ച് ചിലതു പറഞ്ഞുകൊണ്ടിരിക്കുകയാണ്.

"സമതലങ്ങളെ ഞാനിഷ്ടപ്പെടുന്നില്ല. അധികകാലം എനിക്കൊരിടത്ത് അടങ്ങിയൊതുങ്ങി സ്വസ്ഥമായിരിക്കാൻ കഴിയില്ല എന്നാണ് തോന്നുന്നത്.

വിധിയെന്ന നിലയ്ക്കോ, അനുഭവമെന്ന നിലയ്ക്കോ എനിക്കെന്തുതന്നെ സംഭവിക്കുകയാണെങ്കിലും, അതിലെല്ലാം ഒരു യാത്രയും ഒരു മലകയറ്റവുമുണ്ടാകും."

മറ്റു യാതൊരു വിധിയും ഞാൻ സ്വീകരിക്കുകയുമില്ല, കാരണം മറ്റേതൊരു വിധിയും മരണമല്ലാതെ മറ്റൊന്നുമല്ല. യാത്രയും, മലകയറ്റവും അതിന്റെ ഭാഗമാണ് എങ്കിൽ. മാത്രമേ ഞാനാ വിധി സ്വീകരിക്കുകയുള്ളൂ. എന്റെ യാത്ര തുടർന്നുകൊണ്ടിരിക്കണം. പുതിയതും, ഉയരമേറിയതുമായ പർവ്വതങ്ങളും വിദൂരമായ നക്ഷത്രങ്ങളും അപ്പോഴും എനിക്ക് ലഭ്യമാകണം. എങ്കിൽ മാത്രമേ ഞാനാ വിധി സ്വീകരിക്കുകയുള്ളൂ.

"അന്തിമവിശകലത്തിൽ അതിലൂടെ ഒരുവൻ തന്നെത്തന്നെയാണ് അനുഭവിച്ചറിയുന്നത്."

നിങ്ങൾ സത്യത്തിനുവേണ്ടി, അല്ലെങ്കിൽ ദൈവത്തിനുവേണ്ടി, അല്ലെങ്കിൽ പരമമായ ഒരർത്ഥത്തിനുവേണ്ടി അന്വേഷിച്ചുകൊണ്ടേയിരിക്കുംതോറും ഓർമ്മിക്കുക, ഇവയെല്ലാം വ്യത്യസ്തനാമങ്ങൾ മാത്രമാണ്, കാരണം. എന്തെങ്കിലുമൊന്നിനുവേണ്ടിയല്ലാതെ, നിങ്ങൾക്ക് വെറുതെ അന്വേഷിച്ചുകൊണ്ടേയിരിക്കാൻ കഴിയില്ല - തീർത്തും വ്യത്യസ്തമായ ഒരുൾക്കാഴ്ച അതിനാവശ്യമാണ്.

ആ അന്വേഷണത്തിൽ തന്നെ ലക്ഷ്യമവിടെയുണ്ട് എന്ന്, അതിന് മറ്റു ലക്ഷ്യങ്ങളൊന്നുമില്ലായെന്ന് - എല്ലാ ലക്ഷ്യങ്ങളും നിലനില്ക്കുന്നത് അന്വേഷണത്തിനുവേണ്ടിയാണ് എന്ന്, ആ അന്വേഷണംതന്നെയാണ് ലക്ഷ്യമെന്ന് നിങ്ങൾ മനസ്സിലാക്കുകയാണെങ്കിൽ, അപ്പോൾ നിങ്ങൾക്ക് ലക്ഷ്യങ്ങളുടെ ആവശ്യംപോലുമില്ലാതാകും. അപ്പോൾ നിങ്ങൾക്ക് പരമമായ അർത്ഥത്തെക്കുറിച്ചോ, സത്യത്തെക്കുറിച്ചോ, ദൈവത്തെക്കുറിച്ചോ ശ്രദ്ധിക്കേണ്ട ആവശ്യംപോലുമില്ലാതാകും.

എന്നാൽ അതൊരല്പം ബുദ്ധിമുട്ടുള്ളതാണ് എന്നു വരാം-

"എന്തിനുവേണ്ടിയാണ് നിങ്ങൾ അന്വേഷിച്ചുകൊണ്ടിരിക്കുന്നത്?" എന്ന് ആരെങ്കിലും നിങ്ങളോട് ചോദിക്കുകയാണെങ്കിൽ, അതൊരല്പം അയുക്തികമെന്നതുപോലെ തോന്നിപ്പിക്കും.

അയാൾക്ക് വ്യക്തമായൊരു മറുപടി നല്കാതെ, നിങ്ങളിങ്ങനെ പറയുകയാണെങ്കിൽ, "ആ ലക്ഷ്യമെന്താണ് എന്നത് എന്നെ സംബന്ധിച്ചേടത്തോളം ഒരു പ്രശ്നമല്ല, ഞാൻ ഒരു ശുദ്ധഅന്വേഷകൻ മാത്രമാണ്", ഈ മറുപടി അയാളെ അമ്പരപ്പിക്കും.

ആ അമ്പരപ്പ് ഒഴിവാക്കുന്നതിനായി ഏതെങ്കിലുമൊരു ലക്ഷ്യം നിങ്ങൾ തിരഞ്ഞെടുക്കും. പ്രബുദ്ധതയ്ക്കുവേണ്ടിയാണ് നിങ്ങളന്വേഷിച്ചുകൊണ്ടിരിക്കുന്നത് എന്നോ, അത് മോക്ഷത്തിനുവേണ്ടിയാണ് എന്നോ, പരമമായ ഒരർത്ഥത്തിനുവേണ്ടിയാണ് എന്നോ നിങ്ങൾ പറയും. ഇവയെല്ലാം സുന്ദരമായ പദങ്ങൾ മാത്രമാണ്. എന്നാൽ നിങ്ങളോട് ചോദ്യം ചോദിച്ച ആ വ്യക്തിയെ ഈ ഉത്തരം തൃപ്തിപ്പെടുത്തും.

ഈ സഞ്ചാരങ്ങളിലെല്ലാം, ഈ അന്വേഷണങ്ങളിലെല്ലാം, ഈ മലകയറ്റങ്ങളിലെല്ലാം, എന്താണ് നിങ്ങൾ കണ്ടെത്തുന്നത്?

"നിങ്ങൾ നിങ്ങളെതന്നെയാണ് കണ്ടെത്തുന്നത്" എന്ന് സരതുഷ്ട്രൻ പറയുന്നു.

എന്നാൽ നിങ്ങൾ സഞ്ചരിച്ചിട്ടില്ലായിരുന്നുവെങ്കിൽ, നിങ്ങൾക്ക് നിങ്ങളെ കണ്ടെത്തുവാൻ കഴിഞ്ഞില്ല എന്നു വരാം, കാരണം വഴിയിൽ നിങ്ങൾ കണ്ടെത്തുന്ന ആ എല്ലാ സന്തോഷങ്ങളും, ആ എല്ലാ പുതിയ ഇടങ്ങളും, നിങ്ങളെ കണ്ടെത്തുവാൻ നിങ്ങളെ സഹായിക്കും. എന്നാൽ ആ ലക്ഷ്യങ്ങളെല്ലാം ഒഴിവുകഴിവുകൾ മാത്രമായിരുന്നുവെന്ന് പതുക്കെ പതുക്കെ നിങ്ങൾ തിരിച്ചറിയും.

ഒരു ആശയല്ലാതെ, ഒരു ആകാംക്ഷയല്ലാതെ, ഞാൻ മറ്റൊന്നുമല്ല എന്ന്, അസാധ്യമായതിനുവേണ്ടിയുള്ള ഒരാഗ്രഹമല്ലാതെ ഞാൻ മറ്റൊന്നുമല്ലായെന്ന്, നിങ്ങൾ തിരിച്ചറിയും.

അസാധ്യമായതിനു വേണ്ടിയുള്ള ആഗ്രഹം എന്നാൽ അത് തന്നെ ത്തന്നെ അറിയലാണ്. സാധ്യമായത് ഇടത്തരക്കാർക്കുവേണ്ടി, ഇടത്തരം മനസ്സുകൾക്കുവേണ്ടി മാത്രമുള്ളതാണ്. അസാധ്യമായത് യഥാർത്ഥത്തി ലുള്ള അതികായന്മാർക്കു വേണ്ടിയുള്ളതാണ്.

അതിനെ കണ്ടെത്താൻ കഴിയില്ല എന്നവർക്കറിയാം. അതുകൊ ണ്ടാണ് അതിനെ കണ്ടെത്തുക എന്നത് ഇത്രയും പ്രാധാന്യമുള്ളതായി രിക്കുന്നത്. ആരുംതന്നെ ഒരിക്കലുമതു കണ്ടെത്തിയിട്ടില്ല എന്നും, അതൊ രിക്കലും കണ്ടെത്തുവാൻ പോകുന്നില്ല എന്നുമറിയുമ്പോൾ, അത് നിങ്ങൾക്ക് ആവേശം പകരും. അസാധ്യമായത് മനുഷ്യബോധത്തെ കൂടുതൽ ഉയർന്ന വിതാനങ്ങളിലേക്ക് ഉയർത്തിക്കൊണ്ടേയിരിക്കും. ഒന്നും തന്നെ നിങ്ങൾ കണ്ടെത്തിയെന്നു വരില്ല. എന്നാൽ അതിലൂടെ നിങ്ങ ളൊരു അതിമാനുഷനായിത്തീരും.

"അന്തിമവിശകലനത്തിൽ, ഒരുവൻ തന്നെത്തന്നെയാണ് അനുഭവി ച്ചറിയുന്നത്.

എന്നെ സംബന്ധിച്ചിടത്തോളം അപകടങ്ങൾ സംഭവിക്കുന്ന ആ കാലം കടന്നുപോയ്ക്കഴിഞ്ഞു. മുമ്പേതന്നെ എന്റേതല്ലാതിരുന്ന എന്താണ് ഇനി എന്നിലേക്കു വന്നുചേരാൻ പോകുന്നത്?"

നിങ്ങൾ ഒരു പ്രത്യേക ലക്ഷ്യം തിരഞ്ഞെടുക്കുന്നതുകൊണ്ടാണ് നിങ്ങളുടെ ജീവിതത്തിൽ അപകടങ്ങൾ - അവിചാരിതമായുണ്ടാകുന്ന സംഭവങ്ങൾ - സംഭവിക്കുന്നത്. നിങ്ങൾക്ക് വഴിതെറ്റിപ്പോവുകയാണെ ങ്കിൽ, നിങ്ങൾക്കാ ലക്ഷ്യം നഷ്ടപ്പെടും. നിങ്ങളൊരു തീവണ്ടി പിടിക്കു വാൻ ആഗ്രഹിച്ചു. അതേസമയം നിങ്ങൾ സ്റ്റേഷനിൽ വൈകിയാണ് എത്തിച്ചേർന്നത്. അതിനാൽ നിങ്ങൾക്കാ തീവണ്ടി കിട്ടിയില്ല. എന്നാൽ ഒരു പ്രത്യേക തീവണ്ടി പിടിക്കുവാനല്ല നിങ്ങൾ പോകുന്നത് എങ്കിൽ നിങ്ങൾക്കാ തീവണ്ടി നഷ്ടപ്പെട്ടു എന്നു വരില്ല. ആ ലക്ഷ്യത്തിനല്ല, മറിച്ച് ആ മാർഗ്ഗത്തിനാണ് നിങ്ങൾ പ്രാധാന്യം നല്കിയിരുന്നത് എങ്കിൽ, നിങ്ങൾക്കാ തീവണ്ടി ഒരുപക്ഷേ കിട്ടുമായിരുന്നു.

നാം നമ്മുടെ ജീവിതത്തെ ഒരു പ്രത്യേക രീതിയിൽ ജീവിക്കുവാൻ ആഗ്രഹിക്കുന്നു എന്നതുകൊണ്ടു മാത്രമാണ് അവിചാരിതസംഭവങ്ങള വിടെയുണ്ടാകുന്നത്. അപ്പോൾ ചില തെറ്റുകൾ, ചില തടസ്സങ്ങൾ വന്നു ചേരും. വഴിയിൽ ചില പ്രതിബന്ധങ്ങൾ വന്നുചേരും. ഇന്നവിധത്തിൽ അതു സംഭവിക്കണമെന്ന് നിങ്ങളാഗ്രഹിച്ചു. എന്നാൽ ആ രീതിയിലല്ല അതു സംഭവിച്ചത്. അങ്ങനെയാണ് അത് അവിചാരിത സംഭവമായിത്തീ രുന്നത്.

സരതുഷ്ട്രൻ പറയുന്നു, "എന്നെ സംബന്ധിച്ചിടത്തോളം അപകടങ്ങൾ സംഭവിക്കുന്ന ആ കാലം കടന്നുപോയ്ക്കഴിഞ്ഞു." ഇപ്പോൾ ഒന്നിനുംതന്നെ ഒരപകടമാകാൻ കഴിയില്ല. എന്തെന്നാൽ ഞാൻ എല്ലാറ്റിനേയും സ്വീകരിക്കുന്നു. അപകടങ്ങൾപോലും സ്വാഗതാർഹമാണ്. കാരണം, ഞാൻ ഒരു പ്രത്യേക ലക്ഷ്യത്തിലേക്ക് പോയ്ക്കൊണ്ടിരിക്കുകയല്ല. ജീവിതവുമായി ഒരുവന് ഒരു ധാരണയിലെത്തിച്ചേരാൻ കഴിയും എന്നത്, സംഭവിക്കുന്നതെല്ലാം തന്നെ ശരിയാണ് എന്ന് അംഗീകരിക്കുവാൻ കഴിയും എന്നത്, അവയുമായി പൊരുത്തപ്പെട്ടുകൊണ്ട് ജീവിക്കുവാൻ കഴിയും എന്നത്, ഏറ്റവും സുന്ദരമായ ഒരു കാര്യമാണ്. കാര്യങ്ങൾ ഒരു പ്രത്യേക രീതിയിൽ സംഭവിക്കുന്നതിനുവേണ്ടി അയാൾ ആവശ്യപ്പെട്ടുകൊണ്ടിരിക്കുകയായിരുന്നില്ല, മറിച്ച് അയാൾ എല്ലാറ്റിനും ലഭ്യനായി നില്ക്കുക മാത്രമായിരുന്നു. എന്തെല്ലാമാണോ സംഭവിക്കുന്നത് അത് ശരിയായ കാര്യമാണ്.

അവിചാരിതമായി സംഭവിക്കുന്ന കാര്യങ്ങൾക്ക് അതീതനായിത്തീരുക എന്നാൽ അതിനർത്ഥം നിലനില്പുമായി നിങ്ങൾ അങ്ങേയറ്റം ഇണക്കത്തിലായിക്കഴിഞ്ഞു എന്നാണ്. അപ്പോൾ യാതൊരു പരാജയവുമവിടെ സാധ്യമല്ല, യാതൊരു നിരാശയുമവിടെ സാധ്യമല്ല. അപ്പോൾ നിങ്ങളുടെ നിശ്ശബ്ദതയേയും, സ്വച്ഛതയേയും ഭഞ്ജിക്കുവാൻ ഒന്നിനും സാധ്യമല്ല.

ഈ ധാരണയ്ക്ക് ഗൗതമബുദ്ധൻ നല്കിയ പേര് തഥാത്വം - അതായത് സമാനമായ അനുഭവം - (suchness) എന്നായിരുന്നു. എന്തുതന്നെ സംഭവിച്ചാലും അദ്ദേഹം പറയും. "അതേപോലെയുള്ള, അതേതരത്തിലുള്ള ഒന്ന് സംഭവിക്കുവാൻ പോവുകയായിരുന്നു."

മറ്റൊരുതരത്തിലാണ് നിങ്ങൾ പ്രതീക്ഷിച്ചുകൊണ്ടിരുന്നത് എങ്കിൽ നിങ്ങൾ വിഷാദവാനും, നിരാശാഭരിതനുമായിത്തീരും. ജീവിതം നിങ്ങളോട് ഒട്ടുംതന്നെ കരുണ കാട്ടിയില്ല എന്ന് നിങ്ങൾ പരാതിപ്പെടും. എന്നാൽ ഒരു ബുദ്ധനെ സംബന്ധിച്ചിടത്തോളം ജീവിതം എല്ലായ്പോഴും ദയയുള്ളതാണ്; നിലനില്പ് എല്ലായ്പോഴും ഭയമുള്ളതാണ്; നിലനില്പ് എല്ലായ്പോഴും കരുണയുള്ളതാണ്. എന്താണോ അവിടെ സംഭവിക്കുന്നത്, അത് സംഭവിക്കേണ്ടതും അങ്ങനെയാണ്.

നിലനില്പിന് ചേർന്ന് നിലനില്ക്കുക എന്നതല്ലാതെ ഗൗതമബുദ്ധന് മറ്റ് ആഗ്രഹങ്ങളൊന്നുമുണ്ടായിരുന്നില്ല.

അദ്ദേഹമതിന് ഉപയോഗിച്ച വാക്ക് വളരെ അർത്ഥവത്താണ്. 'തഥാത' എന്ന വാക്കാണ് അദ്ദേഹം അതിനുപയോഗിച്ചത്. ഈ വാക്ക് അദ്ദേഹം നിരന്തരം പ്രയോഗിച്ചുകൊണ്ടിരുന്നു.

ഉദാഹരണത്തിന് അദ്ദേഹത്തിന്റെ ഒരു ശിഷ്യൻ മരിച്ചു എന്നു കരുതുക. അപ്പോൾ അദ്ദേഹം പറയും, "ഇത് തികച്ചും ശരിയാണ്. അയാളുടെ

സമയമെത്തിക്കഴിഞ്ഞു." അകാലത്തിൽ ആരും മരിക്കുന്നില്ല. എന്നാൽ പല ശവക്കല്ലറകളിലും ഇങ്ങനെ എഴുതിവച്ചിരിക്കുന്നതായി നിങ്ങൾ കാണും, "ഇവിടെ അന്ത്യവിശ്രമം കൊള്ളുന്ന ആ പാവം മനുഷ്യൻ അകാലത്തിൽ ചരമമടഞ്ഞു." ആരുംതന്നെ അകാലത്തിൽ ചരമമടയുന്നില്ല. സമയമെത്തുമ്പോൾ മാത്രമാണ് ഓരോരുത്തരും മരിക്കുന്നത്. ഏതു രീതിയിലാണോ അയാൾ മരിക്കേണ്ടത്, കൃത്യമായും ആ രീതിയിലാണ് അയാൾ മരിക്കുന്നത്. 'തഥാത' എന്ന വാക്ക് – അതായത് 'കാര്യങ്ങളുടെ പ്രകൃതം അത്തരത്തിലാണ്' – അദ്ദേഹം നിരന്തരമായി പ്രയോഗിച്ചുകൊണ്ടിരുന്നതിനാൽ അദ്ദേഹത്തിന്റെ പേര് 'തഥാഗതൻ' – കാര്യങ്ങളുടെ നിജസ്ഥിതിയിൽ വിശ്വസിക്കുന്നവൻ – എന്നായിത്തീർന്നു. അത്തരത്തിലുള്ള ഒരുവനെ നിങ്ങൾക്ക് ക്ഷോഭിപ്പിക്കുവാൻ കഴിയില്ല. ഏതൊരുപദ്രവത്തേയും അയാൾ സ്വീകരിക്കും. അയാളതിനെ സ്വാഗതം ചെയ്യും. യാതൊരു പ്രതിരോധവുമവിടെയുണ്ടാവില്ല. യാതൊരു നീരസവുമവിടെയുണ്ടാവില്ല. എങ്ങനെയോ അയാളത് സ്വീകരിച്ചുകൊണ്ടിരിക്കുകയാണ് എന്നല്ല, മറിച്ച് പൂർണ്ണമായിട്ടാണ് അയാളത് സ്വീകരിക്കുന്നത്.

പൂർണ്ണമായ സ്വീകാരമവിടെയുണ്ടാകുമ്പോൾ അപകടങ്ങൾ – അവിചാരിത സംഭവങ്ങൾ – സംഭവിക്കാതാകും. അതോടെ ജീവിതം തികച്ചും വ്യത്യസ്തമായ ഒരനുഭവമായിത്തീരും. അപ്പോളവിടെ അപകടങ്ങളോ ദുരന്തങ്ങളോ നൈരാശ്യമോ ഇല്ലാതാകും. അപ്പോൾ എല്ലാ കാര്യങ്ങളും അവ എങ്ങനെയാണോ സംഭവിക്കേണ്ടത്, കൃത്യമായും അങ്ങനെയായിത്തീരും. നിങ്ങൾ കേന്ദ്രസ്ഥിതനും ശാന്തനും നിശ്ശബ്ദനുമായിത്തീരും. നിങ്ങളിൽ യാതൊരിളക്കവുമില്ലാതാകും. ശാന്തവും നിശ്ശബ്ദവുമായ ഈ അവസ്ഥയിൽ മാത്രമാണ് ഒരുവൻ തന്നെതന്നെ അറിയുവാനിടയാകുന്നത്.

".... ഒടുവിൽ അത് എന്നിലേക്കുതന്നെ തിരിച്ചെത്തിക്കൊണ്ടിരിക്കുകയാണ്. എത്രയോ കാലമായി വെളിയിലായിരുന്ന, യാദൃച്ഛികസംഭവങ്ങൾക്കും മറ്റനേകം കാര്യങ്ങൾക്കുമിടയിൽ ചിതറിക്കിടന്നിരുന്ന എന്റെ അസ്തിത്വവും അതിന്റെ അംശങ്ങളും ഒടുവിൽ സ്വഗൃഹത്തിലേക്കുതന്നെ മടങ്ങിയെത്തിക്കൊണ്ടിരിക്കുകയാണ്."

മുമ്പ് എന്നിൽനിന്ന് വിട്ടുപോയ ആ ഭാഗങ്ങളെല്ലാം ഇപ്പോൾ എന്നിലേക്കുതന്നെ തിരിച്ചെത്തിക്കൊണ്ടിരിക്കുകയാണ്. ഒടുവിൽ ഞാൻ സ്വന്തം വീട്ടിലേക്കു വന്നുകൊണ്ടിരിക്കുകയാണ്.

എന്നാൽ ഓർമ്മിക്കുക, വീട്ടിലേക്ക് വന്നുകൊണ്ടിരിക്കുകയാണ് എന്ന് അദ്ദേഹം പറയുമ്പോൾ അദ്ദേഹമവിടെ വിശ്രമിക്കുവാൻ പോവുകയാണ് എന്നല്ല അർത്ഥമാക്കുന്നത്. സഞ്ചരിച്ചുകൊണ്ടിരിക്കുന്ന വീടെന്നാണ് അദ്ദേഹം അർത്ഥമാക്കുന്നത്. തന്റെ ഏറ്റവും ശുദ്ധമായ ആഗ്രഹത്തെ അദ്ദേഹം കണ്ടെത്തിക്കഴിഞ്ഞു.

-അത് തന്നെതന്നെ മറികടക്കുവാനുള്ള ആഗ്രഹമല്ലാതെ മറ്റൊന്നുമല്ല. ഇതിനെയാണ് അദ്ദേഹം "വീട്ടിലേക്ക് തിരിച്ചെത്തിക്കൊണ്ടിരിക്കുകയാണ്," "ഒന്നായിത്തീർന്നുകൊണ്ടിരിക്കുകയാണ്", "ചിതറിക്കിടക്കുന്ന എല്ലാ ഭാഗങ്ങളോടും കൂട്ടിച്ചേർത്ത് ഒരു ജൈവീകമായ ഏകത്വത്തെ സൃഷ്ടിച്ചുകൊണ്ടിരിക്കുകയാണ്" എന്നെല്ലാം വിളിക്കുന്നത്.

"ഒരു കാര്യംകൂടി ഇപ്പോൾ എനിക്കറിയാം. ഞാനിപ്പോൾ നില്ക്കുന്നത് എന്റെ അവസാനത്തെ കൊടുമുടിയുടെ മുമ്പിലാണ്. എത്രയോ കാലമായി നീട്ടിവയ്ക്കപ്പെട്ടുകൊണ്ടേയിരുന്ന ആ പ്രവൃത്തിയുടെ മുമ്പിലാണ്. ഇനി എനിക്കു പോകാനുള്ളത് എന്റെ ഏറ്റവും പ്രയാസമേറിയ പാതയിലൂടെയാണ്. എന്റെ ഏകാന്തയാത്ര ആരംഭിച്ചുകഴിഞ്ഞു."

ഇതുവരേക്കും അദ്ദേഹം തന്റെ സുഹൃത്തുക്കളോടൊപ്പമായിരുന്നു. ഇപ്പോൾ അദ്ദേഹം പൂർണ്ണമായും തനിച്ചാണ്; അദ്ദേഹം തന്റെ ഏറ്റവും നീണ്ട യാത്രയിലാണ്. ഒരുപക്ഷേ ഒരിക്കലും അവസാനിക്കാത്ത ഒരു യാത്രയിലാണ്. ആ യാത്രയ്ക്ക് തുടക്കം മാത്രമേയുള്ളൂ, എന്നാൽ അതൊരിക്കലും അവസാനിക്കുന്നില്ല.

"എന്നാൽ എന്നെപ്പോലെയുള്ള ഒരുവൻ ഒരിക്കലും അത്തരമൊരവസരത്തെ ഒഴിവാക്കുകയില്ല. ആ മുഹൂർത്തം അയാളോട് ഇതാണു പറയുന്നത്, ഇപ്പോൾ മാത്രമാണ് നീ നിന്റെ ഔന്നത്യത്തിന്റെ പാത തിരഞ്ഞെടുത്തിരിക്കുന്നത്. ഇവിടെ കൊടുമുടിയും താഴ്വരയും - രണ്ടും കൂടിച്ചേർന്ന് ഒന്നായിത്തീർന്നിരിക്കുകയാണ്."

അദ്ദേഹം പറയുന്നു, "എന്നെപ്പോലെ പ്രത്യേക സ്വഭാവമുള്ള ഒരാൾ ഇത്രയും നീണ്ടൊരു യാത്രയ്ക്ക് തയ്യാറെടുക്കുമ്പോൾ, ഒരുപക്ഷേ ഈ യാത്ര ഒരിക്കലും അവസാനിച്ചെന്നുവരില്ല എന്ന് നല്ലതുപോലെ അറിഞ്ഞിട്ടുകൂടി തനിച്ച് ഇത്തരമൊരു യാത്രയ്ക്ക് തയ്യാറെടുക്കുമ്പോൾ, ഹൃദയത്തിന്റെ അടിത്തട്ടിൽനിന്ന് ആരോ പറയുന്നു, "ഇപ്പോൾ മാത്രമാണ് നീ മഹത്തായ ആ പാതയിലൂടെ സഞ്ചരിക്കുവാൻ തുടങ്ങുന്നത്."

കൊടുമുടിയും താഴ്വരയും - ഏറ്റവും ഉയർന്നതും ഏറ്റവും താഴ്ന്നതും - ഇവ രണ്ടും കൂടിച്ചേർന്ന് ഒന്നായിത്തീരുന്നു. കാരണം എന്നെ സംബന്ധിച്ചിടത്തോളം ഇപ്പോൾ ഒന്നുംതന്നെ ഉയർന്നതോ ഒന്നും തന്നെ താഴ്ന്നതോ അല്ല.

ഏറ്റവും ആഴമുള്ളൊരു കുഴിയിലേക്ക് ഞാൻ വന്നുവീഴുകയാണെങ്കിൽ അതും ഒരു യാത്രയാണ്. അല്ലെങ്കിൽ ഏറ്റവും ഉയരമുള്ളൊരു കൊടുമുടിയിൽ ഞാനെത്തിച്ചേർന്നാലും അതും ഒരു യാത്രയാണ്. എന്നാൽ എന്റെ യാത്രയ്ക്കു യാതൊരു ലക്ഷ്യവുമില്ല. ആ കൊടുമുടിയും താഴ്വരയും ഒന്നിച്ചിരിക്കുകയാണ്, അവ രണ്ടും ചേർന്ന് ഒന്നായിത്തീർന്നിരിക്കുകയാണ്.

ഇത്തരത്തിലുള്ള ഒരനുഭവത്തിൽ നിങ്ങൾ രണ്ടുമാണ്. നിങ്ങളുടെ ഏറ്റവും ആഴത്തിലുള്ള അസ്തിത്വവും ഏറ്റവും ഉയരത്തിലുള്ള അസ്തിത്വവും കൂടിച്ചേർന്ന് ഒന്നായിത്തീർന്നിരിക്കുകയാണ്. നിങ്ങൾ എല്ലാ നിറങ്ങളുമുൾക്കൊള്ളുന്ന ഒരു മഴവില്ലായിത്തീർന്നിരിക്കുകയാണ്.

"നീയിപ്പോൾ ആ ഔന്നത്യത്തിന്റെ പാതയിലൂടെയാണ് നീങ്ങിക്കൊണ്ടിരിക്കുന്നത്. മുമ്പൊരിക്കൽ നിന്നെ വളരെയധികം ഭയപ്പെടുത്തിയിരുന്ന അതേ ഇടം ഇപ്പോൾ നിന്റെ ഏറ്റവും സുരക്ഷിതമായ അഭയകേന്ദ്രമായിത്തീർന്നുകഴിഞ്ഞു."

ഏറ്റവും അപകടകരമെന്ന് മുമ്പ് കരുതിയിരുന്ന അതേ കാര്യം - എവിടേക്കാണ് ആ വഴി നയിക്കുന്നത് എന്ന് ആർക്കുംതന്നെ അറിഞ്ഞുകൂടാത്ത ഒരു വഴിയിലൂടെ തനിച്ചു യാത്രചെയ്യുക എന്നത് - അത് എല്ലായ്പോഴും അപകടകരമാണ്. അതുകൊണ്ടാണ് ആളുകൾ ആൾക്കൂട്ടത്തോടൊപ്പം നിലനില്ക്കുന്നത്. തനിച്ചു നില്ക്കുവാൻ ആരും ഇഷ്ടപ്പെടുന്നില്ല. ഒന്നുകിലവർ ക്രിസ്ത്യാനികളായി നിലനില്ക്കുന്നു, അല്ലെങ്കിലവർ മുഹമ്മദീയരായി നിലനില്ക്കുന്നു. ഒന്നുകിലവർ ഇന്ത്യക്കാരായി നിലനില്ക്കുന്നു, അല്ലെങ്കിലവർ ജർമ്മൻകാരായി നിലനില്ക്കുന്നു. ഏകാകിത്വത്തെ ഒഴിവാക്കുവാൻ എല്ലായ്പോഴുമവർ ഏതെങ്കിലും തരത്തിലുള്ള ആൾക്കൂട്ടത്തോട് പറ്റിപ്പിടിച്ചുനില്ക്കുന്നു. ഏകാന്തതയിൽനിന്നു രക്ഷപ്പെടുവാൻ അവർ ഏതെങ്കിലും ദേശത്തിന്റേയോ മതത്തിന്റേയോ ഏതെങ്കിലും സ്ഥാപനത്തിന്റേയോ രാഷ്ട്രീയപ്രത്യയശാസ്ത്രത്തിന്റേയോ വേലിക്കുള്ളിൽ അഭയം കണ്ടെത്തുന്നു. കാരണം ആൾക്കൂട്ടത്തിന്, അത്രയുമധികം ആളുകൾക്ക്, തെറ്റുപറ്റുകയില്ല എന്ന് എങ്ങനെയോ നാം നമ്മെതന്നെ പറഞ്ഞു വിശ്വസിപ്പിച്ചിരിക്കുകയാണ്. എന്നാൽ അതിന്റെ പൊള്ളത്തരം ഇതാണ്: ഓരോരുത്തരും ഇതുതന്നെയാണ് ചിന്തിച്ചുകൊണ്ടിരിക്കുന്നത്.

ഭാരതത്തിലെ പ്രസിദ്ധരായ ചക്രവർത്തിമാരിൽ ഒരുവനായ അക്ബർ ചക്രവർത്തി തന്റെ ജീവിതത്തിലെ ഒരു പ്രത്യേക സംഭവത്തെക്കുറിച്ച് തന്റെ ആത്മകഥയായ 'അക്ബർ-നാമ'യിൽ എഴുതുന്നു...

അദ്ദേഹത്തിന്റെ കൊട്ടാരത്തിലെ പൂന്തോട്ടത്തിൽ അതിമനോഹരമായ ഒരു മാർബിൾക്കുളം നിർമ്മിക്കപ്പെട്ടു. ഹിമാലയത്തിൽനിന്ന് കൊണ്ടുവരാനിരുന്ന ഹംസങ്ങൾക്കുവേണ്ടി പ്രത്യേകമായി നിർമ്മിക്കപ്പെട്ടതായിരുന്നു ആ ആമ്പൽക്കുളം.

ലോകത്തിലേക്കുവെച്ച് ഏറ്റവും ഭംഗിയും വലിപ്പവുമുള്ള ഹംസങ്ങളാണ് ഹിമാലയത്തിലുള്ളത് എന്നു പറയപ്പെടുന്നു. തൂവെള്ളനിറത്തിലുള്ള, മറ്റൊരിടത്തും കാണപ്പെടാത്ത പ്രത്യേകതരം ഹംസങ്ങളാണ് അവിടെയുണ്ടായിരുന്നത്.

ചക്രവർത്തിയുടെ സുഹൃത്തുക്കളിലൊരാൾ അദ്ദേഹത്തോടു പറഞ്ഞു,

"ഈ കുളത്തിൽ വെള്ളത്തിനു പകരം പാൽ നിറയ്ക്കുന്നതായിരിക്കും നല്ലത്. താങ്കൾ ഹിമാലയത്തിൽനിന്ന് കൊണ്ടുവരാൻ പോകുന്ന ഹംസങ്ങളെ സ്വാഗതം ചെയ്യുവാൻ ഏറ്റവും നല്ല മാർഗ്ഗമതായിരിക്കും."

ഇത്തരം ഹംസങ്ങൾ വളരെ വിരളമായി മാത്രമേ സമതലങ്ങളിലേക്ക് ഇറങ്ങിവരാറുള്ളൂ. അവ ലോകത്തിലെ ഏറ്റവും ഉയരംകൂടിയ തടാകമായ 'മാനസസരോവറി'ലാണ് സാധാരണയായി കാണപ്പെടുന്നത്. ഹിമാലയത്തിന്റെ അന്തർഭാഗത്ത് സ്ഥിതിചെയ്യുന്ന ഈ തടാകത്തിലെത്തിച്ചേരാൻ അല്പം ചിലർക്കു മാത്രമേ കഴിഞ്ഞിട്ടുള്ളൂ. ലോകത്തിലെ മറ്റൊരു തടാകവും ഇത്രയുമുയരത്തിൽ കാണപ്പെടുന്നില്ല. അതിനാൽ ഇത് ഏറ്റവും നിശ്ശബ്ദമായ തടാകമാണ്. അവിടെ മാത്രമേ ഇത്തരത്തിലുള്ള ഹംസങ്ങൾ കാണപ്പെടുന്നുള്ളൂ.

ചക്രവർത്തിയുടെ സുഹൃത്തിന്റെ ആശയം വളരെ നല്ല ഒരാശയമായിരുന്നു. എന്നാൽ അത് പ്രാവർത്തികമാക്കുവാൻ ബുദ്ധിമുട്ടായിരുന്നു. എവിടെനിന്നാണ് ഇത്രയുമധികം പാൽ ലഭിക്കുക? ആ കുളം അത്രയ്ക്കും വലുതായിരുന്നു.

സുഹൃത്ത് നിർദ്ദേശിച്ചു, "ഒരു കാര്യം ചെയ്യുവാൻ കഴിയും. നഗരത്തിലുള്ള എല്ലാവരേയും നമുക്കീ കാര്യം അറിയിക്കാം. നമുക്ക് ഇത്തരത്തിലൊരു വിളംബരം ചെയ്യാം. അതായത് നാളെ അതിരാവിലെ ഓരോരുത്തരും രാജാവിന്റെ പൂന്തോട്ടത്തിലെ മാർബിൾകുളത്തിലേക്ക് ഓരോ കുടം പാൽ കൊണ്ടുവരണമെന്ന് - ഹിമാലയത്തിൽനിന്ന് ഹംസങ്ങൾ ഉടൻ എത്തിച്ചേരുമെന്നും, ഇത്തരമൊരു പാൽക്കുളത്തിലേക്ക് അവയെ സ്വാഗതം ചെയ്യേണ്ടത് നഗരത്തിലെ ഓരോരുത്തരുടേയും കടമയാണ് എന്നും നമുക്കവരെ അറിയിക്കാം."

ഇതുകേട്ടപ്പോൾ അക്ബർ ചക്രവർത്തിയുടെ മറ്റൊരു സുഹൃത്ത് ചിരിക്കാൻ തുടങ്ങി. ധിഷണാശാലിയും ദീർഘദൃഷ്ടിയുള്ളവനുമായ ആ സുഹൃത്ത് അദ്ദേഹത്തോടു പറഞ്ഞു, "നാളെ രാവിലെ താങ്കൾ വളരെ രസകരമായ ഒരു കാര്യം കാണും. അത് താങ്കളെ അദ്ഭുതപ്പെടുത്തും."

അക്ബർ ചോദിച്ചു, "കാര്യമെന്താണെന്ന് തെളിച്ചു പറയൂ. എന്താണ് നിങ്ങളുദ്ദേശിക്കുന്നത്?"

അയാൾ പറഞ്ഞു, "ഒരല്പം കൂടി കാത്തിരിക്കൂ. നാളെ രാവിലെയാകാൻ ഇനി അധികം സമയമില്ല."

പിറ്റേദിവസം രാവിലെ അക്ബർ ശരിക്കും അദ്ഭുതപ്പെട്ടു. ആ മാർബിൾ കുളം നിറഞ്ഞുകിടന്നിരുന്നു. എന്നാൽ പാലിനു പകരം അതിൽ നിറയെ വെള്ളമായിരുന്നു. ലക്ഷക്കണക്കിന് പാൽക്കുടങ്ങൾക്കിടയിൽ

ഒരു കുടം വെള്ളമുണ്ടെങ്കിൽ അത് ആരു കണ്ടുപിടിക്കാനാണ്. നഗരത്തിലെ ഓരോരുത്തരും ചിന്തിച്ചത് ഇങ്ങനെയായിരുന്നു. ആരാണ് ആ കുളത്തിലേക്ക് ഒരു കുടം വെള്ളമൊഴിച്ചത് എന്ന് എങ്ങനെയാണ് കണ്ടുപിടിക്കുവാൻ കഴിയുക? വെള്ളം പാലിനോടൊപ്പം കലർന്നുകഴിഞ്ഞാൽ പിന്നെ എങ്ങനെയാണത് കണ്ടെത്താൻ കഴിയുക? ഓരോരുത്തരും ചിന്തിച്ചത് ഇങ്ങനെയായിരുന്നു. ഒരൊറ്റ മനുഷ്യൻപോലും പാൽ കൊണ്ടുവന്നിട്ടുണ്ടായിരുന്നില്ല. പിറ്റേ ദിവസം അതിരാവിലെ തന്നെ, സൂര്യനുദിക്കുന്നതിനു മുമ്പ്, അവർ തങ്ങളുടെ കുടത്തിലെ വെള്ളം ആ കുളത്തിൽ കൊണ്ടൊഴിച്ചിരുന്നു. പിന്നെ തങ്ങൾ പറ്റിച്ച പണി ഓർത്ത് ചിരിച്ചുകൊണ്ട് ഓരോരുത്തരും അവരവരുടെ വീടുകളിലേക്കു തിരിച്ചുപോയി.

രാവിലെ രാജാവ് ആ കുളത്തിനടുത്തെത്തിയപ്പോൾ ധിഷണാശാലിയായ അദ്ദേഹത്തിന്റെ ആത്മമിത്രം അവിടെ അദ്ദേഹത്തെ കാത്തുനില്ക്കുന്നുണ്ടായിരുന്നു. അയാൾ പറഞ്ഞു, "നോക്കൂ, നിങ്ങളുടെ ഈ പാൽക്കുളത്തിലേയ്ക്കൊന്നു നോക്കൂ. മഹാരാജാവേ, മനുഷ്യമനസ്സ് പ്രവർത്തിക്കുന്നത് ഇങ്ങനെയാണ്. അതിനെക്കുറിച്ച് നിങ്ങൾക്കറിഞ്ഞുകൂടാ."

മിക്കവാറുമെല്ലാവരും ഒരേപോലെയാണ് ചിന്തിക്കുന്നത്. അതൊരു ആൾക്കൂട്ടമാണ്. നിങ്ങളും ആ ആൾക്കൂട്ടത്തിന്റെ ഭാഗമാണ്. നിങ്ങൾ ചിന്തിക്കുന്നു, "ഇത്രയുമധികം ആളുകൾക്ക് തെറ്റുപറ്റുകയില്ല." എന്നാൽ ഓരോരുത്തരും ഇതുതന്നെയാണ് ചിന്തിച്ചുകൊണ്ടിരിക്കുന്നത്. ഇത്രയുമധികം ആളുകൾക്ക് തെറ്റുപറ്റാൻ വഴിയില്ല. വാസ്തവത്തിൽ, ഒരു ആൾക്കൂട്ടത്തിനിടയിലും നിങ്ങൾ ഒറ്റയ്ക്കാണ്. തനിച്ചുനില്ക്കാൻ എന്തുകൊണ്ടാണ് ആളുകൾ ഭയപ്പെടുന്നത്? എന്തുകൊണ്ടാണ് ആളുകൾ ആൾക്കൂട്ടത്തോടൊപ്പം നിലനില്ക്കുവാനാഗ്രഹിക്കുന്നത്?

സരതുഷ്ട്രൻ പറയുന്നു, "മുമ്പ് എന്റെ ഏറ്റവും വലിയ ഭയം അതായിരുന്നു - ഒറ്റപ്പെടുന്നതിനെക്കുറിച്ച്, കാരണം അപ്പോൾ ഒരുവൻ സംശയിക്കുവാൻ തുടങ്ങും - ശരിയായ വഴിയിലൂടെ തന്നെയാണോ ഞാൻ പോയ്ക്കൊണ്ടിരിക്കുന്നത്? ശരിയായ കാര്യം തന്നെയാണോ ഞാൻ ചെയ്തുകൊണ്ടിരിക്കുന്നത്? ഉപദേശം ചോദിക്കുവാനവിടെ ആരും തന്നെയില്ല." ഒറ്റപ്പെട്ടുകൊണ്ട് നില്ക്കുമ്പോൾ മനസ്സിൽ ആയിരക്കണക്കിന് സംശയങ്ങൾ പൊന്തിവരും. എന്നാൽ അതിനുത്തരം നല്കുവാനവിടെ ആരുംതന്നെയില്ല. ആളുകൾ ആൾക്കൂട്ടത്തോടൊപ്പം ജീവിക്കുവാനിഷ്ടപ്പെടുന്നു. നിങ്ങൾക്ക് ഉപദേശം നല്കുവാൻ തയ്യാറുള്ള നിരവധിപേർ അവിടെയുണ്ട്. അവർക്കതിനുള്ള അർഹതയുണ്ടോ ഇല്ലയോ എന്നതൊരു പ്രശ്നമല്ല. മറ്റുള്ളവർക്ക് ഉപദേശം നല്കിക്കൊണ്ടിരിക്കുക എന്നത് അത്രയ്ക്കും സുഖകരമാണ്. ലോകത്തിൽ ഏറ്റവുമധികം നല്കപ്പെടുന്നതും എന്നാൽ ആരാലും ഒരിക്കലും സ്വീകരിക്കപ്പെടാത്തതുമായ

ഒരു കാര്യം ഉപദേശമാണ്. യാതൊരു കൂലിയും വാങ്ങാതെയാണ് ആളുകൾ ഉപദേശം നല്കിക്കൊണ്ടിരിക്കുന്നത്.

ആൾക്കൂട്ടത്തോടൊപ്പം നിലനില്ക്കുന്നത് സുഖപ്രദമാണ്. അത്രയ്ക്കുമധികം ആളുകളോടൊപ്പം നിലനില്ക്കുമ്പോൾ, താനെന്താണോ ചെയ്തുകൊണ്ടിരിക്കുന്നത്, അത് ശരിയാണ് എന്നു തോന്നുന്നത് സാധാരണമാണ്, കാരണം മറ്റുള്ളവരും അതുതന്നെയാണ് ചെയ്തുകൊണ്ടിരിക്കുന്നത്.

എന്നാൽ ഒറ്റയ്ക്ക് നില്ക്കുമ്പോൾ നിരവധി സംശയങ്ങൾ പൊന്തിവരും. അപ്പോൾ ഒരു തരം ഇരുട്ട് നിങ്ങളെ വലയം ചെയ്യും. ഒറ്റയ്ക്ക് നിങ്ങളെവിടേക്കാണ് പോയ്ക്കൊണ്ടിരിക്കുന്നത്? ഒരു ദൈവമവിടെയുണ്ടോ? ഈ വഴി എവിടേക്കാണ് എന്നെ കൊണ്ടുപോകുന്നത്? അതോ നിങ്ങളെവിടേക്കും തന്നെ പോയിക്കൊണ്ടിരിക്കുന്നില്ല എന്നാണോ?

അപ്പോൾ അദ്ദേഹം പറയുന്നു, "മുമ്പ് വളരെയധികം ഭയം അനുഭവപ്പെട്ടിരുന്ന അതേ ഇടം ഇപ്പോൾ എന്റെ അഭയകേന്ദ്രമായിത്തീർന്നു കഴിഞ്ഞു. ഇപ്പോൾ ഞാനത് ആസ്വദിക്കുന്നു. ഇപ്പോൾ അത് എന്റെ ആശ്രയസ്ഥാനമാണ്, ഇപ്പോൾ അതെന്റെ വീടാണ്. എല്ലാ ലക്ഷ്യങ്ങളേയും ഞാനുപേക്ഷിച്ചുകഴിഞ്ഞു. ഇപ്പോൾ എന്റെ ലക്ഷ്യം ലക്ഷ്യമില്ലാതെ അലഞ്ഞുനടക്കലാണ്. ഇനി എനിക്ക് തെറ്റുപറ്റുകയില്ല."

"നീ നിന്റെ ഉത്ക്കർഷത്തിന്റെ വഴി തിരഞ്ഞെടുത്തുകഴിഞ്ഞു. ഇവിടെ ആരുംതന്നെ നിന്റെ പുറകേ വന്ന് നിന്നെ ശല്യപ്പെടുത്തുകയില്ല. നിന്റെ പുറകിലുള്ള വഴി നിന്റെ കാലടിതന്നെ മായ്ച്ചുകഴിഞ്ഞു. നിന്റെ മുമ്പിലുള്ള വഴിയിൽ 'അസാധ്യമായത്' എന്ന് എഴുതിവച്ചിട്ടുമുണ്ട്."

അസാധ്യമായതിന്റെ വെല്ലുവിളി നിങ്ങൾ സ്വീകരിക്കുന്നില്ലായെങ്കിൽ നിങ്ങളുടെ മഹത്വത്തിന് അതിന്റെ പരമമായ അവസ്ഥയിലേക്കു വളർന്നു വികസിക്കാൻ സാധ്യമാവുകയില്ല. അസാധ്യമായത് മാത്രമേ നിങ്ങളെ നിങ്ങളുടെ പൂർണ്ണവികാസത്തിലേക്കു കൊണ്ടുപോവുകയുള്ളൂ. അസാധ്യമായതു മാത്രമേ നിങ്ങളുടെ വസന്തത്തെ നിങ്ങളിലേക്ക് കൊണ്ടുവരികയുള്ളൂ.

ദൈവത്തെക്കുറിച്ച് നിങ്ങളെന്നോട് ചോദിക്കുകയാണെങ്കിൽ, "ദൈവമെന്നത് അസാധ്യമെന്നതിന്റെ മറ്റൊരു പേരു മാത്രമാണ്" എന്ന് ഞാൻ പറയും. എന്നാൽ അതിന് അതിന്റെ ശക്തി നഷ്ടപ്പെട്ടുകഴിഞ്ഞു. കാരണം, നിങ്ങളതുമായി അത്രയ്ക്കുമധികം പഴകിക്കഴിഞ്ഞു. അത് അസാധ്യമായ ഒന്നാണെന്ന് നിങ്ങളൊരിക്കലും ചിന്തിക്കുകയില്ല. സാധ്യമെന്ന നിലയ്ക്ക് നിങ്ങൾ ദൈവത്തെക്കുറിച്ച് ചിന്തിക്കാൻ തുടങ്ങിക്കഴിഞ്ഞു. അതോടെ അതിന് അതിന്റെ ഉദ്ദേശംതന്നെ നഷ്ടപ്പെട്ടു കഴിഞ്ഞു.

ഇപ്പോൾ അതിനെ സരതുഷ്ട്രന്റെ വാക്കായ 'അസാധ്യം' എന്നാക്കി മാറ്റുന്നതായിരിക്കും നല്ലത്. അദ്ദേഹത്തിന്റെ വീടും, അദ്ദേഹത്തിന്റെ ആശ്രയസ്ഥാനവും, അദ്ദേഹത്തിന്റെ യാത്രയുമെല്ലാം അതാണ്. അദ്ദേഹ ത്തിന്റെ പ്രതിഭയേയും അദ്ദേഹത്തിന്റെ മഹത്വത്തേയും അദ്ദേഹത്തിന്റെ ആർജ്ജവത്തേയും അദ്ദേഹത്തിന്റെ വ്യക്തിത്വത്തേയും അത് അതിന്റെ പരമമായ അവസ്ഥയിലേക്കു കൊണ്ടുവരും. നിങ്ങളുടെ അസ്തിത്വത്തെ തേജോമയമാക്കുവാൻ അത് നിങ്ങളെ സഹായിക്കും.

"എല്ലാ കാലടിപ്പാടുകളും അപ്രത്യക്ഷമാകുമ്പോൾ, എങ്ങിനെയാണ് നിങ്ങളുടെതന്നെ ശിരസ്സിനു മുകളിലേക്കു കയറേണ്ടത് എന്ന് നിങ്ങളറി ഞ്ഞിരിക്കണം, അല്ലാത്തപക്ഷം എങ്ങിനെയാണ് നിങ്ങൾക്ക് ഉയരങ്ങളിൽ ചെന്നെത്തുവാൻ കഴിയുക?"

ഒരുവന് തന്നെതന്നെ അതിവർത്തിക്കേണ്ടിവരും, ഒരുവന് തന്നെതന്നെ പുറകിലുപേക്ഷിക്കേണ്ടിവരും, ഒരുവന് തന്നിൽനിന്ന് മുന്നോട്ടു പോകേണ്ടിവരും.

നിങ്ങളെന്തെല്ലാമാണോ അവയെ നിങ്ങൾക്ക് പുറകിലുപേക്ഷി ക്കേണ്ടിവരും – നിങ്ങളുടെ ചിന്തകളേയും, നിങ്ങളുടെ സ്വപ്നങ്ങളേയും, നിങ്ങളുടെ സങ്കല്പങ്ങളേയും, നിങ്ങളുടെ മുൻവിധികളേയും, നിങ്ങളുടെ തത്ത്വശാസ്ത്രങ്ങളേയും... നിങ്ങളുടെ വ്യക്തിത്വത്തെ നിർമ്മിക്കുന്ന എല്ലാറ്റിനേയും നിങ്ങൾക്ക് പുറകിലുപേക്ഷിക്കേണ്ടിവരും. പാമ്പ് അതിന്റെ പടം പൊഴിക്കുന്നതുപോലെ നിങ്ങൾക്കത് വഴിയിലുപേക്ഷി ക്കേണ്ടിവരും. പാമ്പ് അതിന്റെ ഉറ ഊരിയതിനുശേഷം പുറകോട്ടൊന്ന് തിരിഞ്ഞുനോക്കുകപോലുമില്ല.

തന്നെതന്നെ ഒരുവൻ അതിവർത്തിക്കുന്നില്ലായെങ്കിൽ, അവന് അസാധ്യമായതിനെ അനുഭവിക്കുവാൻ കഴിയില്ല. അപ്പോൾ തന്റെ യാത്ര യിലൂടെ, തന്റെ അന്വേഷണത്തിലൂടെ, അവന് പരമമായതിനെ, തന്റെ പരിശുദ്ധമായ ആഗ്രഹത്തെ, അനുഭവിച്ചറിയുവാൻ കഴിയില്ല.

നിങ്ങൾ ഒരു അമ്പ് മാത്രമാണ്. നിങ്ങളെ സംബന്ധിച്ചിടത്തോളം ഉന്നംവയ്ക്കുവാൻ അവിടെ ഒന്നുംതന്നെയില്ല. എന്നാൽ നിങ്ങളൊരു അമ്പാണ് എന്നു മനസ്സിലാക്കുവാൻ വളരെ ബുദ്ധിമുട്ടാണ്. ഏറ്റവും വേഗ തയുള്ളതും എന്നാൽ എവിടേക്കും തന്നെ പോയിക്കൊണ്ടിരിക്കാത്തതും ലക്ഷ്യമൊന്നുമില്ലാത്തതുമായ ഒരമ്പാണ് നിങ്ങൾ എന്ന് മനസ്സിലാക്കു വാൻ നിങ്ങളെ മനസ്സിലാക്കുന്നതുപോലെ അത്രയ്ക്കും ബുദ്ധിമുട്ടുള്ള ഒരു കാര്യമാണ്.

മറ്റു മതങ്ങളെല്ലാം ബാലിശമെന്നതുപോലെ തോന്നിപ്പിക്കുന്നു. അവ കുട്ടികൾക്കുവേണ്ടിയുള്ള കളിപ്പാട്ടങ്ങളെന്നതുപോലെ തോന്നിപ്പിക്കുന്നു. സരതുഷ്ട്രൻ നിങ്ങൾക്കൊരു വെല്ലുവിളി നല്കിക്കൊണ്ടിരിക്കുകയാണ്. ശരിക്കും ധൈര്യശാലികളായവർക്കു മാത്രമേ അത് സ്വീകരിക്കുവാൻ

കഴിയുകയുള്ളൂ. നിങ്ങളുടെതന്നെ ശിരസ്സിനുമീതേക്ക്, നിങ്ങളുടെതന്നെ ഹൃദയത്തിനപ്പുറത്തേക്ക്..." നിങ്ങളുടെ യുക്തിക്കതീതമായി, നിങ്ങളുടെ സ്നേഹത്തിനതീതമായി - " ഇപ്പോൾ നിങ്ങളിലെ ഏറ്റവും മൃദുവായ ഭാഗം ഏറ്റവും കട്ടിയുള്ളതായിത്തീരണം.

മറ്റു പലതും കാണുന്നതിനുവേണ്ടി, തന്നിൽനിന്ന് അപ്പുറത്തേക്ക് നോക്കുവാൻ ഒരുവൻ അഭ്യസിച്ചിരിക്കണം. ഓരോ മലകയറ്റക്കാരനും ഈ നിശ്ചയദാർഢ്യം ആവശ്യമാണ്. പ്രബുദ്ധതയ്ക്കുവേണ്ടി ദാഹിച്ചു കൊണ്ടിരിക്കുന്ന ഒരുവന്റെ കണ്ണുകൾ അത്യാകാംക്ഷ നിറഞ്ഞതായി രിക്കും. അപ്പോൾ എങ്ങനെയാണയാൾക്ക് അതിന്റെ മുൻവശത്തിനപ്പുറം കാണുവാൻ കഴിയുക?

"ഹേ, സരതുഷ്ട്രാ, കാര്യങ്ങളുടെ യഥാർത്ഥത്തിലുള്ള അവസ്ഥ യേയും അവയുടെ പശ്ചാത്തലത്തേയും നിരീക്ഷിക്കുവാൻ നീ ശ്രമിച്ചി ട്ടുണ്ട്. അതിനാൽ നിനക്കപ്പുറത്തേക്ക് നീ കടന്നുചെല്ലണം. കൂടുതൽ കൂടുതൽ ഉയരങ്ങളിലേക്ക് നീ കയറിപ്പോകണം. ഒടുവിൽ കൂടുതൽ ഉയ രങ്ങളിലേക്ക് നീ കയറിപ്പോകണം. ഒടുവിൽ നക്ഷത്രങ്ങൾപോലും നിനക്കു താഴെയാകുന്നതുവരെ നീ കയറിപ്പോകണം."

"അങ്ങനെ നക്ഷത്രങ്ങൾക്കുമീതെ നിന്നുകൊണ്ട് എനിക്ക് താഴേക്ക് നോക്കാൻ കഴിയണം. അതിനെ മാത്രമേ ഞാൻ എന്റെ കൊടുമുടി യെന്ന് - എന്റെ ഉയർച്ചയുടെ അതിർത്തിയെന്ന് - വിളിക്കുകയുള്ളൂ. എന്നെ സംബന്ധിച്ചിടത്തോളം എന്റെ അന്തിമമായ ഉയർച്ച അതായി രിക്കും. ഭൂമിയിലെ ഏറ്റവും സാഹസികനായ ജീവി മനുഷ്യനാണ്. തന്റെ ശക്തിയും ധൈര്യവുമുപയോഗിച്ച് അവൻ മറ്റെല്ലാ ജീവികളുടേയും മേൽ ആധിപത്യം സ്ഥാപിച്ചുകഴിഞ്ഞു.

ഒരു ജേതാവിനെപ്പോലെ ജയഭേരി മുഴക്കിക്കൊണ്ട് അവൻ തന്റെ ഓരോ വേദനയേയും തന്റെ ഏറ്റവുമാഴത്തിലുള്ള ദുഃഖത്തെപോലും അതിജീവിച്ചിട്ടുണ്ട്.

ധൈര്യം ഏറ്റവുമടിത്തട്ടിലുള്ള അസ്ഥിരതയെപ്പോലും നശിപ്പിക്കും. എവിടെയാണ് മർത്ത്യൻ ഗർത്തങ്ങളിൽപെട്ട് നട്ടംതിരിയാത്തത്?"

നിങ്ങളെതന്നെ വഞ്ചിക്കുവാൻ നിങ്ങളെത്രതന്നെ ശ്രമിച്ചാലും ശരി, നിങ്ങളൊരു ഗർത്തത്തിൽപെട്ട് നട്ടംതിരിഞ്ഞുകൊണ്ടിരിക്കുകയാണ്. നിങ്ങളുടെ എല്ലാ സമാശ്വാസങ്ങളും കപടമാണ്. നിങ്ങളുടെ എല്ലാ പ്രതി രോധങ്ങളും സാങ്കല്പികം മാത്രമാണ്. നിങ്ങളുടെ ജീവിതത്തിന്റെ ഓരോ നിമിഷത്തിലും നിങ്ങളൊരു ഗർത്തത്തെ അഭിമുഖീകരിച്ചുകൊണ്ടിരിക്കു കയാണ്. ഒരുപക്ഷേ അടുത്തനിമിഷത്തിൽ നിങ്ങൾ മരണമടഞ്ഞു എന്നുവരാം. അഗാധഗർത്തം എന്നാലതാണ്.

"ഗർത്തത്തിൽപ്പെട്ടു വലയുമ്പോൾ ഒരുവന് തന്റെ കാഴ്ചപോലും നഷ്ടപ്പെടുമോ?"

ജീവിതത്തിൽ നിങ്ങളൊരു കാഴ്ചക്കാരനാണെങ്കിൽ നിങ്ങൾക്കു ചുറ്റും അത്രയും കൂടുതൽ ഗർത്തങ്ങളുമവിടെയുണ്ടാകും. അന്ധനായ ഒരുവന് തന്റെ തൊട്ടടുത്ത് ഒരു ഗർത്തമുണ്ടെന്നറിയാതെ, ഒരു ഗർത്തത്തിനരികിൽ സന്തോഷവാനായി നില്ക്കുവാൻ കഴിയും. തെറ്റായ ഒരു കാൽവെയ്പ് മതി, എന്നെന്നേക്കുമായി അയാൾ ഇല്ലാതായിത്തീരും. എന്നാൽ അന്ധനായ ഒരുവനു മാത്രമേ യാതൊരു ഭയവുംകൂടാതെ അവിടെ നില്ക്കുവാൻ കഴിയുകയുള്ളൂ. എല്ലാ കാഴ്ചകളും ഗർത്തങ്ങളെ കണ്ടുകൊണ്ടിരിക്കലാണ്. എന്നാൽ അസ്തിത്വത്തിന്റെ ഉയർച്ചകളെ നിങ്ങൾ കാണുവാൻ ആഗ്രഹിക്കുന്നുവെങ്കിൽ, അപ്പോൾ നിങ്ങൾക്ക് ആ ഗർത്തങ്ങളെ അഭിമുഖീകരിക്കേണ്ടിവരും.

പ്രത്യേകിച്ചൊരു ലക്ഷ്യത്തെ നിങ്ങൾ പിൻതുടരുന്നില്ലായെങ്കിൽ, പ്രത്യേകിച്ചൊരിടത്തും ചെന്നെത്തുവാൻ നിങ്ങളാഗ്രഹിക്കുന്നില്ലയെങ്കിൽ, നിങ്ങളുടെ ആ യാത്രതന്നെ നിങ്ങൾക്കൊരാനന്ദമാണ് എങ്കിൽ, ആന്തരികവും ബാഹ്യവുമായ പുതിയ പുതിയ ഇടങ്ങൾ കണ്ടെത്തിക്കൊണ്ടിരിക്കുന്നത് നിങ്ങളെ സംബന്ധിച്ചിടത്തോളം ഒരാവശ്യമാണ് എങ്കിൽ, അപ്പോൾ ഗർത്തങ്ങളും കൊടുമുടികളും അവിടെ യാതൊരു വ്യത്യാസവുമുണ്ടാക്കുകയില്ല.അവ ഒന്നായിത്തീരും. വാസ്തവത്തിൽ അവ ഒന്നാണ്.

ഓരോരുത്തരിലും അത്രയ്ക്കുമധികം ധൈര്യമവിടെയുണ്ട്. ഒരുവനതിനെ ഉണർത്തിയെടുക്കുക മാത്രമേ വേണ്ടൂ. ഇപ്പോഴത്തെ നിലയിൽ അത് ഗാഢനിദ്രയിലാണ്.

നിങ്ങളുടെ ധൈര്യം ഒരിക്കൽ ഉണർത്തപ്പെട്ടുകഴിഞ്ഞാൽ, ഒരിക്കലത് ഒരു സിംഹത്തെപ്പോലെ ഗർജ്ജിക്കുവാൻ തുടങ്ങിക്കഴിഞ്ഞാൽ, ആദ്യമായി ജീവിതത്തിന്റെ രോമാഞ്ചം നിങ്ങൾക്കനുഭവപ്പെടും, ജീവിതത്തിന്റെ ആനന്ദമെന്തെന്ന് അപ്പോൾ നിങ്ങളറിയും.

"ധൈര്യം ഏറ്റവും നല്ല ഒരന്തകനാണ്, അനുകമ്പയെപ്പോഴും അത് നശിപ്പിക്കും. അനുകമ്പ എന്നത് ഏറ്റവും ആഴത്തിലുള്ള ഒരു ഗർത്തമാണ്. ജീവിതത്തിലേക്ക് ഒരുവൻ എത്രയുമാഴത്തിൽ നോക്കുന്നുവോ, അത്രയുംതന്നെ ആഴത്തിൽ അവൻ ദുഃഖങ്ങളിലേക്കും നോക്കും.

എന്നാൽ ധൈര്യം ഒട്ടുമിക്കതിനേയും ആക്രമിച്ച് കീഴടക്കും. മരണത്തെപ്പോലും അത് നശിപ്പിക്കും. "ഇതൊരു ജീവിതമാണോ? എങ്കിൽ ശരി, ഒരിക്കൽകൂടി ജീവിക്കുവാൻ ഒന്നു ശ്രമിച്ചുനോക്കൂ" എന്ന് അതു പറയും."

ഒരു ചരിത്രസംഭവത്തെക്കുറിച്ച് ഞാൻ കേട്ടിട്ടുണ്ട്...

സോവിയറ്റ് റഷ്യയിൽ, അർദ്ധരാത്രി സമയത്ത്, ഒരു കെ.ജി.ബി. ഉദ്യോഗസ്ഥൻ ഒരു വാതിലിൽ മുട്ടിക്കൊണ്ട് ഉറക്കെ വിളിച്ചുചോദിക്കുന്നു.

"ഹേയ്, ജിൻസ്ബെർഗ് അകത്തുണ്ടോ?" ആരോ ഒരാൾ വാതിൽ തുറക്കുന്നു. കെ.ജി.ബിക്കാരൻ പറയുന്നു, "ഞാൻ കെ.ജി.ബിയിൽനിന്നാണ്. ജിൻസ്ബർഗ് അകത്തുണ്ടോ?"

വാതിൽ തുറന്ന ആൾ പറയുന്നു, "ജിൻസ്ബർഗോ, അയാൾ മരിച്ചുപോയി."

കെ.ജി.ബി ഉദ്യോഗസ്ഥൻ വീണ്ടും ചോദിക്കുന്നു, "അയാൾ മരിച്ചുപോയെന്നോ? അപ്പോൾ നിങ്ങളാരാണ്? നിങ്ങളുടെ പേരെന്താണ്?"

ആ മനുഷ്യൻ പറയുന്നു, "എന്റെ പേരോ, എന്റെ പേര് ജിൻസ്ബർഗ് എന്നാണ്."

കെ.ജി.ബി. ഉദ്യോഗസ്ഥൻ പറയുന്നു, "നിങ്ങൾക്കെന്താ ഭ്രാന്തുണ്ടോ? അല്പം മുമ്പല്ലേ ജിൻസ്ബർഗ് മരിച്ചു എന്ന് നിങ്ങൾ പറഞ്ഞത്."

ആ മനുഷ്യൻ പൊട്ടിച്ചിരിക്കുന്നു, അയാൾ പറയുന്നു, "നിങ്ങളല്ലാതെ ആരെങ്കിലും ഇതിനെ ജീവിതമെന്നു വിളിക്കുമോ? അർദ്ധരാത്രിയിൽപോലും ഒരുവന് ഒന്നു സമാധാനമായി കിടന്നുറങ്ങാൻ കഴിയില്ലെങ്കിൽ - ഇതിനെയാണോ നിങ്ങൾ ജീവിതമെന്നു വിളിക്കുന്നത്?"

മരിക്കുന്ന സമയത്ത് മരണം നിങ്ങളോട് ഇങ്ങനെ ചോദിക്കുന്നു എന്നു കരുതുക: "നിങ്ങളിപ്പോൾ ജീവിച്ച ഈ ജീവിതം ഒരിക്കൽകൂടി ജീവിക്കുവാൻ നിങ്ങളാഗ്രഹിക്കുന്നുണ്ടോ?"

ഇതിന് നിങ്ങളുടെ ഉത്തരം എന്താവുമെന്നാണ് നിങ്ങൾ കരുതുന്നത്?

ഇതേ ദുരന്തകഥതന്നെ വീണ്ടുമാവർത്തിക്കുവാൻ, ഇതേ ജീവിതം തന്നെ ഒരിക്കൽകൂടി ജീവിക്കുവാൻ, ബുദ്ധിയുള്ള ആരുംതന്നെ തയ്യാറാകുമെന്ന് ഞാൻ കരുതുന്നില്ല. ആലോചിച്ചുനോക്കൂ. ഈ ജന്മത്തിലെ നിങ്ങളുടെ അതേ ഭാര്യ അല്ലെങ്കിൽ അതേ ഭർത്താവ്, അതേ നാടകം, അതേ സംഭാഷണങ്ങൾ... എല്ലാം അതേപടി ആവർത്തിക്കുകയാണെങ്കിൽ...

എന്നാൽ തന്റെ ജീവിതത്തെ ഒരു ദുരിതാനുഭവമാക്കി മാറ്റാതെ, അതിനെ പുതിയ പുതിയ അനുഭവങ്ങളിലേക്കുള്ള ഒരന്വേഷണമാക്കി മാറ്റുന്ന ഒരാൾ - എല്ലായ്പ്പോഴും മുന്നോട്ട് നീങ്ങിക്കൊണ്ട്, എല്ലായ്പോഴും കൂടുതൽ കൂടുതൽ ഉയർച്ചയിലേക്ക് നീങ്ങിക്കൊണ്ട്, കൂടുതൽ മെച്ചപ്പെട്ട ചിലതിനുവേണ്ടി അന്വേഷിച്ചുകൊണ്ട്, എല്ലായ്പോഴും തന്നെ തന്നെ പുനഃസൃഷ്ടിച്ചുകൊണ്ട്, തന്നിലുള്ള പാഴ്വസ്തുക്കളെ നശിപ്പിച്ചുകൊണ്ടും, ഏറ്റവും മികച്ചവയെ പുറത്തേക്കെടുത്തുകൊണ്ടും - തന്റെ ജീവിതത്തെ ജീവിച്ച ഒരുവൻ, ഒരുപക്ഷേ അവനിങ്ങനെ പറഞ്ഞെന്നു വരാം, "എങ്കിൽ ശരി, ഒരിക്കൽകൂടി നോക്കാം. യാതൊരു ബുദ്ധിമുട്ടുമില്ല."

തന്റെ ജീവിതത്തെ ശരിക്കും ജീവിച്ച ഒരാൾ, അതിനെ ഉദാസീനവും ഉന്മേഷരഹിതവുമാക്കിത്തീർക്കാതെ, തന്റെ ജീവിതത്തെ പൂർണമായും

തീവ്രമായും ജീവിച്ച ഒരാൾ, തന്റെ ജീവിതത്തിന്റെ പന്തത്തെ - അതിന്റെ രണ്ടറ്റത്തേയും ഒരുമിച്ച് ജ്വലിപ്പിച്ച ഒരാൾ, ഒരിക്കൽകൂടി ഇതേ ജീവിതത്തിലൂടെ കടന്നുപോകുവാൻ തയ്യാറാകും - എന്തുകൊണ്ടെന്നാൽ അവിടെയുണ്ടായിരുന്ന എല്ലാറ്റിനേയും തനിക്കു മാറ്റാൻ കഴിയുമെന്ന് അയാൾക്കറിയാം. അയാൾക്ക് പുതിയ പുതിയ മേച്ചിൽപുറങ്ങൾ കണ്ടെത്താൻ കഴിയും, കയറുവാൻ അയാൾക്ക് പുതിയ പുതിയ പർവ്വതങ്ങൾ കണ്ടെത്താൻ കഴിയും; അയാൾക്കു പുതിയ പുതിയ നക്ഷത്രങ്ങളെ കണ്ടെത്താൻ കഴിയും. അയാൾക്ക് തന്നിൽതന്നെ വിശ്വാസമർപ്പിക്കുവാൻ കഴിയും. തന്റെ ശക്തിയെക്കുറിച്ചും തന്റെ ധൈര്യത്തെക്കുറിച്ചും അയാൾക്കറിയാം. ശരിക്കും ജീവിക്കുവാനുള്ള ഒരേയൊരു വഴി അപകടകരമായി ജീവിക്കലാണ് എന്ന് അയാൾക്കറിയാം.

"അത്തരമൊരു പ്രസ്താവത്തിൽ, ഒരു ജയഭേരിയുടെ മുഴക്കമുണ്ട്. കേൾക്കുവാൻ ചെവികളുള്ളവൻ അത് കേൾക്കട്ടെ..."

നിങ്ങൾക്കാ ജീവിതം വീണ്ടും നല്കപ്പെടുകയാണെങ്കിൽ, ഒരാവർത്തനമാക്കി തീർക്കാത്തവിധത്തിൽ അതിനെ ജീവിക്കുക. എന്നാൽ ഇപ്പോളത് ഒരു ആവർത്തനമാണ്. അതിനാൽ നിങ്ങൾക്ക് മറ്റൊരു ജീവിതം ആവശ്യമില്ല. ഈ ജീവിതംപോലും ഒരാവർത്തനമാണ്.

എട്ടുപ്രാവശ്യം വിവാഹം കഴിച്ച ഒരാളെക്കുറിച്ച് ഞാൻ കേട്ടിട്ടുണ്ട് - തീർച്ചയായും ഇയാൾ കാലിഫോർണിയയിലുള്ളവനായിരിക്കണം - കാരണം അവരേക്കാൾ വലിയ വിഡ്ഢികളെ മറ്റൊരിടത്തും നിങ്ങൾക്ക് കണ്ടെത്താൻ കഴിയില്ല. അല്ലാത്തപക്ഷം ബുദ്ധിമാനായ ഒരുവനെ സംബന്ധിച്ചിടത്തോളം ഒരു ഭാര്യതന്നെ കൂടുതലാണ്. ശരിക്കും ധിഷണാശാലിയായ ഒരുവനെ സംബന്ധിച്ചിടത്തോളം ആ ഒരു ഭാര്യപോലും ആവശ്യമില്ല. ഇവിടെയാകട്ടെ, എട്ട് ഭാര്യമാർ... ഒന്നാലോചിച്ചുനോക്കൂ. എന്നാൽ ഏറ്റവും രസകരമായ കാര്യമിതാണ്. എട്ടാമത്തെ പ്രാവശ്യം, വിവാഹിതനായി രണ്ടുമാസം കഴിഞ്ഞപ്പോൾ ഇതേ സ്ത്രീയെ താൻ മുമ്പൊരിക്കൽ വിവാഹം കഴിച്ചിട്ടുണ്ട് എന്ന് അയാൾ തിരിച്ചറിഞ്ഞു. എന്നാൽ അത് വളരെക്കാലം മുമ്പായിരുന്നു.

മറ്റൊരു കാര്യംകൂടി അയാൾ കണ്ടെത്തി. ഓരോ പ്രാവശ്യവും അയാൾ ഒരു പുതിയ സ്ത്രീയെ കണ്ടെത്തുവാൻ ശ്രമിക്കും. എന്നാൽ ആറുമാസത്തിനുള്ളിൽ കഥ വീണ്ടും പഴയതുപോലെതന്നെ ആയിത്തീരും. അതൊരു വിചിത്രമായ കാര്യമാണ്. ഒരു പുതിയ സ്ത്രീയെ കണ്ടെത്തുന്നതിനായി അയാൾ വളരെ ദൂരെയുള്ള ദേശങ്ങളിലേക്കു പോകും. എന്നാൽ വിവാഹം കഴിഞ്ഞ് ആറുമാസമാവുമ്പോഴേക്കും ആ പുതിയ സ്ത്രീയും പഴയതുപോലെതന്നെയാണ് എന്നയാൾ കണ്ടെത്തും. എന്നാൽ താൻ അതേ പഴയ മനുഷ്യൻതന്നെയാണ് എന്ന് അയാൾ ഒരിക്കലും മനസ്സിലാക്കിയില്ല. അയാളുടെ ഇഷ്ടാനിഷ്ടങ്ങൾ എല്ലായ്പോഴും

ഒരേപോലെയായിരുന്നു. അതുപോലെ അയാളുടെ തിരഞ്ഞെടുപ്പുകളും ഒരേപോലെയായിരുന്നു. അതിനാൽ അയാളൊരു പുതിയ സ്ത്രീയെ കണ്ടെത്തുമ്പോൾ അതെല്ലായ്പോഴും അയാളിഷ്ടപ്പെടുന്ന അതേ സ്ത്രീയെ തന്നെയാകും. അയാൾക്ക് യാതൊരു മാറ്റവും സംഭവിച്ചില്ല. അയാൾ സ്ത്രീകളെ മാറ്റിക്കൊണ്ടിരിക്കുക മാത്രമായിരുന്നു.

അവിടെ ആരാണ് തിരഞ്ഞെടുക്കുന്നത്? ആദ്യത്തെ സ്ത്രീയെ തിരഞ്ഞെടുത്ത അതേ മനുഷ്യൻ തന്നെയാണ് രണ്ടാമത്തെ സ്ത്രീയേയും തിരഞ്ഞെടുക്കുന്നത്. അതിന് അയാൾ കണ്ടെത്തിയ കാരണങ്ങളും ഒന്നു തന്നെയാണ് - ഒരു പ്രത്യേക മുഖം അയാൾക്ക് കൂടുതൽ ആകർഷകമായി തോന്നി, അല്ലെങ്കിൽ ഒരു പ്രത്യേക കേശാലങ്കാരം, ഒരു പ്രത്യേക സംസാരരീതി.. അങ്ങനെ ചിലതാണ് അയാളെ ആകർഷിച്ചത്. കാര്യമായ വ്യത്യാസങ്ങളൊന്നും തന്നെ ഉണ്ടാക്കാത്ത ഇത്തരത്തിലുള്ള ബാലിശമായ ചില കാര്യങ്ങളാണ് അയാൾ ശ്രദ്ധിച്ചത്. വീണ്ടും അയാൾ അതേ കെണിയിൽതന്നെ ചെന്നുചാടും. ഇങ്ങനെ എട്ടുപ്രാവശ്യം... പലരുടേയും ജീവിതത്തിൽ ഇത് സംഭവിച്ചുകൊണ്ടിരിക്കുകയാണ്. കാലിഫോർണിയയിലെ വിവാഹബന്ധങ്ങളുടെ ശരാശരി കാലാവധി മൂന്നുവർഷമാണ്. അതുപോലെ ഒരാൾ ഒരു പ്രത്യേക ജോലിയിൽ തുടരുന്നതിനെടുക്കുന്ന ശരാശരി സമയവും ഇതുതന്നെയാണ്. ഒരാൾ ഒരു പട്ടണത്തിൽ താമസിക്കുന്നതിനെടുക്കുന്ന ശരാശരി സമയവും ഇതുതന്നെയാണ്.

മൂന്നുവർഷം കഴിയുമ്പോഴേക്കും ഒരുവന് തന്റെ ജോലി, അല്ലെങ്കിൽ തന്റെ ഭാര്യയെ, അല്ലെങ്കിൽ തന്റെ പട്ടണത്തെ, മടുത്തുകഴിഞ്ഞിരിക്കും. എല്ലാംതന്നെ മാറ്റുവാൻ അയാളാഗ്രഹിക്കും. മൂന്നുമാസത്തിനുള്ളിൽ പുതിയതിനെ അയാൾ കണ്ടെത്തും. എന്നാൽ അല്പകാലത്തിനുള്ളിൽ എല്ലാം പഴയപടിയാകും. വീണ്ടും അതേപോലെയുള്ള മറ്റൊരു കഥയിലേക്ക് അയാൾ പ്രവേശിച്ചുകഴിഞ്ഞിരിക്കും. മൂന്നുവർഷത്തിനുള്ളിൽ വീണ്ടും അതേ ദുരന്തത്തോടെ ആ കഥ പര്യവസാനിക്കുകയും ചെയ്യും.

പൗരസ്ത്യരുടെ മൂന്ന് പ്രധാന മതങ്ങളും - ഹിന്ദുമതവും ബുദ്ധമതവും ജൈനമതവും - ഇവ പുനർജന്മം എന്ന ആശയത്തെ ഉപയോഗിച്ചു. അതേസമയം ഇന്ത്യക്ക് പുറത്ത് ജന്മമെടുത്ത മൂന്നു മതങ്ങളിലും - ക്രിസ്തുമതത്തിലും ജൂതമതത്തിലും മുസ്ലീംമതത്തിലും - നിങ്ങൾക്ക് ഒരു ജന്മം മാത്രമേയുള്ളൂ. പൗരസ്ത്യരുടെ മനഃശാസ്ത്രപരമായ ഉൾക്കാഴ്ചയെ അവർ തിരിച്ചറിഞ്ഞിട്ടില്ല. പൗരസ്ത്യരുടെ കാഴ്ചപ്പാടിൽ നിങ്ങൾക്ക് നിരവധി ജന്മങ്ങളുണ്ട്. ഈ ജന്മത്തിന് മുമ്പും നിങ്ങൾക്ക് പല ജന്മങ്ങളുമുണ്ടായിരുന്നു. അതുപോലെ ഈ ജന്മത്തിനുശേഷവും നിങ്ങൾക്ക് പല ജന്മങ്ങളുമുണ്ടായിരിക്കും.

പുനർജന്മത്തിന്റെ ആശയം ഇതായിരുന്നു. നിങ്ങളിൽ ശക്തമായ ഒരു വിരസതാബോധം സൃഷ്ടിച്ചെടുക്കണം. അതിനെക്കുറിച്ചൊന്നു

ചിന്തിച്ചുനോക്കൂ. പല പ്രാവശ്യം നിങ്ങൾ ജീവിച്ചുകഴിഞ്ഞു. ഒരേതരത്തിലുള്ള ബുദ്ധിശൂന്യമായ കാര്യങ്ങൾ നിങ്ങൾ പലവട്ടം ചെയ്തുകഴിഞ്ഞു. ഇപ്പോഴും നിങ്ങളത് ചെയ്തുകൊണ്ടിരിക്കുകയാണ്. ഭാവിയിലും നിങ്ങളത് ചെയ്യുമെന്ന് തീർച്ചയാണ്. പല പ്രാവശ്യം, ആയിരക്കണക്കിന് ജന്മങ്ങളിൽ, നിങ്ങളൊരു പലചരക്കുകടയിൽ ഇരുന്നിട്ടുണ്ടാകാം. ആ കട നടത്തിക്കൊണ്ട്, നിങ്ങളുടെ ഭാര്യയോട് കലഹിച്ചുകൊണ്ട്, നിങ്ങളുടെ നിർഭാഗ്യങ്ങളെക്കുറിച്ച് പലരോടും പരാതിപ്പെട്ടുകൊണ്ട്, നിങ്ങളിവിടെ നിലനിന്നിട്ടുണ്ട്. ആ ചലച്ചിത്രം ഒന്നുതന്നെയാണ്, അതിന്റെ തിരക്കഥ ഒന്നുതന്നെയാണ്, അതിലെ സംഭാഷണങ്ങൾ ഒന്നുതന്നെയാണ്, അതിലെ അഭിനേതാക്കളും ഒന്നുതന്നെയാണ്.

ശക്തമായൊരു വിരസതാബോധം നിങ്ങളിലുണ്ടാക്കുന്നതിന് ഈ ആശയത്തെ ആ മൂന്നു മതങ്ങളും ഉപയോഗിച്ചു. വിരസതയിൽനിന്ന് രക്ഷപ്പെടുവാൻ നിങ്ങളാഗ്രഹിക്കുന്നുവെങ്കിൽ, അതിനും നിങ്ങൾക്കൊരവസരമുണ്ട്. അല്ലാത്തപക്ഷം നിങ്ങളൊരു ചക്രത്തെപ്പോലെ വട്ടംചുറ്റിക്കൊണ്ടേയിരിക്കും. ആ ചക്രത്തിന്റെ ഓരോ അഴിയും മുകളിലേക്കും താഴേക്കും വന്നുകൊണ്ടേയിരിക്കും. വീണ്ടും വീണ്ടും ഇത് ആവർത്തിച്ചുകൊണ്ടേയിരിക്കും...

ഒരു മാറ്റമുണ്ടാക്കുവാൻ നിങ്ങളാഗ്രഹിക്കുന്നുവെങ്കിൽ, അത് നാളേക്ക് മാറ്റിവെക്കാതിരിക്കുക. ഈ നിമിഷം മുതൽ അന്വേഷണമാരംഭിക്കുക. ആവർത്തിക്കാതിരിക്കുവാൻ പ്രത്യേകം ശ്രദ്ധിക്കുക. എല്ലായ്പോഴും പുതുതായ ചിലതിനുവേണ്ടി, നൂതനമായ ചിലതിനുവേണ്ടി, അന്വേഷിച്ചുകൊണ്ടിരിക്കുക.

എന്തെന്നാൽ വാസ്തവത്തിൽ ആ യാത്രയല്ലാതെ വേറെ ലക്ഷ്യമൊന്നുമവിടെയില്ല. അതിനാൽ അതിനെ പരമാവധി പ്രയോജനപ്പെടുത്തുക. കഴിയാവുന്നിടത്തോളം അതിനെ സുന്ദരമാക്കുക. നിങ്ങളുടെ എല്ലാ കഴിവുമുപയോഗിച്ച് അതിനെ കൂടുതൽ ആകർഷകവും, സൃഷ്ടിപരവുമാക്കുക. നിങ്ങൾക്ക് അനന്തമായ കഴിവുകളുണ്ട്. എന്നാൽ അവ ഉപയോഗിക്കപ്പെടാതെ നിങ്ങളിൽ ഉറങ്ങിക്കിടക്കുകയാണ്.

ആരുംതന്നെ ഒരിക്കലും സഞ്ചരിച്ചിട്ടില്ലാത്ത, ഒരുപക്ഷേ, ആരുംതന്നെ ഇനി ഒരിക്കലും സഞ്ചരിക്കുവാൻ സാധ്യതയില്ലാത്ത, വഴികളിലൂടെ സഞ്ചരിക്കുവാൻ സരതുഷ്ട്രൻ നിങ്ങളോട് ആവശ്യപ്പെടുന്നു. ഒരു മലകയറ്റക്കാരനാവുന്നതിന്, അസാധ്യമായതിന്റെ ഒരന്വേഷകനാവുന്നതിന് നിങ്ങളെ പ്രകോപിപ്പിക്കുവാൻ, അതിനായി നിങ്ങളെ ഉത്തേജിപ്പിക്കുവാൻ അദ്ദേഹം ആഗ്രഹിക്കുന്നു. ഈ പുതുമയെ മാത്രമേ, ഈ യുവത്വത്തെ മാത്രമേ യഥാർത്ഥത്തിലുള്ള ജീവിതം എന്നുവിളിക്കുവാൻ കഴിയുകയുള്ളൂ. അല്ലാത്തപക്ഷം നിങ്ങൾ ചെടികളെപ്പോലെ വെറുതെ നിന്നു വളരുക മാത്രമാണ്. ഏതുതരത്തിലുള്ള ചെടിയാണ് നിങ്ങൾ എന്നതൊരു

പ്രശ്നമല്ല. നിങ്ങളൊരു കാബേജായാലും ശരി, കോളിഫ്ളവറായാലും ശരി, കാര്യമൊന്നുതന്നെയാണ്, കാരണം കാബേജും കോളിഫ്ളവറും തമ്മിൽ ഒരു ചെറിയ വ്യത്യാസം മാത്രമേയുള്ളൂ എന്നാണ് ഞാൻ കേട്ടിട്ടുള്ളത്. കോളിഫ്ളവറുകൾക്ക് സർവ്വകലാശാലാ ബിരുദമുണ്ട്, എന്നാൽ കാബേജുകളാവട്ടെ പ്രാഥമികവിദ്യാഭ്യാസം പോലുമില്ലാത്തവയാണ്. ഇതു മാത്രമാണ് അവ തമ്മിലുള്ള വ്യത്യാസം.

ഒരു യഥാർത്ഥ മനുഷ്യനാകുവാൻ മനോബലമാവശ്യമാണ്. കാരണം ഒരു മനുഷ്യനാവുക എന്നാൽ അത് നിരന്തരമായ ഒരു പോരാട്ടമാണ്. ഓരോ ദിവസവും അതിവർത്തനമാവശ്യമാണ്. സൂര്യനസ്തമിക്കുമ്പോൾ കണ്ട നിങ്ങളായിരിക്കരുത് സൂര്യനുദിക്കുമ്പോൾ കാണപ്പെടുന്ന നിങ്ങൾ. സൂര്യനുദിക്കുമ്പോൾ കണ്ട നിങ്ങളായിരിക്കരുത് സൂര്യനസ്തമിക്കുമ്പോൾ കാണപ്പെടുന്ന നിങ്ങൾ.

ആത്മീയതയുടെ ഒരു സഞ്ചാരിയാവുക.

ബോധത്തിന്റെ, ഏറ്റവുമുള്ളിലുള്ള ബോധത്തിന്റെ, വഴികളിലൂടെ നീങ്ങുന്ന ഒരു സഞ്ചാരിയാവുക. യഥാർത്ഥത്തിലുള്ള മതം അതു മാത്രമാണ്.

സരതുഷ്ട്രനെപ്പോലെയുള്ള അല്പം ചിലർ മാത്രമാണ് ഇത്തരത്തിലുള്ളൊരു മതത്തെ മനുഷ്യരാശിക്കു മുമ്പിൽ അവതരിപ്പിച്ചിട്ടുള്ളത്. എന്നാൽ ഒന്നുകിൽ അവർ പൂർണ്ണമായും വിസ്മരിക്കപ്പെട്ടു, അല്ലെങ്കിൽ അവർ തെറ്റിദ്ധരിക്കപ്പെട്ടു.

സരതുഷ്ട്രൻ എന്ന ഈ മനുഷ്യനെ നിങ്ങൾക്ക് മനസ്സിലാക്കുവാൻ കഴിയുമെങ്കിൽ, നിങ്ങൾ ഭാഗ്യവാനാണ്, കാരണം ആ നീണ്ട യാത്ര തുടങ്ങുന്നതിനുള്ള പ്രോത്സാഹനം അദ്ദേഹത്തിൽനിന്ന് നിങ്ങൾക്ക് ലഭിക്കും. നിങ്ങളെതന്നെ കണ്ടെത്തുന്നതിന് അത് നിങ്ങളെ സഹായിക്കും.

.....എന്നിങ്ങനെ സരതുഷ്ട്രൻ പറഞ്ഞു.

സ്വർഗ്ഗീയമായ ദ്വീപുകളെക്കുറിച്ച്

ഹാ! എന്റെ ജീവിതത്തിന്റെ അപരാഹ്നമേ, എന്തു വില നല്കിയിട്ടായാലും ശരി, എന്റെ ചിന്തകളുടെ ഈ സുന്ദരമായ പൂന്തോട്ടത്തെ, എന്റെ പ്രതീക്ഷകളുടെ പ്രകാശപൂരിതമായ ഈ പ്രഭാതത്തെ, എനിക്ക് സ്വന്തമാക്കണം.

ഒരിക്കൽ സ്രഷ്ടാവ് അവന്റെ പ്രതീക്ഷയുടെ സന്തതികളേയും, സഹചാരികളേയും തേടിനടന്നു. എന്നാൽ എത്ര അന്വേഷിച്ചിട്ടും അവനവരെ കണ്ടെത്താൻ കഴിഞ്ഞില്ല. ഒടുവിൽ അവനവരെ തന്നിൽതന്നെ സൃഷ്ടിച്ചു.

എന്റെ കുഞ്ഞുങ്ങളെ ശ്രദ്ധിച്ചുകൊണ്ടും, എന്നാൽ ഇടയ്ക്കിടെ അവരിൽനിന്ന് വിട്ടുനിന്നുകൊണ്ടും ഇപ്പോൾ ഞാനെന്റെ പ്രവൃത്തിയിൽ മുഴുകിക്കൊണ്ടിരിക്കുകയാണ്. തന്റെ കുഞ്ഞുങ്ങൾക്കുവേണ്ടി സരതുഷ്ട്രന് തന്നെതന്നെ പരിപൂർണ്ണനാക്കേണ്ടതുണ്ട്.

എന്തുകൊണ്ടെന്നാൽ, ഒരുവൻ തന്റെ കുഞ്ഞിനേയും തന്റെ പ്രവൃത്തിയേയും മാത്രമാണ് ആത്മാർത്ഥമായി സ്നേഹിക്കുന്നത്.

അതിനാൽ തന്നോടുതന്നെ വളരെയധികം സ്നേഹമുള്ളിടത്ത് ഉത്പാദകശക്തിയുടെ ബീജമവിടെയുണ്ട് എന്ന് ഞാൻ കണ്ടെത്തി. എന്റെ കുഞ്ഞുങ്ങൾ അവരുടെ ആദ്യത്തെ വസന്തത്തിൽ ഇപ്പോഴും പച്ചപിടിച്ചുനില്ക്കുകയാണ്.

ഫലഭൂയിഷ്ഠമായ എന്റെ തോട്ടത്തിലെ വൃക്ഷങ്ങൾ അന്യോന്യം മുട്ടിയുരുമ്മി നിന്നുകൊണ്ട്, കൂട്ടത്തോടെ, കാറ്റിലാടിക്കളിച്ചുകൊണ്ടിരിക്കുന്നു.

എവിടെയാണോ അത്തരത്തിലുള്ള വൃക്ഷങ്ങൾ കൂട്ടംകൂട്ടമായി നില്ക്കുന്നത്, അവിടം, സത്യത്തിൽ, സ്വർഗീയമായ ഒരിടംതന്നെയാണ്. ഒരു ദിവസം ഞാൻ ആ വൃക്ഷങ്ങളുടെ തൈകൾ പിഴുതെടുത്ത് അവയെ ഓരോന്നോരോന്നായി പറിച്ചുനടും. അപ്പോളവ ഏകാകിത്വമെന്നാലെന്താണെന്ന്, ധിക്കാരമെന്നാലെന്താണെന്ന്, ദീർഘവീക്ഷണമെന്നാലെന്താണെന്നു പഠിക്കും.

അപ്പോളവ അജയ്യമായ ജീവിതത്തിന്റെ ജ്വലിക്കുന്ന ദീപസ്തംഭമെന്നതുപോലെ കാറ്റും കോളും നിറഞ്ഞ സമുദ്രത്തെ സധൈര്യം അഭിമുഖീകരിക്കും.

കടലിലേക്കു ചീറിയടിക്കുന്ന കൊടുങ്കാറ്റിനും, ഉയർന്നുനില്ക്കുന്ന പർവ്വതങ്ങൾക്കും മുമ്പിൽ, അവയോരോന്നും പരീക്ഷണത്തിനും അന്വേഷണത്തിനും വേണ്ടി രാപ്പകലില്ലാതെ നിരീക്ഷിച്ചുകൊണ്ടേയിരിക്കും.

ഒരുവനത് പരീക്ഷണത്തിലൂടെ കണ്ടെത്തേണ്ടിവരും, അത് തന്റെ വർഗ്ഗത്തിലും വംശത്തിലും പെട്ടതാണോ എന്ന്, ദീർഘകാലത്തെ വൈദഗ്ദ്ധ്യമതിനുണ്ടോ എന്ന്, സംസാരിക്കുമ്പോൾ കൂടി അത് നിശ്ശബ്ദമാണോ എന്ന്, നല്കിക്കൊണ്ടിരിക്കുമ്പോൾകൂടി, സ്വീകരിക്കുന്നൊരു രീതിയിലാണോ അത് നല്കിക്കൊണ്ടിരിക്കുന്നത് എന്ന്, പരീക്ഷണനിരീക്ഷണങ്ങളിലൂടെ അതിനു കണ്ടെത്തേണ്ടിവരും.

എന്നെങ്കിലുമൊരുനാൾ അതെന്റെ സഹചാരിയും, സഹപ്രവർത്തകനുമായേക്കാം. സരതുഷ്ട്രനോടൊപ്പം അത് തന്റെ സന്തോഷം പങ്കിട്ടു എന്നു വരാം. എല്ലാ കാര്യങ്ങളുടേയും പൂർണ്ണതയ്ക്കുവേണ്ടി അത്തരത്തിലൊന്ന് എന്റെ ശിലാശാസനങ്ങളിൽ കുറിച്ചുവെക്കപ്പെടണം. ആ ആവശ്യത്തിനുവേണ്ടി, അതിനെ ഇഷ്ടപ്പെടുന്നവർക്കുവേണ്ടി, എനിക്ക് എന്നെത്തന്നെ പരിപൂർണ്ണനാക്കേണ്ടതുണ്ട്.

അതിനാൽ ഇപ്പോൾ ഞാനെന്റെ സുഖങ്ങളെ ത്യജിക്കുകയും, എല്ലാ ദുഃഖങ്ങൾക്കുമായി എന്നെതന്നെ സമർപ്പിക്കുകയും ചെയ്യും. അത് എന്റെ അവസാനത്തെ പരീക്ഷണത്തിനും അന്വേഷണത്തിനും വേണ്ടിയാണ്...

എന്നെ സംബന്ധിച്ചിടത്തോളം, ഇപ്പോൾ ആഗ്രഹിക്കുക എന്നതിനർത്ഥം എന്നെതന്നെ നഷ്ടപ്പെടുത്തുക എന്നാണ്. എന്റെ കുഞ്ഞുങ്ങളേ, ഇപ്പോൾ ഞാൻ നിങ്ങളെ സ്വന്തമാക്കിയിരിക്കുന്നു. ഇത് സ്വന്തമാക്കിക്കഴിഞ്ഞാൽ പിന്നെ എല്ലാംതന്നെ സുനിശ്ചിതമാണ്. ഇപ്പോൾ ഇവിടെ ആഗ്രഹങ്ങളൊന്നും തന്നെയില്ല.

സരതുഷ്ട്രനെപ്പോലെയുള്ള ഒരാൾ മിക്കവാറും ഒരു ഉദ്യാനപാലകനെപ്പോലെയാണ്. സ്നേഹത്തോടും ശ്രദ്ധയോടുംകൂടി ആളുകളെ സംരക്ഷിച്ചുകൊണ്ട്, അവർക്ക് പുഷ്പങ്ങളും ഫലങ്ങളുമുല്പാദിപ്പിക്കുവാൻ സാധ്യമായിത്തീരുന്ന സമയത്തിനുവേണ്ടി കാത്തിരിക്കുന്ന ഒരു തോട്ടക്കാരനെപ്പോലെയാണ് അദ്ദേഹത്തെപ്പോലെയുള്ളവർ.

ബോധത്തിന് അതിന്റേതായ ഒരു വികാസമുണ്ട്, അതിന്റേതായ ഒരു പ്രഫുല്ലാവസ്ഥയുണ്ട്. എന്നാൽ ആളുകൾ മിക്കവാറും യന്ത്രമനുഷ്യരെപ്പോലെ ജീവിച്ചുകൊണ്ടേയിരിക്കുന്നു. ബോധത്തിന്റെ അനന്തമായ സാധ്യതകളെക്കുറിച്ചും, അതിന്റെ വളർച്ചയെക്കുറിച്ചും, ഒന്നു ചിന്തിക്കുക

പോലും ചെയ്യാതെ അവർ തങ്ങളുടെ ജീവിതം യാന്ത്രികമായി ജീവിച്ചു കൊണ്ടേയിരിക്കുന്നു. മനുഷ്യനായി ഭൂമിയിൽ ജനിച്ചു എന്നതുകൊണ്ടു മാത്രം നിങ്ങൾക്കതു ലഭിക്കുകയില്ല. ജനനം നിങ്ങൾക്കൊരു ജീവിതത്തെ നല്കും. എന്നാൽ നിങ്ങളുടെ ആ ജീവിതോർജ്ജത്തെ കൂടുതൽ മഹത്തായ ഒരു പ്രതിഭാസത്തിലേക്ക് - പരമമായ ബോധത്തിലേക്ക് - പരിവർത്തനപ്പെടുത്തണമോ വേണ്ടയോ എന്നത് നിങ്ങൾ തീരുമാനിക്കേണ്ട കാര്യമാണ്.

ബോധമെന്നത് ശരിക്കും ഒരു പുഷ്പത്തെപ്പോലെയാണ്. നിങ്ങളുടെ ആന്തരികമായ അസ്തിത്വം പുഷ്പിക്കുന്നില്ലയെങ്കിൽ, നിങ്ങൾക്കൊരിക്കലും സംതൃപ്തി അനുഭവപ്പെടുകയില്ല, നിങ്ങൾക്കൊരിക്കലും സാഫല്യമടയുവാൻ കഴിയില്ല, കാരണം അപ്പോൾ നിങ്ങളുടെ ഉള്ളിലെ വിത്ത് ഒരു വിത്തായിതന്നെ നിലനില്ക്കും. ആയിരക്കണക്കിന് പുഷ്പങ്ങൾ ഒരു വിത്തിനുള്ളിൽ തടവിലാക്കപ്പെട്ടുകിടക്കുകയാണ്.

ആ വിത്ത് ഛേദിക്കപ്പെടണം, അത് മണ്ണിൽ നിക്ഷേപിക്കപ്പെടണം. അപ്പോൾ ഒരു സാധ്യത എന്ന നിലയ്ക്ക് അതിനുള്ളിൽ മറഞ്ഞുകിടന്നിരുന്ന ആ പുഷ്പങ്ങൾ യാഥാർത്ഥ്യമായിത്തീരാൻ തുടങ്ങും. മഹാന്മാരായ എല്ലാ ഗുരുനാഥന്മാരും മനുഷ്യരാശിയുടെ ഉദ്യാനപാലകരാണ്. സരതുഷ്ട്രനും അവരിലൊരുവനാണ്. അദ്ദേഹം തന്നോടുതന്നെ സംസാരിച്ചുകൊണ്ടിരിക്കുകയാണ്.

“ഹാ! എന്റെ ജീവിതത്തിന്റെ അപരാഹ്നമേ, എന്തു വില നല്കിയിട്ടായാലും ശരി, എന്റെ ചിന്തകളുടെ ഈ സുന്ദരമായ പൂന്തോട്ടത്തെ, എന്റെ പ്രതീക്ഷകളുടെ പ്രകാശപൂരിതമായ ഈ പ്രഭാതത്തെ, എനിക്ക് സ്വന്തമാക്കണം.

ഒരിക്കൽ സ്രഷ്ടാവ് അവന്റെ പ്രതീക്ഷയുടെ സന്തതികളേയും, സഹചാരികളേയും തേടിനടന്നു. എന്നാൽ എത്ര അന്വേഷിച്ചിട്ടും അവനവരെ കണ്ടെത്താൻ കഴിഞ്ഞില്ല. ഒടുവിൽ അവനവരെ തന്നിൽതന്നെ സൃഷ്ടിച്ചു.”

ഒരിക്കൽ താനും ആ അതിമാനുഷനു വേണ്ടിയുള്ള അന്വേഷണത്തിലായിരുന്നു എന്ന് അദ്ദേഹം പറയുന്നു. തന്റെ സാധ്യതയെ - ശക്തിമദ്ഭാവത്തെ - നേടിയെടുത്ത്, തന്റെ മനുഷ്യാവസ്ഥയെ അതിവർത്തിച്ച്, ഒരു അതിമാനുഷനായിത്തീർന്ന, ആരെങ്കിലുമവിടെയുണ്ടാകുമെന്ന് പ്രതീക്ഷിച്ചുകൊണ്ട്, അന്വേഷണബുദ്ധിയുള്ളവർ താമസിക്കുന്ന സമതലങ്ങളിലൂടെ താൻ ചുറ്റിസഞ്ചരിച്ചുകൊണ്ടിരിക്കുകയായിരുന്നു എന്ന് അദ്ദേഹം പറയുന്നു. എന്നാൽ അതിലദ്ദേഹം പരാജയപ്പെട്ടു. തന്നെതന്നെ അതിവർത്തിച്ച ഒരൊറ്റ മനുഷ്യനെപ്പോലും അദ്ദേഹത്തിന് കണ്ടെത്താൻ കഴിഞ്ഞില്ല. പിന്നെ തന്റെ ജീവിതത്തിന്റെ അപരാഹ്നത്തിൽ ഒരു കാര്യം അദ്ദേഹം കണ്ടെത്തി, അതായത് അതിമാനുഷനെ ഒരിടത്തും നിങ്ങൾക്കു

കണ്ടെത്താൻ കഴിയില്ലായെന്നും നിങ്ങൾക്കത് സ്വയം സൃഷ്ടിക്കേണ്ടി വരും എന്നും അദ്ദേഹം തിരിച്ചറിഞ്ഞു. അതിമാനുഷനെന്നത് ഒരു കണ്ടെത്തലല്ല, മറിച്ച് അതൊരു സൃഷ്ടിയാണ് എന്നും ഒരു തോട്ടക്കാരൻ മനോഹരമായ ഒരു ഉദ്യാനം സൃഷ്ടിക്കുന്നതുപോലെ നിങ്ങൾക്കതു സൃഷ്ടിക്കേണ്ടിവരും എന്നും അദ്ദേഹം തിരിച്ചറിഞ്ഞു.

“ഒരിക്കൽ സ്രഷ്ടാവ് അവന്റെ പ്രതീക്ഷയുടെ സന്തതികളേയും സഹചാരികളേയും തേടിനടന്നു...”

ഒരേ ദിശയിലേക്കാണ് അദ്ദേഹത്തിന്റെ പ്രതീക്ഷ തിരിഞ്ഞിരിക്കുന്നത്. അത് അദ്ദേഹത്തിന്റെ മാത്രം പ്രതീക്ഷയല്ല, അത് മുഴുവൻ മനുഷ്യവർഗ്ഗത്തിന്റേയും പ്രതീക്ഷയാണ്. അതിമാനുഷനവിടെ പ്രത്യക്ഷപ്പെടുന്നില്ലായെങ്കിൽ, മനുഷ്യന്റെ ഭാവി അപകടത്തിലാണ്. മനുഷ്യൻ തന്റെ ബോധത്തിൽ ആ അതിമാനുഷനെ സൃഷ്ടിച്ചെടുക്കുന്നില്ലായെങ്കിൽ, അവന്റെ നാളുകൾ എണ്ണപ്പെട്ടുകഴിഞ്ഞു.

രണ്ടു പോംവഴികൾ മാത്രമേ അവിടെയുള്ളൂ. ഒന്നുകിൽ അതിമാനുഷൻ, അല്ലെങ്കിൽ ആത്മഹത്യ.

ആയിരക്കണക്കിന് വർഷങ്ങളായി മനുഷ്യൻ നിലനിന്നുകൊണ്ടിരുന്നതുപോലെ, ഇനി അവനതു നീട്ടിവച്ചുകൊണ്ടിരിക്കാൻ കഴിയില്ല. മനുഷ്യന്റെ ബോധത്തെ സംബന്ധിച്ചിടത്തോളം എത്രയോ വർഷങ്ങളായി അവിടെ യാതൊരു പരിണാമവുമുണ്ടായിരുന്നിട്ടില്ല. ശരിയാണ്, വല്ലപ്പോഴുമൊരിക്കൽ ഒരു ഗൗതമബുദ്ധനോ, ഒരു സരതുഷ്ട്രനോ, ഒരു ലാവോത്സുവോ, അവിടെ ഉണ്ടായിരുന്നിട്ടുണ്ട്. എന്നാൽ അവർ അപവാദങ്ങൾ മാത്രമാണ്.

എന്നാൽ അവരുടെ സാന്നിധ്യം അങ്ങേയറ്റം സഹായകമായിരുന്നിട്ടുണ്ട്. ഒരു സരതുഷ്ട്രന്റെ ജീവിതത്തിൽ അതിനു സംഭവിക്കുവാൻ കഴിയുമെങ്കിൽ, അപ്പോൾ നിങ്ങളുടെ ജീവിതത്തിലും അതിന് സംഭവിക്കുവാൻ കഴിയേണ്ടതാണ് എന്ന് ഒരുവനു പ്രതീക്ഷിച്ചുകൊണ്ടേയിരിക്കുവാൻ കഴിയും. എന്നാൽ ഒരുവന് ആ അതിമാനുഷനെ സൃഷ്ടിക്കേണ്ടിവരും. അവന് ഒരു ഗർഭപാത്രമായിത്തീരേണ്ടിവരും. അതിമാനുഷന്റെ ആശയത്തെ അവന് ഉൾക്കൊള്ളേണ്ടിവരും.

“എന്നാൽ എത്ര അന്വേഷിച്ചിട്ടും അവനവരെ കണ്ടെത്താൻ കഴിഞ്ഞില്ല. ഒടുവിൽ അവനവരെ തന്നിൽതന്നെ സൃഷ്ടിച്ചു.”

അവരെ കണ്ടെത്തുവാനുള്ള ഒരേയൊരു മാർഗ്ഗം അവരെ സൃഷ്ടിക്കലാണ്. അപ്പോൾ അദ്ദേഹത്തിന്റെ ലക്ഷ്യത്തിന് അതിപ്രധാനമായ ഒരു മാറ്റം സംഭവിച്ചു.

അവരെ അന്വേഷിച്ചുകൊണ്ടിരുന്നപ്പോൾ അദ്ദേഹം തന്റെ സമയം പാഴാക്കിക്കൊണ്ടിരിക്കുകയായിരുന്നു. അവരെവിടെയോ നിലനില്ക്കുന്നുണ്ട് എന്നും, അവരെവിടെയാണ് എന്ന് തനിക്കു കണ്ടെത്തുക മാത്രമേ

വേണ്ടൂ എന്നദ്ദേഹം തെറ്റിദ്ധരിച്ചു. വാസ്തവത്തിൽ അവരെവിടേയും നിലനില്ക്കുന്നില്ല.

ഈ നൂറ്റാണ്ടിലെ മഹാന്മാരായ മിസ്റ്റിക്കുകളിലൊരുവനായ ജോർജ് ഗുർജീഫ് തന്റെ വളരെ അർത്ഥവത്തായ ഒരു പ്രസ്താവത്തിലൂടെ ആധ്യാത്മികലോകത്തെ മുഴുവൻ ഞെട്ടിച്ചു. എല്ലാവർക്കും ആത്മാവ് ഉണ്ടായിക്കൊള്ളണമെന്നില്ല എന്നാണദ്ദേഹം പ്രസ്താവിച്ചത്. മുമ്പൊരിക്കലും ആരുംതന്നെ ഇങ്ങനെ പറഞ്ഞിട്ടില്ല. എല്ലാവർക്കും ആത്മാവുണ്ട് എന്നത് മുൻകൂട്ടി നിശ്ചയിക്കപ്പെട്ട ഒരു കാര്യമായിരുന്നു. എന്നാൽ ഗുർജീഫിന്റെ ആശയം തെറ്റിദ്ധരിക്കപ്പെട്ടു. അതുകൊണ്ടാണ് പലരിലും അത് ഞെട്ടലുണ്ടാക്കിയത്.

നിങ്ങൾക്ക് ആത്മാവില്ല എന്നായിരുന്നില്ല അദ്ദേഹം പറഞ്ഞുകൊണ്ടിരുന്നത്. നിങ്ങൾക്ക് ആത്മാവിനുള്ള സാധ്യത മാത്രമേയുള്ളൂ എന്നാണദ്ദേഹം പറഞ്ഞത്. നിങ്ങളത് സൃഷ്ടിച്ചെടുക്കുന്നില്ലയെങ്കിൽ, അപ്പോൾ യഥാർത്ഥത്തിലുള്ള ആത്മാവ് അവിടെ ഉണ്ടായിരിക്കുകയില്ല. നിങ്ങൾക്കത് ഉണ്ടാക്കിയെടുക്കുവാൻ കഴിയും. എന്നാൽ ഇപ്പോഴത്തെ നിലയിൽ നിങ്ങൾക്കതില്ല. അതിനാൽ നിങ്ങൾക്കൊരു സ്രഷ്ടാവായിത്തീരേണ്ടിവരും. ലോകത്തിലെ ഏറ്റവും മഹത്തായ സൃഷ്ടി അതാണ്.

ഒരു പെയിന്റിങ്ങ് സൃഷ്ടിക്കുക എന്നത് മറ്റൊരു കാര്യമാണ്. ഒരു പ്രതിമ സൃഷ്ടിക്കുക, അല്ലെങ്കിൽ ഒരു കവിത സൃഷ്ടിക്കുക, അല്ലെങ്കിൽ സംഗീതം സൃഷ്ടിക്കുക എന്നതെല്ലാം നിങ്ങളെതന്നെ സൃഷ്ടിക്കുന്നതുമായി താരതമ്യപ്പെടുത്തുമ്പോൾ നിസ്സാരമാണ്. നിങ്ങളെതന്നെ സൃഷ്ടിക്കുക എന്നത് ഏറ്റവും കഠിനവും ഏറ്റവും ദുഷ്കരവുമായ ഒരു പ്രവൃത്തിയാണ്. എന്നാൽ ഏറ്റവും ആഹ്ലാദപ്രദവും ഏറ്റവും സംതൃപ്തിയുളവാക്കുന്നതുമാണ്.

നിങ്ങളുടെ മൗനത്തിന്റെ ആഴങ്ങളിൽ ആ അതിമാനുഷൻ ഒരു വിത്ത് എന്ന നിലയിൽ ഉറങ്ങിക്കിടക്കുകയാണ്. ആ വിത്തിന് മുളപൊട്ടുവാൻ പറ്റിയ മണ്ണ് നിങ്ങൾക്കു കണ്ടെത്തേണ്ടിവരും, അതിന് പറ്റിയ കാലാവസ്ഥ നിങ്ങൾക്ക് കണ്ടെത്തേണ്ടിവരും. നിങ്ങൾക്ക് കാത്തിരിക്കേണ്ടിവരും. അങ്ങേയറ്റം ശ്രദ്ധിക്കേണ്ടിവരും. പൂർണ്ണമായ സ്നേഹത്തോടെ, പ്രതീക്ഷയോടെ, ക്ഷമയോടെ നിങ്ങൾക്കതിനുവേണ്ടി കാത്തിരിക്കേണ്ടിവരും.

ഇപ്പോൾ, തന്റെ ജീവിതത്തിന്റെ അപരാഹ്നത്തിൽ വീണ്ടും തനിക്ക് പ്രവൃത്തി തുടങ്ങേണ്ടിവരും എന്ന് തികച്ചും വ്യത്യസ്തമായൊരു വീക്ഷണകോണിലൂടെ സരതുഷ്ട്രൻ കണ്ടെത്തുന്നു: തനിക്ക് അതിമാനുഷനെ സൃഷ്ടിക്കേണ്ടിവരും.

"എന്റെ കുഞ്ഞുങ്ങളെ ശ്രദ്ധിച്ചുകൊണ്ടും, എന്നാൽ ഇടയ്ക്കിടെ അവരിൽനിന്ന് വിട്ടുനിന്നുകൊണ്ടും ഇപ്പോൾ ഞാനെന്റെ പ്രവൃത്തിയിൽ

മുഴുകിയിരിക്കുകയാണ് – തന്റെ കുഞ്ഞുങ്ങൾക്കുവേണ്ടി സരതുഷ്ട്രന് തന്നെതന്നെ പരിപൂർണ്ണനാക്കേണ്ടതുണ്ട്."

സൃഷ്ടിക്കുന്നവൻ സ്വയം സമ്പൂർണ്ണനാകാത്തപക്ഷം നിങ്ങൾക്കാ അതിമാനുഷനെ സൃഷ്ടിക്കുവാൻ കഴിയില്ല. അതിനാൽ അദ്ദേഹത്തിന്റെ പ്രവൃത്തിയുടെ ഈ പുതിയ മാനം പല കാര്യങ്ങളിലും മാറ്റമുണ്ടാക്കുന്നു. ഒന്നാമതായി, താൻ സ്വയം സമ്പൂർണ്ണനാണോ എന്നു ചിന്തിക്കാതെ അദ്ദേഹം വെറുതെ അന്വേഷിച്ചുകൊണ്ടിരിക്കുകയായിരുന്നു. എന്നാൽ നിങ്ങൾ സ്വയം സമ്പൂർണനല്ലയെങ്കിൽ നിങ്ങൾക്ക് സമ്പൂർണ്ണതയ്ക്ക് ജന്മം നല്കാൻ കഴിയില്ല.

"എന്തുകൊണ്ടെന്നാൽ ഒരുവൻ തന്റെ കുഞ്ഞിനേയും തന്റെ പ്രവൃത്തിയേയും മാത്രമാണ് ആത്മാർത്ഥമായി സ്നേഹിക്കുന്നത്. അതിനാൽ തന്നോടുതന്നെ വളരെയധികം സ്നേഹമുള്ളിടത്ത് ഉല്പാദക ശക്തിയുടെ ബീജമവിടെയുണ്ട് എന്ന് ഞാൻ കണ്ടെത്തി."

അദ്ദേഹത്തിന്റെ ഈ പ്രസ്താവത്തെ കഴിയുന്നത്ര ഗഹനമായി പരിശോധിക്കേണ്ടതുണ്ട്; എന്തെന്നാൽ നിർഭാഗ്യവശാൽ, മനുഷ്യവർഗ്ഗം എല്ലാതരത്തിലുള്ള തെറ്റായ വ്യക്തികളുടേയും സ്വാധീനത്തിലാണ് ജീവിച്ചുപോന്നിട്ടുള്ളത്.

മനുഷ്യവർഗ്ഗത്തെ അവർ തെറ്റായ തരത്തിൽ ഉപയോഗിച്ചു. മനുഷ്യവർഗ്ഗത്തെ അവർ ചൂഷണം ചെയ്തു. കളിക്കുവാൻ കളിപ്പാട്ടങ്ങളെന്നതുപോലെ, അവരവർക്ക് പല സുന്ദരമായ വാക്കുകളും നല്കി. എന്നാൽ മനുഷ്യനെ സമ്പൂർണ്ണനാക്കുവാൻ അവരൊന്നുംതന്നെ ചെയ്തില്ല. അവർ സ്വയം സമ്പൂർണ്ണരായിരുന്നില്ല. നൂറ്റാണ്ടുകളായി നിങ്ങളെ ഭരിച്ചുകൊണ്ടിരിക്കുന്ന, നിങ്ങളുടെ ആത്മീയമാർഗ്ഗദർശികളായ നിങ്ങളുടെ പുരോഹിതന്മാരുടെ നേരെ ഒന്നു നോക്കുക. അവർ തീർത്തും പൊള്ളയായ മനുഷ്യരാണ്.

ഏതാനും ദിവസങ്ങൾക്കുമുമ്പ് 'ആനന്ദോ' എനിക്കൊരു കത്തെഴുതിയിരുന്നു. അതിലെഴുതിയിട്ടുള്ള ചില കാര്യങ്ങളെക്കുറിച്ച് ഞാൻ നിങ്ങളോടു പറയാം. അതിലൊന്ന് ടെലിവിഷനിൽ മതപ്രസംഗം നടത്തുന്ന അമേരിക്കക്കാരനായ ഒരു ക്രൈസ്തവപാതിരിയെക്കുറിച്ചായിരുന്നു. അയാൾ തന്റെ ദൈവീകമായ പ്രവർത്തനങ്ങൾക്കുവേണ്ടി വർഷംതോറും തന്റെ ശ്രോതാക്കളിൽനിന്ന് ഏകദേശം 120 മില്യൻ ഡോളർ ശേഖരിച്ചുകൊണ്ടിരുന്നു. ഇയാളുടെ ഒരവിഹിതബന്ധത്തെക്കുറിച്ച് ഇപ്പോൾ ഒരു വാർത്ത പുറത്തുവന്നിരിക്കുകയാണ്. ഈ മനുഷ്യന്റെ ഭാര്യയ്ക്ക് മറ്റൊരു പുരുഷനുമായി വഴിവിട്ടുള്ള ചില ബന്ധങ്ങളുണ്ട് എന്നും ദൈവത്തിന്റെ പേരിൽ ഇത്രയുംകാലം അയാൾ ശേഖരിച്ചുകൊണ്ടിരുന്ന ആ പണം മുഴുവൻ അയാൾ തന്റെ സ്വന്തം ആവശ്യങ്ങൾക്കുവേണ്ടി ഉപയോഗിച്ചുകൊണ്ടിരിക്കുകയായിരുന്നു എന്നും ഇപ്പോൾ അറിവായിട്ടുണ്ട്.

ഒക്കലഹാമയിലുള്ള മറ്റൊരു ക്രൈസ്തവമതപ്രാസംഗികൻ തന്റെ ശ്രോതാക്കളെ ഭീഷണിപ്പെടുത്തിക്കൊണ്ടായിരുന്നു അവരിൽനിന്ന് പണം പിടുങ്ങിക്കൊണ്ടിരുന്നത്. 200 അടിയോളം ഉയരമുള്ള തന്റെ മണിമാളികയിൽ നിന്നുകൊണ്ടായിരുന്നു അയാൾ തന്റെ ടെലിവിഷൻ പരിപാടികൾ അവതരിപ്പിച്ചിരുന്നത്. അയാൾ തന്റെ ശ്രോതാക്കളെ ഭീഷണിപ്പെടുത്തിയത് ഇങ്ങനെയായിരുന്നു: "രണ്ടു മാസത്തിനുള്ളിൽ 8 മില്യൻ ഡോളർ ശേഖരിക്കുവാൻ ദൈവം എന്നോട് ആവശ്യപ്പെട്ടിരിക്കുകയാണ്. അത്രയും തുക ഞാൻ പിരിച്ചെടുക്കുന്നില്ലായെങ്കിൽ, ഉടനെ എന്റെ മരണം സംഭവിക്കും എന്നാണ് ദൈവം എന്നെ അറിയിച്ചിരിക്കുന്നത്." സ്വാഭാവികമായും ആളുകൾ അയാൾക്ക് പണമയച്ചുകൊടുക്കാൻ തുടങ്ങി. രണ്ടു മാസംകൊണ്ട് അയാൾ ആ 8 മില്യൻ ഡോളർ ശേഖരിച്ചെടുത്തു. ഇപ്പോൾ ദൈവത്തിന്റെ പ്രതിനിധി എന്ന നിലയ്ക്ക് ആരോ അയാൾക്കെതിരെ ഒരു കേസ് ഫയൽ ചെയ്തിരിക്കുകയാണ്. വാസ്തവത്തിൽ ഭീഷണിപ്പെടുത്തി പണം പിടുങ്ങിയതിന്റെ പേരിൽ അയാൾ ദൈവത്തിനെതിരെയാണ് കേസ് കൊടുത്തിരിക്കുന്നത്. ഇത് ശരിക്കും ഭീഷണിപ്പെടുത്തി പണം പിടുങ്ങലാണ്. അതായത് ആളുകൾ ആ മതപ്രാസംഗികന് 8 മില്യൻ ഡോളർ കൊടുക്കുന്നില്ലായെങ്കിൽ, താൻ ആ മതപ്രാസംഗികനെ കൊല്ലും എന്ന് ദൈവം ഭീഷണിപ്പെടുത്തിയിരിക്കുകയാണ്. കേസ് കൊടുക്കുന്ന കാര്യത്തിൽ അമേരിക്കക്കാർ വളരെയധികം താല്പര്യമുള്ളവരാണ്. ഇപ്പോളവർ ദൈവത്തിന്റെ പേരിൽ കേസ് കൊടുത്തിരിക്കുകയാണ്. തീർച്ചയായും ദൈവത്തെ കണ്ടെത്താൻ കഴിയില്ല. എന്നാൽ ഈ മതപ്രാസംഗികൻ...

ഇങ്ങനെയുള്ളവരാണ് മനുഷ്യരാശിയെ അടിമപ്പെടുത്തിയത്. മനുഷ്യബോധത്തെ വളർത്തിയെടുക്കുന്നതിൽ, അതിന്റെ പരിണാമത്തിൽ, അവർ ഒട്ടുംതന്നെ താല്പര്യമുള്ളവരായിരുന്നില്ല. അധികാരക്കസേര പിടിച്ചെടുക്കുന്നതിൽ മാത്രമാണ് അവർ താല്പര്യമുള്ളവരായിരിക്കുന്നത്. മനുഷ്യബോധം പരിണമിച്ചില്ല എന്നത് ഒരു തരത്തിൽ നന്നായി... എന്തെന്നാൽ ആ അതിമാനുഷൻ ഒരിക്കലും ഒരു ക്രിസ്ത്യാനിയാകാൻ പോകുന്നില്ല - അതുറപ്പാണ് - അവനൊരിക്കലും ഒരു ഹിന്ദുവോ മുഹമ്മദീയനോ ആകാൻ പോകുന്നില്ല. ആ അതിമാനുഷൻ ഒരു ദൈവംതന്നെയാകാനാണ് പോകുന്നത്. ഒരു ദൈവീകമായ അസ്തിത്വം അല്ലെങ്കിൽ ഒരു ദൈവീകമായ സാക്ഷാത്കാരം അതാണവനായിത്തീരുവാൻ പോകുന്നത്.

ഒരുപക്ഷേ അത് ബോധപൂർവ്വമായിരിക്കുകയില്ല, എന്നാൽ എല്ലാ മതങ്ങളിലെയും എല്ലാ പുരോഹിതരും ആ അതിമാനുഷന്റെ വരവിനെതിരായി ഗൂഢാലോചന നടത്തിയിട്ടുണ്ട്. മനുഷ്യർ അബോധവാന്മാരായി നിലനില്ക്കുവാനാണ് അവരാഗ്രഹിക്കുന്നത്. മനുഷ്യർ അന്ധരും ഇരുട്ടിൽ തപ്പിത്തടയുന്നവരും മരണഭയമുള്ളവരും ദുർബലരും ദൈവഭയമുള്ളവരും പ്രതിഫലങ്ങൾക്കുവേണ്ടി അത്യാഗ്രഹമുള്ളവരുമായി നില

നില്ക്കുവാനാണ് അവരാഗ്രഹിക്കുന്നത്. ഈ മതപ്രാസംഗികർ പറഞ്ഞു കൊണ്ടേയിരിക്കുന്ന എല്ലാതരം അസംബന്ധങ്ങളും ആളുകൾ കേട്ടു കൊണ്ടിരിക്കണമെന്ന് അവരാഗ്രഹിക്കുന്നു. ഈ മതപ്രാസംഗികരാകട്ടെ യാതൊരുവിധത്തിലും ഉത്കൃഷ്ടമായ ബോധമുള്ളവരല്ല. അല്ലാത്ത പക്ഷം ഇത്തരത്തിലുള്ള അസംബന്ധമായ കാര്യങ്ങൾ ചെയ്യുവാൻ അവർക്ക് സാധ്യമാവുകയില്ല.

രസകരമായ ഒരു സംഭവകഥ കേൾക്കുക:

...അർദ്ധരാത്രി സമയത്ത് തന്റെ കിടപ്പറയിൽ ഒരു സ്ത്രീ പരപുരുഷനുമായി കാമസല്ലാപത്തിലേർപ്പെട്ടിരിക്കുകയായിരുന്നു. പെട്ടെന്ന് തന്റെ ഭർത്താവിന്റെ കാറ് ഷെഡ്ഡിലേക്ക് പ്രവേശിക്കുന്നതിന്റെ ശബ്ദം അവൾ കേട്ടു. അവൾക്കാ ശബ്ദം ഏറ്റവും പരിചിതമായിരുന്നു. അതിനാൽ അവളതു പെട്ടെന്ന് തിരിച്ചറിഞ്ഞു. ഈ സമയത്ത് അയാൾ വരുമെന്ന് അവളൊരിക്കലും പ്രതീക്ഷിച്ചിരുന്നില്ല. തീർച്ചയായും അടിയന്തിരമായ എന്തെങ്കിലുമൊരു കാര്യമുണ്ടാകണം.

...പെട്ടെന്നവൾ തന്നോടൊപ്പം കിടക്കയിൽ കിടന്നിരുന്ന ആ മനുഷ്യനെ തള്ളിമാറ്റിക്കൊണ്ട് പറഞ്ഞു, "ഉടനെ എന്തെങ്കിലും ചെയ്യൂ, എന്റെ ഭർത്താവ് ഇപ്പോൾ ഇവിടെയെത്തും. അയാളെങ്ങാനും ഇതു കണ്ടാൽ.... ആ നിമിഷം അയാൾ നിങ്ങളെ കൊല്ലുമെന്നുറപ്പാണ്." ആ മനുഷ്യൻ ചോദിച്ചു, "ഞാനെന്താണ് ചെയ്യേണ്ടത്?"

അവൾ പറഞ്ഞു, "നിങ്ങളീ ജനലിൽകൂടി പുറത്തേക്കു ചാടിക്കൊള്ളൂ. ഒരേയൊരു വഴി അതു മാത്രമേയുള്ളൂ."

അപ്പോഴേക്കും ഭർത്താവ് വാതിലിൽ മുട്ടാൻ തുടങ്ങിയിരുന്നു. അതിനാൽ ചിന്തിച്ചുനില്ക്കുവാനവിടെ സമയമുണ്ടായിരുന്നില്ല. താൻ നഗ്നനാണ് എന്നോർമ്മിക്കാതെ അയാളാ ജനലിലൂടെ പുറത്തേക്ക് ചാടി. പുറത്ത് ചന്നംപിന്നം മഴപെയ്തുകൊണ്ടിരുന്നു.

ഭാഗ്യവശാൽ, ആ സമയത്ത് ഒരു സംഘം ആളുകൾ വ്യായാമത്തിനുവേണ്ടി ശരീരം കുലുക്കിക്കൊണ്ട് പതുക്കെ ഓടിക്കൊണ്ടിരിക്കുന്നത് (Jogging) അയാൾ കണ്ടു. ഉടൻ അയാൾ അവരോടൊപ്പം ചേർന്നു. അല്ലാത്തപക്ഷം അതപകടകരമായിരുന്നു. നഗ്നനായി, അവിടെ, ആ വഴിയിൽ നില്ക്കുന്നത് തികച്ചും ഭ്രാന്തമായ ഒരു കാര്യമായിരുന്നു. അയാളും ആ സംഘത്തോടൊപ്പം ഓടാൻ തുടങ്ങിയപ്പോൾ അയാളുടെ അടുത്തുനിന്നിരുന്ന ഒരു ഓട്ടക്കാരൻ (Jogger) അയാളെ അദ്ഭുതത്തോടെ നോക്കി. നഗ്നനായി ഒരാൾ ആ മഴയത്ത് തങ്ങളോടൊപ്പം ഓടിക്കൊണ്ടിരിക്കുന്നത് കണ്ടപ്പോൾ അയാൾക്ക് ജിജ്ഞാസ അടക്കാനായില്ല. അയാൾ ചോദിച്ചു, "നിങ്ങളെല്ലായ്പോഴും ഇങ്ങനെ നഗ്നനായിട്ടാണോ ജോഗ് ചെയ്യാറ്?"

അയാൾ പറഞ്ഞു, "ഞാനെല്ലായ്പോഴും ഇങ്ങനെയാണ് ഓടാറുള്ളത്."

"ഇത് ആശ്ചര്യംതന്നെ. നഗ്നനായി ജോഗ് ചെയ്യുന്ന ഒരാളെ ഞാനാദ്യമായിട്ടാണ് കാണുന്നത്." പെട്ടെന്ന് അയാൾ മറ്റൊരു കാര്യം ശ്രദ്ധിച്ചു. അയാൾ വീണ്ടും ചോദിച്ചു, "എന്നാൽ എന്തുകൊണ്ടാണ് നിങ്ങളൊരു കോണ്ടം (ഗർഭനിരോധനത്തിനായുള്ള ഉറ) ധരിച്ചിരിക്കുന്നത്? ജോഗ് ചെയ്തുകൊണ്ടിരിക്കുമ്പോൾ നിങ്ങളെല്ലായ്പോഴും കോണ്ടം ധരിക്കാറുണ്ടോ?"

അയാൾ പറഞ്ഞു, "ഇല്ല, എല്ലായ്പോഴുമില്ല. മഴ പെയ്തുകൊണ്ടിരിക്കുമ്പോൾ മാത്രം."

പെട്ടെന്ന് ആ സംഘത്തിൽപെട്ട ജോഗ്ഗർ എന്തോ ഓർമ്മിച്ചു.

നഗ്നനായ ഈ മനുഷ്യന്റെ ശബ്ദം പരിചിതമെന്ന് തോന്നിപ്പിച്ചു. ഈ ശബ്ദം മുമ്പ് താനെവിടെയോ കേട്ടിട്ടുണ്ട്. ആ മനുഷ്യനെ ഒന്നുകൂടി സൂക്ഷിച്ചുനോക്കിയപ്പോൾ പെട്ടെന്ന് അയാൾക്ക് ആളെ മനസ്സിലായി. "ഫാദർ, താങ്കൾക്ക് ജോഗ്ഗിങ്ങ് ഇത്രയുമിഷ്ടമാണെന്ന് ഞാനൊരിക്കലും കരുതിയിരുന്നില്ല. എല്ലാ ഞായറാഴ്ചയും മുടങ്ങാതെ ഞാൻ പള്ളിയിൽ വരാറുണ്ട്. ഞാൻ താങ്കളുടെ ഇടവകയിൽപെട്ട ഒരാളാണ്."

ഇവരെല്ലാമാണ് നിങ്ങളുടെ പുരോഹിതർ. ഇവർ മനുഷ്യവർഗ്ഗത്തെ അടിമപ്പെടുത്തിയിരിക്കുകയാണ്. കുട്ടികളെ പീഡിപ്പിച്ച കുറ്റത്തിനോ, അല്ലെങ്കിൽ സ്ത്രീകളെ മാനഭംഗപ്പെടുത്തിയതിനോ, അതുമല്ലെങ്കിൽ സ്വവർഗ്ഗരതിയുമായി ബന്ധപ്പെട്ട കാര്യങ്ങൾക്കോ, ഓരോ ദിവസവും ഇവർ പിടിക്കപ്പെട്ടുകൊണ്ടിരിക്കുകയാണ്. നിങ്ങളുടേതിനേക്കാൾ കൂടുതൽ ശ്രേഷ്ഠമായൊരു ബോധം ഇവർക്കുണ്ടെന്നു തോന്നുന്നില്ല. അതൊരുപക്ഷേ നിങ്ങളുടേതിനേക്കാൾ താണതരത്തിലുള്ളതാകാം. എന്നാൽ അത് ഉയർന്നതരത്തിലുള്ളതല്ല. പരിണമിക്കുവാൻ അവർ നിങ്ങളെ അനുവദിക്കുകയില്ല, കാരണം നിങ്ങളുടെ പരിണാമം അവരുടെ മുഴുവൻ തൊഴിലിനേയും നശിപ്പിക്കും. അവരുടെ തൊഴിൽ നിലനില്ക്കണമെങ്കിൽ, നിങ്ങൾ വളർച്ചയില്ലാത്തവനായി നിലനില്ക്കണം. ലോകത്തിലെ ഏറ്റവും മഹത്തരമായ തൊഴിലാണ് തങ്ങളുടേത് എന്നാണവർ അവകാശപ്പെടുന്നത്.

ഒന്നുംതന്നെ അറിയാത്തവരായ, തത്തകളെപ്പോലെ മതഗ്രന്ഥങ്ങളിലെ വചനങ്ങൾ ആവർത്തിച്ചുകൊണ്ടിരിക്കുന്ന വിഡ്ഢികളായ ഈ മനുഷ്യരിൽനിന്നും അതിമാനുഷൻ തികച്ചും വ്യത്യസ്തനായിരിക്കും. ഇവരൊരുപക്ഷേ അറിവുള്ളവരാണെന്നു വരാം. എന്നാൽ ധിഷണാശക്തിയുടെ കാര്യത്തിൽ ഇവർ പൂജ്യമാണ്.

ലോകത്തിലെല്ലായിടത്തും, എല്ലാ മതത്തിലുമുള്ള പുരോഹിതർ, ഒരേ തരത്തിൽ ഒരു കാര്യം പഠിപ്പിച്ചിട്ടുണ്ട്. അതിതാണ്:

നിങ്ങൾ നിങ്ങളെ സ്നേഹിക്കരുത്, സ്വാർത്ഥതയുടെ പേരിൽ അത് തെറ്റാണെന്ന് വിധിക്കപ്പെട്ടിരിക്കുന്നു. അതിനുപകരം മറ്റുള്ളവരെ

സ്നേഹിക്കുക, നിങ്ങളുടെ ശത്രുവിനെപ്പോലും സ്നേഹിക്കുക, നിങ്ങളുടെ അയൽക്കാരനെപ്പോലും സ്നേഹിക്കുക. എന്നാൽ നിങ്ങളെതന്നെ സ്നേഹിക്കൂ എന്ന് ആരുംതന്നെ പറയുന്നില്ല. എന്നാൽ നിങ്ങൾ നിങ്ങളെ സ്നേഹിക്കുന്നില്ലായെങ്കിൽ...

സരതുഷ്ട്രൻ പറയുന്നത് ശരിയാണ്: "തന്നോടുതന്നെ വളരെയധികം സ്നേഹം എവിടെയാണോ ഉള്ളത്, അപ്പോളത് ഉല്പാദകശക്തിയുടെ ലക്ഷണമാണ്." ഒരു അതിമാനുഷനെ ഉല്പാദിപ്പിക്കുന്നതിന് ഏറ്റവുമാവശ്യമായ കാര്യം നിങ്ങളോടുതന്നെയുള്ള നിങ്ങളുടെ സ്നേഹമാണ്. നിങ്ങൾ നിങ്ങളെതന്നെ സ്നേഹിക്കുന്നില്ലായെങ്കിൽ, നിങ്ങളെ ശുദ്ധീകരിക്കുവാൻ നിങ്ങൾക്കു കഴിയുകയില്ല.

നിങ്ങളൊരു പാപിയാണ് എന്ന്, യാതൊരനുഗ്രഹവും സ്വീകരിക്കുവാൻ നിങ്ങൾ യോഗ്യനല്ലായെന്ന്, അവർ നിങ്ങളോട് പറഞ്ഞുകൊണ്ടേയിരിക്കുന്നു. അവർ നിങ്ങളുടെ മനസ്സിനെ നിങ്ങൾക്കെതിരായി ദുഷിപ്പിച്ചിരിക്കുകയാണ്. അതിമാനുഷൻ ഭൂമിയിലേക്കു വരുന്നതിനെ തടയുവാനുള്ള അവരുടെ തന്ത്രമാണത്. അവർ മനുഷ്യനെ അവനെതിരാക്കിത്തീർത്തു. സഹജമായി നിങ്ങൾക്കുള്ള എല്ലാറ്റിനേയും അവർ നിന്ദിച്ചു. നിങ്ങളുടെ ജന്മവാസനകളേയും, നിങ്ങളുടെ ആഗ്രഹങ്ങളേയും, നിങ്ങളുടെ ആകാംക്ഷകളേയും, നിങ്ങളുടെ ശരീരത്തേയും, നിങ്ങളുടെ മനസ്സിനേയും അവർ നിന്ദിച്ചു. നിങ്ങളെ സാങ്കല്പികമായ ഏതോ അൾത്താരയിലെ ബലിയാടാക്കുവാനാണ് അവരാഗ്രഹിക്കുന്നത്.

ഇതുവരെ അവരതിൽ വിജയിച്ചിട്ടുണ്ട്. അവരുടെ സങ്കല്പത്തിലെ ഏതോ ഒരു ദൈവത്തിനുള്ള ബലി എന്ന നിലയ്ക്കാണ് അവർ മനുഷ്യനെ കണ്ടത്. നിങ്ങളുടെതന്നെ സ്രഷ്ടാവാകുവാൻ അവർ നിങ്ങളെ അനുവദിച്ചില്ല. നിങ്ങളെതന്നെ സ്നേഹിക്കുവാൻ, നിങ്ങളെക്കുറിച്ച് നിങ്ങളെ ബോധവാന്മാരാക്കുവാൻ അവരൊരിക്കലും നിങ്ങളെ സഹായിച്ചില്ല. അതിനാൽ നിങ്ങൾക്കുള്ളിൽ ആ അതിമാനുഷനെ ഗർഭം ധരിക്കുവാൻ നിങ്ങൾക്കു കഴിഞ്ഞില്ല. അപ്പോൾ ആ അതിമാനുഷൻ നിങ്ങൾക്കുള്ളിൽ ഒരു വിത്തായിത്തന്നെ നിലനിന്നു. എന്നാൽ ശരിയായ പരിചരണവും ശരിയായ പരിസ്ഥിതിയും ഒരു തോട്ടക്കാരന്റെ മേൽനോട്ടവുമുണ്ടായിരുന്നുവെങ്കിൽ, ആ വിത്തിന് മനോഹരവും സുഗന്ധമുള്ളതുമായ ഒരു പുഷ്പമായിത്തീരാൻ കഴിയുമായിരുന്നു.

"എന്റെ കുഞ്ഞുങ്ങൾ അവരുടെ ആദ്യത്തെ വസന്തത്തിൽ ഇപ്പോഴും പച്ചപിടിച്ചുനില്ക്കുകയാണ്.

ഫലഭൂയിഷ്ഠമായ എന്റെ തോട്ടത്തിലെ വൃക്ഷങ്ങൾ, അന്യോന്യം മുട്ടിയുരുമ്മി നിന്നുകൊണ്ട് കൂട്ടത്തോടെ, കാറ്റിലാടിക്കളിച്ചുകൊണ്ടിരിക്കുകയാണ്. അത്തരത്തിലുള്ള വൃക്ഷങ്ങൾ എവിടെയാണോ കൂട്ടംകൂട്ടമായി നില്ക്കുന്നത്, അവിടം സത്യത്തിൽ സ്വർഗ്ഗീയമായ ഒരിടം തന്നെയാണ്."

സരതുഷ്ട്രൻ വ്യക്തികളെ സ്നേഹിക്കുന്നു. അദ്ദേഹം ആൾക്കൂട്ടത്തെ വെറുക്കുന്നു. അദ്ദേഹം ആൾക്കൂട്ടത്തിന്റെ മനഃശാസ്ത്രത്തിനെതിരാണ്. എന്തെന്നാൽ മനുഷ്യന്റെ പരിണാമത്തെ സംബന്ധിച്ചിടത്തോളം ആൾക്കൂട്ടം ഏറ്റവും താഴത്തെ തട്ടിലാണ് നില്ക്കുന്നത്.

കൂടുതൽ ഉയരങ്ങളിലേക്കു പോകുവാൻ ആൾക്കൂട്ടം ആരേയും അനുവദിക്കുകയില്ല. ആരെങ്കിലും മേല്പോട്ടുയരുവാൻ ശ്രമിക്കുകയാണെങ്കിൽ, ആളുകളെല്ലാം ചേർന്ന് അവന്റെ കാലുകളിൽ പിടിച്ച് താഴേക്കു വലിക്കും. എല്ലാവരും ചേർന്ന് അവനെ, ആൾക്കൂട്ടം ജീവിച്ചുകൊണ്ടിരിക്കുന്ന അതേ ചെളിക്കുണ്ടിലേക്ക് പിടിച്ചുതാഴ്ത്തും. ഒരുവൻ ഒരു വ്യക്തിയായിത്തീരുന്നത് അവർക്കിഷ്ടമല്ല. അതവരുടെ അഹംബോധത്തിനെതിരാണ്. തങ്ങളുടെ വ്യക്തിത്വത്തെ ബലികഴിക്കുന്നവരായ ആളുകളെ അവർ ബഹുമാനിക്കും. ആ ആളുകളെ അവർ മഹാത്മാക്കൾ എന്നു വിളിക്കും. എന്നാൽ ഈ മഹാത്മാക്കൾ ആൾക്കൂട്ടത്തിന്റെ പ്രതീക്ഷകളെ നിറവേറ്റിക്കൊണ്ടിരിക്കുന്ന വെറും നിഴലുകൾ മാത്രമാണ്.

ആൾക്കൂട്ടത്തിന്റെ പ്രതീക്ഷകളെ എത്രയും കൂടുതൽ നിങ്ങൾ നിറവേറ്റുന്നുവോ, അത്രയും കൂടുതൽ ആദരവും മാന്യതയും അവർ നിങ്ങൾക്ക് നല്കും. പക്ഷേ, നിങ്ങൾ നിങ്ങളുടേതാകരുത് എന്നു മാത്രം. അത് ആൾക്കൂട്ടത്തിനിഷ്ടമല്ല. നിങ്ങൾ നിങ്ങളുടെ വ്യക്തിത്വത്തെക്കുറിച്ച് ഊറ്റംകൊള്ളരുത്. അതിനെ ആൾക്കൂട്ടം വെറുക്കുന്നു. അതേസമയം നിങ്ങൾ നിങ്ങളുടെ വ്യക്തിത്വത്തെക്കുറിച്ച് അഭിമാനംകൊള്ളുന്നില്ലായെങ്കിൽ, നിങ്ങൾക്ക് അതിമാനുഷനെ ഗർഭം ധരിക്കുവാൻ കഴിയില്ല. അതിമാനുഷൻ ഒരു വ്യക്തിയാണ്.

സരതുഷ്ട്രൻ പറയുന്നു, "എവിടെയാണോ അത്തരത്തിലുള്ള വൃക്ഷങ്ങൾ ഒന്നിച്ചുനിൽക്കുന്നത്, അവിടം തികച്ചും ആസ്വാദ്യകരമായ ഒരിടമാണ്. എന്നാൽ അവയെ ഒറ്റക്കൊറ്റയ്ക്ക് നട്ടുവളർത്തേണ്ടിവരും. ഓരോ തോട്ടക്കാരനും ഇതറിയാം. അയാൾ വിത്തുകൾ വിതയ്ക്കും, വിത്തുകൾ മുളച്ചുപൊന്തും. അവ കൂട്ടംകൂട്ടമായി വളരും. അപ്പോളയാൾ അവയെ പിഴുതെടുത്ത് ഒറ്റക്കൊറ്റയ്ക്ക് പറിച്ചുനടും. ഓരോ ചെടിക്കും അതിനാവശ്യമായ സ്ഥലം നല്കിക്കൊണ്ട്, അവ തമ്മിൽ പ്രത്യേക അകലം നിലനിർത്തിക്കൊണ്ട്, അയാളവയെ വ്യക്തികളാക്കിത്തീർക്കും. അയാളവയെ വേറെ വേറെ ദ്വീപുകളാക്കിത്തീർക്കും."

"ഒരു ദിവസം ഞാൻ ആ വൃക്ഷങ്ങളുടെ തയ്യുകൾ പിഴുതെടുത്ത് അവയെ ഓരോന്നോരോന്നായി പറിച്ചുനടും. അപ്പോളവ ഏകാകിത്വമെന്നാലെന്താണെന്ന്, ധിക്കാരമെന്നാലെന്താണെന്ന്, ദീർഘവീക്ഷണമെന്നാലെന്താണെന്നു പഠിക്കും."

മൂന്നു കാര്യങ്ങളാണ് അദ്ദേഹം ഇവിടെ പറയുന്നത്. ഒന്നാമതായി, അവ ഏകാകിത്വമെന്നാലെന്താണെന്നു പഠിക്കും.

ഏകാകിത്വത്തിന്റെ സുന്ദരമായ ലോകത്തെക്കുറിച്ച് പഠിക്കുവാൻ ആൾക്കൂട്ടം നിങ്ങളെ ഒരിക്കലും അനുവദിക്കുകയില്ല. അവർ എല്ലായ്പോഴും എല്ലായിടത്തും നിങ്ങളെ വളഞ്ഞുനിൽക്കും. നിശ്ശബ്ദരാകുവാൻ അവർ നിങ്ങളെ അനുവദിക്കുകയില്ല. അവർ നിങ്ങളെ തനിച്ച് വിടുകയില്ല. നിശ്ശബ്ദരും, ഒറ്റയ്ക്കു ജീവിക്കുന്നവരും ഏകാന്തതയെ ഇഷ്ടപ്പെടുന്നവരുമായ ആളുകളോട് അവർക്ക് വെറുപ്പാണ്. അവർ തങ്ങളുടെ ശത്രുക്കളാണ് എന്ന് ആൾക്കൂട്ടത്തിനു തോന്നും. അവർ തങ്ങളിൽപെട്ട ഒരുവനല്ല. അവർ അന്യരാണ്, അവർ തങ്ങളുടെ കൂട്ടത്തിൽ പെടാത്തവരാണ്.

എന്നാൽ ഏകാകിത്വം, ഒരുവനെ സംബന്ധിച്ചിടത്തോളം അവന്റെ ബോധത്തെ അനുഭവിക്കുന്നതിന് ഏറ്റവും ആവശ്യമായ കാര്യങ്ങളിലൊന്നാണ്. ആൾക്കൂട്ടത്തിൽ നിങ്ങൾക്കനുഭവപ്പെടുന്നത് കൂട്ടായ ബോധമാണ്, അത് നിങ്ങളുടെ സ്വന്തം ബോധമല്ല. കൂട്ടായ ബോധം എങ്ങനെയാണ് പ്രവർത്തിക്കുന്നത് എന്നു മനസ്സിലാക്കുവാൻ കഴിയുന്ന നിരവധി ഉദാഹരണങ്ങളവിടെയുണ്ട്.

ഏതാനും ദിവസങ്ങൾക്കു മുമ്പ്, അമേരിക്കയിൽ, ഇളംപ്രായത്തിലുള്ള നാല് കുട്ടികൾ തങ്ങളുടെ വണ്ടിപ്പുരയുടെ (Garrage) വാതിലുകളടയ്ക്കുകയും കാറിന്റെ എൻജിൻ പ്രവർത്തിപ്പിച്ചുകൊണ്ടിരിക്കുകയും ചെയ്തു. എൻജിൻ പുറത്തേക്ക് വിടുന്ന പ്രധാന വാതകം കാർബൺ മോണോക്സൈഡാണ്, അത് വിഷവാതകമാണ്. ഗാരേജിന്റെ എല്ലാ വാതിലുകളും അടച്ചിരുന്നതിനാൽ ആ നാലുകുട്ടികളും പിറ്റേന്നാൾ രാവിലെ അവിടെ മരിച്ചുകിടക്കുന്നതായാണ് കണ്ടെത്തിയത്.

ഈ വാർത്ത ടെലിവിഷനിലും പത്രങ്ങളിലും വന്നപ്പോൾ, ഇതറിയുമ്പോൾ നിങ്ങളദ്ഭുതപ്പെട്ടേക്കാം... ഇതിനെ തുടർന്ന് അമേരിക്കയിലൊട്ടാകെ മറ്റു പതിനഞ്ചു സ്ഥലങ്ങളിൽകൂടി ഇതേതരത്തിലുള്ള സംഭവങ്ങളുണ്ടായി. കൂട്ടായ മനസ്സ് എന്നാലിതാണ്.

അമേരിക്കയിലെ ഒരു പ്രധാനനടിയായ മർലിൻ മൺറോ ആത്മഹത്യ ചെയ്തപ്പോൾ, അവിടത്തെ ആത്മഹത്യയുടെ നിരക്ക് പതിനഞ്ചുശതമാനത്തോളം ഉയർന്നു. പ്രസിദ്ധയായ ഒരു സ്ത്രീ ആത്മഹത്യചെയ്തപ്പോഴേക്കും അവിടെ സംഭവിച്ചത് നോക്കൂ. കൂട്ടായ ബോധം ഒരു പകർച്ചവ്യാധിപോലെയാണ് പ്രവർത്തിക്കുന്നത്.

കുറ്റകൃത്യങ്ങളുടെ നിരക്കിൽ എന്തുകൊണ്ടാണ് ഇടയ്ക്കിടെ വ്യതിയാനങ്ങളുണ്ടാകുന്നത് എന്നതിനെക്കുറിച്ച് കാലിഫോർണിയാ സർവ്വകലാശാല ഒരു വർഷമായി പഠനം നടത്തിക്കൊണ്ടിരിക്കുകയാണ്. ആ വ്യതിയാനത്തിനുള്ള പ്രധാന കാരണം ഫുട്ബോൾ മത്സരങ്ങളും ബോക്സിങ്ങ് മത്സരങ്ങളുമാണ് എന്ന് അവർ കണ്ടെത്തി. ഒരു ഫുട്ബോൾ മത്സരമോ, ബോക്സിങ്ങ് മത്സരമോ അവിടെ നടന്നു

കഴിഞ്ഞാൽ, ഉടനെ കുറ്റകൃത്യങ്ങളുടെ നിരക്ക് ഏഴോ, എട്ടോ ശതമാനത്തോളം ഉയരും. ചിലപ്പോളത് പതിനാലു ശതമാനം വരെയാകും. പെട്ടെന്ന് കാലിഫോർണിയയിലെല്ലായിടത്തും കൊലപാതകങ്ങളും ആത്മഹത്യകളും ബലാത്സംഗങ്ങളും വർദ്ധിക്കാൻ തുടങ്ങും. കുറ്റകൃത്യങ്ങളുടെ നിരക്ക് സാധാരണ നിലയിലെത്തിച്ചേരാൻ ഉദ്ദേശം രണ്ടാഴ്ചയോളമെടുക്കും. അത് പലരേയും സ്പർശിക്കുന്ന, പലരേയും ബാധിക്കുന്ന ഒരു തരംഗംപോലെയാണ്.

കൂട്ടായ ബോധം പ്രവർത്തിക്കുന്നത് ഒറ്റക്കെട്ടായിട്ടാണ്. വ്യക്തികളെ അവരുടേതായ തീരുമാനങ്ങളെടുക്കുവാൻ അത് അനുവദിക്കുന്നില്ല. അതിനാവശ്യമായ ഇടം അവർക്ക് ലഭ്യമാകുന്നില്ല.

ജന്തുക്കളെപ്പോലും അവയുടെ അധീനപ്രദേശം (territory) വളരെയധികം സ്വാധീനിക്കുന്നതായി ശാസ്ത്രജ്ഞർ കണ്ടെത്തിയിട്ടുണ്ട്. ഉദാഹരണത്തിന് സിംഹങ്ങൾക്ക് അവയുടേതായ ഒരു അധീനപ്രദേശമുണ്ട്. ആ അധീനപ്രദേശത്തെക്കുറിച്ച് കാട്ടിലുള്ള മറ്റു ജന്തുക്കളെ അറിയിക്കുവാൻ അവ ചില പ്രത്യേക സ്ഥാനങ്ങളിൽ മൂത്രമൊഴിച്ചുവക്കും - മിക്ക ജന്തുക്കളും ചെയ്യുന്നത് ഇതുതന്നെയാണ് - ആ മൂത്രത്തിന്റെ മണം ആ അധീനപ്രദേശത്തിനുള്ളിലേക്ക് കടക്കുന്നതിൽനിന്ന് മറ്റു ജന്തുക്കളെ തടയും. നിങ്ങളാ അധീനപ്രദേശത്തിന് പുറത്താണ് നില്ക്കുന്നത് എങ്കിൽ അത് ആ സിംഹത്തെ പ്രകോപിപ്പിക്കുകയില്ല. അപ്പോഴത് വിശ്രമിച്ചുകൊണ്ടിരിക്കുകയാണെങ്കിൽ നിങ്ങളുടെ നേരെ അത് കണ്ണെടുക്കാതെ നോക്കിക്കൊണ്ടേയിരിക്കും. അപ്പോൾ യാതൊരസ്വസ്ഥതയും അതിന്റെ മുഖത്തു കാണുകയില്ല. അത് വിശ്രമിച്ചുകൊണ്ടുതന്നെയിരിക്കും. എന്നാൽ നിങ്ങളതിന്റെ അധീനപ്രദേശത്തിനുള്ളിലേക്ക് ഒന്നു കാലെടുത്ത് വയ്ക്കുകയേ വേണ്ടൂ, അതുടനെ എഴുന്നേറ്റുനില്ക്കും. നിങ്ങളതിന്റെ ആഭ്യന്തരകാര്യത്തിൽ ഇടപെട്ടിരിക്കുകയാണ്.

നായകളും ഇങ്ങനെ ചെയ്യാറുണ്ട്. ഏതെങ്കിലുമൊരു തൂണിനുചുറ്റും അല്ലെങ്കിൽ ഒരു കൽദൈവത്തിനു ചുറ്റും അല്ലെങ്കിൽ മറ്റെവിടെയെങ്കിലും മൂത്രമൊഴിച്ചുവച്ചുകൊണ്ട് ആ സ്ഥലം തന്റെ അധീനപ്രദേശമാണ് എന്ന് അത് പ്രഖ്യാപിക്കും. മറ്റു നായകൾ അത് അംഗീകരിക്കുകയും ചെയ്യും.

മിക്കവാറുമെല്ലാ ജന്തുക്കളും നിങ്ങളേക്കാൾ കൂടുതൽ ഇന്ദ്രിയബോധമുള്ളവരാണ്. കുതിരകൾക്ക് രണ്ടു മൈൽ അകലെനിന്നുതന്നെ മണത്തറിയുവാൻ കഴിയും. രണ്ടു മൈലകലെ ഒരു സിംഹമവിടെയുണ്ടെങ്കിൽ, അതവയ്ക്ക് മണത്തറിയാൻ കഴിയും. പിന്നെയവ മുന്നോട്ടുനീങ്ങുകയില്ല. നിന്നയിടത്തുതന്നെ മണം പിടിച്ചുകൊണ്ട് അവ അനങ്ങാതെ നില്ക്കും.

വൃക്ഷങ്ങൾക്കും അവയുടേതായ അധീനപ്രദേശമുണ്ട്... ഏറ്റവുമുയരത്തിൽ വളരുന്ന വൃക്ഷങ്ങൾ ആഫ്രിക്കയിലാണ് കാണപ്പെടുന്നത്.

അതിന്റെ കാരണമിതാണ്. ചുറ്റുവട്ടത്തിൽ പരന്ന് വളരുവാൻ ആവശ്യമായ സ്ഥലം അവിടെ അവയ്ക്ക് കണ്ടെത്തുവാൻ കഴിയില്ല, കാരണം ആഫ്രിക്കയിലെ കാടുകൾ അത്രയ്ക്കും ഇടതൂർന്നതാണ്. അതിനാൽ ആകാശത്തിലേക്ക് വളരെ ഉയരത്തിൽ വളരുകയാണെങ്കിൽ മാത്രമേ അവയ്ക്ക് സ്വതന്ത്രമായൊരു സ്ഥലം കണ്ടെത്താൻ കഴിയുകയുള്ളൂ. അതേ വൃക്ഷത്തെ ഇവിടെ വളർത്തിനോക്കുക. അപ്പോളത് അത്രയുമുയരത്തിൽ വളരുകയില്ല, മറിച്ച് അത് നാലുപാടും പരന്ന് വളരും. എന്നാൽ ആഫ്രിക്കയിൽ അതേ വൃക്ഷം 200 അടി ഉയരത്തിൽ വളരും. അത് കൂടുതൽ സ്ഥലവും സ്വാതന്ത്ര്യവും വ്യക്തിത്വവും അനുഭവിക്കുവാൻ ആഗ്രഹിക്കുന്നു.

എന്നാൽ മനുഷ്യനത് പൂർണ്ണമായും മറന്നുകഴിഞ്ഞു. ഒരുപക്ഷേ, മനുഷ്യൻ അനുഭവിച്ചുകൊണ്ടിരിക്കുന്ന സംഘർഷം ആൾക്കൂട്ടം കാരണമാണെന്ന് വരാം. ഏകാകിത്വം ആത്മീയമായ ഒരാവശ്യമാണ്. എന്നാൽ ആൾക്കൂട്ടം കൂടുതൽ കൂടുതൽ വളർന്നു വികസിച്ചുകൊണ്ടേയിരിക്കുന്നു. നിങ്ങളെവിടെയാണെങ്കിലും നിങ്ങളൊരു ആൾക്കൂട്ടത്തിലാണ്.

ഏകാന്തത നിങ്ങൾക്കേറ്റവും ആവശ്യമായ ഒന്നാണ് എന്നു ക്രമേണ നിങ്ങൾ മറക്കും. അപ്പോൾ നിങ്ങൾ പിൻഗാമികളായി നിലനില്ക്കും. അപ്പോൾ നിങ്ങൾ നിങ്ങളുടെ ആത്മാവിനെ വളർത്തുവാൻ ശ്രദ്ധിക്കാതാകും. ആത്മാവിനെ സംബന്ധിച്ചിടത്തോളം വളർന്നു വികസിക്കുവാൻ വേണ്ട സ്ഥലമവിടെയില്ല.

ഒന്നാമത്തെ കാര്യം ഏകാകിത്വമാണ്. രണ്ടാമത്തെ കാര്യം ധിക്കാരമാണ്. ഒരുവന് ഒരു ധിക്കാരിയാകേണ്ടിവരും. അവന് പരസ്യമായി തന്റെ എതിർപ്പു പ്രകടിപ്പിക്കേണ്ടിവരും. ആൾക്കൂട്ടത്തെ നിഷേധിക്കുവാൻ ആൾക്കൂട്ടത്തോട് 'സാധ്യമല്ല (No)' എന്നു പറയുവാൻ അവന് അഭ്യസിക്കേണ്ടിവരും. തന്റെ കാര്യം അവന് സ്വയം തീരുമാനിക്കേണ്ടിവരും. ആരും തന്നെ തനിക്കുവേണ്ടി തീരുമാനമെടുക്കേണ്ടതില്ല എന്ന് അവന് പരസ്യമായി പറയേണ്ടിവരും.

ഞാനൊരു വീട്ടിൽ താമസിച്ചുകൊണ്ടിരിക്കുകയായിരുന്നു. ആ വീടിന്റെ മുറ്റത്ത് ഒരു ചെറിയ കുട്ടി കളിച്ചുകൊണ്ടിരുന്നു. ഞാൻ പുൽത്തകിടിയിലിരിക്കുകയായിരുന്നു. അവൻ എനിക്കു ചുറ്റും ഓടിനടന്ന് കളിച്ചുകൊണ്ടിരുന്നു. അവൻ എന്റെ അടുത്തെത്തിയപ്പോൾ ഞാനവനോട് ചോദിച്ചു, "നീ ജീവിതത്തിൽ എന്തായിത്തീരുവാനാണ് പോകുന്നത്?"

അവൻ പറഞ്ഞു, "കാര്യങ്ങളിങ്ങനെ പോവുകയാണെങ്കിൽ ഞാനൊരു ഭ്രാന്തനായിത്തീരുവാനാണ് പോകുന്നത്?"

ഞാൻ ചോദിച്ചു, "എവിടെനിന്നാണ് നിനക്കീ ആശയം കിട്ടിയത്?"

അവൻ പറഞ്ഞു, "എന്റെ അമ്മ ഞാനൊരു ഡോക്ടറായിത്തീരുവാൻ ആഗ്രഹിക്കുന്നു. എന്റെ അച്ഛൻ ഞാനൊരു എഞ്ചിനീയറായി

ത്തീരുവാൻ ആഗ്രഹിക്കുന്നു. എന്റെ അമ്മാവൻ ഞാനൊരു ശാസ്ത്ര ജ്ഞനായിത്തീരുവാൻ ആഗ്രഹിക്കുന്നു. ഞാനെന്തായിത്തീരുവാനാണ് ആഗ്രഹിക്കുന്നത് എന്ന് ആരുംതന്നെ എന്നോടു ചോദിക്കുന്നില്ല. എനിക്കുവേണ്ടി അവർ തീരുമാനമെടുത്തുകൊണ്ടിരിക്കുകയാണ്. അതിനെ ചൊല്ലി അവർ കലഹിച്ചുകൊണ്ടിരിക്കുകയാണ്. അവർ നിരന്തരം വാദിച്ചുകൊണ്ടിരിക്കുകയാണ്. ഞാൻ അവരുടെ ഒരേയൊരു മകനാണ്. അവരോരോരുത്തരും അവരുടെ അഭിലാഷങ്ങളെ എന്നിലൂടെ സാക്ഷാത്ക്കരിക്കുവാൻ ആഗ്രഹിച്ചുകൊണ്ടിരിക്കുകയാണ്. ആ ആളുകളെല്ലാം ചേർന്ന് എന്നെ ഒരു ഭ്രാന്തനാക്കുവാനാണ് പോകുന്നത് എന്ന് അതുകൊണ്ടാണ് ഞാൻ പറഞ്ഞത്."

ഞാൻ ആ കുട്ടിയോട് പറഞ്ഞു, "No എന്നു പറയുവാൻ പഠിക്കുക. ഭ്രാന്തനായിത്തീരേണ്ട യാതൊരാവശ്യവുമില്ല. നീ എന്തായിത്തീരുവാനാണ് ആഗ്രഹിക്കുന്നത് എന്ന് ഉറപ്പിച്ചുപറയുക. പിന്നെ അതിനുവേണ്ടി തുനിഞ്ഞിറങ്ങുക. എങ്കിൽ നീ ഒരിക്കലും ദുഃഖിതനാവുകയില്ല. നീ വലിയൊരു ധനികനായിത്തീർന്നില്ല എന്നു വരാം, നീ വളരെ പ്രശസ്തനായിത്തീർന്നില്ല എന്നു വരാം. എന്നാൽ പ്രശസ്തിയെക്കുറിച്ച് ആരാണ് വേവലാതിപ്പെടാൻ പോകുന്നത്. ശരിക്കും അർത്ഥവത്തായ കാര്യങ്ങളൊന്നും തന്നെ പണംകൊണ്ട് വാങ്ങാൻ കഴിയില്ല.

ഒരുവൻ എന്നായിത്തീരുവാനാണോ ആഗ്രഹിച്ചത്, അവന് അതായിത്തീരാൻ കഴിഞ്ഞാൽ, അപ്പോളവൻ പൂർണ്ണസംതൃപ്തനായിരിക്കും. അപ്പോൾ ലോകത്തിലെ ഏറ്റവും ധനികനായ വ്യക്തി അവനായിരിക്കും."

ധനം എന്നാലത് നിങ്ങളുടെ ബാങ്ക് നിക്ഷേപമല്ല. അത് നിങ്ങളുടെ സംതൃപ്തിയും നിങ്ങളുടെ സാഫല്യവും നിങ്ങളുടെ ഉള്ളിന്റെയുള്ളിലെ ആനന്ദവുമാണ്. നിങ്ങൾ ലക്ഷ്യപ്രാപ്തിയിലെത്തിക്കഴിഞ്ഞു എന്ന ഒരനുഭവമവിടെയുണ്ടാകും.

ധിക്കാരം എന്നാൽ അത് മറ്റൊരുത്തന് കീഴടങ്ങാതിരിക്കലാണ്. എന്നാൽ നിങ്ങൾക്ക് പൂർണ്ണമായി യോജിക്കുവാൻ കഴിയുന്ന ഒരു കാര്യമാണ് മറ്റൊരാൾ പറഞ്ഞുകൊണ്ടിരിക്കുന്നത് എങ്കിൽ, ...അപ്പോൾ നിങ്ങൾക്ക് 'Yes' എന്നു പറയുവാൻ കഴിയും. എന്നാൽ നിങ്ങളുടെ ആ സ്വീകാരം പൂർണ്ണമായിരിക്കട്ടെ. നിങ്ങളിലുള്ള എന്തെങ്കിലുമൊന്ന് 'Yes' എന്നു പറയുവാൻ ആഗ്രഹിക്കുന്നില്ലായെങ്കിൽ അപ്പോൾ 'No' എന്നു പറയുന്നതായിരിക്കും കൂടുതൽ നല്ലത്. 'No' എന്നു പറയുവാൻ കഴിയുന്ന ഒരാൾക്കു മാത്രമേ 'Yes' എന്ന് പൂർണ്ണമായി പറയുവാൻ സാധ്യമാവുകയുള്ളൂ എന്നത് ജീവിതത്തിന്റെ അടിസ്ഥാനനിയമങ്ങളിലൊന്നാണ്. 'No' എന്നു പറയുവാൻ കഴിയാത്ത ഒരാളുടെ 'Yes' ബലഹീനമായിരിക്കും. അത് ഒന്നുംതന്നെ അർത്ഥമാക്കുകയില്ല.

നിങ്ങൾ വളരെ അനുസരണയുള്ളവനാകണമെന്ന് ആൾക്കൂട്ടം

ആഗ്രഹിക്കുന്നു. കൊച്ചുകൊച്ചുകാര്യങ്ങളിൽപോലും നിങ്ങൾക്ക് അനുസരണയുള്ളവനാകേണ്ടിവരും.

എന്റെ കുട്ടിക്കാലത്ത് എനിക്കിഷ്ടമുള്ള സ്ഥലത്തേക്കെല്ലാം ഞാൻ തനിച്ചു പോവുക പതിവായിരുന്നു. എന്റെ അച്ഛൻ ചോദിക്കും, "എന്തിനാണ് നീ വെറുതെ ഞങ്ങളെ ബുദ്ധിമുട്ടിക്കുന്നത്? ഞങ്ങൾ എല്ലായിടത്തും നിന്നെ അന്വേഷിക്കും. എന്നാൽ ഞങ്ങൾക്ക് നിന്നെ കണ്ടെത്താൻ കഴിയില്ല. നിന്നെക്കുറിച്ചോർത്ത് ഞങ്ങൾ വിഷമിക്കും. എവിടേക്കാണ് നീ പോകുന്നത് എന്ന് മുമ്പേതന്നെ നിനക്ക് ഞങ്ങളോട് പറഞ്ഞുകൂടെ? ഇന്നയിടത്തേക്ക് ഞാൻ പോയിക്കോട്ടെയെന്ന് നിനക്ക് ഞങ്ങളോടൊന്ന് ചോദിച്ചുകൂടേ. എന്തുകൊണ്ടാണ് നീ അത് ചോദിക്കാത്തത്?"

ഞാൻ പറഞ്ഞു, "ഞാനത് മുൻകൂട്ടി ചോദിക്കുകയാണെങ്കിൽ, ഉത്തരം എല്ലായ്പോഴും 'No' എന്നായിരിക്കുമെന്ന് അനുഭവത്തിലൂടെ ഞാൻ മനസ്സിലാക്കിക്കഴിഞ്ഞു. കൂടാതെ, ആവശ്യമില്ലാതെ നിങ്ങളെ വേദനിപ്പിക്കുവാൻ ഞാനാഗ്രഹിക്കുന്നില്ല. നിങ്ങളെ ധിക്കരിക്കുവാൻ ഞാനാഗ്രഹിക്കുന്നില്ല. അതിനാൽ ഒന്നുംതന്നെ പറയാതെ പോകുന്നതായിരിക്കും കൂടുതൽ നല്ലത് എന്നെനിക്കു തോന്നി. എന്തുതന്നെയായാലും എനിക്ക് പോയേ മതിയാകൂ. നിങ്ങളതിന് അനുവാദം തരികയാണെങ്കിലും ഇല്ലെങ്കിലും."

ഞാനൊരല്പം തലതിരിഞ്ഞവനാണ് എന്ന് തുടക്കം മുതലേ അവർക്കറിയാമായിരുന്നു, കാരണം എന്റെ ആശയങ്ങളുമായി യോജിക്കാത്ത ഒന്നിനേയും ഞാനൊരിക്കലും അനുസരിച്ചിരുന്നില്ല. ധിക്കാരത്തിലൂടെ പലതും എനിക്ക് പഠിക്കാൻ കഴിഞ്ഞിട്ടുണ്ട്. സ്വന്തം കാലുകളിൽ നില്ക്കുവാനുള്ള ശക്തി അതെനിക്ക് നല്കി. അതെന്നെ ആൾക്കൂട്ടത്തിൽ നിന്ന് സ്വതന്ത്രനാക്കി നിർത്തി. എന്റെ ജീവിതത്തിൽ ഞാനൊരിക്കലും ആരുടേയുംതന്നെ കല്പന ശ്രദ്ധിച്ചിട്ടില്ല.

ഞാനെന്റെ ബിരുദാനന്തര കോഴ്സിനു പഠിച്ചുകൊണ്ടിരിക്കുമ്പോൾ, ഭാരത് സർക്കാർ ഒരു നിയമം പാസ്സാക്കി. എല്ലാ വിദ്യാർത്ഥികൾക്കും പട്ടാളപരിശീലനം നിർബന്ധമാക്കിക്കൊണ്ടുള്ള ഒരു ഉത്തരവായിരുന്നു അത്. കോഴ്സ് കഴിയുമ്പോൾ പട്ടാള ഉദ്യോഗസ്ഥനിൽനിന്ന്, നിങ്ങൾ പട്ടാളപരിശീലനം പൂർത്തിയാക്കിയതിനുള്ള ഒരു സർട്ടിഫിക്കറ്റ് ഹാജരാക്കാത്തപക്ഷം നിങ്ങൾക്ക് നിങ്ങളുടെ ബിരുദാനന്തര പരീക്ഷയുടെ സർട്ടിഫിക്കറ്റ് നല്കപ്പെടുകയില്ല.

ഞാൻ പട്ടാളപരിശീലനത്തിന് പോയിരുന്നില്ല. അതിനാൽ ഞാൻ നേരെ വൈസ്ചാൻസിലറെ പോയിക്കണ്ടു. ഞാൻ പറഞ്ഞു,

"എന്റെ ബിരുദാനന്തരപരീക്ഷയുടെ സർട്ടിഫിക്കറ്റ് നിങ്ങൾതന്നെ സൂക്ഷിച്ചുകൊള്ളൂ. എനിക്കത് ആവശ്യമില്ല. എന്നാൽ യാതൊരുവിധത്തിലുള്ള മൂഢമായ പരിശീലനത്തിനും എനിക്ക് പോകാൻ കഴിയില്ല."

പട്ടാളപരിശീലനം അടിസ്ഥാനപരമായി നിങ്ങളുടെ ധിഷണയെ നശിപ്പിക്കുന്നതിനു വേണ്ടിയുള്ളതാണ്; കാരണം അവിടെ നിങ്ങൾക്ക് ‘No’ എന്നു പറയുവാൻ കഴിയില്ല. നിങ്ങൾക്ക് ‘No’എന്നു പറയുവാൻ കഴിയില്ലായെങ്കിൽ, നിങ്ങളുടെ ധിഷണ മരിക്കുവാൻ തുടങ്ങും. തുടക്കത്തിൽ ‘Yes’ എന്നു പറയുവാൻ നിങ്ങൾക്കൊരല്പം മടിയുണ്ടാകും. എന്നാൽ മടിച്ചുമടിച്ച് നിങ്ങളതു പറയും. പിന്നെ പതുക്കെ പതുക്കെ നിങ്ങളതുമായി പൊരുത്തപ്പെടും. ആരോടാണ് അല്ലെങ്കിൽ എന്തിനോടാണ് നിങ്ങൾ ‘Yes’ എന്നു പറഞ്ഞുകൊണ്ടിരിക്കുന്നത് എന്ന് അപ്പോൾ നിങ്ങൾ ചിന്തിക്കാതാകും.

ഞാൻ പറഞ്ഞു, “ഞാൻ ഒരു പട്ടാളപരിശീലനത്തിനും പോകാൻ പോകുന്നില്ല. എന്റെ ബിരുദാനന്തര സർട്ടിഫിക്കറ്റിനെക്കുറിച്ച് ഞാനൊട്ടും തന്നെ ശ്രദ്ധിക്കുന്നില്ല. എന്നാൽ ആരെങ്കിലുമൊരാൾ എന്നോട് ‘ഇടത്തോട്ട് തിരിയൂ’ എന്ന് കല്പിച്ചുകൊണ്ടിരിക്കുന്നതിനെക്കുറിച്ച് എനിക്ക് സങ്കല്പിക്കുവാൻ കഴിയുന്നില്ല. അപ്പോൾ ഒന്നുംതന്നെ ആലോചിക്കാതെ എനിക്ക് ഇടത്തോട്ട് തിരിയേണ്ടിവരും. അയാൾ ‘വലത്തോട്ട് തിരിയൂ’ എന്നു പറയുമ്പോൾ എനിക്ക് വലത്തോട്ട് തിരിയേണ്ടിവരും. ‘മുമ്പോട്ടു പോകൂ, പുറകോട്ട് തിരിയൂ’ എന്നെല്ലാം പറയുകയാണെങ്കിൽ അതെല്ലാം എനിക്കനുസരിക്കേണ്ടിവരും. എന്നാൽ ഞാനതിന് തയ്യാറല്ല. ഞാനങ്ങനെ ചെയ്യണമെന്ന് നിങ്ങളാഗ്രഹിക്കുന്നുവെങ്കിൽ, ആ മിലിട്ടറി ഉദ്യോഗസ്ഥനെ ഇതറിയിക്കുക - എല്ലാറ്റിനും ഒരു വിശദീകരണം അയാളെനിക്ക് നല്കേണ്ടിവരും. “എന്തിനാണ് ഞാൻ ഇടത്തോട്ടു തിരിയുന്നത്? അതിന്റെ ആവശ്യമെന്താണ്?”

വൈസ് ചാൻസിലർ പറഞ്ഞു, “കുഴപ്പമുണ്ടാക്കാതിരിക്കൂ. നിങ്ങൾ നിശ്ശബ്ദനായി ഇരുന്നാൽ മതി. കാര്യങ്ങളെല്ലാം ഞാൻ നോക്കിക്കൊള്ളാം. നിങ്ങൾക്ക് ഹാജർ നല്കണമെന്ന് ഞാൻ ആ പട്ടാള ഉദ്യോഗസ്ഥനോടു പറയാം. എന്നാൽ കുഴപ്പമൊന്നുമുണ്ടാക്കരുത്. കാരണം നിങ്ങൾ കുഴപ്പമുണ്ടാക്കാൻ തുടങ്ങിയാൽ മറ്റുള്ളവരും കുഴപ്പമുണ്ടാക്കാൻ തുടങ്ങും. ഇപ്പോൾ ഈ ആവശ്യവുമായി എന്റെ അടുത്തേക്കുവന്ന ഒരേ ഒരാൾ നിങ്ങളാണ്. മറ്റുള്ളവരെല്ലാം ആ ഫാറങ്ങൾ പൂരിപ്പിച്ച് നല്കിക്കഴിഞ്ഞു.”

ഞാൻ പറഞ്ഞു, “അത് നിങ്ങൾക്ക് തീരുമാനിക്കാം. എനിക്ക് പട്ടാളപരിശീലനത്തിന് പോകേണ്ടിവരികയാണെങ്കിൽ, ഞാനവിടെ കുഴപ്പമുണ്ടാക്കുമെന്ന് തീർച്ചയാണ്. എന്തുകൊണ്ടെന്നാൽ മതിയായ കാരണങ്ങളില്ലാതെ മറ്റൊരാളെ എനിക്ക് അനുസരിക്കുവാൻ കഴിയില്ല.”

എന്നാൽ എല്ലാവിധത്തിലും അനുസരണയുള്ളവനാകുവാൻ സമൂഹം നിങ്ങളോടാവശ്യപ്പെടുന്നു. മുതിർന്നവരോട് ബഹുമാനം കാണിക്കുവാനും താഴ്മയോടെ വിധേയനായി നില്ക്കുവാനും സമൂഹം നിങ്ങളോടാവശ്യ

പ്പെടുന്നു. ഇത് ആത്മീയമായ വളർച്ചയുടെ വഴിയല്ല, മറിച്ച് ആത്മീയ മായ ആത്മഹത്യയുടെ വഴിയാണത്.

മൂന്നാമത്തെ കാര്യം ദീർഘവീക്ഷണമാണ്. നിങ്ങൾക്കെല്ലാവർക്കും പുറകോട്ടു നോക്കുവാനുള്ള കഴിവുണ്ട്. ആരോ എന്തോ പറയുന്നു, പിന്നീട് നിങ്ങളതിനെക്കുറിച്ച് മനസ്സിലാക്കിയെടുക്കുന്നു. എന്നാൽ അത് വളരെ വൈകിപ്പോയി. എന്താണ് ആ സമയത്ത് പറയേണ്ടിയിരുന്നത് എന്ന് ഇപ്പോൾ നിങ്ങൾക്കറിയാം. ഒരു സന്ദർഭം വന്നുചേരുമ്പോൾ എങ്ങ നെയാണതിനെ നേരിടേണ്ടത് എന്ന്, എങ്ങനെയാണതിനോട് പ്രതികരി ക്കേണ്ടത് എന്ന് നിങ്ങൾക്കറിഞ്ഞുകൂടാ. നിങ്ങളൊരിക്കലും തത്ക്ഷണം പ്രവർത്തിക്കുന്നില്ല. നിങ്ങളുടെ പ്രതികരണങ്ങളെല്ലാം ആകസ്മികങ്ങ ളാണ്, നിങ്ങളുടെ അസ്ത്രങ്ങളൊന്നും കുറിക്കുകൊള്ളുന്നില്ല. എല്ലാ യ്പോഴും നിങ്ങളുടെ ഉന്നം പിഴക്കുന്നു.

സ്വാതന്ത്ര്യത്തോടെ ജീവിക്കുവാൻ, പരാശ്രയമില്ലാതെ നിലനില്ക്കു വാൻ, ഒരുവന് ദീർഘവീക്ഷണമാവശ്യമാണ്. തനിക്കപ്പുറത്തേക്കു കാണു വാൻ ഒരുവന് കഴിയണം. കാരണം പുറകോട്ട് നോക്കുന്നത് നിഷ്ഫല മാണ്. കഴിഞ്ഞുപോയതിന്റെ കാര്യത്തിൽ ഇനി ഒന്നുംതന്നെ ചെയ്യാൻ കഴിയില്ല. ചെയ്തുകഴിഞ്ഞ കാര്യങ്ങളെ ഇനി പഴയ സ്ഥിതിയിലാക്കാൻ കഴിയില്ല. എന്നാൽ വരാൻ പോകുന്നതിന്റെ കാര്യത്തിൽ ചിലതു ചെയ്യു വാൻ കഴിയും. നിങ്ങൾക്ക് ദീർഘവീക്ഷണമുണ്ടെങ്കിൽ, അപ്പോൾ നിങ്ങൾക്ക് ആ സന്ദർഭങ്ങളോട് കൂടുതൽ മെച്ചപ്പെട്ട രീതിയിൽ കൂടുതൽ സഹജമായി പ്രതികരിക്കുവാൻ കഴിയും.

അതിമാനുഷന് ഏറ്റവും സഹജമായി പ്രതികരിക്കുവാൻ കഴിയും. അയാളുടെ ആ കഴിവ് അയാളുടെ ദീർഘദൃഷ്ടിയിൽനിന്നാണ് വരുന്നത്. അയാൾ ഒട്ടുംതന്നെ പിരിമുറുക്കമില്ലാത്തവനാണ്. അയാളുടെ ഈ പിരി മുറുക്കമില്ലായ്മ അയാളുടെ ദീർഘദൃഷ്ടിയിൽനിന്നാണ് വരുന്നത്. എന്താ ണവിടെ സംഭവിക്കുവാൻ പോകുന്നത് എന്ന് അയാൾക്കറിയാം. അതി നോട് പ്രതികരിക്കുവാൻ അയാൾ തയ്യാറെടുത്തുകഴിഞ്ഞു.

ശ്രദ്ധയില്ലാത്തൊരവസ്ഥയിൽ നിങ്ങൾക്കയാളെ കാണാൻ കഴിയില്ല. അയാളുടെ പടിക്കൽ മരണം വന്നു മുട്ടുകയാണെങ്കിൽപോലും അയാള തിനെ സന്തോഷത്തോടെ സ്വാഗതം ചെയ്യും. കാരണം ജീവിതത്തെ ക്കുറിച്ച് അയാളറിഞ്ഞുകഴിഞ്ഞു. ഇപ്പോൾ മരണം ഒരു പുതിയ സാഹ സികാനുഭവമായിത്തീരുവാൻ പോകുകയാണ്. അപ്പോളവ അജയ്യമായ ജീവിതത്തിന്റെ ജ്വലിക്കുന്ന ദീപസ്തംഭമെന്നതുപോലെ കാറ്റും കോളും നിറഞ്ഞ സമുദ്രത്തെ സധൈര്യം അഭിമുഖീകരിക്കും.

കടലിലേക്ക് ചീറിയടിക്കുന്ന കൊടുങ്കാറ്റിനും ഉയർന്നുനില്ക്കുന്ന പർവ്വതങ്ങൾക്കും മുമ്പിൽ അവയോരോന്നും പരീക്ഷണത്തിനും അന്വേ ഷണത്തിനും വേണ്ടി രാപ്പകലില്ലാതെ നിരീക്ഷിച്ചുകൊണ്ടേയിരിക്കും."

വ്യക്തിയെ സംബന്ധിച്ചിടത്തോളം ഓരോ അവസരവും അതെത്ര തന്നെ ബുദ്ധിമുട്ടുള്ളതും കഠിനവുമാണെങ്കിൽകൂടി, ഒരു പരീക്ഷണമാണ്. സന്തോഷപൂർവ്വം അയാളതിലൂടെ കടന്നുപോകും. ഏതൊരപകട ത്തേയും അയാൾ സഹർഷം സ്വീകരിക്കും. കാരണം ആ അപകടമാണ് അയാളെ ശക്തനാക്കുന്നത്; അതാണ് അയാൾക്ക് അംഗീകാരം കൊണ്ടു വരുന്നത്. എന്നാൽ ആ അംഗീകാരം ആൾക്കൂട്ടത്തിൽനിന്നല്ല, അത് നില നില്പിൽനിന്നുതന്നെയാണ്.

"ഒരുവനത് പരീക്ഷണത്തിലൂടെ കണ്ടെത്തേണ്ടിവരും. അത് തന്റെ വർഗ്ഗത്തിലും വംശത്തിലുംപെട്ടതാണോ എന്ന്, ദീർഘകാലത്തെ വൈദഗ്ദ്ധ്യമതിനുണ്ടോ എന്ന് സംസാരിക്കുമ്പോൾ കൂടി അത് നിശ്ശബ്ദ മാണോ എന്ന് നല്കിക്കൊണ്ടിരിക്കുമ്പോൾകൂടി, സ്വീകരിക്കുന്നൊരു രീതിയിലാണോ അത് നല്കിക്കൊണ്ടിരിക്കുന്നത് എന്ന്, പരീക്ഷണ - നിരീക്ഷണങ്ങളിലൂടെ അതിനു കണ്ടെത്തേണ്ടിവരും."

ആർജ്ജവവും വ്യക്തിത്വവുമുള്ള പൂർണ്ണബോധത്തോടെ ഉണർന്നി രിക്കുന്ന ആ അതിമാനുഷൻ - അയാൾ സംസാരിക്കുമ്പോൾകൂടി നിശ്ശബ്ദനായിരിക്കും. അയാളുടെ ഉള്ളിന്റെയുള്ളിൽ നിശ്ശബ്ദത മാത്ര മേയുള്ളൂ. ആ നിശ്ശബ്ദതയിൽനിന്നാണ് അയാളുടെ വാക്കുകൾ വരു ന്നത്, അല്ലാതെ അത് മനസ്സിന്റെ അസ്പഷ്ടജല്പനങ്ങളിൽനിന്നല്ല. നിങ്ങളുടെ വാക്കുകൾ രണ്ടുതരത്തിലുള്ള ഉറവിടങ്ങളിൽനിന്നാണ് വരു ന്നത്. ഒന്നുകിലത് നിങ്ങളുടെ ഹൃദയത്തിന്റെ നിശ്ശബ്ദതയിൽ നിന്നായി രിക്കും, അല്ലെങ്കിലത് നിങ്ങളുടെ മനസ്സിന്റെ ഭ്രാന്തമായ ജല്പനങ്ങളിൽ നിന്നായിരിക്കും. മിക്കവാറും അത് വരുന്നത് നിങ്ങളുടെ മസ്തിഷ്കത്തിൽ നിന്നായിരിക്കും, കാരണം നിങ്ങളൊരിക്കലും നിങ്ങളുടെ ഹൃദയത്തിന്റെ നിശ്ശബ്ദതയിലേക്കു കടന്നുചെന്നിട്ടില്ല. മസ്തിഷ്കത്തിൽനിന്നു വരുന്ന വാക്കുകൾ അർത്ഥശൂന്യമാണ്. എന്നാൽ നിങ്ങളുടെ മൗനത്തിൽനിന്നു വരുന്ന വാക്കുകൾ അർത്ഥപൂർണ്ണമായിരിക്കും. അപ്പോൾ മൗനത്തിന്റേ തായ ചിലതുകൂടി ആ വാക്കുകളോടൊപ്പമുണ്ടാകും. കേൾക്കുവാൻ നിങ്ങൾക്ക് ചെവികളുണ്ട്. എങ്കിൽ, നിങ്ങളാ വാക്കുകൾ മാത്രമായിരി ക്കുകയില്ല കേൾക്കുന്നത്, അപ്പോൾ നിങ്ങൾ വാക്കുകളില്ലാത്ത ആ സന്ദേശംകൂടി കേൾക്കും.

ബോധവാനും ജാഗരൂകനും വ്യക്തിത്വമുള്ളവനുമായ ഒരുവന് എങ്ങനെയാണ് മറ്റൊരുവനെ ഒരു കാര്യം ധരിപ്പിക്കേണ്ടത് എന്നറിയാം. മറ്റൊരുവന്റെ അഭിമാനത്തിന് മുറിവേൽപ്പിക്കാത്തവിധത്തിൽ മറ്റൊരു വനെ അപമാനിക്കാത്തവിധത്തിൽ, അയാളത് നല്കും. അയാളത് നല്കി ക്കൊണ്ടിരിക്കുകയല്ല, മറിച്ച് അയാളത് സ്വീകരിച്ചുകൊണ്ടിരിക്കുകയാണ്, എന്നതുപോലെ അയാളത് നല്കും. അയാൾ നിങ്ങളുടെ അഭിമാന ത്തേയും അന്തസ്സിനേയും മാനിക്കും.

"എന്നെങ്കിലുമൊരുനാൾ അതെന്റെ സഹചാരിയും സഹപ്രവർത്ത കനുമായേക്കാം - സരതുഷ്ട്രനോടൊപ്പം അത് തന്റെ സന്തോഷം പങ്കിട്ടു എന്നുവരാം. എല്ലാ കാര്യങ്ങളുടേയും പൂർണ്ണതയ്ക്കുവേണ്ടി, അത്തര ത്തിലൊന്ന് എന്റെ ശിലാശാസനങ്ങളിൽ കുറിച്ചുവയ്ക്കപ്പെടണം. ആ ആവശ്യത്തിനുവേണ്ടി, അതിനെ ഇഷ്ടപ്പെടുന്നവർക്കുവേണ്ടി, എനിക്ക് എന്നെതന്നെ പരിപൂർണ്ണനാക്കേണ്ടതുണ്ട്."

ഒരുവന് തന്നിൽനിന്ന് തുടങ്ങേണ്ടിവരും. അവന് അങ്ങേയറ്റം സ്വാർത്ഥനാകേണ്ടിവരും. ഈ സ്വാർത്ഥതയിൽനിന്നു മാത്രമേ മറ്റുള്ള വരിലേക്ക് സുഗന്ധം പരത്തുവാൻ കഴിയുന്ന ആ പുഷ്പം വിടരുക യുള്ളൂ.

നിസ്വാർത്ഥനാകുവാനാണ് പഴയ പാരമ്പര്യങ്ങൾ നിങ്ങളെ പഠിപ്പിച്ചു കൊണ്ടിരുന്നത്. എന്നാൽ സ്വാർത്ഥനാകേണ്ടത് എങ്ങനെയാണ് എന്നു പോലും നിങ്ങൾക്കറിഞ്ഞുകൂടാ. അപ്പോൾപിന്നെ എങ്ങനെയാണ് നിങ്ങൾക്ക് നിസ്വാർത്ഥനാകാൻ കഴിയുക? സ്വാർത്ഥചിന്ത എന്നാലെ ന്താണ് എന്നുപോലും നിങ്ങൾക്കറിഞ്ഞുകൂടാ. അതിനാൽ ആദ്യംമു തൽക്കേ ആരംഭിക്കുക. നിസ്വാർത്ഥതയെക്കുറിച്ചുള്ള എല്ലാ പഴയ ശിക്ഷ ണങ്ങളും അസംബന്ധമാണ്. നിസ്വാർത്ഥരാകുവാൻ ശ്രമിച്ചുകൊണ്ടിരി ക്കുന്നവർ ബാഹ്യമായി മാത്രമാണ് നിസ്വാർത്ഥരായിരിക്കുന്നത്. ഉള്ളിന്റെയുള്ളിൽ അവർ സ്വാർത്ഥികളായി തുടരും.

എനിക്ക് വളരെയധികം ഇഷ്ടപ്പെട്ട ഒരു കഥയുണ്ട്.

ചൈനയിലെ ഒരു പട്ടണത്തിൽ എല്ലാകൊല്ലവും വലിയ ഒരു മേള കൊണ്ടാടുക പതിവായിരുന്നു. ഒരു കൊല്ലം ആ ഉത്സവദിവസം ഒരപകട മുണ്ടായി. പഴയ ചൈനയിലെ കിണറുകൾക്കൊന്നും ആൾമറയുണ്ടാ യിരുന്നില്ല. അതിനാൽ അറിയാതെ കിണറ്റിൽ വീഴുന്നതിനുള്ള സാധ്യത വളരെ കൂടുതലായിരുന്നു. ആ ഉത്സവദിനത്തിൽ ഒരാൾ അറിയാതെ ഒരു കിണറ്റിൽ വീണു. സഹായത്തിനുവേണ്ടി ആ മനുഷ്യൻ ഉറക്കെ നില വിളിച്ചെങ്കിലും ഉത്സവത്തിന്റെ ബഹളത്തിൽ ആരും അത് കേട്ടില്ല. പൂർണ്ണ മൗനത്തിലായിരുന്ന ഒരു ബുദ്ധസന്യാസി മാത്രം "എന്നെ രക്ഷിക്കൂ" എന്നുള്ള ആ മനുഷ്യന്റെ നിലവിളി കേട്ടു.

അദ്ദേഹം ആ കിണറിനടുത്തേക്കുചെന്ന് അതിനുള്ളിൽ വീണുകിട ക്കുന്ന ആ മനുഷ്യനോട് പറഞ്ഞു, "ജീവിച്ചിരിക്കുന്നതുകൊണ്ട് എന്തു പ്രയോജനമാണുള്ളത്? നിങ്ങൾ രക്ഷപ്പെടുകയാണെങ്കിൽ തന്നെ നിങ്ങ ളെന്താണ് ചെയ്യുവാൻ പോകുന്നത്? ആവർത്തനവിരസമായ ഇതേ ജീവിതം തന്നെ നിങ്ങൾ തുടരും. അതിനേക്കാൾ നല്ലത് നിശ്ശബ്ദമായി മരണത്തിന് കീഴടങ്ങുന്നതാണ്. എന്റെ ഗുരു എന്നെ പഠിപ്പിച്ചത് അതാണ്."

ആ മനുഷ്യൻ പറഞ്ഞു, "ഈ സമയത്ത് ഞാൻ യാതൊരു തത്ത്വ ശാസ്ത്രവും കേൾക്കുവാനാഗ്രഹിക്കുന്നില്ല. ഞാനിവിടെ മരിച്ചു

കൊണ്ടിരിക്കുകയാണ് നിങ്ങളാകട്ടെ തത്ത്വശാസ്ത്രം പ്രസംഗിച്ചുകൊണ്ടിരിക്കുകയാണ്."

ബുദ്ധസന്യാസി പറഞ്ഞു, "ആരുംതന്നെ മരിക്കുന്നില്ല. ആത്മാവ് അനശ്വരമാണ്. ഒരുവൻ വീടുമാറുക മാത്രമാണ് ചെയ്യുന്നത്. ഞാൻ പോവുകയാണ്. ഇനി മറ്റേതെങ്കിലുമൊരു വീട്ടിൽവച്ച് നമുക്ക് കണ്ടുമുട്ടാം." ഇത്രയും പറഞ്ഞുകൊണ്ട് അയാൾ സ്ഥലംവിട്ടു.

ആ മനുഷ്യന് ദേഷ്യം വന്നു. എന്നാൽ അയാൾക്ക് എന്തുചെയ്യാൻ കഴിയും? അയാൾ കിണറിനുള്ളിലായിരുന്നു. കുറച്ചുനേരം കഴിഞ്ഞപ്പോൾ ഒരു താവോ സന്യാസി അവിടേക്കു വന്നു. തന്റെ ധ്യാനത്തിനിടയിൽ അയാളും ആ മനുഷ്യന്റെ നിലവിളി കേട്ടിരുന്നു. താഴേക്കു നോക്കിക്കൊണ്ട് ഒന്നുമറിയാത്തതുപോലെ അയാൾ ചോദിച്ചു, "കാര്യമെന്താണ്? എന്തിനാണ് നിങ്ങൾ കിടന്ന് ഒച്ചവയ്ക്കുന്നത്? ഇത്തരമൊരു നിമിഷത്തിൽ മരണം മുന്നിൽ കണ്ടുകൊണ്ടിരിക്കുമ്പോൾ, ഒരുവൻ ധ്യാനിക്കുകയാണ് വേണ്ടത്. മഹാനായ ലാവോത്സു പറയുന്നത് കേൾക്കുക: 'ഒരിക്കലും ഒഴുക്കിനെതിരെ യുദ്ധംചെയ്യരുത്. ഒഴുക്കിനോടൊപ്പം നീങ്ങുക. വിശ്രമിക്കുക' എന്നാണദ്ദേഹം പറയുന്നത്."

ആ മനുഷ്യൻ പറഞ്ഞു, "ഇത് വലിയ കഷ്ടംതന്നെ. ആദ്യം നിങ്ങളെന്നെ ഇതിൽനിന്നൊന്ന് കരകയറ്റാൻ ശ്രമിക്കൂ. അപ്പോൾ എങ്ങനെയാണ് വിശ്രമിക്കേണ്ടത് എന്ന് ഞാൻ നിങ്ങൾക്കു കാണിച്ചുതരാം."

ആ താവോ സന്യാസി പറഞ്ഞു, "ഒരിക്കലും മറ്റൊരാളുടെ ജീവിതത്തിൽ ഇടപെടരുത് എന്നാണ് എന്റെ ഗുരു പറഞ്ഞിട്ടുള്ളത്. അതിനാൽ എന്നോട് ക്ഷമിക്കൂ. എനിക്കിതിൽ ഇടപെടാൻ കഴിയില്ല. എനിക്ക് നിങ്ങൾക്ക് നല്കുവാൻ കഴിയുന്ന ഒരേയൊരു ഉപദേശം ഇതാണ്: ഒഴുക്കിനോടൊത്തു നീങ്ങുക."

അയാൾക്ക് തൊട്ടുപുറകിൽ കൺഫ്യൂഷ്യസ്സിന്റെ ഒരു ശിഷ്യൻ അവിടേക്ക് വന്നു. അയാൾ പറഞ്ഞു, "എന്റെ ഗുരു പറഞ്ഞത് ശരിയായിരുന്നു എന്നാണ് ഇത് തെളിയിക്കുന്നത്."

അപ്പോൾ ആ മനുഷ്യൻ പറഞ്ഞു, "ആരുംതന്നെ എന്നെ രക്ഷിക്കുന്നതിനെക്കുറിച്ച് ചിന്തിക്കുന്നില്ല."

കൺഫ്യൂഷ്യസ്സിന്റെ ശിഷ്യൻ പറഞ്ഞു, "ഇത് നിങ്ങളെ രക്ഷപ്പെടുത്തുന്നതിന്റെ പ്രശ്നമല്ല. പ്രശ്നമിതാണ്: ഓരോ കിണറിനുചുറ്റും ഒരു ആൾമറയുണ്ടായിരിക്കണം എന്ന് എന്റെ ഗുരു പറഞ്ഞിട്ടുണ്ട്. ആരുംതന്നെ കിണറിനുള്ളിലേക്ക് വീഴാതിരിക്കുന്നതിനായി കിണറുകൾക്ക് ചുറ്റും ഭിത്തി കെട്ടിപ്പൊക്കണമെന്ന് ഞാൻ എല്ലായിടത്തും പോയി പ്രസംഗിക്കുവാൻ പോവുകയാണ്. ഒരാൾ മരിച്ചുകൊണ്ടിരിക്കുകയാണോ, അല്ലയോ എന്നതല്ല പ്രശ്നം. ഇതൊരു പൊതുപ്രശ്നമാണ്. നിങ്ങളുടെ കുട്ടികളെക്കുറിച്ച് ചിന്തിച്ചു. നാളെ അവർ ഇതിനുള്ളിൽ വന്ന് വീഴാനിടയാകരുത്."

“ഇനി ഞാൻ നിങ്ങളെ രക്ഷപ്പെടുത്തുകയാണെങ്കിൽതന്നെ, നിങ്ങളെ ന്താണ് ചെയ്യുവാൻ പോകുന്നത്? നിങ്ങൾക്കിപ്പോൾ 50 വയസ്സിലധികം പ്രായമായികാണണം. വേണ്ടതിലധികം നിങ്ങൾ ജീവിച്ചുകഴിഞ്ഞു. നിങ്ങളുടെ സമയമെത്തിയിരിക്കണം. എന്റെ ഗുരുവായ കൺഫ്യൂഷ്യസ്സിന്റെ അഭിപ്രായത്തിൽ ഒന്നുംതന്നെ സമയമെത്തുന്നതിനുമുമ്പ് സംഭവിക്കുന്നില്ല. ഓരോ കിണററിനുചുറ്റും ഒരു ആൾമറയുണ്ടായിരിക്കണം എന്ന എന്റെ ഗുരുവിന്റെ പ്രസ്താവത്തെ നിങ്ങൾ തെളിയിച്ചിരിക്കുകയാണ്. കിണററിന് ആൾമറയുണ്ടാക്കുന്നതിനെക്കുറിച്ച് ജനങ്ങളെ ബോധവത്ക്കരിക്കുവാൻ വലിയ ഒരു വിപ്ലവം തന്നെ വേണ്ടിവരും. നിങ്ങളീ കിണററിനുള്ളിൽ വീണത് ഒരർത്ഥത്തിൽ നന്നായി. നിങ്ങളെന്നെ ഉണർത്തിവിട്ടു. ഇനി ഞാൻ എല്ലായിടത്തും പോയി ഇതിനെക്കുറിച്ച് പ്രസംഗിക്കുവാൻ പോവുകയാണ്. ഒരു ഉദാഹരണമെന്ന നിലയ്ക്ക് നിങ്ങളുടെ ഈ അവസ്ഥയെക്കുറിച്ച് ഞാനവരോടു പറയും.”

ആ മനുഷ്യൻ പറഞ്ഞു, “എല്ലാ കിണറുകൾക്കും ആൾമറയുണ്ടാവുകയാണെങ്കിൽതന്നെ അതൊന്നും എന്നെ രക്ഷപ്പെടുത്തുകയില്ല. അതിനാൽ എന്നെ രക്ഷിക്കുവാൻ ഉടനടി എന്തെങ്കിലും ചെയ്യൂ.”

അപ്പോൾ അയാൾ പറഞ്ഞു, “ഞാൻ സാമൂഹ്യപരിഷ്കരണത്തിൽ വിശ്വസിക്കുന്ന ഒരുവനാണ്. കൊച്ചുകൊച്ചു കാര്യങ്ങൾക്കുവേണ്ടി ഞാനെന്റെ ഊർജ്ജവും സമയവും പാഴാക്കാറില്ല. നിങ്ങളെ രക്ഷപ്പെടുത്തുക എന്ന ആ പ്രവൃത്തി ഏതൊരുവനും ചെയ്യുവാൻ കഴിയും. എന്നാൽ സാമൂഹ്യപരിഷ്കരണം അങ്ങനെയല്ല.”

“നിങ്ങളോട് സംസാരിച്ച് സമയം കളയാൻ ഞാനാഗ്രഹിക്കുന്നില്ല. ഞാൻ നേരെ പോയി ജനങ്ങളോട് പ്രസംഗിക്കുവാൻ പോവുകയാണ്. നിങ്ങളൊരു നല്ല ഉദാഹരണമാണ്. ആളുകളെന്തെങ്കിലും ചോദ്യങ്ങൾ ചോദിക്കുകയാണെങ്കിൽ, ‘ആ കിണറ്റിൽ പോയി നോക്കൂ’ എന്ന് ഞാൻ പറയും. നിങ്ങളെ ഇതിനുള്ളിൽനിന്ന് പുറത്തേക്ക് കൊണ്ടുവരികയാണെങ്കിൽ, അപ്പോൾ ഞാനെന്റെ ഉദാഹരണത്തെ നശിപ്പിക്കുകയായിരിക്കും ചെയ്യുന്നത്. അതിനാൽ മിണ്ടാതെ അവിടെ കിടക്കൂ.”

കിണററിനുള്ളിലുള്ള ആ മനുഷ്യൻ തലയിൽ കൈവച്ചുകൊണ്ട് പറഞ്ഞു, “ഇവിടെ വരുന്നവരെല്ലാം ഇത്തരത്തിലുള്ള മൂഢന്മാരാകും എന്ന് ഞാൻ കരുതിയില്ല. അല്പമെങ്കിലും ബോധമുള്ള ആരെങ്കിലും ഇവിടെ വന്നെങ്കിൽ..”

പെട്ടെന്ന് അവിടെ ഒരു ക്രൈസ്തവപാതിരി പ്രത്യക്ഷപ്പെട്ടു. അയാളുടെ കൈയിൽ ഒരു ബക്കറ്റും ഒരു നീണ്ട കയറുമുണ്ടായിരുന്നു. വന്ന ഉടനെ അയാൾ ആ കയറും ബക്കറ്റും താഴേക്കിട്ടുകൊണ്ട് പറഞ്ഞു “ഈ ബക്കറ്റിൽ കയറിയിരുന്ന് ആ കയറിൽ മുറുകെ പിടിച്ചുകൊള്ളൂ. ഞാൻ നിങ്ങളെ മേല്പോട്ട് വലിച്ചുകയറ്റാം. ഒരേയൊരു ദൈവപുത്രനായി പിറന്ന

യേശുക്രിസ്തു പറഞ്ഞിട്ടുള്ളത് 'സേവനമാണ് മതം' എന്നാണ്. നിങ്ങളെ സഹായിക്കുന്നതിലൂടെ എനിക്ക് വളരെയേറെ പുണ്യം നേടാൻ കഴിയും."

അവസാനം ആ മനുഷ്യൻ കിണറിനുള്ളിൽനിന്ന് പുറത്തേക്കു വന്നു. അയാൾ പറഞ്ഞു, "നിങ്ങളുടെ മതം മാത്രമാണ് യഥാർത്ഥത്തിലുള്ള മതം എന്നാണ് തോന്നുന്നത്."

ക്രിസ്ത്യൻ പാതിരി പറഞ്ഞു, "തീർച്ചയായും." അപ്പോൾ ആ മനുഷ്യൻ പറഞ്ഞു, "എന്നാൽ എന്തുകൊണ്ടായിരുന്നു നിങ്ങളാ ബക്കറ്റും കയറും കൈയിൽ കരുതിയിരുന്നത് എന്ന് ഞാനദ്ഭുതപ്പെടുന്നു." അയാൾ പറഞ്ഞു, "ഏത് അടിയന്തരഘട്ടത്തെ നേരിടുവാനും ഞങ്ങളെല്ലായ്പോഴും തയ്യാറായിരിക്കും. സേവനമാണ് ഞങ്ങളുടെ മുദ്രാവാക്യം. എന്തുകൊണ്ടെന്നാൽ സേവനത്തിലൂടെ മാത്രമേ ഒരുവന് പറുദീസയിലെത്തിച്ചേരാൻ കഴിയുകയുള്ളൂ. ഈ കിണറ്റിൽ വന്നുവീണതിലൂടെ നിങ്ങളൊരു വലിയ കാര്യമാണ് ചെയ്തത്. നിങ്ങളെ സേവിക്കുവാൻ നിങ്ങളെനിക്കൊരു അവസരമുണ്ടാക്കിത്തന്നു. അല്ലാത്തപക്ഷം പുണ്യം നേടുവാനുള്ള ഈ അവസരം എനിക്ക് നഷ്ടപ്പെടുമായിരുന്നു. "ആ വിഡ്ഢിയെ, കൺഫ്യൂഷ്യസ്സിന്റെ ശിഷ്യനായ ആ മൂഢനെ തടയണം. അയാൾ ജനങ്ങളുടെ അടുത്തേക്കുചെന്ന് കിണറുകൾക്കുചുറ്റും ആൾമറയുണ്ടാക്കുവാൻ അവരെ നിർബന്ധിച്ചുകൊണ്ടിരിക്കുകയാണ്. മറ്റുള്ളവരെ സേവിക്കുവാനുള്ള അവസരം അപ്പോൾ എന്നെപ്പോലെയുള്ളവർക്ക് നഷ്ടമാകും. അതിനാൽ ആളുകളെ ബോധവത്കരിക്കുന്നതിൽനിന്ന് അയാളെ തടയണം. കിണറുകളിൽ ചെന്നു വീഴുവാൻ നിങ്ങളുടെ കുട്ടികളെ പഠിപ്പിക്കുക. മറ്റുള്ളവരെകൂടി അതിന് സഹായിക്കുക. ബക്കറ്റും കയറുമായി ഞാനിവിടെ തയ്യാറാണ്. കൂടുതൽ പേർ കിണറ്റിൽ വന്നുവീഴുകയാണെങ്കിൽ, അവരെ സഹായിക്കുന്നതിലൂടെ കൂടുതൽ പുണ്യമെനിക്ക് നേടുവാൻ കഴിയും."

മറ്റുള്ളവർക്ക് സേവനം ചെയ്തുകൊണ്ടിരിക്കുന്നവനായ ആളുകൾ ഒരു പ്രതിഫലനത്തിനുവേണ്ടിയാണ് ആ സേവനം അനുഷ്ഠിച്ചുകൊണ്ടിരിക്കുന്നത് എന്നതുപോലെയാണ് അത് തോന്നിപ്പിക്കുന്നത്. സ്വർഗത്തിലേക്ക് തങ്ങൾ സ്വാഗതം ചെയ്യപ്പെടും എന്നാണ് അവർ പ്രതീക്ഷിച്ചുകൊണ്ടിരിക്കുന്നത്. കൈയിൽ ആവശ്യങ്ങളുടെ വലിയൊരു ലിസ്റ്റുമായി അവരവിടെ പോകും. എത്ര അനാഥശിശുക്കളെയാണ് തങ്ങൾ രക്ഷപ്പെടുത്തിയത്, എത്രപേരെയാണ് തങ്ങൾ കിണറ്റിൽനിന്ന് പുറത്തേക്കെടുത്തത്, എത്രപേരെയാണ് വിദ്യാഭ്യാസത്തിനുവേണ്ടി തങ്ങൾ സഹായിച്ചത്, എത്രപേർക്കാണ് തങ്ങൾ മരുന്നുകൾ ദാനം ചെയ്തത്...

.....ഇങ്ങനെ ഒരു നീണ്ട ലിസ്റ്റുമായി അവരവിടെയെത്തും. എന്നാൽ അവരുടെ അടിസ്ഥാനതാല്പര്യം അപ്പോഴും സ്വാർത്ഥംനിറഞ്ഞതാണ്. അതിന് മറ്റൊരുതരത്തിലാകാൻ കഴിയില്ല. മനുഷ്യസ്വഭാവം തന്നെ അങ്ങനെയാണ്.

സരതുഷ്ട്രൻ മനുഷ്യസ്വഭാവത്തിനെതിരല്ല. സ്വാർത്ഥതല്പരനാവുക എന്നത് തികച്ചും സ്വാഭാവികമാണ്. നിങ്ങളുടെ സ്വാർത്ഥതാല്പര്യം അതിന്റെ മുഴുവൻ സാധ്യതയിലേക്കും വളരട്ടെ. അത് വളർന്നു പുഷ്പിക്കട്ടെ. അപ്പോൾ അതിൽനിന്നുള്ള സുഗന്ധം നാലുപാടും പരക്കും. അത് നിങ്ങളുടെ നിസ്വാർത്ഥതയായിരിക്കും. അത് യാതൊരിടത്തുനിന്നും - ഇവിടെനിന്നോ ഇവിടം വിട്ടുപോയതിനുശേഷമോ - യാതൊരു പ്രതിഫലവും ആവശ്യപ്പെടുകയില്ല. അതുതന്നെ ഒരു പ്രതിഫലമായിരിക്കും. നിങ്ങളുടെ സുഗന്ധത്തെ പങ്കുവെക്കുന്നതുതന്നെ നിങ്ങളെ സംബന്ധിച്ചിടത്തോളം ആനന്ദപൂർണ്ണമായിരിക്കും.

സരതുഷ്ട്രൻ നിസ്വാർത്ഥസേവനത്തിനുവേണ്ടി നിലകൊള്ളുന്നവനല്ല. "മറ്റുള്ളവരെ സേവിക്കുക" എന്ന് ധിഷണാശാലിയായ ഒരുവന് പറയുവാൻ കഴിയുകയില്ല. നിങ്ങൾക്ക് നിങ്ങളെതന്നെ അറിഞ്ഞുകൂടാ. അപ്പോൾ മറ്റുള്ളവർക്കുവേണ്ടി നിങ്ങൾ ചെയ്യുന്ന സേവനം ഒരുപക്ഷേ അപകടകരംപോലുമായേക്കാം. ആദ്യം നിങ്ങളെതന്നെ അറിയുക. ആദ്യം നിങ്ങളായിതന്നെ നിലനില്ക്കുക.

ഒന്നാമതായി നിങ്ങൾ ചെയ്യേണ്ടത് ഇതാണ് - എത്രത്തോളം നിങ്ങൾക്ക് വളരാൻ കഴിയുമോ, അത്രത്തോളം വളരുക. അപ്പോൾ സ്വാഭാവികമായി പങ്കുവെക്കൽ അതിന്റേതായ രീതിയിൽ സംഭവിച്ചുകൊള്ളും. അത് ചെയ്യപ്പെടേണ്ട ഒന്നല്ല. നിങ്ങളൊരു മഴമേഘമായിത്തീരും. പല പ്രദേശങ്ങളിലും നിങ്ങൾ വർഷിക്കും. നിങ്ങൾ ആർക്കോ ചിലത് നല്കിക്കൊണ്ടിരിക്കുകയാണ് എന്ന് നിങ്ങൾ ചിന്തിക്കുകയില്ല. നേരെമറിച്ച് നിങ്ങൾ മറ്റുള്ളവരിൽനിന്ന് ചിലത് സ്വീകരിച്ചുകൊണ്ടിരിക്കുകയാണ് എന്നാണ് നിങ്ങൾ ചിന്തിക്കുക.

ഉണങ്ങിവരണ്ട മണ്ണിലേക്ക് വർഷിച്ചുകൊണ്ടിരിക്കുന്ന ഒരു മഴമേഘം താൻ ദാഹാർത്തയായ ആ ഭൂമി കാരണമാണ് വർഷിച്ചുകൊണ്ടിരിക്കുന്നത് എന്ന് ചിന്തിക്കുകയില്ല. മറിച്ച് ഭാരമൊഴിവാക്കുവാൻ തന്നെ അനുവദിച്ചതിന് ആ മേഘം ഭൂമിയോട് തന്റെ നന്ദി പ്രകടിപ്പിക്കും. മഴവെള്ളം കൊണ്ട് അത് അത്രയ്ക്കുമധികം നിറഞ്ഞിരിക്കുകയായിരുന്നു. തന്നോട് നന്ദി പ്രകടിപ്പിക്കുവാൻ അത് ഭൂമിയെ അനുവദിക്കുകയില്ല, മറിച്ച് അത് ഭൂമിയോട് തന്റെ കൃതജ്ഞത പ്രകടിപ്പിക്കും. അതാണ് മനുഷ്യന്റെ അന്തസ്സിന്റെ അടയാളം.

"എന്നെങ്കിലുമൊരുനാൾ അതെന്റെ സഹചാരിയും സഹപ്രവർത്തകനുമായേക്കാം - സരതുഷ്ട്രനോടൊപ്പം അത് തന്റെ സന്തോഷം പങ്കിട്ടു എന്നുവരാം - എല്ലാ കാര്യങ്ങളുടേയും പൂർണ്ണതയ്ക്കുവേണ്ടി അത്തരത്തിലൊന്ന് എന്റെ ശിലാശാസനങ്ങളിൽ കുറിച്ചുവെക്കപ്പെടണം. ആ ആവശ്യത്തിനുവേണ്ടി, അതിനെ ഇഷ്ടപ്പെടുന്നവർക്കുവേണ്ടി, എനിക്ക് എന്നെതന്നെ പരിപൂർണ്ണനാക്കേണ്ടതുണ്ട്.

അതിനാൽ ഇപ്പോൾ ഞാനെന്റെ സുഖങ്ങളെ ത്യജിക്കുകയും എല്ലാ ദുഃഖങ്ങൾക്കുമായി എന്നെതന്നെ സമർപ്പിക്കുകയും ചെയ്യും. അത് എന്റെ അവസാനത്തെ പരീക്ഷണത്തിനും കണ്ടെത്തലിനും വേണ്ടിയാണ്."

അദ്ദേഹം പറയുന്നു, "കൊച്ചുകൊച്ചു സുഖങ്ങളിലും സന്തോഷങ്ങളിലും ഇപ്പോൾ എനിക്ക് താല്പര്യമില്ലാതായിക്കഴിഞ്ഞു. എന്റെ ഒരേയൊരു താല്പര്യം ആ അന്തിമപരീക്ഷണത്തിനുവേണ്ടി, ആ അഗ്നിപരീക്ഷണത്തിനുവേണ്ടി, എന്നെ തന്നെ സമർപ്പിക്കുന്നതിലാണ്. നിലനില്പിന്റെ അംഗീകാരത്തെ അതെനിക്ക് നല്കും. അതായത് എന്റെ ബോധം അനശ്വരമാണ് എന്നും എന്റെ ബോധം ദൈവീകമാണ് എന്നും എന്റെ കർമ്മഫലം പൂർത്തീകരിക്കുവാനാണ് ഞാനിവിടെ വന്നിട്ടുള്ളത് എന്നും അതിലൂടെ ഞാനറിയും."

"ഇപ്പോൾ എന്നെ സംബന്ധിച്ചിടത്തോളം ആഗ്രഹിക്കുക എന്നതിനർത്ഥം എന്നെതന്നെ നഷ്ടപ്പെടുത്തുക എന്നാണ്. എന്റെ കുഞ്ഞുങ്ങളേ, ഇപ്പോൾ ഞാൻ നിങ്ങളെ സ്വന്തമാക്കിയിരിക്കുന്നു."

അദ്ദേഹം പറയുന്നു, "ഞാൻ ആ അതിമാനുഷനുവേണ്ടി ആഗ്രഹിച്ചുകൊണ്ടിരിക്കുക മാത്രമായിരുന്നില്ല. കാരണം എത്രയോകാലം മുമ്പേ തന്നെ ഞാൻ ആ അതിമാനുഷനുവേണ്ടി മോഹിച്ചവനാണ്. എന്നാൽ ആഗ്രഹിച്ചതുകൊണ്ടു മാത്രമായില്ല എന്ന് ഇപ്പോൾ ഞാനറിയുന്നു.

"ഇപ്പോൾ എന്നെ സംബന്ധിച്ചിടത്തോളം ആഗ്രഹിക്കുക എന്നതിനർത്ഥം എന്നെതന്നെ നഷ്ടപ്പെടുത്തുക എന്നാണ്. എന്റെ കുഞ്ഞുങ്ങളേ, ഇപ്പോൾ ഞാൻ നിങ്ങളെ സ്വന്തമാക്കിക്കഴിഞ്ഞു. ഇത് സ്വന്തമാക്കിക്കഴിഞ്ഞാൽ പിന്നെ എല്ലാംതന്നെ സുനിശ്ചിതമാണ്."

അതൊരു ആഗ്രഹമല്ല. ഞാൻ എനിക്കുള്ളിൽ നിന്നെ ഉൾക്കൊള്ളുന്നുണ്ട് എന്ന് എനിക്കുറപ്പുണ്ട്. ആകെക്കൂടി ആവശ്യമായത് അതിനെ ഉറപ്പിച്ചുപറയലാണ്. അതിനെ വളർത്തിക്കൊണ്ടുവരലാണ്, അതിനെ ആകാശത്തോളം നക്ഷത്രങ്ങളിലെത്തുംവരെ ഉയർത്തിക്കൊണ്ടുവരലാണ്.

"ഇത് സ്വന്തമാക്കിക്കഴിഞ്ഞാൽ പിന്നെ എല്ലാംതന്നെ സുനിശ്ചിതമാണ്. ഇപ്പോൾ ആഗ്രഹങ്ങളൊന്നും തന്നെയില്ല."

ആഗ്രഹിക്കുക എന്നത് ഉറപ്പിക്കാവുന്ന ഒന്നല്ല. നിങ്ങൾ ഒരു ആയിരത്തൊന്നു കാര്യങ്ങൾ ആഗ്രഹിക്കുന്നുണ്ടാകാം. അദ്ദേഹം പറയുന്നു, "എന്നാൽ ഞാനതിനെ ഉൾക്കൊള്ളുന്നു. ഞാൻ എന്റെ ആത്മാവിനെ കണ്ടെത്തിക്കഴിഞ്ഞു. ഞാനതിനെ നേടിയെടുത്തുകഴിഞ്ഞു. ഇനി ഞാനതിനെ പരിവർത്തനപ്പെടുത്തുവാൻ പോവുകയാണ്. ഇതൊരു ആഗ്രഹമല്ല. ഇത് ഉറപ്പായ ഒരു കാര്യമാണ്. ഒരു കാര്യത്തിനു വേണ്ടി മാത്രമാണ് ഞാൻ എന്നെതന്നെ പൂർണ്ണമായും, നിരപാധികമായും ഉപയോഗിക്കുന്നത് - അത് ആ അതിമാനുഷനെ സൃഷ്ടിക്കുന്നതിനുവേണ്ടിയാണ്. കാരണം ആ അതിമാനുഷൻ ഭൂമിയുടെ ഉപ്പുതന്നെയാകുവാൻ പോവുകയാണ്.

....എന്നിങ്ങനെ സരതുഷ്ട്രൻ പറഞ്ഞു.

സൂര്യോദയത്തിനു മുമ്പ്

ഹേ, എനിക്കു മേലെയുള്ള ആകാശമേ, വിസ്തൃതവും പരിശുദ്ധവുമായ ആകാശമേ, വെളിച്ചത്തിന്റെ അറ്റം കാണാത്ത കടലാണ് നീ. നിന്നിലേക്ക് കണ്ണിമയ്ക്കാതെ നോക്കിക്കൊണ്ടിരിക്കുമ്പോൾ ദൈവീകമായ ആഗ്രഹങ്ങളാൽ ഞാൻ ചഞ്ചലനായിത്തീരുന്നു.

നിന്റെ ഉയരങ്ങളിലേക്ക് ഞാനെന്നെത്തന്നെ വിക്ഷേപിക്കുമ്പോൾ...

.... ഞാനറിയുന്നു... അതാണ് എന്റെ ആഴം!

നിന്റെ പരിശുദ്ധിയിൽ എന്നെതന്നെ മറച്ചുവയ്ക്കുമ്പോൾ...

....ഞാനറിയുന്നു... അതാണ് എന്റെ നിഷ്കളങ്കത!

ദൈവം അവന്റെ സൗന്ദര്യത്താൽ ആവരണം ചെയ്യപ്പെട്ടിരിക്കുകയാണ്. അങ്ങനെയാണ് നീ നിന്റെ നക്ഷത്രങ്ങളെ മറച്ചുവെക്കുന്നത്. നീ ഒന്നുംതന്നെ സംസാരിക്കുന്നില്ല. അങ്ങനെയാണ് നീ നിന്റെ ബുദ്ധിവൈഭവത്തെക്കുറിച്ച് എന്നോട് പ്രഖ്യാപിക്കുന്നത്.

തുടക്കംമുതലേ നാം സുഹൃത്തുക്കളായിരുന്നുവല്ലോ... നമുക്ക് തമ്മിൽതമ്മിൽ ഒന്നുംതന്നെ സംസാരിക്കേണ്ടതായിട്ടില്ല. എന്തുകൊണ്ടെന്നാൽ നമുക്ക് പരസ്പരം വളരെ നന്നായിട്ടറിയാം. അതിനാൽ നാം ഒരുമിച്ച് നിശ്ശബ്ദരായിട്ടിരിക്കും. നമ്മുടെ അറിവുകളെ പങ്കുവെക്കുവാൻ നാം അന്യോന്യം നോക്കി ചിരിക്കുക മാത്രം ചെയ്യും.

നീയും എന്റെ അഗ്നിയുടെ വെളിച്ചം തന്നെയല്ലേ? എന്റെ ഉൾക്കാഴ്ചയും നിന്റെ ഉൾക്കാഴ്ചയും ഇരട്ടപെറ്റ സഹോദരിമാരെപ്പോലെയാണ്. എല്ലാംതന്നെ നാം ഒരുമിച്ചാണ് അഭ്യസിച്ചത്. നമ്മെതന്നെ അതിവർത്തിക്കുവാനും നിഷ്കളങ്കമായി ചിരിക്കുവാനും നാം ഒരുമിച്ചാണ് പഠിച്ചത്.

നിർബന്ധപ്രേരണയും ഉദ്ദേശവും കുറ്റബോധവും നമുക്കുചുറ്റും മഴപോലെ പെയ്തുകൊണ്ടിരുന്നപ്പോൾ, രാത്രികളിൽ വളരെ ദൂരെനിന്നുപോലും തിളങ്ങുന്ന കണ്ണുകളോടെ നിഷ്കളങ്കമായി ചിരിക്കുവാൻ നമുക്കു കഴിഞ്ഞു.

ഞാൻ ഒറ്റയ്ക്ക് അലഞ്ഞുകൊണ്ടിരുന്നപ്പോൾ ചതിനിറഞ്ഞ ആ വഴികളിൽവച്ച് എന്തിനുവേണ്ടിയാണ് എന്റെ ആത്മാവ് ദാഹിച്ചത്? ഞാൻ മലകൾ കയറിക്കൊണ്ടിരുന്നപ്പോൾ, ആ മലമുകളിൽ, നിന്നെയല്ലെങ്കിൽ പിന്നെ മറ്റാരെയാണ് ഞാൻ എല്ലായ്പോഴും തേടിക്കൊണ്ടിരുന്നത്?

എന്റെ എല്ലാ യാത്രകളും മലകയറ്റങ്ങളും അവ സ്വാഭാവികമായ ഒരാവശ്യമായിരുന്നു. എന്നാൽ എന്റെ മുഴുവൻ മനസ്സും പറക്കുവാൻ മാത്രമാണ്, നിന്നിലേക്കു പറക്കുവാൻ മാത്രമാണ് മോഹിച്ചത്.

കടന്നുപോയ്ക്കൊണ്ടിരിക്കുന്ന മേഘങ്ങളെക്കാളും നിന്നെ മലിനപ്പെടുത്തുന്ന എല്ലാറ്റിനേക്കാളും ഞാൻ വെറുത്തത് എന്തിനെയാണ്? എന്റെ വെറുപ്പിനെപോലും ഞാൻ വെറുത്തു. എന്തെന്നാൽ അത് നിന്നെ മലിനപ്പെടുത്തും എന്ന് ഞാൻ കണ്ടു.

ഇരതേടി പതുങ്ങിനടക്കുന്ന പൂച്ചകളെപ്പോലെയുള്ള ഈ മേഘങ്ങളെ എനിക്കിഷ്ടമല്ല. നമുക്ക് പൊതുവായിട്ടുള്ള കാര്യങ്ങളെ 'ശരി' എന്നും 'ആമേൻ' എന്നുമുള്ള പ്രഖ്യാപനത്തെ - അവ നിന്നിൽനിന്നും എന്നിൽനിന്നും എടുത്തുമാറ്റുന്നു.

പരിശുദ്ധവും തേജോമയവുമായ ആകാശമേ, വെളിച്ചത്തിന്റെ അറ്റം കാണാത്ത ഗർത്തമേ, നീ എനിക്കു ചുറ്റുമുണ്ടെങ്കിൽ മാത്രമേ ഞാൻ അനുഗൃഹീതനും 'ശരി' എന്നു പ്രഖ്യാപിക്കുന്നവനുമാവുകയുള്ളൂ. അപ്പോൾ ഞാൻ എല്ലാ ഗർത്തങ്ങളിലേക്കും 'ശരി' എന്ന പരിശുദ്ധമായ എന്റെ പ്രഖ്യാപനത്തെ കൊണ്ടുപോകും.

ഞാൻ അനുഗൃഹീതനും 'ശരി'യെന്ന് പ്രഖ്യാപിക്കുന്നവനുമായിത്തീർന്നുകഴിഞ്ഞു. അനുഗ്രഹിക്കുന്നതിനായി എന്റെ കൈകളെ സ്വതന്ത്രമാക്കിയെടുക്കുന്നതിനായി ദീർഘകാലം ഒരു പോരാളിയെപ്പോലെ എനിക്കു പടപൊരുതേണ്ടിവന്നു.

എന്റെ ആശീർവ്വാദമിതാണ്: ആകാശത്തെപ്പോലെ, എല്ലാറ്റിനും മുകളിലായി നിലകൊള്ളുക. നീലനിറത്തിലുള്ള അതിന്റെ ഉരുണ്ട മേൽക്കൂര നിങ്ങൾക്ക് നിത്യതയെ ഉറപ്പാക്കും. ആകാശത്തിന്റെ അനുഗ്രഹം നേടിയെടുക്കുന്നവൻ തീർച്ചയായും സന്തോഷവാനായിത്തീരും.

നന്മതിന്മകൾക്കപ്പുറം, നിത്യതയുടെ തടാകത്തിലാണ് എല്ലാ കാര്യങ്ങളും ജ്ഞാനസ്നാനം ചെയ്യപ്പെടുന്നത്. നന്മയും തിന്മയും ഇടകലർന്നുവരുന്ന നിഴലുകൾ മാത്രമാണ്. അവ കടന്നുപോയ്ക്കൊണ്ടിരിക്കുന്ന മേഘങ്ങളാണ്...

രാത്രിയുടെ ലോകം ഗഹനമാണ്, പകലിന് മനസ്സിലാക്കുവാൻ കഴിയുന്നതിനേക്കാൾ അത് എത്രയോ കൂടുതൽ ഗഹനമാണ്. പകലിന്റെ സാന്നിധ്യത്തിൽ എല്ലാ കാര്യങ്ങളും വെളിപ്പെടുത്തുവാനാവുകയില്ല.

പകൽ വന്നുകൊണ്ടിരിക്കുകയാണ്, അതിനാൽ ഇനി നമുക്ക് വേർപിരിയാം.

എനിക്കു മുകളിൽ തിളങ്ങിക്കൊണ്ടിരിക്കുന്ന ആകാശമേ, എന്റെ സന്തോഷം നീയാണ്. അത് സൂര്യോദയത്തിനു മുമ്പാണ്. എന്നാൽ പകലിതാ വന്നെത്തിക്കൊണ്ടിരിക്കുകയാണ്. അതിനാൽ ഇനി നമുക്ക് വേർപിരിയാം.

..... എന്നിങ്ങനെ സരതുഷ്ട്രൻ പറഞ്ഞു.

കവിതയിലൂടെയല്ലാതെ സരതുഷ്ട്രന് സംസാരിക്കുവാൻ വിഷമമാണ്. ആ കാര്യത്തിലദ്ദേഹം നിസ്സഹായനാണ്. ഗദ്യം അതായത് സാധാരണ ഭാഷ - അദ്ദേഹത്തെ സംബന്ധിച്ചിടത്തോളം മിക്കവാറും അസാധ്യമാണ്, കാരണം അദ്ദേഹത്തിന്റെ ഭാഷണത്തിൽ പല ഉയർച്ചകളും താഴ്ചകളുമവിടെയുണ്ട്. കവിതയിലൂടെ മാത്രമേ അവയെ പ്രകടിപ്പിക്കുവാൻ സാധിക്കുകയുള്ളൂ. ഗദ്യഭാഷ വളരെയധികം ലൗകികമാണ്.

കവിത രൂപം മാത്രമല്ല, അതിനൊരു ഭാവം കൂടിയുണ്ട്. അതിനൊരു പ്രത്യേക സൗന്ദര്യമുണ്ട്. അതിനൊരു പ്രത്യേക ശോഭയുണ്ട്. ഭാഷാപരമായി നോക്കുമ്പോൾ, അദ്ദേഹത്തിന്റെ പ്രസ്താവങ്ങളെ കവിത എന്നു വിളിക്കുവാൻ കഴിയില്ല. എന്നാൽ അവ കവിതയുടെ ശുദ്ധമായ സത്താണ്. ഈ കാര്യത്തെ ആർക്കും നിഷേധിക്കുവാൻ കഴിയുകയില്ല. അവയുടെ ആത്മാവ് - അടിസ്ഥാനഭാവം - കാവ്യാത്മകമാണ്.

അതിനാൽ ഈ ഗദ്യത്തെ മറ്റു ഗദ്യങ്ങൾ ഗ്രഹിക്കപ്പെടുന്ന രീതിയിൽ ദയവായി ഗ്രഹിക്കാതിരിക്കുക. ഇതിൽ യുക്തിയില്ല എന്നുവരാം. എന്നാൽ മഹത്തായ സൗന്ദര്യബോധം ഇതിൽ നിങ്ങൾക്ക് കണ്ടെത്താൻ കഴിയും. മറ്റൊരു കാര്യമെന്തെന്നാൽ അദ്ദേഹത്തിന്റെ വാക്കുകൾക്ക് പലപ്പോഴും ശബ്ദകോശത്തിൽ അതിനുള്ള അർത്ഥമായിരിക്കുകയില്ല. അദ്ദേഹത്തിന്റെ വാക്കുകൾ, ചിറകുകൾ - സൂചനകൾ - മാത്രമാണ്. എന്നാൽ അവയെല്ലായ്പോഴും അവയ്ക്കപ്പുറത്തേക്കുള്ള സൂചകങ്ങളാണ്. അവ എല്ലായ്പോഴും അവയ്ക്ക് ഉൾക്കൊള്ളുവാൻ കഴിയാത്ത ചിലതിനുനേരെ വിരൽചൂണ്ടിക്കൊണ്ടിരിക്കുന്നു.

മറ്റൊരുതരത്തിൽ പറഞ്ഞാൽ, സരതുഷ്ട്രനെ മനസ്സിലാക്കേണ്ടത് ഭാഷാപരമായിട്ടല്ല, മറിച്ച് പ്രതീകാത്മകമായിട്ടാണ്. അദ്ദേഹം ഒരു ഭാഷാപണ്ഡിതനല്ല. എന്നാൽ അദ്ദേഹം യഥാർത്ഥ അനുഭവങ്ങളിലൂടെ കടന്നുവന്ന ഒരുവനാണ്. "സൂര്യോദയത്തിനുമുമ്പ്" എന്ന ഈ അധ്യായത്തിലുള്ള പ്രസ്താവങ്ങൾ അതീവസുന്ദരമാണെന്നു മാത്രമല്ല, അവ മഹത്തായ അവബോധത്തെക്കൂടി ഉൾക്കൊള്ളുന്നു. മനസ്സിന്റെ ബന്ധനത്തിൽ നിലനില്ക്കുവാനാഗ്രഹിക്കാത്തവർക്ക്, അതിനെ

അതിവർത്തിക്കുവാനാഗ്രഹിക്കുന്നവർക്ക്, അദ്ദേഹത്തിന്റെ ഈ ഉൾക്കാഴ്ചകൾ തീർച്ചയായും സഹായകമായിരിക്കും.

സരതുഷ്ട്രൻ മുഖ്യമായ ശിക്ഷണം മനുഷ്യന്റേയും മനുഷ്യമനസ്സിന്റേയും അതീതാവസ്ഥയെക്കുറിച്ചാണ്.

"ഹേ, എനിക്കുമേലെയുള്ള ആകാശമേ, പരിശുദ്ധവും, വിസ്തൃതവുമായ ആകാശമേ, വെളിച്ചത്തിന്റെ അറ്റം കാണാത്ത കടലാണ് നീ. നിന്നിലേക്ക് കണ്ണിമയ്ക്കാതെ നോക്കിക്കൊണ്ടിരിക്കുമ്പോൾ ദൈവീകമായ ആഗ്രഹങ്ങളാൽ ഞാൻ ചഞ്ചലനാകുന്നു..."

ആകാശമെന്നത് ശൂന്യതയുടെ പ്രതീകമാണ്. എന്നാൽ അതതിന്റെ നിഷേധാത്മകമായ അർത്ഥത്തിലല്ല... നിറഞ്ഞ, നിറഞ്ഞുകവിഞ്ഞ ശൂന്യത എന്ന അർത്ഥത്തിലാണ് അതിവിടെ ഉപയോഗിച്ചിരിക്കുന്നത്. ആകാശമെന്നത് പഴയ പദമാണ്. ഇപ്പോൾ നാമതിനെ ശൂന്യാകാശം (space) എന്നാണ് വിളിക്കുന്നത്.

സരതുഷ്ട്രന്റെ മുഴുവൻ ആകാംക്ഷയും വിശാലതയ്ക്കുവേണ്ടിയാണ്. മനുഷ്യബോധത്തിന് അതിരുകളില്ല. മനുഷ്യന്റെ യാത്രയ്ക്ക് യാതൊരു തടസ്സങ്ങളുമില്ല. അതുകൊണ്ടാണ് അദ്ദേഹം തന്നോടൊപ്പം ഒരു കഴുകനെക്കൂടി കൊണ്ടുനടന്നിരുന്നത്. നക്ഷത്രങ്ങൾക്കപ്പുറത്തേക്ക് പോകുന്നതിനുള്ള തന്റെ ആശയുടെ ഒരു പ്രതീകം എന്ന നിലയ്ക്കായിരുന്നു അത്. ഇത്രയ്ക്കുമധികം ആശിച്ച ആദ്യത്തെ മനുഷ്യൻ അദ്ദേഹമായിരിക്കണം. എന്നാൽ അത്രയ്ക്കുമധികം നിങ്ങൾ ആശിക്കുന്നില്ലായെങ്കിൽ, നിങ്ങൾ അല്പനായി നിലനില്ക്കും. നിങ്ങളുടെ ആഗ്രഹങ്ങൾ വളരെ നിസ്സാരമാണ്. പണത്തിനുവേണ്ടി, മാന്യതയ്ക്കുവേണ്ടി, സമൂഹത്തിലൊരു പ്രത്യേക സ്ഥാനത്തിനുവേണ്ടി, അല്പം ചില രാഷ്ട്രീയാധികാരത്തിനുവേണ്ടി - നിങ്ങളുടെ ആഗ്രഹങ്ങൾ ഇവയെല്ലാമാണ്.

ആഗ്രഹങ്ങളും (desires) ആശകളും (longings) തമ്മിലുള്ള വ്യത്യാസമിതാണ്. ആഗ്രഹങ്ങൾ നേടിയെടുക്കുവാൻ കഴിയുന്നവയാണ്. ആശകൾ അസാധ്യമായതിനുവേണ്ടിയാണ്. അസാധ്യമായതിനുവേണ്ടി നിങ്ങൾ അഭിലഷിക്കുന്നില്ലായെങ്കിൽ, നിങ്ങൾക്ക് നിങ്ങളുടെ പരമമായ ഔന്നത്യത്തിലെത്തിച്ചേരാൻ കഴിയില്ല. ഒപ്പംതന്നെ നിങ്ങൾക്ക് നിങ്ങളുടെ അടികാണാത്ത ആഴങ്ങളിലുമെത്തിച്ചേരാൻ കഴിയില്ല.

മനുഷ്യബോധത്തെ സംബന്ധിച്ചിടത്തോളം ഒരേയൊരു വെല്ലുവിളി അസാധ്യമായതിനു വേണ്ടിയായിരിക്കണം എന്ന കാര്യത്തിൽ സരതുഷ്ട്രന് യാതൊരു സംശയവുമില്ല. ഒരു ലക്ഷ്യമെന്ന നിലയ്ക്ക് അതിനേക്കാൾ കുറഞ്ഞതൊന്നും സ്വീകരിക്കുവാൻ അദ്ദേഹം തയ്യാറല്ല. നേടിയെടുക്കുവാൻ കഴിയുന്നതെന്ന് തോന്നിപ്പിക്കുന്നതൊന്നുംതന്നെ നേടിയെടുക്കുവാൻ യോഗ്യമല്ല. സാധ്യമായ എല്ലാ കാര്യങ്ങൾക്കും അവയുടെ

ആത്മീയമായ അർത്ഥം മുമ്പേതന്നെ നഷ്ടപ്പെട്ടുകഴിഞ്ഞു. അസാധ്യമായതിനു മാത്രമേ നിങ്ങളുടെ ആത്മാവിന് ആവശ്യമുള്ളത്ര സ്ഥലം നല്കുവാൻ കഴിയുകയുള്ളൂ.

സരതുഷ്ട്രനെ സംബന്ധിച്ചിടത്തോളം അസാധ്യമെന്നത് ദൈവത്തിന് പകരം വെക്കാവുന്ന ഒന്നാണ്. അദ്ദേഹത്തിന്റെ അസാധ്യത്തെ നിങ്ങൾക്ക് മനസ്സിലാക്കാൻ കഴിയുമെങ്കിൽ, അപ്പോൾ ദൈവം എന്ന ആ സുന്ദരമായ കാര്യത്തെ മതങ്ങൾ എങ്ങനെയാണ് തരംതാഴ്ത്തിയത് എന്ന്, എങ്ങനെയാണ് മലിനപ്പെടുത്തിയത് എന്ന് നിങ്ങൾക്ക് മനസ്സിലാകും.

ദൈവം നിലനില്ക്കുന്നില്ല. നിലനില്ക്കാത്ത ഒന്നിനെ എങ്ങനെയാണ് നിങ്ങൾക്ക് നേടിയെടുക്കാനാവുക? ദൈവമെന്നത് അസാധ്യമായതിന്റെ മറ്റൊരു പേര് മാത്രമാണ്. എന്നാൽ അസാധ്യമായതിനുവേണ്ടി നിങ്ങളാശിക്കുന്നില്ലായെങ്കിൽ, നിങ്ങൾക്കൊരു അതിമാനുഷനാകാൻ കഴിയില്ല. ആകാശമെന്നത് യാതൊരു അതിരുകളുമില്ലാത്തൊരു സ്ഥലമാണ്. അത് ഭൂതകാലത്തിന്റെ എല്ലാ ബന്ധനങ്ങളിൽ നിന്നുമുള്ള സ്വാതന്ത്ര്യമാണ്. അത് നിങ്ങളെ നിന്ദ്യനും കൗശലശാലിയും അസൂയാലുവുമാക്കിത്തീർക്കുന്ന എല്ലാ ബന്ധനങ്ങളിൽനിന്നുമുള്ള മോചനമാണ്.

രണ്ടുദിവസം മുമ്പ് ആനന്ദോ എന്നെ കാണിക്കുന്നതിനായി ഒരു കാർട്ടൂൺ കൊണ്ടുവന്നിരുന്നു. അതൊരു സുന്ദരമായ കാർട്ടൂണായിരുന്നു. ആ കാർട്ടൂൺ പത്രത്തിൽ വന്നപ്പോൾ മദ്രാസിലുള്ള തമിഴ്നാട് ഗവൺമെന്റ് ആ കാർട്ടൂണിസ്റ്റിനോട് പരസ്യമായി മാപ്പുചോദിക്കാനാവശ്യപ്പെട്ടു. സ്വാഭാവികമായും അയാളതിനു തയ്യാറായില്ല. കാരണം അയാളാ കാർട്ടൂണിൽ ആരുടേയും പേരെടുത്ത് പറഞ്ഞിരുന്നില്ല. എന്നാൽ അതിലൊരു അടിക്കുറിപ്പുണ്ടായിരുന്നു. ചിത്രത്തിലെ പോക്കറ്റടിക്കാരനെപ്പോലെ തോന്നിപ്പിക്കുന്ന ആൾ ഒരു മന്ത്രിയും ഒരു കള്ളനെപ്പോലെ, ഒരു കൊള്ളക്കാരനെപ്പോലെ തോന്നിപ്പിക്കുന്ന ആൾ മുഖ്യമന്ത്രിയുമാണ് എന്നായിരുന്നു ആ കുറിപ്പ്. ഇതിൽ ആർക്കും ദേഷ്യം തോന്നേണ്ട യാതൊരാവശ്യവുമുണ്ടായിരുന്നില്ല. പ്രത്യേകിച്ചും അഭിപ്രായ സ്വാതന്ത്ര്യത്തെക്കുറിച്ച് അത്രയ്ക്കുമധികം വാചാലമാകുന്ന ഒരു ജനാധിപത്യരാഷ്ട്രത്തിൽ. മാത്രമല്ല, ആ കാർട്ടൂണിസ്റ്റ് അതിൽ ആരുടേയും പേരെടുത്ത് പറഞ്ഞിരുന്നുമില്ല. ഇന്ത്യയിൽ എത്രയോ മന്ത്രിമാരും മുഖ്യമന്ത്രിമാരുമുണ്ട്. വാസ്തവത്തിൽ ആർക്കെങ്കിലുമതിൽ തങ്ങൾ അപമാനിതരാക്കപ്പെട്ടു എന്നു തോന്നണമെങ്കിൽ, അത് ആ പോക്കറ്റടിക്കാരനും കൊള്ളക്കാരനുമാകണം. എന്നാൽ 'ഇത് ഞങ്ങൾക്ക് അപമാനകരമാണ്' എന്ന് പരാതിപ്പെട്ടുകൊണ്ട് ഒരു പോക്കറ്റടിക്കാരനും കൊള്ളക്കാരനും കോടതിയിലെത്തിയില്ല.

എന്നാൽ തമിഴ്നാട്ടിലെ മുഖ്യമന്ത്രിയും അവിടത്തെ നിയമസഭയും ആ മനുഷ്യനെ ഒരു വർഷത്തേക്ക് ജയിലിലടയ്ക്കണമെന്നൊരു പ്രമേയം ഐകകണ്ഠേന പാസ്സാക്കുകയാണ് ചെയ്തത്. അതിനു കാരണമായി അവർ കണ്ടത് ആ മനുഷ്യൻ മാപ്പ് അപേക്ഷിക്കുവാൻ വിസമ്മതിച്ചു എന്നതായിരുന്നു. അപ്പോഴേക്കും അയാൾ മൂന്നുദിവസം ജയിൽവാസമനുഭവിച്ചുകഴിഞ്ഞിരുന്നു. എന്നാൽ ഇതേതുടർന്ന് രാജ്യമൊട്ടാകെ വൻപ്രതിഷേധമുയരുകയും ഇത് തികച്ചും അസംബന്ധമാണെന്ന് അവിടത്തെ പ്രമുഖ വ്യക്തികളിൽ പലരും അഭിപ്രായപ്പെടുകയും ചെയ്തു. അയാൾ ആ കാർട്ടൂണിൽ ആരുടേയും പേര് പറഞ്ഞിരുന്നില്ല. ഒരു സാധാരണ കാർട്ടൂൺ നിങ്ങൾക്ക് ഇത്രയ്ക്കുമധികം മാനഹാനി ഉണ്ടാക്കിത്തീർത്തു എങ്കിൽ, അപ്പോൾ തീർച്ചയായും ആ കാർട്ടൂൺ നിങ്ങളെക്കുറിച്ച് സത്യസന്ധമായ എന്തോ ചിലതു പറഞ്ഞുകൊണ്ടിരിക്കുകയാണ്. ആർക്കാണോ അത് അത്രയ്ക്കുമധികം അപമാനകരമായി തോന്നിയത്, ഒരുപക്ഷേ ആ കാർട്ടൂൺ അയാളെക്കുറിച്ചുള്ളതാകണം. അതുകൊണ്ടായിരിക്കണം അതയാളെ വിറളിപിടിപ്പിച്ചത്. അല്ലാത്തപക്ഷം അതിന്റെ യാതൊരാവശ്യവുമവിടെയുണ്ടായിരുന്നില്ല.

രാജ്യത്തിന്റെ എല്ലാ ഭാഗങ്ങളിൽനിന്നും ശക്തമായ പ്രതിഷേധം ഉയർന്നുവന്നതിനാൽ, ഒടുവിൽ അവർക്കയാളെ ജയിലിൽനിന്ന് മോചിപ്പിക്കേണ്ടിവന്നു. മനുഷ്യന്റെ അല്പത്വം ഇത്തരത്തിലാണ് പ്രകടമാകുന്നത്. മഹാന്മാരായ നേതാക്കളെന്ന് നിങ്ങൾ കരുതുന്നവർപോലും ഇത്തരത്തിലാണ് പെരുമാറുന്നത്.

ഇന്ന് മറ്റൊരു സംഭവത്തെക്കുറിച്ചുള്ള വിവരങ്ങൾകൂടി എനിക്കു ലഭിച്ചു. രക്തബന്ധമുള്ളവർ തമ്മിൽ വിവാഹിതരാകുന്നതിലൂടെ യൂറോപ്പിലെ രാജകുടുംബങ്ങൾ നൂറ്റാണ്ടുകളായി വലിയൊരു തെറ്റാണ് ചെയ്തുകൊണ്ടിരിക്കുന്നത് എന്ന് മുമ്പ് പലപ്പോഴും ഞാൻ നിങ്ങളോട് പറഞ്ഞിട്ടുണ്ട്. മൂഢമായ ഈ പ്രവൃത്തിയിലൂടെ നിരവധി മന്ദബുദ്ധികളെ അവർ ഈ ലോകത്തിലേക്കു കൊണ്ടുവന്നിട്ടുണ്ട്.

46 വർഷം മുമ്പ് എലിസബത്ത് രാജ്ഞിയുടെ ഏറ്റവുമടുത്ത രണ്ടു ബന്ധുക്കളും മൂന്ന് അകന്ന ബന്ധുക്കളും - ആകെക്കൂടി അഞ്ചുപേർ - ചിത്തഭ്രമമുള്ളവരായി കാണപ്പെട്ടു. ഇതേതുടർന്ന്, മറ്റാരുമറിയാതെ, രഹസ്യമായി ഇവർ ഭ്രാന്താശുപത്രിയിലാക്കപ്പെട്ടു. പൊതുജനങ്ങളിൽനിന്ന് ഈ കാര്യം മറച്ചുവയ്ക്കപ്പെട്ടു. ആ ബന്ധുക്കൾക്ക് എന്താണ് സംഭവിച്ചത് എന്ന ചോദ്യമുയർന്നപ്പോൾ - എന്തുകൊണ്ടെന്നാൽ പെട്ടെന്നാണ് അവർ അപ്രത്യക്ഷരായത് - രാജകുടുംബം അതിനു നല്കിയ മറുപടി ആ ബന്ധുക്കൾ മരിച്ചുപോയി എന്നായിരുന്നു. എന്നാൽ വാസ്തവത്തിൽ ആ സമയത്ത് അവർ ഭ്രാന്താശുപത്രിയിലായിരുന്നു. പിന്നീട് വർഷങ്ങൾക്കുശേഷം ഈ അടുത്തകാലത്ത് അവരിലൊരു സ്ത്രീ മരണമടഞ്ഞു.

അങ്ങനെയാണ് ആ സംഭവം പുറത്തറിഞ്ഞത്. അതോടെ ആ സംഭവം വീണ്ടും സജീവമായിത്തീർന്നു. അതിന് രാജകുടുംബത്തിന്റെ പ്രതികരണം ഇങ്ങനെയായിരുന്നു:

"നാലു വർഷം മുമ്പ് അവൾ മരിച്ചുപോയി എന്നാണ് ഞങ്ങൾ കരുതിയിരുന്നത്. എന്നാൽ യഥാർത്ഥത്തിൽ അവൾ മരിച്ചത് ഇപ്പോഴാണ്." അപ്പോൾ അപ്രത്യക്ഷരായിത്തീർന്ന മറ്റുള്ളവരുടെ കാര്യമോ? അവർ നാലുപേരും ഇപ്പോഴും ജീവനോടെയുണ്ട് എന്നാണ് ഇപ്പോളറിയുന്നത്. അവരിപ്പോഴും ഏതോ ഒരു ഭ്രാന്താശുപത്രിയിലുണ്ട്. നാല്പത്താറു വർഷത്തോളം ഈ കാര്യം അതീവരഹസ്യമാക്കിവച്ചിരിക്കുകയായിരുന്നു. മാതൃകാപുരുഷന്മാരായി നിങ്ങൾ കരുതുന്ന ആളുകൾ ഇത്തരത്തിലുള്ളവരാണ്...

ലോകത്തിലെല്ലായിടത്തും എല്ലാ ജന്തുക്കളിലുംവച്ച് ഏറ്റവുമധികം കാപട്യമുള്ളതും ഏറ്റവുമധികം കൗശലശാലിയുമായ ജന്തു മനുഷ്യനാണെന്നാണ് തോന്നുന്നത്. സരതുഷ്ട്രന്റെ മുഴുവൻ പ്രയത്നവും മനുഷ്യനിലേക്ക് നിഷ്കളങ്കതയെ കൊണ്ടുവരുന്നതിനാണ്. ആകാശത്തിന്റെ സ്വാതന്ത്ര്യവും, ആകാശത്തിന്റെ നിശ്ശബ്ദതയും, ആകാശത്തിന്റെ പരിശുദ്ധിയും, ആകാശത്തിന്റെ നിർമ്മലതയും, ഇവയെല്ലാം മനുഷ്യനിലേക്ക് കൊണ്ടുവരുന്നതിനാണ്.

"ഹേ, എനിക്കു മേലെയുള്ള ആകാശമേ, പരിശുദ്ധവും വിസ്തൃതവുമായ ആകാശമേ, വെളിച്ചത്തിന്റെ അറ്റംകാണാത്ത കടലാണ് നീ. നിന്നിലേക്ക് കണ്ണെടുക്കാതെ നോക്കിക്കൊണ്ടിരിക്കുമ്പോൾ, ദൈവീകമായ ആഗ്രഹങ്ങളാൽ ഞാൻ ചഞ്ചലനായിത്തീരുന്നു." ആ ദൈവീകമായ ആഗ്രഹങ്ങൾ ഏതെല്ലാമാണ്? അമൂല്യമെന്നു കരുതി ഇതുവരെ മനുഷ്യൻ ശേഖരിച്ചുവച്ച എല്ലാറ്റിനേയും അതിവർത്തിക്കുവാനുള്ള ഒരഭിലാഷം....

ആഭരണങ്ങളെന്ന് എന്തിനെയാണോ അവൻ കരുതിക്കൊണ്ടിരുന്നത് അവ ബന്ധനങ്ങളല്ലാതെ മറ്റൊന്നുമല്ല. മണിമാളികകളെന്ന് എന്തിനെയാണോ അവൻ കരുതിക്കൊണ്ടിരുന്നത്, അവ തടവറകളല്ലാതെ മറ്റൊന്നുമല്ല. കുടുംബമെന്ന് അവൻ കരുതിക്കൊണ്ടിരുന്നത്, അവനെ വളരുവാൻ സഹായിക്കുന്നതിനുപകരം അവന്റെ വളർച്ച മുരടിപ്പിക്കുകയാണ് ചെയ്തത്. മതമെന്ന് അവൻ കരുതിക്കൊണ്ടിരുന്നത്, ദൈവത്തിലേക്കുതന്നെ നയിക്കുമെന്ന് അവൻ കരുതിക്കൊണ്ടിരുന്ന ആ മതം, ദൈവത്തിനുവേണ്ടിയുള്ള അന്വേഷണത്തിൽനിന്ന് അവനെ തടഞ്ഞുവെക്കുകയാണ് ചെയ്തത്.

ഈ പ്രതിബന്ധങ്ങളെയെല്ലാം അതിവർത്തിക്കുവാനും അസാധ്യമായതിനുവേണ്ടിയുള്ള അന്വേഷണത്തിനായി അജ്ഞാതമായ ആകാശത്തിലേക്കു നീങ്ങുവാനുള്ള ദൈവീകമായ ഒരാഗ്രഹമാണത്. അദ്ദേഹത്തിന്റെ

ഈ ആശയത്തിന്റെ അർത്ഥമിതാണ്: അസാധ്യമായതിനുവേണ്ടിയുള്ള അന്വേഷണത്തിലൂടെ നിങ്ങൾ നിങ്ങളെതന്നെ കണ്ടെത്തും. അസാധ്യമായതിനു വേണ്ടിയുള്ളതല്ല നിങ്ങളുടെ ആശകൾ എങ്കിൽ, നിങ്ങൾക്ക് നിങ്ങളെ കണ്ടെത്താൻ കഴിയില്ല. മഹത്തായ ആ ആശയ്ക്കു മാത്രമേ മനുഷ്യന്റെ എല്ലാ പരിമിതികൾക്കുമപ്പുറത്തേക്ക് നിങ്ങളെ ഉയർത്തുവാൻ കഴിയുകയുള്ളൂ. അതിനു മാത്രമേ എല്ലാ മാലിന്യങ്ങളിൽനിന്നും നിങ്ങളെ ശുദ്ധീകരിക്കുവാൻ കഴിയുകയുള്ളൂ. അതിനുമാത്രമേ നിങ്ങളുടെ ആത്മാവിനെ ആകാശത്തോളം വിസ്തൃതമാക്കുവാനും ആകാശത്തെപ്പോലെ പരിശുദ്ധമാക്കുവാനും കഴിയുകയുള്ളൂ.

"നിന്റെ ഉയരങ്ങളിലേക്ക് ഞാനെന്നെത്തന്നെ വിക്ഷേപിക്കുമ്പോൾ... ഞാനറിയുന്നു... അതാണ് എന്റെ ആഴം!"

സരതുഷ്ട്രൻ പറയുന്നു, "നിന്റെ ഉയരങ്ങളിലാണ് എന്റെ താല്പര്യമിരിക്കുന്നത്. അതിൽ കുറഞ്ഞതൊന്നും എന്നെ തൃപ്തിപ്പെടുത്തുകയില്ല."

"നിന്റെ പരിശുദ്ധിയിൽ എന്നെതന്നെ മറച്ചുവയ്ക്കുമ്പോൾ...

....ഞാനറിയുന്നു... അതാണ് എന്റെ നിഷ്കളങ്കത!"

നിങ്ങളുടെയത്രയും തന്നെ ഞാൻ പരിശുദ്ധനാകുന്നില്ലായെങ്കിൽ, എന്റെ നിഷ്കളങ്കതയെക്കുറിച്ച് ഞാനറിയുകയില്ല.

"ദൈവം അവന്റെ സൗന്ദര്യത്താൽ ആവരണം ചെയ്യപ്പെട്ടിരിക്കുകയാണ്. അങ്ങനെയാണ് നീ നിന്റെ നക്ഷത്രങ്ങളെ മറച്ചുവയ്ക്കുന്നത്. നീ ഒന്നുംതന്നെ സംസാരിക്കുന്നില്ല. അങ്ങനെയാണ് നീ നിന്റെ ബുദ്ധിവൈഭവത്തെക്കുറിച്ച് എന്നോടു പ്രഖ്യാപിക്കുന്നത്."

ആകാശം ഒന്നുംതന്നെ സംസാരിക്കുന്നില്ല. അതിനർത്ഥം അത് മൂകമാണ് എന്നല്ല, അതിനർത്ഥം അതിനൊന്നുമറിഞ്ഞുകൂടാ എന്നല്ല. നിങ്ങളറിഞ്ഞുകൊണ്ടിരിക്കുമ്പോൾ അവിടെയുണ്ടാകുന്ന ഭാഷ മൗനമാണ് എന്ന് എല്ലാ മിസ്റ്റിക്കുകൾക്കുമറിയാം. ആകാശത്തിന്റെ മൗനം അതിന്റെ സൂക്ഷ്മബുദ്ധിയെ ഉദ്ഘോഷിക്കുന്നു.

"ദൈവം അവന്റെ സൗന്ദര്യത്താൽ ആവരണം ചെയ്യപ്പെട്ടിരിക്കുകയാണ്" എന്നദ്ദേഹം പറയുന്നു - പള്ളികളിലോ അമ്പലങ്ങളിലോ മസ്ജിദുകളിലോ അല്ല, മറിച്ച് മനോഹരമായൊരു പുഷ്പത്തിലാണ്, മനോഹരമായൊരു സൂര്യാസ്തമനത്തിലാണ്, നക്ഷത്രങ്ങൾ നിറഞ്ഞ മനോഹരമായൊരു ആകാശത്തിലാണ്, മനോഹരമായൊരു മൗനത്തിലാണ്, ദൈവത്തെ നിങ്ങൾക്ക് കണ്ടെത്താൻ കഴിയുക. മതപുരോഹിതർ മനുഷ്യരാശിയെ വഞ്ചിക്കുവാൻ കപടദൈവങ്ങളെ സൃഷ്ടിച്ചുവച്ചിരിക്കുകയാണ്.

നിങ്ങളുടെ എല്ലാ ദേവാലയങ്ങളും മനുഷ്യനിർമ്മിതമായ കച്ചവടസ്ഥാപനങ്ങൾ മാത്രമാണ്. അവിടെനിന്നും നിങ്ങൾക്ക് യാതൊരു ബുദ്ധിമുട്ടും കൂടാതെ തുച്ഛമായ വിലയ്ക്ക് ദൈവത്തെ വാങ്ങുവാൻ കഴിയും.

യാതൊരപകടവും കൂടാതെ, യാതൊരു ആപച്ഛങ്കയുമില്ലാതെ, യാതൊര ന്വേഷണവും കൂടാതെ, മറ്റൊരിടത്തേക്കും പോകാതെ, ആകാശത്തിലേക്ക് നിങ്ങളുടെ ചിറകുകൾ തുറക്കാതെ, നിങ്ങളുടെ ശിരസ്സുയർത്തി ആകാശ ത്തിലേക്കൊന്ന് നോക്കുകപോലും ചെയ്യാതെ, വെളിച്ചത്തിനുനേരെ നിങ്ങളുടെ കണ്ണുകളൊന്ന് തുറക്കുകപോലും ചെയ്യാതെ, വെറുമൊരു കല്പ്രതിമയിലേക്കുമാത്രം നോക്കിക്കൊണ്ട്...

നൂറ്റാണ്ടുകളായി പുരോഹിതർ നിങ്ങളെ വഞ്ചിച്ചുകൊണ്ടിരിക്കുക യാണ്. അവരിപ്പോഴും നിങ്ങളെ വഞ്ചിച്ചുകൊണ്ടേയിരിക്കുന്നു. അതിനു ത്തരവാദികൾ അവർ മാത്രമല്ല, നിങ്ങളും അതിനുത്തരവാദികളാണ്. തുച്ഛമായ വിലക്ക് അത് നേടിയെടുക്കുവാൻ നിങ്ങളാഗ്രഹിക്കുന്നു. എവിടെയാണോ വിലകുറഞ്ഞ ദൈവങ്ങൾക്കുവേണ്ടിയുള്ള ആശയം ആവശ്യവുമുള്ളത്, തീർച്ചയായും അവിടെ വിലകുറഞ്ഞ ദൈവങ്ങളെ വിതരണം ചെയ്യുവാൻ ആരെങ്കിലുമുണ്ടാകും. അപ്പോൾ യഥാർത്ഥത്തി ലുള്ള ദൈവത്തെക്കുറിച്ച് സംസാരിക്കുന്ന വ്യക്തി, നിങ്ങളെ സംബന്ധി ച്ചിടത്തോളം അപകടകാരിയായി കാണപ്പെടും. അയാൾ ചെറുപ്പക്കാരെ വഴിതെറ്റിക്കുന്നു എന്ന് അയാളെക്കുറിച്ച് ആക്ഷേപമുയരും. കാരണം അയാൾക്ക് ചെറുപ്പക്കാരിൽ അസാധ്യമായ ഒരു തീർത്ഥയാത്രയ്ക്കു വേണ്ടിയുള്ള ഒരഭിവാഞ്ഛ സൃഷ്ടിക്കുവാൻ കഴിയും. നിങ്ങളവരെ കൂട്ടം തെറ്റിക്കുവാൻ ആൾക്കൂട്ടം ആഗ്രഹിക്കുന്നില്ല.

“തുടക്കംമുതലേ നാം സുഹൃത്തുക്കളായിരുന്നുവല്ലോ... നമുക്ക് തമ്മിൽ തമ്മിൽ ഒന്നുംതന്നെ സംസാരിക്കേണ്ടതായിട്ടില്ല, എന്തുകൊ ണ്ടെന്നാൽ നമുക്ക് പരസ്പരം വളരെ നന്നായിട്ടറിയാം. അതിനാൽ നാം ഒരുമിച്ച് നിശ്ശബ്ദരായിട്ടിരിക്കും... നമ്മുടെ അറിവുകളെ പങ്കുവയ്ക്കുവാൻ നാം അന്യോന്യം നോക്കിച്ചിരിക്കുക മാത്രം ചെയ്യും.”

ഇന്ത്യയിലെ അനേകം മിസ്റ്റിക്കുകളിലൊരുവനായ കബീറിന്റെ ജീവി തത്തിലെ രസകരമായ ഒരു സംഭവമുണ്ട്. മറ്റൊരു മിസ്റ്റിക്കായ ഫരീദ്, കബീറിന്റെ സമകാലീനനായിരുന്നു. ഒരിക്കൽ ഫരീദ് തന്റെ ശിഷ്യരോ ടൊപ്പം ഒരു തീർത്ഥയാത്രയ്ക്ക് പുറപ്പെട്ടു. അവർ വാരാണസിക്കടുത്തുള്ള മഘർ എന്ന ചെറിയ ഒരു ഗ്രാമത്തിലൂടെ കടന്നുപോവുകയായിരുന്നു. ഗംഗാനദിയുടെ ഒരുവശത്ത് വാരാണസിയും മറുവശത്ത് മഘർ എന്ന ഗ്രാമവുമാണ്. നൂറ്റാണ്ടുകളായി വാരാണസി ഹിന്ദുമതത്തിന്റെ തലസ്ഥാന നഗരിയായിരുന്നു. ഹിന്ദുമതപണ്ഡിതരുടെ അഭിപ്രായത്തിൽ വാരാണസി ലോകത്തിലെ ഏറ്റവും പുരാതനമായ പട്ടണമാണ്. ഇത് ശരിയാണെന്ന് വിശ്വസിക്കേണ്ടിയിരിക്കുന്നു. കാരണം ഏറ്റവും പുരാതനമായ ഗ്രന്ഥ ങ്ങളിൽകൂടി ഈ പട്ടണം പരാമർശിക്കപ്പെട്ടിട്ടുണ്ട്.

വാരാണസിയെക്കുറിച്ച് പുരോഹിതർ പ്രചരിപ്പിച്ച ഒരു കാര്യമിതായി രുന്നു. വാരാണസിയിൽവച്ച് ഒരുവൻ മരിക്കുകയാണെങ്കിൽ – അയാളൊരു

പുണ്യവാനായാലും ശരി, പാപിയായാലും ശരി, അയാൾക്ക് സ്വർഗ്ഗം ഉറപ്പാണ്. അതിനാൽ വാരാണസി വൃദ്ധജനങ്ങളെക്കൊണ്ട് നിറഞ്ഞിരിക്കുകയാണ്. വൃദ്ധന്മാരും വൃദ്ധകളും മരിക്കുവാനായിട്ടവിടെ കാത്തിരിക്കുകയാണ്. തങ്ങളുടെ ജീവിതത്തിൽ അവർ പ്രത്യേകിച്ച് പുണ്യകർമ്മങ്ങളൊന്നും തന്നെ ചെയ്തിട്ടില്ല. എന്നാൽ ചുരുങ്ങിയപക്ഷം ഒരു കാര്യമെങ്കിലും അവർക്കു ചെയ്യുവാൻ കഴിയും. അവർക്ക് വാരാണസിയിൽ പോയി മരിക്കാൻ കഴിയും.

ഇത് അസാധാരണമായൊരു പട്ടണമാണ്. മരിക്കുവാൻ വേണ്ടി മാത്രമാണ് ആളുകൾ അവിടേക്കു പോകുന്നത്. ജീവിതം തങ്ങളുടെ കൈകളിൽനിന്ന് വഴുതിപ്പോയിക്കഴിഞ്ഞു എന്ന്, ഇനി അധികം സമയമിവിടെയില്ലയെന്ന്, അവർക്ക് ഉറപ്പായിക്കഴിഞ്ഞാൽ ആളുകൾ വാരാണസിയിലേക്ക് പോകാൻ തുടങ്ങും. ഓരോരുത്തരും ഇവിടെ മരിക്കുവാൻ കാത്തിരിക്കുകയാണ്.

എന്നാൽ മരണമെന്നത് നിങ്ങൾക്ക് ഉറപ്പിക്കുവാൻ കഴിയുന്ന ഒന്നല്ല. അതിനാൽ മറ്റെവിടെയെങ്കിലുംവച്ച് ആളുകൾ മരിക്കുകയാണെങ്കിൽകൂടി അവരുടെ ബന്ധുക്കൾ ആ മൃതശരീരങ്ങളെ വാരാണസിയിലേക്ക് കൊണ്ടുവരും. ചുരുങ്ങിയപക്ഷം അവരുടെ ശരീരത്തെയെങ്കിലും വാരാണസിയിൽ ദഹിപ്പിക്കുവാൻ കഴിയുമല്ലോ. സ്വർഗ്ഗത്തിൽ കൂടുതൽ ഉയർന്ന ഒരു സ്ഥാനം കിട്ടിയില്ലെങ്കിലും സാരമില്ല, ചുരുങ്ങിയപക്ഷം അല്പം താഴ്ന്ന ഒരു സ്ഥാനമെങ്കിലും കിട്ടുമല്ലോ. എന്നാൽ നരകത്തെ ഒഴിവാക്കാൻ കഴിയുമല്ലോ.

വാരാണസിയിൽവച്ച് മരിക്കുന്ന ഒരുവൻ സ്വർഗ്ഗത്തിലെത്തിച്ചേരും എന്ന് അറിയപ്പെട്ടിരുന്നതുപോലെ, വാരാണസിയുടെ മറുകരയിലുള്ള മഘർ എന്ന ഗ്രാമത്തിൽവച്ച് മരിക്കുന്ന ഒരുവൻ നരകത്തിലാണ് ചെന്നെത്തുക എന്നുകൂടി അറിയപ്പെട്ടിരുന്നു. എങ്ങനെയാണ് ഇത്തരത്തിലൊരു വിശ്വാസമവിടെ വന്നുചേർന്നത് എന്നറിയുവാൻ യാതൊരു വഴിയുമില്ല. ഒരുപക്ഷെ വിശ്വാസങ്ങൾക്കുകൂടി ഒരു സന്തുലനം ആവശ്യമാണെന്ന് വരാം. അതുകൊണ്ടാകാം ഇത്തരത്തിലൊരു വിശ്വാസമവിടെ വന്നുചേർന്നത്. വാരാണസിയുടെ എതിർവശത്തു സ്ഥിതിചെയ്യുന്ന സ്ഥലമാണ് മഘർ. അതിനാൽ മഘറിൽ വച്ചു മരിക്കുന്ന ഒരുവൻ, അയാളൊരു പാപിയാണെങ്കിൽ തീർച്ചയായും അയാൾ നരകത്തിൽ പോകും. എന്നാൽ അയാളൊരു പുണ്യവാനാണെങ്കിൽ അയാൾക്ക് ചില ആനുകൂല്യങ്ങൾ നല്കപ്പെട്ടിട്ടുണ്ട്. അപ്പോൾ നരകത്തിൽ പോകുന്നതിനു പകരം അയാളൊരു കോവർകഴുതയായിട്ടാണ് ജന്മമെടുക്കുക.

കബീർ വൃദ്ധനായിക്കഴിഞ്ഞിരുന്നു. ഒരു ദിവസം കബീർ തന്റെ ശിഷ്യരെ വിളിച്ചുപറഞ്ഞു, “ഇത്രയുംകാലം ഞാനെന്റെ ജീവിതം വാരാണസിയിലാണ് കഴിച്ചുകൂട്ടിയത്. ഇനി ഞാൻ മഘറിൽ പോയി

ജീവിക്കുവാൻ ആഗ്രഹിക്കുന്നു." ശിഷ്യർ പറഞ്ഞു, "നിങ്ങൾക്കെന്താ ഭ്രാന്തുണ്ടോ? ഈ പ്രായത്തിൽ ആളുകൾ മഘറിൽനിന്ന് വാരാണസിയിലേക്ക് വരികയാണ് ചെയ്യുക. അവിടെനിന്ന് ഇവിടേക്ക് പതിനഞ്ചു നിമിഷത്തിന്റെ ദൂരം മാത്രമേയുള്ളൂ. നിങ്ങളീ തീരുമാനമെടുത്തത് ശരിക്കും ആലോചിച്ചുതന്നെയാണോ?"

കബീർ പറഞ്ഞു, "ഞാനതിന് യോഗ്യനാണെങ്കിൽ മാത്രമേ, ഞാൻ സ്വർഗത്തിൽ പോകുവാൻ ആഗ്രഹിക്കുന്നുള്ളൂ. വാരാണസി കാരണമായി എനിക്കവിടേക്കു പോകണമെന്നില്ല."

സ്വാഭിമാനിയായ ഒരുവന്റെ താല്പര്യമാണത്. "അങ്ങനെയാണെങ്കിൽ, ഞാൻ നരകത്തിൽ പോകുവാനാണ് ഇഷ്ടപ്പെടുന്നത്. അല്ലെങ്കിൽ ഞാനൊരു കഴുതയായി ജന്മമെടുത്തുകൊള്ളാം. ഒന്നുമില്ലെങ്കിലും അപ്പോളെനിക്ക് ഞാനായിത്തന്നെ നിലനില്ക്കുവാൻ കഴിയുമല്ലോ. എനിക്കതു മതി. വാരാണസിയുടെ ഔദാര്യം എനിക്കാവശ്യമില്ല." മറിച്ച് അദ്ദേഹത്തെ ബോധ്യപ്പെടുത്തുവാൻ യാതൊരു വഴിയുമവിടെ ഉണ്ടായിരുന്നില്ല. പറഞ്ഞതുപോലെ അദ്ദേഹം മഘറിലേക്ക് പോയി. മടിയോടെയാണെങ്കിലും ശിഷ്യരും അദ്ദേഹത്തെ അനുഗമിച്ചു.

ആ സമയത്ത് ഫരീദ് മഘറിലൂടെ കടന്നുപോയിക്കൊണ്ടിരിക്കുകയായിരുന്നു. അദ്ദേഹത്തിന്റെ ശിഷ്യർ പറഞ്ഞു, "ഏതാനും ദിവസങ്ങൾക്കുമുമ്പ് കബീർ മഘറിൽ താമസിക്കുവാൻ വന്നിട്ടുണ്ട്. നിങ്ങളിരുവരും തമ്മിൽ കാണുകയാണെങ്കിൽ, അത് വളരെ നല്ലൊരു കാര്യമായിരിക്കും." ഇതേ കാര്യംതന്നെ കബീറിന്റെ ശിഷ്യരും അദ്ദേഹത്തോട് പറഞ്ഞു. അപ്പോൾ കബീർ പറഞ്ഞു, "ശരിയാണ്, തീർച്ചയായും നമുക്കദ്ദേഹത്തെ ഇവിടേക്കു ക്ഷണിക്കണം. അദ്ദേഹം നമ്മുടെ അതിഥിയായിരിക്കും." അങ്ങനെ അവർ തമ്മിൽ കണ്ടുമുട്ടി. അവരന്യോന്യം ആലിംഗനം ചെയ്തു. അവർ ഒരുമിച്ച് കരയുകയും അവർ ഒരുമിച്ച് ചിരിക്കുകയും ചെയ്തു. അന്യോന്യമുള്ള സംഭാഷണമൊഴിച്ച് മറ്റെല്ലാംതന്നെ അവർ ഒരുമിച്ചാണ് ചെയ്തത്.

രണ്ടു മിസ്റ്റിക്കുകളുടേയും ശിഷ്യന്മാർ നിരാശരായിത്തീർന്നു. അവർക്കതിന്റെ കാരണം മനസ്സിലായില്ല. "എന്തസംബന്ധമാണ് ഇവിടെ നടന്നുകൊണ്ടിരിക്കുന്നത്. ദിവസം രണ്ടുകഴിഞ്ഞു. എന്നിട്ടും അന്യോന്യം ഇവരൊന്നുംതന്നെ സംസാരിക്കുന്നില്ല. ചിലപ്പോളവർ കൈകോർത്തുപിടിച്ചുകൊണ്ട് നടക്കുന്നു. ചിലപ്പോളവർ നൃത്തം വച്ചുകൊണ്ടിരിക്കുന്നു. ചിലപ്പോളവർ കരഞ്ഞുകൊണ്ടിരിക്കുന്നു. എന്നാൽ തമ്മിൽ ഇവർ ഒരൊറ്റ അക്ഷരംപോലും ഉരിയാടുന്നില്ല.

രണ്ടു ദിവസത്തിനുശേഷം ഫരീദ് യാത്രയായി. അദ്ദേഹത്തെ യാത്രയാക്കുവാൻ കബീർ മഘറിന്റെ അതിർത്തിവരെ ചെന്നു. വീണ്ടും അവർ കെട്ടിപ്പിടിച്ചു. വീണ്ടും അവർ കരഞ്ഞു. വീണ്ടും അവർ ചിരിച്ചു. എന്നാൽ

അവരുടെ ശിഷ്യരെ സംബന്ധിച്ചിടത്തോളം ആ രണ്ടുദിവസം രണ്ടു ജന്മംപോലെ ആയിരുന്നിരിക്കണം. തങ്ങളുടെ ഗുരുനാഥന്മാർ തമ്മിൽ സംസാരിക്കുന്നത് കേൾക്കുവാൻ അവർ ആകാംക്ഷയോടെ കാത്തിരിക്കുകയായിരുന്നു.

ഒടുവിലവർ വിട്ടുപിരിഞ്ഞപ്പോൾ ഇരുവരുടേയും ശിഷ്യർ നിരാശരായിത്തീർന്നു. അവർ പറഞ്ഞു, "എന്തുതരത്തിലുള്ള കൂടിക്കാഴ്ചയായിരുന്നു ഇത്?"

കബീർ പറഞ്ഞു, "പറയുവാനവിടെ ഒന്നുംതന്നെയുണ്ടായിരുന്നില്ല. ഫരീദും എന്നെപ്പോലെ തന്നെയാണ്. അദ്ദേഹത്തോട് എന്തെങ്കിലും പറയുക എന്നാൽ അത് ഞാൻ എന്നോടുതന്നെ സംസാരിക്കുന്നതുപോലെയാണ്. അത് വിഡ്ഢിത്തമാണ്."

ഫരീദ് തന്റെ ശിഷ്യരോട് പറഞ്ഞു, "സംസാരിക്കുവാൻ അസാധ്യമായിരുന്നു. കാരണം അദ്ദേഹത്തിനെന്തെല്ലാമറിയാമോ അതെല്ലാം എനിക്കുമറിയാം. എനിക്കെന്തെല്ലാമറിയാമോ, അതെല്ലാം അദ്ദേഹത്തിനുമറിയാം. ഞങ്ങൾ ഒരേ ലോകത്തിലാണ്. ഞങ്ങൾ നിങ്ങൾക്കുവേണ്ടി കരയുകയും ഞങ്ങൾക്കുവേണ്ടി ചിരിക്കുകയും ചെയ്തു. നിങ്ങളെ നിരാശപ്പെടുത്താതിരിക്കുവാൻ വേണ്ടി മാത്രം ഞങ്ങൾ നൃത്തംവയ്ക്കുകപോലും ചെയ്തു. എന്നാൽ അതിൽ കൂടുതലൊന്നുംതന്നെ സാധ്യമായിരുന്നില്ല. ആരാണോ സംസാരിക്കുവാൻ തുടങ്ങുന്നത്, അയാൾ സ്വയം അറിവില്ലാത്തവനെന്ന് തെളിയിച്ചിട്ടുണ്ടാകുമായിരുന്നു."

"നമുക്ക് തമ്മിൽതമ്മിൽ ഒന്നുംതന്നെ സംസാരിക്കേണ്ടതായിട്ടില്ല. എന്തുകൊണ്ടെന്നാൽ, നമുക്ക് പരസ്പരം വളരെ നന്നായിട്ടറിയാം. അതിനാൽ നാമൊരുമിച്ച് നിശ്ശബ്ദരായിട്ടിരിക്കും. നമ്മുടെ അറിവുകളെ പങ്കുവയ്ക്കുവാൻ നാം അന്യോന്യം നോക്കി ചിരിക്കുക മാത്രം ചെയ്യും.

നീയും എന്റെ അഗ്നിയുടെ വെളിച്ചം തന്നെയല്ലേ? എന്റെ ഉൾക്കാഴ്ചയും നിന്റെ ഉൾക്കാഴ്ചയും ഇരട്ടപെറ്റ സോദരിമാരെപ്പോലെയാണ്. എല്ലാംതന്നെ നാം ഒരുമിച്ചാണ് അഭ്യസിച്ചത്. നമ്മെതന്നെ അതിവർത്തിക്കുവാനും നിഷ്കളങ്കമായി ചിരിക്കുവാനും നാം ഒരുമിച്ചാണ് പഠിച്ചത്.

നിർബന്ധപ്രേരണയും ഉദ്ദേശ്യവും കുറ്റബോധവും നമുക്കുചുറ്റും മഴപോലെ പെയ്തുക്കൊണ്ടിരുന്നപ്പോൾ, രാത്രികളിൽ വളരെ ദൂരെനിന്നുപോലും തിളങ്ങുന്ന കണ്ണുകളോടെ നിഷ്കളങ്കമായി ചിരിക്കുവാൻ നമുക്കു കഴിഞ്ഞു."

ഈ മൂന്നു വാക്കുകൾ - നിർബന്ധപ്രേരണ, ഉദ്ദേശ്യം, കുറ്റബോധം - ആൾക്കൂട്ടത്തെക്കുറിച്ചുള്ള വാക്കുകളാണിവ. നിർബന്ധപ്രേരണയ്ക്ക് - ബലപ്രയോഗത്തിന് - കീഴടങ്ങിക്കൊണ്ടാണ് ആൾക്കൂട്ടം ജീവിക്കുന്നത്. അവർ സ്നേഹിക്കുന്നതുപോലും ബലപ്രയോഗത്തിലൂടെയാണ്.

നിർബന്ധപ്രേരണയ്ക്ക് കീഴടങ്ങിക്കൊണ്ടാണ് അവർ പ്രവർത്തിക്കുന്നത്. യാതൊരു സന്തോഷവുമില്ലാതെയാണ്, ഒരു കടമ എന്ന നിലയ്ക്കാണ് അവരെല്ലാംതന്നെ ചെയ്യുന്നത്.

ആരെക്കൊണ്ടെങ്കിലും തന്റെ കാല് തിരുമ്മിക്കുക എന്നത് എന്റെ അച്ഛന്റെ ഒരു ശീലമായിരുന്നു. ആരെങ്കിലുമവിടെ ചുറ്റിത്തിരിയുന്നതു കണ്ടാൽ ഉടൻ അച്ഛനയാളെ വിളിക്കും... ഞാൻ മിക്കവാറുമെല്ലായ്പോഴും വീട്ടിൽ തന്നെയായിരുന്നു. കാരണം എനിക്ക് ചെയ്യുവാൻ കാര്യമായ പണിയൊന്നുമുണ്ടായിരുന്നില്ല. ഞാൻ ഒന്നിനുംകൊള്ളാത്തവനാണെന്ന് എല്ലാവർക്കുമറിയാമായിരുന്നു. അതിനാൽ ആരുംതന്നെ ഒരു പണിയും എന്നെ ഏല്പിച്ചിരുന്നില്ല. ചിലപ്പോൾ അവരെന്നെ ചില ജോലികളേ ല്പിക്കും. എന്നാൽ അതിന്റെ അനന്തരഫലം അവർക്കുതന്നെ ദോഷകര മായിത്തീരും. ഒടുവിൽ അവരെന്നെ ഒരു പണിയും ഏല്പിക്കാതായി. അതിനാൽ ഞാൻ മിക്കപ്പോഴും വീട്ടിൽതന്നെ ചുറ്റിപ്പറ്റി നില്പുണ്ടാകും. അച്ഛനെന്നോട് കാല് തിരുമ്മിത്തരാൻ ആവശ്യപ്പെടുമ്പോൾ, ചില പ്പോൾ ഞാൻ 'ശരി' എന്നു പറയും, ചിലപ്പോൾ ഞാൻ 'പറ്റില്ല' എന്നും പറയും.

ഒരു ദിവസം അച്ഛനെന്നോട് ചോദിച്ചു, "ചിലപ്പോൾ നീ 'ശരി'യെന്ന് പറയും, മറ്റു ചിലപ്പോൾ നീ 'പറ്റില്ല' എന്നും പറയും. എങ്ങനെയാണ് നീയത് തീരുമാനിക്കുന്നത്?"

ഞാൻ പറഞ്ഞു, "എനിക്കത് സ്നേഹത്തോടെ, സന്തോഷത്തോടെ മറ്റൊരാളുടെ നിർബന്ധത്തിനു വഴങ്ങാതെ ചെയ്യുവാൻ കഴിയുമെന്ന് തോന്നുമ്പോൾ, അപ്പോൾ ഞാൻ 'ശരി' എന്നു പറയും. എന്നാൽ നിർബ ന്ധത്തിനു കീഴടങ്ങിക്കൊണ്ടാണ്, ഒരു കടമ എന്ന നിലയ്ക്കാണ്, ഞാനത് ചെയ്തുകൊണ്ടിരിക്കുന്നത് എന്നു തോന്നുമ്പോൾ, അപ്പോൾ ഞാൻ 'പറ്റില്ല' എന്നു പറയും. എന്നെ സംബന്ധിച്ചിടത്തോളം കടമ എന്നത് ഒരു വൃത്തികെട്ട വാക്കാണ്."

ചിലപ്പോൾ ഇങ്ങനെയും സംഭവിക്കാറുണ്ട്. ഞാൻ അച്ഛന്റെ കാല തിരുമ്മിക്കൊണ്ടിരിക്കുകയാവും. ഇടയ്ക്കുവച്ച് ഞാൻ പറയും, "ഇത്രയും മതി. ഇനി ഞാൻ നിർത്തുവാൻ പോവുകയാണ്." അപ്പോൾ അച്ഛൻ പറഞ്ഞു, "എന്നാൽ എനിക്കിനിയും മതിയായിട്ടില്ല."

ഞാൻ പറഞ്ഞു, "നിങ്ങൾക്ക് മതിയായോ ഇല്ലയോ എന്നതൊരു പ്രശ്നമല്ല. എനിക്ക് മതിയായിക്കഴിഞ്ഞു. ഇനി ഞാൻ നിങ്ങളെ തിരു മ്മുകയാണെങ്കിൽ, അത് നിങ്ങളുടെ നിർബന്ധത്തിന് വഴങ്ങിക്കൊണ്ട് എന്തെങ്കിലും ചെയ്യുന്നതിനെ ഞാൻ വെറുക്കുന്നു. എന്നോട് ക്ഷമിക്കൂ."

അച്ഛൻ പറഞ്ഞു, "നിന്റെ സ്വഭാവം വിചിത്രമാണ്. നീ തന്നെയാ ണത് തുടങ്ങിയത്. നീ അത്രയ്ക്കും നന്നായിട്ടത് ചെയ്തുകൊണ്ടിരിക്കു കയായിരുന്നു."

ഞാൻ പറഞ്ഞു, "ഇത്രയും നേരം ഇഷ്ടപ്പെട്ടുകൊണ്ടാണ് ഞാനത് ചെയ്തുകൊണ്ടിരുന്നത്. അതുകൊണ്ടായിരുന്നു അത്രയ്ക്കും നന്നായി ഞാനത് ചെയ്തുകൊണ്ടിരുന്നത്. ഒരു കാര്യം എനിക്കിഷ്ടപ്പെടുകയാണെങ്കിൽ സന്തോഷത്തോടെ ഞാനത് ചെയ്യും. എന്നാൽ എനിക്കത് ഒട്ടും തന്നെ ഇഷ്ടപ്പെടുന്നില്ലായെങ്കിൽ, മറ്റൊരാളെ ബോധ്യപ്പെടുത്തുവാൻ വേണ്ടിമാത്രം എനിക്കത് ചെയ്യാൻ കഴിയില്ല. ഒരു കാര്യം വ്യക്തമാക്കുവാൻ ഞാനാഗ്രഹിക്കുന്നു. ജീവിതത്തോടുള്ള എന്റെ സമീപനം ഇതാണ്. ഒരിക്കൽ ഞാൻ 'ശരി' എന്നു പറഞ്ഞാൽ, അപ്പോൾ അതിന്റെ അർത്ഥം 'ശരി' എന്നാണ്. അതുപോലെ ഒരിക്കൽ ഞാൻ 'പറ്റില്ല' എന്നു പറഞ്ഞാൽ അതിന്റെ അർത്ഥം 'പറ്റില്ല' എന്നാണ്. അതിനാൽ 'No' എന്നു ഞാൻ പറയുന്നതിനെ ഒരിക്കലും 'Yes' എന്നാക്കിമാറ്റാൻ ശ്രമിക്കാതിരിക്കുക. നിങ്ങളതിൽ ഒരിക്കലും വിജയിക്കുകയില്ല. നിങ്ങളെന്റെ അച്ഛനാണെന്ന് കരുതി നിർബന്ധത്തിനു വഴങ്ങിക്കൊണ്ട് കടമ എന്ന നിലയ്ക്ക് എന്തെങ്കിലും ചെയ്യുന്നതിനേക്കാൾ നല്ലത് മരണമാണ് എന്നാണ് ഞാൻ വിശ്വസിക്കുന്നത്."

എന്നാൽ ലോകത്തിലെല്ലായിടത്തും ആളുകൾ, തങ്ങൾക്കിഷ്ടപ്പെടാത്ത, തങ്ങൾ വെറുക്കുന്ന, കാര്യങ്ങൾ ചെയ്തുകൊണ്ടിരിക്കുകയാണ്. തങ്ങൾക്കത് ഇഷ്ടമല്ല, തങ്ങളതിനെ വെറുക്കുന്നു എന്നവർ പറയും. എന്നാൽ അവർക്ക് നിർബന്ധത്തിനു വഴങ്ങേണ്ടിവരും. അതിനാൽ അവർക്കതു ചെയ്യേണ്ടിവരും.

നിർബന്ധത്തിനു വഴങ്ങിക്കൊണ്ട് ചെയ്യുന്നതെന്തും അടിമത്തമാണ്. സരതുഷ്ട്രൻ അടിമത്തത്തെ വെറുക്കുന്നു, അല്ലെങ്കിൽ ഒരു ഉദ്ദേശ്യത്തിനുവേണ്ടി എന്തെങ്കിലും ചെയ്യുന്നതിനെ വെറുക്കുന്നു. അതും മറ്റൊരു തരത്തിലുള്ള അടിമത്തമാണ്.

എന്തോ ചിലത് നേടിയെടുക്കുവാൻവേണ്ടി നിങ്ങളതു ചെയ്തുകൊണ്ടിരിക്കുകയാണ്. അതിനു പുറകിൽ ഒരു ഉദ്ദേശ്യമവിടെയുണ്ട്. കാര്യസാധ്യത്തിനുവേണ്ടി നിങ്ങൾ മറ്റൊരാളോട് വളരെ ഭവ്യതയോടെ പെരുമാറിക്കൊണ്ടിരിക്കുകയാണെങ്കിൽ, ആ ഭവ്യത ഏറ്റവും അരോചകമാണ്. നേരെമറിച്ച് യാതൊരു ഉദ്ദേശ്യവുമില്ലാതെ, ശുദ്ധമായ ആനന്ദത്തോടെ ജീവിക്കപ്പെടുന്ന ജീവിതമാണ് ശരിയായ ജീവിതം എന്ന് നിങ്ങളറിഞ്ഞിരിക്കണം. ഉദ്ദേശ്യം മലിനപ്പെടുത്തുന്നു, അത് വിഷമയമാക്കുന്നു. എന്നാൽ ചിലരവിടെയുണ്ട്. അവരെ സംബന്ധിച്ചിടത്തോളം എല്ലാറ്റിനും പുറകിൽ ഒരു ഉദ്ദേശ്യമവിടെയുണ്ടായിരിക്കും. മാത്രമല്ല, യാതൊരു ഉദ്ദേശ്യവുമില്ലാതെയാണ് നിങ്ങൾ ജീവിച്ചുകൊണ്ടിരിക്കുന്നത് എങ്കിൽ, നിങ്ങൾക്ക് ഭ്രാന്താണ് എന്ന് അവർ പറയും. അല്ലെങ്കിൽ പിന്നെ എന്തിനാണ് നിങ്ങളത് ചെയ്തുകൊണ്ടിരിക്കുന്നത് എന്നവർ ചോദിക്കും.

അവരെ സംബന്ധിച്ചിടത്തോളം ഉദ്ദേശ്യമെന്നത് ഓരോ പ്രവൃത്തിയുടേയും ലക്ഷ്യം തന്നെയായിത്തീർന്നുകഴിഞ്ഞു. ഈ തരത്തിലുള്ള

മൂഢമായ ആശയത്തിന് കീഴ്പ്പെട്ടുകൊണ്ടാണ് അവരിതുവരെ ജീവിച്ചിട്ടുള്ളത്.

എന്നാൽ ശുദ്ധമായ ആനന്ദത്തിൽനിന്നാണ് ഒരുവനതു ചെയ്തുകൊണ്ടിരിക്കുന്നത് എങ്കിൽ, ഒടുവിൽ എന്തെങ്കിലുമൊരു പ്രതിഫലം കിട്ടുമെന്ന് പ്രതീക്ഷിക്കാതെയാണ്, പകരമായി ഒന്നുംതന്നെ ആവശ്യപ്പെടാതെയാണ് അവനത് ചെയ്തുകൊണ്ടിരിക്കുന്നത് എങ്കിൽ, അപ്പോൾ അവന്റെ ഓരോ പ്രവൃത്തിയുടേയും പ്രതിഫലം അതിൽനിന്നുതന്നെയാണ് അവന് ലഭിക്കുക... അത്തരത്തിലുള്ള ഒരുവൻ മാത്രമേ ജീവിതത്തിന്റെ ആഴവും ജീവിതത്തിന്റെ ഉയരവും അറിയുകയുള്ളൂ. ആ ആഴവും ഉയരവും വാസ്തവത്തിൽ ആകാശത്തിന്റെ ആഴവും ഉയരവുമാണ്.

മൂന്നാമത്തേത് കുറ്റബോധമാണ്. ഒരുതരം കുറ്റബോധത്തോടെയാണ് ആളുകൾ ജീവിച്ചുകൊണ്ടിരിക്കുന്നത്. എല്ലാ ഞായറാഴ്ചയും ആളുകൾ പള്ളികളിലേക്കു പോയിക്കൊണ്ടിരിക്കുന്നു. അത് വാസ്തവത്തിൽ അവർ പോകുവാനാഗ്രഹിക്കുന്നു എന്നതുകൊണ്ടോ അല്ലെങ്കിൽ അത് അവരെ സംബന്ധിച്ചിടത്തോളം വളരെ ആനന്ദപ്രദമാണ് എന്നതുകൊണ്ടോ അല്ല, അല്ലെങ്കിൽ യേശുവിനോട് അവർക്ക് അങ്ങേയറ്റത്തെ ആദരവും സഹാനുഭൂതിയുമുണ്ട് എന്നതുകൊണ്ടുമല്ല, നേരെമറിച്ച് അവർ പള്ളിയിൽ പോയി പ്രാർത്ഥിക്കുന്നില്ലായെങ്കിൽ അവർക്ക് വല്ലാത്ത കുറ്റബോധമനുഭവപ്പെടും എന്നതുകൊണ്ടാണത്. ഭയം കാരണം എത്രയെത്ര കാര്യങ്ങളാണ് നിങ്ങൾ ചെയ്തുകൊണ്ടിരിക്കുന്നത് എന്നൊന്ന് നിരീക്ഷിക്കുക. വാസ്തവമിതാണ്, നിങ്ങളത് ചെയ്യുന്നില്ലായെങ്കിൽ നിങ്ങൾക്ക് കുറ്റബോധമനുഭവപ്പെടും.

അസ്തിത്വവാദത്തെ ആധാരമാക്കി എഴുതപ്പെട്ട ഒരു നോവലിൽ സുന്ദരമായ ഒരനുബന്ധസംഭവമുണ്ട്.

കോടതിയിൽ, പ്രതിക്കൂട്ടിൽ ഒരാൾ നില്ക്കുന്നു. മുമ്പൊരിക്കലും താൻ കണ്ടിട്ടില്ലാത്ത ഒരാളെ കൊലപ്പെടുത്തിയ കുറ്റത്തിനാണ് അയാളവിടെ നില്ക്കുന്നത്. തികച്ചും അപരിചിതനായ ഒരാളെയാണ് അയാൾ കൊന്നത്. ആ മനുഷ്യന്റെ മുഖംപോലും അയാൾ കണ്ടിട്ടുണ്ടായിരുന്നില്ല. ആ മനുഷ്യനുമായി അയാൾക്ക് യാതൊരു ശത്രുതയും ഉണ്ടായിരുന്നില്ല.

മരണപ്പെട്ട ആ മനുഷ്യൻ സൂര്യാസ്തമനം നോക്കിക്കൊണ്ട് കടൽക്കരയിലിരിക്കുമ്പോൾ അയാൾ പുറകിൽനിന്ന് ഒരു കത്തികൊണ്ട് ആ മനുഷ്യനെ കുത്തുകയായിരുന്നു. താൻ കൊലപ്പെടുത്തിയ ആൾ ആരാണെന്നോ, എങ്ങനെയുള്ളവനാണെന്നോ അറിയുവാൻ അയാൾ മെനക്കെട്ടില്ല. ആ കൃത്യം കണ്ടവരായി അവിടെ ആരുംതന്നെ ഉണ്ടായിരുന്നില്ല. പിന്നീട് അയാൾ തന്നെയാണ് കോടതിയിൽ ചെന്ന് കുറ്റം ഏറ്റുപറഞ്ഞത്. താനാണ് അത് ചെയ്തത് എന്ന് അയാൾ പോലീസ് സ്റ്റേഷനിലും

അറിയിച്ചിരുന്നു. തന്നെ കോടതിയിൽ ഹാജരാക്കുവാൻ അയാൾ പോലീസിനോട് അഭ്യർത്ഥിക്കുകയായിരുന്നു.

പോലീസ് ഉദ്യോഗസ്ഥൻ അദ്ഭുതപ്പെട്ടു, കാരണം അയാൾക്കെതിരെ യാതൊരു തെളിവും ഉണ്ടായിരുന്നില്ല. ആ കൃത്യം കണ്ടവരായി അവിടെ ആരുംതന്നെ ഉണ്ടായിരുന്നില്ല. കോടതിയിൽവച്ച് അയാൾ ജഡ്ജിയോട് പറഞ്ഞു, "നിങ്ങളെന്നെ ശിക്ഷിക്കുമ്പോൾ ഓർമ്മിക്കുക, വധശിക്ഷയിൽ കുറഞ്ഞതൊന്നും എനിക്ക് സ്വീകാര്യമല്ല."

ജഡ്ജി പറഞ്ഞു, "നിങ്ങളൊരു അസാധാരണ വ്യക്തിയാണ്. ആദ്യം തന്നെ ഇതു പറയൂ, 'എന്തുകൊണ്ടാണ് നിങ്ങളയാളെ കൊന്നത്?"

അയാൾ പറഞ്ഞു, എന്തുകൊണ്ടാണ് ഞാനയാളെ കൊന്നതെന്നോ? ഞാനൊരു കാര്യം ചോദിക്കട്ടെ. എന്തുകൊണ്ടാണ് എനിക്കീ ജീവിതം നല്കപ്പെട്ടത്? അതിനവിടെ എന്തെങ്കിലും ഉത്തരമുണ്ടോ? 'നിങ്ങൾ ജനിക്കുവാൻ ആഗ്രഹിക്കുന്നുവോ ഇല്ലയോ' എന്ന് ആരെങ്കിലും എന്നോട് ചോദിച്ചോ? മറ്റൊരു കാര്യംകൂടി - ഓരോ ദിവസവും ലക്ഷക്കണക്കിനാളുകൾ മരിക്കുന്നു. 'എന്തുകൊണ്ടാണ് നിങ്ങൾ മരിക്കുന്നത്? അതിന്റെ ഉദ്ദേശ്യമെന്താണ്?' എന്ന് നിങ്ങളവരോട് ചോദിക്കുമോ?"

ജഡ്ജി പറഞ്ഞു, "ഇത് വിചിത്രം തന്നെ - എന്നാൽ നിങ്ങളയാളെ കൊന്നു."

അയാൾ പറഞ്ഞു, "എന്തെങ്കിലുമൊന്നു ചെയ്യുവാൻ എന്റെ മനസ്സ് എന്നോട് പറഞ്ഞുകൊണ്ടേയിരുന്നു. ഒന്നിലും തന്നെ എനിക്ക് എന്റെ കഴിവ് തെളിയിക്കുവാൻ കഴിഞ്ഞില്ല. എനിക്ക് ചിത്രം വരയ്ക്കാൻ അറിയില്ല. എനിക്ക് പാട്ടു പാടാനറിയില്ല. ഏതെങ്കിലുമൊരു സംഗീതോപകരണം വായിക്കാനറിയില്ല. എനിക്ക് നൃത്തം വയ്ക്കാനറിയില്ല. എന്നാൽ എങ്ങനെയെങ്കിലും പ്രശസ്തനാകുവാൻ, അതിനുവേണ്ടി എന്തെങ്കിലും ചെയ്യുവാൻ, ഞാനാഗ്രഹിച്ചു. നോക്കൂ - ഇന്നത്തെ എല്ലാ പത്രങ്ങളുടേയും ഒന്നാമത്തെ പേജിൽ എന്റെ പടമുണ്ട്. ഇപ്പോൾ ഞാൻ സന്തോഷവാനാണ്. അതു മാത്രമേ വേണ്ടൂ. ഇതിൽ കൂടുതൽ എന്താണ് ഒരുവന് ആവശ്യമുള്ളത്? ഈ ഒരൊറ്റ കാര്യംകൊണ്ട് ഞാൻ ലോകപ്രസിദ്ധനായിത്തീർന്നുകഴിഞ്ഞു. എന്നോടൊപ്പം ആ പാവം മനുഷ്യനും ലോകപ്രസിദ്ധനായിത്തീർന്നു."

എന്നാൽ ആ രാജ്യത്തിലെ നിയമം ഇങ്ങനെയായിരുന്നു - എന്തെങ്കിലും തെളിവോ, സംഭവത്തിന് ദൃക്സാക്ഷികളോ ഇല്ലാത്തപക്ഷം - ചുരുങ്ങിയപക്ഷം സാഹചര്യത്തെളിവുകളെങ്കിലും ആവശ്യമാണ് - കൊലപാതകിയുടെ വാക്കുകളെ നിങ്ങൾക്ക് സ്വീകരിക്കുവാൻ കഴിയില്ല, ആ മനുഷ്യൻ അങ്ങനെ പറഞ്ഞുകൊണ്ടിരിക്കുകയാണ് എന്നുവച്ച് ജഡ്ജിക്കയാളെ ശിക്ഷിക്കുവാൻ കഴിയില്ല. അതിനാൽ കൂടുതൽ

അന്വേഷണം നടത്തി എന്തെങ്കിലും സാഹചര്യത്തെളിവുകൾ കണ്ടെത്തുവാൻ ജഡ്ജി പോലീസിനോട് ആവശ്യപ്പെടുന്നു. ഈ മനുഷ്യൻ ആരാണ്? ഏതു തരത്തിലുള്ളവനാണിയാൾ? ഇതിനു മുമ്പ് ഇയാൾ മറ്റെന്തെങ്കിലും കുറ്റം ചെയ്തിട്ടുണ്ടോ? മുമ്പ് എപ്പോളെങ്കിലുമിയാൾ ജയിലിൽ പോയിട്ടുണ്ടോ? എന്താണിയാൾ ചെയ്യുന്നത്? ഏതുതരത്തിലുള്ള സുഹൃത്തുക്കളാണ് ഇയാൾക്കുള്ളത്? ഏതുതരത്തിലുള്ള ജീവിതമാണ് ഇയാൾ ജീവിച്ചുകൊണ്ടിരിക്കുന്നത്? ഈ കുറ്റം ചെയ്യുവാൻ ഇയാൾക്ക് താല്പര്യമുണ്ട് എന്ന് വ്യക്തമാക്കുവാനാവശ്യമായ എല്ലാ സാഹചര്യത്തെളിവുകളും ശേഖരിക്കുവാൻ ജഡ്ജി പോലീസിനോട് ആവശ്യപ്പെട്ടു. അതനുസരിച്ച് പോലീസ് കോടതിയിൽ ഒരു സാക്ഷിയെ ഹാജരാക്കി.

സാക്ഷിക്കൂട്ടിൽ കയറിനിന്നുകൊണ്ട് സാക്ഷി പറഞ്ഞു,

"ഇയാൾക്ക് ഇത് ചെയ്യുവാൻ കഴിയും എന്ന് ഞാൻ വിശ്വസിക്കുന്നു. എന്നാൽ ഇയാളാണ് ഇത് ചെയ്തത് എന്ന് എനിക്ക് പറയുവാൻ കഴിയില്ല. ഒരു കാര്യം ഉറപ്പാണ്, ഇയാൾക്കിത് ചെയ്യുവാൻ കഴിയും. കാരണം ഇയാളെ എനിക്ക് നല്ലതുപോലെ അറിയാം. ഇയാളുടെ അമ്മ മരിച്ച ദിവസം എന്നോടൊപ്പം ഇയാൾ ഒരു ഹോട്ടലിലുണ്ടായിരുന്നു. ആ സമയത്താണ് ആരോ ഓടിവന്ന് 'നിങ്ങളുടെ അമ്മ മരിച്ചു' എന്ന് ഇയാളോട് പറഞ്ഞത്.

"ആ സമയത്തെ ഇയാളുടെ പ്രതികരണം വളരെ അസാധാരണമായിരുന്നു. സത്യത്തിൽ അതുകണ്ട് ഞാൻ ഞെട്ടിപ്പോയി. ഇയാൾ പറഞ്ഞു, "അവർക്ക് മരിക്കുവാൻ കണ്ട ഒരു ദിവസം! ഒരു ഞായറാഴ്ച തന്നെ വേണമായിരുന്നോ അവർക്കു മരിക്കാൻ! എന്റെ ഒരു ഒഴിവുദിനത്തെ അവർ നഷ്ടപ്പെടുത്തുമെന്ന് എനിക്കു മുമ്പേതന്നെ അറിയാമായിരുന്നു. ആ വൃദ്ധ അത്രയ്ക്കും ദുഷ്ടയായിരുന്നു. ഒരാഴ്ചയിൽ ഏഴു ദിവസങ്ങളുണ്ട് - മറ്റേതെങ്കിലുമൊരു ദിവസം അവർക്ക് മരിക്കുവാൻ കഴിയുമായിരുന്നു. ഞായറാഴ്ചതന്നെ അതിന് തിരഞ്ഞെടുത്തതിന്റെ ഉദ്ദേശ്യമെന്താണ്? അതെന്റെ ഒഴിവുദിനത്തെ അപഹരിക്കുവാൻ വേണ്ടി മാത്രമാണ്. ഇന്ന് സിനിമയ്ക്ക് പോകുവാൻ ഞാൻ ടിക്കറ്റ് എടുത്തുകഴിഞ്ഞു. അത് ഇന്നു മാത്രമല്ല, എല്ലായ്പോഴും അവർ എന്റെ കാര്യങ്ങളിൽ തടസ്സമുണ്ടാക്കിക്കൊണ്ടിരിക്കാറുണ്ട്."

സാക്ഷി തുടർന്നു, "സത്യത്തിൽ എനിക്കത് വിശ്വസിക്കുവാൻ കഴിഞ്ഞില്ല. അയാളുടെ അമ്മ അവിടെ മരിച്ചുകിടക്കുകയാണ്. എന്നാൽ അയാളാ ദിവസത്തെക്കുറിച്ച്, അവർക്ക് മരിക്കുവാൻ കണ്ട സമയത്തെക്കുറിച്ച്, പരാതിപ്പെട്ടുകൊണ്ടിരിക്കുകയാണ്. അവർ മനഃപൂർവ്വം ആ ദിവസം തിരഞ്ഞെടുത്തതുപോലെ.

അന്നുരാത്രി അയാളെ സിനിമാടാക്കീസിൽവച്ച് കണ്ടവരുണ്ട്. അയാൾ മുമ്പേതന്നെ സിനിമക്കുള്ള ടിക്കറ്റ് എടുത്തിരുന്നുവല്ലോ. പിന്നെ,

അന്നു രാത്രി വൈകീട്ട് അയാൾ ഒരു ഡിസ്കോ ക്ലബ്ബിൽ നൃത്തം ചെയ്തു കൊണ്ടിരിക്കുന്നതായി കാണപ്പെട്ടു.

അപ്പോൾ ഞാനയാളോട് ചോദിച്ചു. "നോക്കൂ. നിങ്ങളുടെ അമ്മ ഇന്നു രാവിലെ മരിച്ചതേയുള്ളൂ. ഈ സമയത്ത് നിങ്ങളീ ഡിസ്കോ ക്ലബ്ബിൽ നൃത്തംവെച്ചുകൊണ്ടിരിക്കുന്നത് ശരിയാണെന്ന് തോന്നുന്നില്ല." അപ്പോൾ അയാൾ പറഞ്ഞു, "ഒരിക്കൽ നിങ്ങളുടെ അമ്മ മരിച്ചുകഴിഞ്ഞാൽ, പിന്നെ ഒരിക്കലും നിങ്ങൾ നൃത്തംവയ്ക്കരുത് എന്നാണോ നിങ്ങൾ പറയാനുദ്ദേശിക്കുന്നത്. അതുകഴിഞ്ഞ് പത്തുമണിക്കൂറിനുശേഷമാണോ, പത്തുദിവസത്തിനുശേഷമാണോ, പത്തുമാസത്തിനു ശേഷമാണോ, അതോ പത്തുവർഷത്തിനുശേഷമാണോ, നിങ്ങൾ നൃത്തംവയ്ക്കുന്നത് എന്നതവിടെ എന്തു വ്യത്യാസമാണുണ്ടാക്കുക? ഇനി അതെല്ലായ്പോഴും അമ്മ മരിച്ചതിനുശേഷം മാത്രമായിരിക്കും. അതിനാൽ അതിൽ നിങ്ങൾക്കെന്തെങ്കിലും എതിർപ്പുണ്ടോ? ഒരുവന്റെ അമ്മ മരിച്ചു എന്നതു കാരണം. ആളുകൾ നൃത്തംവയ്ക്കുന്നത് നിർത്തുകയാണെങ്കിൽ അപ്പോൾ എല്ലാ ഡിസ്കോ ക്ലബ്ബുകളും അടച്ചുപൂട്ടേണ്ടിവരും. കാരണം അമ്മമാർ മരിച്ചുകൊണ്ടേയിരിക്കും. ഓരോരുത്തരുടേയും അമ്മമാർ ഇന്നല്ലെങ്കിൽ നാളെ മരിക്കുമെന്ന് തീർച്ചയാണ്. എന്നാൽ നൃത്തം തുടർന്നുകൊണ്ടേയിരിക്കും."

"അതിനാൽ ഇയാൾ ഒരു പ്രത്യേക തരക്കാരനാണെന്ന് എനിക്ക് പറയുവാൻ കഴിയും. ഇയാൾക്ക് എന്തും ചെയ്യുവാൻ കഴിയും. ഒരുപക്ഷേ ഈ കൊല നടത്തിയത് ഇയാളാകാനും മതി."

എന്നാൽ ഈ മനുഷ്യൻ എത്രതന്നെ ബുദ്ധിഭ്രമമുള്ളവനെന്ന് തോന്നിപ്പിച്ചാലും ശരി, അയാൾ പറയുന്നതിലും ചില സത്യമുണ്ട്. അമ്മ മരിച്ചു കഴിഞ്ഞു. അതിനാൽ ഇനി എപ്പോൾ നിങ്ങൾ നൃത്തം വച്ചാലും ശരി, അത് നിങ്ങളുടെ അമ്മയുടെ മരണത്തിനുശേഷമായിരിക്കും. മരണം കഴിഞ്ഞ് പന്ത്രണ്ടു മണിക്കൂറിനുശേഷം ആകാം, അല്ലെങ്കിൽ ഇരുപത്തിനാലു മണിക്കൂറിനുശേഷം ആകാം എന്ന് എങ്ങനെയാണ് നിങ്ങൾക്കൊരു പരിധിവക്കുവാൻ കഴിയുക? അതിന് നിങ്ങൾ കണ്ടെത്തുന്ന മാനദണ്ഡമെന്താണ്?

വാസ്തവത്തിൽ ഈ മനുഷ്യൻ, തനിക്കറിഞ്ഞുകൂടാത്ത, ഒരുപക്ഷേ ആ ജഡ്ജിക്കുപോലുമറിഞ്ഞുകൂടാത്ത, ഒരു കാര്യത്തെക്കുറിച്ചുള്ള തെളിവുകൾ നല്കിക്കൊണ്ടിരിക്കുകയാണ്. തനിക്ക് യാതൊരു കുറ്റബോധവുമില്ല എന്നാണയാൾ പറഞ്ഞുകൊണ്ടിരിക്കുന്നത്. വയസ്സായാൽ എല്ലാവരുടേയും അമ്മമാർ മരിക്കും. എന്നാൽ അതിനെക്കുറിച്ച് എന്തിനാണിത്രയും ബഹളമുണ്ടാക്കുന്നത്? അയാൾക്കുണ്ടായിരുന്ന ഒരേയൊരു പരാതി പല ദിവസങ്ങളുമവിടെ ഉണ്ടായിരുന്നിട്ടും അവർ തിരഞ്ഞെടുത്ത ആ ദിവസത്തെക്കുറിച്ചു മാത്രമായിരുന്നു.

എന്നാൽ അയാൾക്ക് ഒട്ടുംതന്നെ കുറ്റബോധമുണ്ടായിരുന്നില്ല. തനിക്ക് തീർത്തും അപരിചിതമായ ഒരാളെ കൊലചെയ്തിട്ടുപോലും അയാൾക്കതിൽ യാതൊരു കുറ്റബോധവുമുണ്ടായിരുന്നില്ല. അയാൾ പറയുന്നു, "ദൈവം ഓരോ ദിവസവും ലക്ഷക്കണക്കിനാളുകളെ കൊന്നുകൊണ്ടേയിരിക്കുന്നു. ഓരോ ദിവസവും ആവശ്യപ്പെടാതെതന്നെ, അവൻ ലക്ഷങ്ങൾക്ക് ജന്മം നല്കിക്കൊണ്ടേയിരിക്കുന്നു. ഞാനൊരാളെ കൊലചെയ്യുവാൻ ആഗ്രഹിക്കുന്നുവെങ്കിൽ, അയാളാരാണെന്ന് എനിക്കറിയേണ്ട ആവശ്യമെന്താണ്? ആസ്വദിച്ചുകൊണ്ടാണ് ഞാനാ പ്രവൃത്തിചെയ്തത്. മാത്രമല്ല തൂക്കുമരത്തിലേക്കു പോകുവാൻ ഞാൻ തയ്യാറാണ്. എനിക്കതിൽ ഒട്ടുംതന്നെ ദുഃഖമനുഭവപ്പെടുന്നില്ല. പോലീസ് എന്നെ അറസ്റ്റു ചെയ്ത് ഇവിടേക്കു കൊണ്ടുവന്നതല്ല, സ്വമേധയാ ഞാൻ കോടതിയിലേക്ക് വന്നതാണ്.

"എനിക്ക് കുറ്റബോധമനുഭവപ്പെടുന്നില്ല. ഈ മുഴുവൻ ജീവിതവും നിരർത്ഥകമാണ് എന്നെനിക്കു തോന്നുന്നു. അതുകൊണ്ടാണ് ആ മനുഷ്യന്റെ നിരർത്ഥകമായ ജീവിതത്തെ ഞാനവസാനിപ്പിച്ചത്. ഒരു പക്ഷേ അതവസാനിപ്പിക്കുവാൻ അയാൾക്ക് ധൈര്യമുണ്ടായിരുന്നില്ല എന്നുവരാം. ഞാനത് സാധിപ്പിച്ചുകൊടുത്തു. ഇനി എന്നെങ്കിലും എവിടെയെങ്കിലും വച്ച് ഞങ്ങൾ തമ്മിൽ കണ്ടുമുട്ടുകയാണെങ്കിൽ, അയാളെന്നോട് നന്ദിയുള്ളവനായിരിക്കും എന്നെനിക്കറിയാം.

"നിങ്ങളത് നന്നായി ചെയ്തു. ആത്മഹത്യചെയ്യുവാൻ പല പ്രാവശ്യം ആലോചിച്ചിട്ടുണ്ടായിരുന്നു. എനിക്ക് അതിനുള്ള ധൈര്യം സംഭരിക്കാൻ കഴിഞ്ഞില്ല. എന്നാൽ ചോദിക്കാതെതന്നെ നിങ്ങളെനിക്കത് ചെയ്തുതന്നു."

അസ്തിത്വവാദമെന്നത്, ഉദ്ദേശ്യരാഹിത്യത്തെ, വ്യർത്ഥതയെ, നിരർത്ഥതയെ, നിഷ്ഫലതയെ, വിരസതയെ ആധാരമാക്കിയുള്ള ഒരു തത്ത്വശാസ്ത്രമാണ്. ജീവിതം യാദൃച്ഛികം മാത്രമാണ് എന്നത് വിശ്വസിക്കുന്നു. മഹത്തായ ഏതെങ്കിലും ഉദ്ദേശ്യത്തെ നിറവേറ്റുവാനല്ല, മറിച്ച് തികച്ചും യാദൃച്ഛികമായിട്ടാണ് നിങ്ങളവിടെ എത്തിയിട്ടുള്ളത്. അസ്തിത്വവാദം എല്ലാ മതങ്ങളാലും നിന്ദിക്കപ്പെട്ടിട്ടുണ്ട്; കാരണം അവരെ സംബന്ധിച്ചിടത്തോളം എല്ലാംതന്നെ ഉദ്ദേശ്യമുള്ളതും അർത്ഥപൂർണവുമാണ്. അവ രണ്ടും എതിർധ്രുവങ്ങളിലാണ്.

സരതുഷ്ട്രൻ ഒരു അസ്തിത്വവാദിയല്ല. ഞാനും അസ്തിത്വവാദിയല്ല. എന്നാൽ ആ തത്ത്വശാസ്ത്രത്തിൽ നിഷേധിക്കാൻ കഴിയാത്ത ഒരു സത്യമുണ്ട് - അതിതാണ്. യാതൊരു ഉദ്ദേശ്യവുമവിടെയില്ല. എന്നാൽ അവിടെ വച്ച് അവർ നിർത്തി. ഇത് അപൂർണ്ണമാണ്, ഇത് സത്യത്തിന്റെ ഒരംശം മാത്രമാണ്.

ഇതിനെ പൂർത്തിയാക്കുവാൻ ഞാനിങ്ങനെ പറയുവാനാഗ്രഹിക്കുന്നു: ഒരു പ്രവൃത്തിക്ക് പുറമേക്ക് കാണുന്നവിധത്തിൽ ഒരു ഉദ്ദേശ്യമുണ്ടായിരിക്കണമെന്നില്ല. എന്നാൽ ആന്തരികമായി അത് അർത്ഥവത്തായിരിക്കും. അതിന്റെ അർത്ഥം അതിൽ തന്നെയാണുള്ളത്. എന്നാൽ മതപരമായ സമീപനത്തിൽനിന്നും ഇത് വ്യത്യസ്തമാണ്; അതുപോലെതന്നെ അസ്തിത്വപരമായ സമീപനത്തിൽനിന്നും ഇത് വ്യത്യസ്തമാണ്.

അപ്പോൾ ഓരോ നിമിഷത്തിനും അതിന്റേതായ മൂല്യമുണ്ടായിരിക്കും. അതിന്റേതായ ആനന്ദമുണ്ടായിരിക്കും, അതിന്റേതായ സൗന്ദര്യമുണ്ടായിരിക്കും. ഓരോ നിമിഷവും നിങ്ങൾ നിങ്ങളുടെ ജീവിതത്തിന്റെ പൂമാല കെട്ടിക്കൊണ്ടേയിരിക്കും. അപ്പോളത് അങ്ങേയറ്റം അർത്ഥവത്തായിരിക്കും. അതിനുചുറ്റും ആനന്ദത്തിന്റെ ഒരു പ്രഭാവലയമുണ്ടായിരിക്കും. എന്നാൽ അത് യാതൊരു ഉദ്ദേശ്യവുമില്ലാത്തതാണ്. അത് നിങ്ങൾക്ക് യാതൊരു പ്രതിഫലവും നല്കുകയില്ല. നിങ്ങളുടെ പ്രവൃത്തിതന്നെയായിരിക്കും നിങ്ങളുടെ പ്രതിഫലം. ചിലപ്പോളത് നിങ്ങളുടെ ശിക്ഷയായെന്നും വരാം.

“ഞാൻ ഒറ്റയ്ക്ക് അലഞ്ഞുകൊണ്ടിരുന്നപ്പോൾ, ചതി നിറഞ്ഞ ആ വഴികളിൽവച്ച്, എന്തിനുവേണ്ടിയാണ് എന്റെ ആത്മാവ് ദാഹിച്ചത്? ഞാൻ മലകൾ കയറിക്കൊണ്ടിരുന്നപ്പോൾ, ആ മലമുകളിൽ നിന്നെയല്ലെങ്കിൽ പിന്നെ മറ്റാരെയാണ് ഞാൻ എല്ലായ്പോഴും തേടിക്കൊണ്ടിരുന്നത്.

ഞാനെല്ലായ്പോഴും ആകാശത്തെ, ശൂന്യാകാശത്തെ, അതിരുകളില്ലാത്ത സ്വാതന്ത്ര്യത്തെ തേടിക്കൊണ്ടിരിക്കുകയായിരുന്നു. എന്റെ യാത്രകളിൽ, എന്റെ മലകയറ്റങ്ങളിൽ, അവിടെ ഒരേയൊരു ആശ മാത്രമായിരുന്നു. പരമമായ സ്വാതന്ത്ര്യത്തെ നേടിയെടുക്കുവാൻ, ഞാൻ തന്നെയാകുവാൻ, വിശ്വാസയോഗ്യനാകുവാൻ, സ്വതന്ത്രനാകുവാൻ - അതിനു മാത്രമാണ് ഞാനാശിച്ചത്.

“എന്റെ എല്ലാ യാത്രകളും മലകയറ്റങ്ങളും - വാസ്തവത്തിൽ അവ എന്റെ സ്വാഭാവികമായ ഒരാവശ്യമായിരുന്നു. എന്നാൽ എന്റെ മുഴുവൻ മനസ്സും പറക്കുവാൻ മാത്രമാണ്, നിന്നിലേക്ക് പറക്കുവാൻ മാത്രമാണ് മോഹിച്ചത്.”

എനിക്ക് ചിറകുകളില്ലാത്തതുകൊണ്ട് ഞാൻ ഭൂമിയിലൂടെ സഞ്ചരിച്ചുകൊണ്ടിരിക്കുകയാണ്. എന്നാൽ അത് മോശമായ ഒരു ബദൽ സംവിധാനമാണ്. ഞാൻ മലകൾ കയറിക്കൊണ്ടിരിക്കുകയായിരുന്നു. അത് കുറച്ചുകൂടി ഭേദമാണ്. എന്നാൽ അപ്പോഴും അതൊരു ബദൽ സംവിധാനമാണ്.

എന്റെ മുഴുവൻ താല്പര്യവും നിന്നിലേക്കു പറന്നെത്തുവാൻ മാത്രമാണ്. യാതൊരു പരിധിയും ആവശ്യമില്ലാത്ത ഒരിടത്തേക്കു യാതൊരു പ്രതീക്ഷയും ആവശ്യപ്പെടാത്ത നിങ്ങളുടെ സ്വന്തം ശക്തിയിലേക്ക് നിങ്ങളെ പൂർണ്ണമായും സ്വതന്ത്രനാക്കിവിടുന്ന ഒരിടത്തേക്ക് എനിക്ക് പറന്നുയരണം.

"കടന്നുപോയ്ക്കൊണ്ടിരിക്കുന്ന മേഘങ്ങളേക്കാളും, നിന്നെ മലിനപ്പെടുത്തുന്ന എല്ലാറ്റിനേക്കാളും ഞാൻ വെറുത്തത് എന്തിനെയാണ്? എന്റെ വെറുപ്പിനെപ്പോലും ഞാൻ വെറുത്തു, എന്തെന്നാൽ അത് നിന്നെ മലിനപ്പെടുത്തും എന്ന് ഞാൻ കണ്ടു.

ഇരതേടി പതുങ്ങിനടക്കുന്ന പൂച്ചകളെപ്പോലെയുള്ള ഈ മേഘങ്ങളെ എനിക്കിഷ്ടമല്ല. നമുക്ക് പൊതുവായിട്ടുള്ള കാര്യങ്ങളെ - 'ശരി' എന്നും 'ആമേൻ' എന്നുമുള്ള പ്രഖ്യാപനത്തെ - അവ നിന്നിൽനിന്നും എന്നിൽ നിന്നും എടുത്തുമാറ്റുന്നു."

അദ്ദേഹം പറഞ്ഞുകൊണ്ടിരിക്കുകയാണ്, "മേഘങ്ങളെ ഞാൻ വെറുക്കുന്നു, കാരണം അവ നിങ്ങളുടെ പരിശുദ്ധിയെ മലിനപ്പെടുത്തുന്നു. അവ നിങ്ങളുടെ നിഷ്കളങ്കതയെ ദുഷിപ്പിക്കുന്നു. 'ശരി'യെന്നും 'ആമേൻ' എന്നും പ്രഖ്യാപിക്കുന്ന അളവറ്റതും അതിരുകളില്ലാത്തതും സാർവ്വലൗകികവുമായ എല്ലാറ്റിനേയും അവ നിങ്ങളിൽനിന്നും എന്നിൽനിന്നും അപഹരിക്കുന്നു.

"പരിശുദ്ധവും തേജോമയവുമായ ആകാശമേ, വെളിച്ചത്തിന്റെ അറ്റം കാണാത്ത ഗർത്തമേ, നീ എനിക്കു ചുറ്റുമുണ്ടെങ്കിൽ മാത്രമേ ഞാൻ അനുഗൃഹീതനും 'ശരി'യെന്ന് പ്രഖ്യാപിക്കുന്നവനുമാവുകയുള്ളൂ. അപ്പോൾ ഞാൻ എല്ലാ ഗർത്തങ്ങളിലേക്കും 'ശരി' എന്ന എന്റെ പരിശുദ്ധമായ പ്രഖ്യാപനത്തെ കൊണ്ടുപോകും.

ഞാൻ അനുഗൃഹീതനും 'ശരി'യെന്ന് പ്രഖ്യാപിക്കുന്നവനുമായി തീർന്നുകഴിഞ്ഞു. അനുഗ്രഹിക്കുന്നതിനായി എന്റെ കൈകളെ സ്വതന്ത്രമാക്കിയെടുക്കുന്നതിനായി ദീർഘകാലം ഒരു പോരാളിയെപ്പോലെ എനിക്ക് പടപൊരുതേണ്ടിവന്നു.

എന്റെ ആശീർവാദമിതാണ്: ആകാശത്തെപ്പോലെ എല്ലാറ്റിനും മുകളിലായി നിലകൊള്ളുക. നീലനിറത്തിലുള്ള അതിന്റെ ഉരുണ്ട മേൽക്കൂര നിങ്ങൾക്ക് നിത്യതയെ ഉറപ്പാക്കും. ആകാശത്തിന്റെ അനുഗ്രഹം നേടിയെടുക്കുന്നവൻ തീർച്ചയായും സന്തോഷവാനായിത്തീരും.

നന്മതിന്മകൾക്കപ്പുറം നിത്യതയുടെ തടാകത്തിലാണ് എല്ലാ കാര്യങ്ങളും ജ്ഞാനസ്നാനം ചെയ്യപ്പെടുന്നത്. നന്മയും തിന്മയും ഇടകലർന്നു വരുന്ന നിഴലുകൾ മാത്രമാണ്. അവ കടന്നുപോയ്ക്കൊണ്ടിരിക്കുന്ന മേഘങ്ങളാണ്.

രാത്രിയുടെ ലോകം ഗഹനമാണ്. പകലിന് മനസ്സിലാക്കാൻ കഴിയുന്നതിനേക്കാൾ അത് എത്രയോ കൂടുതൽ ഗഹനമാണ്. പകലിന്റെ സാന്നിധ്യത്തിൽ എല്ലാ കാര്യങ്ങളും വെളിപ്പെടുത്താനാവുകയില്ല.

പകൽ വന്നുകൊണ്ടിരിക്കുകയാണ്. അതിനാൽ ഇനി നമുക്ക് വേർപിരിയാം.

എനിക്കു മുകളിൽ തിളങ്ങിക്കൊണ്ടിരിക്കുന്ന ആകാശമേ, എന്റെ സന്തോഷം നീയാണ്. അത് സൂര്യോദയത്തിനു മുമ്പായിരുന്നു.

എന്നാൽ പകലിതാ വന്നെത്തിക്കൊണ്ടിരിക്കുകയാണ്. അതിനാൽ ഇനി നമുക്ക് വേർപിരിയാം..."

വളരെ ഗഹനമായൊരു കാര്യമാണ് സരതുഷ്ട്രൻ പറഞ്ഞുകൊണ്ടിരിക്കുന്നത്. ഇരുട്ടിൽ മാത്രം, ഇരുട്ടിന്റെ ഗഹനതയിൽ മാത്രം അറിയാൻ കഴിയുന്ന ചില കാര്യങ്ങളുണ്ട്. കാരണം ജീവിതം ഒരു നിഗൂഢതയാണ്. അത് പരിഹരിക്കപ്പെടേണ്ടതായ ഒരു പ്രശ്നമല്ല. മറിച്ച് അത് ജീവിക്കപ്പെടേണ്ടതായ ഒരു നിഗൂഢതയാണ്.

നിങ്ങളൊരു കാര്യം നിരീക്ഷിച്ചിട്ടുണ്ടോ? രാത്രി വന്നെത്തുന്നതോടെ എല്ലാംതന്നെ രഹസ്യാത്മകമാകാൻ തുടങ്ങും. പകൽ വന്നുചേരുന്നതോടെ, താമരയിലയിൽനിന്ന് മഞ്ഞുതുള്ളി ആവിയായിപ്പോകുന്നതുപോലെ ആ രഹസ്യാത്മകതയും ആവിയായിത്തീരും. പകൽ ആഴമില്ലാത്തതാണ്. അത് അറിവിനെ പ്രതിനിധാനം ചെയ്യുന്നു. മനുഷ്യന് അവന് താഴെയുള്ളത് മാത്രമേ അറിയുവാൻ കഴിയുകയുള്ളൂ. മനുഷ്യൻ, തനിക്കു മുകളിലേക്ക് ഉയരുവാൻ ആഗ്രഹിക്കുന്നുവെങ്കിൽ, അപ്പോൾ അവന് അറിവിന് മേലേയ്ക്കുകൂടി ഉയരേണ്ടിവരും. ഒരു നിഗൂഢതയിൽ ജീവിക്കുന്നതിനാവശ്യമായ മനക്കരുത്ത് അവന് നേടിയെടുക്കേണ്ടിവരും. എന്തുകൊണ്ടാണതെന്ന് ചോദിക്കാതെ യാതൊരു ചോദ്യവും കൂടാതെ, സംശയിക്കാതെ, 'ശരി' എന്ന് പൂർണ്ണമായി പറഞ്ഞുകൊണ്ട് ജീവിക്കുവാൻ അവന് തയ്യാറാകേണ്ടിവരും.

നിഗൂഢതയോട് 'ശരി'യെന്ന് പറയുവാൻ ഒരുവൻ കഴിവുള്ളവനായിത്തീരുന്നില്ലായെങ്കിൽ, അവന് തന്റെ മനസ്സിനെ അതിവർത്തിക്കുവാൻ കഴിയുകയില്ല.

മനുഷ്യമനസ്സ് എല്ലായ്പോഴും സംശയത്തിലാണ്. അത് എല്ലായ്പോഴും സംശയത്തെ സൃഷ്ടിച്ചുകൊണ്ടിരിക്കും. സംശയങ്ങളെ അമർത്തിവയ്ക്കുവാൻ അത് വിശ്വാസങ്ങളെ സൃഷ്ടിച്ചുകൊണ്ടേയിരിക്കും. ഓരോ വിശ്വാസത്തിന്റേയും പുറകിൽ, ഒരു സന്ദേഹം മറഞ്ഞുകിടപ്പുണ്ട്. സന്ദേഹങ്ങളെ മറച്ചുവയ്ക്കുവാൻ അത് വിശ്വാസങ്ങളെ സൃഷ്ടിച്ചുകൊണ്ടിരിക്കും. ഓരോ വിശ്വാസവും ഒരു തിരശ്ശീലയല്ലാതെ മറ്റൊന്നുമല്ല, ആ തിരശ്ശീലയ്ക്കു പുറകിൽ എല്ലാതരത്തിലുള്ള സംശയങ്ങളുമവിടെയുണ്ടാകും.

മനുഷ്യനപ്പുറത്തേക്കു പോവുക എന്നാൽ മനസ്സിനപ്പുറത്തേക്ക് പോകലാണ്. ഞാൻ ധ്യാനം എന്നു വിളിക്കുന്നത് അതിനെയാണ്. സരതുഷ്ട്രന്റെ ഭാഷയിൽ അത് മനുഷ്യനേയും മനുഷ്യമനസ്സിനേയും അതിവർത്തിക്കലാണ്.

എന്നെ സംബന്ധിച്ചിടത്തോളം ധ്യാനം നിലനില്പിന്റെ നിഗൂഢതയിലേക്കുള്ള വഴിയാണ്. അദ്ദേഹം ധ്യാനം എന്ന വാക്ക് ഉപയോഗിക്കുന്നില്ല. ഒരുപക്ഷേ അദ്ദേഹം ആ വാക്കിനെക്കുറിച്ച് ബോധവാനായിരുന്നിരിക്കുകയില്ല. എന്നാൽ അദ്ദേഹമെന്താണോ പറയുന്നത് അത് ധ്യാനം തന്നെയാണ്.

നിങ്ങളുടെ എല്ലാ സംശയങ്ങൾക്കും, സന്ദേഹങ്ങൾക്കും, ചോദ്യങ്ങൾക്കുമപ്പുറത്തേക്കു പോവുക. ഇരുട്ടിലേക്ക്, അറിയപ്പെടാത്തതിലേക്ക്, നിഗൂഢമായതിലേക്ക് പോവുക.

പരിപൂർണ്ണമായി അതിനോട് 'ശരി' എന്ന്, 'ആമേൻ' എന്ന് പറയുക. നിങ്ങളെ അറിയുവാനുള്ള ഒരേയൊരു വഴി അതുമാത്രമാണ്.

ജീവിതത്തിന്റേയും നിലനില്പിന്റേയും സൗന്ദര്യത്തെ അറിയുവാനുള്ള ഒരേയൊരു വഴി ഇതുമാത്രമാണ്.

.....എന്നിങ്ങനെ സരതുഷ്ട്രൻ പറഞ്ഞു.

നിങ്ങളെ ചെറിയവനാക്കുന്ന സത്കർമ്മങ്ങളെക്കുറിച്ച്

“ഞാൻ അവിടെ കൂടിയിരുന്ന ആളുകൾക്കിടയിലേക്കു പോവുകയും അവരോട് ഏതാനും വാക്കുകൾ സംസാരിക്കുകയും ചെയ്തു. എന്നാൽ അവർക്കതിനെ എങ്ങനെയാണ് സ്വീകരിക്കേണ്ടത് എന്നോ എങ്ങനെയാണതിനെ മനസ്സിൽ സൂക്ഷിക്കേണ്ടത് എന്നോ അറിഞ്ഞുകൂടായിരുന്നു.

അവരുടെ അതിമോഹങ്ങളേയും അവരുടെ തിന്മകളേയും നിയന്ത്രിക്കുവാനോ, അല്ലെങ്കിൽ അവയ്ക്കു ചുറ്റുമുള്ള ചതിയന്മാരെക്കുറിച്ച് അവരെ ഓർമ്മപ്പെടുത്തുവാനോ അല്ല ഞാൻ വന്നിട്ടുള്ളത് എന്നറിഞ്ഞപ്പോൾ അവർ അദ്ഭുതപ്പെട്ടു.

“ആവലാതി പറയാനും, കൈകൂപ്പി പ്രാർത്ഥിക്കാനും ഇഷ്ടപ്പെടുന്ന നിങ്ങൾക്കുള്ളിലെ ഭീരുക്കളായ എല്ലാ പിശാചുക്കളേയും ബഹിഷ്കരിക്കുക” എന്ന് ഞാൻ ഉറക്കെ പറഞ്ഞപ്പോൾ “ഈ സരതുഷ്ട്രൻ നാസ്തികനാണ്” എന്നവർ വിളിച്ചുകൂവി. ഇത് തീർച്ചയായും കീഴടങ്ങുവാൻ പഠിപ്പിക്കുന്ന അവരുടെ അധ്യാപകരുടെ സ്വരമാണ്. കൃത്യമായും ഇത്തരമാളുകളുടെ ചെവികളിലേക്കുതന്നെയാണ്, “അതെ, സരതുഷ്ട്രൻ നാസ്തികനാണ്” എന്ന് ഞാൻ ഉറക്കെപ്പറയുവാൻ ആഗ്രഹിക്കുന്നത്.

അവരുടെ ചെവികളിലേക്ക് എനിക്കു നല്കുവാനുള്ള സുവിശേഷമിതാണ്, “ആരാണോ എന്നേക്കാൾ കൂടുതൽ നാസ്തികനായിട്ടുള്ളത്, അയാളുടെ ശിക്ഷണമാണ് എന്നെ ഏറ്റവുമധികം സന്തോഷിപ്പിക്കുന്നത്” എന്നു പറയുവാനിഷ്ടപ്പെടുന്ന സരതുഷ്ട്രനാണ് ഞാൻ.

ശരിയാണ്. ഞാനൊരു ദൈവവിശ്വാസിയല്ല. എന്നാൽ എനിക്ക് തുല്യനായ ഒരുവനെ എവിടെയാണ് ഞാൻ കണ്ടെത്തുക? ആരെല്ലാമാണോ ദൈവത്തോടും മതഗ്രന്ഥങ്ങളോടുമുള്ള വിധേയത്വത്തെ ഉപേക്ഷിക്കുന്നത് അവരെ മാത്രമാണ് എനിക്ക് തുല്യരായി ഞാൻ കാണുന്നത്.

എന്റേതുപോലെയുള്ള ചെവികളില്ലാത്തവരോട് എന്തിനാണ് ഞാൻ വെറുതെ സംസാരിക്കുന്നത്? അതിനാൽ കാറ്റിനോടും മരങ്ങളോടുമെല്ലാം

ഞാനത് ഉറക്കെ വിളിച്ചുപറയും. അല്പജ്ഞരായ മനുഷ്യരേ, നിങ്ങൾ കൂടുതൽ ചെറിയവനായിത്തീരും, നിങ്ങൾ തകർന്നടിയും. സുഖസൗകര്യങ്ങളോടൊപ്പം കഴിയുന്നവരേ, നിങ്ങളുടെ ചെറിയ ചെറിയ സത്കർമ്മങ്ങളൊന്നും നിങ്ങളെ നാശത്തിൽനിന്ന് രക്ഷിക്കുകയില്ല.

ഒട്ടുംതന്നെ ശക്തിയില്ലാത്തതും ഏറ്റവുമെളുപ്പത്തിൽ കീഴടങ്ങുന്നതും നിങ്ങളുടെ മണ്ണിന്റെ അവസ്ഥ അതാണ്. എന്നാൽ വളർന്നു വലുതാകുവാൻ, പടർന്ന് പന്തലിക്കുവാൻ, ഒരു വൃക്ഷത്തിന് അതിന്റെ വേരുകളെ കട്ടിയുള്ള പാറകൾക്കുള്ളിലേക്കു തുളച്ചുകയറ്റേണ്ടിവരും.

“അത് നല്കപ്പെട്ടതാണ്. കീഴടങ്ങുന്നവരുടെ സിദ്ധാന്തമാണിത്.”

എന്നാൽ സുഖസൗകര്യങ്ങളിൽ മുഴുകിജീവിക്കുന്ന നിങ്ങളോട് ഞാൻ പറയുന്നു, “അത് നേടിയെടുക്കപ്പെടേണ്ടതാണ്.” ഞാൻ പറയുന്നതെന്താണെന്ന് നിങ്ങൾക്ക് മനസ്സിലാകുന്നുണ്ടോ?”

“നിങ്ങൾ ഇച്ഛിക്കുന്നതെന്തോ അത് എല്ലായ്പോഴും ചെയ്യുക, എന്നാൽ ആദ്യം ഇച്ഛിക്കുവാൻ കഴിയുന്ന ഒരുവനാവുക.”

“എല്ലായ്പോഴും നിങ്ങളെപ്പോലെ തന്നെ നിങ്ങളുടെ അയൽക്കാരനേയും സ്നേഹിക്കുക, എന്നാൽ ആദ്യം നിങ്ങളെത്തന്നെ സ്നേഹിക്കുവാൻ കഴിയുന്ന ഒരുവനാവുക.”

ഈ ആളുകൾക്കിടയിൽ ഞാൻ എന്റെ തന്നെ മുൻഗാമിയാണ്, ഇരുണ്ട വഴികളിലൂടെയെത്തുന്ന എന്റെതന്നെ പ്രഭാതമാണ്.

എന്നാൽ അവരുടെ സമയം വന്നെത്തിക്കൊണ്ടിരിക്കുകയാണ്, അതോടൊപ്പംതന്നെ എന്റേതും വന്നെത്തിക്കൊണ്ടിരിക്കുകയാണ്. സമയം കടന്നുപോകുംതോറും അവർ കൂടുതൽ കൂടുതൽ ചെറുതായിക്കൊണ്ടിരിക്കും, അവരുടെ ജീവിതം കൂടുതൽ ദരിദ്രവും കൂടുതൽ വരണ്ടതുമായിത്തീരും. അപ്പോൾ ആ മണ്ണിൽ കളകൾപോലും മുളയ്ക്കാതാകും.

താമസിയാതെ ഉണക്കപ്പുല്ലുപോലെ അവരെന്റെ മുമ്പിൽ നില്ക്കും. വാസ്തവത്തിൽ അവർക്ക് അവരെതന്നെ മടുത്തുകഴിഞ്ഞു. വെള്ളത്തേക്കാൾ കൂടുതൽ തീയിനുവേണ്ടിയാണ് അവർ ദാഹിച്ചുകൊണ്ടിരിക്കുന്നത്. കത്തിജ്വലിക്കുന്ന പ്രകാശത്തിന്റെ അനുഗൃഹീത നിമിഷമേ, മധ്യാഹ്നത്തിനുമുമ്പുള്ള രഹസ്യാത്മകനിമിഷമേ, ഒരു ദിവസം ഞാനവരെ കത്തിക്കൊണ്ടിരിക്കുന്ന അഗ്നിയാക്കി മാറ്റും. അഗ്നിയുടെ ഭാഷയിൽ ഞാൻ ഉദ്ഘോഷിക്കും. അഗ്നിയുടെ ഭാഷയിൽ അവരും പ്രഖ്യാപിക്കും - അത് വന്നെത്തിക്കൊണ്ടിരിക്കുകയാണ്. മഹത്തായ ആ നട്ടുച്ച അടുത്തെത്തിക്കഴിഞ്ഞു.

....എന്നിങ്ങനെ സരതുഷ്ട്രൻ പറഞ്ഞു.

സരതുഷ്ട്രന് സിദ്ധാന്തങ്ങളൊന്നുംതന്നെ മുന്നോട്ടുവെക്കുവാനില്ല. ഓരോ മനുഷ്യനും എന്തായിത്തീരണം എന്നതിനുള്ള യാതൊരാദർശവും അദ്ദേഹത്തിന് നല്കുവാനില്ല. സദാചാരത്തെക്കുറിച്ച് അദ്ദേഹത്തിന് സ്ഥിരമായ സങ്കല്പങ്ങളൊന്നുംതന്നെയില്ല. അദ്ദേഹത്തിന്റെ പ്രതീക്ഷ മനുഷ്യന്റെ സഹജാവബോധത്തിലാണ്. തന്റെതന്നെ ബോധത്തിൽ അദ്ദേഹം അത്രയ്ക്കുമധികം വിശ്വസിക്കുന്നു. അതിനാൽ ദൈവത്തെ നിഷേധിക്കുവാൻ അദ്ദേഹത്തിന് യാതൊരു പ്രയാസവുമനുഭവപ്പെടുന്നില്ല. സത്യാന്വേഷണത്തിന്റെ പാതയിൽ ഒരുവന് ഒന്നുകിൽ ദൈവത്തെയോ അല്ലെങ്കിൽ തന്റെതന്നെ അസ്തിത്വത്തെയോ തിരഞ്ഞെടുക്കേണ്ടിവരും.

നിങ്ങൾ ദൈവത്തെ തിരഞ്ഞെടുക്കുകയാണെങ്കിൽ നിങ്ങൾ നിങ്ങളുടെ അടിമത്തത്തെ തിരഞ്ഞെടുത്തുകഴിഞ്ഞു. അപ്പോൾ നിങ്ങൾക്ക് ഒരു മതപ്രാസംഗികനേക്കാൾ കൂടുതൽ ഒന്നുമായിത്തീരാൻ കഴിയില്ല. അപ്പോൾ നിങ്ങൾക്ക് സാങ്കല്പികമായ ഒരു ദൈവത്തിന്റെ ഇരയായിത്തീരേണ്ടിവരും. എന്നാൽ നിങ്ങൾ നിങ്ങളെത്തന്നെ തിരഞ്ഞെടുക്കുകയാണെങ്കിൽ, അപ്പോൾ സ്വാഭാവികമായും നിങ്ങൾക്ക് ദൈവത്തെ നിഷേധിക്കേണ്ടിവരും. അവനവനായിത്തന്നെ നിലനിൽക്കുവാൻ ആഗ്രഹിക്കുന്ന ഒരുവനെ സംബന്ധിച്ചിടത്തോളം ദൈവം ഏറ്റവും വലിയൊരു ബന്ധനമാണ്. എന്നാൽ മനുഷ്യവർഗ്ഗം തിരഞ്ഞെടുത്തിട്ടുള്ളത് ദൈവത്തെയാണ് എന്നതിനാൽ അവന് തന്നെത്തന്നെ നിഷേധിക്കേണ്ടിവന്നിരിക്കുകയാണ്. മനുഷ്യൻ വന്നുപെട്ടിരിക്കുന്ന ആ കുഴഞ്ഞുമറിഞ്ഞ അവസ്ഥയെ ഇതിന്റെ വെളിച്ചത്തിൽ നിങ്ങൾക്ക് കാണാൻ കഴിയും.

ഒരിക്കൽ നിങ്ങളൊരു അടിമയായിക്കഴിഞ്ഞാൽ, അപ്പോൾ നിങ്ങൾ നിങ്ങളുടേതായ എല്ലാ ഉത്തരവാദിത്തങ്ങളും മറക്കും. ദൈവം നിങ്ങളെ സംരക്ഷിച്ചുകൊള്ളും എന്ന് നിങ്ങൾ ഉറച്ചു വിശ്വസിക്കും. നിങ്ങളുടെ ദൈവം വെറുമൊരു സങ്കല്പം, വെറുമൊരു വിശ്വാസം മാത്രമാണെങ്കിൽ അപ്പോൾ നിങ്ങൾ ശരിക്കും കുഴപ്പത്തിലായിത്തീരും. അപ്പോൾ നിങ്ങളെന്ന യാഥാർത്ഥ്യത്തെ നിങ്ങൾ വിസ്മരിക്കും. നിങ്ങൾ നിങ്ങളുടെ ബോധത്തിൽ വിശ്വസിച്ചിരുന്നുവെങ്കിൽ അതിനു വളരുവാൻ കഴിയുമായിരുന്നു. എന്നാൽ സങ്കല്പത്തിനുവേണ്ടി നിങ്ങൾ യാഥാർത്ഥ്യത്തെ നിരാകരിച്ചു. കാരണം സങ്കല്പം കൂടുതൽ സുഖകരവും സൗകര്യപ്രദവുമാണ്. അത് നിങ്ങളെ ഉത്തരവാദിത്തത്തിൽനിന്ന് മോചിപ്പിക്കും. എന്നാൽ അതോടൊപ്പം അത് നിങ്ങളുടെ സ്വാതന്ത്ര്യത്തേയും നിങ്ങളിൽനിന്ന് എടുത്തുമാറ്റും.

ഇതോർമ്മിക്കുക, സ്വാതന്ത്ര്യവും, ഉത്തരവാദിത്തവും എല്ലായ്പോഴും ഒരുമിച്ചാണ്. നിങ്ങൾക്ക് സ്വാതന്ത്ര്യത്തെ മാത്രമായി, അല്ലെങ്കിൽ ഉത്തരവാദിത്തത്തെ മാത്രമായി തിരഞ്ഞെടുക്കുവാൻ കഴിയില്ല. ഒന്നുകിൽ

നിങ്ങൾക്ക് അവ രണ്ടിനേയും തിരഞ്ഞെടുക്കേണ്ടിവരും. അല്ലെങ്കിൽ നിങ്ങൾക്ക് അവ രണ്ടിനേയും നിഷേധിക്കേണ്ടിവരും.

സരതുഷ്ട്രൻ ദൈവത്തെ നിഷേധിക്കുന്നു. എന്തെന്നാൽ അദ്ദേഹം മനുഷ്യരെ സ്നേഹിക്കുന്നു. മനുഷ്യന് സ്വയം ഒരു ദൈവമായിത്തീരാൻ കഴിയും എന്ന് അദ്ദേഹത്തിന് വ്യക്തമായി കാണാൻ കഴിയുന്നുണ്ട്. അവന് ഒരു ദൈവമായിത്തീരുന്നതിനുള്ള ഒരേയൊരു തടസ്സം മറ്റേതെങ്കിലും ദൈവത്തിലുള്ള വിശ്വാസമാണ്. അപ്പോൾ അവൻ ഒരു വിശ്വാസി മാത്രമായി, ഒരു ഭക്തൻ മാത്രമായി നിലനിൽക്കും. സരതുഷ്ട്രന്റെ ഈ ഉൾക്കാഴ്ച ശരിയായിരുന്നുവെന്ന് ഇന്ന് നാം പറയാൻ പോകുന്ന അദ്ദേഹത്തിന്റെ പ്രസ്താവങ്ങൾ തെളിയിച്ചിരിക്കുകയാണ്.

മനുഷ്യൻ വളരെ ചെറിയവനായിത്തീർന്നുകഴിഞ്ഞു. സർവ്വശക്തനായൊരു ദൈവത്തിന്റെ നിഴലിൽ അവന് വളരുവാൻ കഴിയില്ല. ഒരു വൻവൃക്ഷത്തിന്റെ തണലിൽ ഒരു കൊച്ചു പനിനീർച്ചെടിക്ക് വളരുവാൻ കഴിയില്ല. മനുഷ്യൻ സ്വയം കണ്ടുപിടിച്ച സാങ്കല്പികമായ എന്തിനെങ്കിലും വേണ്ടി നിങ്ങൾ നിലകൊള്ളുമ്പോൾ അത് നിങ്ങളുടെ അധഃപതനത്തിന്റെ തുടക്കമായിത്തീരും. അതോടെ നിങ്ങളുടെ അന്തസ്സിന്റെ നാശവുമാരംഭിക്കും.

അന്തസ്സുള്ളവനായ ഒരുവൻ തന്നിൽത്തന്നെ വിശ്വസിക്കുന്നു, തന്നിലൂടെയാണ് അവൻ നിലനില്പിൽ വിശ്വസിക്കുന്നത്. അവൻ യഥാർത്ഥമാണ്, നിലനില്പ് യഥാർത്ഥമാണ്. നിങ്ങളെ നിങ്ങളുടെ യാഥാർത്ഥ്യത്തിൽ നിന്ന് വഴിതെറ്റിക്കുവാൻവേണ്ടി പുരോഹിതർ കണ്ടുപിടിച്ച ഒരു സാങ്കല്പികസൃഷ്ടിയാണ് ദൈവം. നിങ്ങളുടെ സഹജതയിൽനിന്ന്, നിങ്ങളുടെ യാഥാർത്ഥ്യത്തിൽനിന്ന്, ഒരിക്കൽ നിങ്ങൾ വിട്ടുപോയിക്കഴിഞ്ഞാൽ അതോടെ നിങ്ങൾ കൂടുതൽ ദുഃഖിതനും കൂടുതൽ നിന്ദ്യനും കൂടുതൽ അസൂയാലുവുമായിത്തീരും.

ദൈവമെന്ന സങ്കല്പം മനുഷ്യന്റെ ജീവിതത്തെ ഒരു ദുരന്തമാക്കി മാറ്റിയിരിക്കുകയാണ്. അവൻ പാടുവാൻ മറന്നുകഴിഞ്ഞു, അവൻ നൃത്തം വെക്കുവാൻ മറന്നുകഴിഞ്ഞു, അവൻ തന്നെതന്നെ മറന്നുകഴിഞ്ഞു. താനാരാണ് എന്നോ തന്റെ സാധ്യതകൾ എന്തെല്ലാമാണ് എന്നോ പ്രകൃതി അവന് നല്കിയിട്ടുള്ള അടിസ്ഥാനപരമായ അവകാശങ്ങൾ എന്തെല്ലാമാണ് എന്നോ അവനറിഞ്ഞുകൂടാ. അവൻ ഇരുട്ടിൽ ജീവിക്കുന്നു. എന്നാൽ അവൻ ഇരുട്ടിൽ കഴിയേണ്ട ഒരു ജീവിയല്ല. പ്രകൃതിവിരുദ്ധമായ രീതിയിലാണ്, തികച്ചും അസ്വാഭാവികമായിട്ടാണ് അവനിന്ന് ജീവിക്കുന്നത്. അതവന്റെ എല്ലാ സ്വാതന്ത്ര്യത്തെയും എല്ലാ സൗന്ദര്യത്തെയും നശിപ്പിക്കുന്നു. അതവന്റെ വളർച്ചയ്ക്കാവശ്യമായ എല്ലാ സാധ്യതകളേയും നശിപ്പിക്കുന്നു.

ഈ വാക്കുകൾ വളരെ വ്യക്തമായി മനസ്സിലാക്കേണ്ടതുണ്ട്, കാരണം ഇവ മിക്കവാറും പ്രവചനാത്മകമായ വാക്കുകളാണ്. അവ നിങ്ങളെക്കുറിച്ചാണ്, അവ ഇരുപത്തഞ്ചു നൂറ്റാണ്ടുകൾക്കുശേഷം ഇന്നു നിലനില്ക്കുന്ന ഈ ലോകത്തെക്കുറിച്ചാണ്.

"ഞാൻ അവിടെ കൂടിയിരുന്ന ആളുകൾക്കിടയിലേക്ക് പോവുകയും അവരോട് ഏതാനും വാക്കുകൾ സംസാരിക്കുകയും ചെയ്തു. എന്നാൽ അവർക്കതിനെ എങ്ങനെയാണ് സ്വീകരിക്കേണ്ടത് എന്നോ എങ്ങനെയാണതിനെ മനസ്സിൽ സൂക്ഷിക്കേണ്ടത് എന്നോ അറിഞ്ഞുകൂടായിരുന്നു."

തന്റെ മുൻവിധികളെ മറ്റുള്ളവർ പിൻതാങ്ങുകയാണെങ്കിൽ മാത്രമേ അവർ പറയുന്ന കാര്യങ്ങളെ അവർ ശ്രദ്ധിക്കുന്നുള്ളൂ. തന്റെ വിശ്വാസം എല്ലായ്പോഴും ശരിയായിരുന്നിട്ടുണ്ട് എന്ന് കാണുമ്പോൾ അവന് സന്തോഷം അനുഭവപ്പെടും. നിങ്ങൾ കഥകളിലൂടെ സംസാരിക്കുകയാണെങ്കിൽ മാത്രമേ അവനത് ശ്രദ്ധിക്കുകയുള്ളൂ. അവൻ ആത്യന്തിക സത്യം എന്ന് കരുതുന്നത് അതിനെയാണ്. എന്നാൽ നിങ്ങൾ സത്യം പറയുകയാണെങ്കിൽ അവനത് ശ്രദ്ധിക്കുകയില്ല. തന്റെ സുഖകരമായ വിശ്വാസങ്ങളെ തടസ്സപ്പെടുത്താൻ, തന്റെ ഉള്ളിലേക്ക് കടന്നുവരാൻ അവൻ ഒരു സത്യത്തേയും അനുവദിക്കുകയില്ല. എന്താണോ അവൻ കേൾക്കുവാൻ ആഗ്രഹിക്കുന്നത് അതുമാത്രമേ അവൻ കേൾക്കുകയുള്ളൂ. നൂറ്റാണ്ടുകളായി അവൻ ചുമന്നുകൊണ്ടേയിരിക്കുന്ന എല്ലാവിധത്തിലുള്ള അസംബന്ധങ്ങളുമായും യോജിച്ചുപോകുന്ന കാര്യങ്ങളെ മാത്രമേ അവൻ തന്നിലേക്കെടുക്കുകയുള്ളൂ. പുതുതായ എന്തെങ്കിലുമവിടെയുണ്ടെങ്കിൽ - സത്യം എല്ലായ്പോഴും പുതുതാണ് - അവനത് സ്വീകരിക്കുകയില്ല. പുതുതായ കാര്യങ്ങൾ അവനെ അസ്വസ്ഥനാക്കും. അവൻ അവയെ സ്വീകരിക്കുകയാണെങ്കിൽ, അപ്പോൾ അവൻ ചുമന്നുകൊണ്ടേയിരിക്കുന്ന ആ പഴയ ആശയങ്ങളെ, പഴംപുരാണങ്ങളെ, അവനെന്തുചെയ്യും? അവനവയെ - ആ അർദ്ധസത്യങ്ങളെ, വലിച്ചെറിയേണ്ടിവരും. അതിനവൻ തയ്യാറല്ല.

അവനും ആൾക്കൂട്ടത്തിന്റെ ഭാഗമാണ്. എന്നാൽ പുതിയതിനെ അവൻ സ്വീകരിക്കുകയാണെങ്കിൽ തന്റെ ആൾക്കൂട്ടത്തിൽ അവൻ ഒരപരിചിതനായിത്തീരും. ആളുകൾ അവനെ നോക്കി ചിരിക്കും, അവൻ നിന്ദിക്കപ്പെടും. മാത്രമല്ല, അവനതിൽ ഉറച്ചുനില്ക്കുകയാണെങ്കിൽ അവൻ ക്രൂശിക്കപ്പെടുകപോലും ചെയ്തേക്കാം. ആൾക്കൂട്ടം അപരിചിതരെ ഇഷ്ടപ്പെടുന്നില്ല. ആൾക്കൂട്ടം അതിന്റെ ഉറക്കത്തെ തടസ്സപ്പെടുത്തുന്നവർക്കെതിരാണ് - അതിന്റെ ഉറക്കം ഒരു ദുഃസ്വപ്നമല്ലാതെ മറ്റൊന്നുമല്ല. ആൾക്കൂട്ടത്തിന്റേതായിട്ടുള്ളത് അതു മാത്രമാണ്. എന്നാൽ ജീവിക്കുന്നതിന്റെ രീതി ഇതു മാത്രമല്ല, ജീവിതത്തിന് മറ്റു ചിലതു

കൂടിയാകാൻ കഴിയും. ജീവിതത്തിന് വ്യത്യസ്തമായൊരു ശൈലിയുണ്ടാക്കാൻ കഴിയും എന്നതിനെക്കുറിച്ച് അവന് യാതൊരു ധാരണയുമില്ല.

ഇപ്പോഴത്തെ നിലയിൽ അവൻ ജീവിക്കുന്നത് ഏറ്റവും ദയനീയവും ഏറ്റവും ദുഃഖകരവും യാതനാപൂർണവുമായ ഒരു ശൈലിയിലാണ്. എന്നാൽ ആയിരക്കണക്കിന് നൂറ്റാണ്ടുകളായി കോടിക്കണക്കിന് ജനങ്ങൾ ഈ ശൈലി പിന്തുടർന്നുകൊണ്ടിരിക്കുകയാണ്. എന്നതിനാൽ ഇത് മതപരവും ആത്മീയവുമായ ഒരു ശൈലിയാണെന്ന് വിശ്വസിക്കപ്പെടുന്നു. ദൈവത്തെ സാക്ഷാത്കരിക്കുവാൻ നിങ്ങളാഗ്രഹിക്കുന്നുവെങ്കിൽ, അതിനാവശ്യമായ ഒരു പരിത്യാഗമെന്ന നിലയ്ക്ക് ഇത് കരുതപ്പെട്ടു.

ആൾക്കൂട്ടത്തെ സംബന്ധിച്ചിടത്തോളം സരതുഷ്ട്രൻ ഒരന്യനാണ്. അതിനാൽ സ്വാഭാവികമായ അദ്ദേഹത്തിന്റെ വാക്കുകൾ അംഗീകരിക്കപ്പെടുകയില്ല. അവയ്ക്ക് ജനസമ്മതി ലഭിക്കുകയില്ല. സത്യത്തിൽ സരതുഷ്ട്രനെപ്പോലെയുള്ളവർ ഈ ദുഃഖിതരായ ജനക്കൂട്ടത്തെ സംബന്ധിച്ചിടത്തോളം ഒരു ശല്യമാണ് - അവ നന്മകൊണ്ടുവരുമെങ്കിൽകൂടി ആരും തന്നെ അവയെ ശ്രദ്ധിക്കുവാൻ തയ്യാറാവുകയില്ല.

മനുഷ്യവർഗ്ഗം അന്ധവിശ്വാസങ്ങൾക്കും അടിമത്തത്തിനും ബന്ധനങ്ങൾക്കും കല്പനകൾക്കും വശംവദരായിത്തീർന്നു എന്നത് മനുഷ്യചരിത്രത്തിലെ ദുഃഖകരമായ ഒരു വസ്തുതയാണ്. തനിക്കൊരു ആത്മാവുണ്ട് എന്ന് സൂക്ഷ്മമായൊരു ബോധമുണ്ട് എന്ന്, അസാമാന്യമായ ധിഷണാശക്തിയുണ്ട് എന്ന്, അത് പൂർണ്ണമായും മറന്നുകഴിഞ്ഞു. അതിനെ ശുദ്ധീകരിച്ചെടുക്കുവാൻ കഴിയുമെന്ന് അതിന് തന്റെ ഒരേയൊരു മതമായിത്തീരാൻ കഴിയുമെന്ന് അവൻ പൂർണ്ണമായി മറന്നുകഴിഞ്ഞു. മതമെന്നത് വിശുദ്ധഗ്രന്ഥങ്ങളിലോ, പുരോഹിതരുടെ വചനങ്ങളിലോ ഉള്ളതല്ല. അത് നിങ്ങളുടെതന്നെ ധിഷണയുടെ, നിങ്ങളുടെ തന്നെ ബോധത്തിന്റെ, പ്രഫുല്ലനമാണ്. അത് പള്ളിയിലോ അമ്പലത്തിലോ സിനഗോഗിലോ ലഭ്യമാവുകയില്ല.

നിങ്ങൾ സ്വയം ഒരു അമ്പലമായിത്തീരുന്നില്ലായെങ്കിൽ, ആവശ്യമുള്ളേടത്തോളം ശൂന്യസ്ഥലമുള്ളവനായിത്തീരുന്നില്ലായെങ്കിൽ, ആകാശത്തെപോലെ പരിശുദ്ധനും അതിരുകളില്ലാത്തവനുമായിത്തീരുന്നില്ല എങ്കിൽ, യഥാർത്ഥത്തിലുള്ള മതാനുഭവത്തെക്കുറിച്ച് നിങ്ങളൊന്നും തന്നെ അറിയുകയില്ല.

സരതുഷ്ട്രന്റെ മുഴുവൻ സന്ദേശവുമിതാണ് - എങ്ങനെയാണ് മനുഷ്യനൊരു അതിമാനുഷനായിത്തീരുവാൻ കഴിയുക? ദൈവം അദ്ദേഹത്തിന്റെ സന്ദേശമല്ല. അദ്ദേഹത്തിന്റെ സന്ദേശം ഇതാണ്, അതിമാനുഷന്റെ ബീജങ്ങളെ നിങ്ങൾ നിങ്ങൾക്കുള്ളിൽ വഹിച്ചുകൊണ്ടിരിക്കുകയാണ്. എന്നാൽ നിങ്ങളവയെക്കുറിച്ച് ഒട്ടുംതന്നെ ബോധവാനല്ല.

അവയുടെ കാര്യത്തിൽ നിങ്ങൾ യാതൊരു താല്പര്യവുമെടുക്കുന്നില്ല. ആ ബീജങ്ങൾക്ക് മുളയ്ക്കുവാൻ പറ്റിയ മണ്ണ് നിങ്ങളുടെ ഹൃദയത്തിലുണ്ട്, അതിനാവശ്യമായ സ്നേഹവും മൃദുത്വവും നിങ്ങളിലുണ്ട്. എന്നാൽ നിങ്ങൾക്ക് നിങ്ങളുടെ ആന്തരികലോകത്തിന്റെ ഒരു തോട്ടക്കാരനായി തീരേണ്ടിവരും. അപ്പോൾ നിങ്ങളുടെ ജീവിതം ഒരാഘോഷവും ഉത്സവവുമായിത്തീരും.

ഈ ആഘോഷം, ഈ ഉത്സവത്തിമിർപ്പ്, ഈ പരമാനന്ദം - ഒരേയൊരു മതം ഇതു മാത്രമാണ്. മറ്റെല്ലാം നിങ്ങളെ ചൂഷണം ചെയ്യുന്നതിനുള്ള പുരോഹിതരുടെ തന്ത്രങ്ങൾ മാത്രമാണ്. അവർ നിങ്ങളെ അതിക്രൂരമായി ചൂഷണം ചെയ്തുകൊണ്ടിരിക്കുന്നു. അവർ നിങ്ങളുടെ രക്തം മുഴുവൻ ഊറ്റിയെടുത്തുകഴിഞ്ഞു. മൂല്യമുള്ളതായി നിങ്ങളിലുള്ളതെല്ലാം തന്നെ അവരെടുത്തുകഴിഞ്ഞു. അവർ നിങ്ങളെ പൂർണ്ണമായും നശിപ്പിച്ചുകഴിഞ്ഞു. അവർ നിങ്ങളെ വെറും മൃതശരീരങ്ങളായി തീർത്തുകളഞ്ഞു.

“അവരുടെ അതിമോഹങ്ങളേയും അവരുടെ തിന്മകളേയും നിയന്ത്രിക്കുവാനല്ല ഞാൻ വന്നിട്ടുള്ളത് എന്നറിഞ്ഞപ്പോൾ അവർ അദ്ഭുതപ്പെട്ടു.”

പുരോഹിതർ എല്ലായ്പോഴും ചെയ്തുകൊണ്ടിരുന്നത് അതായിരുന്നു. മനുഷ്യരുടെ വിഷയാസക്തിയും അവരുടെ ആഗ്രഹങ്ങളേയും അവരുടെ തിന്മകളേയും നിന്ദിച്ചുകൊണ്ടിരിക്കുക പുരോഹിതർക്കൊരു ശീലമായിക്കഴിഞ്ഞു. അതേസമയം മനുഷ്യന്റെ ആന്തരികതലത്തിലുള്ള ഒന്നിനേയും അവർ ഒരിക്കലും പ്രകീർത്തിക്കുകയില്ല. അവരുടെ കണ്ണിൽ അതെല്ലാം തെറ്റാണ്. നിങ്ങൾ ജന്മനാ ഒരു പാപിയാണ്.

ആയിരക്കണക്കിന് വർഷങ്ങളിലൂടെയുള്ള ശീലിപ്പിക്കലുകളിലൂടെ അവർ നിങ്ങളെ അത് വിശ്വസിപ്പിച്ചെടുത്തുകഴിഞ്ഞു. ഇനി മറ്റേതെങ്കിലും തരത്തിലുള്ള സന്ദേശങ്ങളെ ശ്രദ്ധിക്കുവാൻ നിങ്ങളെ സംബന്ധിച്ചിടത്തോളം അസാധ്യമായിക്കഴിഞ്ഞു.

“അവരുടെ അതിമോഹങ്ങളേയും തിന്മകളേയും നിയന്ത്രിക്കുവാനോ അല്ലെങ്കിൽ, അവർക്കു ചുറ്റുമുള്ള ചതിയന്മാരെക്കുറിച്ച് അവരെ ഓർമ്മപ്പെടുത്തുവാനോ അല്ല ഞാൻ വന്നിട്ടുള്ളത് എന്നറിഞ്ഞപ്പോൾ അവർ അദ്ഭുതപ്പെട്ടു. ‘ആവലാതി പറയാനും കൈകൂപ്പി പ്രാർത്ഥിക്കുവാനും ഇഷ്ടപ്പെടുന്ന നിങ്ങൾക്കുള്ളിലുള്ള ഭീരുക്കളായ എല്ലാ പിശാചുക്കളേയും ബഹിഷ്ക്കരിക്കുക’ എന്ന് ഞാൻ ഉറക്കെ പറഞ്ഞപ്പോൾ, ‘സരതുഷ്ട്രൻ നാസ്തികനാണ്’ എന്ന് അവർ വിളിച്ചുകൂവി.”

നിങ്ങളിലുള്ള ആരാണ് ദൈവത്തെ കൈകൂപ്പി പ്രാർത്ഥിക്കുന്നത്? ഇതിനെക്കുറിച്ച് നിങ്ങളെപ്പോഴെങ്കിലും ചിന്തിച്ചിട്ടുണ്ടോ? മനുഷ്യനിർമ്മിതമായ കല്പ്രതിമയ്ക്കു മുമ്പിൽ മുട്ടുകുത്തിനിന്ന് പ്രാർത്ഥിക്കുന്നത് നിങ്ങളിലുള്ള ഭീരുവായ ആരോ അല്ലേ? തീർച്ചയായും അത് നിങ്ങളിലുള്ള

നിർഭയനായ ഒരുവനാകാൻ വഴിയില്ല. തൊഴുത് പ്രാർത്ഥിക്കുന്ന ഒരുവൻ തന്റെ ഭീരുത്വത്തെ മനോഹരമായ മന്ത്രങ്ങളിൽ മറച്ചുവെക്കുന്നു.

നിങ്ങളിലുള്ള ആരാണ് കീഴടങ്ങുന്നത്? നിങ്ങളിൽ ഒരു ക്രിസ്ത്യാനിയായി അല്ലെങ്കിൽ ഒരു ഹിന്ദുവായി അല്ലെങ്കിൽ ഒരു മുഹമ്മദീയനായി നിലനില്ക്കുന്നത് ആരാണ്? അത് നിങ്ങളിലുള്ള ഒരു സിംഹമോ അതോ ഒരു ആട്ടിൻകുട്ടിയോ?

"നിങ്ങളെന്റെ ആട്ടിൻപറ്റവും ഞാൻ നിങ്ങളുടെ ആട്ടിടയനുമാണ്." എന്ന് യേശു പലപ്പോഴും തന്റെ ശിഷ്യരോട് പറയാറുണ്ടായിരുന്നു. എന്നാൽ അദ്ദേഹത്തിന്റെ അനുയായികളിൽ ഒരാൾപോലും അതിനെതിരായി ശബ്ദമുയർത്തിയില്ല." നിങ്ങൾ ഞങ്ങളെ അപമാനിക്കുകയാണ്. ഞങ്ങൾ എന്തിനാണ് ആട്ടിൻപറ്റമാകുന്നത്? എന്തുകൊണ്ട് ഞങ്ങൾക്ക് സിംഹങ്ങളായിക്കൂടാ? എന്തുകൊണ്ട് നിങ്ങൾക്കുള്ളിൽനിന്ന് ഒരു സിംഹത്തിന്റെ ഗർജ്ജനം ഉയർന്നുകൂടാ?

സിംഹങ്ങളെ സംബന്ധിച്ചിടത്തോളം അവയ്ക്ക് മേയ്ക്കുന്നവരെ ആവശ്യമില്ല - പ്രശ്നം അതാണ്. ആളുകൾ അവരുടെ ധൈര്യത്തിലേക്കും സാഹസികതയിലേക്കും ഉണർത്തപ്പെടുകയാണെങ്കിൽ അപ്പോൾ അവർക്ക് യാതൊരു ഇടയന്റേയും ആവശ്യമില്ല. അവർക്ക് യാതൊരു രക്ഷകന്റേയും യാതൊരു മിശിഹായുടേയും ആവശ്യമില്ല. അപ്പോൾ അവർ അവരുടെതന്നെ രക്ഷകരായിത്തീരും. അത് മനുഷ്യർക്ക് അന്തസ്സും അഭിമാനവും സൗന്ദര്യവും നല്കും.

മനുഷ്യനെ ആട്ടിൻപറ്റമെന്ന് വിളിക്കുന്നത് അങ്ങേയറ്റം അപമാനകരവും അവരെ തരംതാഴ്ത്തിക്കാട്ടലുമാണ്. ക്രിസ്തുവിന്റെ മുമ്പിൽ എങ്ങനെയാണ് ആളുകൾ ഇതെല്ലാം കേട്ടുകൊണ്ടുനിന്നത് എന്ന് ഒരുവൻ അദ്ഭുതപ്പെടും. ഇന്നും ലോകത്തിലെമ്പാടുമുള്ള കോടിക്കണക്കിന് ക്രിസ്ത്യാനികൾ അംഗസംഖ്യവെച്ച് നോക്കിയാൽ ലോകത്തിലെ ഏറ്റവും വലിയ മതമാണത് - തങ്ങളെ യേശുവിന്റെ ആട്ടിൻപറ്റമെന്ന നിലയ്ക്കാണ് കാണുന്നത്.

ഒരു ഇടയനാകുവാൻ ഒരുവൻ ആഗ്രഹിക്കുന്നുവെങ്കിൽ അയാൾക്ക് മനുഷ്യവർഗ്ഗത്തെ മുഴുവൻ വിരൂപമായൊരവസ്ഥയിലേക്ക് - ഭീരുക്കളുടെ നിലവാരത്തിലേക്ക് തരംതാഴ്ത്തേണ്ടിവരും. അത് അങ്ങേയറ്റം ലജ്ജാവഹമാണ്.

നിങ്ങൾ ബുദ്ധിമുട്ടിലാകുമ്പോഴെല്ലാം എന്തുകൊണ്ടാണ് ഉടനെ നിങ്ങൾ ദൈവത്തോട് പ്രാർത്ഥിക്കുവാൻ തുടങ്ങുന്നത്? നിങ്ങളുടെ പ്രാർത്ഥനകൾ ഒരിക്കലും കേൾക്കപ്പെടുകയില്ല എന്നും കേൾക്കുവാനവിടെ ആരുംതന്നെയില്ലയെന്നും നിങ്ങൾക്ക് നല്ലതുപോലെ അറിയാമെങ്കിൽകൂടി എന്തുകൊണ്ടാണ് നിങ്ങളത് ചെയ്യുന്നത്? അപ്പോഴും

നിങ്ങളുടെ ഉള്ളിൽ ഒരാശയുണ്ട്. ദൈവമെങ്ങാനും അത് കേട്ടുവെങ്കിലോ?

ഒരാൾ പതിവായി എന്നെ കാണുവാൻ ഇവിടെ വരാറുണ്ടായിരുന്നു. അയാൾക്ക് കുട്ടികളുണ്ടായിരുന്നില്ല. അയാൾ എന്നോട് പറഞ്ഞു, "എനിക്കൊരു കുഞ്ഞ് ജനിക്കാത്തപക്ഷം എനിക്ക് ദൈവത്തിൽ വിശ്വസിക്കുവാൻ കഴിയില്ല. ദൈവത്തിന് ഒരു വിശ്വാസിയെ ആവശ്യമുണ്ട് എങ്കിൽ തീർച്ചയായും അവൻ എനിക്കൊരു കുഞ്ഞിനെ നല്കും എന്ന് ഞാൻ പ്രതീക്ഷിക്കുന്നു." ഒരു ദൈവം അവിടെ ഉണ്ടെങ്കിൽത്തന്നെ അവന് ഇത്തരത്തിലൊരു വിശ്വാസിയെ കിട്ടിയിട്ട് എന്താണൊരു പ്രയോജനം? ദൈവത്തെ സംബന്ധിച്ചിടത്തോളം അതിന്റെ യാതൊരാവശ്യവുമവിടെയില്ല.

ഒടുവിൽ അയാൾക്കൊരു കുഞ്ഞ് ജനിച്ചു. മധുരപലഹാരങ്ങളും പഴങ്ങളുമായി അയാളെന്നെ കാണുവാൻ വന്നു. അയൽപക്കം മുഴുവനും അയാളത് വിതരണം ചെയ്തുകഴിഞ്ഞിരുന്നു. ഞാൻ ചോദിച്ചു, "എന്താണ് വിശേഷം?"

അയാൾ പറഞ്ഞു, "ദൈവം എന്റെ പ്രാർത്ഥന കേട്ടു." ഞാനയാളോട് പറഞ്ഞു, "ഒരല്പംകൂടി കാത്തിരിക്കൂ. ദൈവത്തിന് നിങ്ങളുടെ കാര്യത്തിൽ ഇത്രയ്ക്കും താല്പര്യമോ?"

ഈ പ്രപഞ്ചം എത്രയോ വലുതാണ്. അതുമായി താരതമ്യപ്പെടുത്തുമ്പോൾ നമ്മുടെയീ സുന്ദരമായ ഭൂമി എത്രയോ ചെറുതാണ്. നമ്മുടെ സ്വന്തം സൂര്യൻപോലും ഈ ഭൂമിയേക്കാൾ എത്രയോ ഇരട്ടി വലുതാണ്. അത്രയ്ക്കും വലിയ ഈ സൂര്യൻപോലും പ്രപഞ്ചത്തിലെ ഒരു ഇടത്തരം നക്ഷത്രം മാത്രമാണ്. നമ്മുടെ സൂര്യനേക്കാൾ എത്രയോ ഇരട്ടി വലിയ നക്ഷത്രങ്ങളവിടെയുണ്ട്. ജീവൻ നിലനില്ക്കുന്ന ഒരു അമ്പതിനായിരം ഗ്രഹങ്ങളെങ്കിലും ഈ പ്രപഞ്ചത്തിലുണ്ടായിരിക്കണം എന്നാണ് ശാസ്ത്രജ്ഞർ അനുമാനിക്കുന്നത്. ദൈവം തന്റെ പ്രാർത്ഥന കേട്ടു എന്നാണ് അപ്പോഴും ഈ പാവം മനുഷ്യൻ ചിന്തിച്ചുകൊണ്ടിരിക്കുന്നത്.

ഞാനയാൾക്ക് ബർട്രൻഡ് റസ്സൽ എഴുതിയ ഒരു കഥ പറഞ്ഞുകൊടുത്തു.

വത്തിക്കാനിലെ പോപ്പ് മരിക്കുന്നു. സ്വാഭാവികമായും അയാൾ സ്വർഗ്ഗത്തിന്റെ വാതിലിൽ ചെന്നുമുട്ടുന്നു. സ്വർഗവും നരകവും അപ്പുറവും ഇപ്പുറവുമായിട്ടാണ് സ്ഥിതിചെയ്യുന്നത്. മണിക്കൂറുകളോളം അയാൾ വാതിലിൽ മുട്ടിക്കൊണ്ടേയിരിക്കുന്നു... ആ വാതിൽ അത്രയ്ക്കും വലുതായതിനാൽ അയാൾക്കതിന്റെ മറ്റേ അറ്റം കാണാൻ കഴിയുന്നില്ല.

ഒടുവിൽ ആ വാതിലിന്റെ ഏതോ ഒരു ഭാഗത്തുനിന്ന് ഒരു ചെറിയ കിളിവാതിൽ തുറക്കുന്നു. സെന്റ് പീറ്റർ അതിലൂടെ തന്റെ തല

പുറത്തേക്കു നീട്ടുന്നു. അപ്പോൾ അക്ഷമനായി പോപ്പ് അവിടെ നില്ക്കുന്നത് അയാൾ കാണുന്നു. വളരെ ചെറുതായിട്ടാണ്, നിങ്ങളുടെ വാതിലിൽ നിങ്ങളൊരു ഉറുമ്പിനെ കണ്ടെത്തുന്നതുപോലെയാണ്, പോപ്പിനെ അയാൾ കാണുന്നത്. അതിനാൽ അന്യോന്യം സംസാരിക്കുവാൻ വളരെ ബുദ്ധിമുട്ടായിരുന്നു.

പോപ്പ് തന്റെ പേര് പുറത്ത് വിളിച്ചുപറയുന്നു. സെന്റ് പീറ്റർക്കത് കേൾക്കുവാൻ കഴിയുന്നില്ല. അയാൾ പറയുന്നു, "ഒരല്പംകൂടി ഉച്ചത്തിൽ പറയൂ. കാരണം, നിങ്ങളെ അത്രയ്ക്കും ചെറുതായിട്ടാണ് ഞാൻ കാണുന്നത്."

പോപ്പ് പറയുന്നു, "നിങ്ങൾക്കെന്നെ അറിയില്ലേ? ഞാൻ വത്തിക്കാനിലെ പോപ്പ് ആണ്. ഞാൻ യേശുക്രിസ്തുവിന്റെ പ്രതിനിധിയാണ്. ഞാൻ ഭൂമിയിൽനിന്ന് വരികയാണ്. എന്തൊരുതരം സ്വീകരണമാണിത്?"

സെന്റ് പീറ്റർ അയാളോട് പറയുന്നു - "ഏത് ഭൂമിയെക്കുറിച്ചാണ് നിങ്ങൾ പറയുന്നത്? ദയവായി എനിക്കതിന്റെ സൂചകസംഖ്യ (index number) പറഞ്ഞുതരൂ." "സൂചകസംഖ്യയോ?" പോപ്പ് ചോദിക്കുന്നു.

സെന്റ് പീറ്റർ പറയുന്നു, "ഗ്രഹങ്ങളുടെ ഒരു നീണ്ട പട്ടികതന്നെ ഇവിടെയുണ്ട്. അതിനാൽ നിങ്ങളുടെ ഭൂമിയുടെ സൂചകസംഖ്യ എനിക്ക് ലഭിക്കാത്തപക്ഷം എവിടെനിന്നാണ് നിങ്ങൾ വരുന്നത് എന്ന് എനിക്ക് കണ്ടുപിടിക്കാൻ കഴിയില്ല. ഈ വത്തിക്കാൻ എന്നു പറഞ്ഞാൽ എന്താണ്? നിങ്ങൾ പറയുന്ന ഈ യേശുക്രിസ്തു ആരാണ്?"

പോപ്പ് ഉറക്കെ പറയുന്നു, "നിങ്ങളെന്താ എന്നെ കളിയാക്കുകയാണോ? ഒരേയൊരു ദൈവപുത്രനായി പിറന്ന യേശുക്രിസ്തുവിനെ നിങ്ങൾക്കറിയില്ലെന്നോ?"

സെന്റ് പീറ്റർ പറഞ്ഞു, "ഒരു പുത്രനുശേഷം അതവസാനിച്ചു എന്നാണോ നിങ്ങൾ കരുതുന്നത്? ഇത്രയും നീണ്ട ഒരു കാലയളവിൽ ഒരു പുത്രനെ മാത്രമാണ് അവൻ സൃഷ്ടിച്ചത് എന്നോ? ഏതായാലും ഞാൻ ലൈബ്രറിയിൽ പോയി കണ്ടുപിടിക്കുവാൻ ശ്രമിച്ചുനോക്കാം. എന്നാൽ സൂചകസംഖ്യയില്ലാതെ അത് കണ്ടെത്തുവാൻ വളരെ ബുദ്ധിമുട്ടാണ്... ഏത് ഭൂമിയെക്കുറിച്ചാണ് നിങ്ങൾ പറയുന്നത്?"

പോപ്പ് പറയുന്നു, "സൗരയൂഥത്തിലുള്ള ഭൂമിയിൽനിന്നാണ് ഞാൻ വരുന്നത്."

സെന്റ് പീറ്റർ പറയുന്നു, "അത് ശരിതന്നെ. എന്നാൽ ദശലക്ഷക്കണക്കിന് സൗരയൂഥങ്ങളവിടെയുണ്ട്. അതിലേതു സൗരയൂഥത്തെയാണ് നിങ്ങളുദ്ദേശിക്കുന്നത്? അതിന്റെ സൂചകസംഖ്യ പറയൂ."

പോപ്പ് പറയുന്നു, "നിങ്ങളൊരു കാര്യം ചെയ്താൽ മതി. നിങ്ങളെന്നെ നേരിട്ട് ദൈവത്തിന്റെ അടുത്തേക്കു കൂട്ടിക്കൊണ്ടുപോകൂ."

സെന്റ് പീറ്റർ പറഞ്ഞു, "ഞാൻതന്നെ അവനെ കണ്ടിട്ടില്ല. ഞാൻ വെറുമൊരു ദ്വാരപാലകൻ മാത്രമാണ്. ദൈവം എത്രയോ വലുതാണ്. ഞാനവനെക്കുറിച്ച് കേട്ടിട്ടു മാത്രമേയുള്ളൂ. നിങ്ങളെന്നോട് ക്ഷമിക്കണം. എന്നാൽ ആ സൂചകസംഖ്യ കണ്ടുപിടിക്കുവാൻ, നിങ്ങൾ പറഞ്ഞ ആ ക്രിസ്തുവിനേയും വത്തിക്കാനേയും കണ്ടുപിടിക്കുവാൻ, ഞാൻ എന്നാലാവുംവിധം ശ്രമിച്ചുനോക്കാം."

അതുംപറഞ്ഞ്, ആ കിളിവാതിൽ അടച്ച് അയാൾ ഉള്ളിലേക്ക് പോകുന്നു. ഏതാനും മണിക്കൂറുകൾക്കുശഷം തിരിച്ചുവന്ന് അയാൾ പറയുന്നു, "അത് മിക്കവാറും അസാധ്യമാണ്. ലക്ഷക്കണക്കിന് ഗ്രഹങ്ങളവിടെയുണ്ട്. അതിനിടയ്ക്ക് നിങ്ങളുടെ ഭൂമി എവിടെയാണെന്ന്, നിങ്ങളുടെ സൗരയൂഥം എവിടെയാണെന്ന് തപ്പി കണ്ടുപിടിക്കുവാൻ എനിക്ക് കഴിയുന്നില്ല. അതെന്തുമായിക്കൊള്ളട്ടെ, ഒരു കാര്യം ചോദിക്കട്ടെ, സ്വർഗ്ഗത്തിലേക്ക് പ്രവേശിക്കുവാൻ നിങ്ങൾക്ക് എന്ത് അർഹതയാണുള്ളത്? അതിനാൽ ഒരു എളുപ്പവഴി ഞാൻ പറഞ്ഞുതരാം. ഈ വഴിയിലൂടെ മറുവശത്ത് മറ്റൊരു വാതിലവിടെയുണ്ട്. അവിടെയുള്ളവർ നിങ്ങളാരാണെന്നോ, എവിടെനിന്നാണ് വരുന്നത് എന്നോ, ഒന്നും ചോദിക്കുകയില്ല. അവർ വളരെ നല്ലവരാണ്. നരകത്തിലേക്ക് പ്രവേശിക്കുവാൻ നിങ്ങൾക്ക് അർഹതയുണ്ടോ എന്നൊന്നും അവർ ചോദിക്കുകയില്ല. നിങ്ങളെ കാണുന്ന ആ നിമിഷം അവർ നിങ്ങളെ വലിച്ചെടുത്ത് അകത്തേക്കു കൊണ്ടുപോകും. അതിനാൽ മറ്റേ വാതിലിനടുത്തുചെന്ന് അതൊന്നു ശ്രമിച്ചുനോക്കൂ."

തനിക്ക് നരകത്തിലേക്ക് പോകേണ്ടിവരും എന്നു കേട്ടപ്പോൾ, അയാൾ ഞെട്ടിവിറച്ചു. അവിടത്തെ പിശാചുക്കൾ അയാളെ തൂക്കിയെടുത്ത് കൊണ്ടുപോകും. നിങ്ങളാരാണെന്നൊന്നും അവർ നോക്കുകയില്ല. ഉടൻ അവിടത്തെ ശിക്ഷാവിധികളെക്കുറിച്ച്, പ്രത്യേകിച്ചും നരകാഗ്നിയെക്കുറിച്ച് അയാളോർത്തു. ക്രിസ്ത്യാനികളുടെ നരകത്തിന്റെ പ്രത്യേകത, അവിടെനിന്ന് പുറത്തേക്ക് കടക്കുവാൻ അതിന് വാതിലുകളൊന്നും ഇല്ല എന്നതാണ്. നിങ്ങൾക്ക് അകത്തേക്ക് പ്രവേശിക്കാൻ കഴിയും. എന്നാൽ നിങ്ങൾക്ക് പുറത്തേക്കു പോകാൻ കഴിയില്ല. അല്ലാത്തപക്ഷം, ഒരു വിനോദസഞ്ചാരിയെപ്പോലെ, നിങ്ങൾക്കതെല്ലാം ആസ്വദിക്കുവാൻ കഴിയുമായിരുന്നു. എന്നാൽ ഒരിക്കൽ നിങ്ങളതിനുള്ളിൽ പെട്ടുപോയാൽ പിന്നെ നിങ്ങൾക്ക് ഒരിക്കലും പുറത്തേക്കു പോകാൻ കഴിയില്ല. എന്നെന്നേക്കും നിങ്ങളവിടത്തെ ഒരന്തേവാസിയായിത്തീരും. വിയർത്തൊലിച്ചുകൊണ്ട്, പെട്ടെന്നയാൾ ഞെട്ടിയുണർന്നു. അയാൾ മരിച്ചിരുന്നില്ല, അയാൾ സ്വപ്നം കണ്ടുകൊണ്ടിരിക്കുകയായിരുന്നു.

.....എന്നെ കാണുവാൻ വന്ന ആ മനുഷ്യനോട് ഞാൻ പറഞ്ഞു,

"ഈ ആശയം - നിങ്ങളുടെ പ്രാർത്ഥന ദൈവം കേൾക്കുമെന്നും, നിങ്ങൾക്കൊരു കുഞ്ഞിനെ നല്കിക്കൊണ്ട് ദൈവമത് തെളിയിക്കുമെന്നുമുള്ള ഈ ആശയം - നിങ്ങളുടെ അഹംബുദ്ധിയിൽനിന്ന് വരുന്നതാണ്. ഇനിയും കൂടുതൽ തെളിവുകൾക്കുവേണ്ടി കാത്തിരിക്കുക, കാരണം ഒരു തെളിവു മാത്രം പോരാ, ശാസ്ത്രത്തിന് ഒരു തെളിവു മാത്രം പോരാ. അത് വീണ്ടും വീണ്ടും തെളിയിക്കപ്പെടണം.

"നിങ്ങൾ മറ്റുചിലതുകൂടി ആവശ്യപ്പെട്ടുനോക്കൂ. നിങ്ങളൊരു മൈഗ്രേൻ രോഗിയാണ് എന്നും തലവേദന കാരണം നിങ്ങൾ വളരെയധികം കഷ്ടപ്പെടുന്നുവെന്നും ദൈവത്തോട് പറയൂ. പിന്നെ ആ തലവേദന മാറ്റിത്തരുവാൻ ദൈവത്തോട് ആവശ്യപ്പെടുക. അത് മാറ്റിത്തരാത്ത പക്ഷം നിങ്ങളവനിൽ വിശ്വസിക്കുകയില്ലയെന്ന് അവനെ അറിയിക്കുക."

കാര്യസാധ്യത്തിനുവേണ്ടി ദൈവത്തെ ഭീഷണിപ്പെടുത്തുവാൻ ഇപ്പോൾ നിങ്ങളുടെ കൈയിൽ നല്ലൊരു തന്ത്രമുണ്ട്. നിങ്ങളവനിൽ വിശ്വസിക്കണമെന്ന് അവനാഗ്രഹിക്കുന്നു. അതിനാൽ കഴിയാവുന്നിടത്തോളം അവനെ ചൂഷണം ചെയ്യുക. നിങ്ങളുടെ സഹോദരൻ ജോലിയില്ലാതെ ഇരിക്കുകയാണ് എന്നും അവന് ഒരു ജോലി ശരിപ്പെടുത്തിക്കൊടുക്കണമെന്നും ആവശ്യപ്പെടുക, അല്ലെങ്കിൽ നിങ്ങളുടെ അച്ഛനൊരു അർബുദ രോഗിയാണ് എന്നും അച്ഛന്റെ രോഗം ഭേദമാക്കിത്തരണമെന്നും ആവശ്യപ്പെടുക. ഇത്തരത്തിൽ പല പ്രശ്നങ്ങളുമുണ്ട്. സത്യത്തിൽ ആ കുട്ടി ഒരു പ്രശ്നമേ ആയിരുന്നില്ല. ഇനി ഞാൻ മറ്റൊരു കാര്യം ചോദിക്കട്ടെ! ആ കുട്ടി നിങ്ങളുടേതുതന്നെയാണെന്ന് നിങ്ങൾക്കുറപ്പുണ്ടോ?"

അയാൾ പറഞ്ഞു, "നിങ്ങളെന്നോട് ഇത്രയും മര്യാദകെട്ട രീതിയിൽ സംസാരിക്കുമെന്ന് ഞാനൊരിക്കലും കരുതിയില്ല."

ഞാൻ പറഞ്ഞു, "ഞാൻ മര്യാദയില്ലാതെ സംസാരിക്കുകയല്ല, കാരണം എത്രയോ വർഷങ്ങളായി ഒരു കുട്ടിക്കുവേണ്ടി നിങ്ങൾ ശ്രമിച്ചുകൊണ്ടിരിക്കുകയായിരുന്നു. എന്നിട്ടും നിങ്ങൾക്കൊരു കുട്ടി ജനിച്ചില്ല. എന്നാൽ പെട്ടെന്നതു സംഭവിച്ചു. അതിനാൽ വെറുതെ അയൽപക്കത്തേക്കൊന്ന് കണ്ണോടിക്കൂ. അയൽപക്കത്തുള്ള ആഭാസന്റെ പണിയാകാം അത്. ദൈവത്തെ കൂട്ടുപിടിക്കാതിരിക്കൂ. ആദ്യം നിങ്ങൾക്കുചുറ്റും നോക്കൂ. നിങ്ങളുടെ ചുറ്റുവട്ടത്തുതന്നെ നിരവധി തെമ്മാടികളവിടെയുണ്ട്."

അയാൾ പറഞ്ഞു, "അതെനിക്കറിയാം. എന്റെ അയൽക്കാരെല്ലാം തന്നെ വിശ്വസിക്കുവാൻ കൊള്ളാത്തവരാണ്."

ഞാൻ പറഞ്ഞു, "വീട്ടിലേക്കു തിരിച്ചുപോകൂ. പഴങ്ങളും മധുരപലഹാരങ്ങളും മറ്റും വിതരണം ചെയ്ത് നിങ്ങളുടെ പണം നഷ്ടപ്പെടുത്താതിരിക്കൂ. കുട്ടി യഥാർത്ഥത്തിൽ ആരുടെയാണെന്ന് ആദ്യം കണ്ടെത്തൂ. അത് നിങ്ങളുടേതാണ് എന്ന് നിങ്ങൾക്കുറപ്പുണ്ടോ?"

അയാൾ പറഞ്ഞു, "നിങ്ങളോട് സംസാരിക്കുന്നത് എല്ലായ്പോഴും അപകടകരമാണ്. ഇപ്പോൾ നിങ്ങളെന്റെ മനസ്സിൽ ഒരു സംശയം സൃഷ്ടിച്ചുകഴിഞ്ഞു. ഇനി എനിക്ക് എന്റെ കുടുംബവുമായി ബന്ധപ്പെട്ട എല്ലാവരുടേയും നേരെ - വേലക്കാരുടേയും അയൽക്കാരുടേയും ബന്ധുക്കളുടേയും നേരെ - സംശയത്തോടുകൂടി മാത്രമേ നോക്കാൻ കഴിയുകയുള്ളൂ. ഇനി ഞാൻ നിങ്ങളോടൊരു സത്യം പറയാം."

അയാൾ എന്റെ ചെവിയിൽ മന്ത്രിച്ചു. "സത്യത്തിൽ മുമ്പേതന്നെ എനിക്ക് സംശയമുണ്ടായിരുന്നു, കാരണം "നിങ്ങൾക്കിനി കുട്ടികളുണ്ടാവുകയില്ല" എന്ന് ഡോക്ടർ എന്നോടു പറഞ്ഞിരുന്നതാണ്."

"എന്നാൽ നിങ്ങളിത്രയ്ക്കും പരുക്കനാവരുത്. ദൈവമെനിക്ക് ഒരു കുഞ്ഞിനെ തന്നു എന്നതിൽ ഞാൻ വളരെയധികം സന്തോഷവാനായിരുന്നു. എനിക്ക് കുട്ടികളുണ്ടാവില്ല എന്ന് ഡോക്ടർ പറഞ്ഞിരുന്നുവെങ്കിൽകൂടി, ദൈവം സർവ്വശക്തനും കാരുണ്യവാനുമാണല്ലോ.... വേണമെങ്കിൽ അവന് എന്റെ രസതന്ത്രത്തെ - എന്റെ ഹോർമോണുകളേയും എന്റെ ബീജത്തേയും - മാറ്റിയെടുക്കാൻ കഴിയും. എന്നാൽ ഇപ്പോൾ ഞാൻ തിരിച്ചുപോവുകയാണ്. ഇനി എനിക്ക് മധുരപലഹാരങ്ങൾ വിതരണം ചെയ്യുവാൻ കഴിയില്ല. നിങ്ങൾ പറഞ്ഞതു ശരിയായിരിക്കുമോയെന്ന് ഇപ്പോൾ ഞാൻ ഭയപ്പെടുന്നു. ഒരുപക്ഷേ നിങ്ങൾ പറഞ്ഞത് ശരിയാണെന്നു വരാം."

പ്രാർത്ഥിക്കുന്നവരായ ആളുകൾ ഭീരുക്കളാണ്. പ്രാർത്ഥിക്കുന്നവരായ ആളുകൾ ആവലാതിപ്പെടുന്നവരും പരാതിപ്പെടുന്നവരുമാണ്. പ്രാർത്ഥന എന്നത് ദൈവത്തോട് 'ഇത് ചെയ്യൂ', 'അത് ചെയ്യൂ' എന്ന് ആവശ്യപ്പെട്ടുകൊണ്ടിരിക്കലാണ്. ഏറ്റവും കൂടുതൽ ആവശ്യപ്പെടുന്നവർ - ആവലാതിപ്പെടുന്നവർ - മുഹമ്മദീയരായിരിക്കണം. അവർ ദിവസത്തിൽ അഞ്ചു പ്രാവശ്യമാണ് ദൈവത്തോട് ആവലാതി പറഞ്ഞുകൊണ്ടിരിക്കുന്നത്. ഹിന്ദുക്കൾ സുന്ദരമായ പ്രഭാതങ്ങളിൽ അവനെ ഉറങ്ങുവാൻ പോലും അനുവദിക്കുകയില്ല. അവർ അതിരാവിലെ, ബ്രാഹ്മമുഹൂർത്തത്തിൽ, മൂന്നുമണിക്കെഴുന്നേറ്റ് അവനോട് ആവലാതി പറയുവാൻ തുടങ്ങും. സൂഫികൾ അർദ്ധരാത്രിയിലാണ് അവനെ ശല്യപ്പെടുത്തുന്നത്.

തുടക്കംമുതൽക്കേ ഒരു ദൈവം ഉണ്ടായിരുന്നുവെങ്കിൽ ഇതിനകം അവന് ഭ്രാന്തുപിടിച്ചിട്ടുണ്ടാകുമായിരുന്നു. അത്രയ്ക്കുമധികം ആളുകൾ! അത്രയ്ക്കുമധികം ആവശ്യങ്ങൾ! എന്നാൽ പ്രാർത്ഥിക്കുമ്പോൾ നിങ്ങൾ ചിലത് ആവശ്യപ്പെട്ടുകൊണ്ടിരിക്കുകയാണ് എന്ന് നിങ്ങൾ മനസ്സിലാക്കുന്നില്ല. പ്രാർത്ഥന ഒരിക്കലും ഒരാവശ്യപ്പെടലാകരുത്. എന്നാൽ പ്രാർത്ഥനയിലൂടെ നിങ്ങൾക്ക് നിങ്ങളുടെ കൃതജ്ഞത പ്രകടിപ്പിക്കാൻ കഴിയും.

പ്രാർത്ഥിക്കുമ്പോൾ, നിങ്ങൾ ദൈവത്തെ ആരാധിക്കുമ്പോൾ, അത് നിങ്ങളുടെ ഭീരുത്വത്തിൽനിന്ന് വരുന്നതാകരുത്. അതിന് ശുദ്ധമായ ആനന്ദമാകാൻ മാത്രമേ കഴിയൂ. അതിനു നിറഞ്ഞുകവിഞ്ഞൊഴുകിക്കൊണ്ടിരിക്കുന്ന ഊർജ്ജമാകുവാൻ മാത്രമേ കഴിയൂ.

“നിങ്ങൾക്കുള്ളിലെ ഭീരുക്കളായ എല്ലാ പിശാചുക്കളേയും ബഹിഷ്കരിക്കുക” എന്ന് ഞാൻ ഉറക്കെപ്പറഞ്ഞപ്പോൾ “ഈ സരതുഷ്ട്രൻ നാസ്തികനാണ്” എന്നവർ വിളിച്ചുകൂവി.”

സരതുഷ്ട്രൻ പറയുന്നത് ശ്രദ്ധിക്കുന്നതിനുപകരം ഇപ്പോളവർ അദ്ദേഹത്തെ ആക്ഷേപിക്കുവാൻ തുടങ്ങുന്നു.

“ഇത് തീർച്ചയായും കീഴടങ്ങുവാൻ പഠിപ്പിക്കുന്ന അവരുടെ അധ്യാപകരുടെ സ്വരമാണ്. ‘അതെ, സരതുഷ്ട്രൻ നാസ്തികനാണ്’ എന്ന് കൃത്യമായും ഇത്തരമാളുകളുടെ ചെവികളിലേക്കുതന്നെയാണ് ഞാൻ ഉറക്കെ പറയുവാൻ ആഗ്രഹിക്കുന്നത്.”

മനുഷ്യനിൽ ഏറ്റവും ഗാഢമായി, ഏറ്റവും ശക്തമായി എന്താണോ പരിണമിച്ചുകൊണ്ടിരിക്കുന്നത്, അതിനെ സരതുഷ്ട്രൻ ബഹുമാനിക്കുന്നു. അതിന്റെ വളർച്ചയ്ക്കുവേണ്ടി എല്ലാ ദൈവങ്ങളേയും അദ്ദേഹത്തിന് ത്യജിക്കുവാൻ കഴിയും.

“അവരുടെ ചെവികളിലേക്ക് എനിക്ക് നല്കുവാനുള്ള സുവിശേഷമിതാണ്: “ആരോരാണോ എന്നേക്കാൾ കൂടുതൽ നാസ്തികനായിട്ടവിടെയുള്ളത്, അയാളുടെ ശിക്ഷണമാണ് എന്നെ ഏറ്റവുമധികം സന്തോഷിപ്പിക്കുന്നത്.” എന്നു പറയുവാനിഷ്ടപ്പെടുന്ന സരതുഷ്ട്രനാണ് ഞാൻ.”

സരതുഷ്ട്രനെപ്പോലെതന്നെ ഞാനും നാസ്തികനാണ്. എന്നാൽ ഇരുപത്തഞ്ചു നൂറ്റാണ്ടുകൾക്കു മുമ്പ് ദൈവത്തെ നിഷേധിക്കുവാൻ സരതുഷ്ട്രൻ ധൈര്യപ്പെട്ടു എന്നതാണ് ശ്രദ്ധേയമായിട്ടുള്ളത്. സരതുഷ്ട്രൻ ദൈവത്തെ നിഷേധിക്കുമ്പോൾ, ഞാനവനെ നിഷേധിക്കുവാൻപോലും താല്പര്യമെടുക്കുകയില്ല. കാരണം ദൈവത്തെ നിഷേധിക്കുമ്പോൾ, മറ്റൊരർത്ഥത്തിൽ അതവന്റെ നാമത്തെ സജീവമാക്കി നിലനിർത്തും. “ദൈവമില്ല” എന്നു പറയേണ്ട ആവശ്യംപോലുമുണ്ടെന്ന് ഞാൻ കരുതുന്നില്ല. അത് ശ്രദ്ധിക്കേണ്ട ആവശ്യംപോലുമില്ല. ആയിരക്കണക്കിന് വർഷങ്ങളായി മനുഷ്യമനസ്സിൽ പതിഞ്ഞുകിടക്കുന്ന ദൈവമെന്ന ആ ദുഃസ്വപ്നത്തെ മനുഷ്യരാശി മറക്കുവാൻ ഞാനാഗ്രഹിക്കുന്നു.

ഇന്നാണ് സരതുഷ്ട്രൻ ജീവിച്ചിരിക്കുന്നത് എങ്കിൽ ഞാനദ്ദേഹത്തിന്റെ ഏറ്റവുമടുത്ത ഒരു സുഹൃത്താകുമായിരുന്നു. ഞാനെന്റെ പരിപൂർണ്ണപിന്തുണ അദ്ദേഹത്തിന് നല്കുമായിരുന്നു. എന്നാൽ ഇരുപത്തഞ്ചു നൂറ്റാണ്ടുകൾക്കുമുമ്പ് ഇത്തരമൊരു മനുഷ്യനെ കണ്ടെത്തുവാൻ

ബുദ്ധിമുട്ടായിരുന്നു. പ്രത്യേകിച്ചും ഇറാനിൽ, കാരണം സരതുഷ്ട്രന്റെ കർമ്മമണ്ഡലം അവിടെയായിരുന്നു. ദൈവത്തെ നിഷേധിച്ചവരായ ഗൗതമബുദ്ധനും മഹാവീരനും ഏതാണ്ട് അതേകാലത്തുതന്നെയായിരുന്നു ജീവിച്ചിരുന്നത്. എന്നാൽ അവരുടെ നിഷേധം സരതുഷ്ട്രന്റെ അത്രയും ശക്തമായിരുന്നില്ല.

സരതുഷ്ട്രൻ വളരെയധികം പരുക്കനും അപരിഷ്കൃതനുമായിരുന്നു. അദ്ദേഹത്തിന്റെ സൗന്ദര്യവും അതുതന്നെയാണ്. പരിഷ്കൃതവും നയതന്ത്രപരവുമായൊരു രീതിയിലല്ല അദ്ദേഹം സംസാരിക്കുന്നത്, മറിച്ച് ഒരു കൊച്ചുകുട്ടിയെപ്പോലെ അങ്ങേയറ്റം നിഷ്കളങ്കമായിട്ടാണ് അദ്ദേഹം സംസാരിക്കുന്നത്. വളച്ചുകെട്ടിയ രീതിയിലോ, മയപ്പെടുത്തിയ രീതിയിലോ അല്ല അദ്ദേഹം സംസാരിക്കുന്നത്. ബുദ്ധനും മഹാവീരനും അത്തരമൊരു രീതിയിലാണ് സംസാരിക്കുന്നത്. അതിനാൽ അവർ ദൈവത്തിൽ വിശ്വസിക്കുന്നില്ല എന്ന് മിക്ക ആളുകൾക്കും മനസ്സിലാക്കുവാൻ സാധ്യമാവുകയില്ല.

സരതുഷ്ട്രൻ ഒട്ടുംതന്നെ വളച്ചുകെട്ടില്ലാതെയാണ് സംസാരിക്കുന്നത്. ഒരു മൺവെട്ടിയെ അദ്ദേഹം മൺവെട്ടിയെന്നുതന്നെ വിളിക്കുന്നു. അദ്ദേഹത്തിന്റെ ആ പരുക്കൻ പ്രകൃതത്തെയാണ് ഞാൻ ഇഷ്ടപ്പെടുന്നത്. അദ്ദേഹം ചെത്തിമിനുക്കിയെടുത്ത ഒരു രത്നമല്ല, മറിച്ച് ഒട്ടും തന്നെ മിനുസപ്പെടുത്താത്ത, ഖനിയിൽനിന്ന് നേരിട്ട് കൊണ്ടുവന്ന ഒരു രത്നമാണ്. അദ്ദേഹത്തിന്റെ സൗന്ദര്യവും ശക്തിയും അതുതന്നെയാണ്.

"ശരിയാണ്, ഞാനൊരു ദൈവവിശ്വാസിയല്ല. എനിക്കു തുല്യനായ ഒരുവനെ എവിടെയാണ് ഞാൻ കണ്ടെത്തുക? ആരെല്ലാമാണോ ദൈവത്തോടും മതഗ്രന്ഥങ്ങളോടുമുള്ള വിധേയത്വത്തെ ഉപേക്ഷിക്കുന്നത്, എനിക്കു തുല്യരായി ഞാൻ കാണുന്നത് അവരെയാണ്."

"ലോകത്തെ ഉപേക്ഷിക്കൂ" എന്ന് പരലോകത്തിന്റെ ഗുരുനാഥന്മാർ ഉപദേശിച്ചുകൊണ്ടേയിരിക്കുന്നു. എന്നാൽ സരതുഷ്ട്രൻ ഉപേക്ഷിക്കുവാൻ പറയുന്നത് മറ്റുചിലതിനെയാണ് - 'നിങ്ങളുടെ ഭീരുത്വത്തെ ഉപേക്ഷിക്കുക, നിങ്ങളുടെ താഴ്മയെ - വിനയത്തെ - ഉപേക്ഷിക്കുക, നിങ്ങളുടെ വിശുദ്ധഗ്രന്ഥങ്ങളേയും മതപണ്ഡിതരേയും ഉപേക്ഷിക്കുക' അപ്പോൾ മാത്രമേ നിങ്ങളുടെ ജീവസ്രോതസ്സുകൾ ഒഴുകുവാൻ തുടങ്ങുകയുള്ളൂ.

"എന്റേതുപോലെയുള്ള ചെവികളില്ലാത്തവരോട് എന്തിനാണ് ഞാൻ വെറുതെ സംസാരിക്കുന്നത്? അതിനാൽ കാറ്റിനോടും മരങ്ങളോടുമെല്ലാം ഞാനത് ഉറക്കെ വിളിച്ചുപറയും."

ഒരുവന് ആ ബുദ്ധിമുട്ട് മനസ്സിലാക്കുവാൻ കഴിയും. പ്രത്യേകിച്ചും എനിക്കത് മനസ്സിലാക്കുവാൻ കഴിയും. പല മിസ്റ്റിക്കുകൾക്കും ഇതേ പ്രശ്നത്തെ അഭിമുഖീകരിക്കേണ്ടിവന്നിട്ടുണ്ട്.

മഹാന്മാരായ ഗുരുനാഥന്മാരിലൊരുവനായ, സെൻപാരമ്പര്യത്തിന്റെ ഉപജ്ഞാതാവായിത്തീർന്ന, ബോധിധർമ്മൻ ഒമ്പത് വർഷത്തോളം ചുമരിനെ അഭിമുഖീകരിച്ചുകൊണ്ടാണ് ജീവിച്ചത്. അദ്ദേഹം, തന്റെ സദസ്യരെ, തന്റെ ശ്രോതാക്കളെ, അഭിമുഖീകരിക്കുവാൻ കൂട്ടാക്കിയില്ല. ആളുകൾ അദ്ദേഹത്തോട് ചോദ്യങ്ങൾ ചോദിക്കും. അപ്പോൾ അദ്ദേഹം ചുമരിനെ നോക്കി അതിന് ഉത്തരം നല്കും.

ചൈനയിലെ 'വൂ' ചക്രവർത്തി അദ്ദേഹത്തോട് ചോദിച്ചു, "ഇതൊരല്പം അസാധാരണം തന്നെയാണ്. ഇത്തരമൊരു സമാഗമം. ഞാൻ മുമ്പൊരിക്കലും കണ്ടിട്ടില്ല. സംസാരിക്കുന്നവന് സദസ്സിനെ അഭിമുഖീകരിക്കേണ്ടിവരും. എന്നാൽ നിങ്ങളാകട്ടെ സദസ്സിനു പുറംതിരിഞ്ഞാണ് ഇരിക്കുന്നത്. എന്തുതരത്തിലുള്ള പെരുമാറ്റമാണിത്?"

ബോധിധർമ്മൻ പറഞ്ഞു, "മറ്റു പ്രാസംഗികരെപ്പോലെ മുമ്പ് ഞാനും എന്റെ സദസ്സിനെ അഭിമുഖീകരിച്ചിരുന്നു. എന്നാൽ അവിടെ ഒരു ചുമർ മാത്രമാണ് ഞാൻ കണ്ടത്. അതെന്നെ വേദനിപ്പിച്ചു. അതിനാൽ സദസ്സിനെ എനിക്കു പുറകിൽ നിർത്തിക്കൊണ്ട്, ചുമരിനെ അഭിമുഖീകരിച്ചുകൊണ്ട് സംസാരിക്കുന്നതാണ് നല്ലത് എന്നു ഞാൻ തീരുമാനിച്ചു. ചുമര് നിങ്ങളെ വേദനിപ്പിക്കുകയില്ല, നിങ്ങൾ പറയുന്നതൊന്നും അത് ശ്രദ്ധിക്കുകയില്ല. ഒരു ചുമര് ശ്രദ്ധിക്കുമെന്ന് നിങ്ങൾക്ക് പ്രതീക്ഷിക്കുവാൻ കഴിയില്ല. എന്നാൽ ഞാൻ ആളുകളോട് സംസാരിക്കുമ്പോൾ ചുറ്റും ചുമരുകൾ മാത്രമാണ് ഞാൻ കാണുന്നത്. അതെന്നെ വേദനിപ്പിക്കുന്നു. സംസാരിക്കുന്നത് നിർത്തുവാൻ എനിക്കു കഴിയില്ല, കാരണം എന്നിൽ വളർന്നുകൊണ്ടിരിക്കുന്നതിനെ, എന്നിൽ കവിഞ്ഞൊഴുകിക്കൊണ്ടിരിക്കുന്നതിനെ എനിക്ക് നിയന്ത്രിക്കുവാൻ കഴിയില്ല."

സരതുഷ്ട്രൻ പറയുന്നു, "എന്റേതുപോലെയുള്ള ചെവികളില്ലാത്തവരോട് സംസാരിച്ച് എന്തിനാണ് ഞാൻ സമയം പാഴാക്കുന്നത്? അതിലും ഭേദം കാറ്റിനോടും മരങ്ങളോടുമെല്ലാം സംസാരിക്കുന്നതാണ്. ആളുകളെക്കുറിച്ച് ഞാൻ ശ്രദ്ധിക്കാറില്ല. അവർ കേൾക്കുന്നുണ്ടോ ഇല്ലയോ എന്ന് ഞാൻ ശ്രദ്ധിക്കാറില്ല. കാറ്റിനോടു പറയുകയാണെങ്കിൽ, അതൊരുപക്ഷേ, എന്റെ വാക്കുകളെ വഹിച്ചുകൊണ്ടുപോയേക്കാം. ആ സന്ദേശത്തെ അത് ശരിയായതരത്തിലുള്ള ചെവികളിലെത്തിച്ചേക്കാം."

സരതുഷ്ട്രനേയും ബോധിധർമ്മനേയും പോലുള്ളവർക്ക് അത്രയ്ക്കുമധികം ഇച്ഛാഭംഗമനുഭവപ്പെട്ടു എന്നത് വളരെ നിർഭാഗ്യകരമായ കാര്യമാണ്. സമൂഹത്തിലെ ബുദ്ധിജീവിവർഗ്ഗം കൂടുതൽ നിർജ്ജീവമാണ്. തങ്ങൾക്കെല്ലാമറിയാമെന്ന് മുമ്പേതന്നെ അവർ തീരുമാനിച്ചുറപ്പിച്ചിരിക്കുകയാണ്.

"അല്പജ്ഞരായ മനുഷ്യരേ, നിങ്ങൾ കൂടുതൽ കൂടുതൽ ചെറിയവനായിത്തീരും. നിങ്ങൾ തകർന്നടിയും." ഇത് പ്രവചനാത്മകമായൊരു വചനമാണ്. ഇപ്പോളിതാ സത്യമായിത്തീർന്നുകഴിഞ്ഞു.

"സുഖസൗകര്യങ്ങളോടൊപ്പം കഴിയുന്നവരേ, നിങ്ങളുടെ ചെറിയ ചെറിയ സത്കർമ്മങ്ങളൊന്നും നിങ്ങളെ നാശത്തിൽനിന്ന് രക്ഷിക്കുകയില്ല." നിങ്ങളുടെ സത്കർമ്മങ്ങൾ എന്തെല്ലാമാണ്? നമ്മുടെ മതങ്ങൾ നമ്മെ പഠിപ്പിച്ചിട്ടുള്ള നന്മകൾ എന്തെല്ലാമാണ്? സരതുഷ്ട്രന്റെ കണ്ണിൽ അവ അത്രയ്ക്കും ചെറുതാണ്. അതിനാൽ നിങ്ങളുടെ സത്കർമ്മങ്ങൾ നിങ്ങളെ കൂടുതൽ വലിയവനാക്കുന്നതിനുപകരം, നിങ്ങളെ ഔന്നത്യത്തിലെത്തിക്കുന്നതിനുപകരം, അവ നിങ്ങളെ കുറെക്കൂടി ചെറിയവനാക്കുകയാണു ചെയ്യുന്നത്.

അറുപിശുക്കത്തിയായ ഒരു സ്ത്രീയെക്കുറിച്ച് ഞാൻ കേട്ടിട്ടുണ്ട്. തന്റെ ജീവിതത്തിൽ ഒരിക്കൽ മാത്രമാണ് അവളൊരു ദാനകർമ്മമനുഷ്ഠിച്ചത്. ഒരിക്കൽ അവൾ ഒരു ചീഞ്ഞ കാരറ്റിന്റെ കഷണം ഒരു പിച്ചക്കാരന് നല്കി. അവൾ ചെയ്ത ഏക സത്കർമ്മം അതു മാത്രമായിരുന്നു.

ഒടുവിൽ അവൾ മരിച്ചു. അവളെ കൊണ്ടുപോകുവാൻ മാലാഖമാർ വന്നു. പണ്ടൊരിക്കൽ അവൾ ചെയ്ത ആ പുണ്യകർമ്മം നരകത്തിൽ പോകുന്നതിൽനിന്ന് അവളെ രക്ഷിച്ചു.

മാലാഖമാർ അവളോട് പറഞ്ഞു, "നിങ്ങളൊരു പുണ്യകർമ്മം ചെയ്തിട്ടുണ്ട്. അതിനാൽ നിങ്ങളെ സ്വർഗ്ഗത്തിലേക്ക് കൊണ്ടുപോകുന്നതിനാണ് ഞങ്ങൾ വന്നിട്ടുള്ളത്. നിങ്ങൾ ആ പിച്ചക്കാരന് കൊടുത്ത കാരറ്റ് ഇതാണ്. ഇതിൽ മുറുകെ പിടിച്ചുകൊള്ളൂ. ഒരു റോക്കറ്റ് പോലെ ഇത് മേല്പോട്ടുയരും. എന്നാൽ ആ പിടിവിടാതിരിക്കുവാൻ പ്രത്യേകം ശ്രദ്ധിക്കുക."

വൃദ്ധയുടെ മൃതശരീരത്തിനു ചുറ്റും കൂടിയിരുന്ന ആളുകൾ ആ കാഴ്ചകണ്ട് അദ്ഭുതപ്പെട്ടു. തങ്ങൾക്ക് കാണുവാൻ കഴിയാത്ത എന്തോ ഒന്നിൽ പിടിച്ചുകൊണ്ട് ആ വൃദ്ധ മേല്പോട്ട് പൊങ്ങിക്കൊണ്ടിരിക്കുകയാണ്. അവൾ സ്വർഗ്ഗത്തിലേക്ക് പോയിക്കൊണ്ടിരിക്കുകയാണ്. ഇത്തരമൊരവസരം തങ്ങൾക്കിനി ലഭിക്കുകയില്ല. അതിനാൽ ഈ അവസരം നഷ്ടപ്പെടുത്തരുത് എന്നു കരുതി ആരോ അവരുടെ കാലിൽ കയറിപ്പിടിച്ചു. വൃദ്ധയോടൊപ്പം അയാളും മേല്പോട്ട് പൊങ്ങുന്നതുകണ്ട് ഉടനെ മറ്റൊരാൾ അയാളുടെ കാലിൽ കയറിപ്പിടിച്ചു. അങ്ങനെ അവിടെ കൂടിയിരുന്നവരെല്ലാം, ഒരാൾ മറ്റൊരാൾക്കു താഴെ എന്ന നിലയ്ക്ക് ഒരു നീണ്ട നിരയായി മേല്പോട്ടുയരാൻ തുടങ്ങി. ആ കാരറ്റ് മേല്പോട്ട് പോയിക്കൊണ്ടേയിരുന്നു. തന്റെ കാലിൽ തൂങ്ങിപ്പിടിച്ചുനില്ക്കുന്ന ഇത്രയുമധികം ആളുകളെ കണ്ടപ്പോൾ വൃദ്ധയ്ക്ക് ദേഷ്യം അടക്കാനായില്ല.

സ്വർഗ്ഗത്തിനടുത്ത് എത്താറായപ്പോൾ അവർ ഉറക്കെ പറഞ്ഞു, "ഹേ, വിഡ്ഢികളേ, ഇത് നിങ്ങളുടെ സത്കർമ്മത്തിന്റെ ഫലമല്ല. നിങ്ങളൊന്നും ചെയ്തിട്ടില്ല. ഈ കാരറ്റ് എന്റേതാണ്." എന്നാൽ ആ നിമിഷം ആ കാരറ്റ് അപ്രത്യക്ഷമായി. ആ സ്ത്രീയും അവളോടൊപ്പമുണ്ടായിരുന്ന ആ മുഴുവൻ ആൾക്കൂട്ടവും ഭൂമിയിലേക്കു പതിച്ചു. ആ വൃദ്ധ മുമ്പേ തന്നെ മരിച്ചുകഴിഞ്ഞിരുന്നുവല്ലോ. ഇപ്പോൾ അവൾ കാരണം ഉദ്ദേശം ഇരുനൂറുപേർകൂടി മരിക്കാനിടയായി.

നമ്മുടെ സത്കർമ്മങ്ങളെന്തെല്ലാമാണ്? നിങ്ങളൊരു പിച്ചക്കാരന് ഭക്ഷിക്കുവാൻ എന്തോ ചിലത് കൊടുത്തിട്ടുണ്ട്. അല്ലെങ്കിൽ ഒരു അമ്പലം നിർമ്മിക്കുന്നതിനായി നിങ്ങൾ വലിയൊരു തുക സംഭാവന ചെയ്തിട്ടുണ്ട്. എന്നാൽ ഇവ സത്കർമ്മങ്ങളാണെന്ന് നിങ്ങൾ കരുതുന്നുണ്ടോ?

ഞാനൊരു കഥ കേട്ടിട്ടുണ്ട്.

ഒരിക്കൽ ഒരാൾക്കൊരു ലോട്ടറി കിട്ടി. അന്ന് അയാൾ വളരെയധികം സന്തോഷത്തിലായിരുന്നു. വീട്ടിലേക്കു വരുന്ന വഴിക്ക് അയാൾക്കൊരു പാലം കടക്കേണ്ടതുണ്ടായിരുന്നു. ആ പാലത്തിന്റെ ഒരു വശത്ത് വൃദ്ധനും അന്ധനുമായ ഒരു പിച്ചക്കാരൻ ഇരിക്കുക പതിവായിരുന്നു. മിക്ക ദിവസവും അയാൾ ആ പിച്ചക്കാരനെ അവിടെ കാണാറുണ്ടായിരുന്നുവെങ്കിലും ആ പിച്ചക്കാരന് അയാൾ ഒന്നുംതന്നെ കൊടുക്കാറുണ്ടായിരുന്നില്ല. എന്നാൽ ഇന്ന് – ഇന്ന് ലോട്ടറി കിട്ടിയ ദിവസമാണ്. അയാളുടെ കൈയിൽ വേണ്ടത്ര പണമുണ്ടായിരുന്നു. അതിനാൽ ഒരു രൂപ ആ പിച്ചക്കാരന് കൊടുത്തു.

യാചകൻ ആ ഒരു രൂപയിലേക്കു നോക്കിക്കൊണ്ട് പറഞ്ഞു,

"സർ, ഇത് കള്ളനാണയമാണ്."

ആ മനുഷ്യൻ പറഞ്ഞു, "എന്റെ ദൈവമേ, നിങ്ങൾ അന്ധനല്ലേ, അപ്പോൾ എങ്ങനെയാണ് ഇത് കള്ളനാണയമാണെന്ന് നിങ്ങൾക്ക് കാണാൻ കഴിഞ്ഞത്?"

അയാൾ പറഞ്ഞു, "ഞാൻ നിങ്ങളോട് സത്യം പറയാം. ഈ സ്ഥലം എന്റേതല്ല. സാധാരണ ഇവിടെ ഇരിക്കാറുള്ളത് അന്ധനായ എന്റെ ഒരു കൂട്ടുകാരനാണ്. ഇന്ന് അയാൾ മാറ്റിനി സിനിമ കാണാൻ പോയിരിക്കുകയാണ്. ഞാൻ ഈ പാലത്തിന്റെ മറുകരയിലാണ് ഇരിക്കാറുള്ളത്. മറ്റാരും ഈ സ്ഥലം കൈവശപ്പെടുത്താതിരിക്കുവാൻ അയാൾക്കു പകരം ഞാൻ ഇവിടെ ഇരിക്കുകയാണ്. ഞാൻ ഇരിക്കുന്ന സ്ഥലത്തേക്കാൾ വളരെ നല്ല മൂലയാണിത്.

മുമ്പ് ഞാനും ഒരന്ധനായിട്ടായിരുന്നു ഭിക്ഷ യാചിച്ചിരുന്നത്. അന്ധനായതിനാൽ ആളുകളെന്നെ പലപ്പോഴും പറ്റിക്കുക പതിവായിരുന്നു.

എനിക്ക് കിട്ടിയത് കള്ളനാണയമാണെന്ന് എനിക്കവരോട് പറയാൻ കഴിയില്ലല്ലോ. ഒടുവിൽ ഞാൻ ആ വേഷം ഉപേക്ഷിച്ചു. ഇപ്പോൾ ഞാൻ ബധിരനായിത്തീർന്നിരിക്കുകയാണ്. സത്യത്തിൽ ഞാനും എന്റെ സുഹൃത്തും അന്ധനോ ബധിരനോ അല്ല. എന്നാൽ സർ, ഇത് വയറിന്റെ പ്രശ്നമാണ്. ബധിരനായി ഭിക്ഷ യാചിക്കുകയാണെങ്കിൽ ചുരുങ്ങിയ പക്ഷം എന്നെ ചതിക്കുന്നവരെ എനിക്കു കണ്ടുപിടിക്കാനെങ്കിലും കഴിയുമല്ലോ."

ഒരു യാചകന് ഭിക്ഷ നല്കുമ്പോൾ നിങ്ങളൊരു പുണ്യം ചെയ്തുകൊണ്ടിരിക്കുകയാണ് എന്ന് നിങ്ങൾ കരുതുന്നു. എന്നാൽ യാചകൻ വിചാരിക്കുന്നത് അയാൾ നിങ്ങളെ വഞ്ചിച്ചുകൊണ്ടിരിക്കുകയാണ് എന്നും നിങ്ങളൊരു വിഡ്ഢിയാണ് എന്നുമാണ്. നിങ്ങളുടെ പുണ്യകർമ്മങ്ങളെന്തെല്ലാമാണ്? നിങ്ങളുടെ കർമ്മങ്ങളാണ് നിങ്ങളെ സൃഷ്ടിക്കുന്നത്. നിങ്ങൾ ഒരു മഹാനൊന്നുമല്ല. മാത്രമല്ല നിങ്ങൾ നിങ്ങളുടെ പുണ്യകർമ്മങ്ങളെ ആസ്വദിച്ചുകൊണ്ടിരിക്കുന്നില്ല. അതിനാൽ അവ നിസ്സാരമായിരിക്കണം.

"ഒട്ടുംതന്നെ ശക്തിയില്ലാത്തതും എളുപ്പത്തിൽ കീഴടങ്ങുന്നതും - നിങ്ങളുടെ മണ്ണിന്റെ അവസ്ഥ അതാണ്.

എന്നാൽ വളർന്നു വലുതാകുവാൻ, പടർന്നു പന്തലിക്കുവാൻ, ഒരു വൃക്ഷത്തിന് അതിന്റെ വേരുകളെ കട്ടിയേറിയ പാറകൾക്കിടയിലേക്ക് തുളച്ചുകയറ്റേണ്ടിവരും."

ഇത്തരത്തിലുള്ള മതബോധംകൊണ്ട് യാതൊരു കാര്യവുമില്ല. കാരണം ഒരു ദിവസം നിങ്ങൾ ഉപവസിക്കുന്നു, എല്ലാ ദിവസവും നിങ്ങൾ പ്രാർത്ഥിക്കുന്നു. എല്ലാ ദിവസവും നിങ്ങൾ അമ്പലത്തിലേക്ക് പോകുന്നു, വിഗ്രഹങ്ങൾക്കു മുമ്പിൽ മുട്ടുകുത്തുന്നു... ഈ കാര്യങ്ങൾക്കെല്ലാം എന്തു മൂല്യമാണുള്ളതെന്ന് ചിന്തിച്ചുനോക്കുക. ഇവ നിങ്ങളെ അല്പനാക്കി നിലനിർത്തുന്നു.

വളർന്നു വികസിക്കുവാൻ വൃക്ഷത്തിന് അതിന്റെ വേരുകളെ ഉറച്ച പാറകൾക്കിടയിലൂടെ കൊണ്ടുപോകേണ്ടിവരും.

"അത് നല്കപ്പെട്ടതാണ്" കീഴടങ്ങുന്നവരുടെ സിദ്ധാന്തമാണിത്. എന്നാൽ സുഖസൗകര്യങ്ങളിൽ മുഴുകി ജീവിക്കുന്ന നിങ്ങളോട് ഞാൻ പറയുന്നു - "അത് നേടിയെടുക്കപ്പെടേണ്ടതാണ്."

ഓർമ്മിക്കേണ്ടതായ വളരെ പ്രധാനപ്പെട്ട ഒരു കാര്യമാണിത്. ലോകത്തിലെ ഒട്ടുമിക്ക ഗുരുനാഥന്മാരും പറഞ്ഞിട്ടുള്ളത്, 'സത്യം ദൈവത്താൽ നിങ്ങൾക്കു നല്കപ്പെട്ടതാണ്' എന്നാണ്.

എന്നാൽ 'അത് നല്കപ്പെട്ടതല്ല, മറിച്ച് അത് നേടിയെടുക്കപ്പെടേണ്ടതാണ്' എന്ന് സരതുഷ്ട്രൻ പറയുന്നു.

ഈ നൂറ്റാണ്ടിൽ ഒരേ ഒരാൾ മാത്രമാണ് അതായത് ജോർജ് ഗുർജീഫ് മാത്രമാണ് ഇതുപോലെയുള്ള ഒരാശയത്തെ മുന്നോട്ടുവെച്ചത്. എന്നാൽ അദ്ദേഹമത് അവതരിപ്പിച്ചത് പരുക്കനും ദുഷ്കരവുമായ ഒരു രീതിയിലാണ്. അദ്ദേഹം ഇങ്ങനെ പറയാറുണ്ടായിരുന്നു: "സത്യത്തെ കവർന്നെടുക്കുവാൻ നിങ്ങൾ തയ്യാറാവുന്നില്ലായെങ്കിൽ, നിങ്ങൾക്കത് ലഭിക്കുകയില്ല."

അത് നേടിയെടുക്കുന്നതിന്റെ ഒരു പ്രശ്നം മാത്രമല്ല, നിങ്ങൾക്കതിനെ പിടിച്ചെടുക്കേണ്ടിവരും. ചിലപ്പോൾ അതിനുവേണ്ടി എല്ലാംതന്നെ നിങ്ങൾക്കു പണയപ്പെടുത്തേണ്ടിവരും. അതിനുവേണ്ടി നിങ്ങളെപ്പോലും നിങ്ങൾക്ക് അപകടത്തിൽപെടുത്തേണ്ടിവരും. അവിടെ നിങ്ങളുടെ മാന്യതയും നിങ്ങളുടെ സത്കർമ്മങ്ങളും മറ്റും ഒന്നുമല്ല.

സരതുഷ്ട്രൻ പറയുന്നത് ശരിയാണ് - നിങ്ങൾക്ക് സ്വയം നേടിയെടുക്കേണ്ടിവരും. സത്യത്തെ ആർക്കുംതന്നെ മറ്റൊരാൾക്ക് നല്കുവാൻ കഴിയില്ല. അതു നേടിയെടുക്കുവാൻ നിങ്ങൾക്കൊരു സിംഹമാകേണ്ടിവരും. ഒരു ഭീരുവിനോ ഒരടിമയ്ക്കോ ഒരു യാചകനോ അത് നേടിയെടുക്കുവാൻ കഴിയില്ല.

മറ്റൊരാളിൽനിന്ന് ലഭിക്കപ്പെട്ട സത്യം ഒരു നുണയാണ് എന്നാൽ നിങ്ങളുടെ എല്ലാ സത്യങ്ങളും മറ്റുള്ളവരാൽ നല്കപ്പെട്ട സത്യങ്ങളാണ്.

ആരാണ് നിങ്ങൾക്ക് നിങ്ങളുടെ ദൈവത്തെ തന്നത്? ആരാണ് നിങ്ങൾക്ക് നിങ്ങളുടെ മതത്തെ, നിങ്ങളുടെ സത്യത്തെ, തന്നത്? ഇതൊന്ന് പരിശോധിച്ചുനോക്കുക. അത് നിങ്ങൾക്ക് നല്കപ്പെട്ടതോ അതോ നിങ്ങൾ നേടിയെടുത്തതോ? അത് നിങ്ങൾക്ക് നല്കപ്പെട്ടതാണ് എങ്കിൽ അതിനെ വലിച്ചെറിയുക. അത് യാതൊരു മൂല്യവുമില്ലാത്തതാണ്. അത് ആത്മവഞ്ചനയാണ്. അതിനെ നേടിയെടുക്കുവാൻ തക്ക വിധത്തിൽ നിങ്ങൾക്ക് ശക്തിയുള്ളവനായിത്തീരേണ്ടിവരും.

"ഞാൻ പറയുന്നതെന്താണെന്ന് നിങ്ങൾക്ക് മനസ്സിലാകുന്നുണ്ടോ? നിങ്ങൾ ഇച്ഛിക്കുന്നതെന്തോ അത് എല്ലായ്പോഴും ചെയ്യുക, എന്നാൽ ആദ്യം ഇച്ഛിക്കുവാൻ കഴിയുന്ന ഒരുവനാവുക."

വളരെ സൂക്ഷ്മമായൊരു വ്യത്യാസം മാത്രം, എന്നാലത് വളരെ വലുതാണ്. ഇത് മനസ്സിലാക്കുവാൻ യാതൊരു പ്രയാസവുമില്ല.

"നിങ്ങളെന്താണോ ആഗ്രഹിക്കുന്നത് അത് എല്ലായ്പോഴും ചെയ്യുക. എന്നാൽ ആദ്യംതന്നെ ആഗ്രഹിക്കുവാൻ കഴിവുള്ളവനാവുക."

ഇച്ഛിക്കുവാൻ കഴിവുള്ള ഒരുവനാവുക എന്നത്, ഇച്ഛാശക്തിയുള്ള ഒരുവനാവുക എന്നത് അല്പം ശ്രമകരമാണ്. അതിന് ബലവത്തായതും കീഴടങ്ങാത്തതും സ്വതന്ത്രവുമായ ഒരു വ്യക്തിത്വം ആവശ്യമാണ്, അല്ലാത്തപക്ഷം നിങ്ങൾക്ക് ഇച്ഛിക്കുവാൻ കഴിയില്ല. നിങ്ങൾക്ക്

പ്രാർത്ഥിക്കുവാൻ മാത്രമേ കഴിയൂ. നിങ്ങൾക്ക് ആവശ്യപ്പെടുവാൻ മാത്രമേ കഴിയൂ. നിങ്ങൾക്ക് യാചിക്കുവാൻ മാത്രമേ കഴിയൂ. അപ്പോൾ നിങ്ങളുടെ ഇച്ഛ ഏറ്റവും ബലഹീനമായിരിക്കും. അതിനാൽ കൂടുതൽ വ്യക്തിത്വമുള്ളവനാവുക, കൂടുതൽ കേന്ദ്രസ്ഥിതനാവുക, കൂടുതൽ ഘനീഭവിച്ചവനാകുക, ആൾക്കൂട്ടത്തിന്റെ ഭാഗമാകാതിരിക്കുക. അപ്പോൾ നിങ്ങൾക്ക് ഇച്ഛിക്കുവാൻ കഴിയും.

"എല്ലായ്പോഴും നിങ്ങളെപ്പോലെതന്നെ നിങ്ങളുടെ അയൽക്കാരനേയും സ്നേഹിക്കുക, എന്നാൽ ആദ്യം നിങ്ങളെത്തന്നെ സ്നേഹിക്കുവാൻ കഴിയുന്ന ഒരുവനാവുക."

"നിങ്ങളെപ്പോലെ നിങ്ങളുടെ അയൽക്കാരനേയും സ്നേഹിക്കുക" എന്നത് വളരെ പ്രസിദ്ധമായൊരു പ്രസ്താവമാണ്. സരതുഷ്ട്രനേക്കാൾ യേശുവിന്റെ പേരിലാണ് ഇത് അറിയപ്പെടുന്നത്. എന്നാൽ സരതുഷ്ട്രന്റേത് കൂടുതൽ അർത്ഥവത്താണ്, കൂടുതൽ ഗഹനമാണ്. യേശുവിനെക്കുറിച്ച് അദ്ദേഹത്തിന് ഒന്നുമറിഞ്ഞുകൂടാ. അദ്ദേഹത്തിനുശേഷം വീണ്ടും ഒരു അഞ്ഞൂറു വർഷം കഴിഞ്ഞാണ് യേശു വന്നത്. ഈ വചനം യേശുവിനു മുമ്പേതന്നെ നിലനിന്നിരുന്നു. "എല്ലായ്പോഴും നിങ്ങളുടെ അയൽക്കാരനെ നിങ്ങളെപ്പോലെതന്നെ സ്നേഹിക്കുക, എന്നാൽ ആദ്യം നിങ്ങളെതന്നെ സ്നേഹിക്കുന്ന ഒരുവനാവുക." ഇതിൽ രണ്ടാമത്തെ വാചകം കൂടുതൽ ബുദ്ധിമുട്ടുള്ളതാണ്. നിങ്ങളുടെ അയൽക്കാരനെ നിങ്ങളെപ്പോലെ സ്നേഹിക്കുക എന്നത് വാസ്തവത്തിൽ കണ്ണാടിയിൽ കാണുന്ന നിങ്ങളുടെ പ്രതിബിംബത്തെ സ്നേഹിക്കുന്നതുപോലെയാണ്. അതൊരു വലിയ നന്മയല്ല, അതൊരു ചെറിയ നന്മ മാത്രമാണ്.

അയൽക്കാരനെ, അയാളെങ്ങനെയോ അങ്ങനെ സ്നേഹിക്കുക. അല്ലാതെ അത് നിങ്ങളെപ്പോലെയല്ല. നിങ്ങളുടെ ആശയങ്ങൾക്കനുസരിച്ചാണോ അയാൾ ജീവിക്കുന്നത്, അതോ അയാൾ അവയ്ക്കെതിരാണോ, നിങ്ങളുടെ കണ്ണിൽ അയാളൊരു സന്മാർഗ്ഗിയാണോ അതോ അസന്മാർഗിയോ? - ഇത്തരം കാര്യങ്ങൾ അപ്രധാനമാണ്. അയാൾ ഒരു മനുഷ്യനാണ്. അയാളായിത്തന്നെ നിലനില്ക്കാൻ അയാൾക്ക് എല്ലാ അവകാശവുമുണ്ട്. അതിനാൽ അയാളെ അയാളെങ്ങനെയോ അങ്ങനെ സ്നേഹിക്കുക. നിങ്ങളുടെ സ്നേഹം ഒരു ആവശ്യപ്പെടലായിത്തീരരുത്. അയാളെങ്ങനെയോ അതിൽനിന്ന് വ്യത്യസ്തനാകാൻ നിങ്ങളുടെ സ്നേഹം അയാളോട് ആവശ്യപ്പെടരുത്.

'നിങ്ങളെപ്പോലെതന്നെ നിങ്ങളുടെ അയൽക്കാരനേയും സ്നേഹിക്കുക' എന്ന പ്രസ്താവത്തിന് സരതുഷ്ട്രൻ പറയാത്തതായ മറ്റൊരു അർത്ഥതലം കൂടിയുണ്ട്. മിക്കവാറും എല്ലാ ദിവസവും ഞാനത് കണ്ടെത്താറുണ്ട്.

ഇവിടെ നിങ്ങളൊരു കാര്യം മനസ്സിലാക്കേണ്ടതായിട്ടുണ്ട്. നിങ്ങൾ നിങ്ങളെത്തന്നെ സ്നേഹിക്കുന്നുവോ? തന്നെത്തന്നെ പൂർണ്ണമായി സ്നേഹിക്കുന്ന ഒരു വ്യക്തിയെ വളരെ വിരളമായി മാത്രമേ കണ്ടെത്തുവാൻ കഴിയുകയുള്ളൂ. ആളുകൾ തങ്ങളെത്തന്നെ വെറുക്കുന്നു. തങ്ങൾ എങ്ങനെയോ അങ്ങനെതന്നെ നിലനില്ക്കുവാൻ അവരാഗ്രഹിക്കുന്നില്ല. അവർ മറ്റാരോ ആകുവാൻ ആഗ്രഹിക്കുന്നു. മറ്റൊരാൾക്ക് കുറേക്കൂടി നല്ല കണ്ണുകളുണ്ട്. അല്ലെങ്കിൽ കുറേക്കൂടി നല്ല ഒരു മൂക്ക് ഉണ്ട്. മറ്റൊരാൾക്ക് കുറേക്കൂടി നല്ല ഒരു ശരീരമുണ്ട്. കുറേക്കൂടി മെച്ചപ്പെട്ട ബുദ്ധിശക്തിയുണ്ട്. അതിനാൽ നിങ്ങൾ അയാളെപ്പോലെയാകുവാനാഗ്രഹിക്കുന്നു.

ആളുകൾ തങ്ങളെത്തന്നെ വെറുക്കുന്നു. പരസ്പരവിരുദ്ധമായ കാര്യങ്ങളാണ് നിങ്ങളുടെ മതങ്ങൾ നിങ്ങളെ പഠിപ്പിച്ചുകൊണ്ടിരിക്കുന്നത്. അത് നിങ്ങളുടെ മനസ്സിൽ അവ്യക്തതയും ആശയക്കുഴപ്പവും സൃഷ്ടിക്കും. മതങ്ങൾ നിങ്ങളോട് പറയും, “നിങ്ങൾ ഗൗതമബുദ്ധനെപ്പോലെയായിത്തീരണം, അല്ലെങ്കിൽ യേശുക്രിസ്തുവിനെപ്പോലെയായിത്തീരണം.” എന്നാൽ അപ്പോൾ എങ്ങനെയാണ് നിങ്ങൾക്ക് നിങ്ങളെത്തന്നെ സ്നേഹിക്കുവാൻ കഴിയുക? നിങ്ങൾക്ക് നിങ്ങളെ വെറുക്കേണ്ടിവരും. നിങ്ങൾക്ക് നിങ്ങളെ നശിപ്പിക്കേണ്ടിവരും. നിങ്ങൾക്ക് നിങ്ങളെത്തന്നെ അഴിച്ചുപണിയേണ്ടിവരും. പിന്നെ നിങ്ങൾക്ക് ഗൗതമബുദ്ധനെപോലെയോ, യേശുവിനെപ്പോലെയോ കൃഷ്ണനെപ്പോലെയോ ആകുവാൻ ശ്രമിക്കേണ്ടിവരും. അല്ലെങ്കിൽ മതങ്ങൾ നിങ്ങളോടിങ്ങനെ പറയും. “മഹാന്മാരായ മതാചാര്യന്മാരെപ്പോലെ, പുണ്യവാളന്മാരെപ്പോലെയാവുക.” അതുപോലെ മതങ്ങളിങ്ങനെ പറയും, “നിങ്ങളെപ്പോലെതന്നെ നിങ്ങളുടെ അയൽക്കാരനേയും സ്നേഹിക്കുക.”

എന്നാൽ നിങ്ങളെപ്പോലെതന്നെ നിങ്ങൾ നിങ്ങളുടെ അയൽക്കാരനെ സ്നേഹിക്കുകയാണെങ്കിൽ, അപ്പോൾ നിങ്ങൾക്കയാളെ വെറുക്കേണ്ടിവരും. കാരണം നിങ്ങൾ നിങ്ങളെത്തന്നെ വെറുക്കുന്നു. സ്നേഹിക്കുവാൻ യോഗ്യമായതൊന്നുംതന്നെ നിങ്ങൾ നിങ്ങളിൽ കണ്ടെത്തുന്നില്ല. വാസ്തവത്തിൽ രണ്ടുപേർ അന്യോന്യം പ്രേമത്തിലായിത്തീരുമ്പോൾ അവരിരുവരും അദ്ഭുതപ്പെടും. സ്ത്രീ ചിന്തിക്കും, “എന്റെ ദൈവമേ! ഞാൻ സ്വയം കണ്ടിട്ടില്ലാത്ത എന്താണ് ഇയാൾ എന്നിൽ കണ്ടെത്തിയിട്ടുള്ളത്?” പുരുഷൻ ചിന്തിക്കും. “ഈ സ്ത്രീ ഒരല്പം അസാധാരണക്കാരിയാണ്. അല്ലെങ്കിൽ എങ്ങനെയാണവൾക്ക് എന്നെ സ്നേഹിക്കുവാൻ കഴിയുക? കഴിഞ്ഞ മുപ്പതു വർഷമായി ഞാൻ എന്നോടൊപ്പം ജീവിച്ചുകൊണ്ടിരിക്കുകയാണ്. എന്നാൽ മൂല്യമുള്ളതായ ഒന്നുംതന്നെ എനിക്ക് എന്നിൽ കണ്ടെത്തുവാൻ കഴിഞ്ഞിട്ടില്ല. എന്നിട്ടും ഈ സ്ത്രീ എന്നെ സ്നേഹിക്കുന്നു.”

ആരുംതന്നെ ഇത് തുറന്നു പറയുന്നില്ലെങ്കിലും ഇരുവർക്കും ഉള്ളിന്റെയുള്ളിൽ ഇത് അനുഭവപ്പെടും. ഉള്ളിന്റെ ഉള്ളിലുള്ള ഈ കാര്യങ്ങൾ മധുവിധുവിനുശേഷം മാത്രമേ പ്രകടമായിത്തീരുകയുള്ളൂ - അപ്പോഴേക്കും അവർ അന്യോന്യം മനസ്സിലാക്കിക്കഴിഞ്ഞിരിക്കും. എന്നാൽ അത് വളരെ വൈകിക്കഴിഞ്ഞിരിക്കും. ജീവിതകാലം മുഴുവൻ ഞാൻ നിന്നെ സ്നേഹിക്കും എന്ന് അവർ പ്രതിജ്ഞയെടുക്കും. ഈ ജന്മത്തിൽ മാത്രമല്ല വരും ജന്മങ്ങളിലും ഞാൻ നിന്നെ സ്നേഹിക്കും. "എന്റെ സ്നേഹം മാറിക്കൊണ്ടിരിക്കുന്ന ഒന്നല്ല. അത് സാധാരണ സ്നേഹമല്ല. എന്റേത് നിത്യസ്നേഹമാണ്."

എന്നാൽ വാസ്തവത്തിലുള്ള മറ്റേ വ്യക്തിയെ നിങ്ങൾ കണ്ടെത്തുമ്പോൾ നിങ്ങളുടെ പ്രതിജ്ഞകളെല്ലാം നിങ്ങൾ മറക്കും. അപ്പോൾ നിങ്ങൾക്കുള്ളിൽ വെറുപ്പ് കുമിഞ്ഞുകൂടാൻ തുടങ്ങും. എന്നാൽ അപ്പോഴും സ്നേഹമുണ്ടെന്ന് നിങ്ങൾ നടിച്ചുകൊണ്ടേയിരിക്കും. എന്നാൽ അത് വെറും അഭിനയം മാത്രമാണ്.

"ഈ ആളുകൾക്കിടയിൽ ഞാൻ എന്റെതന്നെ മുൻഗാമിയാണ്. ഇരുണ്ട വഴികളിലൂടെ എത്തുന്ന എന്റെതന്നെ പ്രഭാതമാണ്."

മഹാന്മാരായ എല്ലാ മിസ്റ്റിക്കുകളും അവരുടെതന്നെ മുൻഗാമിയായിരുന്നിട്ടുണ്ട്. കാരണം ഓരോ മിസ്റ്റിക്കും തന്റെ സമയത്തിനു മുമ്പാണ് വന്നെത്തിയിട്ടുള്ളത്. നിങ്ങൾക്കിത് കാണുവാൻ കഴിയും. ഇന്നും സരതുഷ്ട്രൻ നമ്മുടെ സമകാലീനനല്ല. അദ്ദേഹം ഇപ്പോഴും നമ്മേക്കാൾ ഒരല്പം മുമ്പേയാണ്. വളരെ നേരത്തെ അദ്ദേഹം ഇവിടെ വന്നെത്തിയതാണ്.

"എന്നാൽ അവരുടെ സമയം വന്നെത്തിക്കൊണ്ടിരിക്കുകയാണ്. അതോടൊപ്പംതന്നെ എന്റേതും വന്നെത്തിക്കൊണ്ടിരിക്കുകയാണ്. സമയം കടന്നുപോകുംതോറും അവർ കൂടുതൽ കൂടുതൽ ചെറുതായിക്കൊണ്ടിരിക്കും. അവരുടെ ജീവിതം കൂടുതൽ ദരിദ്രവും കൂടുതൽ വരണ്ടതുമായിത്തീരും. അപ്പോൾ ആ മണ്ണിൽ കളകൾപോലും മുളയ്ക്കാതാകും.

താമസിയാതെ ഉണക്കപ്പുല്ലുപോലെ അവരെന്റെ മുമ്പിൽ നില്ക്കും. വാസ്തവത്തിൽ അവർക്ക് അവരെത്തന്നെ മടുത്തുകഴിഞ്ഞു. വെള്ളത്തേക്കാൾ കൂടുതൽ തീയിനുവേണ്ടിയാണ് അവർ ദാഹിച്ചുകൊണ്ടിരിക്കുന്നത്."

അദ്ദേഹം പ്രവചിച്ച ആ കാര്യത്തിലേക്ക് ഇപ്പോൾ നാം വന്നെത്തിക്കൊണ്ടിരിക്കുകയാണ് എന്നാണു തോന്നുന്നത്. അദ്ദേഹത്തിന്റെ പ്രവചനം സത്യമായിത്തീർന്നുകൊണ്ടിരിക്കുകയാണ്. സമാധാനത്തിനു പകരം മനുഷ്യൻ യുദ്ധത്തിനുവേണ്ടി തയ്യാറെടുത്തുകൊണ്ടിരിക്കുകയാണ്. ജീവിതത്തിനുപകരം അവൻ മരണത്തെ സൃഷ്ടിച്ചു

കൊണ്ടിരിക്കുകയാണ്. ലോകത്തിലെ മുഴുവൻ സ്വത്തിന്റേയും എഴുപതു ശതമാനത്തോളം ആണവായുധങ്ങൾ ഉണ്ടാക്കുന്നതിനുവേണ്ടി വിനിയോഗിക്കപ്പെട്ടുകൊണ്ടിരിക്കുകയാണ്.

"അവർക്ക് അവരെത്തന്നെ മടുത്തുകഴിഞ്ഞു..."

മനുഷ്യൻ കൂടുതൽ അല്പനും നിന്ദ്യനും അസൂയാലുവും വിരൂപനും ആയിത്തീർന്നുകഴിഞ്ഞു. ഒരുപക്ഷേ, മനുഷ്യരാശിക്ക് അതിനെത്തന്നെ മടുത്തതിനു കാരണം ഇതാണെന്നു വരാം. ഈ ചളിക്കുണ്ടിൽനിന്ന് പുറത്തേക്കു കടക്കുവാനുള്ള എല്ലാ ആശയും അവന് നഷ്ടപ്പെട്ടു കഴിഞ്ഞു. ചെളിയിലാണ് താമരപ്പൂക്കൾ വിടരുന്നത് എന്ന കാര്യത്തെ അവൻ മറന്നുകഴിഞ്ഞു.

"വെള്ളത്തേക്കാൾ കൂടുതൽ തീയിനുവേണ്ടിയാണ് അവർ ദാഹിച്ചു കൊണ്ടിരിക്കുന്നത്..."

ഒരു ആഗോള ആത്മഹത്യയ്ക്ക് മാനസികമായി മനുഷ്യൻ തയ്യാറെടുത്തു കഴിഞ്ഞതുപോലെയാണ് അതു തോന്നിപ്പിക്കുന്നത്. അല്ലാത്ത പക്ഷം എന്തുകൊണ്ടാണ് യുദ്ധത്തിനുവേണ്ടി ഇത്രയ്ക്കുമധികം പണവും ഇത്രയ്ക്കുമധികം ഊർജ്ജവും പാഴാക്കപ്പെട്ടുകൊണ്ടിരിക്കുന്നത്. ഇതിന് യാതൊരു ന്യായീകരണവുമില്ല. ആ പണവും ആ ഊർജ്ജവും ആ ശാസ്ത്രീയപ്രതിഭയുമെല്ലാം ഉപയോഗിച്ച് നമുക്കീ ഭൂമിയെ ഒരു സ്വർഗ്ഗമാക്കിത്തീർക്കുവാൻ കഴിയുമായിരുന്നു. എന്നാൽ ആർക്കും അതിൽ യാതൊരു താല്പര്യവുമില്ല. മറിച്ച് കൂടുതൽ കൂടുതൽ അപകടകരമായ ആയുധങ്ങൾ കണ്ടെത്തുന്നതിലാണ് ഓരോരുത്തരും താല്പര്യമുള്ളവരായിരിക്കുന്നത്. ഈ യുദ്ധത്തിൽ ആർക്കുംതന്നെ വിജയിക്കുവാൻ കഴിയില്ല എന്ന്, ആരേയും പരാജയപ്പെടുത്താൻ കഴിയില്ല എന്ന്, എല്ലാവരും നശിക്കുകയേയുള്ളൂ എന്ന് ഇപ്പോൾ പൂർണ്ണമായും വ്യക്തമായിക്കഴിഞ്ഞു. എന്നിട്ടും മനുഷ്യൻ കൂടുതൽ കൂടുതൽ ആയുധങ്ങൾ സംഭരിച്ചുകൊണ്ടിരിക്കുകയാണ്.

ഇന്ത്യയേയും പാക്കിസ്ഥാനേയുംപോലെയുള്ള ദരിദ്രരാഷ്ട്രങ്ങൾപോലും ആണവയുധങ്ങളുണ്ടാക്കുന്നതിനുവേണ്ടി കിണഞ്ഞ് പരിശ്രമിച്ചുകൊണ്ടിരിക്കുകയാണ്. കുറച്ചുകാലം മുമ്പുവരെ അഞ്ച് രാഷ്ട്രങ്ങളുടെ കൈയിൽ മാത്രമായിരുന്നു ആണവായുധങ്ങളുണ്ടായിരുന്നത്. എന്നാൽ ഇപ്പോൾ പല രാഷ്ട്രങ്ങളുടേയും കൈയിൽ ആണവായുധങ്ങൾ ഉണ്ട്. ഈ നൂറ്റാണ്ടിന്റെ അവസാനമാകുമ്പോഴേക്കും ചുരുങ്ങിയത് മുപ്പത് രാഷ്ട്രങ്ങളെങ്കിലും ആ ആണവസംഘത്തിൽ അംഗങ്ങളായിക്കഴിഞ്ഞിരിക്കും.

മനുഷ്യന്റെ വിവേകത്തിന് എന്താണ് സംഭവിച്ചത്? അത് ഒരൊറ്റ ഉദ്ദേശ്യത്തെ - മരണത്തെ - മാത്രം ലക്ഷ്യംവെച്ചുകൊണ്ട് മുന്നോട്ട് നീങ്ങിക്കൊണ്ടിരിക്കുകയാണ്.

"കത്തിജ്ജ്വലിക്കുന്ന പ്രകാശത്തിന്റെ അനുഗൃഹീത നിമിഷമേ, മധ്യാഹ്നത്തിനു മുമ്പുള്ള രഹസ്യാത്മകനിമിഷമേ, ഒരു ദിവസം ഞാന വരെ കത്തിക്കൊണ്ടിരിക്കുന്ന അഗ്നിയാക്കി മാറ്റും. അഗ്നിയുടെ ഭാഷ യിൽ ഞാൻ ഉദ്ഘോഷിക്കും. അഗ്നിയുടെ ഭാഷയിൽ അവരും പ്രഖ്യാ പിക്കും. അത് വന്നെത്തിക്കൊണ്ടിരിക്കുകയാണ്. മഹത്തായ ആ നട്ടുച്ച വന്നെത്തിക്കൊണ്ടിരിക്കുകയാണ്."

അഗ്നിയെപ്പോലും നമുക്ക് സൃഷ്ടിപരമായ ഒരു ഊർജ്ജമാക്കി മാറ്റു വാൻ കഴിയുമെന്ന് അപ്പോഴും സരതുഷ്ട്രൻ പ്രത്യാശ പ്രകടിപ്പിക്കുന്നു. നിങ്ങൾ നിങ്ങളുടെ ഭക്ഷണം അഗ്നിയിലാണ് പാകംചെയ്യുന്നത്. അതു പോലെ വീട്ടിലേക്കാവശ്യമുള്ള വെളിച്ചവും അഗ്നിയാണ് നമുക്കു നല്കു ന്നത്. അഗ്നി നിഷ്പക്ഷമാണ്. എല്ലാ ഊർജ്ജവും നിഷ്പക്ഷമാണ്, അത് നിങ്ങളെ ആശ്രയിച്ചിരിക്കുന്നു. എന്തു കാര്യത്തിനാണ് നിങ്ങളതിനെ ഉപ യോഗിക്കുന്നത് എന്നതിനെ ആശ്രയിച്ചിരിക്കുന്നു.

സരതുഷ്ട്രന് തന്നിൽ അപ്പോഴും വിശ്വാസമുണ്ട്. ഒരു ദിവസം തനിക്കത് - ആ നട്ടുച്ചയെക്കുറിച്ച് പ്രഖ്യാപിക്കുവാൻ സാധ്യമാകും എന്ന് അദ്ദേഹം വിശ്വസിക്കുന്നു. നട്ടുച്ചയെന്നത് പ്രതീകാത്മകമാണ് - സ്നേഹ ത്തിന്റേയും സ്വാതന്ത്ര്യത്തിന്റേയും വ്യക്തിത്വത്തിന്റേയും മഹത്തായ സ്ഫോടനത്തെ സൂചിപ്പിക്കുന്നതിനുള്ള പ്രതീകാത്മകമായ പദമാണ് അത്. ഇവയെയാണ് അദ്ദേഹം മഹത്തായ നട്ടുച്ചയെന്ന്, മനുഷ്യബോധ ത്തിന്റെ അത്യുച്ചാവസ്ഥയെന്ന് വിളിക്കുന്നത്.

.... എന്നിങ്ങനെ സരതുഷ്ട്രൻ പറഞ്ഞു.

■

ഓഷോ

ഏതെങ്കിലും ഒരു വിഭാഗത്തിൽപ്പെടുത്താനാവാത്തവിധം അതീതനായി നിലകൊള്ളുകയാണ് ഓഷോ, എല്ലായ്പ്പോഴും. അസ്തിത്വത്തിന്റെ അർഥം തേടിയുള്ള തീർത്തും വ്യക്തിപരമായുള്ള അന്വേഷണ ത്വര മുതൽ സമൂഹത്തിന്റെ സമകാലികമായ രാഷ്ട്രീയ പ്രശ്നങ്ങൾ വരേയും പ്രതിഫലിപ്പിച്ചുകൊണ്ട്. മുപ്പത്തിയഞ്ചുവർഷങ്ങളോളമായി സമാഹരിക്കപ്പെട്ടിട്ടുള്ള ഓഷോ - പ്രഭാഷണങ്ങളാണ് അറുനൂറ്റിയമ്പതിൽപ്പരം പുസ്തകങ്ങളായി പുറത്തു വന്നിട്ടുള്ളത്. സോർബയും ബുദ്ധനും (Zorba the Budha) ചേർന്നുനിൽക്കുന്ന ഒരു പുതിയ മനുഷ്യന്റെ - ഭൂമിയുടെ ആഴങ്ങളിൽ പദമൂന്നിയിട്ടുള്ളവനും അനന്താകാശങ്ങളിലെ നക്ഷത്രങ്ങളെ കരഗതമാക്കിയവനുമായ ഒരു പുതിയ മനുഷ്യൻ - ആവിർഭാവമാണ് തന്റെ ലക്ഷ്യമെന്നു വ്യക്തമാക്കിയിട്ടുള്ള ഓഷോയുടെ ഉൾക്കാഴ്ചകൾ കിഴക്കിന്റെ അനാദിയായ അറിവുകളേയും പടിഞ്ഞാറിന്റെ ശാസ്ത്ര സങ്കേതങ്ങളേയും ഒരേപോലെ സമ്മേളിപ്പിക്കുന്നവയാണ്.

ആത്മീയാന്വേഷണ ശാസ്ത്രങ്ങളിലെ വിപ്ലവാത്മക ചുവടുവെപ്പുകൾക്ക് പര്യായമായി നിലകൊള്ളുകയാണ് ഓഷോ എന്ന പേര്. ഒളിച്ചോട്ടങ്ങളില്ലാതെ ആധുനിക മനുഷ്യന്റെ സംഭ്രാന്ത ജീവിതത്തെ സധൈര്യം അഭിമുഖീകരിക്കാൻ സ്നേഹപൂർവ്വം ക്ഷണിച്ചുകൊണ്ട്. ഒളിച്ചോടേണ്ടത് ജീവിതത്തിൽ നിന്നല്ല; ജീവിതത്തി ലേക്കാണെന്ന് നിരന്തരം ഓർമ്മപ്പെടുത്തിക്കൊണ്ട്. ■

For More Information

Thanks for buying this OSHO book.

You can find more OSHO unique in multiple languages and formats at the following websites online:

The official website of OSHO International is www.osho.com

You can search the open access OSHO library for your favourite topics at www.osho.com/library

A complete presentation of all the OSHO meditations and related music can be found at www.osho.com/meditation

To plan a visit to OSHO International Meditation Resort you can visit www.osho.com/Meditationsresort

Latest update about events, festivals, media releases and quotes are updated daily on www.facebook.com/osho.international

All latest happenings, including information about the OSHO multiversity courses, are updated daily on www.facebook.com/osho.internationa.meditation.resort

You can wake up to a daily OSHO quote at www.twitter.com/oshotimes

Your instant access to OSHO video channel can be found on www.youtube.com/OSHOinternational

To make OSHO available in your local language you can register and transcribe or translate OSHO Talks at www.oshotalks.info

Please take a moment to register and browse these sites as they provide much more information about OSHO. You may also discover many fun and exciting ways to get involved in making OSHO available around the world.

Happy reading.

Books By Osho

English Language Editions

EARLY DISCOURSES AND WRITINGS
A Cup of Tea
Dimensions Beyond The Known
From Sex to Superconsciousness
The Great Challenge
Hidden Mysteries
I Am The Gate
The Inner Journey
Psychology of the Esoteric
Seeds of Wisdom

MEDITATION
The Voice of Silence
And Now and Here (Vol 1 & 2)
In Search of the Miraculous (Vol 1 & 2)
Meditation: The Art of Ecstasy
Meditation: The First and Last Freedom
The Path of Meditation
The Perfect Way
Yaa-Hoo! The Mystic Rose

BUDDHA AND BUDDHIST MASTERS
The Book of Wisdom
The Dhammapada: The Way of the Buddha (Vol. 1-12)
The Diamond Sutra
The Discipline of Transcendence (Vol. 1-4)
The Heart Sutra

INDIAN MYSTICS
Enlightenment: The Only Revolution (Ashtavakra)
Showering Without Clouds (Sahajo)
The Last Morning Star (Daya)
The Song of Ecstasy (Adi Shankara)

BAUL MYSTICS
The Beloved (Vol. 1 & 2)

KABIR
The Divine Melody
Ecstasy: The Forgotten Language
The Fish in the Sea is Not Thirsty
The Great Secret
The Guest
The Path of Love
The Revolution

JESUS AND CHRISTIAN MYSTICS
Come Follow to You (Vol. 1-4)
I Say Unto You (Vol. 1 & 2)
The Mustard Seed
Theologia Mystica

JEWISH MYSTICS
The Art of Dying
The True Sage

WESTERN MYSTICS
Guida Spirituale On the Desiderata)
The Hidden Harmony
The Fragments of Heraclitus
The Messiah (Vol. 1 & 2) Commentaries on Kahlil Gibran's The Prophet)
The New Alchemy: To Turn You on (Commentaries on Mabel Collin's Light on the Path)
Philosophia Perennis (Vo. 1 & 2) (The Golden Verses of Pythagoras)
Zarathustra: A God That Can Dance
Zarathustra: The Laughing Prophet
(Commentaries on Nietzsche's Thus Spake Zarathustra)

SUFISM
Just Like That
Journey to the Heart

The Perfect Master (Vol. 1 & 2)
The Secret
Sufis : The People of the Path (Vol. 1 & 2)
Unio Mystica (Vol. 1 & 2)
The Wisdom of the Sands (Vol. 1 & 2)

TANTRA
Tantra: The Supreme Understanding
The Tantra Experience
The Roayal song of Saraha
(same as Tantra Vision, Vol. 1)
The Tantric Transformation
The Royal Song of Saraha
(same as Tantra Vision, Vol. 2)
The Book of Secrets: Vigyan
Bhairav Tantra

THE UPANISHADS
Behind a Thousand Names
(Nirvana Upanishad)
Heartbeat of the absolute
(Ishavasya Upanishad)
I Am That (Isa Upanishad)
The Message Beyond Words
(Kathopanishad)
Philosophia Ultima (Mandukya Upanishad)
The Supreme Doctrine (Kenopanishad)
Finger Pointing to the Moon
(Adhyatma Upanishad)
That Art Thou (Sarvasar Upanishad,
Kaivalya Upanishad, Adhyatma Upanishad)
The Ultimate Alchemy Vol. 1 & 2
(Atma Pooja Upanishad Vol. 1 & 2)
Vedanta: Seven Steps to Samadhi
(Akshaya Upanishad)
Flight of the Alone to the Alone
(Kaivalya Upanishad)

TAO
The Empty Boat
The Secret of Secrets
Tao: The Golden Gate (Vol. 1 & 2)
Tao: The Pathless Path (Vol. 1 & 2)
Tao: The Three Treasures (Vol. 1-4)
When the Shoe Fits

YOGA
Yoga: The Alpha and the Omega (Vol 1-10)

ZEN AND ZEN MASTERS
Ah, This!
Ancient Music in the Pines
And the Flowers Showered
A Bird on the Wing
Bodhidharma: The Greatest Zen Master
Communism and Zen Fire, Zen Wind
Dang Dang Doko Dang
The First Principle
God is Dead: Now Zen is the Only
Living Truth
The Grass Grows By Itself
The Great Zen Master Ta hui
Hsin Hsin Ming: The Book of Nothing
I Celebrate Myself: God is No Where, Life is
Now Here
Kyozan: A true Man of Zen
Nirvana: The Last Nightmare
No Mind: The Flowers of Eternity
No Water, No Moon
One Seed Makes the Whole
Earth Green
Returning to the Source
The Search: Talks on the 10 Bulls of Zen
A sudden Clash of Thunder
The Sun Rises in the Evening
Take it Easy (Vol. 1 & 2)
This Very Body the Buddha
Walking in Zen, Sitting in Zen
The White Lotus
Yakusan: Straight to the Point of Enlightenment
Zen Manifesto: Freedom From Oneself
Zen: The Mystery and the Poetry of the
Beyond
Zen: The path of Paradox (Vol. 1, 2 & 3)
Zen: The Special Transmission
Zen Boxed Sets
The World of Zen (5 Vol.)
Live Zen
This. This. A Thousand Times This
Zen: The Diamond Thunderbolt
Zen: The Quantum Leap from
Mind to No-Mind
Zen: The Solitary Bird, Cuckoo of the Forest
Zen: All the Colors Of The Rainbow (5 Vol.)
The Buddha: The Emptiness of the Heart
The Language of Existence
The Miracle

The Original Man
Turning in

OSHO: ON THE ANCIENT MASTERS OF ZEN (7 VOLUMES)*
Dogen: The Zen Master
Hyakujo: The Everest of Zen-With Basho's Haikus
Isan: No Footprints in the Blue Sky
Joshu: The Lion's Roar
Ma Tzu: The Empty Mirror
Nansen: The Point Of Departure
Rinzai: Master of the Irrational
**Each volume is also available individually.*

RESPONSES TO QUESTIONS
Be Still and Know
Come, Come, Yet Again Come
The Goose is Out
The Great Pilgrimage: From Here to Here
The Invitation
My Way: The Way of the White Clouds
Nowhere to Go But In
The Razor's Edge
Walk Without Feet, Fly Without Wings and Think Without Mind
The Wild Geese and The Water
Zen: Zest, Zip, Zap and Zing

TALKS IN AMERICA
From Bondage To Freedom
From Darkness to Light
From Death To Deathlessness
From the False to the Truth
From Unconsciousness to Consciousness
The Rajneesh Bible (Vol. 2-4)

THE WORLD TOUR
Beyond Enlightenment (Talks in Bombay)
Beyond Psychology (Talks in Uruguay)
Light on the Path (Talks in the Himalayas)
The Path of the Mystic (Talks in Uruguay)
Sermons in Stones (Talks in Bombay)
Socrates Poisoned Again After 25 Centuries (Talks in Greece)
The Sword and the Lotus (Talks in the Himalayas)
The Transmission of the Lamp (Talks in Uruguay)

OSHO'S VISION FOR THE WORLD
The Golden Future
The Hidden Splendor
The New Dawn
The Rebel
The Rebellious Spirit

THE MANTRA SERIES
Hari Om Tat Sat
Om Mani Padme Hum
Om Shantih Shantih Shantih
Sat-Chit-Anand
Satyam-Shivam-Sundram

PERSONAL GLIMPSES
Books I Have Loved
Glimpses of a Golden Childhood
Notes of a Madman

INTERVIEWS WITH THE WORLD PRESS
The Last Testament (Vol. 1)

INTIMATE TALKS BETWEEN MASTER AND DISCIPLE - DARSHAN DIARIES
A Rose is a Rose is a Rose
Be Realistic: Plan for a Miracle
Believing the Impossible Before Breakfast
Beloved of My Heart
Blessed are the Ignorant
Dance Your Way to God
Don't Just Do Something, SIt There
Far Beyond the Stars
For Madmen Only
The Further Shore
Get Out of Your Own Way
God's Got A Thing About You
God is Not for Sale
The Great Nothing
Hallelujah!
Let Go!
The 99 Names of Nothingness
No Book, No Buddha, No Teaching, No Disciple

Nothing to Lose but Your Head
Only Losers Can Win in This Game
Open Door
Open Secret
The Shadow of the Whip
The Sound of One Hand Clapping
The Sun Behind the Sun Behind the Sun
The Tongue-Tip Taste of Tao
This Is It
Turn On, Tune In and Drop the Lot
What Is, Is, What Ain't, Ain't
Won't You Join The Dance?

COMPILATIONS
After Middle Age: A Limitless Sky
At the Feet of the Master
Bhagwan Shree Rajneesh: On Basic Human Rights
Jesus Crucified Again, This Time in Ronald Reagan's America
Priests and Politicians: The Mafia of the Soul
Take it Really Seriously

GIFT BOOKS OF OSHO QUOTATIONS
A Must for Contemplation Before Sleep
A Must for Morning
Contemplation
India My Love

PHOTOBOOKS
Shree Rajneesh: A Man of Many Climates, Seasons and Rainbows
through the eye of the camera
Impressions... Osho Commune International Photobook

BOOKS ABOUT OSHO
Bhagwan: The Buddha for the Future by Julient Forman
Bhagwan Shree Rajneesh: The Most Dangerous Man Since Jesus Christ by Sue Appleton
Bhagwan: The Most Godless Yet the Most Godly Man by Dr. George Meredith
Bhagwan: One Man Against the Whole Ugly Past of Humanity by Juliet Forman
Bhagwan: Twelve Days That Shook the World by Juliet Forman
Was Bhagwan Shree Rajneesh Poisoned by Ronald Reagan's America? by Sue Appleton.
Diamond Days with Osho by Ma Prem Shunyo

For any information about Osho Books & Audio/Video Tapes please contact:

Sadhana Foundation
17 Koregaon Park, Pune - 411001, MS, India
E-mail: distrib@osho.net Website: www.osho.com

ഗ്രീൻ ബുക്സ് പ്രസിദ്ധീകരിച്ച ഓഷോ കൃതികൾ

ഒരു കപ്പ് ചായ വില: 245.00

1962 മുതൽ 1971 വരെ ശിഷ്യന്മാർക്കും സുഹൃത്തുക്കൾക്കുമായി ഓഷോ എഴുതിയ മനോഹരങ്ങളായ കത്തുകളുടെയും കുറിപ്പുകളുടെയും സഞ്ചയം. കാലദേശങ്ങൾക്കും മേൽവിലാസങ്ങൾക്കും അതീതമാണ് ഈ കത്തുകളും കുറിപ്പുകളും.

പരിഭാഷ: ധ്യാൻ തർപ്പൺ

സ്ത്രീ വില: 125.00

"പുരുഷന്റെ സ്നേഹം ഏറക്കുറെ ഒരു ശാരീരികാവശ്യമാണ്. സ്ത്രീയുടെ സ്നേഹം അങ്ങനെയല്ല. അവൾ ഒരു പ്രണയം കൊണ്ടുതന്നെ സംതൃപ്തയാണ്. സ്ത്രീ പുരുഷന്റെ ശരീരമല്ല നോക്കുന്നത്, അവന്റെ ആന്തരിക ഗുണങ്ങളെയാണ്. എന്നെ പുരുഷനോ സ്ത്രീയോ ആയി കണ്ടുകൊണ്ട് ശ്രവിക്കരുത്. അവബോധമായി അറിഞ്ഞുകൊണ്ട് കേൾക്കുക" - ഓഷോ

'അനിവാര്യമായ' സ്ത്രീയെക്കുറിച്ച് ഓഷോ എഴുതിയ ഗവേഷണ ചാരുതയാർന്ന ഒരു പഠനഗ്രന്ഥം. മാതൃത്വം, കുടുംബം, വിവാഹം, ജനനനിയന്ത്രണം, സ്ത്രീബന്ധങ്ങൾ എന്നിവയെക്കുറിച്ച് ഓഷോയുടെ കാഴ്ചപ്പാടുകൾ.

പരിഭാഷ: കെ.പി.എ. സമദ്

പുരുഷൻ വില: 175.00

പുതിയ മനുഷ്യനെക്കുറിച്ചുള്ള ഓഷോ സങ്കല്പം ഒരു നിഷേധിയുടേതാണ്. യഥാർത്ഥ സ്വത്വവും യഥാർത്ഥ മുഖവും തേടുന്ന ഒരു വിമതന്റേതാണ്. മുഖംമൂടികളഴിച്ചു മാറ്റാനും സ്വത്വം വെളിപ്പെടുത്താനും തയ്യാറായ മനുഷ്യന്റേതാണ്. താനെന്താണോ അതായിരിക്കലാണ്, അതിനു കഴിയുന്നതാണ് ഏറ്റവും വലിയ അനുഗ്രഹം. സത്യമുള്ള മനുഷ്യൻ, ആത്മാർത്ഥതയുള്ള മനുഷ്യൻ, സ്നേഹവും സഹാനുഭൂതിയുമുള്ള മനുഷ്യൻ - ഓഷോയുടെ മനുഷ്യസങ്കല്പം അതാണ്. അത്തരം മനുഷ്യന്റെ സാന്നിധ്യത്തിൽ ഒരു കാന്തികശക്തി അനുഭവപ്പെടുമെന്ന് ഓഷോ സാക്ഷ്യപ്പെടുത്തുന്നു.

പരിഭാഷ: കെ.പി.എ. സമദ്

പൈൻമരങ്ങളിലെ പ്രാചീനസംഗീതം വില: 210.00

"ആരോ ബുദ്ധനോടു ചോദിച്ചു. ഏറ്റവും വലിയ അത്ഭുതമെന്താണ്? അദ്ദേഹം പറഞ്ഞു: പരാവൃത്തി. ഉള്ളിലേയ്ക്കു നോക്കുക. അകത്തേയ്ക്കു നോക്കുക. ആയിരം കാതങ്ങൾക്കകലെയുള്ള മേഘങ്ങളെ നിങ്ങൾക്കു കാണാനാവും.

പൈൻമരങ്ങളിലെ പ്രാചീനസംഗീതം നിങ്ങൾക്കു കേൾക്കാനാവും" അത് അനശ്വര സംഗീതമാണ്. അതൊരിക്കലും നഷ്ടപ്പെട്ടിട്ടില്ല. അതു സ്വനമില്ലാത്ത സ്വനമാണ്. മൗനത്തിലൂടെയാണതു ശ്രവിക്കുക; മൗനത്തിലൂടെയാണതു വൈശദ്യമാർജ്ജിക്കുക. പ്രേമത്തിലൂടെയാണതിലെത്തിച്ചേരുക. പ്രേമം പ്രാചീന സംഗീതത്തിലേക്കുള്ള പ്രവേശന കവാടമാകുന്നു.

പരിഭാഷ: ധ്യാൻ തർപ്പൺ

ജസ്റ്റ് ലൈക്ക് ദാറ്റ് — വില: 225.00

സൂഫികഥകളുടെ ദർശനമൂർച്ഛകളത്രയും പകർന്നു തരുന്നിടത്താണ് ഓഷോ വ്യത്യസ്തനാകുന്നത്. കഥകളൊന്നുംതന്നെ വ്യാഖ്യാനിക്കപ്പെടുകയല്ല, ഒരു സൂഫിമാസ്റ്ററുടെ വർത്തമാനസത്തയിലേക്ക് അനുവാചകരത്രയും ഒഴുകിയെത്തുകയാണ്. പഠിപ്പിക്കാനാവാത്ത പഠിപ്പിക്കൽ, തുറന്ന വാതിൽ അടഞ്ഞ വാതിൽ, കടൽ റാഞ്ചികളെ സ്നേഹിച്ച ഒരാൾ, വെറുമൊരു നാണയത്തുട്ട് തുടങ്ങിയ പത്തു കഥകളുടെ സൂഫിമനനങ്ങൾ ഓഷോവിന്റെ ധ്യാനോന്മുഖമായ വാക്ചാതുരിയിൽ സർവ്വ ശാസ്ത്രദർശനങ്ങളെയും മറികടന്നൊഴുകുന്നു. കഥകൾ കഥാതീതമായ ഒരു മാനത്തിലേക്ക് ഉയർന്നുപൊങ്ങുന്നു.

പരിഭാഷ: ധ്യാൻ തർപ്പൺ

ഒരുന്മാദിയുടെ കുറിപ്പുകൾ — വില: 150.00

"എന്റെ ക്ഷണം ലോകത്തിലെ ഉന്മാദികൾക്കുള്ളതാണ്. ഞാനാകട്ടെ ഉന്മാദിയുടെ ബോധോദയത്തിലേക്കുള്ള വഴികാട്ടിയും." - ഓഷോ.

ആത്മീയലോകത്തെ വാക്വിസ്മയങ്ങൾ.

പരിഭാഷ: ധ്യാൻ തർപ്പൺ

www.ingramcontent.com/pod-product-compliance
Lightning Source LLC
LaVergne TN
LVHW101404051026
849519LV00005BC/1653
* 9 7 8 9 3 8 0 8 8 4 9 3 6 *